फिफ्टी शेड्स डार्कर

ई. एल. जेम्स

अनुवाद
डॉ. शुचिता नांदापूरकर-फडके

मेहता पब्लिशिंग हाऊस

Mehta Publishing House, Pune 411030.

✆ +91 020-24476924 / 24460313 / Mob. No. 9545000513

Email : production@mehtapublishinghouse.com

Website : www.mehtapublishinghouse.com

- *या पुस्तकातील लेखकाची मते, घटना, वर्णने ही त्या लेखकाची असून त्याच्याशी प्रकाशक सहमत असतीलच असे नाही.*

FIFTY SHADES DARKER by E L JAMES

The Author Published an earlier serialised version of this story online with different characters as "Master of the Universe" under the pseudonym Snowqueen's Icedragon

Translated into Marathi Language by Dr. Shuchita Nandapurkar-Phadke

फिफ्टी शेड्स डार्कर / अनुवादित कादंबरी

अनुवाद : डॉ. शुचिता नांदापूरकर-फडके

Email : author@mehtapublishinghouse.com

मराठी अनुवादाचे व प्रकाशनाचे हक्क : मेहता पब्लिशिंग हाऊस, पुणे.

प्रकाशक : सुनील अनिल मेहता, मेहता पब्लिशिंग हाऊस,
१९४१, सदाशिव पेठ, माडीवाले कॉलनी, पुणे ४११०३०.

मुद्रक : पार्कसन्स ग्राफिक्स

मुखपृष्ठ : मेहता पब्लिशिंग हाऊस

प्रथमावृत्ती : नोव्हेंबर, २०१८

किंमत : ₹ ७००

P Book ISBN 9789353171346

झी आणि जे करता
अमर्याद प्रेमाने, सदैव

फिफ्टी शेड्स डार्करच्या निमित्ताने

पहिल्यांदा 'फिफ्टी'चा उल्लेख ऐकला तो भीत भीत झालेला. ''मॅडम, कराल का भाषांतर?'' विचारण्यात दबकेपणा, अनिश्चितता होती. होकार दिल्यावर अधिक माहिती मिळवण्याचा प्रयत्न केला तेव्हा 'हे काय! तुला फिफ्टी शेड्स नाही माहीत?' अशाच प्रतिक्रिया कानावर आल्या. प्रत्यक्षात वाचायला सुरुवात केली तेव्हा आपण शृंगारिक नाही तर त्याही पलीकडचं– विषयवासनेला वाहिलेलं पुस्तक वाचत आहोत असं वाटलं; निदान प्रथम वाचनानंतर तरी तसं मत झालं. 'फिफ्टी'च्या सेडिस्ट प्रवृत्तीची जाणीव झाली. भाषांतराच्या निमित्तानं जसजशी पारायणं होत गेली, तसतशा फिफ्टीच्या 'शेड्स' जाणवत गेल्या. पुरुषी मानसिकता कळू लागली. पुस्तक ॲनेस्टेशियाच्या दृष्टिकोनातून असलं तरी, आपल्या स्त्रीला जपण्याची पुरुषाची वृत्ती, अधिकार गाजवण्याची आवश्यकता, तिच्या सुरक्षिततेसाठी केला जाणारा अट्टहास, शक्य झालं तर अख्खं जग तिच्या पायाशी अर्पण करायची मानसिकता, तिच्या भावनांप्रती संवेदनशीलता, स्वतःच्या असुरक्षिततेतून बाहेर येण्यापायी तिच्यावर गाजवला जाणारा मालकी हक्क– अशा अनेक छटा जाणवत गेल्या. फिफ्टी 'सेडिझम'नं झपाटलेला नाही हे कळलं. तो चक्क आवडू लागला.

वरपांगी पाहिलं तर पुस्तक विषयवासनेवर उभं आहे असं वाटतं. पण आपण वासनेचा विचार नकारात्मक भावनेतून करू लागलो की तिथेच अडकून बसतो. मला कथेच्या मुळाशी अलवार प्रेमभावना आणि प्रणय जाणवला. वासना हे तीव्र रूप, तर प्रणय हे कोमल रूप मानता येईल. प्रणय हा सोहळा आहे. एकमेकांचं शरीर – बाह्यरूप जाणून घेताना, त्याच्या पल्याड जात अंतरंगात शिरकाव करायचा असतो. किंबहुना, सच्च्या प्रेमात हे आपसूक घडून येतं. सेक्स कोण करत नाही हो? सारेच करतात. फक्त काही जण तो उपचार म्हणून, काही जण उपभोग म्हणून, तर काही जण सुसंस्कार म्हणून करतात. देहाची निकटता एका नवीन ओळखीला आकार देते. मग मनाची गुंतवणूक अधिक प्रकर्षानं होते. एकमेकांचे दोष नजरेआड टाकत सहज स्वीकारण्याची भावना वाढीला लागते...

शेवटी वासना की प्रणय हे ज्यानं त्यानं पेलायचं आभाळ आहे!

– डॉ. शुचिता नांदापूरकर-फडके

उपोद्घात

तो परत आलाय. आई झोपलीय, की तिला परत बरं वाटत नाहीये?

स्वयंपाकघरातल्या टेबलाखाली बसल्या जागी अंग दुमडून घेत मी लपून बसतो. चेहऱ्यावर ठेवलेल्या बोटांच्या फटीतून मला कोचवर झोपलेली आई दिसते आहे. तिचा हात खालच्या चिकट हिरव्या कार्पेटवर आहे. त्याच्या पायात ते नेहमीचे चमकणाऱ्या बकलचे बूट आहेत. तो जोराने तिच्यावर ओरडतो आहे.

आता तो तिला पट्ट्याने मारतो आहे. "ऊठ, ऊठ! हरामखोर! रांड आहेस तू! रांड आहेस तू! रांड आहेस तू! रांड आहेस तू! रांड आहेस तू!"

आईच्या तोंडातून कसेबसे शब्द बाहेर पडतात, "थांबव, कृपा करून थांबव!" हुंदक्यांनी तिचं सारं शरीर गदगदत आहे. ओरडण्याचंदेखील त्राण तिच्यात नाही. स्वतःच्या शरीराला ती अधिकच आक्रसून घेते.

मी कानात बोटं घालून घेतो. डोळे घट्ट मिटतो. आवाज थांबतो.

तो खाली वाकतो. त्याच्या चेहऱ्यावर विकट हास्य आहे. वासाचा भपकारा येतो. सिगारेट आणि दारूचा उग्र भपकारा, "इथे आहेस तर कार्ट्या!"

त्याच्या अंगावर काटा येतो. देवा! तो घामानी थबथबला आहे. त्याच्या हृदयाचे ठोके अतिशय जोरात पडतात. हे काय होतं? तो खडबडून जागा होतो. दोन्ही हातांत डोकं गच्च धरून अंथरुणात बसलो होतो. 'फक्!' आठवणी परत आल्या आहेत! तो आवाज माझा होता. खोलवर श्वास घेत तो स्वतःला स्थिर करतो. मनामध्ये ठाण मांडून बसलेल्या त्या स्वस्तातल्या बर्बोनचा आणि कॅमल सिगारेटचा भपकारा विसरायचा प्रयत्न करतो.

१

ख्रिश्चनला मी सोडून आले, त्याला तीन दिवस झालेत. तरीही मी जिवंत आहे.

आज माझा नोकरीचा पहिला दिवस आहे. कामावर आल्यापासून वेळ कसा गेला कळलंच नाही. अनेक नवीन चेहरे समोर येत आहेत. कामसुद्धा खूप आहे. आणि हो, मि. जॅक हाईड... माझ्या टेबलशी येऊन तो रेलतो आणि माझ्याकडे पाहून हसतो, तेव्हा त्याचे निळे डोळे चमकतात.

"फारच छान, ॲना! तुझं काम पाहून मला वाटतंय की, आपलं मस्त जमणार आहे."

मी हसण्याचा प्रयत्न करते.

"तुझी हरकत नसेल, तर मी आता निघते." मी हळूच म्हणते.

"अर्थात! साडेपाच झालेच आहेत. नीघ तू. उद्या भेटू या."

"गुड नाईट, जॅक."

"गुड नाईट, ॲना."

मी बॅग घेते, अंगात जॅकेट अडकवते आणि दाराकडे जाते.

सिएटलच्या त्या संध्याकाळच्या हवेत खोलवर श्वास घेते; परंतु शनिवार सकाळपासून माझ्या छातीत निर्माण झालेली प्रचंड पोकळी काही केल्या भरून येत नाही. शनिवारची सकाळ- मी काय गमावलं आहे याची दुःखदायक आठवण. मान खाली घालूनच मी बसस्टॉपकडे चालत निघते. माझी नजर माझ्या पावलांवर खिळलेली आहे. जुनी असली तरी माझी लाडकी वॅंडा, माझी बिटल आणि त्यानंतर ऑडी...

खाड् ! मनाची दारं मी बंद करते. तो विचारसुद्धा नको आहेत मला. नाही! त्याचा विचार करायचा नाही. मी आत्तासुद्धा नवीन गाडी घेऊ शकते म्हणा! एक छानशी गाडी! मला शंका आहे की, त्याने गाडीचे पैसे देताना जरा अतिच औदार्य दाखवलं होतं. त्या विचारांनी माझं तोंड अगदी कडू होऊन जातं. हा विचारदेखील हाकलून द्यायचा मी प्रयत्न करते. माझं मन शक्य तितकं रितं, निर्विकार ठेवायचं आहे मला. त्याचा विचारही मनात आला ना तर मला रडायला येईल. या इथे, भर रस्त्यात रडण्याची माझी इच्छा नाहीये.

घरसुद्धा रिकामं आहे. केटचं नसणं मला खूप जाणवत आहे. ती आत्ता या क्षणी बार्बाडोसच्या बीचवर, थंडगार कॉकटेलचा आस्वाद घेत मस्त मजेत असेल. मी हॉलमधला फ्लॅट स्क्रीन टीव्ही लावते. तेवढीच आवाजाची सोबत व्हावी म्हणून. पण मी ना काही पाहते, ना काही ऐकते. भकास पोकळी हटवण्याचा निष्फळ प्रयत्न! समोरच्या भिंतीकडे बघत खाली बसते. बधिर झाल्येय मी. दुःख आणि फक्त दुःख! त्याव्यतिरिक्त कुठलीही जाणीव माझ्यापर्यंत पोहोचत नाहीये. अजून किती काळ मी हे सारं सोसायचं आहे?

बेलच्या कर्कश आवाजांनी मी माझ्या यातनामय कोषातून बाहेर येते. कोण असेल आत्ता? माझ्या हृदयाचा ठोका चुकतो. मी इंटरकॉमचं बटण दाबते.

अत्यंत कंटाळवाण्या स्वरात उत्तर येतं, "मिस स्टीलकरता पार्सल!"

नैराश्य चहूबाजूंनी माझ्यावर चालून येतं. अगदी अनिच्छेने मी जिना उतरून जाते. एक तरुण मुलगा मचक मचक आवाज करत च्युईंगम खात उभा असतो. हातामध्ये पुठ्ठ्याचा मोठा खोका घेऊन दारावरती रेलून तो माझी वाट पाहत असतो. मी सही करून खोका ताब्यात घेते आणि जड पावलांनी परत वर येते. एवढा मोठा असूनही खोका वजनानं अगदीच हलका आहे. त्यात दोन डझन पांढरे शुभ्र लांब देठाचे गुलाब आहेत. पाठवणाऱ्याकडून एक कार्ड.

'नवीन नोकरीचा तुझा पहिला दिवस होता, त्याबद्दल अभिनंदन. आशा आहे की, तुझा दिवस छान पार पडला असेल. तू दिलेल्या ग्लायडरबद्दल मनापासून धन्यवाद. तू फारच विचारपूर्वक भेट निवडली होती. मी ते ग्लायडर माझ्या टेबलावर ठेवलंय. नजरेसमोर!'

– ख्रिश्चन

टाइप केलेल्या त्या कार्डकडे मी एकटक पाहते. माझ्या छातीतली पोकळी वाढत मला संपूर्ण व्यापून टाकत्येय. नक्कीच त्याच्या असिस्टंटनी पाठवलं असणार हे. ख्रिश्चनचा बहुधा त्यात काहीही सहभाग नसणार! मी गुलाबांकडे नजर टाकते. तो विचारही जीवघेणा आहे. ते उचलून कचराकुंडीत भिरकावण्याचा धीर होत नाही मला. किती सुंदर आहेत ते! अनाहूतपणे मी स्वयंपाकघराकडे वळते. त्यांच्यासाठी योग्य फुलदाणी शोधायला.

आता एक पायंडाच पडलाय. उठायचं, काम करायचं, रडायचं, झोपायचं. खरं तर झोपण्याचा प्रयत्न करायचा. स्वप्नांमध्येसुद्धा मी त्याच्यापासून दूर जाऊ शकत नाही. त्याचे ते राखाडी रंगाचे आग ओकणारे डोळे, हरवलेली नजर, चेहऱ्यावरचे

चमकणारे केस... साऱ्यांनी मला झपाटून टाकलं आहे. त्याच्या जोडीला संगीत... वेगवेगळ्या प्रकारचं संगीत. मी आता कुठलंही संगीत ऐकू शकत नाहीये. आटोकाट प्रयत्न करून मी स्वतःला सर्व प्रकारच्या संगीतापासून दूर ठेवते आहे. जाहिरातीमधले जिंगल्सपण माझ्या अंगावर काटा आणताहेत.

मी कोणाशीच बोलले नाहीये– ना आईशी, ना रेशी. रिकाम्या गप्पा मारण्याची ताकद माझ्यात नाहीये. मला काहीही नकोय. मी जणू एकांडं बेट झाले आहे. उद्ध्वस्त, भाकड जमिनीचं बेट- जिथं काहीच उगवू शकत नाही. पार क्षितिजापर्यंत फक्त मिट्ट काळोख दाटलेला आहे. हो, ते बेट म्हणजे मी आहे. नोकरीच्या ठिकाणी मी वावरते आहे, पण ते सारं वरवरचं आहे. दाखवण्यापुरतं. या परिस्थितीमध्ये मी जर आईशी बोलले, तर मात्र माझा बांध फुटेल. खरं तर आता कोसळण्यासारखं, वाहून जाण्यासारखं काहीही उरलेलं नाही, तरीही...

पोटात चार घास ढकलणंही कठीण झालंय माझ्यासाठी. बुधवारी दुपारी मी पहिल्यांदा कसंबसं कपभर योगर्ट खाल्लंय. शुक्रवारपासून मी पहिल्यांदा काही ढकललं आहे पोटात. डाएट कोक आणि लॅटे कॉफीवर तग धरून राहण्याची कला मी नव्यानं आत्मसात केलीये. कॅफिनवर मी भागवून नेते आहे, पण माझ्यातली अस्वस्थता शिगेला पोहोचली आहे.

जॅक सारखा माझ्या आजूबाजूला घुटमळत खासगी प्रश्न विचारत राहतो. त्याला काय हवं आहे? मी नम्रपणे उत्तर देते, पण अंतर राखून राहायला हवं.

त्याला आलेल्या पत्रांची वर्गवारी करायला मी सुरुवात करते. या कामामुळे माझं सैरभैर चित्त जरा स्थिरावतं. तेवढ्यात मला ई-मेल आल्याचं पिंग ऐकू येतं. कोणाचा असेल? मी लगेच बघते.

होली शिट्! ख्रिश्चनचा ई-मेल *नको... इथं ऑफिसमध्ये नको.*

फ्रॉम : ख्रिश्चन ग्रे
सब्जेक्ट : उद्या.
डेट : जून ८, २०११ १४.०५
टु ॲनेस्टेशिया स्टील.

प्रिय ॲनेस्टेशिया,

कामाच्या वेळात व्यत्यय आणतो आहे म्हणून माफ कर. आशा आहे की काम छान चालू असेल. मी पाठवलेली फुलं मिळाली का? उद्या तुझ्या मित्राच्या फोटोंचं प्रदर्शन सुरू होणार आहे. मला खात्री आहे

की, तुला नवीन गाडी खरेदी करायला वेळ मिळाला नसणार. इथून बरंच लांब आहे पोर्टलँड. तुला चालणार असेल, तर तुला उद्या तिथे घेऊन जायला मला खूप आवडेल.

मला कळव.

ख्रिश्चन ग्रे

सी.ई.ओ. ग्रे एंटरप्राइजेस होल्डिंग्ज, इन्कॉ.

माझे डोळे भरून येतात. पटकन उठून मी वॉशरूमकडे जाते आणि स्वतःला टॉयलेटमध्ये कोंडून घेते. जोसेचं प्रदर्शन. साफ विसरले होते. त्याला वचन दिलं होतं की मी नक्की येईन. शिट्! आता काय करायचं? ख्रिश्चननी लिहिलं आहे ते खरंच आहे. मी जाणार कशी उद्या तिथे?

मी डोकं धरून बसते. जोसेनी फोन का नाही केला? फोनचा विचार मनात आला आणि मला जाणवतं की जोसेनीच काय कुणीच मला फोन केला नाहीये. माझं चित्त थाऱ्यावर नव्हतं आणि म्हणूनच..

माझा सेलफोन सायलेंटवर आहे हेदेखील माझ्या लक्षात आलं नव्हतं.

शिट्! काय मूर्ख बाई आहे मी! माझे सगळे कॉल्स मी ब्लॅकबेरीवर फॉर्वर्ड केले आहेत. याचाच अर्थ ते सगळे कॉल्स ख्रिश्चनला घ्यावे लागत असणार. अर्थात, त्यानं तो फोन अजून ठेवला असेल तर ना! पण त्याला माझा ई-मेल कुठून मिळाला?

त्याला तर माझ्या शूजचा साइझसुद्धा माहीत आहे. मग माझा ई-मेल शोधणं त्याच्यासाठी काही कठीण नसणार.

मी भेटू शकेन का त्याला पुन्हा? मला ते सहन होईल का? मला त्याला भेटावंसं वाटतं आहे का? मी डोळे मिटून घेते. दुःखानं आणि भेटीच्या आसेनं माझं डोकं नकळत मागे झुकतं. हो! मला त्याला भेटावंसं वाटतंय.

कदाचित मी त्याला सांगू शकेन की मी विचार बदलला आहे... नाही पण, नकोच. माझा छळ करण्यात ज्याला आनंद मिळतो, जो माझ्यावर प्रेम करू शकत नाही, त्याच्यासोबत मी नाहीच राहू शकणार.

छळवादी आठवणी मनात कल्लोळ उठवतात. ग्लाइडिंग, हातात गुंफलेले हात, चुंबनं, बाथटब, त्याचा हळुवारपणा, त्याची विनोदाची जाण, त्याचं ते टक लावून बघणं, मला नजरेनं पिऊन घेणं... सारं किती सेक्सी होतं. त्याची उणीव भासते आहे मला, जबरदस्त उणीव! दुःखाचा कडेलोट होऊन पाचच दिवस झाले आहेत; परंतु मला युगानुयुगं लोटल्यासारखी वाटताहेत. रोज रात्री रडता रडता

कधीतरी मला झोप लागते. मी तिथून असं तडकाफडकी निघून आले नसते तर? तो थोडासा वेगळा असता तर? आम्ही एकत्र असतो तर? विचारांचं थैमान असतं माझ्या मनात. माझं मन आक्रंदतंय, अजून किती दिवस सोसावी लागणार आहे मला मनाची ससेहोलपट? मी यमयातना भोगते आहे.

मी स्वतःला घट्ट कवटाळते. मला त्याची प्रचंड उणीव भासते आहे. खरंच भासते आहे. माझं त्याच्यावर प्रेम आहे... खरोखर प्रेम आहे.

ॲनेस्टेशिया स्टील तू या क्षणी कामावर आहेस! माझं मन खाडकन् इशारा देतं. मी स्वतःला कणखर केलं पाहिजे. परंतु मला जोसेच्या प्रदर्शनाला जायचं आहे. शिवाय माझ्यातली 'प्रणयोत्सुक मी' ख्रिश्चनला बघू इच्छित आहे. जाणीवपूर्वक खोल श्वास घेऊन मी माझ्या जागेकडे वळते.

फ्रॉम : ॲनेस्टेशिया स्टील.
सब्जेक्ट : उद्या.
डेट : जून ८, २०११ १४.२५
टु : ख्रिश्चन ग्रे

हॅलो ख्रिश्चन

फुलांकरता धन्यवाद. ती फारच सुरेख होती.
हो, मला उद्या लिफ्ट मिळाली तर चालेल.
धन्यवाद.

ॲनेस्टेशिया स्टील
असिस्टंट टू जॅक हाईड, कमिशनिंग एडिटर, एसआयपी

मी माझा फोन बघते. माझ्या लक्षात येतं की सगळे कॉल्स ब्लॅकबेरीला फॉरवर्ड केले आहेत. जॅक मिटिंगमध्ये आहे हे पाहून मी पटकन जोसेला फोन लावते.

"हाय जोसे, ॲना बोलते आहे."

"हाय!" जोसेचा स्वर आपुलकीचा होता. मी कोणत्याही क्षणी ठाव सोडू शकेन असा.

"हे बघ, मला आत्ता फार वेळ बोलता नाही येणार. उद्या मी तुझ्याकडे किती वाजेपर्यंत पोहोचू?"

"ए, तू येणारेस?" त्याचा स्वर उत्तेजित झाला.

"अर्थातच!" माझ्या डोळ्यांसमोर त्याचा हसरा चेहरा आला आणि माझ्याही

चेहऱ्यावर हसू पसरलं. गेल्या पाच दिवसातलं पहिलं खरं हसू.

"साडेसात."

"ठीक आहे. भेटू या उद्या. बाय जोसे."

"बाय, ॲना."

फ्रॉम : ख्रिश्चन ग्रे
सब्जेक्ट : उद्या.
डेट : जून, ८, २०११. १४.२७
टू : ॲनेस्टेशिया स्टील.

प्रिय ॲनेस्टेशिया,

मी किती वाजता तुला घ्यायला येऊ?

ख्रिश्चन ग्रे
सी.ई.ओ. ग्रे एंटरप्राईजेस होल्डिंग्ज, इन्कॉ.

फ्रॉम : ॲनेस्टेशिया स्टील
सब्जेक्ट : उद्या
डेट : जून, ८, २०११ १४.३२
टु : ख्रिश्चन ग्रे

जोसेच्या शोची वेळ साडेसातची आहे. कधी निघायला हवं?

ॲनेस्टेशिया स्टील
असिस्टंट टु जॅक हाईड, कमिशनिंग एडिटर, एसआयपी

फ्रॉम : ख्रिश्चन ग्रे
सब्जेक्ट : उद्या
डेट : जून, ८, २०११. १४.३४
टु ॲनेस्टेशिया स्टील

प्रिय ॲनेस्टेशिया,

पोर्टलँड येथून बरंच दूर आहे. मी पावणेसहाला तुला घ्यायला येतो. तुला भेटायला मी उत्सुक आहे.

ख्रिश्चन ग्रे.
सी.ई.ओ. ग्रे एंटरप्राईजेस होल्डिंग्ज, इन्कॉ.

फ्रॉम : ॲनेस्टेशिया स्टील
सब्जेक्ट : उद्या
डेट : जून, ८, २०११.१४.३८
टु ख्रिश्चन ग्रे

भेटू या तर!

ॲनेस्टेशिया स्टील
असिस्टंट टु जॅक हाईड, कमिशनिंग एडिटर, एसआयपी

अहा! मी उद्या ख्रिश्चनला भेटणार. पाच दिवसांनंतर पहिल्यांदाच मला छान वाटतंय. तो कसा असेल याचा विचार करायची मुभा मी माझ्या मनाला देते.

त्याला माझी उणीव भासली असेल का? जितक्या तीव्रतेने मला भासली, तितकी त्याला नसेल भासली. त्याला कोणी नवीन सबमिसिव्ह मिळाली असेल का? नुसत्या त्या विचारांनीच मला इतक्या यातना होतात की मी घाईघाईनं तो विचार मनातून काढून टाकते. माझ्या टेबलावर एका बाजूला ठेवलेला पत्रांचा ढीग माझ्या नजरेला पडतो. जॅकला आलेल्या त्या पत्रांची मला योग्य दखल घ्यायची आहे. परत एकदा मी ख्रिश्चनला मनातून दूर करून स्वतःला कामाला जुंपून घेते.

त्या रात्री झोपताना मी सारखी कूस बदलत तळमळत राहते. गेल्या कित्येक रात्रींनंतर आज पहिल्यांदा न रडता मला झोप लागते.

मनात ख्रिश्चनचेच विचार असतात. मी त्याला सोडून आले होते तेव्हाचा त्याचा पिळवटलेला चेहरा माझ्यासमोर तरळतो आणि मला पिडत राहतो. मला आठवतंय की मी तिथून निघून जावं असं त्याला अजिबात वाटत नव्हतं. जरा विचित्रच नव्हतं का ते? गोष्टी इतक्या पराकोटीला पोहोचल्यावर मी तिथं कशी बरं राहणार होते? आम्ही दोघंही आपल्या कोषात गुरफटले गेलो होतो. मला शिक्षेची भीती वाटत होती आणि त्याला ... कशाची बरं भीती होती त्याला ? प्रेमाची?

मी पुन्हा कुशीवर वळले. अतिशय दुःखावेगानं मी माझ्या उशीला कवटाळलं. त्याला वाटतंय की, तो कुणाच्याही प्रेमाला पात्र नाहीये. त्याला असं का बरं वाटतं? त्याच्या बालपणात काही दडलंय का? त्याची जन्मदात्री- ती रांड? माझ्या विचारात मी भरकटत जाते. अति विचारांनी थकून पहाटे कधीतरी माझा डोळा लागतो.

दिवस संथ गतीनं सरकतो आहे. मी केटच्या कपाटातून उधार घेतलेला प्लम ड्रेस आणि तिचेच उंच टाचांचे काळे बूट घालण्याचा परिणाम म्हणून की काय, पण जॅक माझ्याकडे आज जरा जास्त लक्ष देतो आहे. परंतु, मी त्याचा फारसा विचार करत नाही. पहिला पगार मिळाल्याबरोबर स्वतःसाठी थोडेफार कपडे घ्यायचा निश्चय मी करते. प्लम ड्रेस मला पूर्वीपेक्षा सैलसर होतो आहे, पण मी तिकडेही दुर्लक्ष करते.

शेवटी एकदाचे साडेपाच वाजतात. मी पटकन माझी पर्स आणि जॅकेट उचलते. माझ्या अनावर भावनांवर ताबा मिळवण्याचा मी प्रयत्न करते.

आता तो मला दिसणार आहे.

"आज काय डेटवर चालली आहेस वाटतं?" बाहेर पडणाऱ्या जॅकनी विचारलं.

"नाही म्हणजे, हो, पण..."

माझ्या चाचरण्यामुळे जॅकची उत्सुकता चाळवली जाते. भुवयांची कमान करत तो विचारतो, "बॉयफ्रेंड?"

मी लाजते, "नाही, मित्र. खरं तर एक्स बॉयफ्रेंड."

"उद्या ऑफिस सुटल्यावर तुला माझ्याबरोबर ड्रिंक्स घ्यायला येता येईल का? तुझा पहिला आठवडा फारच छान पार पडला. आपण तुझं यश साजरं केलं पाहिजे, कसं?" तो हसतो. त्याच्या चेहऱ्यावर कुठलीतरी अनामिक भावना तरळून जाते. मला थोडंसं विचित्र वाटतं.

दोन्ही हात पँटच्या खिशात खुपसत तो बेफिकिरीनंच ऑफिसच्या दुहेरी दरवाजातून बाहेर पडतो. पाठमोऱ्या जॅककडे पाहत माझ्या मनात विचार येतो, 'बॉसबरोबर ड्रिंक्स घेणं कितपत योग्य आहे?'

जाऊ दे! मी मान झटकते. आत्ता या क्षणी मला ख्रिश्चनबरोबर संध्याकाळ घालवायची आहे. कसं काय जमणार आहे मला? रेस्टरूममध्ये शिरून मी नीटनेटकं होण्याचा प्रयत्न करते.

भिंतीवरच्या भल्या थोरल्या आरशात दिसणाऱ्या माझ्या प्रतिमेकडे निरखून बघितल्यावर माझ्या लक्षात येतं की माझा चेहरा नेहमीसारखाच फिकट आहे, पण डोळ्यांभोवती मात्र काळी वर्तुळं उमटली आहेत. मी चक्क अशक्त आणि झपाटलेली दिसते आहे. मला नीट मेकअप करता आला असता तर? डोळ्यांना थोडासा मस्करा आणि आयलायनर लावून, गालांवर ब्लश फिरवून चेहऱ्यावरच्या उडालेल्या रंगाची भरपाई करण्याचा मी प्रयत्न करते. केस नीट विंचरून मागे उंचावर बांधते. आता ते खांद्यावर छानसे पसरतात. 'चला, आता थोडी फार बरी दिसते आहे,' असा विचार करून मी खोल श्वास घेते.

ऑफिसमधल्या पॅसेजमधून बाहेर पडताना मला चांगलंच दडपण जाणवतंय. तरीही चेहऱ्यावर हसू आणत क्लेअरला बाय म्हणून मी तिचा निरोप घेते. तिची

आणि माझी मैत्री जुळू शकेल असं मला वाटतंय. मी दाराशी पोहोचते. जॅक तिथंच एलिझाबेथशी बोलत उभा असतो. मला बघताच चेहऱ्यावर हसू आणत तो घाईनं ऑफिसचं मुख्य दार उघडतो.

"ॲनी, आधी तू." तो पुटपटतो.

मोठ्या संकोचानं मी म्हणते, "थँक यू."

ऑफिसच्या बाहेर टेलर उभा असतो. तो गाडीचं मागचं दार उघडून धरतो. माझ्या पाठोपाठ बाहेर पडणाऱ्या जॅककडे मी एक कटाक्ष टाकते. तो अवाक् होऊन ऑडी एसयूव्हीकडे पाहत असतो.

मी वळून गाडीच्या मागच्या सीटवर बसते आणि तिथंच तो बसलेला असतो. ख्रिश्चन ग्रे – त्याचा तो ग्रे सूट घालून, टायशिवाय, पांढरा शर्ट, वरची बटणं उघडी. त्याचे राखाडी डोळे चमकत असतात.

माझ्या तोंडाला कोरड पडते. तो खूप रुबाबदार दिसत असतो, पण माझ्याकडे बघताना त्याच्या कपाळावर छपन्न आठ्या असतात. का बरं असाव्यात?

माझ्या मागे टेलरनी गाडीचं दार बंद करताच ख्रिश्चन माझ्यावर खेकसतो, "शेवटचं कधी खाल्लं होतंस?"

अरे देवा! "ख्रिश्चन, हॅलो, मलाही तुला भेटून छान वाटत आहे."

"मला तुझी कोणतीही चतुराईची उत्तरं नको आहेत. माझ्या प्रश्नाचं उत्तर हवंय." त्याचे डोळे अंगार ओकत होते.

होली शिट्! "अं... मी दुपारी जेवतांना योगर्ट खाल्लं होतं आणि हो... एक केळंसुद्धा."

"तू शेवटचं केव्हा जेवली होतीस?" त्याचा स्वर अधिक तिखट होतो.

टेलर समोर त्याच्या सीटवर बसतो, गाडी सुरू करतो आणि रस्त्यावर आणतो.

मी वर पाहते तर जॅक माझ्याकडे पाहून हात हलवत असतो. त्याला त्या गडद काचांमधून मी कशी दिसले असेन असा प्रश्न पडतो, पण मीदेखील त्याला बाय करते.

"कोण आहे तो?" पुन्हा ख्रिश्चनचं खेकसणं.

माझ्या शेजारी बसलेल्या या सुंदर तरुणाकडे मी एक चोरटा कटाक्ष टाकते आणि हळूच म्हणते, "माझा बॉस!" त्याच्या चेहऱ्यावर आता कठोर भाव आहेत.

"बरं, शेवटचं जेवण?"

"ख्रिश्चन, तुझा त्याच्याशी खरोखर काही एक संबंध नाही." शूरपणाचा आव आणून मी पुटपुटते.

"तू जे काही करतेस, त्या प्रत्येक गोष्टीशी माझा संबंध आहेच. सांग आता."

"नाहीये!" मी वैतागून हुंकारते, त्राग्याने डोळे वरच्या दिशेला फिरवते.

त्याबरोबर ख्रिश्चन बारीक डोळे करून माझ्याकडे पाहू लागतो. आता खरं तर मला हसावंसं वाटतंय. किती दिवसांत मी हसलेच नव्हते. मोठ्या कष्टांनी मी हसू दाबण्याचा प्रयत्न करते. चौकोनी चेहरा ठेवण्याचा माझा प्रयत्न पाहून ख्रिश्चनही थोडा सैलावतो. त्याच्या त्या रेखीव ओठांना हास्याचा स्पर्श होतो.

"मग?" आता त्याच्या आवाजात थोडं मार्दव आहे.

"मागच्या शुक्रवारी पास्ता अॅले, वोंगोल," मी हळूच उत्तर देते.

अतिशय रागानं तो डोळे मिटतो. त्याच्या चेहऱ्यावर बहुधा पश्चात्तापाचे भाव चमकून जातात. "अच्छा!" त्याचा स्वर भावरहित असतो.

"तुझ्याकडे पाहून वाटतंय की तुझं पाच पौंड वजन तरी कमी झालं आहे. कदाचित त्याहून जास्त. प्लीज, अॅनेस्टेशिया, खात जा," तो रागावतो.

मांडीवरच्या माझ्या गुंफलेल्या हातांकडे मी टक लावून पाहू लागले.

आपण चुका करणारं लहान मूल आहोत असं का वाटायला लागतं मला त्याच्यामुळे?

तो थोडासा सरकतो आणि माझ्याकडे वळतो. "कशी आहेस?" त्याचा आवाज कोमल आहे.

खरं तर अतिशय वाईट आहे... मी आवंढा गिळून म्हणते, "छान आहे असं म्हणणं खोटेपणाचं ठरेल."

तो खोल श्वास घेतो, "मीसुद्धा," तो पुटपुटतो. पटकन पुढे होत तो माझा हात पकडतो. "मला तुझी उणीव भासली," तो पुढे म्हणतो.

नको! मला त्याचा स्पर्श होतो.

"ख्रिश्चन, मी..."

"अॅना प्लीज, आपलं बोलणं गरजेचं आहे."

मला रडायला येणार आहे. नाही! "ख्रिश्चन, मी... प्लीज... मी इतकी रडले आहे ना की आता..." मी कुजबुजते. माझ्या भावनांवर ताबा ठेवण्याचा मी आटोकाट प्रयत्न करते.

"ए, राणी, नाही हं!" तो माझा हात पटकन ओढतो. मला काही समजायच्या आत मी त्याच्या मांडीवर असते. त्याचे हात माझ्याभोवती आहेत. त्यानं माझ्या केसांत नाक खुपसलं आहे. "अॅनेस्टेशिया, मला तुझी इतकी काही उणीव भासली आहे ना!" तो श्वास घेतो.

मला त्याच्या मिठीतून बाहेर पडण्याची धडपड करायची आहे. आमच्या दोघांमध्ये अंतर राखायचं आहे; परंतु त्याच्या हातांचा विळखा माझ्याभोवती पडला आहे. तो मला त्याच्या छातीशी घट्ट आवळून धरतो आहे. मी वितळते आहे. बस्स! ही माझी जागा आहे.

मी त्याच्या डोक्यावर डोकं टेकवते, तो पुनःपुन्हा माझ्या केसांची चुंबनं घेऊ लागतो. हे सगळं माझ्या किती परिचयाचं आहे. त्याला येणारा लिननचा, फ्रॅबिक सॉफ्टनरचा आणि बॉडीवॉशचा गंध आणि मला सर्वाधिक प्रिय असणारा त्याचा स्वतःचा गंध. एक क्षणभरासाठी मी स्वतःला दिलासा देते की सारं काही ठीक होणार आहे. माझ्या क्लांत आत्म्याला शांती लाभते.

काही वेळानं टेलर गाडी थांबवतो. आम्ही अजून शहरातच असतो.

"चल," मला मांडीवरून खाली उतरवत ख्रिश्चन म्हणतो, " पोहोचलो आपण."

"काय?"

"हेलिपॅड... या बिल्डिंगच्या गच्चीत आहे ना!" समोरच्या बिल्डिंगकडे पाहत ख्रिश्चन मला समजावतो.

हो की! चार्ली टँगो. टेलर दार उघडून धरतो. मी बाहेर पडते. तो माझ्याकडे पाहून आश्वासक हसतो. मला सुरक्षित वाटतं. मीही त्याच्याकडे पाहून हसते.

"मला तुझा रुमाल परत द्यायचा आहे."

"मिस स्टील, राहू दे तुमच्याकडे, माझ्या शुभेच्छांसह."

ख्रिश्चन गाडीला वळसा घालून येतो आणि माझा हात हातात घेतो. त्याबरोबर मी लाजते. टेलरकडे पाहताना त्याच्या चेहऱ्यावर चौकस भाव असतात.

टेलरची नजर निर्विकार असते.

"नऊ?" ख्रिश्चन विचारतो.

"हो सर!"

मानेनी होकार दर्शवत ख्रिश्चन वळतो आणि दुहेरी दारातून मला त्याच्या मागोमाग त्या दिमाखदार वास्तूमध्ये घेऊन जातो. त्याची लांबसडक बोटं माझ्या बोटांभोवती गुंफलेली असतात. त्यामुळे मला अगदी मस्त वाटतं. मला परिचित झालेली ती ओढ अजूनही तशीच आहे. मी खेचली जाते – इकॅरस जसा सूर्याकडे खेचला गेला होता तश्शीच! मी एकदा जळून गेले आहे तरीही आज पुन्हा मी तेच करते आहे.

एलिव्हेटरशी पोहोचल्यावर तो कॉलरचं बटण दाबतो. मी त्याच्याकडे चोरटा कटाक्ष टाकते. त्याच्या चेहऱ्यावर त्याचं ते गूढ स्मित झळकतंय. दार उघडल्यावर तो माझा हात सोडून मला आत नेतो.

दार बंद होतं आणि मी दुसऱ्यांदा चोरटा कटाक्ष टाकण्याचा धोका पत्करते. तो माझ्याकडे पाहतो आणि तत्क्षणी मला स्पष्टपणे जाणवतं की, आमच्या भोवतीच्या वातावरणात ती ऊर्जा सळसळते आहे. मला तर तिची चवसुद्धा जाणवते. आमच्या दोघांच्या मधे ती जणू धडधडत असते. आम्हाला एकत्र आणत असते.

"आई गं!" आगच्यागधील या आदिम आकर्षणाच्या उबेमध्ये मी क्षणभर सुखावते.

"मलाही जाणवते आहे ती." तो म्हणतो. त्याचे डोळे अधिकच गडद झालेत. माझ्या जांघांच्या मध्यभागी तीव्र इच्छा दाटून येते. ऊर्मी असह्य होते. तो माझा हात पकडतो आणि बोटांच्या सांध्यांवर त्याचा अंगठा घासत राहतो. माझ्या शरीरातील प्रत्येक स्नायू ताठरतो. आत, खोलवर मला सुरेख अनुभूती यायला सुरुवात होते.

'अजूनही त्याची माझ्यावर अशी मोहिनी कशी पडू शकते?'

"प्लीज, ॲनेस्टेशिया, तू ओठ चावू नकोस ना!" तो हलकेच म्हणतो.

अच्छा, म्हणजे अजूनही त्याच्यावर माझा प्रभाव आहे तर! माझी अंतर्देवता पाच दिवसांची प्रदीर्घ मरगळ झटकू लागते.

अचानक दार उघडतं, मंत्रमुग्ध करणारा प्रवाह नाहीसा होतो. आम्ही आता गच्चीवर पोहोचलो आहोत. माझ्या अंगावर काळं जॅकेट असूनही मला थंडी वाजू लागते. ख्रिश्चन पटकन माझ्या खांद्यावर हात टाकून मला जवळ ओढून घेतो. हेलिपॅडच्या मध्यभागी उभ्या असलेल्या चार्ली टँगोकडे आम्ही भरभर जाऊ लागतो. चार्ली टँगोचे पंखे हळूहळू फिरत असतात.

एक उंच, गोरा आणि चौकोनी चेहऱ्याचा माणूस पटकन खाली उडी मारतो आणि खाली वाकूनच आमच्या दिशेनं लगबगीनं येतो. त्याच्या अंगावर सूट आहे. तो ख्रिश्चनशी हस्तांदोलन करतो. हेलिकॉप्टरच्या पंख्याच्या आवाजामुळे त्याला ओरडून बोलावं लागतं आहे.

"सर, ती तयार आहे उडायला!"

"सगळं तपासून झालंय?"

"हो सर!"

"तू साडेआठला तिला घ्यायला ये."

"हो सर."

"टेलर तुझ्याकरता समोर थांबला आहे."

"थँक्यू, मि. ग्रे. पोर्टलँडची फ्लाईट सुरक्षित होवो. मॅडम!" तो मला सॅल्यूट करतो. मला तसंच धरून ठेवत ख्रिश्चन मान डोलावतो. मग खाली वाकून माझ्याबरोबर हेलिकॉप्टरच्या दारापर्यंत येतो.

मी आत बसल्यावर तो सगळे बेल्ट सराईताप्रमाणे बांधतो, मग माझ्याकडे पाहत छानसं हसतो.

"आता तू अगदी सुरक्षित आहेस." तो पुटपुटतो. "या सीटमध्ये अशी बांधलेली तू खूप छान दिसते आहेस. कशालाही हात लावू नकोस."

मी लाजून लाल होते. माझ्या हातात हेडफोन्स देण्याआधी तो त्याचं अंगठ्याजवळचं

बोट माझ्या गालावरून अलगद फिरवतो. *मलाही तुला स्पर्श करायला आवडेल, पण तू करूच देत नाहीस ना!* माझ्या मनात वैताग दाटला आहे. त्यात त्यानं सीटबेल्ट एवढे करकचून बांधलेत की, मला हालचाल करणं कठीण झालं आहे.

स्वतःच्या सीटवर बसून भराभर सर्व बेल्ट्स बांधत तो उड्डाणाआधीच्या सर्व तपासण्या करतो. तो प्रत्येक गोष्टीत किती वाकबगार आहे! पुनःपुन्हा मोहात पाडणारं आहे हे सारं! तो हेडफोन्स चढवतो, एक स्विच चालू करतो त्याबरोबर पंखा जोरात फिरायला लागतो. मला कानठळ्या बसतात.

माझ्याकडे वळून बघत तो विचारतो, ''तयार राणी?'' हेडफोन्समधून त्याचा आवाज घुमतो.

''हो.''

त्याच्या चेहऱ्यावर बालिश हास्य पसरतं. वॉव! किती दिवसांनंतर पाहते आहे मी ते आज.

''सी-टॅक टॉवर, धिस इज चार्ली टँगो गोल्फ, गोल्फ इको हॉटेल, क्लिअर्ड फॉर टेक-ऑफ टू पोर्टलँड व्हाया पीडीएक्स, प्लीज कन्फर्म, ओव्हर.''

एअर ट्रॅफिक कंट्रोलरचा आवाज दुरून कुठूनसा येतो. तो काही सूचना देतो.

''रॉजर, टॉवर, चार्ली टँगो सेट, ओव्हर अँड आऊट.'' ख्रिश्चन आता दोन स्विच चालू करतो. समोरचा दांडा घट्ट पकडतो आणि हेलिकॉप्टर अलगद उचलल जाऊ लागतं. संध्याकाळच्या मनोहारी आकाशात सहजतेनं झेपावतं.

सिएटल खाली राहतं. माझ्या पोटात खड्डा पडतो. वरून दिसणारा नजारा बघत राहण्यासारखा असतो.

''ॲनेस्टेशिया, आपण उगवतीचा पाठलाग केला होता. आता मावळतीचा करू या,'' हेडफोन्समधून त्याचा आवाज येतो. मी आश्चर्यचकित होऊन वळते आणि त्याच्याकडे निरखून पाहते.

काय सुचवायचं आहे त्याला? इतक्या रोमँटिक गप्पा तो कसा काय करू शकतो? त्याच्या चेहऱ्यावर निर्भेळ हसू पसरतं. मलाही हसू येतं, संकोचाची झालर असलेलं.

''मावळतीच्या सूर्याबरोबरच इतरही सुंदर गोष्टी बघण्यासारख्या आहेत, या खेपेस.'' तो म्हणतो.

मागच्या वेळेस आम्ही हेलिकॉप्टरनी सिएटलला आलो होतो, तेव्हा रात्रीच्या अंधारात काहीच दिसलं नव्हतं. हा संध्याकाळचा देखावा मात्र अप्रतिम आहे. स्वर्गीय! आता आजूबाजूच्या गगनचुंबी इमारतींच्याही वर आम्ही पोहोचलो. अजून अजून वर जात राहिलो.

खालच्या एका बिल्डिंगकडे बोट दाखवून तो म्हणतो, ''ती बघ तिथे 'एस्कॅला'

आहे. त्या तिकडे 'बोइंग आणि ती पलीकडची स्पेस निडल!''

मी मान उंच करून पाहते, ''मी तिथे कधीच गेले नाहीये.''

''मी घेऊन जाईन तुला. आपण जेवायला जाऊ या.''

''ख्रिश्चन, आपल्यातलं नातं संपलं आहे.''

''माहिती आहे! तरीही मी तुला जेवायला नेऊ शकतो ना?'' तो धुमसत म्हणतो.

मी मान डोलवते. त्याला विरोध न करण्याचं ठरवते. ''इतक्या उंचीवर काय छान वाटतं आहे! ख्रिश्चन, थँक्यू!''

''छाप पडते ना मनावर?''

''हो छाप तर पडतेच, कारण हे सारं तू करतो आहेस!''

''मिस स्टील, तुमच्या तोंडून तारीफ? पण माझ्याकडे अनेक टॅलेंट्स आहेत.''

''मि. ग्रे, मला त्याची जाणीव आहे.''

तो माझ्याकडे वळतो. त्याच्या चेहऱ्यावर प्रसन्न हसू असतं. गेल्या पाच दिवसांनंतर आज पहिल्यांदा माझ्यावरचा ताण किंचितसा सैलावतो. चला, कदाचित आजचा दिवस चांगला जाईल.

''मग, कशी काय चालू आहे नवीन नोकरी?''

''छान, इंटरेस्टिंग, थँक्यू.''

''आणि तुझा बॉस कसा आहे?''

''ओह! तो ठीक आहे.'' जॅकच्या अस्तित्वामुळे मला अस्वस्थता जाणवते हे मी ख्रिश्चनला कसं सांगणार? ख्रिश्चन माझ्याकडे कटाक्ष टाकतो.

''ए बाबा, कधीकधी तू फारच वैताग आणतोस.''

''वैताग? मी? मिस स्टील, तुमचा स्वर मला आवडला नाहीये.''

''नको आवडू दे मग!''

त्याच्या ओठांना मुरड पडते. हसत तो म्हणत, ''तुझ्या चटपटीत उत्तरांचीसुद्धा उणीव भासत राहिली मला, अनेस्टेशिया.''

माझा श्वास अडकतो. मला जोरजोरात ओरडून त्याला सांगायचं असतं, *मला तुझी प्रचंड उणीव भासली आहे, फक्त तुझं बोलणंच नाही तर सारं काही, प्रत्येक क्षण!* परंतु, काहीच न बोलता मी तोंड घट्ट मिटून घेते. चार्ली टँगोच्या समोरच्या काचेतून बाहेरचा नजारा पाहत राहतो. आम्ही दक्षिणेकडे चाललो आहोत. आमच्या उजवीकडे मावळतीचा सूर्य आहे. क्षितिजावर स्थिरावलेला, कणाकणांनी अस्ताला जाणारा भला थोरला आगीचा गोळा आणि मी पुन्हा एकदा इकॅरस झाले आहे. त्याच्या अगदी जवळून उडणारी.

सिएटलपासून मावळती आमच्या मागोमाग येते आहे. आकाशात नाना रंगांची उधळण झाली आहे. निळ्या, गुलाबी, जांभळ्या रंगांच्या विविध छटांची इतकी अनोखी, मुक्त तरीही एकसंध पखरण निसर्गाव्यतिरिक्त कोणाला साधणार आहे? आमच्या स्वागताला सज्ज असणारे पोर्टलँडचे लुकलुकणारे दिवे दुरून नजरेत भरू लागतात. ख्रिश्चन सफाईदारपणे हेलिकॉप्टर हेलिपॅडवर उतरवतो. परत एकदा आम्ही त्याच विचित्र भासणाऱ्या तपकिरी इमारतीच्या छतावर आहोत. तीन आठवड्यांपूर्वी येथूनच नाही का आपण पहिल्यांदा उड्डाण केलं होतं?

खरं म्हणजे फार काही दिवस नव्हते झाले त्या साऱ्याला, पण मला तर वाटतं आहे की मी ख्रिश्चनला आयुष्यभर ओळखते आहे. तो चार्ली टँगोचं इंजिन बंद करत अनेक स्विच दाबतो आणि हेलिकॉप्टरचे पंखे थांबतात. आता इयरफोनमधून मला फक्त माझाच श्वास ऐकू येत असतो. क्षणभरासाठी मला थॉमस टॅलीसच्या अनुभवाची आठवण होते. माझ्या चेहऱ्यावरचा रंग उडतो. छे! या क्षणाला मला त्या आठवणी नकोत.

ख्रिश्चन स्वतःचे सीटबेल्ट्स सोडतो आणि माझे सीटबेल्ट्स सोडण्यासाठी माझ्याकडे वळतो.

"मिस स्टील, प्रवास चांगला झाला का?" त्याचा स्वर सौम्य आहे आणि डोळ्यांत चमक आहे.

"हो, थँक्यू, मि. ग्रे!" मी नम्रपणे उत्तर देते.

"चल, निघू या त्या मुलाच्या फोटोंचं प्रदर्शन पाहायला." त्यानं पुढे केलेला हात पकडून मी चार्ली टँगोतून उतरते.

तेवढ्यात एक काळ्या-पांढऱ्या केसांचा, दाढीवाला माणूस आमच्या दिशेनं चालत येतो. त्याच्या चेहराभर हसू आहे. आम्ही मागच्या वेळेस आलो तेव्हाही हाच माणूस इथं होता.

"जो," ख्रिश्चनच्या चेहऱ्यावरसुद्धा हसू आहे. जोशी हस्तांदोलन करण्याकरता ख्रिश्चनला माझा हात सोडावा लागतो.

"स्टिफन येईल तिला घ्यायला. तोवर लक्ष दे तिच्याकडे. साधारण आठ नऊपर्यंत पोहोचेल तो इथं."

"मि. ग्रे., नक्कीच! मॅडम!" माझ्याकडे पाहून तो मान डोलावतो. "सर, तुमची गाडी खाली थांबली आहे आणि हो, एलिव्हेटर बिघडलं आहे. त्यामुळे तुम्हाला जिन्यानं उतरावं लागेल."

"थँक्यू जो!"

ख्रिश्चन माझा हात धरतो आणि आम्ही इमर्जन्सीच्या वेळेस वापरायच्या जिन्याकडे वळतो.

‘‘बरं झालं आपल्याला फक्त तीन मजले उतरायचे आहेत. नाहीतर तुझ्या या उंच टाचांच्या बुटांनी...’’ तो जरा नाराजीनं म्हणतो.

‘‘काहीतरीच काय!’’

‘‘तुला हे बूट आवडले नाहीत का?’’

‘‘ॲनेस्टेशिया, मला ते खूप आवडले आहेत.’’ त्याची नजर गडद होते. तो अजून काहीतरी बोलणार आहे असं मला वाटतं, पण तो थांबतो. ‘‘चल, आपण सावकाश उतरू या. हे जिने उतरताना तू पडून तुझी मानबिन मोडलेली मला मुळीच चालणार नाही.’’

ड्रायव्हर गाडी गॅलरीकडे घेतो. आम्ही गाडीत शांतपणे बसून असतो. माझी अस्वस्थता शिगेला पोहोचते. माझ्या लक्षात येतं की चार्ली टँगोमधला काळ ही वादळाची पूर्वसूचना होती. ख्रिश्चन अतिशय गप्प आहे, विचारात पडल्यासारखा... थोडासा त्रस्त. इतक्या वेळची आमची आल्हाददायक मनःस्थिती अचानक पालटली आहे. मला कितीतरी बोलायचं आहे; पण आत्ताचा प्रवास फारच छोटासा आहे त्या करता. ख्रिश्चन आता खिडकीच्या बाहेर बघतो आहे. तो संभ्रमात पडल्यासारखा वाटतो आहे.

‘‘जोसे फक्त मित्र आहे.’’ मी हळूच म्हणते.

ख्रिश्चन मान वळवून माझ्याकडे पाहतो. रोखून. त्याची नजर सावध आहे. तो नजरेतून काहीही व्यक्त होऊ देत नाही. त्याचं तोंड... उफ्! माझं लक्ष विचलित होतं आहे. एखाद्या अनाहूतासारखं आहे त्याचं तोंड. माझ्या शरीराच्या कणाकणाला स्पर्श केला आहे याच तोंडानं. माझ्या देहात वीज सळसळते. तो बसल्या जागी थोडासा सरकतो. त्याच्या कपाळावर आठ्यांचं जाळं आहे.

‘‘हे सुंदर डोळे आहेत ना ॲनेस्टेशिया, ते तुझ्या चेहऱ्याच्या मानानं खूप मोठे दिसतात. प्लीज, तू नीट जेवशील याची मला खात्री दे.’’

‘‘हो ख्रिश्चन, मी जेवेन.’’ माझ्याही नकळत मी बोलायचं म्हणून बोलून जाते.

‘‘खरं जेवण अभिप्रेत आहे मला.’’

‘‘हो? आत्ताही?’’ माझ्या स्वरातला तिरस्कार उघड आहे. खरं सांगते, या माणसाचा हा उद्धटपणा आता माझ्या सहनशक्तीच्या बाहेर आहे. गेले कित्येक दिवस मी या माणसामुळे नरकयातना भोगल्या आहेत. नाही पण, हे चुकीचं आहे. मीच स्वतःला त्या नरकात ढकललं आहे. नाही. ह्याच्यापायी! छे छे! मला काहीही कळेनासं झालं आहे. मी जोरजोरात मान हलवते.

‘‘मला तुझ्याशी भांडायचं नाहीये ॲनेस्टेशिया. मला तू परत हवी आहेस आणि तीही धडधाकट!’’ तो म्हणतो.

''हो, पण काहीच तर बदललं नाहीये.'' *अजूनही तू तसाच आहेस फिफ्टी शेड्स.*

''हे बघ, पोहोचलोत आपण. परत येताना आपण सविस्तर बोलू या.''

''गॅलरीसमोर येऊन गाडी थांबते. मला तसंच स्तिमित सोडून ख्रिश्चन उतरतो. तो माझ्यासाठी गाडीचं दार उघडतो आणि मी खाली उतरते.

''तू असं का करतोस?'' अनाहूतपणे जरा मोठ्यांदाच मी विचारलं.

''काय?'' ख्रिश्चनला आश्चर्य वाटतंय.

''बोलायला सुरुवात करतोस आणि थांबतोस.''

''ॲनेस्टेशिया, आपण येथे येऊन पोहोचलो आहोत. येथे येण्याची तुझी इच्छा होती. हा कार्यक्रम होऊन जाऊ दे, मग आपण बोलू या. उगाचच रस्त्यावर उभं राहून तमाशा करण्याची माझी इच्छा नाहीये.''

मी आजूबाजूला नजर टाकते. बरोबर आहे त्याचं म्हणणं. आम्ही खरंच सार्वजनिक ठिकाणी आहोत. तो माझ्याकडे रोखून बघत असतानाच मी ओठ घट्ट दाबून धरते.

''ठीक आहे.'' मी कसंबसं उत्तर देते. माझा हात घट्ट पकडून तो माझ्याबरोबर बिल्डिंगमध्ये शिरतो.

आम्ही प्रवेश केला आहे, ते वेअरहाऊस आहे. परंतु त्याचं रूप पालटलं आहे. फरशीऐवजी गडद लाकडाचा वापर, पांढरेशुभ्र छत आणि पांढऱ्याच पाइपच्या साहाय्याने कलाकरांकरता सजवलेल्या विटांच्या भिंती. खूप हवेशीर आणि आधुनिक असं. गॅलरीमध्ये पुष्कळ रसिक उपस्थित आहेत. इकडून तिकडे फिरत प्रत्येक जण जोसेच्या कलाकृतींचा आणि हातातल्या वाईनचा स्वाद घेतो आहे. जोसेने त्याची स्वप्नपूर्ती केली या विचारांनी एक क्षणभर माझ्या स्वतःच्या साऱ्या समस्या जणू विरून जातात. मस्तच.

''गुड ईव्हिनिंग! जोसे रॉड्रीग्जच्या या शोमध्ये मी तुमचं स्वागत करते.'' काळ्या ड्रेसमधली, आखूड तपकिरी केसांची, लालभडक लिपस्टिक लावलेली आणि कानात भल्यामोठ्या रिंग्ज अडकवलेली एक तरुणी आमचं स्वागत करते. ती माझ्याकडे एक कटाक्ष टाकते आणि मग ख्रिश्चनकडे अंमळ जास्तच वेळ बघते. मग ती डोळे मिचकावत परत माझ्याकडे वळते. तिच्या चेहऱ्यावर लाली पसरली आहे.

माझ्या भुवया आक्रसतात. *तो माझा आहे* – की होता. तिच्याकडे बघताना मी न रागवण्याचा आटोकाट प्रयत्न करते. माझ्यावर लक्ष केंद्रित करून ती परत एकदा डोळ्यांची उघडझाप करते.

''तू ॲना आहेस ना! हे बघ, या साऱ्यावर तुझीसुद्धा प्रतिक्रिया हवी आहे बरं

का!'' तिच्या चेहऱ्यावर मोठ्ठं हसू आहे. ती माझ्या हातामध्ये माहितीपुस्तिका ठेवते आणि मला ड्रिंक्स आणि स्नॅक्स मांडलेल्या टेबलकडे घेऊन येते.

''तू ओळखतेस तिला?'' ख्रिश्चन गुरकावतो.

मी मानेनेच नकार देते. मीही विचारात पडले आहे.

तो खांदे उडवतो. त्याचं लक्ष टेबलकडे जातं. ''काय प्यायला आवडेल तुला?''

''व्हाईट वाइन, थँक्यू!''

त्याच्या भुवया आक्रसतात; पण काहीच न बोलता तो ओपन बारच्या दिशेनं जातो.

''ॲना!'' गर्दीतून वाट काढत जोसे येतो.

भाऽऽरी! त्यानं सूट घातला आहे. काय छान दिसतो आहे तो!

मी आल्यानं त्याच्या चेहऱ्यावर आनंद ओसंडून वाहतो आहे. तो मला अगदी घट्ट मिठीत घेतो. रडू न येऊ देण्यासाठी मला आटोकाट प्रयत्न करावा लागतो आहे. माझा मित्र! केट दूर असताना जोसे माझा एकमेव मित्र आहे. माझ्या डोळ्यांत अश्रू तरारतात.

''ॲना, तू आल्यामुळे मला प्रचंड आनंद झाला आहे.'' तो माझ्या कानात सांगतो आणि अचानक मला स्वतःपासून हातभर अंतरावर उभी करून माझं निरीक्षण करतो.

''काय रे?''

''ए, तू ठीक आहेस ना? तू जरा वेगळी दिसते आहेस. बाप रे! वाळली आहेस का खूप?''

मोठ्या कष्टांनी मी माझे अश्रू परतवून लावते. हासुद्धा... नकोच! ''जोसे, मी अगदी झकास आहे. तुझं स्वप्न पूर्ण झालेलं पाहून मला खूप आनंद झाला आहे. तुझ्या या शोबद्दल तुझं मनःपूर्वक अभिनंदन.'' बोलताना माझ्या आवाजात कंप आहे. माझ्या नित्य परिचयाच्या जोसेच्या चेहऱ्यावरची काळजी अगदी स्पष्ट आहे, पण मला स्वतःला सावरायलाच हवं.

''आलीस कशी इथं?'' तो विचारतो.

''ख्रिश्चन घेऊन आला आहे.'' मी अचानक साशंक होते.

''ओह!'' जोसेचा चेहरा उतरतो. तो मला सोडतो. ''कुठे आहे तो?'' त्याच्या चेहऱ्यावरचे भाव भराभर बदलतात.

''तो पाहा तिकडे. ड्रिंक्स आणतो आहे.'' मी ख्रिश्चनच्या दिशेनं मानेनं इशारा करते. ड्रिंक्सच्या रांगेमधल्या कुणाशीतरी ख्रिश्चन हाय-हॅलो करत असलेला मला दिसतो. तेवढ्यात तो वर बघतो आणि आमची नजरानजर होते. त्या एका क्षणात

मी गलितगात्र होते. माझ्याकडे टक लावून पाहणाऱ्या या अतिशय देखण्या माणसाच्या डोळ्यांतले गूढ आणि अथांग भाव मला मंत्रमुग्ध करतात. इतक्या अंतरावरूनही त्याच्या नजरेची धग माझ्यापर्यंत पोहोचत्येय. एकमेकांकडे टक लावून पाहताना आम्ही दोघंही क्षणभर हरवतो.

होली काऊ. या विलक्षण देखण्या माणसाला मी परतायला हवी आहे. माझ्या आत खोलवर आनंदाच्या अति सुखद भावना उचंबळू लागतात. पहाटेच्या वेळी सूर्याच्या सहस्रकिरणांनी आसमंत व्यापून टाकावा, तशा त्या भावना मला व्यापून टाकतात.

"ॲना," जोसे मला वास्तवात आणतो. मला स्थळकाळाचं भान येतं! "तू आल्यामुळे मला अतिशय आनंद झाला आहे ॲना आणि हे बघ, म्हणजे, मी तुला आधीच बजावतो की तुझा..."

त्याचं वाक्य अर्धवट तोडत ती मघाची आखूड केसांची, लालभडक लिपस्टिक लावलेली मुलगी त्याला म्हणते, "जोसे, पोर्टलँड प्रिंट्झची वार्ताहर तुला भेटायला थांबली आहे. चल पटकन!" माझ्याकडे बघत ती फारच नम्रपणे हसते.

"वाह प्रसिद्धी! क्या बात है!" जोसे हसतो. त्याचा आनंद पाहून मी पण हसते.

"ॲना, मग बोलतो तुझ्याशी!" माझ्या गालावर आपले ओठ टेकवत तो माझा निरोप घेऊन एका उंच, सडपातळ फोटोग्राफरबरोबर उभ्या असलेल्या तरुणीच्या दिशेनं जातो.

सगळीकडे जोसेनं काढलेले फोटो लावलेले आहेत. काही काही ठिकाणी तर ते मोठे करून कॅनव्हासवर लावले आहेत. रंगीत फोटोंच्या जोडीला, सेपिया मोडवरचे फोटोसुद्धा दिमाखात झळकलेले आहेत. त्यांपैकी अनेक लँडस्केप तर स्वर्गीय वाटत आहेत, जणू या धरतीवरचे नसल्यासारखे! व्हॅन्कुव्हर नजीक घेतलेल्या सांजवेळच्या फोटोमध्ये स्तब्ध निळ्या पाण्यामध्ये उतरलेल्या गडद गुलाबी ढगांची प्रतिमा केवळ अवर्णनीय. काही क्षण त्या फोटोमधून जाणवणारी शांती आणि निश्चलता मला आपल्यात सामावून घेते. मी मंत्रमुग्ध होते.

माझ्याजवळ येत ख्रिश्चन वाईनचा ग्लास माझ्या हातात देतो.

"बरी आहे का?" माझा आवाज पुष्कळसा नेहमीसारखा येतो.

तो प्रश्नार्थक नजरेने माझ्याकडे पाहतो.

"वाईन?"

"छे! अशा ठिकाणी बेताचीच वाईन असते. मात्र, यामध्ये नक्कीच काही खास आहे, नाही का?" तोदेखील तलावाकाठच्या फोटोच्या निरीक्षणामध्ये गुंतला आहे.

"तुझं पोर्ट्रेट घेण्यासाठी मी त्याला का सांगितलं असेल असं तुला वाटतं?" माझ्या स्वरातला अभिमान लपत नाहीये. त्या फोटोवरून त्याची नजर अलगद

माझ्यावर स्थिरावते.

"ख्रिश्चन ग्रे?" पोर्टलँड प्रिंट्झचा फोटोग्राफर ख्रिश्चनकडे येतो. "मी तुमचा एक फोटो घेऊ शकतो का?"

"नक्कीच!" ख्रिश्चन आपला वैताग लपवतो. मी एक पाऊल मागे सरकते, पण तो माझा हात पकडून मला त्याच्या बाजूला ओढतो. फोटोग्राफर आमच्या दोघांकडे पाहतो. त्याच्या चेहऱ्यावरचं आश्चर्य लपत नाहीये.

"मि. ग्रे थँक्यू." तो दोन-तीन फोटो घेतो. "मिस...?" तो विचारतो.

"ॲना स्टील." मी उत्तर देते.

"थँक्यू मिस स्टील," तो घाईघाईनं तिथून जातो.

"तुझे तुझ्या मैत्रिणींबरोबरचे फोटो इंटरनेटवर शोधण्याचा प्रयत्न केटनी केला होता, पण एकही फोटो नसल्यामुळे तिला वाटलं की तू 'गे' आहेस."

ओठ मुडपून ख्रिश्चन हसतो. "आता लक्षात आलं की तू तो विचित्र प्रश्न का विचारला होतास. नाही ॲना, मी मैत्रिणी फिरवत नाही. फक्त तूच ॲनेस्टेशिया, पण तुला ते ठाऊक आहे ना?" त्याच्या आवाजात शांतता आणि सच्चेपणा आहे.

"म्हणजे तू कधीच त्यांना तुझ्याबरोबर बाहेर नेलं नाहीस?" मी सावधपणे सभोवार पाहून मग हळूच म्हणते, "तुझ्या 'सब'ना?"

"हो, कधी कधी नेलं, पण डेटवर नाही. फक्त शॉपिंगला." तो खांदे उडवतो. त्याची नजर सतत माझ्या नजरेचा वेध घेते आहे.

ओह! म्हणजे त्या फक्त त्याच्या त्या प्लेरूममध्येच... त्याची ती रेडरूम ऑफ पेऽन! आणि त्याचं अपार्टमेंट. हे समजल्यावर नेमक्या कोणत्या भावना जागवायला हव्यात, ते मला कळत नाही.

"फक्त तूच, ॲनेस्टेशिया," तो कुजबुजतो.

मी लाजते आणि माझ्या बोटांकडे बघत नजर खाली वळवते. त्याच्या स्वतःच्या खास शैलीत त्याच्या मनात माझ्यासाठी अपार भावना आहेत.

"हा तुझा मित्र पोर्ट्रेटपेक्षा लँडस्केपमध्ये वाकबगार दिसतो आहे. चल चक्कर मारू या." त्यानं पुढे केलेला हात मी पकडते.

फोटो पाहत पाहत आम्ही पुढे जातो. वाटेत एक जोडपं माझ्याकडे पाहून मान डोलावतं, त्यांच्या चेहऱ्यावर ओळखीचं हसू असतं. मी ख्रिश्चनबरोबर आहे म्हणून असेल कदाचित, चार पावलं चालल्यावर एक तरुण माझ्याकडे टक लावून पाहत असलेला दिसतो. मला जरा विचित्रच वाटतं. आता आम्ही वळतो. लोकं माझ्याकडे का पाहत होते, याचा उलगडा मला होतो.

तिथे बाजूच्या भिंतीवर सात मोठी पोर्ट्रेट्स असतात, सगळीच्या सगळी माझीच असतात.

मी थक्क होऊन पाहत राहते. माझ्या चेहऱ्यावरचा रंग उडतो. ही मीच आहे, वेगवेगळ्या रूपांत. गंभीर, चकित, हसरी, गुरकावणारी, ओठांचा चंबू केलेली. सातही क्लोजअप आहेत, ब्लॅक अँड व्हाईट!

होली शिट्! जोसे मला भेटायला यायचा तेव्हा कॅमेरा चालवताना मी त्याला बघितलं होतं. मी जेव्हा त्याची ड्रायव्हर म्हणून गेले होते आणि त्याची असिस्टंट म्हणून गेले होते, तेव्हाही तो कॅमेराशी खेळत होता. मला वाटलं होतं की त्यानं सहज म्हणून माझे फोटो काढले असतील. इतक्या वेगळ्या प्रकारे त्यानं मला कॅमेरामध्ये पकडलं असेल, असं नव्हतं मला वाटलं.

ख्रिश्चन आळीपाळीनं प्रत्येक फोटोकडे पाहतो आहे, निश्चलपणे.

"मी एकटाच नाहीये तर!" त्याच्या बोलण्यात गूढ अर्थ दडलेला आहे. त्याच्या ओठांना मुरड पडली आहे.

मला वाटतंय की तो रागवला आहे.

"एक्स्क्यूज मी," तो मला म्हणतो. त्याच्या डोळ्यांतल्या धगीनं मी जागच्या जागी बांधली जाते. तो तडक रिसेप्शन डेस्कच्या दिशेनं मोर्चा वळवतो.

आता काय झालं याला? लालभडक लिपस्टिक लावलेल्या आखूड केसांच्या त्या मघाच्या मुलीशी बोलणाऱ्या त्याला मी भारावल्यासारखी पाहते आहे. खिशातल्या पाकिटातून तो क्रेडिट कार्ड काढतो.

शिट्! त्यानं नक्की त्यातला एखादा फोटो विकत घेतला असणार.

"ए, तू तर त्या फोटोग्राफरची प्रेरणा आहेस! हे फोटोग्राफ्स फारच जबरदस्त आहेत." सोनेरी केसांच्या एका तरुणाच्या या वाक्यानं मी चकित होते, तेवढ्यात माझं कोपर पकडलं गेल्याचं मला जाणवतं. ख्रिश्चन माझ्या बाजूला आला आहे.

"हं! तू तर चांगलाच नशीबवान निघालास मित्रा!" सोनेरी केसांचा मालक बोलतो. ख्रिश्चन त्याच्याकडे थंडगार नजरेनं पाहतो.

"हो, आहेच मी नशीबवान!" असं म्हणत ख्रिश्चन मला एका बाजूला ओढतो.

"तू यातला एखादा फोटो विकत घेतलास का आत्ता?"

"ह्यातला एखादा?" तो गुरकावतो. त्याचे डोळे क्षणभरासाठीदेखील माझ्यावरून हटत नाहीत.

"तू दोन-तीन फोटो विकत घेतलेस की काय?"

तो डोळे फिरवतो, "ॲनेस्टेशिया, मी हे सारे फोटो विकत घेतले आहेत. कुण्या परक्या इसमानं आपल्या घराच्या चार भिंतीआड राहून तुझ्या फोटोकडे वाकड्या नजरेनी बघितलं, तर मला मुळीच आवडणार नाही."

मला तर हसूच फुटलं. "पण तू मात्र तसं केलं तर चालणार आहे, नाही का?" माझ्या स्वरामध्ये उपहास आहे.

गाझ्या अनपेक्षित धिटाईमुळे क्षणभर गडबडून तो माझ्याकडे रोखून पाहतो. पण तरीही त्याला कुठेतरी गंमतसुद्धा वाटते आहे.

"खरं तर हो!"

"संधिसाधू!" मी त्याच्याकडे पाहून म्हणते. मला येणारं हसू दाबण्यासाठी मी खालचा ओठ दाबते.

तो तोंड मिटतो. त्याच्या चेहऱ्यावरचे प्रसन्न भाव आता उघड आहेत. तो विचारात गढून हनुवटी खाजवतो.

"तुझ्या या विधानावर मी कुठलाच वाद घालू शकत नाही, ॲनेस्टेशिया," तो मान झटकतो. त्याच्या नजरेत आता विनोदाची झाक दिसते.

"खरं तर, मी तुझ्याशी या विषयावर सविस्तर चर्चा केली असती, पण काय करणार. मी एन.डी.ए.वर सही केली आहे ना!"

तो सुस्कारा सोडतो. माझ्याकडे रोखून बघणारी त्याची नजर परत एकदा गढुळते.

"तुझ्या या चटपटीत उत्तरं देणाऱ्या तोंडाशी काय काय करायला मला आवडेल!" तो हळूच म्हणतो.

त्याच्या बोलण्यातला मथितार्थ जाणवल्यामुळे मी क्षणभर अवाक होते. "तू खूप निष्ठुर आहेस." मी धक्का बसल्याचा आव आणण्यात यशस्वी होते. ह्याला काहीही मर्यादाच नाहीत का?

तो स्वतःवरच खूश होऊन हलकंसं हसतो, मग लगेच त्याच्या कपाळावर आठ्या पडतात.

"या फोटोंमध्ये तू खूप निवांत दिसतेस. ॲनेस्टेशिया, एरवी तू फारशी तशी दिसत नाहीस."

काय! चक्क विषयांतर! वॉव! एका क्षणी आनंदात तर दुसऱ्या क्षणी गंभीर! काही ताळमेळच नाही!

मी पुन्हा एकदा लाजेनं लाल होऊन माझी बोटं निरखते. तो माझी हनुवटी वर उचलतो. त्याच्या बोटांच्या स्पर्शांनी रोमरोम फुलून येतो. मी श्वास रोखते.

तो कुजबुजतो, "माझ्याबरोबर तू असतेस, तेव्हा अशीच निवांत आणि अवखळ असली पाहिजेस, ॲनेस्टेशिया." मघाचा प्रसन्नतेचा शिडकावा परत गायब झालेला असतो.

माझ्या आत खोलवर साऱ्या भावना उचंबळून येतात. पराकोटीच्या. *पण हे कसं शक्य आहे?* आमचे दृष्टिकोन भिन्न आहेत.

मी फटकारते, "हो का? पण मग सारखं माझ्यावर वर्चस्व गाजवणं थांबवावं लागेल तुला!"

तोही उचकतो. त्याच्या नजरेत परत धग जाणवते, "मग तुलाही माझ्याशी संवाद साधणं, तुझ्या भावना माझ्यापर्यंत पोहोचवणं शिकावं लागेल."

मी खोल श्वास घेते. "हे बघ ख्रिश्चन, मी सबमिसिव्ह असणं तुला अपेक्षित होतं. बरोबर? समस्येचं मूळ तेच आहे. तू मला पाठवलेल्या एका ई-मेलमध्ये सबमिसिव्हची व्याख्या दिली होती. त्यात म्हटलं होतं की..." मी क्षणभर थांबून आठवते. "हं, सबमिसिव्ह म्हणजे दुसऱ्याच्या इच्छेनुसार वागणारी, लवचिक, विनम्र, ऐकून घेणारी, सहनशील, अधीन, कह्यात राहणारी, दुसऱ्याच्या ताब्यात स्वतःला सोपवणारी, सोशीक, आज्ञाधारक, वळवता येण्यासारखी, जिंकता येणारी... हो ना? तुझ्याकडे बघण्याचीसुद्धा मला बंदी होती. जोवर तू परवानगी देत नाहीस तोवर बोलण्याची मुभा नव्हती. तुझी अपेक्षा तरी काय आहे?" माझा उद्रेक बाहेर पडतो.

मी पुढे बोलते. "तुझ्याबरोबर राहायचं तरी कसं या संभ्रमात मी आहे. मी तुला प्रतिकार करायचा नाहीये, तरी मी तुला चटपटीत उत्तरं मात्र द्यायची. तुला माझ्याकडून आज्ञाधारकपणाची अपेक्षा आहे, म्हणजे मग तुला हवी तशी शिक्षा तू मला करू शकशील. मी अवज्ञा कधी करायची हेही मला माहीत नाही. मी तुझ्याबरोबर असताना कोणत्या पद्धतीनं वागायचं, हे तर मला कळतच नाही." माझ्या वाक्यागणिक त्याच्या कपाळावरचं आठ्यांचं जाळं वाढतंय.

तो डोळे बारीक करत म्हणतो, "परत एकदा तू आपला मुद्दा अतिशय छान पद्धतीनं मांडला आहेस, मिस स्टील." त्याचा आवाज गारठून टाकतो. "चल, आपण आता खायला जाऊ या."

"अरे, जेमतेम अर्धाच तास झाला आहे आपल्याला येऊन..."

"मग? तुझे फोटो बघून झाले आहेत, त्या मुलाशी बोलून झालं आहे."

"त्याचं नाव जोसे आहे."

"हो! तुझं जोसेशी बोलून झालं आहे. तोच इसम जो मागच्या भेटीत जबरदस्ती तुझ्या तोंडात आपली जीभ खुपसत होता. तुला चढलेली आहे याचा जराही विचार न करता..." तो भडकतो.

मीही त्याला झापते, "त्यानं कधीही मारलं नाहीये मला!"

आता तर ख्रिश्चनच्या रोमारोमातून संताप पाझरतो, "ॲनेस्टेशिया, तू अत्यंत खालच्या पातळीवर उतरते आहेस हं!" तो हलक्या स्वरात मला धमकावतो.

माझा चेहरा पडतो. असह्य रागाने ख्रिश्चन स्वतःच्या केसांतून हात फिरवतो. मी चिडून त्याच्याकडे पाहते.

"मी आता तुला येथून घेऊन जाणार आहे आणि खाऊ घालणार आहे. तू तर क्षणोक्षणी विरत चाललेली दिसते आहेस मला. त्या मुलाला शोध आणि त्याचा

निरोप घे.''

''प्लीज, थोडा वेळ थांबू या ना!''

''नाही. जा, आत्ताच्या आत्ता त्याचा निरोप घे.''

माझं रक्त उसळतं. मी त्याला खुन्नस देते. समजतो काय स्वतःला? हुकूमशहा लेकाचा! अश्रू ढाळण्यापेक्षा संतापणं बरं, असं वाटतंय मला.

कशीबशी मी माझी नजर त्याच्या चेहऱ्यावरून बाजूला घेऊन जोसे कुठे आहे याचा अंदाज घेते. तरुणींच्या एका घोळक्याशी गप्पा मारताना तो मला दिसतो. 'फिफ्टी'ला मागे सोडून मी मोठ्या अनिच्छेनं त्याच्या दिशेनं जाते. केवळ हा मला इथं घेऊन आला आहे, म्हणूनच ना मला त्याच्या तालावर नाचावं लागतंय? साला! समजतो तरी कोण स्वतःला?

त्या तरुणी जोसेचा प्रत्येक शब्द कानात साठवतात. मी त्यांच्याजवळ पोहोचते तेव्हा त्यांच्यातील एक जण आश्चर्याने आऽ वासते. माझ्या पोर्ट्रेटमुळे तिनं मला ओळखलं असणार.

''जोसे!''

''ॲना! एक्स्क्यूज मी गर्ल्स!'' त्या तरुणींकडे बघत छानसं हसत जोसे माझ्याभोवती हात टाकतो. हं! तरुणींवर इम्प्रेशन मारण्याचा जोसेचा हा प्रयत्न पाहून मला मजा वाटते.

''तू भडकलेली दिसते आहेस.''

मी हळूच पण ठासून सांगते, ''मला जायला हवं.''

''अगं, आत्ताच तर आलीस तू.''

''हो रे! पण ख्रिश्चनला परतणं भाग आहे. जोसे सगळेच फोटो अप्रतिम आहेत. जोसे, तुला खरोखरच कॅमेऱ्याची दृष्टी आहे हं!''

त्याचा चेहरा आनंदतो. ''तुला पाहून किती बरं वाटलं म्हणून सांगू!''

जोसे मला घट्ट मिठीत घेऊन वळतो. आता मला गॅलरीच्या पलीकडच्या बाजूला असलेला ख्रिश्चन दिसतो. तो भडकलेला दिसतोय. अच्छा! मी जोसेच्या मिठीत आहे हे पाहून संताप झालेला दिसतो आहे. आता तर मी अगदी जाणीवपूर्वक जोसेच्या मानेभोवती माझे हात गुंफते. ख्रिश्चनचा उद्रेक होणार आहे असं दिसतंय. त्याच्या नजरेतले भाव झरझर बदलतात. रागाची जागा पराकोटीच्या संतापानं घेतली जाते. आता तो आमच्या दिशेनं येऊ लागतो.

मी हळूच म्हणते, ''माझ्या फोटोची सूचना दिल्याबद्दल थँक्स, बरं का!''

''अरे यार! ॲना, खरंच मी तुला आधीच सांगायला हवं होतं. ए, आवडले का तुला?''

''अं, खरं तर, नाही सांगता येणार,'' त्याच्या अनपेक्षित प्रश्नानं मी भांबावले

आहे, तरी मी खरं उत्तर देते.

"अगं, पण कोणालातरी नक्कीच आवडले आहेत, कारण ते सगळे कोणीतरी विकत घेतले आहेत. काय भारी ना! तू तर आता 'पोस्टर गर्ल' झाली आहेस." असं म्हणत जोसे माझ्याभोवतीची मिठी घट्ट करतो. ख्रिश्चन आता आमच्याजवळ येऊन पोहोचला आहे. तो माझ्याकडे अतिशय रागावून पाहतो आहे. सुदैवानं, जोसे त्याला पाठमोरा आहे.

तेवढ्यात जोसे मला मिठीतून सोडत म्हणतो, "ॲना, अशी परक्यासारखी नको गं वागत जाऊस. ओह! मि. ग्रे. गुड इव्हिनिंग!"

दांभिक नम्रतेने ख्रिश्चन म्हणतो,"मि. रॉड्रिग्ज, फार सुरेख! पण आम्ही फार वेळ थांबू शकत नाही. आम्हाला सिएटलला परतायला हवं आहे, नाही का ॲनेस्टेशिया?" आम्हाला या शब्दावर जोर देत, माझा हात आपल्या हातामध्ये घेत तो म्हणतो.

"जोसे, बाय! पुन्हा एकदा मनापासून अभिनंदन करते." मी त्याच्या गालावर ओठ टेकत त्याचा निरोप घेते. त्याबरोबर ख्रिश्चन अक्षरशः मला ओढतच त्या बिल्डिंगमधून बाहेर काढतो. त्याच्या संतापाचा उद्रेक होतो आहे, हे मला दिसतं. माझीसुद्धा तीच अवस्था असते ना!

रस्त्यावर आल्यावर तो चारही बाजूंना पटकन नजर टाकतो. मग डावीकडे वळून झटकन मला बाजूच्या गल्लीमध्ये ओढतो. शेजारच्या भिंतीच्या दिशेनं ढकलतो. दोन्ही हातांमध्ये माझा चेहरा धरून जबरदस्तीनं मला त्याच्या ठाम नजरेत नजर मिळवण्यास भाग पाडतो.

माझा श्वास रोखला जातो. त्याच क्षणी त्याचा चेहरा माझ्या चेहऱ्यावर वाकतो. अतिशय क्षुब्धतेनं तो माझं चुंबन घेतो. क्षणभर आमचे दात एकमेकांच्या दाताला स्पर्श करतात. दुसऱ्याच क्षणी त्याची जीभ माझ्या तोंडाचा ठाव घेते.

त्याच्या त्या स्पर्शागणिक माझ्या रोमारोमातून अभिलाषा डोकं वर काढते. मला काही समजण्याचा आतच मी त्याच्या चुंबनाला तितक्याच आवेगानं प्रतिसाद देते. माझे हात त्याच्या केसात गुंतले आहेत. त्याचे केस घट्ट धरत, त्याला मी स्वतःच्या मुखात सामावून घ्यायचा प्रयत्न करते. माझ्या आवेगानं तो समरसून हुंकारतो. त्याचा तो सेक्सी स्वर मला अधिकच पेटवतो. माझ्या अंगातून विजेची लहर दौडते. माझ्या चेहऱ्यावर स्थिरावलेला त्याचा हात माझ्या अंगावर फिरत मांडीवर स्थिरावतो. माझ्या प्लम ड्रेसमधून त्याची बोटं माझ्या शरीरात रुतू लागतात.

आमच्या त्या चुंबनामध्ये मी माझी गेल्या काही दिवसांची अस्वस्थता, घालमेल, आतुरता, काहूर सारं काही ओतते आहे. त्याला माझ्याशी जखडून टाकते आहे. त्या क्षणी मला प्रकर्षानं जाणीव होते की तोसुद्धा तेच करतो आहे. मी जशी परमोच्च

अनुरागानं भारलेली आहे, तसाच तोही त्याच भावनेनं मला बद्ध करू पाहतो आहे.

तो चुंबन मोडतो. चुंबनवेगानं तोही श्रमला आहे. आता त्याच्या नजरेमध्ये माझ्याबद्दल कामभावना स्वच्छ दिसते आहे. आधीच तापलेलं माझं शरीर आता तर अंतर्बाह्य पेटून उठतं. मी श्वास घ्यायचा प्रयत्न करते. आपल्या तोंडात काहीच त्राणच उरलं नाहीये असं मला वाटतं आहे.

''तू. माझी. आहेस.'' प्रत्येक शब्दावर जोर देत तो ठासून म्हणतो. तो मला दूर करत, ओणवा होत आपल्या गुडघ्यांवर हात ठेवतो. जणू एखादी मॅरेथॉन पळून आल्यागत तो धापा टाकतो आहे. ''देवाशप्पथ! ॲना!''

मी भिंतीच्या आधारानं स्थिरावते. श्वास घेत भानावर येण्याचा, शरीरभर उचंबळणाऱ्या लाटांना स्वीकारण्याचा, थोपवण्याचा, स्थिर होण्याचा प्रयत्न करते.

श्वास जागेवर आल्यावर हळूच म्हणते, ''आय ॲम सॉरी!''

''तू असलंच पाहिजेस. तू काय करत होतीस ते ठाऊक आहे मला. ॲनेस्टेशिया, तुला तो फोटोग्राफर हवा आहे का? त्याला तुझ्यामध्ये खास रस आहे.''

मी अपराधीपणानी मान हलवते. ''नको! तो केवळ मित्र आहे माझ्यासाठी!''

''ॲना, वयात आल्यापासून मी आटोकाट प्रयत्नांनी स्वतःला भावनिक गुंतवणुकीपासून हातभर लांब ठेवलं होतं, पण तू... तुझ्यामुळे माझ्या मनात अशा काही भावना उचंबळतात ना! आजवर न जाणवलेल्या!'' तो समर्पक शब्द शोधण्याचा प्रयत्न करतो. ''अस्थिर करणाऱ्या!''

''ॲना, मला प्रत्येक गोष्ट माझ्या नियंत्रणात आवडते, पण तू सभोवती असलीस की...'' तो माझ्याकडे टक लावून पाहत म्हणतो, ''सारं काही कापरागत उडून जातं.'' स्वतःचा हात उडवून केसातून फिरवत तो उसासा घेतो. मग माझा हात घट्ट पकडत म्हणतो, ''चल! आपल्याला बोलायची गरज आहे आणि तुला खाण्याची.''

२

तो मला एक लहानशा रेस्टॉरंटमध्ये घेऊन जातो.

"आपल्याकडे जास्त वेळ नसल्यामुळे या रेस्टॉरंटशिवाय आपल्याकडे पर्याय नाही." तक्रारीच्या सुरात म्हणतो.

मला तरी ते रेस्टॉरंट छान वाटतं. लाकडी खुर्च्या, लिननचे टेबलक्लॉथ, भिंतीचा गर्द लाल रंग... ख्रिश्चनच्या प्लेरूमसारख्या, इकडे तिकडे बसवलेले लहान लहान सोनेरी आरसे, पांढऱ्या शुभ्र मेणबत्या आणि पिटुकल्या फुलदाण्यातून लावलेले पांढरे शुभ्र गुलाब. पार्श्वभूमीवर ऐकू येणारा एला फित्झगेराल्डचा स्वतःशीच गुणगुणल्यासारखा, प्रेमाची महती सांगणारा सुरिला आवाज... वातावरण अगदी रोमँटिक होतं.

एका बाजूला असलेल्या खोलीवजा जागेत केवळ दोघांसाठी मांडलेल्या टेबलपाशी, वेटर आम्हाला घेऊन येतो. आता ख्रिश्चन काय बोलेल याचा अंदाज करत मी निमूटपणे बसते.

बसता बसता ख्रिश्चन वेटरला सांगतो, "आम्ही घाईत आहोत. म्हणून आम्ही दोघंही मध्यम शिजवलेली सरलॉईन स्टीक, तुमच्याकडे असला बेअऽनेऽझ सॉस, फ्राईज, ग्रीन व्हेजिटेबल किंवा शेफने जे तयार केलं असेल ते घेऊ, पण आधी वाईन लिस्ट घेऊन या."

"हो, आणतोच." ख्रिश्चनच्या शांत, अधिकारयुक्त स्वरामुळे तो भारावून गेला आहे. ख्रिश्चन ब्लॅकबेरी टेबलवर ठेवतो. *हे काय! मी नाहीच का ठरवायचं काय खायचं ते!*

"मला स्टीक आवडत नसेल तर?"

तो सुस्कारा सोडतो, "ॲनेस्टेशिया उगाच सुरू करू नकोस!"

"ख्रिश्चन, मी लहान नाहीये."

"मग तसं वागणं बंद कर!"

त्यानं थप्पड मारल्यासारखं वाटतं मला. मी चमकून त्याच्याकडे पाहते. आमच्यातले संवाद कसे तिखट, क्षुब्ध आणि अस्वस्थ होणार आहेत याचीच ही

झलक आहे. सभोवतालच्या रोमँटिक वातावरणाचा काही उपयोग होणार नव्हता.

''म्हणजे मला जर स्टीक आवडत नसेल, तर मी लहान मूल ठरते का?'' मी किती दुखावले गेले आहे हे लपवण्याचा प्रयत्न करत मी पुटपुटते.

''मुद्दामहून मला मत्सर वाटेल असं वागणं, हे बालिशपणाचं लक्षण आहे. तुझ्या मित्राचा असा वापर करताना त्याच्या भावनांची यत्किंचितही कदर तुला वाटली नाही ना?'' कपाळावर छप्पन्न आठ्या घालत, ख्रिश्चन ओठ घट्ट मिटून घेतो. तेवढ्यात वेटर वाईन लिस्ट घेऊन येतो.

हा विचार तर मी केलाच नव्हता. मला स्वतःची लाज वाटते. बिचारा जोसे. त्याला कुठल्याही प्रकारे मी उत्तेजन देणार नाही. अचानक मी ढेपाळते. ख्रिश्चनचा मुद्दा बरोबर आहे. मी अगदी अविचाराने वागले. तो वाईन लिस्टवर नजर टाकतो.

''कुठली वाईन घ्यायची ते ठरवायला तुला आवडेल का?'' गर्विष्ठपणाला स्वतःचा खास स्पर्श देत, भुवया उंचावत तो मला विचारतो. त्याला माहिती आहे की मला वाईनमधलं काहीच कळत नाही.

खिन्नपणातून थोडीशी सावरत मी म्हणते, ''तूच ठरव.''

''बॅरोसा व्हॅली शिटाझचे दोन ग्लास, प्लीज.''

''अं... सर, आपल्याकडे वाईनची बाटली घ्यावी लागते.''

''हरकत नाही, आण बाटलीच.'' फटकन तो म्हणतो.

''हो सर,'' अजूनच लीनतेनं तो ऑर्डर पूर्ण करायला वळतो. मी त्याबद्दल त्याला दोष देत नाही. फिफ्टीकडे बघत मी वैतागते. कोणता किडा वळवळतोय याच्या डोळ्यांत? बहुतेक मीच असेन. हा विचार येताक्षणी माझी अंतर्देवता झोपाळू नजरेनं माझ्याकडे पाहते, आळस देते, हलकेच हसते. बऱ्याच काळानं जाग आली आहे तिला.

''तू वैतागलेला दिसतोस!''

माझ्याकडे निर्विकार नजरेनं पाहत तो म्हणतो, ''का बरं असेन?''

गोडसं हसत मी म्हणते, ''भविष्याबद्दल प्रामाणिक चर्चा करण्यासाठी स्वरदेखील चांगला जमून यावा लागेल ना!''

त्याचे ओठ घट्ट मिटता मिटता एका बाजूनं हलकेच विलग होतात. तो हसू लपवायचा प्रयत्न करतो आहे, हे माझ्या लक्षात येतं.

''माझं चुकलं.'' तो म्हणतो.

''ठीक आहे, माफ केलं. आणि तुला सांगायला मला आवडेल की आपल्या मागच्या जेवणानंतर मी शाकाहारी व्हायचं असं काही ठरवलं नाहीये.''

''त्यानंतर तू जेवलेली नाहीयेस हे लक्षात घेता तुझा हा मुद्दा विवाद्य ठरतो.''

''बघ, परत तू तो शब्द उच्चारलास! विवाद्य!''

“हो विवाद्य!” त्याच्या डोळ्यांत थोडीशी विनोदाची झाक डोकावते. केसातून हात फिरवत तो परत गंभीर होतो. “ॲना, मागच्या वेळेस आपण बोललो आणि तू मला सोडून गेलीस. त्यामुळे मी उद्विग्न झालो आहे. मी तुला सांगितलं आहे की मला तू परत हवी आहेस. त्यावर तू... अजूनही उत्तर दिलेलं नाहीस.” त्याची नजर गहिरी आहे. त्यातली अपेक्षा लपलेली नाही. त्याच्या जोडीला दिसून येणाऱ्या निष्कपटीपणामुळे ती अंतर्बाह्य हेलावते. काय बोलायचं आता यावर?

“ख्रिश्चन, मला तुझी प्रचंड... प्रचंड उणीव भासली. गेले काही दिवस इतके कठीण गेले ना!” मी आवंढा गिळते. त्याला सोडून गेल्यानंतरची माझी अवस्था आठवताच माझा गळा दाटून येतो. महायातनेचा तो काळ डोळ्यांसमोरून झर्रकन सरकतो...

मागचा आठवडा माझ्या आयुष्यातला सर्वाधिक खडतर काळ होता. दुःख आणि वेदनांचा उद्रेक असह्य झाला होता. सारं काही माझ्यापासून जणू खूप दूर होतं, पण अचानक मला वास्तवाचं भान येतं.

“काहीच बदललं नाहीये. तुला हवं तसं मी नाही वागू शकत,” त्या आवंढ्याला बाजूला सारत मी कशीबशी बोलते.

“मला हवी तश्शीच तू आहेस.” त्याचा आवाज मुलायम आहे. सहवेदना जाणून घेणारा.

“नाही ख्रिश्चन, नक्कीच नाही.”

“मागच्या वेळेस जे काही घडलं, त्यामुळे तू थोडीशी अस्वस्थ झाली आहेस. मी थोडा मूर्खासारखाच वागलो आणि तू... तूही तर मूर्खासारखी वागलीस ना! ॲनेस्टेशिया, तू परवलीचा शब्द का नाही वापरलास?” आता त्याच्या स्वरात आरोप आहे.

काय! चक्क दिशाबदल! माझ्या चेहऱ्यावर लाली पसरते, डोळ्यांची उघडझाप करत मी त्याला निरखत राहते.

“उत्तर दे ना!”

“माहीत नाही! मी उत्तेजित झाले होते. तुला हवं तसं बनण्याचा प्रयत्न मी करत होते. त्या वेदनेचा सामना करण्याचा प्रयत्न करत होते. पण मग ते सारं माझ्या हाताबाहेर गेलं. तुला सांगू का...? मी चक्क विसरले.” माझ्या स्वरात अजिजी आहे. लाज आहे. ती कुजबुजत कबुली देते.

देवा, हे विदीर्ण होणं आम्ही टाळू शकलो असतो!

“काय? तू विसरलीस?” दोन्ही हातांनी टेबल घट्ट पकडून, माझ्यावर नजर रोखत तो विचारतो. तो हादरला आहे आणि त्याच्या नजरेनी माझ्या जिवाचं पाणी पाणी होतं आहे.

''शिट्!'' तो पुन्हा भडकला. माझी अंतर्देवतासुद्धा मला न्याहाळते आहे.

बघ, तू स्वतः ओढवून घेतलं आहेस हे सगळं.

''तुझ्यावर मी कसा विश्वास ठेवायचा?'' त्याचा स्वर अगदी खालचा आहे. ''कधीही?''

निळे डोळे राखाडी डोळ्यांकडे रोखून बघत असतानाच वेटर वाईन घेऊन येतो. आमच्या दोघांच्याही मनात आरोप-प्रत्यारोपाच्या फैरी झडत आहेत. वेटर उगाचच स्टाईल मारत बाटलीचं झाकण उघडून ख्रिश्चनच्या ग्लासमध्ये थोडीशी वाईन ओततो. प्रतिक्षिप्त क्रियेनं ख्रिश्चन तिची चव घेतो.

''हं! छान आहे.'' तुटक स्वरात तो उत्तर देतो.

आमचे दोघांचे ग्लास अतिशय काळजीपूर्वक भरून, बाटली टेबलवर ठेवून वेटर तिथून घाईनं निघून जातो. ख्रिश्चनचे डोळे पूर्ण वेळ माझ्यावर रोखलेले असतात. शेवटी माघार घेत, डोळ्यांची उघडझाप करत वाईनचा ग्लास उचलून मोठा घोट घेते. तिची चव कळायच्या आधीच गिळून मोकळी होते.

''मला माफ कर!'' मी कुजबुजते. आपण अगदी मूर्ख आहोत, असं मला वाटतं आहे. आम्ही एकमेकांना अनुरूप नाही असं वाटल्यामुळे मी तिथून निघून गेले होते, पण हा तर म्हणतो आहे की, मी त्याला थांबवू शकले असते.

''कशाबद्दल माफी?'' त्याच्या आवाजात एकदम सावधपणा येतो.

''सेफवर्ड – परवलीचा शब्द न वापरल्याबद्दल.''

तो डोळे मिटतो. त्याच्या चेहऱ्यावर सुटकेची भावना आहे.

''आपल्याला हे इतकं सारं सोसावंही लागलं नसतं!'' तो पुटपुटतो.

''तू छान दिसतोयस.'' खरं तर छानहूनही चांगला, स्वतःसारखा दिसतोयस.

''दिसणं फसवं असू शकतं.'' तो अलवारपणे म्हणतो. ''मी मुळीच छान नाहीये. मला तर वाटतंय की, गेल्या पाच दिवसांत अस्ताला गेलेला सूर्य उगवलाच नाही पुन्हा. ॲना, मी एका चिरकालीन अंधारात गाडला गेलो आहे.''

त्याच्या कबुलीजबाबानं माझा श्वास थबकतो. *अगदी माझ्यासारखंच.*

''तू म्हणाली होतीस की, तू कधीही सोडून जाणार नाहीस, पण थोडंसं सोसावं लागताक्षणी तू चक्क निघून गेलीस.''

''मी कधी म्हटलं की मी तुला कधीही सोडून जाणार नाही?''

''झोपेत म्हटलंस. आजवरच्या जगण्यातलं सर्वाधिक समाधानकारक दिलासा देणारं वाक्य होतं ते ॲनेस्टेशिया, त्यामुळे मला एक प्रकारचा निवांतपणा जाणवला होता.''

माझं हृदय जणू थांबलं. मी वाईनचा ग्लास उचलते.

''तू म्हणाली होतीस की, तुझं माझ्यावर प्रेम आहे,'' तो कुजबुजतो, ''त्याचा

भूतकाळ झाला का आता?'' त्याचा स्वर धास्तावलेला आहे.

''नाही ख्रिश्चन, भूतकाळ नाही झाला.''

तो माझ्याकडे टक लावून पाहतो. निःश्वास टाकत तो हळूच म्हणतो, ''छान!'' तो फारच हळवा झालेला दिसतो.

त्याच्या कबुलीजबाबांनी मला धक्का बसतो. याचं तर मन चक्क पालटलं आहे. मागच्या वेळेस मी जेव्हा त्याला सांगितलं होतं की, माझं त्याच्यावर प्रेम आहे, तेव्हा तो चक्क हादरला होता. तितक्यात वेटर येतो. आमच्यासमोर प्लेट मांडून घाईनं परत जातो.

अरे देवा! अन्न !

''खा,'' ख्रिश्चन हुकूम देतो.

मला जाणवतं की मला खूप भूक लागली आहे, पण या क्षणाला माझ्या पोटात खड्डा पडला आहे. मी फक्त आणि फक्त ज्याच्यावर प्रेम केलं, तो माझ्यासमोर बसून आमच्या अनिश्चित भविष्याबाबत असा वाद घालत असताना भूक जणू दडी मारून बसते. मी समोरच्या अन्नाकडे साशंकतेनं पाहते.

''देवा, मला मदत कर! ॲनेस्टेशिया, तू जर आता पटकन खायला सुरुवात केली नाहीस ना, तर या रेस्टॉरंटमध्ये साऱ्यांच्या साक्षीनं माझ्या मांडीवर बसवेन. माझ्याबरोबरच्या सेक्समुळे तुला जे समाधान मिळतं ना, तसं काही यातून मिळणार नाही हे लक्षात घे. खा!''

''ग्रे, प्लीज आता जरा शांत हो बाबा!'' माझं अबोध मन आपल्या अर्धचंद्राकृती चश्म्यातून माझ्याकडे रोखून बघत आहे. फिफ्टी शेड्सच्या म्हणण्याला त्याचं पूर्ण अनुमोदन आहे.

''ठीक आहे. मी खाते, पण आता जरा स्वतःला आवर.''

त्याच्या चेहऱ्यावर तरीही हसू उमटत नाही. तसाच एकटक तो माझ्याकडे पाहत राहतो. मोठ्या अनिच्छेने मी काटा सुरी उचलून स्टीकचे तुकडे करते. वा! काय मस्त चव आहे. मला भूक लागलीये, खूप भूक लागली आहे. मी घास चावू लागल्यावर तो थोडासा सैलावतो.

शांततेत आम्ही खाणं संपवतो. गाणं पण बदललंय आता. कोमल आवाजात कुणी गायिका गाते आहे. माझे विचार तिच्या स्वरांतून आणि शब्दांतून उमटतात.

मी फिफ्टीकडे पाहते. तो खात-खात माझ्याकडे टक लावून पाहतो आहे. त्याच्या त्या पाहण्यात भूक, अस्वस्थता आणि उत्कटता आहे. त्याची नजर कसली मादक आहे.

मी उगाच काहीतरी बोलण्याचा प्रयत्न करते, ''कोण गातं आहे?''

ख्रिश्चन कानोसा घेत म्हणतो, ''अं... नाही माहीत; पण छान गाते आहे.''

“मलाही आवडली.”

आता याच्या चेहऱ्यावर त्याचं ते खास गूढ हसू उमटतं. नक्की काय विचार करतो आहे तो?

“काय?” मी विचारते.

मान हलवतच तो जरा सौम्यपणे म्हणतो, “संपव.”

इतक्या वेळात मी माझ्यासमोरचं अर्धअधिक अन्न संपवलं आहे. याहून जास्त खाणं मला जमणार नाही. आता हे मी त्याच्या गळी कशी उतरवू?

“सर, याहून अधिक मला नाही जाऊ शकत. मी पुरेसं खाल्लं आहे का?”

उत्तराऐवजी तो निर्विकारपणे माझ्याकडे पाहतो. मग घड्याळाकडे नजर टाकतो.

“माझं पोट गच्च भरलं आहे.” त्या चविष्ट वाईनचा एक घोट घेत मी म्हणते.

“आपल्याला आता निघावं लागणार आहे. टेलर येऊन पोहोचला आहे. तुलाही सकाळी कामावर जायचं आहे ना?”

“तुलाही जायचं आहे.”

“ॲनेस्टेशिया, तुझ्यापेक्षा खूप कमी झोप मला पुरते. नशीब की तू थोडंफार खाल्लंतरी आहेस.”

“आपण परत चार्ली टँगोनी नाही का जाणार?”

“नाही, मला वाटलंच होतं की मी थोडंसं ड्रिंक घेईन. टेलर पोहोचवेल आपल्याला. शिवाय त्यामुळे मला काही तास तुझा सहवासही मिळेल गाडीत.”

“अच्छा, असा बेत आहे तर!”

ख्रिश्चन वेटरला बोलावून बिल आणायला सांगतो. मग ब्लॅकबेरीवरून फोन लावतो.

“आम्ही साऊथ वेस्ट, थर्ड ॲव्हेन्यूवर ला पिकेटिनमध्ये आहोत.” एवढं बोलून तो फोन बंद करतो.

देवा! हा फोनवरदेखील तुसडेपणा करतो.

“तू टेलरशी, तसं म्हटलं तर प्रत्येकाशी किती त्रोटकपणे बोलतोस.”

“मला मुद्द्याशी देणं-घेणं असतं फक्त, ॲनेस्टेशिया.”

“आता मात्र तू अजूनही मुद्यावर आला नाहीयेस. ख्रिश्चन, काहीच तर नाही बदललंय.”

“माझ्याकडे एक प्रस्ताव आहे.”

“या साऱ्याची सुरुवातच प्रस्तावानं झाली होती!”

“आता वेगळा प्रस्ताव आहे.”

तेवढ्यात वेटर बिल घेऊन येतो. त्यावर नजरदेखील न टाकता ख्रिश्चन त्याला आपलं क्रेडिट कार्ड देतो. वेटर कार्ड स्वाईप करतो तेव्हा ख्रिश्चन माझ्याकडे एकटक

पाहत माझा अदमास घेत राहतो. त्याचा फोन एकदा वाजतो त्याकडे तो नजर टाकतो.

प्रस्ताव? आता काय नवीन? माझ्या मनात विचारांची गर्दी होते. किडनॅप, त्याच्यासाठी काम करणं... छे, यात काही अर्थ वाटत नाहीये. ख्रिश्चनचं बिल देऊन होतं.

''चल, टेलर आला आहे.''

आम्ही उठतो, तसं तो माझा हात हातात घेतो.

''ॲनेस्टेशिया, मला तुला गमवायचं नाहीये.'' माझ्या बोटांचं हलकेच चुंबन घेतो. त्याच्या ओठांच्या स्पर्शांनी माझ्या अंगावर तरंग दौडत जातात.

बाहेर ऑडी थांबलेली असते. ख्रिश्चन माझ्यासाठी दार उघडतो. मी आतल्या त्या मऊ सीटवर सुखावते. तो आता ड्रायव्हरच्या बाजूने जातो. टेलर बाहेर येतो. ते दोघं काहीतरी बोलतात. नेहमीपेक्षा हे काहीतरी वेगळं आहे. उत्सुकता चाळवते. काय बोलत असतील ते दोघं. काही क्षणांनी दोघंही आपआपल्या जागी बसतात. निर्विकार चेहऱ्यानं ख्रिश्चन समोर बघतो, हे मला त्याच्याकडे कटाक्ष टाकल्यावर कळतं.

त्याच्या चेहऱ्याची मला दिसणारी बाजू मी क्षणभर न्याहाळते. धारदार नाक, रेखीव ओठ, कपाळावर झेपावणाऱ्या बटा... हा इतका देखणा दैवी पुरुष नक्कीच माझ्यासाठी नाहीये.

मंद सुरेल संगीत अलगद झिरपू लागलं. कुठल्यातरी ऑर्केस्ट्राचा भाग आहे. मला अनोळखी असा. रस्त्यावर फारशी गर्दी नाहीये. टेलर गाडी रस्त्यावर घेत आय-५ आणि सिएटलच्या दिशेनं निघतो.

ख्रिश्चन वळून माझ्याकडे पाहतो, ''तर ॲनेस्टेशिया, माझ्याकडे एक प्रस्ताव आहे असं मी म्हणत होतो.''

मी साशंकतेने टेलरकडे पाहते.

''टेलरला आपलं बोलणं ऐकू जाणार नाही.'' तो मला खात्री देतो.

''कसं?''

''टेलर!'' ख्रिश्चन हाक मारतो. टेलर प्रतिसाद देत नाही. तो परत हाक मारतो. तरीही टेलर काही बोलत नाही. थोडं पुढे होत ख्रिश्चन त्याच्या खांद्यावर हात ठेवतो. टेलर इअर बँड काढतो. माझं तिच्याकडे लक्ष गेलेलं नसतं.

''काय सर?''

''थँक्यू, टेलर. ठीक आहे. तू ऐक तुझं गाणं.''

''सर!''

''आता खूश? टेलर त्याच्या आयपॅडवर पुकिनी ऐकतो आहे. तो इथं आहे हे

तू खुशाल विसरू शकतेस. मीसुद्धा विसरलो आहे.''

''तू मुद्दाम त्याला इयरबड घालायला लावलेस का?''

''हो.''

''ओह! ठीक आहे! तर मग तुझा प्रस्ताव?''

ख्रिश्चनच्या चेहऱ्यावरचे भाव बदलतात. आता तो पक्का व्यावसायिक दिसू लागतो. *होली शिट!* आम्ही चक्क वाटाघाटी करतो आहोत. मी लक्षपूर्वक ऐकू लागते.

''आधी मला तुला काही विचारायचंय. तुला माझ्याशी साधं, सरळ, सौम्य, प्रणयाचं, कुठल्याही चित्रविचित्र संभोगाशिवाय नातं हवं आहे का?''

''चित्रविचित्र संभोग?'' मी जवळजवळ किंचाळतेच.

''चित्रविचित्र संभोग.''

मी साशंकतेनं टेलरकडे पाहत म्हणते, ''तू हे विचारतो आहेस, यावर माझा विश्वास बसत नाहीये.''

''हो, मीच म्हटलं आहे. आता माझ्या प्रश्नाचं उत्तर दे.'' त्याचा आवाज संयमित आहे.

मला लाज वाटते. माझी अंतर्देवता गुडघ्यावर बसून, हात बांधून माझ्याकडे याचना करते आहे.

''तुझा चित्रविचित्र संभोग मला आवडतो.'' मी कुजबुजते.

''माझाही तोच अंदाज होता. पण मग तुला नेमकं काय आवडत नाही?''

तुला स्पर्श करायची मुभा नाहीये ते! मला होणाऱ्या वेदनांनी तू सुखावतोस ते, त्या पट्ट्याचा फटकारा...

''क्रूर आणि विचित्र शिक्षेची धमकावणी.''

''म्हणजे काय?''

''तुझ्या प्लेरूममध्ये केवढ्यातरी छड्या आणि चाबूक आहेत. त्या दिसल्या की माझा ठाव सुटतो. तू त्यांचा माझ्यावर प्रयोग करता कामा नये.''

''ठीक आहे तर मग, यापुढे छड्या, चाबूक, इतकंच काय पट्टासुद्धा वापरणार नाही.'' तो उपरोधानं म्हणतो.

मी संभ्रमात पडत त्याला म्हणते, ''आपल्यातल्या हार्ड लिमिट्स मर्यादा नव्याने ठरवायचा प्रयत्न करतो आहेस का?''

''अगदी तसं काही नाही. मी तुला समजून घ्यायचा प्रयत्न करतो आहे. तुला नेमकं काय आवडतं आणि काय आवडत नाही, ते जाणून घेतो आहे.''

''सर्वांत महत्त्वाचं म्हणजे ख्रिश्चन, मला वेदना देऊन त्यात आनंद मानण्याची तुझी जी वृत्ती आहे, ती पेलणं मला कठीण जातं आहे आणि तेही का, तर मी

कुठलीही अनियंत्रित रेषा ओलांडली म्हणून.''

''पण तशी ती अनियंत्रित कुठे आहे. त्याबद्दलचे सर्व नियम लिहिलेले आहेत.''

''मला अशी नियमावलीच नको आहे.''

''काहीच नको?''

''एकही नियम नको.'' मी मान झटकते, पण मला आता प्रचंड भीती वाटते आहे. त्याच्यातून काय निष्पन्न होणारे? त्याच्या मनात काय आहे?

''पण मी तुला मारलं तर चालेल का?''

''कशानी मारणारेस?''

''ह्यानी!'' आपला पंजा उंचावत तो म्हणतो.

''हं, तशी काही हरकत नाही. विशेषकरून ते सिल्व्हर बॉल्स...'' बरं झालं अंधार पडला आहे ते. माझा चेहरा विलक्षण तापला आहे. ती रात्र आठवताच माझा आवाज आतल्या आत विरतो... *हं, तो अनुभव पुन्हा घ्यायला मला नक्कीच आवडेल.*

तो मानभावीपणानी हसत म्हणतो, ''खरंच, मजा आली होती.''

''फक्त मजा नाही...'' मी पुटपुटते.

''म्हणजे मग थोड्याफार वेदना तू सोसू शकतेस तर!''

मी खांदे उडवत म्हणते, ''हो, असं वाटतंय.'' नक्की कोणत्या दिशेनं चालली आहे ही चर्चा? माझ्या मनातली अनिश्चिततेची भावना कैकपटींनी वाढली आहे.

तो हनुवटी कुरवाळत विचारात गढला आहे, ''ॲनेस्टेशिया, मला पुन्हा सुरुवात करायची आहे. आधी अगदी साधं सरळ प्रेम... मग तू माझ्यावर विश्वास टाकू लागलीस की... आणि मला विश्वास आहे की, तू प्रामाणिकपणे माझ्यापर्यंत सगळ्या भावना पोहोचवशील... त्यानंतर मग आपण मला आवडणाऱ्या वाटेवर चालून पाहू.''

मी थक्क होऊन त्याच्याकडे एकटक पाहत राहते, भारल्यासारखी. कॉम्प्युटर क्रॅश झाल्यागत माझ्या मनाची अवस्था होते. एकही विचार नसलेलं मन. तो माझ्याकडे टक लावून पाहतोय. उत्कंठेनं आणि अस्वस्थतेनं, पण मला त्याचा चेहरा नीटसा दिसत नाहीये, कारण एव्हाना चांगलंच अंधारलं आहे. आता मला कळतंय, असं आहे तर.

त्याला प्रकाश हवा आहे, पण मी सांगू शकेन का त्याला मोकळेपणानं आणि कधी कधी थोडासा अंधार मलाही तर आवडतोय ना! थॉमस टॅलिसच्या त्या रात्रीच्या आठवणी मनात रुंजी घालत मला रोमांचित करतात.

''पण मग शिक्षेचं काय?''

“नाही! शिक्षा अजिबात नाही.” तो डोकं हलवत म्हणतो.

“आणि नियम?”

“तेही नाहीत!”

“मुळीच नाहीत? पण तुझ्या काही गरजा आहेत ना?”

“ॲनेस्टेशिया, त्याहून अधिक मला तुझी गरज आहे. गेले काही दिवस मी नरकयातनांतून गेलो आहे. माझी प्रत्येक संवेदना मला तुला मोकळं करायला सांगते आहे. तुला प्राप्त करण्याइतकी माझी लायकी नाहीये, हे बजावते आहे.

“त्या मुलानं तुझे जे फोटो काढले आहेत. त्याची तुझ्याकडे पाहण्याची नजर मला कळते आहे. तू किती सहज, सुंदर, स्वस्थ दिसते आहेस. म्हणजे आताही तू सुंदरच दिसते आहेस, पण ते इथं अशी बसलेली असताना. मला तुझी वेदना उमगते आहे. मात्र या वेदनेचा जनक मी स्वतः आहे, हे माझ्यासाठी सर्वाधिक त्रासाचं आहे.

“पण मीही अतिशय स्वार्थी आहे. त्या दिवशी तू माझ्या ऑफिसमध्ये पडलीस ना, तेव्हापासून मला तू हवी आहेस. तू अतिशय सुंदर, प्रामाणिक, भावनाशील, कणखर, बुद्धिवान, निरागस आहेस. याहीपेक्षा तू खूप काही आहेस. तू सर्वोत्तम आहेस. मी तुझा अंकित आहे. मला तू हवी आहेस. तू दुसऱ्या कुणाची होण्याच्या विचारानंदेखील माझ्या या काळ्या काळजात सुरी खुपसल्यागत वाटतं.”

माझं तोंड कोरडं पडतं. होली शिट्! अबोध मन समाधानानं डोलतंय. आता याला प्रेमाची कबुली देणं नाही म्हणायचं, तर कशाला म्हणायचं? आणि मग माझ्या जगाची उलथापालथ होते. जणू एखादं धरण फुटतं.

“ख्रिश्चन, तुझं काळीज काळं आहे असं तुला का वाटतं? मी तर असं कधीच म्हणणार नाही. हं, आता थोडं दुःखी म्हणता येईल. परंतु, तसा तू खूप चांगला आहेस. तू उदार आहेस, तुझ्यात सहृदयता आहे. तू माझ्याशी आजवर कधी खोटं बोलला नाहीस. तसं पाहिलं, तर मीच पुरेसा प्रयत्न केला नाहीये.

“मागच्या शनिवारी मला इतका भयंकर धक्का बसला ना! मी खडबडून जागी झाले. माझ्या लक्षात आलं की, तू माझ्याशी खूप हळुवारपणे वागत होतास. तरीही तुझ्या मनात असल्याप्रमाणे मी वागू शकत नाही. मग तुला सोडून गेल्यावर मला जाणवलं की, तू मला ज्या शारीरिक वेदना दिल्यास त्यापेक्षा कैकपटींनी अधिक वेदना तुला गमावल्यामुळे मला झाल्या. तुला सुखावायचं आहे रे मला, पण ते फार फार कठीण आहे.”

“तू मला नेहमी सुखावतेस,” तो कुजबुजतो, “हे मी तुला अजून किती वेळा सांगायला हवं आहे?”

“तुझ्या मनात काय असतं, ते मला कळतच नाही. कधी कधी तू पूर्णपणे

मिटून घेतोस स्वतःला, अशा वेळेस एकांड्या बेटासारखा वाटतोस मला. प्रचंड दडपण येतं मला. मग मी अगदी गप्प होते. तुझा नूर कसा बदलेल याचा काहीच अंदाज बांधता येत नाही मला. निमिषार्धात तुझा नूर पालटतो, मला सतत संभ्रमात टाकतो. शिवाय, तुला स्पर्श करण्याची मुभा मला नाही. तुला माहीत नाही की, तुझ्यावरच्या माझ्या प्रेमाची प्रचीती तुला देण्यासाठी माझी किती तगमग होते आहे.''

अंधारातच बहुधा सावधपणे केलेली त्याच्या डोळ्यांची उघडझाप मला जाणवते. आता मी त्याला दूर लोटू शकत नाही. माझा सीटबेल्ट काढून टाकत मी पटकन त्याच्या मांडीवर बसत दोन्ही हातांनी त्याचं डोकं धरते. तो आश्चर्यचकित होतो.

''ख्रिश्चन ग्रे, मी तुझ्यावर मनापासून प्रेम करते. तू माझ्यासाठी, किती काय करायला तयार आहेस! तसं पाहिलं, तर माझीच लायकी नाही हे सारं मिळण्याची. त्यातून, तुला सुखावणाऱ्या साऱ्या गोष्टी मी करू शकत नाही, ह्याचं मला खूप वाईट वाटतंय. कदाचित कालांतरानी मी हे सारं... नाही, तसं मला नक्की सांगता नाही येणार. मात्र, या घडीला तुझा प्रस्ताव मला मान्य आहे. कुठे सही करायची आहे सांग!''

तो मला दोन्ही हातांनी घट्ट कवटाळतो.

''ओह ॲना!'' माझ्या केसांमध्ये नाक खुपसत उसासत तो म्हणतो. गाडीत झिरपणारं पियानोवर वाजवलं जाणारं सुखावह, शांत संगीत ऐकत, भावभावनांचा मागोवा घेत, वादळानंतरची शांतता अनुभवत, एकमेकांच्या मिठीत आम्ही तसेच बसून राहतो. मी त्याच्या कुशीत सुखावते, त्याच्या मानेवर हळूच डोकं टेकवते. तो मायेनं माझ्या पाठीवरून हात फिरवतो.

''ॲनेस्टेशिया, मला स्पर्श सोसवत नाही.'' तो कुजबुजतो.

''मला माहितीये. त्यामागचं कारण जाणून घ्यायला आवडलं असतं मला.''

थोड्या वेळानं तो सुस्कारा सोडतो. मग हळू आवाजात बोलायला सुरुवात करतो. ''माझं बालपण कल्पना करता येणार नाही इतकं भयानक गेलं. त्या मूर्ख वेश्येच्या अनेक जारांपैकी एक...'' त्या आठवणींनी तो आत्ताही शहारतो. त्याचं अंग ताठरतं, आवाज अस्पष्ट होतो. थरथरत तो कुजबुजतो, ''आजही मला सारं लख्खं आठवतं आहे.''

त्याच्या त्वचेवरचे ते सिगरेटच्या चटक्यांचे डाग मला आठवतात आणि माझं हृदय विदीर्ण होतं. *ओह ख्रिश्चन!* त्याच्या मानेभोवतीची मिठी मी आणखीन घट्ट करते.

''ती फार छळवादी होती का? तुझी आई?'' साश्रू नयनांनी मी हळुवारपणे विचारते.

''त्याबद्दल तसं काही आठवत नाही, मात्र दुर्लक्ष खूप करायची. तिच्या त्या

जारांपासून तिनं माझं कधीच रक्षण केलं नाही.''

थोडं करवादत तो पुढे म्हणतो, ''मला तर वाटतंय, की मीच तिच्याकडे लक्ष द्यायचो. तिने शेवटी जेव्हा स्वतःला संपवलं, तेव्हा चार दिवसांनी लोकांना कळलं. त्यानंतर आम्हाला सोडवलं... मला आठवतंय.''

''आई गं!'' माझ्या आवेगाला मी थोपवू शकत नाही. होली मदर फक्! माझं पित्त खवळतं.

''काहीच्या काहीच! फार भयानक आहे हे सारं!'' मी कुजबुजते.

''फिफ्टी शेड्स!'' तो पुटपुटतो.

आपल्या आईच्या प्रेतापाशी उभा असलेला एक लहानसा, दुर्लक्षित, एकाकी, मळका, राखाडी डोळ्यांचा मुलगा माझ्या डोळ्यांसमोर तरळतो. चेहरा वळवत ख्रिश्चनच्या मानेचं चुंबन घेत मी त्याला शांती देण्याचा आणि स्वतः शांती मिळवायचा प्रयत्न करते.

ओह, ख्रिश्चन! त्याचा गंध मी भरभरून साठवून घेते. स्वर्गीय गंध! संपूर्ण जगातला माझा सर्वाधिक आवडता गंध. तो पुन्हा एकदा माझ्या भोवतीची मिठी घट्ट करतो आणि माझ्या केसांची चुंबनं घेत राहतो. रात्रीच्या अंधारात टेलर गाडीची गती वाढवतो, तशी मी ख्रिश्चनच्या कुशीत अधिकच सुखावते.

मला जाग येते तेव्हा गाडी सिएटलमध्ये पोहोचलेली असते.

''ए!'' ख्रिश्चन हळूच हाक मारतो.

''सॉरी!'' जागी होता होता मी पुटपुटते. डोळ्यांची उघडझाप करत आळस देते. मी अजूनही ख्रिश्चनच्या मांडीवर, त्याच्या कुशीत आहे.

''मी आयुष्यभर तुला अशी झोपलेली पाहू शकतो, ॲना.''

''मी झोपेत काही बोलले का?''

''नाही. हे बघ, तुझ्या घराजवळ पोहोचत आलो आहोत.''

''ओह! तुझ्या घरी नाही जात आहोत का आपण?''

''अंहं!''

मी खडबडून जागी होत त्याच्याकडे पाहत म्हणते, ''का पण?''

''कारण तुला उद्या कामावर जायचं आहे.''

''ओह!'' माझा विरस होतो.

''का? तुझ्या मनात काही विशेष होतं का?''

मी लाजते. ''हॅं! म्हणजे असू शकतं.''

तो गालात हसत म्हणतो, ''ॲनेस्टेशिया, आता जोवर तू याचना करणार नाहीस ना तोवर मी तुला स्पर्श करणार नाही.''

“काय?”

“म्हणजे मग तू माझ्याशी संवाद साधायला सुरुवात करशील. पुढच्या प्रणयाच्या वेळेस तू मला सविस्तर सांगणार आहेस की तुला काय, किती आणि कसं हवं आहे ते!”

“ओह!” टेलर गाडी माझ्या घराबाहेर थांबवतो, तसं ख्रिश्चन मला मांडीवरून उतरवतो. स्वतः खाली उतरून माझ्याकरता गाडीचा दरवाजा उघडून धरतो. “तुला काहीतरी द्यायचं आहे.” गाडीच्या मागच्या भागाकडे जात, डिकी उघडून गिफ्ट पेपरमध्ये बांधलेलं मोठं पार्सल तो बाहेर काढतो. *आता हे आणि काय आहे?*

“आत गेलीस की उघड.”

“तू नाही येणारेस आत?”

“नाही ॲनेस्टेशिया.”

“मग आता आपण कधी भेटणार?”

“उद्या.”

“बॉसनी मला संध्याकाळी ऑफिस सुटल्यावर त्याच्याबरोबर ड्रिंक्स घ्यायचं आमंत्रण दिलं आहे.”

ख्रिश्चनच्या चेहऱ्यावर अचानक कठोर भाव येतात. “हो? आता?” त्याच्या आवाजात धमकी डोकावते आहे.

मी घाईनी पुस्ती जोडते, “माझा पहिला आठवडा पूर्ण झाला ना म्हणून.”

“कुठे?”

“कल्पना नाही.”

“मी तिथे घ्यायला येईन.”

“ठीक आहे. मी तुला ई-मेल करते किंवा टेक्स्ट मेसेज पाठवते.”

“चालेल!”

तो माझ्याबरोबर लॉबीच्या दारापर्यंत येतो. मी पर्समधून किल्ल्या काढेपर्यंत थांबून राहतो. मग पुढे झुकत माझी हनुवटी ओंजळीत धरत माझं डोकं थोडंसं मागच्या बाजूला झुकवतो. डोळे मिटून घेत त्याचे ओठ माझ्या ओठांवर टेकतात. माझ्या ओठांपासून ते डोळ्यांच्या कोपऱ्यापर्यंत हळुवार चुंबनांचा वर्षाव होतो.

मी आतवर विरघळत जाते तशी माझ्या नकळत माझ्या तोंडातून हलकासा हुंकार बाहेर पडतो.

“उद्यापर्यंत....” तो श्वास घेतो.

“ख्रिश्चन, गुडनाईट.” मी कुजबुजते. माझ्या स्वरातली अधीरता मला चांगलीच जाणवते. तोही हसतो.

“चल आत जा,” त्याच्या हुकमासरशी ते रहस्यमय पार्सल हातात बाळगत

मी लॉबीतून आत जाते.

घरात पोहोचल्यावर मी पार्सल उघडते. त्यातून माझा मॅकबुक प्रो लॅपटॉप आणि ब्लॅकबेरी बाहेर पडतो. त्याच्याच जोडीला एक आयताकृती डबापण असतो. उत्सुकतेने मी त्याच्यावरचं चंदेरी आवरण काढते. काळ्या रंगाच्या लेदरकेसमध्ये काहीतरी असतं.

मी ती केस उघडते. त्यात आयपॅड असतो... आयपॅड! बापरे! त्याच्या स्क्रिनवर एका छोट्याशा पांढऱ्या कागदावर ख्रिश्चनच्या अक्षरात लिहिलेला मजकूर मी वाचते.

''ॲनेस्टेशिया – हा खास तुझ्यासाठी
तुला काय ऐकायचं आहे ह्याची मला जाणीव आहे.
यातल्या गाण्यातून मी ते सांगतो आहे.
– ख्रिश्चन.''

बापरे! ख्रिश्चन ग्रेच्या आवडीची गाणी त्याने स्वतः या सुंदर, महागड्या आयपॅडमध्ये भरून दिली आहेत. त्याच्या या खर्चीकपणाबद्दल मी नापसंती दर्शवते, पण खोलवर कुठेतरी सुखावतेदेखील. ऑफिसमधल्या जॅककडे आहे आयपॅड, त्यामुळे तो कसा चालवायच, हे मला माहीत आहे.

तो मी चालू करते. वॉलपेपर इमेज पाहून मी चकित होते. छोटंसं ग्लायडर! *ओह माय!* ब्लॅनिक एल-२३. मी त्याला दिलं होतं तेच! काचेच्या सुबक स्टँडवर उभं असलेलं. मला वाटतं ख्रिश्चनने ते ऑफिसमधल्या टेबलवर ठेवलं आहे. मी पाहतच राहते.

त्याने तयार केलं ते! खरोखरच तयार केलं. मला आठवतंय की मला पाठवलेल्या फुलांबरोबरच्या चिठ्ठीत त्याने याचा उल्लेख केला होता. मला अत्यानंद होतो. त्या क्षणी मला जाणीव होते की, त्याने खूप विचारपूर्वक ही भेट मला दिली आहे.

मी स्क्रिन अनलॉक करते. त्या क्षणी पुन्हा मला आश्चर्याचा धक्का बसतो. माझ्या ग्रॅज्युएशनचा फोटो बॅकग्राउंड इमेज म्हणून असतो, ख्रिश्चनबरोबर, कमानीखाली काढलेला. सिएटल टाइम्समध्ये हाच फोटो आला होता. किती विलक्षण देखणा दिसतो ख्रिश्चन याच्यात! माझ्या चेहऱ्यावर आपोआपच हसू पसरते. माझी अंतर्देवता स्वतःवर खूश होत स्वतःला कवटाळते. *हो! आणि तो माझा आहे!*

बोटांच्या इशाऱ्यावर वेगवेगळे आयकॉन स्क्रीनवर येतात. किंडलॲप, आय-बुक्स, वर्ड्स... हे नक्की काय आहे, कोण जाणे!

होली शिट्! ब्रिटिश लायब्ररी! त्या आयकॉनवर क्लिक केल्यावर मेन्यू उघडतो. हिस्टॉरिकल कलेक्शन! स्क्रोलडाऊन करत मी १८व्या आणि १९व्या शतकातील कादंबऱ्यांवर पोहोचते. अजून एक मेन्यू. मी शीर्षकावर क्लिक करते. 'द अमेरिकन बाय हेन्री जेम्स' नवीन विन्डो उघडते. समोर एका पुस्तकाची स्कॅन केलेली कॉपी असते. १८७९ मध्ये प्रकाशित झालेली सुरुवातीची आवृत्ती तीही माझ्या आयपॅडवर, त्याने माझ्यासाठी सगळीच्या सगळी ब्रिटिश लायब्ररी विकत घेतली आहे. तीही बोटाच्या एका क्लिकवर.

या ॲपमध्ये मी दीर्घ काळ हरवू शकते, हे लक्षात येऊन मी त्यातून पटकन बाहेर येते.

तेवढ्यात मला 'गुड फूड' ॲप दिसतं आणि मी डोळे फिरवते. अर्थातच, मला हसूसुद्धा येतं. मग मला न्यूज ॲप, वेदर ॲप दिसतं, पण तो काहीतरी म्युझिकबद्दल बोलला होता. मी मेन स्क्रीनवर जाऊन आयपॅड आयकॉनवर क्लिक करते. माझ्यासमोर प्ले लिस्ट येते. ती स्क्रोल करताना ख्रिश्चनची गाण्यांची निवड पाहून मला हसू येतं. थॉमस टॅलिस मी विसरणार नाही, कारण मी ती दोन वेळा ऐकली आहेत. त्याने मला चाबकानं मारताना आणि प्रणय करताना. 'विचक्राफ्ट' माझं हसू रुंदावतं. त्या मोठ्या खोलीमध्ये नाचत असताना. द बाच मार्सेलो... नाही नाही . माझ्या आत्ताच्या मूडसाठी ते फारच गंभीर आहे. जेफ बक्ली हं! ऐकलंय मी त्याला. स्नो पेट्रोल माझा सर्वाधिक आवडता बँड. एनिग्माचं 'प्रिन्सिपल्स ऑफ लस्ट' अगदी ख्रिश्चनची शैली. मला हसू येतं. अजून एक गाणं 'पझेशन'. *हं, अगदी फिफ्टी शेड्स!* आणि मी न ऐकलेली बरीच गाणी.

माझी नजर एका गाण्यावर जाते. 'ट्राय' निली फुर्तादोनी म्हटलेलं. ती गायला लागते. सुळसुळीत सिल्क स्कार्फ लपेटल्यागत तिचे सूर मला स्पर्श करू लागतात, जणू स्वतःत सामावून घेतात. मी पलंगावर पहुडते.

म्हणजे ख्रिश्चन प्रयत्न करणार आहे, असा अर्थ यातून निघतो का? या नवीन नात्यासाठी कष्ट घेणार आहे का? छताकडे पाहत गाण्याचे बोल ऐकत मी त्याच्या या 'घूमजाव' वृत्तीला समजून घेण्याचा प्रयत्न करते. त्याला माझी उणीव जाणवली. मलाही त्याची जाणवली. त्याच्या मनात नक्कीच माझ्याप्रती काही भावना असणार. नक्कीच असणार. हा आयपॅड, ही गाणी, हे सगळे ॲप्स... नक्कीच त्याला माझी पर्वा आहे, माझ्या मनात आशेचा किरण दिसू लागतो.

गाणं संपतं तसे माझ्या डोळ्यांत अश्रू तरळतात. आता मी कोल्डप्लेचं द सायंटिस्ट लावते. हा बँड केटच्या आवडत्या बँडपैकी एक आहे. तसं हे गाणं मला माहीत आहे, पण याचे शब्द मी कधी नीट ऐकले नाहीत. डोळे मिटून घेत मी ते ऐकू लागते. हळूहळू ते माझ्यात झिरपू लागतात.

डोळ्यांतून अश्रू वाहायला सुरुवात होते. त्यांना थोपवणं शक्य नाहीये. हे माफी मागणं नाही तर काय आहे? *ओह ख्रिश्चन!*

की मग हे आमंत्रण आहे का? तो माझ्या प्रश्नाचं उत्तर देईल का? मी उगाचच खूप अर्थ काढले आहेत का? बहुधा मी खूप अर्थ काढते आहे. माझं अबोध मन कणवेची भावना लपवत होकार दर्शवतं.

मी घाईनं डोळे पुसते. त्याला इ-मेल पाठवून आभार मानायला हवेत. पटकन पलंगावरून उठत मी त्या कजाग मशिन ताब्यात घेते.

मांडी घालून मी पलंगावर बसते तेव्हाही कोल्डप्ले गात आहेच. मॅक चालू होतो आणि मी लॉगइन करते.

फ्रॉम : ॲनेस्टेशिया स्टील.
सब्जेक्ट : आयपॅड.
डेट : जून ९, २०११, २३.५६
टु, ख्रिश्चन ग्रे.

तू परत मला रडवलं आहेस.
मला आयपॅड खूप आवडला.
मला गाणी खूप आवडली.
मला ब्रिटिश लायब्ररीचं ॲप खूप आवडलं.
मला तू खूप आवडतोस.
थँक्यू, गुड नाईट.

ॲना ...

फ्रॉम : ख्रिश्चन ग्रे
सब्जेक्ट : आयपॅड
डेट : जून ९, २०११, ००.०३.
टु, ॲनेस्टेशिया स्टील.

तुला तो आवडला म्हणून मला खूप बरं वाटलं. मी स्वतःसाठी पण एक घेतला आहे.
मी जर आत्ता तिथे असतो, तर नक्कीच तुझे अश्रू टिपून घेतले असते.
पण मी नाहीये. तेव्हा आता झोप.

ख्रिश्चन ग्रे
सी.ई.ओ. ग्रे एंटरप्राईजेस होल्डिंग्ज, इन्क.

त्याचं उत्तर वाचून मला हसू येतं. अजूनही किती बॉसी आहे हा, अगदी ख्रिश्चन. यात पण बदल होईल का? त्या क्षणी मला आतून जाणवतं की मला स्वतःलाच असा बदल व्हायला नको आहे. मला तो असाच आवडतो. हुकूमशहा. अर्थात, शिक्षेची भीती न वाटता त्याच्यासमोर मी उभी राहू शकते तोवरच.

फ्रॉम : ॲनेस्टेशिया स्टील
सब्जेक्ट : श्री खाष्ट
डेट : जून १०, २०११ ००.०७
टु, ख्रिश्चन ग्रे

मि. ग्रे तुम्ही नेहमीप्रमाणेच बॉसी आणि बहुधा तणावाखाली आणि बहुधा खाष्ट असे जाणवत आहात. तुम्हाला आराम कशामुळे मिळेल हे मला माहिती आहे. पण तुम्ही इथे नाही, ना मला तुमच्याकडे येऊ देत आहात. तुमची अपेक्षा आहे की मी आर्जवं करावीत.
स्वप्न पाहा सर...

ॲना

ता. क. स्टॉकर्स अँथेनच्या 'एव्हरी ब्रेथ यू टेक'चा समावेशदेखील तुम्ही केला आहे, हे मी पाहिलं. तुमच्या विनोदबुद्धीची मी दाद देते. परंतु, डॉ. फ्लिनला माहीत आहे का?

फ्रॉम : ख्रिश्चन ग्रे
सब्जेक्ट : झेनप्रमाणे शांती
डेट : जून १०, २०११ ००.१०.
टु,ॲनेस्टेशिया स्टील

प्राणप्रिय मिस स्टील,
फुलपंखी नात्यामध्येदेखील फटके दिले जातात, हे तुम्हाला ठाऊक आहे. ते साधारण राजीखुशीनी आणि तेदेखील प्रणयाच्या संदर्भात. परंतु या नियमाला अपवाद करायला मला नक्कीच आवडेल.

तुम्हाला हे जाणून आनंद होईल की, डॉ. फ्लिनलादेखील माझी विनोदबुद्धी आवडते.
आणि आता प्लीज झोपा. खूप रात्र झाली आहे.
योग्य वेळी तुम्ही माझी आर्जवं कराल. माझ्यावर विश्वास ठेवा. मी त्याची वाट पाहतो आहे.

ख्रिश्चन ग्रे
ताण आलेला सी.ई.ओ., ग्रे एंटरप्राईजेस होल्डिंग्ज, इन्क.

फ्रॉम : ॲनेस्टेशिया स्टील
सब्जेक्ट : गुड नाईट, स्वीट ड्रीम्स
डेट : जून १०, २०११, ००.१२.
टु, ख्रिश्चन ग्रे

एकतर तू खूपच प्रेमानं सांगितलं आहेस. दुसरं म्हणजे, मला तुझी मस्त धमकी आवडली आहे. त्यामुळे तू इतक्या प्रेमानं दिलेल्या आयपॅडवर एकीकडे ब्रिटिश लायब्ररीमध्ये ब्राऊज करत दुसरीकडे तू त्या गाण्यांमधून काय सांगतो आहेस हे ऐकत, पाय पोटाशी घेऊन झोपते मी आत्ता.

ए ×××

फ्रॉम : ख्रिश्चन ग्रे
सब्जेक्ट : अजून एक विनंती
डेट : जून १०, २०११ ००.१५.
टु, ॲनेस्टेशिया स्टील

स्वप्नात मला पाहा.

ख्रिश्चन ग्रे
सी.ई.ओ., ग्रे एंटरप्राईजेस होल्डिंग्ज, इन्क.

ख्रिश्चन ग्रे! तुला स्वप्नात पाहू? सदैव ...

मी पटकन नाईट ड्रेस चढवते. दात घासते आणि अंथरुणात शिरत आयपॅडचे इअरबड्स कानात अडकवते. उशीखालून तो हवा गेलेला चपटा चार्ली टँगो फुगा

बाहेर काढून त्याला मिठी मारते.

मी अतिशय आनंदात आहे. माझ्या चेहराभर हसू पसरलंय. एका दिवसात केवढा फरक पडू शकतो. मला झोप लागणं तरी शक्य आहे का?

जोसे गोन्झालीझ संमोहित करणाऱ्या गिटारच्या साथीनं शांत स्वरात गाऊ लागतो. केवळ एका संध्याकाळमुळे माझं जग किती चपखल बसलं आहे, याचा विचार माझ्या मनात येतो. आपण ख्रिश्चनसाठी प्ले-लिस्ट तयार करायला हवी का, असा विचार करत मी हळूहळू झोपेच्या अधीन होते.

३

स्वतःची गाडी नसल्याचा एक फायदादेखील आहे. कामावर जाताना पर्समध्ये ठेवलेल्या आयपॅडला इअर प्लग लावले की ख्रिश्चननी माझ्यासाठी लोड केलेली छान छान गाणी ऐकत मी बसमधून प्रवास करू शकते. मी ऑफिसमध्ये पोहोचते तीच मुळी सुरांवर विहरत.

जॅक माझ्याकडे पाहून अवाक् होतो.

''ॲना, गुड मॉर्निंग. तू आज अगदी... प्रफुल्लित दिसते आहेस.''

त्याच्या शेऱ्यानी मी गांगरते. का बरं असं व्हावं?

''थँक्यू जॅक, काल छान झोप झाली.''

त्याच्या भुवया आक्रसतात.

''हे वाचून त्याचा रिपोर्ट जेवायच्या वेळेपर्यंत मला देऊ शकशील का प्लीज?'' तो माझ्या हातात चार हस्तलिखितं ठेवतो. माझ्या चेहऱ्यावरचे चकित भाव पाहून तो पुढे म्हणतो, ''अगं, प्रत्येकाचं फक्त पहिलं प्रकरण.''

''नक्कीच,'' मी निश्चिंत होते. तोही माझ्याकडे पाहून हसतो.

कामाला सुरुवात करण्याआधी मी कॉम्प्युटर चालू करते. एकीकडे केळं खात लाटे संपवते. ख्रिश्चनकडून ई-मेल आलेली असते.

फ्रॉम : ख्रिश्चन ग्रे
सब्जेक्ट : मला मदत कर
डेट : जून १०, २०११, ०८.०५.
टु, ॲनेस्टेशिया स्टील

तू नाश्ता केला असशील अशी मला आशा आहे.
मला रात्री तुझी उणीव भासली.

ख्रिश्चन ग्रे
सी.ई.ओ., ग्रे एंटरप्राईजेस होल्डिंग्ज, इन्क.

फ्रॉम : ॲनेस्टेशिया स्टील
सब्जेक्ट : जुनी पुस्तकं
डेट : जून १०, २०११, ८.३३
टु, ख्रिश्चन ग्रे

हे टाइप करत असताना मी एकीकडे केळं खाते आहे. गेल्या कित्येक दिवसांत मी नाश्ताच केला नाहीये. त्यामानाने ही चांगली सुरुवात आहे. ब्रिटिश लायब्ररीचं ॲप मला अतिशय आवडलं आहे. मी पुन्हा रॉबिन्सन क्रुसो वाचायला सुरुवात केली आहे आणि अर्थातच... 'आय लव्ह यू!' आता जरा मला काम करू दे.

ॲनेस्टेशिया स्टील.
असिस्टंट टु जॅक हाईड, कमिशनिंग एडिटर, एसआयपी

फ्रॉम : ख्रिश्चन ग्रे
सब्जेक्ट : एवढंच खाल्लं आहेस?
डेट : जून १०, २०११, ०८.३६.
टु, ॲनेस्टेशिया स्टील

तू याच्याहून जास्त नक्कीच खाऊ शकतेस. आर्जवं करण्यासाठी तुला शक्ती लागणार आहे.

ख्रिश्चन ग्रे
सी.ई.ओ., ग्रे एंटरप्राईजेस होल्डिंग्ज, इन्क.

फ्रॉम : ॲनेस्टेशिया स्टील
सब्जेक्ट : त्रासदायक माणसा
डेट : जून १०, २०११, ८.३९
टू : ख्रिश्चन ग्रे

मि. ग्रे जगण्यासाठी मला कमावणं भाग आहे. त्यासाठी मी काम करण्याचा प्रयत्न करते आहे आणि आर्जवं तुम्ही करणार आहात, माझी.

ॲनेस्टेशिया स्टील
असिस्टंट टु जॅक हाईड, कमिशनिंग एडिटर, एसआयपी

फ्रॉम : ख्रिश्चन ग्रे
सब्जेक्ट : अस्सं होय
डेट : जून १०, २०११, ०८.३६.
टू : ॲनेस्टेशिया स्टील

ओहो! मिस स्टील, मला आव्हानं आवडतात.

ख्रिश्चन ग्रे
सी.ई.ओ., ग्रे एंटरप्राईजेस होल्डिंग्ज, इन्क.

कॉम्प्युटरच्या स्क्रीनकडे मी मूर्खासारखी पाहत बसते. माझ्या चेहऱ्यावर हसू आहे, पण मला जॅकनी सांगितलेली प्रकरणं वाचून त्याचा रिपोर्ट लिहायचा आहे. हस्तलिखितं समोर ओढत मी कामाला सुरुवात करते.

लंच टाइममध्ये मी बाजूच्या हॉटेलमध्ये जाते. आयपॅडवरची गाणी ऐकत मी पास्ता आणि सँडविच खाते. यादीत सगळ्यांत वर नितीन सॉहनीचं होमलँड आहे. कानांना सुखावणारं. मि. ग्रेना संगीतात उत्तम गती आहे. त्यानंतर, वॉन विल्यम्सचं 'फॅण्टेसिया ऑन अ थीम ऑफ थॉमस टॅलिस' ऐकत मी परत ऑफिसमध्ये येते. ओह! फिफ्टीला जी ही विनोदाची बाजू आहे ना, त्यामुळे तो मला भारी आवडतो. माझ्या चेहऱ्यावरचं हे मूर्खासारखं हसू थांबणार आहे की नाही?

दुपार कंटाळत पुढे सरकते. कुणाचं लक्ष नाहीये हे पाहून मी ख्रिश्चनला ई-मेल करते.

फ्रॉम : ॲनेस्टेशिया स्टील
सब्जेक्ट : कंटाळा...
डेट : जून १०, २०११, १६.०५
टु : ख्रिश्चन ग्रे

बोटं मोडत बसले आहे.
कसा आहेस?
काय करतो आहेस?

ॲनेस्टेशिया स्टील
असिस्टंट टु जॅक हाईड, कमिशनिंग एडिटर, एसआयपी

फ्रॉम : ख्रिश्चन ग्रे
सब्जेक्ट : तुझी बोटं
डेट : जून १०, २०११, १६.१५.
टु : ॲनेस्टेशिया स्टील

तू माझ्यासाठी काम करायला हवं होतंस.
मी नक्कीच त्यांचा चांगल्याप्रकारे उपयोग करून घेतला असता.
खरं तर मला आत्ताही अनेक पर्याय सुचत आहेत.
मी नेहमीप्रमाणेच कंपन्या मिळविणं आणि विलीनीकरण करून घेण्याचं काम करतोय.
हे सारं फार रटाळ आहे.
एसआयपीमधल्या तुझ्या ई-मेल्सवर लक्ष ठेवलं जातं आहे.

ख्रिश्चन ग्रे
सी.ई.ओ., ग्रे एंटरप्राईजेस होल्डिंग्ज, इन्क.

ओ शिट! मला याची कल्पनाच नव्हती. त्याला कसं कळलं? मी रागानी कॉम्प्युटर स्क्रीनकडे पाहते. मग मी पाठवलेले ई-मेल्स तपासत भराभर ते डिलीट करते.

बरोबर साडेपाच वाजता जॅक माझ्या टेबलाशी येतो. आज शुक्रवार असल्याने त्याने जीन्स आणि काळा शर्ट घातला आहे. तो अगदी नेहमीसारखा वागतो आहे.

''ॲना, ड्रिंक? आम्ही साधारणतः रस्त्यापलीकडे बारमध्ये जातो.''

''आम्ही?'' मी आशेनं विचारते.

''हो बहुतेक सगळेच येतात. तू येते आहेस ना?''

का कोण जाणे पण मला एकदम सुटल्यासारखं वाटतं. फार खोलात जाण्याची माझी इच्छाही नसते.

''मला नक्कीच आवडेल. बारचं नाव काय आहे?''

''फिफ्टी.''

''काहीही काय!''

तो माझ्याकडे विचित्र नजरेनं पाहतो, ''या नावाशी काही विशेष...?''

''नाही. तसं काही नाही. सॉरी, तुम्ही व्हा पुढे, मी आलेच.''

''प्यायला काय आवडेल?''

''एक बिअर, प्लीज.''

“चालेल. मस्त.”
मी पावडर रूममध्ये जाता जाता ख्रिश्चनला ब्लॅकबेरीवरून मेल करते.

फ्रॉम : ॲनेस्टेशिया स्टील
सब्जेक्ट : तुझ्यासाठी अचूक जागा
डेट : जून १०, २०११, १७.३६
टु : ख्रिश्चन ग्रे

‘फिफ्टी’ नावाच्या बारमध्ये आम्ही जात आहोत.
यातून जो दर्जेदार विनोद मला जाणवतो आहे, त्याचं उत्खनन करायला मला आवडेल. मि.ग्रे. तुम्ही तिथे भेटाल अशी आशा आहे.
ए ...

फ्रॉम : ख्रिश्चन ग्रे
सब्जेक्ट : धोका
डेट : जून १०, २०११, १५.३८.
टु : ॲनेस्टेशिया स्टील

उत्खनन अतिशय धोकादायक असतं.

ख्रिश्चन ग्रे
सी.ई.ओ., ग्रे एंटरप्राईजेस होल्डिंग्ज, इन्क.

फ्रॉम : ॲनेस्टेशिया स्टील
सब्जेक्ट : धोका?
डेट : जून १०, २०११, १७.४०
टु : ख्रिश्चन ग्रे

म्हणायचं काय आहे तुला?

फ्रॉम : ख्रिश्चन ग्रे
सब्जेक्ट : साधं...
डेट : जून १०, २०११, १७.४२.
टु : ॲनेस्टेशिया स्टील

मिस स्टील, मी आपलं माझं निरीक्षण सांगितलं.
वेळ कशाला दवडायचा?

ख्रिश्चन ग्रे
सी.ई.ओ., ग्रे एंटरप्राईजेस होल्डिंग्ज, इन्क.

मी आरशात स्वतःला निरखते. केवळ एका दिवसात माणसात किती फरक पडतो! माझ्या गालांवर लाली आणि डोळ्यांत चमक आली आहे. अर्थातच, ख्रिश्चन ग्रेचा परिणाम. त्याला दोन-चार ई-मेल्स पाठवले, तर प्रत्येक युवतीची अवस्था माझ्यासारखी होईल. मी आरशातल्या माझ्या छबीकडे पाहून हसते. अंगातला फिकट निळा शर्ट ठाकठीक करते, टेलरनी आणलेला शर्ट. आज मीसुद्धा माझी आवडती जीन्स घातली आहे. ऑफिसमधल्या बहुतांशी मुली जीन्स किंवा घेरदार स्कर्ट्स घालतात. मलाही एक-दोन स्कर्ट्स घ्यायला हवेत. कदाचित उद्या-परवा ख्रिश्चननी मला वॉण्डासाठी– माझी बिटल – दिलेला चेक कॅश करून मग करेन खरेदी.

मी ऑफिसमधून बाहेर पडते, तसं कुणीतरी मला हाक मारतं.

"मिस स्टील?"

मी अपेक्षेनं वळते, तर चेहऱ्यावरचा रंग उडालेली एक तरुणी सावधपणे माझ्या दिशेनं येताना दिसते. ती अतिशय फिकुटलेली वाटते. तिचा चेहरा निर्विकार असतो.

"मिस ॲनेस्टेशिया स्टील?" ती परत माझं नाव उच्चारते. तिचा चेहरा मात्र तस्साच कोरा राहतो.

"हो."

माझ्यापासून साधारण तीन फुटांवरून फुटपाथवरून ती माझं निरीक्षण करू लागते. मी स्तिमित होऊन तिच्याकडे पाहत राहते. कोण आहे ही? काय हवं आहे तिला?

"काही मदत करू शकते का?" मी विचारते. तिला माझं नाव कसं माहीत?

"नाही. मला फक्त तुला पाहायचं होतं." तिचा आवाज गोड तरी भीतिदायक होता. तिचे गडद केस माझ्यासारखेच गोऱ्यापान त्वचेवर खुलून दिसत होते. तिचे तपकिरी डोळे अगदी निर्विकार होते. तिचा सुंदर चेहरा दुःखानं विदीर्ण झाला होता.

"सॉरी, पण माझ्या लक्षात नाही येत आहे." कण्यातून जाणाऱ्या शिरशिरीकडे दुर्लक्ष करत मी म्हणते. जरा निरखून पाहिल्यावर माझ्या लक्षात येतं की, ती जरा

विचित्र, गबाळी दिसते आहे. तिचे कपडेही खूप ढगळ आहेत, अगदी तिचा डिझाइनर ट्रेंच कोटसुद्धा.

विचित्र आवाजातलं तिचं हसणं ऐकून माझी अस्वस्थता शिगेला पोहोचते.

अगदी दुःखानं ती विचारते, ''तुझ्याकडे असं काय आहे, जे माझ्याकडे नाही?''

आता मला भीती वाटू लागते. ''मला माफ कर, पण तू आहेस तरी कोण?''

''मी? कुणीही नाही.'' खांद्यापर्यंत वाढलेल्या आपल्या केसांमधून फिरविण्यासाठी ती हात उंचावते. त्याबरोबर तिच्या कोटाची बाही वर सरकते. त्यातून तिच्या मनगटाला बांधलेलं बँडेज डोकावतं.

होली फक्!

''गुड डे, मिस स्टील.'' एवढं बोलून गर्रकन वळून ती चालू लागते. मी खिळल्यासारखी तिथेच उभी राहते. तिची मूर्ती त्या गर्दीत हरवून जाईपर्यंत मी ती गेलेल्या दिशेकडे पाहत राहते.

हे काय होतं? जे घडून गेलं आहे त्याचा अर्थ लावण्याचा प्रयत्न करत मी चक्रावून जाते. रस्ता क्रॉस करून बारच्या दिशेने जाते. माझं अबोध मन मला धोक्याचा इशारा देऊ लागतं. *तिचं नक्कीच ख्रिश्चनशीच काहीतरी नातं आहे.*

'फिफ्टी' हा एक भला थोरला बार आहे. त्याच्या सर्व भिंतींवर बेसबॉलशी संबंधित पोस्टर्स चिकटवलेली आहेत. तिथे जॅकच्या जोडीला एलिझाबेथ, कर्टनी, दुसरी कमिशनिंग एडिटर, फायनान्समधले दोन जणं आणि रिसेप्शनची क्लेअर आहे. तिनं तिच्या नेहमीच्या चांदीच्या मोठ्या रिंग्ज कानात घातल्या आहेत.

''हाय ॲना!'' असं म्हणत जॅक माझ्या हातात 'बड'ची बाटली ठेवतो.

''चिअर्स! थँक्यू,'' मी पुटपुटते. अजूनही माझ्या मनातून ती भुतासारखी वाटणारी मुलगी गेली नाहीये.

''चिअर्स!'' सगळ्यांच्या बाटल्या भिडतात. जॅक एलिझाबेथबरोबरचं संभाषण पुढे चालू ठेवतो. क्लेअर माझ्याकडे पाहून छानशी हसते.

''मग, कसा गेला पहिला आठवडा?'' ती विचारते.

''छान! थँक्यू, सगळे जण छान वाटताहेत.''

''आज तू खूप आनंदात दिसते आहेस.''

मी संकोचत पटकन म्हणते, ''अगं, शुक्रवार आहे ना! तुझा वीकएंडचा काय प्लॅन आहे?''

माझा हा ठरलेला हमखास विषय बदलणारा प्रश्न काम करतो. क्लेअर स्वतःबद्दल भरभरून बोलते. ती सात भावंडांमधली एक आहे. ती टॅकोमला फॅमिली गेट

टुगेदरसाठी जाणार आहे. ती खूप उत्तेजित होते. मला अचानक जाणवतं की केट बार्बाडॉसला गेल्यापासून मी माझ्या वयाच्या तरुणींशी बोललेच नाहीये.

माझ्या मनात केटचे विचार येतात. कशी असेल ती... आणि इलिअट? ख्रिश्चनकडे त्याच्याबद्दल आठवणीनी चौकशी करायला पाहिजे. अरे हो की! पुढच्या मंगळवारी तिचा भाऊ- इथन येणार आहे. तो आमच्याच अपार्टमेंटमध्ये राहणार आहे. ख्रिश्चनला ते मुळीच आवडणार नाही, यात काही वाद नाही. बोलण्याच्या आणि विचारांच्या नादात मघाची ती गूढ तरुणी माझ्या विस्मरणात जाते.

मी क्लेअरशी बोलत असतानाच एलिझाबेथ माझ्या हातात दुसरी बिअर ठेवते.

"थँक्स!" मी हसून म्हणते.

क्लेअरशी छान गप्पा मारता येतात. ती बोलघेवडी आहे. माझ्या लक्षातही येत नाहा, की मी तिसरी बिअर सुरू केली आहे. या वेळेस फायनान्समधल्या एकानं ती दिली आहे.

एलिझाबेथ आणि कर्टनी निघतात. मग जॅक आमच्याशी गप्पा मारू लागतो. *ख्रिश्चन कुठे आहे?* फायनान्सचा एक जण क्लेअरशी बोलू लागतो.

"ॲना, इथं येण्याचा निर्णय योग्य होता असं वाटतंय का तुला?" जॅकचा आवाज मुलायम आहे. तो माझ्या जास्तीच जवळ उभा आहे, पण मी पाहिलंय आठवडाभर, की ही त्याची सवय आहे. माझं अबोध मन सावध होत मला झापतं, *तू जरा अतिच अर्थ काढते आहेस.*

"पूर्ण आठवडा खूप छान गेला. थँक्यू जॅक. इथे येण्याचा निर्णय योग्यच होता असं मला वाटतंय."

"ॲना, तू हुशार आहेस, तुझी खूप प्रगती होईल."

मी संकोचते, पुटपुटते, "थँक्यू!" दुसरं काय म्हणावं हे मला सुचत नाही.

"इथून फार दूर राहतेस का?"

"पाईक मार्केट डिस्ट्रिक्ट."

"फार काही दूर नाहीये माझ्या घरापासून." हसत तो माझ्या अजून जवळ सरकतो, बारवर झुकून उभा राहत तो माझी वाट अडवतो. "या वीकएण्डला काय करते आहेस?"

"अं, तसं..."

तो दिसण्याआधीच त्याच्या अस्तित्वाची जाणीव मला होते. जणू काही मी त्याच्याशी जोडले गेले आहे. एकाच क्षणी मी सैलावते आणि उत्तेजितदेखील होते. माझ्या अंतरंगात एक अनोखं, अनामिक द्वंद्व सुरू होतं. त्याच्याच जोडीला एक सळसळता प्रवाहदेखील जाणवतो.

माझ्या खांद्यावर ख्रिश्चन हात टाकतो, म्हटलं तर सहजतेनं; परंतु त्याचा

कार्यकारणभाव मला अचूक कळतो. तो मालकी हक्क दाखवतो आहे. या क्षणाला मलाही त्यामुळे छान वाटतंय. तो माझ्या केसांचं हळुवार चुंबन घेतो.

''हॅलो बेबी!'' तो पुटपुटतो.

त्याचा हात असा माझ्याभोवती लपेटल्यामुळे मला सुटकेच्या भावनेबरोबरच सुरक्षित आणि उत्साही वाटतं आहे. मला स्वतःच्या बाजूला ओढून घेत तो निर्विकारपणे जॅककडे रोखून पाहतो, हे मी पाहते. मग माझ्याकडे वळून पाहत तो छानसं हसत माझं पुसटसं चुंबन घेतो. त्यानं जीन्सवर बिनाकॉलरचा पांढरा शर्ट आणि पिनस्ट्रिप जॅकेट घातलं आहे. त्याला अख्खं खाऊन टाकावंसं वाटतंय.

जॅक अस्वस्थ होत थोडा मागे सरकतो.

''जॅक, हा ख्रिश्चन आहे,'' मी थोडं माफीच्या स्वरात बोलते. मी का बरं माफी मागते आहे? ''ख्रिश्चन, हा जॅक.''

''मी हिचा बॉयफ्रेंड आहे,'' जॅकशी हस्तांदोलन करताना हसत ख्रिश्चन म्हणतो, पण त्याचं हसणं त्याच्या डोळ्यांपर्यंत पोहोचत नाही. मी जॅककडे पाहते. तो मर्दानी सौंदर्याचा अंदाज घ्यायचा प्रयत्न करतो आहे.

''मी हिचा बॉस,'' जरा उद्धटपणे तो उत्तरतो. ''ॲना तिच्या एक्स-बॉयफ्रेंडबद्दल बोलली होती.''

ओह शिट्! फिफ्टीबरोबर तू असे छक्केपंजे खेळायला नको होतेस.

''असो! आता एक्स नाहीये!'' ख्रिश्चन शांतपणे बोलतो. ''चल गं, आपण निघू या.''

''प्लीज, आमच्याबरोबर एखादं ड्रिंक घे ना!'' जॅक आता नीट बोलतो.

मला ही कल्पना मुळीच पटत नाही. मला अस्वस्थता का वाटते आहे बरं? मी क्लेअरकडे पाहते. ती ख्रिश्चनकडे पाहते आहे. तोंड मिटायचंही भान तिला नाही. तिच्या डोळ्यांत त्याच्याबद्दलची अभिलाषा स्पष्ट दिसते आहे. याच्या इतर स्त्रियांवर होणाऱ्या परिणामाचा हिशेब ठेवणं मी कधी बंद करणार आहे?

''आमचा आधीच काही बेत ठरला आहे,'' ख्रिश्चन गोड हसून म्हणतो.

हो? माझ्या मनात कृतज्ञतेची एक लाट उचंबळून येते.

''परत कधीतरी,'' तो पुष्टी जोडतो. 'चल' असं म्हणत माझा हात हातात घेतो.

''सोमवारी भेटू या,'' असं म्हणत मी जॅक, क्लेअर आणि फायनान्सच्या त्या दोघांकडे हसरा कटाक्ष टाकते. जॅकच्या चेहऱ्यावरच्या त्रासिक भावाकडे दुर्लक्ष करत मी ख्रिश्चनच्या मागोमाग बारमधून बाहेर पडते.

बाहेर टेलर ऑडीसकट हजर आहे.

''आतमध्ये कडवी स्पर्धा चालली होती असं का वाटतंय?'' ख्रिश्चन माझ्यासाठी गाडीचं दार उघडतो तसं मी त्याला विचारते.

"कारण ती तशी होतीच," गाडीचं दार बंद करताना माझ्याकडे पाहत गोंडस हसत तो पुटपुटतो.

"हॅलो, टेलर!" समोरच्या आरशात आमची नजरभेट होते.

प्रसन्न हसत तोही अभिवादन करतो. "मिस स्टील."

ख्रिश्चन माझ्या बाजूला येऊन बसत माझा हात घट्ट पकडत माझ्या बोटाचं हळुवार चुंबन घेत 'हाय' म्हणतो.

आमचं बोलणं टेलरला ऐकू जात असणार याची खात्री असल्यामुळे माझ्या चेहऱ्यावर लाली पसरते. नशीब, त्याला ख्रिश्चनच्या नजरेतील माझ्याबद्दलची तीव्र कामेच्छा दिसू शकत नाहीये. मी थोडी निर्धास्त होते. त्या क्षणी गाडीच्या त्या मागच्या सीटवर बसलं असताना ख्रिश्चनच्या मांडीवर बसून स्वतःला त्याच्या मिठीत सोपवण्यापासून थोपवण्यासाठी मला महत्प्रयास पडतात.

अस्सं होय! गाडीच्या मागच्या सीटमध्ये का?... माझी अंतर्देवता हनुवटी कुरवाळत विचारात हरवते.

"हाय!" मी कसंबसं म्हणते. माझ्या तोंडाला कोरड पडली आहे.

"आता संध्याकाळी काय करावंसं वाटतं आहे तुला?"

"मला वाटतं, तू मघाशी म्हणालास की आपला काही बेत ठरला आहे."

"ओह! मला काय करावंसं वाटतं आहे त्याची मला खात्री आहे, ॲनेस्टेशिया. तुला काय करावंसं वाटतंय ते मी विचारतो आहे."

मी खुलते.

"अस्सं!" त्याच्या चेहऱ्यावर छद्मी हसू आहे. "तर आता आर्जवं करायचा विचार आहे तर. मग माझ्या घरी की तुझ्या?" मान किंचितशी तिरकी करत तो म्हणतो.

मला विरघळवून टाकणारं ते हसू त्याच्या चेहऱ्यावर उमटलं आहे.

"मि. ग्रे, मला वाटतंय की तुम्ही फारच आढ्यताखोर आहात, पण तरीही थोडासा बदल व्हावा म्हणून आपण माझ्या घरी जाऊ." आता तर मी जाणीवपूर्वक खालचा ओठ चावते. त्याच्या चेहऱ्यावरचे भाव गडद होतात.

"टेलर, मिस स्टीलच्या घरी गाडी घे, प्लीज."

"सर!" असं म्हणत टेलर गाडी रस्त्यावरच्या गर्दीत घेतो.

"मग, कसा होता आजचा दिवस?"

"छान! तुझा?"

"छान! थँक्यू."

आमच्या दोघांच्याही चेहऱ्यावर प्रसन्न हसू फुलतं. तो परत एकवार माझ्या बोटांचं चुंबन घेतो.

"तू खूप सुंदर दिसते आहेस."

"तू पण."

"तुझा बॉस, जॅक हाईड – कामाच्या बाबतीत कसा आहे?"

हं! अचानक विषय बदलला? माझ्या चेहऱ्यावर आठ्या उमटतात. "का बरं? तुझ्या त्या मघाच्या स्पर्धेचा त्याच्याशी काही संबंध आहे का?"

ख्रिश्चन कुत्सितपणे म्हणतो, "ॲनेस्टेशिया, त्याला तुला अंगाखाली घ्यायची आहे."

माझ्या तोंडाचा आ वासला जातो, चेहरा शरमेनं लालबुंद होतो. मी टेलरकडे नाराजीनं कटाक्ष टाकते. माझ्या अबोध मनाला जोरदार धक्का बसून ते दीर्घ श्वास घेतं.

"वेल! त्याला काय आवडतं त्याचा विचार तो करेल. आपण त्याच्याबद्दल का बरं चर्चा करत आहोत? तुला माहीत आहे ना, की मला त्याच्यामध्ये काडीचाही रस नाही. माझ्यासाठी तो फक्त माझा बॉस आहे."

"तोच तर मुद्दा आहे. जे माझं आहे ते त्याला हवं आहे. तो कामात कसा आहे हे जाणणं मला गरजेचं आहे."

मी खांदे उडवते, "मला वाटतं, आहे!" हे संभाषण कोणत्या दिशेनं चाललं आहे?

"वेल! त्यानं तुझ्या वाटेला जाता कामा नये. नाहीतर तो रस्त्यावर येईल."

"अरे ख्रिश्चन, असं काय करतो आहेस? त्यानं काहीही चुकीचं केलेलं नाही...." *निदान अजूनतरी.* फक्त, तो फार जवळ उभा राहतो.

"त्यानं किंचितसा प्रयत्न जरी केला ना, तरी मला सांग. त्याला अधःपतन किंवा लैंगिक छळ म्हणतात."

"अरे बाबा, आम्ही फक्त ऑफिस संपल्यावर एक ड्रिंक घ्यायला म्हणून गेलो होतो."

"मी उगाच म्हणत नाहीये. यत्किंचित प्रयत्न केला ना, तरी त्याला गचांडी मिळेल."

"तुला तसा काहीही अधिकार नाहीये." खरंच! आता मी त्याच्याकडे पाहून डोळे फिरवणारच होते, तेवढ्यात एक विचार माझ्या अंगावर येऊन कोसळतो. "ख्रिश्चन, आहे का तुला तसा अधिकार?"

ख्रिश्चन माझ्याकडे पाहत ठेवणीतलं हसतो.

मला धक्का बसतो. मी कुजबुजते, "ख्रिश्चन, तू ती कंपनी विकत घेणारेस?"

"अगदी तसं नाही म्हणता येणार." माझ्या हतबुद्धतेला तो हसत उत्तर देतो.

"तू एसआयपी विकत घेतलीससुद्धा?"

तो सावधपणे म्हणतो, "शक्य आहे."

“घेतली आहेस की नाही?”

“घेतली आहे.”

“देवा परमेश्वरा! का?” मी हादरते. आता अगदी डोक्यावरून पाणी गेलं.

“ॲनेस्टेशिया, कारण मी घेऊ शकतो. शिवाय, तुझी सुरक्षितता माझ्या दृष्टीनं सर्वाधिक महत्त्वाची आहे.”

“पण तू म्हणाला होतास ना, की माझ्या करिअरमध्ये तू ढवळाढवळ करणार नाहीस म्हणून?”

“तशी ती मी नाहीच करणार.”

मी त्याच्या हातातून माझा हात खसकन सोडवून घेते. “ख्रिश्चन... काय बोलावं हे मला कळत नाही.”

“तुला माझा राग आला आहे का?”

“हो, आला आहे.” मी खवळले होते. “मला सांग, आपण कुणाशी संग करतो आहे, यावरून कुठलाही जबाबदार बिझिनेस एक्झिक्युटिव्ह असे निर्णय कसे घेऊ शकेल?” मी पांढरीफटक पडते. परत एकवार टेलरकडे कटाक्ष टाकते. तो जाणीवपूर्वक आमच्याकडे दुर्लक्ष करतो आहे.

शिट्! मला शब्दच सुचत नाही. काय वैताग आहे! *ॲनेस्टेशिया!*

माझं अबोध मन मला सावध करू पाहतंय.

काहीतरी बोलण्यासाठी ख्रिश्चन तोंड उघडतो खरा, पण त्याऐवजी कपाळावर आठ्या घालून माझ्याकडे रागावून पाहतो. मीही त्याच्याकडे रोखून पाहते. मघाशी गाडीत प्रेमाची ऊब जाणवत होती, त्या जागी आता अबोलपणे, क्रुद्ध नजरांतून होणाऱ्या दोषारोपांमुळे विचित्र शांतता पसरते.

सुदैवानं आमचा हा तापदायक प्रवास लवकरच संपतो. टेलर गाडी माझ्या घरासमोर थांबवतो.

ख्रिश्चन टेलरला हळूच सांगतो, “मला वाटतं तू इथंच थांबावंस.”

कुणी दार उघडायची वाट न पाहता मी घाईनं गाडीतून खाली उतरते.

पर्समध्ये घराची किल्ली शोधताना तो माझ्या अगदी मागे येऊन उभा राहिल्याचं मला जाणवतं.

कोंडीत पकडलेल्या पिसाळलेल्या श्वापदाशी बोलावं, तसा शांतपणे तो मला हाक मारतो, “ॲनेस्टेशिया.”

मी निःश्वास सोडत त्याच्याकडे वळून पाहते. माझा संताप अनावर झाला आहे. अति रागानं माझी घुसमट होते आहे.

“पहिली गोष्ट म्हणजे, मी खूप वेळात तुझ्याशी संभोग केलेला नाही. असं वाटतंय की– आणि दुसरं म्हणजे, मला प्रकाशनामध्ये उडी घ्यायचीच होती.

सिएटलमध्ये असलेल्या चार कंपन्यांपैकी एसआयपी ही सर्वाधिक नफा देणारी आहे. मात्र ती आता जखडल्यासारखी झाली आहे. तिनं नव्या वाटा चोखाळल्या तरच तिची भरभराट होईल.''

मी अतिशय थंड नजरेनं त्याला न्याहाळते. त्याचे डोळे माझा वेध घेताहेत. भेदक पण कामुकसुद्धा. त्याच्या गहिऱ्या नजरेत मी स्वतःला हरवू शकते.

मी फटकारते, ''म्हणजे आता तू माझा बॉस आहेस तर.''

''तांत्रिकदृष्ट्या मी तुझ्या बॉसच्या बॉसचा बॉस आहे.''

''आणि मी हे असं बॉसच्या बॉसच्या बॉसशी शरीरसंबंध ठेवणं, हे तांत्रिकदृष्ट्या पूर्णतया नैतिक अधःपतन आहे.''

''या क्षणी तू त्याच्याशी वाद घालते आहेस,'' त्याच्या कपाळावर आठ्या आहेत.

''कारण तो अतिशय बेफामपणे फुरफुरतो,'' मी फुत्कारते.

''फुरफुरतो?'' त्याच्या स्वरामध्ये रागाच्या जागी मस्करीची छटा उमटते.

देवा! मला तुझा इतका संताप आला आहे ना! मुळीच हसवू नकोस मला.

नैतिक संतापाचा आव कायम ठेवत मी म्हणते, ''हो.''

''फुरफुरतो?'' आता मात्र त्याच्या चेहऱ्यावरचं हसू लपत नाही.

मी जोरात ओरडते, ''हे बघ, मला इतका संताप आलेला असताना मुळीच हसवू नकोस.''

यावर तो खळखळून हसतो. मग मलाही स्वतःला थोपवणं जमत नाही. मीदेखील हसू लागते. त्याच्या हसण्यातून प्रकट होणारा आनंद मला जाणवणार नाही, असं कसं होऊ शकेल?

''हे बघ, मी मूर्खासारखी हसते आहे त्याचा अर्थ असा नाही की, माझा राग शांत झाला आहे.'' हायस्कूल चिअर लीडरसारखं येणारं हसू दाबत मी एका दमात बोलून मोकळी होते. *अर्थात, मी तशी चिअर लिडर कधीच होऊ शकले नव्हते, ही गोष्ट अलाहिदा.*

तो दारातून आत झुकतो. मला वाटतं की तो आता माझं चुंबन घेईल. पण तसं न करता तो माझ्या केसात नाक खुपसत खोलवर श्वास घेतो.

''मिस स्टील, नेहमीप्रमाणेच तुम्ही अनपेक्षित पवित्रा घेतला आहे,'' माझ्याकडे टक लावून पाहत तो मागे झुकतो. त्याच्या नजरेतली मस्करी लपत नाहीये.

''आता तू मला आत बोलावणार आहेस, की आवडीची वस्तू विकत घेण्याचा लोकशाही हक्क बजावला म्हणून या अमेरिकन नागरिकाची– आंत्रप्रेन्युअरची हकालपट्टी करणार आहेस? ''

''याबद्दल तू डॉ. फ्लिनशी चर्चा केली आहेस का?''

''ॲनेस्टेशिया, मला आत येऊ देणार आहेस की नाही?'' तो हसत विचारतो.

स्वतःचे ओठ चावत मी नापसंती दाखवण्याचा प्रयत्न करते. परंतु चेहऱ्यावर उमटलेल्या हास्यानं माझा प्रयत्न निष्फळ ठरतो. मी वळून दार उघडते, तसं टेलरला तिथून जाण्याची खूण करत ख्रिश्चन आत येतो आणि ऑडी तिथून जाते.

ख्रिश्चन ग्रे या घरामध्ये येणं हे खूप विचित्र वाटतंय. हे घर त्याच्यासाठी खूप लहान भासतंय.

मी त्याच्यावर अजूनही चिडलेली आहे. त्याच्या भोचकपणाला काही मर्यादा नाही. आता माझ्या लक्षात येतं की, एसआयपीमध्ये येणाऱ्या-जाणाऱ्या ई-मेल्सवर लक्ष ठेवलं जातं, हे त्याला कसं माहीत होतं. बहुधा, मला एसआयपीबद्दल जितकी माहिती आहे त्याहून कैकपटींनी जास्त माहिती त्याला असणार. या विचारानं मी बेचैन होते.

मी काय करू? मला सुरक्षित ठेवण्याची इतकी तीव्र गरज त्याला का भासते? मी पुरेशी मोठी आहे. त्याची खात्री पटवण्यासाठी मी काय करू शकते? खोलीत येरझाऱ्या घालणाऱ्या त्याला पाहून मला पिंजऱ्यात अडकलेल्या श्वापदाची आठवण होते आणि माझा राग शांत होऊ लागतो. आमच्यामधलं नातं संपलं आहे असं मला वाटत असताना, त्याला इथं असं माझ्या घरात पाहणं मला खूप सुखावतं आहे. त्याहून महत्त्वाचं म्हणजे, माझं त्याच्यावर खूप प्रेम आहे. माझ्या मनात गर्वाची भावना दाटू लागते.

''छान जागा आहे!'' तो म्हणतो.

''केटच्या आई-बाबांनी तिला घेऊन दिलं आहे हे घर.''

तो अनाहूतपणे मान डोलावतो. त्याची ती धीट राखाडी नजर माझ्यावर स्थिरावते.

''अं, एखादं ड्रिंक आवडेल का?'' मी धीर एकवटून विचारते.

''ॲनेस्टेशिया, थँक्यू; पण नको.'' त्याची नजर गडद होते.

शी! मी इतकी अस्वस्थ का झाले आहे?

''ॲनेस्टेशिया, तुला काय करायला आवडेल?'' माझ्या दिशेनं येता येता तो हळुवारपणे विचारतो. आता तो अधिक मादक भासतोय. ''मला काय करावंसं वाटतंय ते मला ठाऊक आहे,'' तो पुष्टी जोडतो.

मी मागे मागे होत शेवटी ओट्याला धडकते.

''मी अजूनही तुझ्यावर रागावलेली आहे.''

''मला माहितीये.'' त्याच्या चेहऱ्यावर आर्जवी भाव येतात. त्याचं ते माफी मागणारं हसू पाहताक्षणी मी विरघळते... कदाचित मला वाटलं होतं तितकी मी

रागावले नव्हते.

"तुला काही खायला आवडेल का?" मी विचारते.

तो सावकाश मान डोलावत म्हणतो, "हो, तुला खायला आवडेल." माझ्या कमरेखालचा भाग घट्ट आवळला जातो. नुसत्या त्याच्या आवाजानंच मी इतकी मोहरते. त्यात भर त्याच्या त्या नजरेतल्या भावाची– मला-तू-आत्ता-हवी-आहेस... अरे बापरे!

तो माझ्यासमोर उभा आहे, म्हटलं तर प्रत्यक्ष स्पर्श न करता माझ्या नजरेत नजर गुंफवून त्याच्या देहाच्या धगीची झळ माझ्यापर्यंत पोहोचते आहे. माझं शरीर पेटून उठतं. मी बावचळते. माझ्या पायातलं त्राण नष्ट होतं. सर्वांगातून तीव्र कामेच्छा धावू लागते. मला तो हवा आहे.

"तू आज काही खाल्लंस का?" तो हळुवारपणे विचारतो.

"हो, दुपारी सँडविच खाल्लं आहे." मी कुजबुजते. अन्नाबद्दल बोलायची माझी मुळीच इच्छा नाहीये.

डोळे बारीक करत तो म्हणतो, "तू खाणं गरजेचं आहे."

"या क्षणी मला खरंच भूक नाहीये. निदान अन्नाची तरी."

"मिस स्टील, तुम्ही कशासाठी भुकेल्या आहात?"

"मि. ग्रे, मला वाटतं तुम्हाला ते ठाऊक आहे."

तो माझ्यावर झुकतो. आता तो माझं चुंबन घेईल असं मला परत वाटतं, पण तो नाहीच घेत.

"ॲनेस्टेशिया, मी तुझं चुंबन घ्यावं असं तुला वाटतंय का?" तो माझ्या कानात हळुवार स्वरात विचारणा करतो.

"हो." मी श्वास घेत म्हणते.

"कुठे?"

"सगळीकडे."

"असं मोघम उत्तर चालणार नाही. तुला नेमकं सांगावं लागेल. मी तुला आधीच सांगितलं आहे की, जोवर तू आर्जव करून सांगत नाहीस, की तुला काय हवं आहे, तोवर मी तुला स्पर्शही करणार नाही."

माझी अंतर्देवता आतल्याआत घुसमटते आहे. त्याचं हे वागणं योग्य नाही.

"प्लीज," मी कुजबुजते.

"प्लीज काय?"

"मला स्पर्श कर."

"कुठे, राणी?"

तो इतका जवळ आहे की, मी रोमांचित होते. त्याचा गंध मला वेडं करतो.

मी त्याला स्पर्श करू पाहते. त्या क्षणी तो दोन पावलं मागे सरतो.

"नाही, नाही," तो धमकावतो. त्याची नजर अचानक सावध होते.

"काय...?" *ए... थांब ना, परत ये.*

"नाही." तो मान हलवतो.

"अगदीच नाही का?" माझ्या स्वरातलं आर्जव मी लपवू शकत नाही.

तो माझ्याकडे अनिश्चिततेनं पाहतो. त्याच्या द्विधा मनःस्थितीनं धिटावत मी एक पाऊल पुढे टाकते. तसा तो स्व-रक्षणार्थ एक हात उंचावत परत मागे सरतो. मात्र त्याच्या चेहऱ्यावर आता हसू असतं.

"बघ हं, ॲना." तो इशारा देतो आणि वैतागून केसातून हात फिरवतो.

"कधी कधी तुला चालतं." मी तक्रारीच्या स्वरात म्हणते. "मग निषिद्ध क्षेत्राची सीमारेषा आखून घ्यायची का? आणू का मार्कर पेन शोधून?"

तो एक भुवई उंचावतो. "इतकी काही वाईट कल्पना नाही. बेडरूम कुठे आहे तुझी?"

मी मानेनं दाखवते. हा मुद्दाम विषयांतर करतो आहे का?

"तू तुझ्या गोळ्या व्यवस्थित घेते आहेस ना?"

ओह शिट्! गोळ्या!

माझ्या चेहऱ्यावरचे भाव पाहून त्याचा चेहरा पडतो.

"नाही." मी चिरकते.

"अस्सं!" त्याच्या ओठांची मुरड घट्ट होते. "चल, काहीतरी खाऊ या."

नाही.

"मला वाटलं, आपण अंथरुणात शिरतोय. मला आत्ता तुझ्यासोबत प्रणय हवा आहे."

"राणी, मला त्याची कल्पना आहे." तो हसतो. अचानक माझ्या दिशेनं झेपावत माझं मनगट पकडून तो मला मिठीत करकचून आवळतो.

"काहीतरी खाऊन घेण्याची आपल्या दोघांनाही नितांत गरज आहे." त्याचे राखाडी डोळे जणू धगधगताहेत. "शिवाय, अपेक्षा ही मोहात पाडण्याची पहिली पायरी आहे. त्यातून या क्षणाला संतोषाला थोडं दूर ठेवायची इच्छा होते आहे."

हं! कधीपासून?

"मी मोहवश झाले आहे आणि मला या क्षणी संतुष्ट व्हायचं आहे. प्लीज, मी तुला विनंती करते." माझा सूर रडका येतोय. माझ्या अंतर्देवतेचं ताळतंत्र सुटू पाहतंय.

तो माझ्याकडे पाहत प्रेमानं हसतो. "खाऊन घे, तू खूप अशक्त झाली आहेस."

माझ्या कपाळाचं चुंबन घेत तो मला मिठीतून मोकळं करतो.

हा मला खेळवतो आहे. मी वैतागते.

"तू एसआयपी विकत घेतलीस म्हणून मी अजूनही रागावलेली आहे. त्यात तू मला अशी वाट पाहायला लावतो आहेस, त्यामुळे रागामध्ये भर पडते आहे."

"तू एक रागीट मुलगी आहेस, हो की नाही? पोटभर खाल्लंस की तुला बरं वाटेल."

"मला कशामुळे बरं वाटेल, ते मला चांगलं ठाऊक आहे."

"ॲनेस्टेशिया स्टील, मला धक्का बसला आहे." त्याच्या स्वरात मस्करीयुक्त उपहास आहे.

"मला चिडवणं बंद कर. तू लबाडी करतो आहेस."

खालचा ओठ चावत तो येणारं हसू दाबतो. माझ्या कामवासनेला छेडणारा ख्रिश्चन या क्षणाला अतिशय छान दिसतोय. एखाद्याला मोहवश करण्याचं तंत्र मला अचूक माहिती असतं, तर एव्हाना मी काहीतरी मार्ग अवलंबू शकते असते. त्याला स्पर्शदेखील न करता येणं हा माझ्या मार्गात सर्वांत मोठा अडसर आहे.

माझी अंतर्देवता डोळे बारीक करून विचारात गढते. आम्हांला दोघांना यावर एकत्रित तोडगा काढावा लागणार आहे.

मी आणि ख्रिश्चन एकमेकांच्या नजरेत हरवून बसतो. माझी कामवासना मला त्रस्त करते. तो मात्र सैलावलेला असतो. माझ्या भावनावेगानं थोडासा अचंबितदेखील. आणि मला आठवतं की, घरात खाण्यासाठी काहीही नाहीये.

"आपण बाहेरून काही वस्तू विकत आणल्या, तर मी स्वतःच काही स्वयंपाक करू शकते."

"बाहेरून विकत?"

"भाज्या वगैरे."

"तुझ्या घरात काहीही नाही?" त्याच्या चेहऱ्यावर कठोर भाव उमटू लागतात.

मी डोकं हलवते. अरे बापरे! चांगलाच रागवला आहे.

"चल, ताबडतोब घेऊन येऊ या." झटक्यात वळून तो कठोरपणे म्हणत माझ्यासाठी दार उघडतो.

"**याआधी** तू सुपरमार्केटमध्ये कधी गेला होतास?"

त्या जागेवर ख्रिश्चन अजिबात शोभत नाहीये, पण तो शॉपिंग बास्केट घेऊन माझ्यामागून फिरतो आहे.

"मला नाही आठवत."

"मिसेस जोन्स सगळी खरेदी करतात का?"

"मला वाटतं, टेलर त्यांना मदत करतो, पण नक्की नाही सांगता येणार."

"मी स्टर-फ्राय केलं तर चालेल का? पटकन होईल."

"मस्त!" त्याच्या चेहऱ्यावर हसू आहे. झटपट पदार्थ करण्यामागचा माझा अंतःस्थ हेतू त्याला नक्कीच कळला असणार म्हणा.

"ते दोघंही खूप वर्षांपासून तुझ्याकडे काम करताहेत का?"

"मला वाटतं, टेलर चार वर्षांपासून आहे. मिसेस जोन्स पण साधारण तितक्याच वर्षांपासून आहेत. तुझ्या घरात खायला काहीच कसं नव्हतं?"

"तुला माहिती आहे त्याचं कारण!" मी संकोचून पुटपुटते.

तो नाराजीने उत्तरतो, "तू मला सोडून गेली होतीस."

"माहितीये मला," माझा आवाज अजून खोल जातो. मला ती आठवणदेखील नको आहे.

आम्ही पैसे देण्यासाठी रांगेत उभं राहतो.

मी जर निघून गेले नसते, तर ह्यानी असा व्हॅनिला सेक्सचा, हलक्याफुलक्या प्रणयाचा पर्याय ठेवला असता का माझ्यासमोर? ...माझ्या मनात विचार येतो.

"तुझ्या घरी प्यायला काय आहे?" त्याच्या प्रश्नानं मी वर्तमानात येते.

"मला वाटतं बिअर असावी."

"मला जरा वाईन घेऊन येतो."

"अरे बापरे! एरनीच्या या सुपरमार्केटमध्ये कुठल्या प्रकारची वाईन मिळेल ह्याची मला मुळीच कल्पना नाही. तेवढ्यात ख्रिश्चन वैतागलेल्या चेहऱ्यानं रिकाम्या हातांनी परत येतो.

"बाजूला एक वाईन शॉप आहे." मी पटकन सांगते.

"बरं. पाहतो काय मिळतं ते."

त्याच्या घरी जायला हवं का, म्हणजे मग हा सगळा गोंधळ तरी नाही होणार. तो ज्या सहजतेनं बाहेर चालत जातो, तिकडे मी पाहत राहते. दुकानात येणाऱ्या दोन महिला त्याचं मर्दानी सौंदर्य पाहून थबकतात.

पाहा, पाहा माझ्या फिफ्टी शेड्सकडे! मी उद्विग्नतेनं म्हणते.

माझ्या बिछान्यात तो पहुडल्याची आठवण मला जतन करून ठेवायची आहे, पण तो मुद्दाम त्रास देतो आहे. मीही तसंच करायला हवं आहे बहुधा.

माझी अंतर्देवता माझ्या विचाराशी सहमत होते. रांगेत उभं असतानाच आम्ही दोघी मिळून योजना आखतो हं...

दुकानातून घरी आम्ही चालत येतो, तेव्हा ख्रिश्चननं सगळ्या पिशव्या पकडल्या आहेत. त्याला असं बघायची सवय नाही म्हणून ते विचित्र वाटतंय, पण कुठंही तो

त्याचा सी.ई.ओ.चा आव दाखवत नाही.

"तू खूपच... घरगुती दिसतो आहेस."

"असा आरोप माझ्यावर आजपर्यंत कोणी केला नाही," तो म्हणतो. सगळ्या पिशव्या तो ओट्यावर टेकवतो. मी त्यातलं सामान जागेवर लावू लागते. वाईनची बाटली बाहेर काढून ती उघडण्यासाठी तो कॉर्कस्क्रू शोधू लागतो.

"मलाही हे घर नवीन आहे अजून. जरा त्या पलीकडच्या ड्रॉवरमध्ये बघतोस का?" मी हनुवटीनी निर्देश करत म्हणते.

हे असं वावरणं किती नैसर्गिक वाटतंय. एकमेकांना जाणून घेऊ पाहणाऱ्या दोन व्यक्ती एकत्र स्वयंपाक करताहेत. तरीसुद्धा मला हे फार विचित्र वाटतं आहे. त्याच्या सहवासात माझ्या मनात सतत एक भीतीची भावना जाणवते, ती आता अगदी गायब झाली आहे. आम्ही आत्तापर्यंत किती काय काय एकत्र केलं आहे. विचारांनीसुद्धा मला लाज वाटते. तरीही जाणवतं की मी अजून ह्याला मुळीच ओळखत नाही.

"काय विचार करते आहेस?" आपलं पिन स्ट्राईप जॅकेट काढून ते कोचवर ठेवत ख्रिश्चन माझ्या विचारांना खंडित करतो.

"खरंच, तुला मी फारशी ओळखत नाही."

तो माझ्याकडे टक लावून पाहतो. त्याची नजर सौम्य होते. "तू मला सर्वांहून अधिक चांगलं ओळखतेस."

"मला नाही वाटत तसं." इच्छा नसतानाही मिसेस रॉबिन्सनचा विचार मनात येतो.

"खरंच ॲनेस्टेशिया! मी अत्यंत एकलकोंडा आहे."

तो माझ्या हातात व्हाईट वाईनचा ग्लास ठेवतो.

"चिअर्स!" तो म्हणतो.

"चिअर्स!" मी एक घोट घेत म्हणते. तो वाईनची बाटली फ्रिजमध्ये ठेवतो.

"मी तुला काही मदत करू का?"

"नाही अरे, मी करते. तू बस."

"मला आवडेल मदत करायला." त्याच्या चेहऱ्यावर प्रामाणिक भाव आहेत.

"मग तू भाज्या चिरू शकतोस?"

"मी स्वयंपाक करत नाही." मी त्याला दिलेल्या सुरीकडे संशयानी पाहत तो म्हणतो.

"तुला तशी गरज नाहीये, हे मी समजू शकते," मी त्याच्यासमोर चॉपिंग बोर्ड आणि लाल ढब्बू मिरची ठेवते. तो गोंधळून त्याकडे पाहतो.

"तू कधी भाज्या चिरल्या नाहीस का?"

“नाही.”

मी कुत्सितपणे त्याच्याकडे पाहते.

“तू कुजकेपणानी माझ्याकडे पाहते आहेस का?”

“ख्रिश्चन, कबूल कर की तुला येत नाही; पण मला येतं आहे, असंही काही अस्तित्वात आहे. ही पहिलीच वेळ आहे तर! थांब, मी दाखवते तुला कसं चिरायचं ते.”

त्याला माझा स्पर्श होतो, तसा तो मागे सरकतो. त्याचबरोबर माझी अंतर्देवता खडबडून जागी होते.

“बघ, असं कर.” मी लाल ढब्बू मिरची चिरून काळजीपूर्वक त्यातील बिया काढू लागते.

“अगदी साधं दिसतंय.”

“तुला तरी ते कठीण वाटणार नाही.” त्यातलं तथ्य जाणवून मी म्हणते.

क्षणभर तो निर्विकारपणे माझ्याकडे पाहतो. मी चिकनचे तुकडे करू लागते तसं तो अत्यंत काळजीपूर्वक चिराचिरी सुरू करतो. *बापरे! या गतीने तर दिवसभर आम्ही स्वयंपाकघरातच राहू.*

मी हात धुऊन कढई, तेल आणि आवश्यक इतर गोष्टी शोधू लागते. ते करताना जाणीवपूर्वक मी त्याला स्पर्श करते. कधी हात, कधी नितंब, कधी पाठ, कधी दंड... तसं पाहायला गेलं तर निर्हेतुक छोटे छोटे स्पर्श. माझ्या प्रत्येक स्पर्शानंतर तो क्षणभर स्तब्ध होतो.

“ॲनेस्टेशिया, तू काय करते आहेस हे मी चांगलं ओळखून आहे.” पहिलंच बेलपेपर कापताना तो म्हणतो.

“मला वाटतं, याला स्वयंपाक म्हणतात,” मी पापण्यांची उघडझाप करत उत्तर देते. मग दुसरी सुरी घेऊन मीदेखील त्याच्याबरोबर त्याच चॉपिंग बोर्डवर लसूण, छोटे कांदे, फरसबी वगैरे चिरू लागते. अधनंमधनं त्याच्यावर धडकणं सुरू असतं.

“तू या साऱ्यात अगदी तरबेज आहेस की!” आता दुसरी ढब्बू मिरची चिरायला घेत तो म्हणतो.

“चिराचिरी करण्यात?” परत मी डोळ्यांची फडफड करते. “अनेक वर्षांची सवय आहे.” आता मी पार्श्वभागानी त्याला स्पर्श करते. परत एकदा तो स्तब्ध होतो.

“ॲनेस्टेशिया, तू आता अजून एकदा जरी तसं केलंस ना, तर मी या इथे स्वयंपाकघरातच तुला भोगीन हं.”

ओ वॉव! चला तर, युक्ती लागू पडते आहे. “तुला आर्जव करावी लागतील.”

"आव्हान देतेस का?"

"तसंही असू शकतं म्हणा."

तो सुरी खाली ठेवून सावकाश माझ्या दिशेनं येतो. त्याच्या डोक्यात आग पेटली आहे. माझ्या पलीकडे जाऊन तो गॅस बंद करतो. त्याबरोबर कढईतलं तेल शांत होतं.

"मला वाटतं, आपण नंतर खाऊ या," तो म्हणतो. "ते चिकन तेवढं फ्रिजमध्ये ठेव."

आता ख्रिश्चन ग्रेकडून मी अशा वाक्याची अपेक्षा केली नव्हती. केवळ तोच या अशा वाक्यामध्येदेखील मादकता आणू शकतो. चिकन कापून ठेवलेलं भांडं मी फ्रिजमध्ये ठेवते. त्यावर ताटली ठेवताना माझा हात थरथरू लागतो. मी वळते तेव्हा तो माझ्या बाजूला असतो.

"मग आता तू आर्जव करणार आहेस तर!" त्याच्या गडद नजरेला धीटपणे नजर देत मी कुजबुजते.

"नाही ॲनेस्टेशिया, आर्जवांची गरज नाही." त्याचा आवाज मुलायम आणि मोहात पाडणारा आहे.

मग आम्ही एकमेकांकडे पाहत जणू नजरेनं एकमेकांना पीत तसेच उभे राहतो. क्षणाक्षणाला आजूबाजूचं वातावरण बदलू लागतं. निःशब्दता पेटून उठू लागते. या देखण्या पुरुषाबद्दल माझ्या मनात प्रचंड कामवासना दाटते. माझं रक्त उसळू लागतं, श्वास उथळ होऊ लागतो, कमरेच्या खाली प्रचंड ओढ जाणवू लागते, तशी मी खालचा ओठ चावते. त्याच्या उभं ठाकण्यात, नजरेत मला माझ्या भावनांचं प्रतिबिंब दिसतं.

क्षणार्धात एका हातानं माझ्या नितंबांना धरून तो मला स्वतःकडे ओढतो, तशी माझे हात त्याच्या केसात जातात. त्याचे ओठ माझ्या ओठांवर टेकतात. तो मला फ्रिजसमोर ढकलतो. आतल्या बाटल्यांचा किणकिणाट मला जाणवतो. त्याची जीभ माझ्या जिभेवर हक्क गाजवू लागते. मी तशीच कण्हते. तो एका हातानं माझे केस पकडून माझं डोकं मागे ओढतो. आमच्या चुंबनाचा आवेग आता पराकोटीला पोहोचला आहे.

"ॲनेस्टेशिया, तुला काय हवं आहे?" तो श्वास घेतो.

"तू..." मी धपापते.

"कुठे?"

"पलंगावर."

चुंबन सोडत तो झटक्यात आणि सहजतेनं मला उचलतो आणि बेडरूमकडे नेतो. माझ्या पलंगाच्या बाजूला मला उभं करून तो बाजूचा दिवा लावतो. खोलीत

सभोवार नजर टाकून चटकन तिथले क्रीम रंगाचे पडदे ओढून घेतो.

"आता काय," तो हळुवारपणे विचारतो.

"प्रणय कर."

"कसा?"

जीऽऽज़्!

"राणी, तुला सांगावं लागेल.

होली क्रॅप! "माझे कपडे उतरव," मी आत्ताच धापा टाकायला सुरुवात केली आहे.

माझ्या शर्टमध्ये एक बोट गुंफून तो मला त्याच्या दिशेने ओढतो.

"शहाणी मुलगी आहेस." माझ्यावर डोळे खिळवत ठेवत तो माझ्या शर्टची बटणं उघडू लागतो.

स्वतःला स्थिर करायला मी त्याचे दंड धरते तरी तो तक्रार करत नाही. चला, त्याचे दंड हे सुरक्षित क्षेत्र आहे तर. बटणं उघडून झाल्यावर शर्ट खांद्यावरून मागे करत तो जमिनीवर पडू देतो. मग जीन्सचं बटण उघडून झिप खाली ओढतो.

"आता काय हवंय ते सांग ॲनेस्टेशिया," त्याची नजर धुंदावते. उथळ श्वास घेताना त्याचे ओठ किंचित विलग होतात.

"इथून इथवर माझी चुंबनं घे." बोटांनी माझ्या कानाच्या तळापासून ते गळ्यापर्यंत खुणावत मी म्हणते. माझ्या कानशिलावरचे केस बाजूला करत, किंचित वाकत तो मी दाखवलेल्या जागेवर अलवार चुंबनाची पखरण करू लागतो.

"माझी जीन्स आणि पँटीज." मी कुजबुजते तसा तो हसतो. माझ्या गळ्याला त्याचं हसू जाणवतं. आता तो माझ्यासमोर गुडघ्यावर बसतो. ओह! माझ्यातली ताकद जाणवून मला किती छान वाटतंय. माझ्या जीन्समध्ये अंगठे अडकवत तो ती खाली ओढतो. त्या पाठोपाठ माझ्या पँटीज काढतो. मी पम्पस, पँट आणि पँटीज काढते. आता माझ्या अंगावर केवळ ब्रा आहे. तो तसाच थबकून अपेक्षेनी माझ्याकडे पाहू लागतो.

"आता काय ॲनेस्टेशिया?"

"चुंबन घे!" मी कुजबुजते.

"कुठे?"

"तुला माहितीये."

"कुठे?"

ओह! तो हट्टाला पेटला आहे तर! अतिशय संकोचानं मी माझ्या मांड्यामधल्या उभाराकडे निर्देश करते. त्यावर तो *लबाड* हसतो. पराभवाच्या भावनेनं मी डोळे गच्च मिटते, पण त्याचक्षणी मी अतिशय पेटून उठते.

“आनंदानं!” तो मिटक्या मारत म्हणतो. मग तो माझं चुंबन घेत जिभेला बेलगाम सोडत, मला पूर्णार्थानी आनंद देऊ लागतो. मी चित्कारत त्याचे केस मुठीत पकडते. तो क्षणभरही थांबत नाही. त्याची जीभ माझ्या शिश्निकेभोवती फिरायला लागते. त्याच्या त्या गोलाकार स्पर्शांनी मी पेटत पेटत जाते.

आऽऽह! तसे फार दिवस नाही झालेत. किती झाले बरं? ओऽह...

“ख्रिश्चन, प्लीज!” मी आर्जव करू लागते. मला असं उभ्यानं यायचं नाहीये. तशी ताकद माझ्यात नाहीये.

“प्लीज काय ॲना?”

“मला पूर्ण प्रणय हवा आहे.”

“करतोच तर आहे!” माझ्यावर फुंकर घालत हळुवारपणे तो म्हणतो.

“नाही. मला तू माझ्यात सामावायला हवा आहेस.”

“तुझी तशी खात्री आहे का?”

“प्लीज.”

तरीही तो त्याच्या जिभेनं माझा गोड छळ करणं चालूच ठेवतो. मी जोरात चित्कारते.

“ख्रिश्चन प्लीज!”

तो उभा राहत माझ्याकडे पाहतो. माझ्या स्रावाने त्याचे ओठ चकाकत आहेत.

“ॲना, तू तुझा मुद्दा पटवला आहेस. मला तुझ्या तोंडात यायचं नाहीये.” घट्ट आवळलेल्या दातांतून तो बोलतो.

मी परत त्याला चोखते. त्याबरोबर, खाली वाकत माझे खांदे घट्ट पकडत मला उठवून उभं करत तो पलंगावर ढकलतो. मग घाईनी शर्ट डोक्यातून काढून फेकत बाजूला टाकलेल्या जीन्समधून कंडोमचं पाकीट काढतो. त्याचाही श्वास माझ्यासारखाच फुलला आहे.

“ब्रा काढ,” तो हुकूम सोडतो.

मी उठून बसत हुकमाची अंमलबजावणी करते.

“नीज. मला तुला पाहायचं आहे.”

मी आडवी होत त्याच्याकडे पाहते. तो सावकाश कंडोम चढवतो. मला तो इतक्या तीव्रतेने हवा आहे की... माझ्याकडे रोखून पाहत तो मिटक्या मारतो.

“ॲनेस्टेशिया स्टील, तू नजरेला किती सुखावतेस गं!” आता तो पलंगावर ओणवा होत हळूहळू रांगत चुंबनाचा वर्षाव करत माझ्यावर येतो. मग तो माझ्या दोन्ही स्तनांना चुंबत स्तनाग्रांना छेडू लागतो. त्याच्याखाली माझं चित्कारणं आणि तगमगणं चालू आहे, पण तो थांबत नाही.

थांबव! मला तू हवा आहेस.

"ख्रिश्चन, प्लीज."

"प्लीज काय?" माझ्या स्तनांच्या पोकळीत छेडछाड करत तो विचारतो.

"तू माझ्यात सामावून जा."

"आत्ता?"

"प्लीज."

माझ्याकडे टक लावून पाहत, तो स्वत:च्या पायांनी माझे पाय फाकवतो, माझ्यावर पूर्णपणे स्वार होतो. माझ्यावरची नजर यत्किंचितही न हटवता तो माझ्या कणाकणाला संवेदनेची सुखद जाणीव देत आत प्रवेश करू लागतो.

मी डोळे मिटून घेते. त्याला पूर्णतया सामावून घेण्यासाठी, त्याचा स्पर्श उत्कटतेने अनुभवण्यासाठी, गच्च भरून जाण्यासाठी माझी कंबर उचलत त्याला भिडते. माझ्यात त्याचं भिनणं अनुभवते. माझे प्रणयध्वनी नकळत उमटत राहतात.

तो स्वतःला बाहेर काढत परत मला पूर्णतया व्यापून टाकतो. त्याच्या मऊशार, अस्ताव्यस्त केसांतून मी बोटं फिरवते. तो हळुवारपणे बाहेर-आत, बाहेर-आत येत जात राहतो.

"ख्रिश्चन, भरभर कर!"

विजयी वीराच्या आवेशात तो माझ्याकडे कटाक्ष टाकतो आणि माझं गाढ चुंबन घेतो. आता तो खऱ्या अर्थानी आत-बाहेर करू लागतो.

होली काऊ! काय गोड, कठोर शिक्षा आहे ही! ओह फक्! मला माहितीये की आता फार वेळ लागणार नाही. त्यानं आता एक आवेगपूर्ण लय पकडली आहे. माझ्या सर्वांगातून लहर धावते. माझ्या पायांमध्ये संवेदनांची गर्दी होऊ लागते.

"कमॉन बेबी, गिव्ह इट टू मी!"

बस्स! जणू त्याच्या शब्दांसाठीच मी थांबलेली असते. ते कानी पडताच मी कामोच्च शिखरावर पोहोचते. माझा रतीस्राव भरभरून पाझरू लागतो. माझ्यात सामावलेल्या त्याला मी आणि मला तो एकमेकांच्या स्रावात गच्च भिजवू लागतो.

"ॲना! ओह फक्! ॲना" माझ्या नावाचा जप करत तो रिता होत जातो.

मग माझ्यावर कोसळत माझ्या मानेमध्ये डोकं खुपसतो.

४

थोडीशी भानावर येताच मी डोळे उघडून ख्रिश्चनकडे पाहते. माझं प्रेम जडलंय या माणसावर. त्याच्या चेहऱ्यावर सौम्य, मृदू भाव आहेत. कोपरांवर स्वतःला तोलत, माझ्या डोक्याच्या दोन्ही बाजूला विसावलेले माझे हात पकडत तो माझ्या नाकावर नाक घासतो. मला शंका येते की मी त्याला स्पर्श करू नये म्हणून मला अशा प्रकारे त्यानी जखडून ठेवलं आहे. मला जरा वाईट वाटतं. स्वतःला माझ्यातून बाहेर काढतानाच तो माझ्या ओठाचं हळुवार चुंबन घेतो.

श्वास घेत तो म्हणतो, ''मला या सगळ्याची फार उणीव भासली.''

''मलासुद्धा,'' मी कुजबुजते.

माझी हनुवटी पकडत तो माझं प्रदीर्घ, आर्त चुंबन घेतो. काय सांगू पाहतो आहे तो. मला नाही कळत. त्या चुंबनाने माझी दमछाक होते.

''परत मला सोडून जावू नकोस.'' माझ्या डोळ्यांत खोलवर पाहत गंभीर चेहऱ्यानं तो काकुळतीनं विनवतो.

''बरं!'' मी कुजबुजत हसते. उत्तरादाखल तोदेखील हसतो. काय नसतं त्याच्या हसण्यात... सुटकेची भावना, हर्ष, लहान मुलासारखा आनंद... अतिशय सुंदर हसू असतं ते. त्याच्या नजरेतल्या भावांनी तर अत्यंत थंड हृदयाचा माणूसदेखील विरघळून जाईल.

''आयपॅड खूप छान आहे. थँक्यू.''

''यू आर मोस्ट वेलकम, ॲनेस्टेशिया.''

''त्यापैकी तुझं सर्वाधिक आवडतं गाणं कोणतं?''

''यादीच करावी लागेल.'' तो हसतो. ''पण आत्ता मला भयंकर भूक लागली आहे. तेव्हा हे रमणी आधी माझ्यासाठी खायला कर.'' एकदम उठून बसत तो मलादेखील ओढतो.

''रगणी?''

''रमणी, खायला आत्ता, प्लीज.''

''सर, आपण इतक्या चांगल्याप्रकारे मागणी करताय, तेव्हा मी ताबडतोब

तयार करते.''

अंथरुणातून उठताना माझी उशी बाजूला सरकते. त्याबरोबर त्याखाली दडवलेला तो हवा गेलेला हेलिकॉप्टरचा फुगा उघडा पडतो. तो हातात घेऊन ख्रिश्चन माझ्याकडे प्रश्नार्थक पाहतो.

''ए, तो माझा फुगा आहे,'' अंगावर रोब चढवत मालकी जतावत मी म्हणते. *ओ, जीझ् ! आत्ता हा फुगा कशाला ह्याला दिसायला हवा होता?*

''अंथरुणात?'' तो पुटपुटतो.

''हो,'' मी लाजते. ''मला सोबत करत होता तो.''

''चार्ली टँगो नशिबवान आहे बेटा!'' आश्चर्य वाटून तो म्हणतो.

हो. मी भावनाप्रधान आहे, ग्रे. कारण मी तुझ्यावर प्रेम करते.

''माझा फुगा.'' असं पुन्हा म्हणून मी वळून स्वयंपाकघराच्या दिशेने जाते. पलंगावर बसून तो हसत राहतो.

केटच्या पर्शियन रगवर बसून मी आणि ख्रिश्चन पांढऱ्या बाऊलमधून चॉपस्टिक्सनी स्टरफ्राय चिकन आणि नूडल्स खात थंडगार पिनॉट ग्रिगीओचा आस्वाद घेत आहोत. ख्रिश्चन पाय पसरून कोचला टेकून बसला आहे. त्यांच्या अंगावर मघाची जीन्स आणि शर्ट आहे. धुंद प्रणयाचा परिणाम त्याच्या अस्ताव्यस्त केसांवर जाणवतो आहे. पार्श्वभूमीवर ख्रिश्चनच्या ऑयपॅडमधून ब्युएना व्हिस्टा सोशल क्लबची सुरावट कानांना सुखावते आहे.

खाता खाता तो म्हणतो, ''मस्त झालं आहे.''

मी त्याच्या बाजूला मांडी घालून बसले आहे. मला प्रचंड भूक लागल्यामुळे मी अधाशासारखी खाते आहे. त्याचे अनवाणी पाय किती सुंदर आहेत!

''केटचं स्वयंपाकाशी फार काही जमत नाही, त्यामुळे सहसा मीच स्वयंपाक करते.''

''तुझ्या आईनं शिकवलं का तुला?''

''तसं नाही म्हणता येणार.'' माझ्या बोलण्याला उपहासाची छटा आहे. ''स्वयंपाक शिकण्यात रस वाटण्याइतकी मी मोठी झाले तोवर माझी आई तिच्या तिसऱ्या नवऱ्याबरोबर टेक्सासमधल्या मॅन्सीफिल्डला राहत होती. मी नसते तर रे नी तर फक्त ब्रेड, टोस्ट आणि पार्सलवर गुजराण केली असती.''

माझ्याकडे पाहत ख्रिश्चन विचारतो, ''तू आईबरोबर टेक्सासला नाही गेलीस?''

''नाही, स्टीव्हचं– तिचा नवरा- आणि माझं फारसं पटलं नाही. मला रे ची खूप उणीव भासायची. तिचं स्टीव्हबरोबरचं लग्न तसंही फार टिकलं नाही. मला वाटतं, तिला तिची चूक कळली असावी. त्याबद्दल ती कधीही बोलत नाही.'' मी

पुढे म्हणते, ‘‘माझ्या मते तिच्या आयुष्यातली ती घोडचूक असावी. परंतु आम्ही त्यावर कधीच चर्चा करत नाही.’’

‘‘म्हणून तू सावत्र वडिलांबरोबर वॉशिंग्टनमध्ये राहायला आलीस तर.’’

‘‘हो.’’

‘‘असं दिसतंय की तूच त्याची काळजी घेतलीस.’’

त्याच्या आवाजाला असलेली धार जाणवून मी त्याच्याकडे पाहते.

‘‘म्हणायचं काय तुला?’’ त्याच्या चेहऱ्यावरच्या सावध भावांनी मी चमकते.

‘‘मला तुझी काळजी घ्यायचीये, तुला जपायचं आहे.’’ कुठल्यातरी अनोख्या भावांनी त्याचे डोळे चमकत असतात.

माझं हृदय धडधडू लागतं.

‘‘आलं आहे माझ्या लक्षात,’’ मी हळूच म्हणते. ‘‘पण तुझी पद्धत थोडी विचित्र आहे.’’

त्याच्या कपाळावर आठ्या पडतात. ‘‘तेवढी एकच पद्धत मला ठाऊक आहे,’’ तो शांतपणे म्हणतो.

‘‘तू एसआयपी विकत घेतल्याचा माझा राग अजूनही गेला नाहीये.’’

‘‘मला ठाऊक आहे राणी, पण तुझ्या भडकण्यानी माझ्या निर्णयात फरक नाही पडणार.’’

‘‘मी माझ्या ऑफिसमधल्या सहकाऱ्यांना आणि जॅकला काय सांगणार आहे?’’

तो डोळे बारीक करत म्हणतो, ‘‘त्या फकरनी तर तुझ्यापासून लांब राहिलेलं बरं.’’

‘‘ख्रिश्चन!’’ मी धमकावत म्हणते, ‘‘तो माझा बॉस आहे.’’

ख्रिश्चनच्या चेहऱ्यावर उद्दाम शाळकरी मुलाचे भाव उमटतात.

‘‘त्यांना सांगायचं नाही.’’

‘‘काय नाही सांगायचं?’’

‘‘की कंपनी आता माझ्या मालकीची आहे. काल तर आम्ही अॅग्रीमेंटवर सह्या केल्या आहेत. ही बातमी चार आठवडे तरी गुप्त ठेवण्यात येणार आहे. तोवर एसआयपीच्या मॅनेजमेंटमध्ये काही बदल केले जातील.’’

‘‘ओह!... माझी नोकरी जाईल की काय?’’ मी आता सावध होते.

‘‘मला दाट शंका आहे!’’ हसू दाबत तोंड वाकडं करत ख्रिश्चन म्हणतो.

मी भडकते. ‘‘उद्या मी दुसरी नोकरी शोधली, तर तू ती कंपनीसुद्धा विकत घेणार का?’’

‘‘तू सोडून जाण्याचा विचार नाही ना करत आहेस?’’ परत एकदा त्याच्या चेहऱ्यावर सावधपणा दिसतो.

“जाऊही शकते. तू माझ्यासाठी फार काही वाव ठेवला आहेस, असं मला तरी वाटत नाही.”

“तर मग ती कंपनीसुद्धा मी विकत घेईन.” तो हेकटपणानी म्हणतो.

मी परत त्याच्यावर भडकते. कोणत्याही परिस्थितीमध्ये माझ्या बाजूने निर्णय होण्याची शक्यता दिसत नाहीये.

“मला जपण्याचा तू जरा अतिरेक करतो आहेस, असं नाही का तुला वाटत?”

“हो! मला मान्य आहे आणि ते कसं वाटत असेल, याची जाणीवदेखील आहे.”

“डॉ. फ्लिनशी संपर्क साधायला हवा,” मी पुटपुटते.

हातातला रिकामा बाऊल खाली ठेवत तो निर्विकारपणे माझ्याकडे पाहत राहतो. मी सुस्कारा सोडते. मला आत्ता भांडण करायचं नाहीये. त्याचा बाऊल उचलत मी उठते.

“डेझर्ट चालेल?”

“आता कशी मुद्द्यावर आलीस!” त्याच्या चेहऱ्यावर कामवासना दिसू लागते.

“ए मी नाही हं!” *का नाही बरं?* इतका वेळ डुलक्या देणारी माझी अंतर्देवता खडबडून जागी होत उठून बसत कान देऊन ऐकू लागते. “आपल्याकडे व्हॅनिला आइस्क्रीम आहे.” मी हसू लपवत म्हणते.

“खरं?” ख्रिश्चनचं हसू रुंदावतं. “आपण त्याचा सदुपयोग करू शकतो.”

काय? तो दिमाखात उठून उभा राहतो तशी मी अवाक् होऊन त्याच्याकडे पाहते.

“मी राहू शकतो का?” तो विचारतो.

“म्हणजे?”

“आज रात्री.”

“ते मी गृहीत धरलं होतं.” मी लाजते.

“छान! आइस्क्रीम कुठे आहे?”

“ओव्हनमध्ये!” मिस्कीलपणे हसत मी म्हणते.

मान एका बाजूला झुकवत, श्वास सोडत, डोकं हलवत तो मला म्हणतो, “मिस स्टील, टोमणे मारणं हा बुद्धीचा सर्वाधिक हीन प्रकार आहे.” त्याचे डोळे चमकू लागतात.

ओह शिट! काय आहे याच्या मनात?

“मी या क्षणीदेखील तुला माझ्या मनाप्रमाणे भोगू शकतो.”

मी बाऊल सिंकमध्ये ठेवते. “तुझ्याकडे अजूनही ते सिल्व्हर बॉल्स आहेत का?”

तो जाकिटाचे आणि जीन्सचे खिसे तपासतो. ''मी जास्तीचा सेट वागवत फिरत नाही. तसंही ऑफिसमध्ये त्याचं फारसं काही काम नाही. गंमतच आहे, नाही का?''

''मि. ग्रे, हे ऐकून मला फार आनंद झाला आणि मला वाटतं की, आत्ताच तुम्ही म्हटलं होतं की, टोमणे मारणं हा बुद्धीचा सर्वाधिक हीन प्रकार आहे.''

''कसं आहे ना ॲनेस्टेशिया, एखाद्याला हरवता येत नसेल तर त्याच्या पातळीला उतरायचं, ही माझी नवी शैली आहे.''

मी पाहत राहते त्याच्याकडे. *तो हे बोलला आहे यावर माझा विश्वास बसत नाही.*

माझ्याकडे बघून हसताना त्याला स्वतःला झालेला आनंद लपत नाहीये. वळून तो फ्रिजर उघडतो आणि त्यातून बेन अँड जेरीजचा व्हॅनिला आइस्क्रीमचा डबा बाहेर काढतो.

''अरे वा! मस्तच. यानं काम भागेल आपलं.'' तो माझ्याकडे पाहतो. त्याचे डोळे आणखीन गडद झाले आहेत. ''बेन अँड जेरीज अँड ॲना,'' प्रत्येक अक्षरावर जोर देत सावकाश प्रत्येक शब्द उच्चारतो.

ओह फकिंग माय! माझ्या तोंडाचा आ तस्साच वासलेला राहतो. तो कटलरीच्या ड्रॉवरमधून चमचा बाहेर काढतो. तो जेव्हा वर पाहतो, तेव्हा त्याची नजर बारीक झालेली असते आणि त्याची जीभ वरच्या दाताला कुरवाळत असते.

ओह! त्याची ती जीभ!

मी बेसावधपणे भावनांच्या जंजाळात सापडते. त्याच्याबद्दलचं तीव्र आकर्षण, लालसा तनामनात धुमाकूळ घालू लागते. मस्त मजा येणार आहे, तेही आइस्क्रीममुळे.

तो कुजबुजतो, ''तू पुरेशी तापली असशील अशी मला आशा आहे. ये, आता मी तुला ह्यानी शमवतो.'' त्याने पुढे केलेल्या हातात मी माझा हात सोपवते.

माझ्या बेडरूममध्ये गेल्यावर तिथल्या पलंगाच्या बाजूच्या टेबलवर आइस्क्रीम ठेवून तो पलंगपोस ओढून खाली जमिनीवर ठेवतो. मग पलंगावरच्या उशासुद्धा खाली ठेवतो.

''बदलायला दुसऱ्या चादरी आहेत ना?''

भारावल्यासारखी त्याला न्याहाळत मी मानेनी होकार देते. तो चार्ली टँगो उचलतो.

''ए, माझ्या फुग्याशी मस्ती नकोय हं!'' मी धमकावते.

त्याच्या ओठावर अर्धवट हसू फुलतं. ''स्वप्नातसुद्धा तसा विचार करणार नाही राणी, पण तुझ्याशी आणि चादरीशी मस्ती करायची आहे मला.''

ते ऐकून माझं अंगांग फुलून येतं.

''मला तुला बांधायचं आहे.''

ओह! ''ठीक आहे,'' मी हळूच म्हणते.

''फक्त तुझे हात पलंगांना बांधायचेत. तू हालचाल करता कामा नये.''

''ठीक आहे,'' परत एकदा याहून जास्त काही मी बोलू शकत नाही.

माझ्याकडे एकटक पाहत तो माझ्याजवळ येतो.

''आपण याचा वापर करू.'' माझ्या रोबचा बंद पकडत तो म्हणतो. त्यानंतर अतिशय सावकाश, मला चिडवत बंदाची गाठ सोडत तो हलकेच बंद काढून टाकतो.

माझा रोब उघडतो, पण त्याच्या तप्त नजरेमुळे मी जागच्या जागी खिळून राहते. पुढच्याच क्षणी तो रोब माझ्या खांद्यावरून मागे ढकलून देतो. त्याबरोबर रोब अंगावरून गळून माझ्या पायाशी गोळा होतो. आता मी त्याच्यासमोर निर्वस्त्र उभी आहे. माझ्या चेहऱ्यावरून तो बोटांची मागची बाजू फिरवतो. त्या स्पर्शाचा नाद पार माझ्या स्त्रीत्वापर्यंत झणकारत जातो. किंचित वाकून तो माझ्या ओठांचं पुसटसं चुंबन घेतो.

''पलंगावर उताणी पड,'' माझ्या पेटलेल्या डोळ्यांत आपली गडद नजर मिसळवत तो पुटपुटतो.

मी सांगितल्याप्रमाणे वागते. बाजूच्या दिव्याच्या मंद प्रकाशाव्यतिरिक्त इतर कुठलाच प्रकाश आता खोलीत नाहीये.

एरवी मला हे असे एनर्जी सेव्हिंग बल्ब अजिबात आवडत नाहीत. किती अंधूक प्रकाश देतात ते. मात्र आज असे ख्रिश्चनसमोर निर्वस्त्र अवस्थेत असताना मला तो अंधूक उजेडच हवाहवासा वाटतो आहे. माझ्याकडे टक लावून पाहत तो पलंगाशी उभा आहे.

''ॲनेस्टेशिया, मी असा दिवसभर तुला न्याहाळत उभा राहू शकतो.'' मग तो रांगत पलंगात शिरत, माझ्यावर चढत मला त्याच्या दोन पायात जखडून टाकतो.

''दोन्ही हात वर कर.'' त्याचं फर्मान सुटतं.

मी लगेच आज्ञापालन करते, तसं रोबचा बंद माझ्या डाव्या मनगटाला बांधून तो पलंगाच्या लोखंडी बारमधून गुंफवून ओढून घेतो. आता माझा डावा हात वरच्या बाजूला ताणला गेला आहे. त्याच बंदानी तो उजवा हातदेखील बांधून टाकतो.

त्याच्याकडे टक लावून पाहणारी मी अशी जखडली गेल्यामुळे तो एकदम सैलावतो. मला जखडून टाकणं त्याला खूप भावतं. कारण मग मी त्याला स्पर्श करू शकत नाही ना. मला अचानक जाणीव होते की, त्याच्या कुठल्याही सबनी त्याला आजवर स्पर्श केला नसणार, कारण ह्याने त्यांना तशी संधी दिली नसणार. सगळी सूत्रं कायम ह्याच्याच हातात असणार. त्याला तेच आवडतं.

आता माझ्यावरून उतरत तो माझ्या ओठांचं पुसटसं चुंबन घेतो. मग उभं राहत डोक्यावरून शर्ट ओढून फेकतो. त्यानंतर जीन्स काढून टाकतो.

आता तोही निर्वस्त्र आहे. माझी अंतर्देवता विलक्षण चेकाळते. असमान लांबीच्या बारवर कौशल्यानी उड्या मारत स्थिरावते. माझ्या तोंडाला कोरड पडते. तो निखालस सुंदर आहे. त्याची शरीरयष्टी दृष्ट लागावी अशी तंतोतंत, प्रमाणबद्ध आणि रेखीव आहे. रुंद खांदे आणि अरुंद नितंबांनी अचूक त्रिकोण साधला आहे. तो व्यायाम करत असणार, हे दिसून येतं. मी अशी दिवसभर त्याला न्याहाळू शकते. तो पलंगाच्या खालच्या बाजूला जाऊन मला घोट्यांना धरून खाली ओढतो. त्यामुळे माझे हात असे काही ताणले जातात की, आता हालचाल करणं मला अशक्य होऊन बसलं.

''जमलं?'' तो म्हणतो.

आता आइस्क्रीमचा डबा उचलत तो परत पलंगावर येऊन मला पायात जखडतो.

अगदी सावकाश त्यावरचं झाकण बाजूला करत चमचा त्यात घुसवतो.

''हं! अजून बऱ्यापैकी घट्ट आहे,'' भुवई उंचावत तो म्हणतो. चमचाभर आइस्क्रीम काढून ते तोंडात टाकतो. ''फारच चविष्ट!'' ओठ चाटत तो सांगतो, ''पूर्वापार चालत आलेलं हे साधं व्हॅनिला आइस्क्रीम इतकं भारी कसं लागू शकतं, नाही का?'' मग माझ्याकडे पाहत मुद्दामच चिडवतो.

''हवंय का थोडं?''

कसला मादक दिसतो आहे. तरुण, बिनधास्त. इथे माझ्यावर आरूढ होऊन मजेत थेट डब्यातून आइस्क्रीम खातो आहे. त्याचे डोळे लकाकताहेत, चेहरा चमकतोय. ओह! हा नक्की मला काय करणार आहे. जसं काही मला माहीतच नाही. मी संकोचानं मान डोलावते.

मग डब्यातून अजून एक चमचाभर आइस्क्रीम काढून तो मला ते देऊ करतो. मी जसं ते खायला आ करते, तसं तो पटकन स्वतःच मटकावतो.

''छे! इतकं चांगलं आइस्क्रीम कोण वाटेल बरं?'' छद्मीपणे हसत तो म्हणतो.

''ए!'' मी विरोध दर्शवते.

''का बरं? मिस स्टील, तुम्हाला व्हॅनिला आवडतं का?''

''होच मुळी!'' अनाहूतपणे मी थोडं जास्त ठासून बोलते आणि त्याला माझ्या अंगावरून झुगारून द्यायचा प्रयत्न करते.

''कोणीतरी चिरडीला आलंय वाटतं! तुझ्या जागी मी असतो, तर असं नसतं केलं.''

''दे ना आइस्क्रीम,'' मी गयावया करते.

''कसं आहे ना मिस स्टील, मला आज तू खूप सुखावलं आहेस, म्हणून देतो.'' तो थोडा सौम्य होत माझ्यासमोर भरलेला चमचा आणतो आणि मला खाऊ देतो.

मला खुदूखुदू हसू येतंय. त्याला खूप मजा वाटते आहे त्यामुळे आपसूकच मला आनंद मिळतोय. परत तो मला चमच्यानं आइस्क्रीम खिलवतो, पुन्हा खिलवतो. *बस हं.*

''हं, तुला खाऊ घालण्याचा प्रभावी उपाय आहे. मला ही पद्धत वारंवार वापरायला आवडेल.''

परत जेव्हा तो मला चमचाभर आइस्क्रीम खाऊ घालू लागतो, तेव्हा मी तोंड उघडत नाही. मानेनीच नकार देते. तो चमच्यातलं आइस्क्रीम तसंच वितळू देतो. त्यासरशी माझ्या गळ्यावर आणि छातीवर ते ओघळू लागतं. मग खाली बसत तो सावकाश ते सारे थेंब चाटून घेतो. माझं शरीर त्याच्याकरता पेटून उठतं.

''म्म! मिस स्टील, तुमच्या शरीरावर हे आइस्क्रीम फार चविष्ट लागतंय की!''

मी त्या बंधनातून मोकळं होण्याचा प्रयत्न करते, तसा पलंग कुरकुरतो; पण मला आता त्याची पर्वा नाही. त्याच्याबद्दलची माझी कामेच्छा पराकोटीला पोहोचली आहे. ती मलाच गिळंकृत करते आहे. तो परत चमचाभर आइस्क्रीम घेऊन मुद्दामच माझ्या छातीवर ठिबकू देतो. मग चमच्याच्या पाठीने माझे दोन्ही स्तन आणि स्तनाग्र त्यात माखतो.

ओह! काय गार आहे. थंडगार व्हॅनिलामुळे दोन्ही स्तनाग्र उत्तेजित होत ताठरतात.

''थंड?'' हळुवारपणे मला असं विचारत तो खाली वाकत दोन्ही स्तन चाटत, चोखत, स्तनपान करत मघाचसारखं सर्व आइस्क्रीम संपवतो. आइस्क्रीमच्या गारव्यामुळे त्याच्या ओठांची ऊब जाणवते.

ओह माय! हा छळवाद आहे. आइस्क्रीम विरघळू लागतं आणि माझ्या अंगावरून त्याचे थेंब इतस्ततः ओघळू लागतात. काही थेंब तर चक्क चादरीवर झिरपतात. त्याचे ओठ माझा छळवाद चालू ठेवतात. जोरजोरात चोखत, चाखत-माखत, छेडत, ओढत, बिलगत... *ओह! प्लीज!* मी धापा टाकू लागते.

''हवंय का थोडं?'' असं विचारत माझ्या उत्तराची वाट न पाहता तो माझ्या ओठांचा, जिभेचा ताबा घेतो. त्याची तरबेज जीभ ल्हस ल्हस करत माझ्या जिभेला उत्तेजित करत सुखावू लागते. ती एकाच वेळेस थंडगार आणि प्रक्षोभक वाटते आहे. ख्रिश्चनच्या स्वतःच्या चवीव्यतिरिक्त व्हॅनिलाची सरमिसळ त्यातून जाणवते. अप्रतिम.

ती भावना माझ्या पचनी पडते तोच ख्रिश्चन उठून बसतो. आता तो चमचाभर आइस्क्रीम माझ्या अंगावर मध्यभागी पोटाकडून सरळ खालच्या दिशेने पसरवतो.

माझ्या नाभीवर तो चमचाभर आइस्क्रीम टाकतो. *बापरे! हे तर मद्यापेक्षाही थंडगार आहे, पण गंमत म्हणजे मला त्याचे चटके बसताहेत.*

"आता तुला याचा अनुभव आहे." त्याच्या डोळ्यांत चमक आहे. "जराही हललीस तर आइस्क्रीम अंथरुणावर सांडेल." मग माझ्या दोन्ही स्तनांना आळीपाळीनं चोखत, चुंबत, स्तनाग्रांना ताठर करत खालच्या दिशेनं आइस्क्रीम टिपायला, चाटायला सुरुवात करतो.

माझ्या शरीरातून लाटांवर लाटा उसळतात. आइस्क्रीमचा गारवा आणि धुंद प्रणयाचा दाह या टोकाच्या जाणिवांमध्ये मी हिंदकळते आहे. कितीही प्रयत्न केला तरी न हलता स्वस्थ राहणं माझ्या आवाक्याबाहेरचं होतंय. माझ्याही नकळत माझं शरीर त्याच्या स्पर्शाला लयबद्ध प्रतिसाद देऊ लागतं. त्याच्या थंडगार व्हॅनिलाचा परिणाम मला बेफाम बनवतोय. आता माझ्या नाभीसभोवतालचं आइस्क्रीम चाटत तो नाभीचा ठाव घेतो. त्याची जीभ नाभीभोवती गोल फिरत मला उचकवते आहे. मी चित्कारते. होली काऊ! एकाच क्षणी थंड आणि गरम संवेदना. मला चेतावणाऱ्या... पण तो थांबत नाही. तिथून त्याची जीभ खाली सरकत माझ्या योनीवर टेकते.. तिथल्या केसांना कुरवाळत, गुदगुल्या करत शिश्निकेवर स्थिरावते. प्रणयानंद असह्य होऊन मी जोरात ओरडते.

"श्श! शांत हो!" ख्रिश्चनची जादुई जीभ व्हॅनिला टिपत अनोखे आविष्कार दाखवते. मला त्याची प्रचंड असह्य आस लागली आहे.

"ओह प्लीज, ख्रिश्चन!"

"राणी, मला ठाऊक आहे," जिभेचा जादुई स्पर्श न थांबवता तो म्हणतो. त्याच्या त्या अव्याहत, सळसळत्या स्पर्शांनी माझ्या संवेदना तीव्र होऊ लागतात. मी कामोत्सुक होत शिखरावर पोहोचू लागते. त्याच क्षणी त्याचं एक बोट माझ्यात शिरत मला छेडू लागतं, मग दुसरं बोट शिरतं. आता अतिशय सावकाश गतीनं त्याची बोटं तालबद्ध आत-बाहेर करू लागतात.

"फक्त इथे.." एकीकडे लसलसती जीभ मला चोखत चाटत चेतवते, तर दुसरीकडे त्याची बोटं माझ्या योनीमार्गातील अति संवेदनशील भागाला कुरवाळतात.

होली फकिंग काऊ!

त्या क्षणाला ऊर्मी अनावर होऊन मी समागमाची परिसीमा गाठते आणि माझा बांध फुटतो. माझ्या संवेदना स्तब्ध होतात. माझ्या आजूबाजूला काय होतंय त्याची जाणीव पुसली जाते. माझ्या शरीराला सर्वार्थानं शरण जात मी समर्पित होत चित्कारते. जीझ् ! क्षणार्धात कसं घडलं हे?

मला अस्पष्टपणे जाणवतं की, ख्रिश्चनची जीभ शांत झाली आहे. आता तो माझ्या अंगावर आरूढ होत कंडोम घालतोय. दुसऱ्या क्षणी तो झटक्यात माझ्यात

पूर्णपणे सामावला आहे.

"ओह यस् !" त्याच्या तालबद्ध, उत्कट स्ट्रोक्सनी मी भरून जाते. आइस्क्रीममुळे आम्ही दोघंही चिकट झालो आहोत. ती संवेदना विचित्र तरी अनोखी आहे, पण त्याची मला पूर्णतया जाणीव व्हायच्या आतच ख्रिश्चन माझ्यातून बाहेर येत मला तिथल्या तिथं पालथं करतो.

आता तो परत माझ्यात सामावला आहे. तरीही तो त्याची उत्कटतेला नेणारी लयबद्ध हालचाल सुरू करत नाही. माझ्यावर ओणवं होऊन, पुढे होत तो माझे दोन्ही हात बंधनातून मोकळे करत मला स्वतःवर ओढून घेतो. आता मी त्याच्यावर बसले आहे. मग माझ्या स्तनांना आपल्या पंजांनी झाकून टाकत तो स्तनाग्रांना ओढत छेडू लागतो. मी मान मागे त्याच्या खांद्यावर टाकत चित्कारू लागते. तो माझ्या मानेवर नाक घासत माझे चावे घेऊ लागतो. नितंबाचं आकुंचन प्रसरण करत अत्यंत हळुवारपणे तो मला परत परत व्यापून टाकतो.

"तुला कल्पना आहे का की माझ्यासाठी तू काय आहेस?" माझ्या कानाशी त्याचा स्वर रुंजी घालतो.

"नाही," मी श्वासच विसरते.

माझ्या मानेला त्याच्या हास्याचा स्पर्श होतो. माझ्या गळ्याला आणि चेहऱ्याला तो कुरवाळू लागतो. क्षणभर तो मला घट्ट धरतो.

"हो, तुला चांगलंच ठाऊक आहे आणि आता मी तुला जाऊ देणार नाही."

त्याची गती वाढते तशी मी परत चित्कारते.

"ॲनेस्टेशिया, तू माझी आहेस."

"हो, तुझीच," मी धापा टाकते.

"जे माझं असतं त्याची मी काळजी घेतो." असं म्हणत तो माझ्या कानाचा चावा घेतो.

मी जोरात चित्कारते.

"हो राणी! मला तुझं हे असं चित्कारणं ऐकायचंय." एका हातानी माझ्या कमरेला विळखा घालत, दुसऱ्या हातांनी माझे नितंब पकडत तो माझ्यात खोलवर जातो. त्याच्या आवेगानी मी पुन्हा बेभानपणे चित्कारते. त्याच क्षणी त्याची ती छळवादी लयबद्धता सुरू होते. त्याचा श्वास माझ्यासारखा फुलू लागतो. मला पुन्हा एकदा खोलवर सारं काही एकवटल्याची जाणीव होऊ लागते. *जीझ् !*

आता मी म्हणजे केवळ संवेदना बनले आहे. ख्रिश्चन असंच करतो. माझ्या शरीराचा ताबा घेऊन माझ्या मनावर सत्ता गाजवतो. त्याच्यावाचून दुसरं काहीदेखील मला सुचत नाही. जाणवत नाही. त्याची जादू मदभरी आहे, भारून टाकणारी आहे. मी जणू त्याच्या जाळ्यात सापडलेलं फुलपाखरू आहे. ना मला सुटता येतं, ना

मला सुटावंसं वाटतं. *मी पूर्णतया त्याची आहे.*

"कमॉन बेबी!" जणू मी त्याच्या या इशाऱ्याची वाट पाहत होते.

मग एकाच क्षणी आम्ही दोघंही समागमाच्या लाटेवर स्वार होत स्वतःला एकत्र मोकळं करत सुखावतो.

त्या चिकट चादरीवर मी त्याच्या हातावर डोकं टेकून पहुडले आहे. माझ्या पाठीला त्याच्या छाती-पोटाचा स्पर्श जाणवतोय. माझ्या केसात त्यानी नाक खुपसलं आहे.

"माझ्या तुझ्याबद्दलच्या भावनांनी मला घाबरायला होतं रे." मी कुजबुजते.

तो स्तब्ध होत म्हणतो, "राणी मलाही होतं."

"तू जर मला सोडून गेलास तर?" हा विचारसुद्धा किती भयानक आहे.

"ॲनेस्टेशिया, तुझ्या बाबतीत माझी कधी तृप्तता होईल असं मला वाटत नाही. मी तुला सोडून कधीही कुठेही जाणार नाही."

मी वळून त्याच्याकडे पाहते. त्याच्या चेहऱ्यावर अतिशय गंभीर आणि प्रामाणिक भाव असतात. मी पुढे झुकत त्याचं अलगद चुंबन घेते. तो हसून माझ्या केसांची पुढे आलेली बट माझ्या कानामागे करतो.

"ॲनेस्टेशिया, तू मला सोडून गेल्यावर माझ्या मनाची जी काही अवस्था झाली होती, ती मी आजवर कधीही अनुभवली नव्हती. मी आकाशपाताळ एक करीन, पण परत तशी वेळ येऊ देणार नाही." त्याचा स्वर दुःखी आणि गोंधळलेला आहे.

मी परत त्याचं चुंबन घेते. विषयांतर करून वातावरणातला ताण हलका करावासा मला वाटतो, पण ख्रिश्चन ते काम करतो.

"उद्या माझ्या वडिलांकडे 'समर पार्टी' आहे. मी जायचं कबूल केलं आहे. तू येशील का माझ्याबरोबर? वार्षिक कार्यक्रम आहे चॅरिटीकरता."

मी हसते आणि क्षणात लाजतेदेखील.

"नक्कीच येईन!" अरे देवा, माझ्याकडे कपडे कुठे आहेत चांगले?

"काय झालं?"

"काही नाही रे."

"सांग गं." तो आग्रह धरतो.

"अरे, उद्या घालायला माझ्याकडे काही नाहीये."

क्षणभर ख्रिश्चन द्विधा मनःस्थितीत दिसतो.

"हे बघ, रागवू नकोस; पण तुझ्यासाठी आणलेले ते सगळे कपडे अजूनही कपाटात तसेच आहेत. उद्या घालण्याजोगे एक-दोन ड्रेस तरी तुला सापडतील त्याच्यात."

"हो का?" मी ओठांची मुरड घालते. माझा स्वरातला उपरोध लपत नाही; पण

मला आत्ता, या क्षणी त्याच्याशी भांडायचं नाहीये. शिवाय मला आंघोळीची नितांत गरज आहे.

माझ्यासारखी दिसणारी ती मुलगी एसआयपीच्या बाहेर उभी आहे. ए थांब! ती मीच आहे की! माझ्या चेहऱ्याचा रंग उडाला आहे. मला आंघोळीची गरज आहे. माझ्या अंगातले कपडे ढगळ आहेत. मी तिच्याकडे रोखून पाहते. तिने माझे कपडे घातले आहेत. ती किती आनंदी आणि रसरशीत दिसते आहे.

''तुझ्याकडे असं काय आहे, जे माझ्याकडे नाही?'' मी तिला विचारते.

''तू कोण आहेस?''

''मी कुणीही नाही... तू कोण आहेस? की तूसुद्धा कुणीही नाहीस?''

''म्हणजे आता आपली जोडी झाली की! ए, पण कुणाला सांगू नकोस हं. नाहीतर आपल्याला हद्दपार करतील, माहितीये का तुला...!'' ती हसते. पण ते हसू खुनशी असतं. माझ्या अंगातून थंडगार शिरशिरी धावते आणि मी ओरडू लागते.

''जीझस्! ॲना!'' ख्रिश्चन मला हलवून जागं करतोय.

मी कुठे आहे? मला काहीही कळत नाही. *मी घरी आहे, इथे अंधार आहे, मी अंथरुणात ख्रिश्चनबरोबर आहे.* मी डोकं हलवत मनातले विचार झटकायचा प्रयत्न करते.

''राणी, तू ठीक तर आहेस ना? काय झालं? वाईट स्वप्न पाहिलंस का?''

''ओह!''

तो लाईट लावतो तसं आम्ही दोघंही त्या मंद उजेडात न्हाऊन निघतो. तो माझ्याकडे निरखून पाहतो. त्याच्या चेहऱ्यावरची काळजी लपत नाही.

''ती मुलगी,'' मी कुजबुजते.

''काय झालं? कोणती मुलगी?'' तो मला शांत करायचा प्रयत्न करतो.

''संध्याकाळी मी जेव्हा निघाले, तेव्हा एसआयपीच्या बाहेर एक मुलगी होती. ती बरीचशी माझ्यासारखी दिसत होती... म्हणजे तशी वाटत होती.''

ख्रिश्चन एकदम स्तब्ध होतो. बेडच्या शेजारच्या दिव्याचा प्रकाश उजळल्यानं, त्याचा चेहरा उतरल्याचं मला स्पष्ट दिसतं.

''हे कधी झालं?'' तो हादरला आहे. माझ्याकडे टक लावून पाहत तो उठून बसतो.

''मी आज संध्याकाळी निघाले ना, तेव्हा. तू ओळखतोस का तिला?''

''हो!'' केसातून अस्वस्थपणे हात फिरवत तो उत्तर देतो.

''कोण आहे ती?''

काही न बोलता तो ओठ घट्ट मिटून घेतो.

"कोण?" मी परत विचारते.

"लीला आहे ती."

मी आवंढा गिळते. त्याची एक्स सब. आम्ही ग्लायडिंगला गेलो त्याआधी ख्रिश्चन तिच्याबद्दल बोलला होता, ते मला आठवतं. अचानक, त्याला प्रचंड ताण येतो. काहीतरी घडलंय खरं.

"तुझ्या आयपॉडवर जिनं 'टॉक्सिक' हे गाणं टाकलं, ती का ही?

तो माझ्याकडे काळजीने पाहतो.

"हो! ती काही बोलली का तुझ्याशी?"

"ती म्हणाली की, तुझ्याकडे असं काय आहे जे माझ्याकडे नाही? मग मी तिला विचारलं की ती कोण आहे, त्यावर ती म्हणाली की, कुणीही नाही."

प्रचंड वेदनेनी पिळवटत ख्रिश्चन डोळे मिटून घेतो. काय झालं आहे? तिचं त्याच्या आयुष्यात काय स्थान आहे?

माझ्या शरीरातून ॲड्रेनॅलीन धावू लागतं. त्याबरोबर अंगभर काटा फुलतो. *जर ती त्याच्याकरता खूप जवळची असेल तर? कदाचित त्याला तिची उणीव भासत असेल तर? त्याच्या भूतकाळाबद्दल मला किती कमी माहिती आहे. हं... नाती.* तिचा त्याच्याशी करार असणार, त्याला हवं ते सारं तिनं केलं असणार, त्याला हवं ते अर्पण केलं असणार, आनंदानं.

छे! मी तर तसं करू शकत नाही. त्या विचारांनी मला ढवळू लागतं.

अंथरुणातून बाहेर पडत जीन्स घालत ख्रिश्चन बाहेरच्या खोलीत जातो. मी घड्याळाकडे नजर टाकते. पहाटेचे पाच वाजलेले असतात. मी पण अंथरुणातून बाहेर पडत त्याचा पांढरा शर्ट अंगात अडकवून त्याच्या मागे जाते.

होली शिट्! तो फोनवर आहे.

"हो, एसआयपी च्या बाहेर, काल... संध्याकाळी." तो सावकाश बोलत असतो. मी स्वयंपाकघराकडे जाते. तो माझ्याकडे वळून मला विचारतो, "नक्की किती वाजता?"

"साधारण सहाला दहा कमी असताना," मी पुटपुटते. इतक्या पहाटे तो नक्की कोणाला फोन करतोय? लीलानं काय केलं आहे? माझ्यावर नजर न हटवता तो फोनवरून समोरच्याला ही माहिती देतो. त्याच्या चेहऱ्यावर कळकळ दिसत असली, तरी तो काळवंडला आहे.

"शोधून काढ कसं ते... हो... मी असं नसतं सांगितलं ... पण ती असं काही करेल, हा विचारदेखील माझ्या मनाला शिवला नाही." वेदनेनं व्याकूळ झाल्यागत तो डोळे मिटतो. "मला समजत नाही कसं होणार ते... हो... मी बोलीन तिच्याशी...

हो... मला कल्पना आहे... तू जरा पाठपुरावा कर आणि मला कळवत राहा. काहीही कर आणि तिला शोधून काढ. वेल्च, ती अडचणीत आहे. तिला शोध.'' इतकं बोलून तो फोन ठेवतो.

''तू थोडा चहा घेणार का?'' मी विचारते. रे ला फक्त चहाच चांगला करता येतो आणि त्याच्या मते चहा हा सर्व अडचणींवर रामबाण उपाय आहे. मी किटलीत पाणी भरते.

''खरंतर मला परत अंथरुणात शिरायला आवडेल.'' त्याचा झोपायचा इरादा नाही, हे मला त्याच्याकडे पाहूनच कळतं.

''हो, पण मला या क्षणी चहा हवाच आहे. तू घेणारेस का माझ्याबरोबर एखादा कप?'' मी आता सेक्समुळे विचलित होणार नाहीये. काय चालू आहे, हे मला कळलंच पाहिजे.

वैतागून तो केसातून हात फिरवतो, ''हो, चालेल.'' हे तो किती नाइलाजानं म्हणतो आहे हे जाणवूनही मी दुर्लक्ष करते.

मी गॅसवर किटली चढवत कपबशा आणि टी-पॉट काढते. माझ्या मनात काहूर माजलं आहे. काय झालं आहे, हे तो सहज सांगणार आहे, की मागे लागून ते मला काढून घ्यावं लागणार आहे.

त्याची माझ्यावर रोखलेली नजर, त्याला वाटणारी अनिश्चितता आणि संताप मात्र जाणवतो. मी त्याच्याकडे पाहते. त्याच्या नजरेत भीती उमटते.

''काय झालं आहे?'' मी हळुवारपणे विचारते.

तो नकारार्थी मान हलवतो.

''मला सांगणार नाहीयेस का?''

सुस्कारा सोडत, डोळे मिटून घेत तो म्हणतो, ''नाही.''

''का?''

''कारण त्याचा तुझ्याशी संबंध येऊ नये. उगाच तुला या साऱ्यात गुंतवण्याची माझी इच्छा नाहीये.''

''त्याचा माझ्याशी संबंध येऊ नये, पण तो आला आहे. तिनं मला शोधून काढून माझ्या ऑफिसबाहेर हटकलं आहे. तिला माझ्याबद्दल कळलंच कसं? मी कुठे काम करते हे तिला कसं कळलं? जे काय चाललं आहे, ते जाणून घेण्याचा हक्क मला आहे असं मला वाटतं.''

मनातला कोलाहल थांबवणं त्याला जमत नाही. त्यामुळे उद्विग्न होऊन तो परत केसातून हात फिरवतो.

''प्लीज.'' मी पुन्हा सौम्यपणे म्हणते.

माझ्याकडे बघत डोळे फिरवत तो ओठ घट्ट मिटून घेतो.

“ठीक आहे,” शरणागती पत्करत तो म्हणतो, “तिने तुला कसं शोधून काढलं ते नाही मला माहीत. कदाचित आपल्या दोघांच्या पोर्टलॅंडमधल्या फोटोवरून असेल. मला खरंच नाही माहीत.” तो परत सुस्कारा सोडतो. त्याला स्वतःचा वैताग आला आहे, हे मला जाणवतं.

मी संयम ठेवते. तो येरझाऱ्या घालतो. मी किटलीतलं उकळतं पाणी टीपॉटमध्ये ओतते. काही क्षणांनी तो पुढे बोलतो, “मी तुझ्याबरोबर जॉर्जियात होतो, तेव्हा अचानक न सांगता माझ्या घरी पोहोचून गेलसमोर लीलानं खूप तमाशा केला.”

“गेल?”

“मिसेस जोन्स.”

“तमाशा केला म्हणजे?”

तो माझा अंदाज घेतो.

“मला सांग. तू काहीतरी लपवून ठेवतो आहेस.” मी जरा ठासून बोलते.

त्याला आश्चर्य वाटतं. तो डोळ्यांची उघडझाप करतो, “ॲना, मी...” आणि थांबतो.

“प्लीज? प्लीज?”

तो हार मानत सुस्कारा सोडतो. “तिनं स्वतःची शीर कापून घेण्याचा प्रयत्न केला.”

“ओह नो!” म्हणून ते बॅंडेज होतं तिच्या मनगटाला.

“गेलनी तिला ताबडतोब हॉस्पिटलमध्ये नेलं, पण मी तिथं पोहोचण्यापूर्वीच तिनं स्वतःची सुटका करून घेतली होती.”

देवा! याचा काय अर्थ? आत्महत्या? का पण?

“ज्या सायकिॲट्रिस्टनी तिला तपासलं, तो म्हणाला की, तिचं हे वर्तन म्हणजे मदतीसाठी केलेला धावा आहे. त्याच्या मते, तिला खरोखर आत्महत्या करायची नव्हती. तो तिचा इतरांना फसवण्यासाठी मोजून मापून केलेला प्रयत्न होता; पण मला तसं नाही वाटत. म्हणूनच तिला मदत करण्यासाठी मी तिला शोधून काढायच्या मागे आहे.”

“तिनं मिसेस जोन्सला काही सांगितलं का?”

तो माझ्याकडे टक लावून पाहतो. आता तो चांगलाच अस्वस्थ झाला आहे. “नाही, फारसं काही नाही.” सरतेशेवटी तो म्हणतो, पण तो अर्धवट सांगतो आहे, हे मला जाणवतं.

मग मी कपात चहा ओतू लागते. लीलाला ख्रिश्चनच्या आयुष्यात परत यायचं आहे आणि त्याचं लक्ष वेधून घेण्यासाठी तिनं आत्महत्येचा प्रयत्न केला आहे तर! *बापरे! भीतीदायकच आहे हे.* पण परिणामकारकही आहे. तिच्याबरोबर राहण्यासाठी

ख्रिश्चन जॉर्जियाहून तडकाफडकी निघून आला होता; पण तो इथं पोहोचायच्या आधीच ती गायब झाली, नाही का? सगळंच विचित्र आहे.

''तुम्हाला ती सापडत नाहीये? तिच्या कुटुंबाचं काय?''

''ती कुठं आहे हे त्यांना कुणालाच माहीत नाही, अगदी तिच्या नवऱ्यालासुद्धा.''

''नवरा?''

''हो,'' त्याचं फारसं लक्ष नाहीये. ''दोन वर्षांपूर्वी तिचं लग्न झालं.''

काय? ''म्हणजे तिचं लग्न झालेलं असतानाही ती तुझ्याबरोबर होती?'' *होली फक्!* याच्या वागण्याला काही सीमा आहे की नाही?

''छे! छे! तसं नाही! ती साधारण तीन वर्षांपूर्वी माझ्याबरोबर होती. मला सोडल्यावर काही दिवसांनी तिनं या माणसाशी लग्न केलं.''

ओह! ''पण मग आता ती तुझं लक्ष वेधण्याचा प्रयत्न का करते आहे?''

''तेच कळत नाहीये. आत्तापर्यंत आम्हाला एवढंच समजलं आहे की, चार महिन्यांपूर्वी ती नवऱ्याला सोडून पळून गेली.''

''थांब जरा, मला समजावून घेऊ दे. म्हणजे गेली तीन वर्षं ती तुझी सबमिसिव्ह नव्हती का?''

''हं! साधारण अडीच वर्षं झाली.''

''आणि तिला तुझ्याबरोबर राहायचं होतं.''

''हो!''

''पण तुला ते नको होतं.''

''तुला ते माहीत आहे.''

''म्हणून मग ती तुला सोडून गेली.''

''हो.''

''मग तिला आता तुझ्याकडून काय हवं आहे?''

''मला नाही माहीत.'' त्याच्या बोलण्यावरून तो खरं सांगत असावा असं मला वाटतंय.

''पण तुला शंका आहे की...''

तो डोळे बारीक करतो. त्याला आलेला राग लपत नाही. ''मला शंका आहे की, ती तुझ्या मागे आहे.''

मी? आणि ते का म्हणून? *तुझ्यात असं काय आहे जे माझ्यात नाही?*

कमरेपर्यंत उघड्या असलेल्या देखण्या फिफ्टीवर मी नजर टाकते. तो माझ्याबरोबर आहे, माझा आहे. तेच महत्त्वाचं आहे. पण ती किती माझ्यासारखी दिसत होती. माझ्यासारखे गडद केस आणि फिकुटलेली त्वचा. *खरंच, माझ्यात असं काय आहे जे तिच्यात नाही?* या विचारानी मी त्रासते.

"तू मला कालच का नाही सांगितलंस?" तो प्रेमानं विचारतो.

"मी तिला साफ विसरले," मी माफीच्या स्वरात म्हणते. "दिवसभराच्या कामानंतर ड्रिंक्स, कामाचा पहिलाच आठवडा होता माझा. मग तुझं ते बारमध्ये येणं आणि त्यानंतर जॅकबरोबर... टेस्टोस्टेरॉनचं प्रदर्शन. नंतर आपण इथे आलो. या सगळ्यात माझ्या डोक्यातून गेलंच पूर्णपणे. तुला सवयच आहे मला विसरायला लावायची."

"टेस्टोस्टेरॉनचं प्रदर्शन?" त्याचे ओठ दुमडतात.

"नाही तर काय! जीवघेणी स्पर्धा!"

"थांब तुला दाखवतो, टेस्टोस्टेरॉनचं प्रदर्शन कसं असतं ते."

"त्यापेक्षा कपभर चहा नाही का घेणार तू?"

"नाही ॲनेस्टेशिया, चहा नको आहे मला."

त्याच्या डोळ्यांतली धग मला जाणवते. मला-तू-हवी आहेस आणि मला-तू-आत्ता-हवी-आहेस. हा भाव त्याच्या डोळ्यांत सहज वाजता येतो. फक्! किती तापलाय हा!

"विसर तिला, ये" तो हात पुढे करतो.

मी त्याचा हात पकडते, तशी माझी अंतर्देवता जिम फ्लोअरवर तीन कोलांट्या उड्या मारते.

मला उकाड्यानं जाग येते. मी निर्वस्त्र ख्रिश्चनच्या मिठीत गुरफटले आहे. इतक्या गाढ झोपेतही त्यानं मला घट्ट पकडून ठेवलं आहे. पडद्यामधून सकाळचा सौम्य प्रकाश खोलीत झिरपला आहे. माझं डोकं त्याच्या छातीवर, पाय त्याच्या पायात गुंतलेले आणि हात त्याच्या पोटावर विसावले आहेत.

त्याला जाग येऊ नये, म्हणून मी हळूच मान वर करते. झोपेत तो किती शांत दिसतोय, त्यामुळे अधिक तरुण आणि देखणासुद्धा. हा मदनाचा पुतळा माझा, फक्त माझा आहे.

हं! अगदी अलगद मी त्याच्या छातीवरून, तिथल्या केसांवरून बोटं फिरवते. माझ्या स्पर्शानी त्याला मुळीच जाग आली नाहीये, यावर माझा विश्वास बसत नाहीये.

होली काऊ! हा खऱ्या अर्थानी माझा आहे... निदान अजून काही क्षण तरी. पुढे होत मी त्याच्या छातीवरच्या व्रणांवर ओठ टेकते. त्याबरोबर तो झोपेतच कण्हतो, पण अजूनही त्याला जाग आलेली नाही. मग मी धिटाईने अजून एका व्रणावर ओठ टेकते. आता मात्र तो डोळे उघडतो.

"हाय!" मी अपराधी भावनेनं म्हणते.

“हाय!” तो सावधपणे म्हणतो, “काय करतेस?”

“तुझ्याकडे पाहतेय.” त्याच्या बेंबीपासून खाली जाणाऱ्या केसांच्या रेषेवरून बोट फिरवत मी म्हणते. तो डोळे बारीक करत पटकन माझा हात धरतो आणि छानसं हसतो. त्याचं ते खास, ठेवणीतलं हसू. ते पाहून मी सुखावते. त्याला केलेला स्पर्श हे माझं गुपित आहे.

ओह! तू का बरं मला तुला स्पर्श करू देत नाहीस?

अचानक तो माझे हात पकडत, माझ्या अंगावर येत मला खाली दाबतो, मग माझ्या नाकाला कुरवाळत माझ्यावर आरोप करतो.

“मिस स्टील, तुमचा इरादा नेक नाहीये असं मला वाटतंय!” पण त्याच्या चेहऱ्यावर हसू असतं.

“तुझ्या सहवासात चांगलं वागण्याची माझी जराही इच्छा नसते.”

“हो?” मग माझ्या ओठांवर ओठ टेकत तो विचारतो, “सेक्स की ब्रेकफास्ट?” त्याची नजर गडद झाली असली, तरी त्यातील मिस्कीलपणा लपत नाहीये. त्याची ताठरता माझ्यात खोलवर प्रवेश करते आहे. मीदेखील कंबर उचलून त्याला प्रतिसाद देते.

“हं! अगदी योग्य निवड केलीस!” माझ्या गळ्याशी कुजबुजत त्याच्या चुंबनांचा वर्षाव सुरू होतो.

मी ड्रेसिंग टेबलच्या आरशासमोर उभं राहून माझे केस बसवण्याच्या प्रयत्नांत आहे. फारच वाढले आहेत. मी जीन्स, टीशर्ट चढवला आहे. ख्रिश्चन नुकताच शॉवर घेऊन आला आहे. तो तयार होताना मी अधाशासारखी त्याला न्याहाळते आहे.

“आठवड्यातून किती वेळा वर्कआऊट करतोस?”

“रोजच.” तो पँटची झिप ओढत बटण लावतो.

“काय-काय करतोस?”

“धावायला जातो, शिवाय वेट्स आणि किक-बॉक्सपण.”

“किकबॉक्स?”

“हो क्लॉड माझा पर्सनल ट्रेनर आहे. ऑलिम्पिकमध्ये तो बॉक्सिंग खेळला आहे. खूप छान आहे तो. तुलाही आवडेल.”

तो त्याच्या पांढऱ्या शर्टची बटणं लावू लागतो, तशी मी त्याच्याकडे वळते.

“मलाही तो आवडेल, म्हणजे?”

“अगं, ट्रेनर म्हणून तुलाही तो आवडेल.”

“पण मला गरज काय पर्सनल ट्रेनरची? तू आहेस ना मला फिट ठेवायला.” मी त्याला डिवचते.

तो मला अलगद मिठीत घेतो. आरशात आमची नजर एक होते.

"माझ्या मनात जे आहे ना, त्यासाठी तू एकदम तंदुरुस्त हवीस. तुला तसं ठेवणं माझं काम आहे."

प्लेरूमच्या आठवणी माझ्या मनात गर्दी करतात, तशी मी बावरते. हो... ती रेडरूम ऑफ पेन खरंच थकवून टाकणारी आहे. तो मला परत तिथे नेणार आहे का? मला तिथे जायचं आहे का?

नाहीतर काय, तशी तुझीही इच्छा आहे. माझी अंतर्देवता मला फटकारते.

त्याच्या गहिऱ्या मदभऱ्या नजरेत मी नजर मिळवते.

"तुला माहीत आहे की तुला मी हवा आहे."

मी लाजेनं चूर होते. लीला त्याच्या अपेक्षा पूर्ण करू शकत होती, हा विचार अचानक मनात येतो आणि मत्सर फणा वर काढतो. मी ओठ घट्ट धरते, तसा ख्रिश्चन मला काळजीनी विचारतो, "काय झालं?"

"नाही, काही नाही," मी मान हलवत म्हणते, "ठीक आहे, भेटीन मी क्लॉडला."

"खरं?" ख्रिश्चनच्या चेहऱ्यावरचं आश्चर्य लपत नाही. त्याचे ते भाव बघून मला हसू येतं. अगदी लॉटरी लागल्याचा आनंद त्याच्या चेहऱ्यावर असतो. अर्थात, त्यानी कधी लॉटरीचं तिकीटही घेतलं नसणार. गरजच काय त्याला त्याची?

"अरे, तुला इतका आनंद होणार असेल, तर नक्की भेटीन मी." मी चिडवते.

मला घट्ट मिठीत घेत तो माझ्या गालाचं चुंबन घेतो. "तुला कल्पना नाहीये माझ्या आनंदाची." तो कानात कुजबुजतो. "सांग, तुला आज काय करायला आवडेल?" तो मला नाकानी गुदगुल्या करतो. त्याबरोबर माझ्या शरीरभर संवेदनेच्या लाटा पसरतात.

"मला ना केस कापायचे आहेत आणि अं... एक चेक टाकायचा आहे बँकेत, म्हणजे मग मला गाडी विकत घेता येईल."

"आऽ!" ओठ चावत तो म्हणतो. मग माझ्याभोवतीचा एक हात मोकळा करत तो त्याच्या जीन्सच्या खिशातून माझ्या छोट्या ऑडीची किल्ली काढतो.

"ही बघ." त्याच्या स्वरात आणि चेहऱ्यावर अनिश्चितता आहे.

"ही बघ म्हणजे?" देवा! माझा स्वर रागीट आहे. शी! मी रागावले आहे. माझं अबोध मन त्याच्याकडे रोखून पाहतं. त्याची हिंमत कशी झाली?

"टेलरनी ती काल परत विकत आणली."

मी काहीतरी बोलायला तोंड उघडते अन् मिटते. परत बोलायचा प्रयत्न करते. पण माझी बोलती बंद झालीये. तो मला गाडी परत देतोय! आता अगदी डोक्यावरून पाणी! मला हे आधी का लक्षात आलं नाही. थांब बच्चू, मी काही कच्च्या गुरूची

चेली नाहीये. मी माझ्या जीन्सच्या मागच्या खिशातून त्याचा चेक असलेलं पाकीट काढते.

"हे घे, ठेव हा तुझा चेक."

ख्रिश्चन संभ्रमात पडतो. मग ते पाकीट ओळखून दोन्ही हात वर करत मागे सरकतो.

"छे! ते तुझे पैसे आहेत."

"मुळीच नाही. मला ती गाडी तुझ्याकडून विकत घ्यायला आवडेल."

त्याच्या चेहऱ्यावरचे भाव एकदम बदलतात. राग... हो... रागच आहे त्याच्या चेहऱ्यावर.

"नाही ॲनेस्टेशिया, तुझे पैसे, तुझी गाडी!" तो मला फटकारतो.

"नाही ख्रिश्चन, माझे पैसे, तुझी गाडी. मी ती तुझ्याकडून विकत घेईन."

"ती गाडी मी तुला ग्रॅज्युएशनची भेट दिली आहे."

"तू जर मला एखादं पेन दिलं असतंस, तर ते अधिक सयुक्तिक नसतं का ठरलं? तू मला ऑडी भेट म्हणून देतोयस."

"तुला वादच घालायचा आहे का?"

"नाही."

"शाब्बास! या घे किल्ल्या," तो त्या ड्रॉवरवर ठेवतो.

"माझ्या म्हणण्याचा हा अर्थ नव्हता."

"चर्चा पुरे, ॲनेस्टेशिया. माझा अंत पाहू नकोस."

मी भडकते. तेवढ्यात मला एक कल्पना सुचते. ते पाकीट मी टरकावते. त्याचे तुकडे-तुकडे करून वेस्ट पेपर बास्केटमध्ये भिरकावते. काय मस्त वाटतं मला!

ख्रिश्चन निर्विकारपणे माझ्याकडे पाहतो, पण मी त्याच्या दुखऱ्या नसेवर पाय ठेवला आहे, हे माझ्या लक्षात येतं. जरा दूर राहिलेलंच बरं त्याच्यापासून.

तो हनुवटी खाजवत क्षणभर विचार करतो.

"नेहमीप्रमाणेच तुम्ही आताही मला आव्हान देत आहात, मिस स्टील." तो रुक्षपणे म्हणतो. मग गर्रकन वळून बाहेरच्या खोलीत जातो. त्याची ही प्रतिक्रिया मला अगदीच अनपेक्षित अशी होती. मला तर वाटलं होतं की, आमची खडाजंगी जुंपणार. आरशातल्या माझ्या प्रतिमेकडे पाहत, खांदे उडवून मी पोनीटेल बांधायचं ठरवते.

माझी उत्सुकता शिगेला पोहोचते. फिफ्टी काय करतो आहे? मी त्याच्यामागे जाते. तो फोनवर बोलत असतो.

"हो चोवीस हजार डॉलर्स, थेट अकाउंटला."

तो निर्विकार चेहऱ्यानं माझ्याकडे पाहतो.

"छान! सोमवारी? मस्त... बस्स, बाकी काही नाही अँड्रिआ."

तो खाडकन फोन बंद करतो.

"सोमवारी तुझ्या अकाउंटला पैसे जमा होतील, समजलं? उगाच माझ्याशी छक्केपंजे करू नकोस." तो संतापला आहे. परंतु मला त्याची पर्वा नाही.

"चोवीस हजार डॉलर्स!" मी किंचाळते. "आणि तुला माझा अकाउंट नंबर कसा माहिती आहे?"

माझ्या उद्रेकानी ख्रिश्चन चकित होतो.

"अॅनेस्टेशिया, तुझ्या बाबतीतील प्रत्येक गोष्ट मला माहीत आहे," तो म्हणतो.

"माझ्या गाडीला चोवीस हजार डॉलर्स किंमत येऊच शकत नव्हती!"

"एरवी मला तुझं पटलं असतं; पण कसं आहे ना, आपण खरेदी करत असू किंवा विक्री, आपल्याला मार्केटची व्यवस्थित माहिती असली पाहिजे. असाच एक माथेफिरू तयार होता, तुझ्या त्या मृत्यूच्या सापळ्यासाठी चोवीस हजार डॉलर्स मोजायला. तसं पाहिलं तर क्लासिक मॉडेल होतं ते. माझ्यावर विश्वास नसेल, तर टेलरला विचारू शकतेस तू."

आम्ही दोघंही एकमेकांकडे रागारागानं पाहत उभे राहतो. दोन हट्टी वेडे!

त्या क्षणी मला जाणवतं. आम्हाला एकमेकांकडे खेचून घेणारी ऊर्जा... मला तिचा जणू स्पर्श होतो. दुसऱ्या क्षणी तो पुढे होत मला त्याच्या मिठीत गच्च पकडत दाराशी दाबून धरतो. एका हातानी माझे नितंब स्वतःकडे ओढत दुसऱ्या हातानी माझं पोनीटेल धरून माझं डोकं मागे ओढतो. माझी बोटं त्याच्या केसात गुंतत त्याला माझ्याजवळ ओढतात. आमच्या दोघांची शरीरं एकमेकात प्रवेश करू पाहतात. मी त्याच्या मिठीत बद्ध होते. त्याचा श्वास जलद होऊ लागतो. त्याच्या संवेदना माझ्यापर्यंत पोहोचतात. त्याला मी हवी आहे आणि या जाणिवेनं मला आभाळ ठेंगणं झालं आहे.

"का विरोध करतेस मला, का?" उष्ण चुंबनातून तो विचारतो.

माझं रक्ताभिसरण अचानक वाढतं. त्याचा नेहमीच माझ्यावर असा परिणाम होईल का? आणि माझा त्याच्यावर?

"कारण मी करू शकते!" माझा श्वास अडकला आहे. तो त्याचं कपाळ माझ्या कपाळावर दाबतो, तसं मला त्याचं हसू जाणवतं.

"देवा! मला आत्ता तू हवी आहेस. पण माझ्याकडचे कंडोम संपले आहेत. तू मला पूर्ण वेडं केलं आहेस. माझी कधी तृप्ती होणारच नाही, असं वाटतंय मला."

"आणि तू मला वेडं करतोस ते?" मी कुजबुजते. "अगदी पूर्णपणे."

तो डोकं हलवतो. "चल, बाहेर जाऊन ब्रेकफास्ट करू. मग मी तुला एका मस्त जागी केस कापायला नेतो."

"चालेल," मी मूक संमती देते आणि आमचं भांडण संपतं.

"हे मी भरणार," असं म्हणत नाश्त्याचं बिल मी त्याच्याआधी उचलते.

तो वैतागून माझ्याकडे पाहतो.

"मि. ग्रे, इथे तुम्हाला तत्परता दाखवावी लागते."

"हो खरं. मी दाखवत होतोच की," तो थोडासा त्रासून म्हणतो, पण मला वाटतंय की तो मला चिडवतो आहे.

"ए, रागवू नकोस बाबा असा. आज सकाळी मी चोवीस हजार डॉलर्सनी श्रीमंत झाले आहे. त्यामुळे हे नाश्त्याचं बिल देणं मला परवडतं," मी बिलाकडे नजर टाकते.

"बावीस डॉलर्स आणि सदुसष्ट सेंट्स."

"थँक्य यू!" तो तक्रारीच्या स्वरात म्हणतो. तो उदास शाळकरी मुलगा परत आलेला दिसतोय.

"चल, आता कुठे जायचं?"

"तुला खरंच केस कापायचे आहेत का?"

"अरे बघ ना, कसे झाले आहेत."

"मला तरी तू खूप सुंदर दिसते आहेस. नेहमीच दिसतेस."

माझ्या गालावर लाली चढते. मी उगाचच मांडीवरच्या माझ्या गुंफलेल्या हाताचं निरीक्षण करते. "अरे, उद्या संध्याकाळी तुझ्या वडिलांच्या समारंभाला जायचं आहे ना?"

"लक्षात ठेव हं, ब्लॅक टाय आहे."

ओह जीझ! "कुठे आहे?"

"त्यांच्या घरीच. तिथे एक मोठा शामियाना आहे, या अशा कामांकरता."

"ही चॅरिटी कशासंदर्भात आहे?"

अचानक ख्रिश्चन अस्वस्थ दिसू लागतो. तो मांड्यावर हात चोळतो.

"कोपिंग टुगेदर या नावानी ड्रग रिहॅब कार्यक्रम आहे. किशोरवयीन मुलं आणि त्यांच्या पालकांसाठी."

मी हळुवारपणे म्हणते, "फार चांगल्या कारणासाठी आहे की."

"चल, निघू या." उभं राहत तो म्हणतो. त्याबरोबर चर्चेचा विषय खाडकन थांबतो. तो हात पुढे करतो. तसा मी तो पकडते. त्याबरोबर तो माझ्या बोटांमध्ये त्याची बोटं घट्ट गुंफतो.

किती विचित्र आहे हे! काही बाबतीत तो मोकळेपणाने बोलतो, पण काही वेळा त्याला काहीच सांगायचं नसतं. आम्ही रेस्टॉरंटच्या बाहेर येऊन रस्त्यावरून चालायला लागतो. सकाळचं कोवळं ऊन छान वाटतंय. स्वच्छ प्रकाश, कॉफीचा दरवळ आणि ताज्या भाजलेल्या ब्रेडचा खमंग वास.

"कुठे चाललो आहोत आपण?"

"सरप्राईज."

ठीक आहे, पण मला सरप्राईज आवडत नाहीत.

आम्ही दोन ब्लॉक चालत जातो. रस्त्यावरची दुकानं अधिकाधिक श्रीमंती थाटाची होत जातात. मला अजून या भागात भटकायला जमलं नाही. पण आम्ही राहतो आहोत तेथून अगदी हाकेच्या अंतरावर आहे हा भाग. केटला खूप आवडेल. तिला असलेली फॅशनची आवड भागवायला इथे खूप लहान लहान बुटिक आहेत. तसं पाहिलं, तर मलाही दोन-चार फुलांचे स्कर्ट्स घ्यायचे आहेत ऑफिससाठी.

एक मोठ्या, पॉश ब्यूटी सलोनबाहेर थांबत ख्रिश्चन माझ्यासाठी दार उघडतो. आतमधली सजावट पांढऱ्या रंगात आहे. सगळीकडे लेदरचा वापर आहे. रिसेप्शन डेस्क झगझगीत पांढरं आहे. तिथली सोनेरी केसांची तरुणीसुद्धा कडक इस्त्रीच्या पांढऱ्या शुभ्र युनिफॉर्ममध्ये आहे. आम्ही आत शिरतो. तशी ती वर पाहते.

"गुड मॉर्निंग मि. ग्रे!" त्याच्याकडे पाहून डोळे फडफडवताना तिच्या गालांवर लाली चढते. हं! नेहमीप्रमाणेच 'ग्रे इफेक्ट' दिसतोय, पण ती त्याला ओळखत असावी. कसं काय बरं?

"हॅलो ग्रेटा!"

अच्छा, हा पण तिला ओळखतो आहे तर. काय प्रकरण आहे?

ती नम्रपणे विचारते, "सर, नेहमीप्रमाणेच का?" तिने गडद गुलाबी लिपस्टिक लावली आहे.

"नाही." माझ्याकडे अस्वस्थ नजरेने कटाक्ष टाकत तो पटकन म्हणतो.

नेहमीप्रमाणे? काय अर्थ आहे याचा?

होली फक्! रूम नं. ३, ब्यूटी सलोन, संपूर्ण अंग वॅक्स करणं... शिट्!

तो त्याच्या सर्व सबना इथे आणायचा का? कदाचित लीलालासुद्धा? आता याचा काय अर्थ काढायचा मी?

"मिस स्टील सांगतील त्यांना काय हवं आहे ते."

मी त्याच्याकडे रागाने पाहते. तो त्याचे नियम असे आडमार्गांनी माझ्यासमोर आणतो आहे. आधी ट्रेनर झाला, आता हे...!

"इथे का आणलं आहेस?" मी फुत्कारते.

"कारण ही आणि अशा इतर तीन जागा माझ्या मालकीच्या आहेत."

"तुझ्या मालकीच्या?" मी आश्चर्यचकित होते. हे अनपेक्षित आहे.

"हो, साइड बिझिनेस आहे. असो! तुला जे काही हवं आहे, ते सगळं इथे सलोनतर्फे करून घेता येईल. मसाजचे अनेक पर्याय उपलब्ध आहेत. स्विडीश, शिआत्सु, हॉट स्टोन्स, रिफ्लेक्सॉलॉजी, सीविड बाथ, फेशियल... स्त्रियांना हवं असतं ते सारं काही इथं केलं जातं." हाताची लांब बोटं उडवत तो म्हणतो.

"वॅक्सिंग?"

त्याला हसू येतं. "हो, वॅक्सिंगसुद्धा– सगळीकडे." तो कट केल्यासारखा कुजबुजतो. माझ्या अस्वस्थतेची त्याला गंमत वाटते.

मी लाजून ग्रेटाकडे कटाक्ष टाकते. मी काय सांगते आहे, याची ती वाट पाहत असते.

"मला केस कापायचे आहेत, प्लीज."

"मिस स्टील, बरं."

कॉम्प्युटरचा स्क्रीन ग्रेटा तपासते. त्या वेळेस तिचं गुलाबी लिपस्टिक आणि जर्मन तत्परता उठून दिसते.

"पाच मिनिटात फ्रॅंको मोकळा होतो आहे."

"फ्रॅंको अगदी छान आहे," मला दिलासा देत ख्रिश्चन म्हणतो.

सी.ई.ओ. ख्रिश्चन ग्रे हा ब्यूटी सलोन्सच्या शृंखलेचा मालक आहे, ही माहिती पचवण्याच्या प्रयत्नांत मी आहे.

मी त्याच्याकडे पाहते. तेवढ्यात तो चमकतो. त्याला काहीतरी जाणवतं. की कुणीतरी दिसतं? तो जिथे पाहतो आहे, तिकडे मी नजर वळवते. सलोनच्या बरोबर मागच्या भागात एक सुंदर, सडसडीत चंदेरी-सोनेरी केसांची स्त्री माझ्या नजरेस पडते. दार बंद करता करता ती आतल्या हेअर स्टाईलिस्टशी काहीतरी बोलते आहे.

सोनेरी-चंदेरी केसांची ती उंच स्त्री अतिशय सुंदर आहे. बहुधा तिशीत किंवा फार तर चाळिशीत असावी. कठीण आहे सांगणं. तिचा युनिफॉर्म ग्रेटासारखाच, फक्त काळा आहे. फारच सुंदर आहे ती. तिच्या केसांच्या व्यवस्थित बॉबमुळे तिच्या चेहऱ्याभोवती आभा निर्माण झाली आहे. ती वळते तसा ख्रिश्चन तिच्या नजरेला पडतो. त्या क्षणी तिच्या चेहऱ्यावर ओळखीचं, आपुलकीचं हसू पसरतं.

"एक्सक्यूज मी" असं म्हणत ख्रिश्चन पांढऱ्या युनिफॉर्ममधले हेअरस्टाईलिस्ट, बेसिनशी झुकलेले ॲप्रेंटिस या साऱ्यांना ओलांडत माझ्यापासून दूर, तिच्या दिशेने जातो. त्यांचं बोलणं मला ऐकू येण्याची सुतराम शक्यता नाहीये. ती तरुणी मोठ्या प्रेमानं त्याचं स्वागत करत त्याच्या दोन्ही गालांचं चुंबन घेते. ती दोघं उत्साहानं एकमेकांशी बोलू लागतात. तिने दोन्ही हातांनी त्याचे दंड पकडले आहेत.

"मिस स्टील?"

रिसेप्शनिस्ट ग्रेटा माझं लक्ष वेधून घेण्याचा प्रयत्न करते.

"प्लीज जरा एक मिनिट थांब हं," मी मंत्रमुग्ध होऊन ख्रिश्चनला न्याहाळते आहे.

सोनेरी तरुणी वळून माझ्याकडे पाहते आणि जणू मला ओळखत असल्यासारखं एक झकास स्मित करते. मी नम्रपणे हसून प्रतिसाद देते.

ख्रिश्चन कशामुळे तरी त्रासला आहे. तो तिला काहीतरी समजावून सांगतो आहे. तिने हात वर केले आहेत. तिच्या चेहऱ्यावर हसू आहे. ती त्याला मूक संमती देते आहे. तोही तिच्याकडे पाहत हसतो आहे. ते दोघं एकमेकांना खूप छान ओळखत असणार. कदाचित त्यांनी खूप काळ एकत्र काम केलं असेल. कदाचित ती हे सलोन सांभाळत असेल, कारण तिच्यात तो अधिकाऱ्याचा आब दिसून येतो आहे.

एखादा बॉल धाडकन चेहऱ्यावर येऊन आदळावा, तसा तो विचार माझ्या मनात येतो. मला अगदी खोलवर जाणीव होते. ही तर 'ती' आहे.

सुंदर, प्रौढ, आकर्षक.

'मिसेस रॉबिन्सन.'

५

‘‘ग्रेटा, मि. ग्रे कुणाशी बोलत आहेत?’’ माझा मेंदू थडाथड उडतो आहे. तो शंकेने पछाडलेला आहे आणि माझं अबोध मन त्या क्षणी तिथून निघून जाऊ इच्छित आहे. तरीही माझा स्वर बऱ्यापैकी सौम्य आहे.

‘‘ओह, त्या मिसेस लिंकन आहेत. मि.ग्रेंच्या बरोबर त्याही या जागेच्या मालक आहेत.’’ ग्रेटा मोठ्या तत्परतेने माहिती पुरवते.

‘‘मिसेस लिंकन?’’ मला वाटत होतं की, मिसेस रॉबिन्सननी घटस्फोट घेतला आहे. बहुधा पुन्हा एखाद्या गरिबाला बळीचा बकरा करून त्याच्याशी लग्न केलेलं दिसतंय.

‘‘हो, तशा त्या फारशा कधी येत नाहीत इथे, पण आमचा एक तंत्रज्ञ आज आजारी पडल्यानं त्या त्याची जागा भरून काढायला आल्या.’’

‘‘त्यांचं नाव काय आहे गं?’’

माझ्या फाजील उत्सुकतेने त्रासत ग्रेटा आपले गडद गुलाबी ओठ घट्ट मिटून घेत माझ्याकडे पाहते. शिट् ! मी जरा अति खोलात शिरले आहे.

‘‘एलेना,’’ ती अगदी नाइलाजानं उत्तर देते.

माझा संशय कसा खरा ठरला या जाणिवेने मला सुटल्यासारखं वाटतं आहे. *संशय कसला?* माझं अबोध मन म्हणतं, *‘मुलांना भुरळ घालणारी चेटकीण!’*

ते दोघं अजूनही चर्चेत मग्न आहेत. ख्रिश्चन भराभर काहीतरी सांगतो आहे. ती थोडीशी चिंतित दिसते आहे. मधे मान हलवत, कधी हसत, कधी होकार दर्शवत ती त्याचं बोलणं ऐकते आहे. मधेच ती खालचा ओठ चावत त्याच्या हातावरून हळुवारपणे हात फिरवते आहे. त्यानंतर एकदा मान डोलावून ती माझ्याकडे पाहून आश्वासकपणे हसते आहे.

निश्चलपणे तिच्याकडे बघण्याव्यतिरिक्त मी काहीही करू शकत नाही. मला बहुतेक खूप धक्का बसला आहे. तो मला इथं कसं काय घेऊन आला?

ती ख्रिश्चनला काहीतरी म्हणते, तसं तो वळून माझ्याकडे कटाक्ष टाकत परत तिच्याकडे पाहत तिला उत्तर देतो. ती मान डोलावते. मला वाटतं की ती त्याला

शुभेच्छा देते आहे, पण मी ओठांच्या हालचालींवरून संवाद ताडण्यात फारशी वाकबगार नाही.

फिफ्टी माझ्या दिशेने येतो. त्याच्या चेहऱ्यावरची अस्वस्थता शिगेला पोहोचली आहे. *पोहोचलीच पाहिजे.* मिसेस रॉबिन्सन आपल्या मागे दार लोटत पुन्हा त्या मागच्या खोलीत जातात.

ख्रिश्चनच्या कपाळावर आठ्या आहेत. ''तू ठीक आहेस ना?'' तो विचारतो.

पण त्याच्या आवाजात खूप सावधानता आणि ताण जाणवतो.

''अजिबात नाही. माझी ओळख नव्हती का करून द्यायची,'' माझा आवाज कठोर आणि थंड येतोय.

तो काहीतरी बोलायला जातो, पण त्याचं तोंड तसंच उघड राहतं. जणू काय मी त्याच्या पायाखालची सतरंजी ओढून काढली आहे.

''पण मला वाटलं की...''

''तुझ्यासारख्या हुशार माणसाला कधी कधी...'' मला शब्द सुचत नाहीत. ''मला इथं थांबायचं नाहीये, प्लीज.''

''का?''

''तुला माहितीये ते.'' मी डोळे फिरवते.

त्याच्या डोळ्यांत आग पेटली आहे. तो माझ्याकडे रोखून पाहतो.

''ॲना, आय ॲम सॉरी. ती इथे असेल याची मला कल्पना नव्हती. ती कधीच इथे येत नाही. ब्रॅव्हर्न सेंटरला तिने नवीन शाखा सुरू केली आहे. तिथेच ती पूर्ण वेळ असते. आज कुणीतरी आजारी पडलं, त्यामुळे...''

मी पाठ फिरवून चालू लागते.

''ग्रेटा, आम्हाला फ्रँको लागणार नाही.'' आम्ही दाराकडे निघतो, तसं ख्रिश्चन ग्रेटावर खेकसतो. तिथून पळत सुटायची ऊर्मी मी महत्प्रयासानं दाबते. मला तिथून शक्य तितक्या वेगानं, शक्य तितक्या दूर निघून जायचं आहे. मला मोठ्यांदा रडावंसं वाटतं आहे. या साऱ्या गदारोळातून दूर जायची गरज मला या क्षणी आहे.

डोक्यातल्या कोलाहलाला समजून घेण्याचा प्रयत्न मी करत असतानाच, ख्रिश्चन एक शब्दही न उच्चारता माझ्या बाजूनी चालतो आहे. सेकंड ॲव्हेन्यूवरच्या झाडांच्या फांद्या चुकवण्यासाठी मी डोकं झुकवून चालते आहे. सुदैवानं, तो मला स्पर्श करण्याचा प्रयत्न करत नाहीये. अनुत्तरित प्रश्नांनी माझ्या डोक्यात थैमान घातलं आहे. आता हा काही उडवाउडवीची उत्तरं देणार का?

''तर तू तुझ्या सबना इथं आणत होतास!'' मी फटकारते.

''हो, काही जणींना,'' तो खालच्या आवाजात बोलतो. त्याचा आवाज खोल गेला आहे.

"लीला?"

"हो."

"ही जागा तर नवी दिसते आहे."

"हल्लीच तिचं नूतनीकरण झालं आहे."

"अस्सं का! म्हणजे मिसेस रॉबिन्सन तुझ्या सर्व सबना भेटल्या असणार?"

"हो."

"त्यांना तिच्याबद्दल माहिती होती का?"

"नाही. कोणालाच नव्हती. फक्त तुला तिच्याबद्दल माहिती आहे."

"पण मी काही तुझी सब नाहीये."

"नाही. तू नक्कीच माझी सब नाहीस."

मी बोलणं थांबवून त्याच्याकडे पाहते. त्याच्या विस्फारलेल्या डोळ्यांत भीती दाटली आहे. ओठ घट्ट मिटून घेत तो अस्वस्थतेवर ताबा मिळवण्याचा प्रयत्न करतो आहे.

"तुला कळतंय का, की हा किती भयंकर जीवघेणा प्रकार आहे?" मी अगदी हळू बोलते, पण माझ्या डोळ्यांत आग आहे.

"हो, मला माफ कर." चेहऱ्यावरच्या पश्चात्ताप लपवण्याचा थोडाही प्रयत्न तो करत नाही.

"ज्या सलोनमधल्या स्टाफशी किंवा क्लाएंटशी तू संभोग केला नसशील अशा एखाद्या ठिकाणी मला माझे केस कापून घ्यायला आवडतील."

तो हादरतो.

"ठीक आहे तर मग!"

"म्हणजे? तू निघून तर नाही जाणार ना?" तो विचारतो.

"नाही! मला फक्त केस कापून घ्यायचे आहेत. तेही अशा ठिकाणी जिथे मी डोळे मिटून शांत बसून राहीन, जिथे कोणीतरी माझे केस धुवू शकेल. जिथे तुला चिकटून असणारा हा सारा राडा मी विसरू शकेन."

तो केसातून हात फिरवतो. "तुला हवं तर तुझ्या घरी किंवा आपल्या अपार्टमेंटमध्ये फ्रॅन्कोला बोलावून घेऊ शकतो." तो सुचवतो.

"ती खूप आकर्षक आहे."

डोळे क्षणभर मिटून तो म्हणतो, "हो, खरंय ते."

"ती अजूनही विवाहित आहे?"

"नाही. साधारण पाच वर्षांपूर्वी तिने घटस्फोट घेतला."

"तू तिच्याबरोबर कसा नाहीस?"

"सांगितलं ना मी तुला, की आमच्यामधलं नातं कधीच संपलं आहे म्हणून."

अचानक त्याच्या भुवया आक्रसतात. बोटानी मला 'थांब!' अशी खूण करत तो खिशातला ब्लॅकबेरी बाहेर काढतो. बहुधा व्हायब्रेटर मोडवर असावा, कारण मला तो वाजलेला ऐकू आला नाही.

"वेल्च!" असं खेकसून तो ऐकू लागतो. आम्ही सेकंड ॲव्हेन्यूवर उभे आहोत. मी समोरच्या लार्चच्या रोपाचं निरीक्षण करू लागते. *त्याला हिरवी कंच पालवी फुटली आहे.*

रविवारच्या सुट्टीच्या नादात, आपल्याच तालात हरवलेली लोकं आमच्या आजूबाजूने जात असतात. प्रत्येकालाच वैयक्तिक स्तरावर अनेक नाटकं झेलावी लागत असणार. यांच्यातलं सबमिसिव्ह कोण असेल, आकर्षक माजी डॉन कोण असेल आणि ज्याला इतरांच्या वैयक्तिकतेची जाणीव नाही असं कोण असेल, याचा मी विचार करते.

माझी विचारशृंखला ख्रिश्चनच्या प्रश्नानं भंग पावते. "कार ॲक्सिडेंटमध्ये गेला? कधी?"

अरे देवा! कोण गेलं? मी जरा लक्ष देऊन ऐकू लागते.

"तो हरामखोर पुढे न येण्याची ही दुसरी वेळ आहे. त्याला कळायला हवं. त्याला तिच्याबद्दल जराही भावना नाहीत का?" ख्रिश्चन अतिशय उद्वेगाने डोकं हलवतो.

"आत्ता याचा अर्थ लागू लागला आहे... नाही... कारण कळतंय त्यावरून, पण कुठे आहे, हे नाही कळत." कशाचा तरी शोध घेतल्यासारखी ख्रिश्चनची नजर चौफेर फिरते. मीसुद्धा आपसूकच तसं करते. माझ्या नजरेला काही वेगळं पडत नाही. आजूबाजूला फक्त झाडं, वाहनं आणि खरेदीला आलेले लोकं आहेत.

"ती इथे आहे... आमच्यावर नजर ठेवून." ख्रिश्चन बोलू लागतो... "हो... नाही... दोघं किंवा चौघं. चोवीस तास... त्याबद्दल मी अजून काही सूतोवाच केलं नाहीये." ख्रिश्चन थेट माझ्याकडे पाहतो.

कशाचं सूतोवाच? मी कपाळावर आठ्या घालत त्याच्याकडे पाहते, तसा तो सावधपणे माझ्याकडे पाहतो.

"काय...?" तो जरा हळू बोलतो. अचानक त्याच्या चेहऱ्याचा रंग उडतो, डोळे विस्फारतात. "अस्सं? कधी... अगदी अलीकडेच की. पण कसं?... पार्श्वभूमी कळली का?... अच्छा! नाव, पत्ता आणि असले तर फोटो इ-मेल कर मला... आत्ता दुपारपासूनच... चोवीस तास. टेलरच्या संपर्कात राहा." इतकं बोलून ख्रिश्चन फोन ठेवतो.

"तर?" मी आता संतापले आहे. हा मला काही सांगणार आहे की नाही?

"वेल्चचा फोन होता!"

“वेल्च कोण?”

“माझ्या सिक्युरिटीचा सल्लागार.”

“बरं! काय झालं आहे?”

“साधारण तीन महिन्यांपूर्वी लीला तिच्या नवऱ्याला सोडून दुसऱ्या एकाबरोबर पळून गेली, जो चार आठवड्यांपूर्वी कार अॅक्सिडेंटमध्ये मारला गेला.”

“ओह!”

“त्या नालायक सायकिअॅट्रिस्टला कळायला हवं होतं.” तो रागानं म्हणतो. दुःखाचा आवेग आहे हा. तो हात पुढे करतो, तसा मी अभावितपणे त्याच्या हातावर हात ठेवते; पण मग घाईने ओढूनसुद्धा घेते.

“ए! थांब जरा. हे सगळं घडण्याआधी आपण चर्चा करत होतो. आपल्याबद्दल आणि तुझ्या त्या मिसेस रॉबिन्सनबद्दल.”

ख्रिश्चनच्या चेहऱ्यावर कठोर भाव उमटतात. “ती माझी मिसेस रॉबिन्सन नाहीये. आणि आपल्याला जे बोलायचं आहे, ते आपण माझ्या घरी जाऊन बोलू शकतो.”

“मला तुझ्या घरी जायचं नाहीये. मला केस कापायला जायचं आहे.” मी जोरात ओरडते. निदान या एकाच गोष्टीकडे जरी मला लक्ष देता आलं ना तरी...

तो परत खिशातून ब्लॅकबेरी काढतो आणि कोणाला तरी फोन लावतो. “ग्रेटा, ख्रिश्चन ग्रे. तासाभरात फ्रॅन्को माझ्या घरी पोहोचला पाहिजे. मिसेस लिंकनना विचार... छान.” फोन बाजूला करत तो म्हणतो, “तो एक वाजता येणार आहे!”

“ख्रिश्चन...” मी विलक्षण त्राग्याने बोलायला सुरुवात करते.

“अॅनेस्टेशिया, लीलाला नक्कीच मानसिक धक्का बसला आहे. ती तुझ्या मागे आहे की माझ्या किंवा ती कोणत्या मर्यादेला जाईल, हे मी नाही सांगू शकत. आपण आधी तुझ्या घरी जाऊ. तू तुझं सामान भर. तिचा शोध लागेपर्यंत तू माझ्याबरोबर राहू शकतेस.”

“मी कशाला तसं करू?”

“म्हणजे मी तुला सुरक्षित ठेवू शकेन.”

“पण...”

तो रागानी माझ्याकडे पाहतो. “मला जर तुझे केस धरून तुला खेचत न्यावं लागलं ना, तरी मी तुला माझ्या घरी घेऊन जाणारच आहे.”

तो हे असं काही बोलतो आहे, यावर माझा विश्वास बसत नाही. फिफ्टी शेड्सच्या अनेक छटा.

“तू जरा अतिरेक करतो आहेस, असं मला वाटतं आहे.”

“अजिबात नाही. आता चल. आपण माझ्या घरी आपली चर्चा पूर्ण करू शकतो.”

आता हे अति झालं आहे. मी हाताची घडी घालून त्याच्याकडे रागानं पाहते.

"नाही." मला माझा मुद्दा पटवलाच पाहिजे म्हणून मी हट्टीपणा करते.

"माझ्याबरोबर चालायचंय की तुला उचलून नेऊ, हे तू ठरव. ॲनेस्टेशिया, मला कुठलाही पर्याय चालेल."

"तुझी हिंमत!" मी झापते त्याला. सेकंड ॲव्हेन्यूवर तो असा काही प्रकार करू धजणार नाही, याची मला खात्री आहे.

माझ्याकडे पाहत तो हसल्यासारखं करतो, पण ते हसू त्याच्या नजरेत पोहोचत नाही.

"राणी, आपल्याला दोघांनाही ठाऊक आहे की, तू जर असं आव्हान दिलंस, तर ते स्वीकारायला मला खूप आवडेल."

आम्ही दोघं एकमेकांकडे रोखून पाहतो आणि दुसऱ्या क्षणी तो थोडासा ओणवा होत माझ्या मांड्यांभोवती हात घालून मला काही कळायच्या आत मला उचलून खांद्यावर टाकतो.

"खाली उतरव मला." मी जोरात किंचाळते. अहाहा! काय बरं वाटलं किंचाळून.

माझ्या ओरडण्याकडे दुर्लक्ष करत तो सरळ सेकंड ॲव्हेन्यूवरून चालायला सुरुवात करतो. एक हात माझ्या मांड्यांभोवती घट्ट धरून दुसऱ्या हातानी तो माझ्या पार्श्वभागावर जोरात फटका देतो.

"ख्रिश्चन," मी ओरडते. लोकं आमच्याकडे पाहू लागतात. शी! किती अपमानास्पद आहे हे. "मी चालते बाबा! सोड मला!"

तो मला खाली ठेवतो. तो सरळ व्हायची वाटही न पाहता मी माझ्या घराच्या दिशेने ताडताड चालायला सुरुवात करते. अर्थात, तो क्षणार्धात मला गाठतो. मी त्याच्याकडे पूर्णपणे दुर्लक्ष करते. काय करू मी आता? मला इतका भयंकर राग आला आहे ना! पण मला कशाचा राग आला आहे, तेदेखील कळत नाहीये. किती काय घडून गेलं आहे.

मी धुसफुसत घराकडे चालताना मनात यादी तयार करते.

१. खांद्यावर उचलून चालणे – साधारण वय वर्ष सहाच्या पुढे कुणाहीसाठी अयोग्य.
२. तो आणि त्याच्या पूर्वाश्रमीच्या प्रेयसीच्या मालकीच्या सलोनमध्ये मला नेणं. किती हा मूर्खपणा!
३. त्याच जागी तो त्याच्या सबना न्यायचा– हाही मूर्खपणाच.
४. ही किती चुकीची पद्धत आहे हे न कळणं – हा म्हणे हुश्शार!
५. अतिशय येडचाप माजी गर्लफ्रेन्ड्स असणं. मी त्याबद्दल त्याला दोष देऊ शकते का? पण मी खूप संतापले आहे म्हणून देऊ शकते.

६. माझा बँक अकाउंट नंबर माहीत असणं. हा तर शिकारी बाणा झाला.
७. एसआयपी विकत घेणं. पैशाचा महापूर आहे.
८. मी त्याच्याबरोबर राहण्याचा आग्रह धरणं. त्याच्या अपेक्षेपेक्षाही लीलाकडून असलेला धोका गंभीर दिसतो आहे. काल तो याबद्दल काही बोलला नव्हता.

आत्ता माझ्या काहीतरी लक्षात येतं. काहीतरी घडलंय. काय असेल बरं? मी थबकते तसा ख्रिश्चनही थबकतो. "काय झालं आहे?" मला उत्तर हवं आहे.

त्याच्या भुवया आक्रसतात, "म्हणजे?"

"लीलाच्या संबंधात?"

"सांगितलं की तुला."

"पण तू सगळं सांगितलं नाहीयेस. नक्की काहीतरी झालं आहे. मी तुझ्या घरी राहायला यावं असा हट्ट तू काल केला नव्हतास. मग अचानक असं काय झालं?"

तो अस्वस्थपणे हालचाल करतो.

"ख्रिश्चन ! मला सांग!" माझा भडका उडतो.

"काल तिने शस्त्र जवळ बाळगण्याचा परवाना मिळवला."

ओह शिट्! मी डोळ्यांची उघडझाप करत त्याच्याकडे पाहत राहते. हे ऐकून माझ्या चेहऱ्यावरचा रंग उडाला आहे, हे माझं मला जाणवतं. मी चक्कर येऊन पडेन बहुधा. तिला जर ह्याला ठार करायचं असेल तर? नाही!

"म्हणजे ती आता बंदूक विकत घेऊ शकेल." मी कुजबुजते.

"ॲना," त्याचा स्वर काळजीनी ओथंबला आहे. माझ्या खांद्यावर हात ठेवत तो मला स्वतःकडे ओढत म्हणतो, "हे बघ, ती काही वेडेपणा करेल असं मला वाटत नाही, पण तुझ्या संबंधात मला कुठलीही जोखीम पत्करायची नाहीये."

"मी नाही रे... तुझं काय?" मी कुजबुजते.

तो आठ्या घालत माझ्याकडे पाहतो. मी पटकन त्याच्याभोवती हात गुंफत त्याला घट्ट मिठी मारते. माझा चेहरा त्याच्या छातीवर टेकला, तरी तो अंग चोरत नाही.

"चल, परत जाऊ या." तो पुटपुटतो. मग खाली वाकून माझ्या केसांवर ओठ टेकवतो. बस्स! तेवढ्या कृतीने माझा संताप विरतो. अर्थात, मी विसरले मात्र नाहीये. ख्रिश्चनला काही इजा होईल या आशंकेने तूर्तास त्या विचाराला स्थगिती दिली आहे, इतकंच. तो विचारदेखील मला असह्य होतो आहे.

विचारांमध्ये हरवलेल्या अवस्थेत मी बॅगमध्ये जुजबी सामान भरते. दुसऱ्या

सॅकमध्ये मॅक, ब्लॅकबेरी, आयपॅड आणि चार्ली टँगो ठेवते.

"हे काय, चार्ली टँगोपण येतो आहे का?"

मी मान डोलावते, तसं तो माझ्याकडे पाहून गोडसं हसतो.

"इथन मंगळवारी पोहोचणारे," मी अर्धवट स्वतःशी पुटपुटते.

"इथन?"

"केटचा भाऊ, सिएटलमध्ये राहायला जागा मिळेपर्यंत तो इथेच राहणार आहे."

ख्रिश्चन निर्विकारपणे माझ्याकडे पाहतो, परंतु त्याची नजर मला गोठल्यासारखी वाटते.

"एका परीनी तू माझ्याबरोबर राहणार आहेस हे बरं आहे की! त्याला इथं राहायला मोकळी जागा मिळेल." तो सावकाश म्हणतो.

"त्याच्याकडे घराची किल्ली आहे की नाही ते मला माहीत नाही. मला यावं लागेल त्यासाठी."

ख्रिश्चन परत एकदा काही न बोलता निर्विकारपणे माझ्याकडे पाहतो.

"झालं माझं."

तो माझी बॅग उचलतो. आम्ही दारातून बाहेर पडून खाली उतरतो. मागच्या बाजूला असलेल्या पार्किंगच्या जागेकडे जाताना मी अनवधानानं खांद्यावरून मागे नजर टाकत चालू लागते. अति भीतीनं माझ्या मनात संशय निर्माण झाला आहे, की खरंच कुणीतरी आमच्यावर पाळत ठेवली आहे, हे मला कळत नाही. ख्रिश्चन ऑडीचं पॅसेंजर बाजूचं दार उघडून माझ्याकडे अपेक्षेनं पाहतो.

"आता बसतेस ना?" तो विचारतो.

"मला वाटतं, मी चालवणार आहे."

"नाही. मी चालवतो."

"माझ्या ड्राइव्हिंगमध्ये काही गडबड आहे का? आता असं नको सांगूस की माझा ड्राइव्हिंगचा स्कोअरसुद्धा तुला ठाऊक आहे. तुझ्या हेरगिरीमुळे मला कुठलाही धक्का बसणार नाही आता!" कदाचित त्याला हेदेखील माहीत असेल की मी लेखी परीक्षेमध्ये काठावर पास झाले होते.

"अॅनेस्टेशिया, आत बस," तो रागाने फटकारतो.

"ठीक आहे," मी घाईनी आत बसते. *आता शांत होशील का जरा?*

कदाचित त्यालादेखील माझ्यासारखी अस्वस्थता जाणवत असेल. कुठली तरी गूढ अनामिक छाया आमच्यावर पाळत ठेवून असल्याची जाणीव... फिकुटलेली तपकिरी डोळ्यांची, तपकिरी केसांची, माझ्याशी खूप सौम्य असलेली आणि आता कदाचित बंदुकीसारखं एखादं हत्यार वागवणारी.

ख्रिश्चन गाडी रस्त्यावर घेतो.

"तुझ्या सगळ्या सबमिसिव्हचे केस तपकिरी होते का?"

तो वैतागून माझ्याकडे नजर टाकत पटकन 'हो' म्हणतो. त्याची बोलण्यातली द्विधा मला जाणवते आणि *आता हिला नक्की काय म्हणायचं आहे* असा विचार त्याच्या मनात येत असेल, हेदेखील कळतं.

"वाटलंच मला!"

"मी सांगितलं होतं तुला, की मला तपकिरी केसांच्या मुली अधिक आवडतात."

"मिसेस रॉबिन्सचे केस तर तपकिरी नाहीयेत."

"कदाचित तिच्यामुळेच मला सोनेरी केसांचा तिटकारा आला असेल."

"काहीतरी बोलू नकोस." मी झापते.

"खरंय तुझं."

मी खिडकीतून बाहेर बघते. माझी नजर तपकिरी केसांच्या प्रत्येक तरुणीचा वेध घेते. न जाणो यातली कोणी लीला असली तर...!

तर त्याला तपकिरी केसांच्या तरुणी आवडतात! मला नवल वाटतं. खरंच असं काही असेल का, ज्यायोगे त्या प्रौढ झालेली असला तरा जगावेगळी- सुंदर- ग्लॅमरस- मिसेस रॉबिन्सनी ह्याच्या मनात सोनेरी केसांच्या युवतींबद्दल तिरस्कार निर्माण केला असेल. मी मान झटकते. ख्रिश्चन माईंडफक ग्रे.

"मला सांग तिच्याबद्दल."

"काय जाणायचं आहे तुला?" ख्रिश्चनच्या स्वरात मला सावध करणारा इशारा आहे. त्याच्या भुवया वक्र होतात.

"तुमच्या व्यवसायाची काय व्यवस्था आहे?"

कामाचा विषय निघाला आहे म्हणताक्षणी तो जाणवण्याइतका सैलावतो. "मी अप्रत्यक्ष भागीदार आहे. मला स्वतःला ब्यूटी इंडस्ट्रीमध्ये फारसा रस नाही. परंतु तिने त्यात फार प्रगती केली आहे. देदीप्यमान यश मिळवलं आहे. मी सुरुवात करण्यापुरती गुंतवणूक केली होती, तिला मदत करण्यासाठी."

"का?"

"मी तिला देणं लागत होतो."

"हो?"

"मी हार्वर्ड अर्ध्यावर सोडून बाहेर पडलो, तेव्हा व्यवसाय सुरू करायला तिने मला काही लाख रुपये दिले होते."

होली फक्!... ती खूप श्रीमंतसुद्धा आहे.

"दोन वर्षं काढली मी हार्वर्डमध्ये, पण माझी नाळ जुळली नाही तिथे. माझे आई-वडील मात्र ते समजावून घेऊ शकले नाहीत त्या वेळेस."

मि. ग्रे आणि डॉ. ग्रेस ट्रेव्हेलियन ह्यांनी नापसंती दाखवली असेल हा विचार

माझ्या पचनी पडत नाही. त्यामुळे माझ्या कपाळावर आठ्यांचं जाळं पसरतं.

"पण तो कोर्स अर्धवट सोडून तुझं काही नुकसान झालेलं दिसत नाहीये. कोणता विषय होता तुझा?"

"राजकारण आणि अर्थकारण."

हं... तरीच!

"तर मग बाईसाहेब खूप श्रीमंत आहेत तर!" मी पुटपुटते.

"तिच्या नवऱ्यासाठी ती केवळ मिरवण्याची वस्तू होती. तिचा जीव त्या वातावरणात उबगला होता. तिच्या नवऱ्याची टिंबर मार्केटमध्ये प्रचंड उलाढाल होती. त्यामुळे तो चांगलाच गब्बर होता." तो कुत्सितपणे म्हणतो, "तो तिला कुठेही काम करू द्यायचा नाही. त्याला सारं त्याच्या नियंत्रणाखाली लागायचं, असतात काही पुरुष असे." तो माझ्याकडे पाहून पटकन हसतो.

"हो का? नियंत्रण ठेवू इच्छिणारा पुरुष म्हणजे, मला तरी पुराणातील कपोलकल्पित व्यक्तिरेखा वाटते." याहून अधिक तिरसटपणा माझ्या बोलण्यात येईल, असं मला वाटत नाही.

ख्रिश्चनच्या चेहऱ्यावरचं हसू विस्तारतं.

"तिने तुला तिच्या नवऱ्याचे पैसे उसने दिले?"

तो मान डोलावतो. त्याच्या चेहऱ्यावर आता मिस्कील हसू आहे.

"भयानक प्रकार आहे हा."

"त्याला त्याचे पैसे पूर्णपणे परत मिळाले." एस्केलाच्या भुयारी मार्गातून पार्किंगच्या जागेत शिरताना तो म्हणतो. त्याचा स्वर गूढ झालाय.

ओह!

"कसं काय?"

एखादी वाईट आठवण झटकून टाकल्यासारखं ख्रिश्चन मान झटकतो आणि ऑडी क्वॉट्रो एसयूव्हीच्या बाजूला गाडी उभी करतो. "चल, फ्रॅन्को पोहोचेलच थोड्या वेळात."

एलिव्हेटरमध्ये शिरल्यावर माझ्याकडे रोखून पाहत विचारतो, "अजूनही भडकली आहेस का माझ्यावर?"

"भयंकर."

तो मान डोलावत म्हणतो, "ठीक आहे!" मग तो एकटक सरळ पाहतो.

आम्ही एलिव्हेटरमधून बाहेर पडतो तेव्हा टेलर आमची वाट पाहत उभा असतो. त्याला कसं काय अचूक कळतं? तो माझ्या हातातली बॅग घेतो.

"वेल्च बोलला का तुझ्याशी?" ख्रिश्चन त्याला विचारतो.

“हो सर.”

“मग?”

“सर्व व्यवस्था झाली आहे.”

“शाब्बास! तुझी लेक कशी आहे आता?”

“सर, ती छान आहे. थँक्यू. ”

“एक वाजता हेअर ड्रेसर येणार आहे– फ्रॅन्को डे ल्युका.”

“मिस स्टील.” टेलर मला अभिवादन करतो.

“हाय टेलर. तुला मुलगी आहे?”

“हो मॅडम.”

“किती वर्षांची आहे?”

“सात.”

ख्रिश्चन माझ्याकडे अस्वस्थपणे पाहतो.

“ती तिच्या आईबरोबर राहते.” टेलर स्पष्टीकरण देतो.

“हो का!”

टेलर माझ्याकडे पाहून छानसं हसतो. हे मला अनपेक्षित आहे. टेलर आणि बापाच्या भूमिकेत? या माहितीनं परेशान होत मी ख्रिश्चनच्या मागोमाग आत शिरते.

मी आजूबाजूला नजर फिरवते. हे घर सोडून गेल्यानंतर आज पहिल्यांदाच मी इथं आले आहे.

“तुला भूक लागली आहे का?”

मी नकार देते. ख्रिश्चन क्षणभर माझ्याकडे टक लावून पाहतो आणि मग वाद न घालायचं ठरवतो.

“मला जरा काही फोन करायचे आहेत. तू बस आरामात.”

“बरं.”

ख्रिश्चन त्याच्या स्टडीरूममध्ये जातो. आता आपण काय करावं याचा विचार करत मी ख्रिश्चनच्या त्या घरात, माझ्या मते आर्ट गॅलरीत तशीच उभी राहते.

कपडे! माझी बॅग उचलून मी वरच्या मजल्यावरच्या माझ्या बेडरूममध्ये जाते. वॉक इन क्लोझेट उघडून पाहिल्यावर मला दिसतं की, सगळे कपडे तिथेच आणि तसेच ठेवलेले आहेत. कोरे करकरीत, प्राईज टॅगसकट... त्यात तीन इव्हिनिंग गाऊन्स, तीन कॉकटेल ड्रेस आणि तीन एरवी वापरण्याजोगे कपडे आहेत. बापरे! प्रचंड महाग असणार आहेत ते.

त्यांपैकी इव्हिनिंग गाऊन्सची किंमत मी पाहते, २९९८ डॉलर्स! होली फक्! मी सुन्न होऊन जमिनीवर बसकण मारते.

हे सगळं मला झेपत नाहीये. मी डोकं हातात धरून गेल्या काही तासांत घडून

गेलेल्या घटनांचा अर्थ लावण्याचा प्रयत्न करते. या अशा, अतिशय देखण्या, मदनाच्या पुतळ्याच्या प्रेमात मी का पडले बरं? शिवाय तो कुबेरापेक्षाही श्रीमंत दिसतोय आणि सर्किट तर इतका आहे, की काय सांगावं!

मी बॅगमधून माझा ब्लॅकबेरी काढून आईला फोन लावते.

''ॲना, हनी! अगं, कुठे गायब होतीस इतके दिवस? कशी आहेस बेटा?''

''अगं, त्याचं काय आहे ना...''

''काय झालं आहे? ख्रिश्चनबरोबरचा तिढा सुटला नाही का?''

''अगं मॉम, मला तर वाटतं तो थोडा वेडा आहे. फारच गोंधळ आहे सगळा.''

''बेटा, काही सांगू नकोस. पुरुषांना समजून घेणं कधी कधी आवाक्याबाहेर असतं. आता बॉबला प्रश्न पडला आहे की, जॉर्जियाला येण्यात आमची चूक तर नाही ना झाली.''

''काय?''

''आता व्हेगसला परत जायचं म्हणतो आहे.''

चला, माझ्या एकटीच्या डोक्याला कल्हई नाहीये म्हणजे.

तेवढ्यात ख्रिश्चन दाराशी येतो. ''इथे आहेस तर! मला वाटलं गेलीस की काय निघून.'' त्याच्या चेहऱ्यावर सुटकेची भावना होती.

मी खुणेनंच त्याला सांगते की मी फोनवर आहे. मग आईला सांगते.

''मॉम सॉरी, पण ठेवते गं फोन आता. पुन्हा लवकरच करीन.''

''ओके हनी– काळजी घे, लव्ह यू!''

''लव्ह यू टू, मॉम!''

मी फोन बंद करून फिफ्टीकडे पाहते. तो जरा भांबावल्यासारखा दिसतो आहे.

''इथं का लपून बसली आहेस?'' तो वैतागून विचारतो.

''लपले नाहीये, हताश झाले आहे.''

''हताश?''

''ख्रिश्चन, या साऱ्याचं दडपण आलं आहे मला.'' मी त्या कपड्यांच्या दिशेनं निर्देश करत म्हणते.

''मी आत येऊ शकतो का?''

''तुझंच तर क्लोझेट आहे हे.''

परत आठ्या येतात त्याच्या कपाळावर. मग तो माझ्यासमोर मांडी घालून बसतो.

''ॲना, साधे कपडे आहेत ते. तुला आवडले नसतील, तर ते मी परत पाठवून देतो.''

''तुला कळतंय ना की तुला अति कंगोरे आहेत?''

''हो गं, पण मी प्रयत्न करतो आहे.''

"खूपच करतोयस!"

"तुम्हीदेखील करत आहात, मिस स्टील."

"तू का करतो आहेस हे सगळं?"

त्याचे डोळे विस्फारतात आणि चेहऱ्यावर परत सावधपणा दिसू लागतो.

"तुला माहिती आहे त्याचं कारण."

"नाही, मुळीच नाही."

तो केसातून हात फिरवत म्हणतो, "तुझ्यात काही अर्थच नाहीये."

"त्यापेक्षा तू एखादी छानशी, तुझं ऐकणारी, तपकिरी केसांची सबमिसिव्ह का ठेवत नाहीस? ती तुझा प्रत्येक शब्द झेलेल. तिला बोलायची परवानगी असेल, तर तुला अनुकूल तेवढंच बोलेल. मी कशाला ख्रिश्चन? मला तर कळतच नाहीये."

तो माझ्याकडे रोखून पाहतो. त्याच्या मनात काय विचार घोळत आहेत, त्याचा थांगपत्ता मला लागत नाही.

"ॲनेस्टेशिया, जगाकडे बघण्याची वेगळी दृष्टी तू मला देतेस. माझ्या पैशांसाठी तू माझ्याबरोबर नाहीयेस. तू मला काय देतेस सांगू? तू मला आशा देतेस." तो हळुवारपणे म्हणतो.

हे काय? श्रीयुत गूढराव परत आलेले दिसत आहेत. "कशाची आशा?"

तो खांदे उडवतो. "अधिकाची!" त्याचा आवाज अगदी खालच्या पट्टीत, संथ लयीत आहे. "आणि तू म्हणतेस तेही बरोबर आहे. मी सांगेन ते, सांगेन तेव्हा आणि सांगेन तसं बायकांनी ऐकायचं, अशी मला सवय आहे. आपण पटकन गुलाम होतो सवयीचे. पण तुझ्याबाबतीत मला खोलवर काही अनोख्या जाणिवा होतात. त्यांना काय नाव द्यायचं, हे मला नाही समजत आहे. त्या जाणिवांमध्ये प्रचंड ताकद आहे. मी त्यांच्याकडे दुर्लक्षसुद्धा करू शकत नाही. मी तुला टाळू तर शकतच नाही, परंतु त्याहीपेक्षा अधिक म्हणजे मी तुला गमावू शकत नाही." तो पुढे होत माझे हात हातात घेत अलवारपणे म्हणतो, "मला सोडून पळून जाऊ नकोस. थोडा धीर धर. माझ्यावर विश्वास ठेव, प्लीज."

तो या क्षणी किती अश्राप दिसतो आहे. हं! त्या जाणिवेने मी त्रासते. गुडघ्यांवर बसत मी त्याच्यावर झुकून त्याच्या ओठांचं चुंबन घेते.

"हं! विश्वास आणि धीर! एवढ्यावर मी जगू शकते."

"छान! कारण फ्रॅन्को येऊन पोहोचला आहे."

फ्रॅन्को लहानखुरा काळा आणि हसतमुख आहे. मला तो खूप आवडतो.

"काय सुंदर केस आहेत!" तो मोठ्या आनंदानं म्हणतो. त्याच्या बोलण्यात इटालियन झाक आहे, पण माझ्या मते तो नक्की बाल्टिमोर तत्सम भागातून आला

असणार. ते काही असो. त्याचा आनंद संसर्गजन्य आहे हे खरं. ख्रिश्चन आम्हाला दोघांना बाथरूममध्ये घेऊन जातो. मग घाईनं बाहेर जाऊन त्याच्या खोलीतून खुर्ची घेऊन येतो.

''मी तुम्हाला दोघांना जरा मोकळं सोडतो.'' असं पुटपुटत तो जातो.

''ग्राझिअ!'' फ्रेंचमध्ये त्याचे आभार मानत फ्रॅन्को माझ्याकडे वळतो, ''बरं तर, सांग कसे कापू?''

ख्रिश्चन त्याच्या कोचवर बसून स्प्रेडशिट्स अभ्यासतो आहे. ग्रेट रूममध्ये शांत, मंजुळ क्लासिकल म्युझिकचे स्वर झिरपत आहेत. गायिकेचा आवाज मादक आहे. ती अगदी मनापासून गाते आहे, हे सहजच जाणवतं. कान तृप्त होत आहेत ते ऐकून. आमची चाहूल लागल्यानं ख्रिश्चन मान वळवून आमच्याकडे पाहत छानसं हसतो. माझं लक्ष गाण्यावरून विचलित होण्यासाठी तेवढं कारण पुरेसं आहे.

''बघ, मी तुला म्हटलं होतं ना की हे आवडेल.'' फ्रॅन्को आनंदानं म्हणतो.

''ॲना, तू खूप सुंदर दिसते आहेस.'' ख्रिश्चनच्या स्वरात कौतुक आहे.

''चला, माझं काम झालं.'' फ्रॅन्को मोठ्यानं म्हणतो.

ख्रिश्चन सोफ्यावरून उठत आमच्या दिशेने येतो. ''थँक यू फ्रॅन्को.''

फ्रॅन्को वळून मला घट्ट मिठीत घेत माझ्या दोन्ही गालांवर ओठ टेकवते म्हणतो, ''बेलिझिमा ॲनेस्टेशिया, माझ्याशिवाय कुणालाही तुझे केस कापू देऊ नकोस.''

मी हसते. तो दाखवत असलेल्या सलगीनं मला जरा संकोचल्यासारखं होतं आहे. ख्रिश्चन त्याला बाहेरच्या दारापर्यंत सोडून परत माझ्याकडे येता येता म्हणतो, ''तू केस लांब राहू दिलेस हे मला खूप आवडलं आहे.'' त्याच्या डोळ्यांत चमक आहे. तो बोटांभोवती माझ्या केसांची बट गुंडाळतो.

''किती मऊ आहेत!'' माझ्याकडे पाहत तो पुटपुटतो. ''अजूनही भडकलेली आहेस का माझ्यावर?''

मी मान डोलावते तसं त्याला हसू येतं.

''नक्की कशावरून मॅडम भडकल्या आहेत, ते कळू शकेल का?''

मी डोळे फिरवत म्हणते, ''यादी ऐकायची आहे?''

''चक्क यादी?''

''तीसुद्धा लांबलचक.''

''चल ना, पलंगावर चर्चा करू या.''

''मुळीच नाही,'' मी लहान मुलासारखे ओठ काढते.

''मग जेवल्यावर पाहू या. भूक लागली आहे मला... आणि ती काही फक्त पोटाची नाहीये.'' त्याच्या हसण्यात मादकता ठासून भरली आहे.

"हे बघ, तुझ्या या फसव्या चाळ्यांना मी अजिबात भुलणार नाहीये."

तो हसू दाबतो. "मिस स्टील, चला सांगून टाका पटकन की नक्की कशामुळे तुम्ही इतक्या व्यथित झालेल्या आहात?"

अस्सं काय!

"कशामुळे? सर्वांत पहिली गोष्ट म्हणजे, तू माझ्या खासगी आयुष्यात नाक खुपसत राहतोस. दुसरं म्हणजे, ज्या जागी तुझी एक्स मिस्ट्रेस काम करते, जिथे तू तुझ्या साऱ्या सबमिसिव्हना इकडचे आणि तिकडचेही केस उपटायला नेत होतास, चक्क तिथे मला घेऊन जातोस, त्यानंतर भर रस्त्यात एखाद्या ५-६ वर्षांच्या मुलीला उचलावं तसं तू मला उचलून खांद्यावर टाकत चालायला लागतोस आणि या सर्वांवर कडी म्हणजे तू मिसेस रॉबिन्सना तुला स्पर्श करू देतोस! बस्स!"

माझा आवाज टिपेला पोहोचला आहे.

त्याची भुवई उंचावते. मघाच्या चांगल्या मूडचा आता मागमूसदेखील नाहीये.

"खरंच मोठी यादी आहे, पण सगळ्यात आधी परत एकदा स्पष्ट करून सांगतो की, ती आता *माझी* मिसेस रॉबिन्सन नाहीये."

"पण ती स्पर्श करू शकते ना तुला! त्याचं काय?"

तो ओठ घट्ट मिटून घेतो, "पण कुठे करायचा हे तिला माहीत आहे."

"याचा काय अर्थ?"

दोन्ही हात केसांतून फिरवत, डोळे घट्ट मिटत तो वर पाहतो. जणू कोणी अदृश्य शक्ती ह्याच्या मदतीला येणार आहे. मग तो आवंढा गिळतो.

"हे बघ, तुझ्या-माझ्यात काहीही नियम नाहीयेत. आजवर मी नियमांशिवाय कुठलीच नाती जपली नाहीत. तुझं म्हणायचं, तर तू नेमका कुठे स्पर्श करशील याचा मला अंदाज नसतो. त्यामुळे मी अस्वस्थ होतो. तुझ्या स्पर्शांनी मी पूर्णतया... त्याला योग्य शब्द सापडत नाही. तुझा स्पर्श हा नुसत्या स्पर्शापलीकडे खूप काही आहे... खूप काही."

खूप काही? त्याच्या या अनपेक्षित उत्तरानी मी अवाक् होते. त्या छोट्याशा शब्दात केवढा तरी अर्थ सामावलेला आहे, जो अव्यक्त आहे.

माझा स्पर्श म्हणजे... *खूप काही* आहे तर! होली काऊ! हे असं काहीतरी ऐकल्यावर मी कशी काय विरोध करू शकणार आहे? त्याचे राखाडी डोळे माझ्या डोळ्यांचा वेध घेऊ पाहतात. त्यात भीती असते.

मी स्पर्श करण्याच्या इराद्याने हात पुढे करते तशी भीती आशंकेत बदलते. ख्रिश्चन एक पाऊल मागे सरकतो, तसा माझा हात खाली येतो.

"निषिद्ध क्षेत्र." तो घाईघाईने स्पष्टीकरण देतो. त्याचा चेहरा वेदनेनी पिळवटला आहे.

माझ्या मनात निराशा दाटून येते, ''तुला जर मला स्पर्श करायची मुभा नसेल, तर कसं वाटेल सांग बरं?''

तो तत्काळ उत्तर देतो, ''वंचित आणि उद्ध्वस्त झाल्यागत.''

ओह! माझा फिफ्टी शेड्स! त्याच्या या बोलण्यावर मी डोकं हलवत, त्याच्याकडे पाहत त्याला थोडासा दिलासा मिळेल असं हसते. त्याबरोबर त्याच्या चेहऱ्यावरचा ताण गायब होतो.

''एक ना एक दिवस तुला मला सांगावंच लागेल की, 'निषिद्ध क्षेत्रा'मागे तुझी काय भूमिका आहे ते.''

'एक दिवस नक्की' असं पुटपुटत तो मघाच्या त्याच्या साशंकतेतून क्षणार्धात बाहेर पडतो.

ह्याला हे कसं जमतं? माझ्या पाहण्यात इतका लहरी माणूस आजवर आलेला नाही.

''तर मग आता तुझ्या यादीतील पुढचे मुद्दे. तुझ्या खासगी आयुष्यात दखलअंदाजी देणं.'' हे बोलत असताना तो तोंड वाकडं करतो. ''कारण मला तुझा बँक अकाउंट नंबर ठाऊक आहे.''

''हो! भयानक संताप आणणारं आहे हे.''

''मी माझ्या सर्व सबमिसिव्हची पार्श्वभूमी तपासून घेतो. थांब जरा, तुला दाखवतो.'' असं म्हणत तो स्टडीकडे निघतो.

मी त्याच्या पाठोपाठ जाते. मला खरं म्हणजे काही उलगडा होत नाहीये. एका कुलूपबंद कपाटातून तो एक फोल्डर काढतो. त्यावर मोठ्या अक्षरांत लिहिलेलं असतं, 'ॲनेस्टेशिया रोझ स्टील.'

होली फकिंग शिट्! मी त्याच्याकडे रागाने पाहते.

माफी मागितल्यासारखे खांदे उचलत तो सावकाश म्हणतो, ''तू ते ठेवू शकतेस.''

''हो का? थँक्यू बरं का!'' मी फटकारते. मी ती फाईल चाळून पाहते. त्यात माझ्या जन्माच्या दाखल्याचीसुद्धा प्रत आहे. काय करावं ह्याला? त्यातच आमच्यातील एन.डी.ए. कराराची, कॉंट्रॅक्टची प्रत आहे आणि हे काय? माझा सिक्युरिटी नंबर, रेझ्युमे, आत्तापर्यंतच्या नोकऱ्यांची माहिती... सगळंच आहे.

''अस्सं! म्हणजे मी क्लेटनकडे कामाला आहे, हे तुला माहीत होतं तर!''

''हो!''

''तुझं त्या दिवशी तिथे मला भेटणं, हा योगायोग नव्हता तर!''

''नव्हता.''

आता ह्याच्यावर रागवावं की स्वतःचं कौतुक पाहून आनंदून जावं, हे मला

कळत नाही.

"हा सगळा प्रचंड भोचकपणा आहे असं नाही वाटत तुला?"

"छे! मला नाही तसं वाटत. मी जे काही करतो, ते फार काळजीपूर्वक करतो."

"पण हा माझ्या खासगी अखत्यारीचा विषय आहे."

"मी त्या माहितीचा कुठल्याही प्रकारे दुरुपयोग करत नाही. मुख्य म्हणजे इच्छा असेल तर कोणीही सहजतेने अशी माहिती मिळवू शकतो, हे लक्षात घे. मुळात नियंत्रण ठेवण्याच्या दृष्टीने अशी संपूर्ण माहिती असणं, ही माझी गरज आहे. मी आयुष्यभर याच पद्धतीनं काम करत आलो आहे." तो माझ्याकडे पाहत मला आजमावतो आहे.

"तू माहितीचा दुरुपयोग केला आहेस. मला नको असलेले चोवीस हजार रुपये तू माझ्या अकाउंटमध्ये जमा केले आहेत."

तो क्षणभर ओठ घट्ट मिटून घेतो. "मी तुला आधीच सांगितलं आहे की, तुझ्या गाडीला खरोखरच तितकी किंमत मिळाली आहे. टेलरनी केला आहे तो व्यवहार. तुझा विश्वास बसत नसला, तरी ते खरं आहे."

"पण मग ऑडीचं काय...?"

"ॲनेस्टेशिया, तुला कल्पना आहे का मी दिवसाला किती कमावतो?"

मी एकदम संकोचते. मला कल्पना नसते. "का असावी? ख्रिश्चन तुझ्या बँक बॅलन्सशी मला काही घेणं देणं नाहीये."

त्याच्या डोळ्यांत कोमल भाव तरळतात. "मला ठाऊक आहे. तुझ्याबाबत मला अतिशय आवडणाऱ्या अनेक गोष्टींपैकी ती एक आहे."

मला धक्का बसतो. मी पाहतच राहते त्याच्याकडे. *माझ्याबाबत अतिशय आवडणाऱ्या अनेक गोष्टी?*

"ॲनेस्टेशिया, मी साधारण प्रत्येक तासाला एक लाख डॉलर्स कमावतो."

माझ्या तोंडाचा आ वासला जातो. तो मिटायचं भानदेखील मला राहत नाही. एवढे पैसे? माझ्या कल्पनेच्या पलीकडचं आहे हे सगळं.

"त्यापुढे चोवीस हजार डॉलर्स म्हणजे काहीच नाही, हो ना? गाडी, ओरिजिनल पुस्तकं, कपडे यासारख्या गोष्टी काहीच नाहीयेत." त्याच्या नजरेतील कोमलता त्याच्या स्वरातदेखील उतरली आहे.

मी अवाक होऊन पाहत राहते त्याच्याकडे. त्याला स्वतःच्या असामान्यतेची जराही कल्पना नाहीये.

"पण माझ्या जागी तू असतास आणि सर्व बाजूंनी अतिशय महागड्या वस्तूंचा अचानक तुझ्यावर वर्षाव झाला असता... तर तुला कसं वाटलं असतं?" मला शब्द सापडतात.

तो माझ्याकडे पाहत उभा राहतो. त्या क्षणी मला त्याची समस्या लक्षात येते. त्याच्या ठायी सहृदयतेचा अभाव आहे आणि त्याला त्याची जाणीव नाहीये. आम्ही दोघंही बोलायचे थांबतो.

शेवटी तो खांदे उडवत म्हणतो, ''मला नाही सांगता येणार.'' तो खरोखर संभ्रमात पडलेला दिसतो आहे.

माझं मन भरून येतं. त्याच्या फिफ्टी शेड्समागे नेमकं हेच कारण आहे. त्याला दुसऱ्यांच्या जाणिवा जाणून घेता येत नाहीत. हरकत नाही. मला आलं आहे लक्षात.

''असं कुणालाही छान वाटत नाही. म्हणजे असं बघ, तू खूप उदार आहेस; पण नेमकं याच कारणामुळे मला अस्वस्थता वाटत राहते. हे मी तुला आधीदेखील खूपदा सांगितलं आहे, हो ना?''

तो सुस्कारा सोडत म्हणतो, ''ॲनेस्टेशिया, सारं जग तुझ्या पायाशी आणून ठेवायचं आहे मला.''

''ख्रिश्चन, मला फक्त तू हवा आहेस. या भौतिक गोष्टींची मला लालसा नाही रे.''

''पण, माझ्यापासून त्या वेगळ्या नाही करता येणार. त्या माझा अविभाज्य भाग आहेत.''

छे! यातून काहीही हाती येत नाहीये.

''चल, काहीतरी खाऊन घेऊ या का?'' मी असं विचारते. त्याबरोबर आमच्या दोघांमधला ताण निवळू लागतो.

स्वतःची नाराजी लपवत तो होकार देतो.

''मी करते काहीतरी खायला.''

''चालेल. नाहीतर फ्रिजमध्ये असेल काहीतरी.''

''विकएण्डला मिसेस जोन्सची सुट्टी असते का? म्हणजे बहुतेक शनिवार-रविवार तू शिळं खातोस?''

''नाही.''

''ओह?''

''माझ्या सबमिसिव्ह स्वयंपाक करतात, ॲनेस्टेशिया!''

''हो खरंच की,'' एवढी साधी गोष्ट माझ्या लक्षात कशी आली नाही? मी संकोचते. त्याच्याकडे पाहत गोड हसते. ''सरांना काय खायला आवडेल?''

''मॅडमना जे खिलवणं शक्य होईल.'' त्याचा स्वर खूप काही सांगून जातो.

फ्रिजमध्ये अनेक गोष्टींची रेलचेल असते. मी स्पॅनिश ऑम्लेट करायचं ठरवते. बटाटेसुद्धा तयार असतात फ्रिजमध्ये. माझं काम अजून सोपं होतं. ख्रिश्चन अजूनही

त्याच्या स्टडीमध्ये आहे. नक्कीच कोणातरी मूर्खाच्या खासगीपणावर घाला घालत माहिती गोळा करत असणार. त्या विचारांनी मी अस्वस्थ होते. माझ्या तोंडाची चव जाते. ख्रिश्चनच्या अशा वागण्याला मर्यादा अशी नाहीच.

स्वयंपाक करताना मला गाणी ऐकायला आवडतं. शिवाय, मी सबमिसिव्हच्या भूमिकेतून स्वयंपाक करत नाहीये. फायरप्लेसच्या बाजूच्या आयपॅडकडे जात मी ख्रिश्चनचा आयपॅड उचलते. लीलानं तिच्या आवडीची अनेक गाणी त्यात भरली असणार याची मला खात्री आहे. ती कल्पना मला नकोशी होते.

कुठे असेल ती? काय हवं आहे तिला? मी विचारात पडते.

मी तो विचार झटकून टाकते. काय पण वारसा मिळाला आहे मला. यातून काहीही चांगलं निष्पन्न होऊ शकत नाही.

आयपॅडवरची लांबलचक यादी मी स्क्रोल करत जाते. थोडाफार दंगा हवा आहे मला. बियॉन्सी... हे ख्रिश्चनला पसंत पडणं कठीण आहे म्हणा. *क्रेझी इन लव्ह. मस्त!* प्रसंगानुरूप आहे. मी रिपीट बटण दाबून आवाजही वाढवते.

मी गाण्याच्या तालावर थिरकत स्वयंपाकघराकडे जाते. तिथून बाऊल घेऊन फ्रिजकडे येऊन अंडी बाहेर काढते. मग ओट्याशी येऊन ती फोडून फेटायला सुरुवात करते. हे सगळं तालावर चाललेलं असतं.

मग मी फ्रिजमधून बटाटे काढून आणते आणि जोडीला थोडं हॅमसुद्धा. शिवाय फ्रिजरमध्ये मला मटार मिळतात. वा! मस्त काय काय मिळालं आहे. मग मी पॅन तापायला ठेवून त्यावर ऑलिव्ह ऑईल टाकते आणि परत अंडी फेटायला सुरुवात करते.

सहृदयता नाही. मी या विषयावर विचार करू लागते. ख्रिश्चनसाठी हा विचार इतका अनोखा होता. सगळे पुरुष बायकांमुळे असे गोंधळून जातात का? मला याबाबत काहीच माहीत नाही. कदाचित यातून विशेष काही हाती येणार नसेल.

केट इथे असती तर किती बरं झालं असतं. ती काही मार्ग दाखवू शकली असती. कधीची गेली आहे बार्बाडोसला. इलियटबरोबर आठवडा घालवता यावा म्हणून तिने तिची आधीची सुट्टी अजून एक आठवडा लांबवली आहे. अजूनही त्यांची पाहताक्षणी प्रेमात पडल्याची अवस्था टिकून असेल का?

तुझ्याबाबत मला अतिशय आवडणाऱ्या अनेक गोष्टींपैकी एक.

मी फेटणं थांबवते. हेच वाक्य बोलला होता तो. म्हणजे मग इतरही अनेक गोष्टी आहेत का? सकाळी मिसेस रॉबिन्सन दिसल्यानंतर आत्ता पहिल्यांदाच माझ्या चेहऱ्यावर हसू येतं, अगदी मनापासून.

ख्रिश्चन माझ्या कमरेभोवती हातांचा विळखा घालतो, तशी मी दचकते.

"फार छान गाणं लावलं आहेस." माझ्या कानाच्या खाली चुंबन घेता घेता तो

म्हणतो, ''तुझ्या केसांना मस्त सुगंध येतो आहे.'' माझ्या केसात नाक खुपसत तो खोल श्वास घेतो.

नाभीच्या तळापासून मला आसक्ती जाणवू लागते. *नाही.* मी त्याच्या मिठीतून स्वतःला सोडवून घेते.

''मी तुझ्यावर अजूनही रागावलेली आहे.''

तो वैतागला. ''अजून किती वेळ अशी रागावणार आहेस?'' केसातून हात फिरवत तो विचारतो.

मी खांदे उडवत म्हणते, ''निदान खाऊन होईपर्यंत तरी.''

तो ओठ मुडपत हसतो. मग वळून रिमोट उचलून गाणं बंद करतो.

''ते गाणं तू टाकलं होतंस का आयपॅडवर?''

तो मान हलवतो. त्याच्या चेहऱ्यावरची खिन्नता पाहून मला लक्षात येतं की, हे काम तिचं असणार... त्या गूढ मुलीचं...

''तुला असं नाही का वाटत, की तुला ती काहीतरी सांगण्याचा प्रयत्न करत होती?''

''अं, आता विचार केला की वाटतंय, की असू शकतं तसं.'' तो म्हणतो.

हं. आता काही वेगळा पुरावा नकोच. सहृदयतेचा अभाव हेच खरं. माझी अंतर्देवता हात घट्ट बांधून चेहऱ्यावर स्पष्ट नाराजी दर्शवत उभी राहते.

''मग ते गाणं अजून आयपॅडवर कसं?''

''मला ते आवडतं. पण तुला जर त्याचा त्रास होणार असेल, तर मी ते डिलीट करतो.''

''नाही, तसं काही नाही. मला स्वयंपाक करताना गाणी ऐकायला आवडतात.''

''सांग, काय लावू आता?''

''लाव काहीतरी छानसं.''

माझ्याकडे पाहत छद्मीपणाने हसत तो आयपॅड डॉककडे जातो. मी परत अंडं फेटू लागते.

क्षणार्धात नीना सिमोनचा अतिशय सुरेल, सुंदर आवाज वातावरण भारून टाकतो. 'आय पुट अ स्पेल ऑन यू' रे चं अतिशय आवडतं गाणं.

मी संकोचानं ख्रिश्चनकडे पाहते. तो मला काय सांगण्याचा प्रयत्न करतो आहे? त्यानं माझ्यावर फार आधीच मोहिनी टाकली आहे आणि पाहता पाहता त्याचा नूर बदलतो. मघाच्या लाघवीपणाच्या जागी मदनाच्या खाणाखुणा दिसू लागल्या आहेत. त्याचे डोळे गडद होत वेगळीच भाषा बोलू लागले आहेत.

मी भारावल्यासारखी त्याला न्याहाळते. एखाद्या शिकाऱ्यासारखा, एक-एक पाऊल दक्षतेनं टाकत गाण्याची लय साधत तो माझ्या दिशेनं येतो. या क्षणी तो

अनवाणी आहे. जीन्स, अर्धवट खोचलेला पांढरा शर्ट आणि चेहऱ्यावरच्या बदलत जाणाऱ्या छटा...

ख्रिश्चन माझ्याजवळ पोहोचतो. नीना गाते आहे. 'यू आर माईन' त्याचा इरादा स्पष्ट आहे.

"ख्रिश्चन, नाही हं, प्लीज." मी कुजबुजते. हातातलं व्हिस्क मी बचावार्थ उचलून धरते.

"काय नाही? काय प्लीज?"

"असं करू नकोस."

"असं म्हणजे?"

"हेच."

माझ्यासमोर उभं राहून तो माझ्या नजरेत नजर मिसळतो.

"नक्की का?" तो श्वास सोडत माझ्या हातातलं व्हिस्क काढून अंडी ठेवलेल्या भांड्यात ठेवतो. मी कावरीबावरी होते. मला त्याचा स्पर्श नको आहे... हवा आहे... तीव्रतेने.

किती पिडतो हा! किती हवाहवासा वाटतो, कसला हॉट आहे. गारूड करणाऱ्या त्याच्या रूपावरून मी नजर हटवते.

"ॲनेस्टेशिया," तो पुटपुटतो, "मला तू हवी आहेस. मी प्रेम आणि तिरस्कारही करतो आणि तुझ्याशी वाद घालायला मला खूप आवडतं. माझ्याकरता हे सारं खूप नवीन आहे. आपल्यात जे चाललं आहे ते सर्व योग्य आहे, हे जाणून घेणं ही माझी गरज आहे. ते जाणण्याची एवढी एकच रीत मला ठाऊक आहे."

"ख्रिश्चन, माझ्या तुझ्याबद्दलच्या भावना बदलल्या नाहीयेत." मी हलकेच म्हणते.

त्याच्या इतक्या जवळ असण्यानं मी अस्वस्थ होते आहे. मला आनंदाचं भरतं येत आहे. त्याच्याबद्दल अनामिक तरी ओळखीची ओढ जाणवते. माझी अंतर्देवता तर पेटली आहे. त्याच्या शर्टमधून डोकावणारा छातीवरच्या केसांचा 'व्ही' मला वेडावतो आहे. मी इतकी प्रणयोत्सुक झाले आहे की, स्वतःला आवरण्यासाठी मी खालचा ओठ चावते. मला तो 'व्ही' चावायचा आहे.

किती जवळ आहे तो माझ्या, तरीही तो स्पर्श करत नाही. त्याच्या देहाची धग मला जाणवते.

"तू जोवर मला होकार देत नाहीस, तोवर मी तुला स्पर्शदेखील करणार नाही," तो हळुवारपणे म्हणतो, "परंतु सकाळपासून जो काही राडा झाला आहे त्यानंतर स्वतःला तुझ्यात हरवून आपल्यातले सगळे वाद मिटवून टाकावेत एवढीच माझी इच्छा आहे."

अहाहा! आपल्यातले...! काय जादुई शब्द आहे... आपण... म्हटलं तर साधासा शब्द, पण अनोख्या बंधनाची जाणीव करून देणारा. त्याच्या देखण्या पण गंभीर झालेल्या चेहऱ्याकडे टक लावून पाहता यावं म्हणून मी मान वर उचलते.

"मी आता तुझ्या चेहऱ्याला स्पर्श करणार आहे," असं म्हणत मी श्वास घेते. त्याचा होकार जाणवण्याआधी मला त्याच्या नजरेतलं आश्चर्य जाणवतं.

मी हात उचलून त्याच्या गालावरून अलगद फिरवते. मग त्याच्या गालावरच्या दाढीच्या खुंटांवरून बोटं फिरवते. तो डोळे मिटत, सुस्कारा सोडत माझ्या स्पर्शाला प्रतिसाद देतो.

तो जसा माझ्यावर झुकतो, तसं अभावितपणे माझे ओठ त्याच्या ओठावर टेकतात. तो तसाच रेंगाळतो.

"ॲनेस्टेशिया, हो की नाही?" तो कुजबुजतो.

"हो."

दुसऱ्याच क्षणी त्याचे ओठ माझ्या ओठांचा ताबा घेत मला सुखावत, चेतवत त्यांना विलग करतात. तो मला घट्ट मिठीत घेतो. मग एक हात केसात गुंतवून ते हलकेच मागच्या बाजूला ओढतो. दुसऱ्या हातानी तो माझे नितंब त्याच्याकडे ओढून घेतो. मी हलकेच चित्कारते.

"मि. ग्रे," टेलर घसा खाकरतो. ख्रिश्चन मला चटकन मोकळं करतो.

"टेलर," त्याचा स्वर ताठर असतो.

मी वळून पाहते, तर ग्रेट रूमच्या उंबरठ्यावर टेलर अवघडून उभा असतो. ख्रिश्चन आणि टेलर एकमेकांकडे पाहतात. त्या दोघांमध्ये शब्दावाचून संवाद घडतो.

"माझ्या स्टडीमध्ये," ख्रिश्चन फटकारतो. टेलर घाईने तिकडे जातो.

"टाइम प्लीज!" टेलरच्या मागोमाग त्या खोलीकडे जाता जाता ख्रिश्चन कुजबुजतो.

मी खोलवर श्वास घेत स्वत:ला स्थिर करण्याचा प्रयत्न करते. होली हेल! मी एक मिनिटासाठीसुद्धा स्वत:वर ताबा ठेवू शकत नाही का? मी डोकं हलवत सगळे विचार झटकून टाकू पाहते. मला स्वतःचा तिरस्कार वाटतो. टेलर मध्येच टपकला म्हणून मी मनोमन त्याचे आभार मानते. अर्थात, मला जरासा संकोचसुद्धा वाटला आहे म्हणा.

टेलर पूर्वी असं कधी टपकला असेल, त्यानं काय-काय पाहिलं असेल, याबद्दल मला जराही विचार करायचा नसतो, तरी ते विचार माझ्या मनात डोकावतात. मी ते झटकून टाकायचा प्रयत्न करते. स्वयंपाक! मी स्वयंपाकाकडे वळते. बटाटे कापायला घेते. आत्ता टेलर काय सांगायला आला आहे? माझे विचार धावू लागतात. लीलाबद्दल काही आहे का?

दहा मिनिटांत ऑम्लेट तयार होतं. त्याच वेळेस ते दोघेही स्टडीमधून बाहेर पडतात. ख्रिश्चन माझ्याकडे नजर टाकतो. परंतु त्याच्या मनात काहीतरी विचार चालू आहेत असं मला जाणवतं.

"मी त्यांना दहा मिनिटांत पूर्ण कल्पना देतो," तो टेलरला म्हणतो.

"आम्ही तयार असू." असं म्हणत टेलर ग्रेट रूममधून बाहेर पडतो.

मी दोन प्लेट्स मांडते.

"जेवू या?"

"प्लीज!" असं म्हणत एका बारस्टूलवर बसत ख्रिश्चन माझं बारकाईनी निरीक्षण करतो.

"काही प्रॉब्लेम?"

"नाही."

मला वैताग येतो, तो मला काही सांगत नाहीये. मी वाढून घेत... काय घडलं आहे याबद्दल अंधारात... त्याच्या बाजूला बसते.

"छान झालं आहे," पहिला घास घेतल्यावर ख्रिश्चन कौतुकानं म्हणतो. "याच्या सोबत वाईन घ्यायला आवडेल का तुला?"

"नको, थँक्यू!" *ह्याच्याबरोबर असताना डोक्यात दुसरं काहीही नको.*

ऑम्लेट चांगलं झालं आहे, हे नक्की.

मी खाल्लं नाही तर ख्रिश्चन मागे लागेल म्हणून मी मुकाट्याने खाते आहे. थोडा वेळ आम्ही शांततेत खातो. मग ख्रिश्चन मघाचं ते अर्धवट राहिलेलं गाणं पुन्हा लावतो.

"कोणतं गाणं आहे हे?"

"कॅन्टेल्युब साँग्ज ऑफ द ओव्हॅर्न... त्यातलं सगळ्यात सुंदर 'बेलोरो' हे गाणं आहे."

"फार गोड आहे. कुठल्या भाषेत आहे?"

"जुनं फ्रेंच आहे ते. ऑक्साटॅन म्हणतात त्याला."

"तू फ्रेंच बोलतोस ना? तुला कळतं हे गाणं?" त्याच्या आई-वडिलांकडे आम्ही जेवायला गेलो होतो तेव्हा तो किती अस्खलित फ्रेंच बोलला होता, हे मला आठवतं.

"हो, काही शब्द कळतात." ख्रिश्चन हसतो. आता तो जाणवण्याइतका सैलावला आहे. "माझ्या आईचा एक दंडक होता. एक वाद्यसंगीत, एक परकीय भाषा आणि मार्शल आर्ट. इलियट स्पॅनिश बोलतो. मी आणि मिआ फ्रेंच. इलियट गिटार, मी पियानो आणि मिआ सेलो वाजवते."

"वॉव! आणि मार्शल आर्टचं काय?"

''इलियट ज्युडो शिकला आहे. मिआनी मात्र बाराव्या वर्षी ठासून सांगितलं की, ती पुढे काही शिकणार नाही.'' त्या आठवणींनी त्याला आजही हसू येतं.

''माझी आई अशी शिस्तशीर असती, तर मलाही आवडलं असतं.''

''तिच्या मुलांच्या कर्तृत्वाचा प्रश्न आला की डॉ. ग्रेस ठाम असतात.''

''तिला तुझा किती अभिमान वाटत असेल! मला नक्कीच वाटला असता.''

अचानक ख्रिश्चनचा चेहरा काळवंडतो. तो अस्वस्थ होतो. नकोशा आठवणी जाग्या झाल्यागत तो माझ्याकडे पाहतो.

''आज संध्याकाळी काय घालायचं हे तू ठरवलं आहेस का? की मी येऊन तुला काही मदत करू?'' अचानक त्याचा स्वर तुटक होतो.

ओह! त्याला राग आलेला दिसतो आहे. काय झालं? मी असं काय म्हटलं?

''अं, नाही अजून. हे सगळे कपडे तू स्वतः आणले आहेस का?''

''नाही ॲनेस्टेशिया. मी नाही आणलेत ते. मी नीमन मार्कसच्या पर्सनल शॉपरला तुझा साईझ आणि कपड्यांची यादी दिली. ते नीट बसतील. तुला सांगून ठेवतो की, आज संध्याकाळसाठी आणि व येत्या काही दिवसांसाठी मी सिक्युरिटी वाढवली आहे. लीला सिएटलच्या रस्त्यांवर कुठेतरी भटकते आहे. ती काय करेल ह्याचा काही नेम नाही. अशा परिस्थितीत योग्य काळजी घेतलेली बरी. तू एकटी कुठेही गेलेली मला चालणार नाही. समजलं?''

मी त्याच्याकडे पाहत राहते, ''ठीक आहे.'' मला-तू-आत्ता-हवा-आहेस त्याचं काय झालं, ग्रे?

''ठीक आहे. मी त्यांना सूचना देऊन आलो. फारसा वेळ नाही लागणार मला.''

''ते आले आहेत का इथे?''

''हो?''

कुठे?

ख्रिश्चन उठून स्वतःची प्लेट सिंकमध्ये ठेवून तिथून गायब होतो.

हे सगळं काय चालू आहे? ह्याच्या एका शरीरात अनेक व्यक्ती राहत आहेत की काय अशी शंका मला येते. स्किझोफ्रेनियाचं लक्षण आहे हं. गुगल करायला हवं.

मी पटकन माझं खाणं संपवते. सगळी स्वच्छता करते आणि *माझ्या* बेडरूममध्ये जाते. ॲनेस्टेशिया रोझ स्टील नावाची ती फाईल मी आठवणीनं बरोबर घेते. वॉक इन क्लोझेटमध्ये शिरून मी ते तीनही इव्हिनिंग गाऊन्स बाहेर काढते. यातला कोणता बरं घालावा?

पलंगावर पडल्या पडल्या मी कौतुकानं माझा मॅक, आयपॅड आणि ब्लॅकबेरी न्याहाळते. या अत्याधुनिक तंत्रज्ञानानी मला जेरीला आणलंय. मग मी ख्रिश्चनची

प्लेलिस्ट माझ्या आयपॅडवरून मॅकवर घेते. त्यानंतर मग मी गुगलवर सर्च करायला बसते.

ख्रिश्चन आत येतो, तेव्हा मी पलंगावर पडून मॅकवर वाचते आहे.

''काय करते आहेस?'' तो हळुवारपणे विचारतो.

'मल्टिपल पर्सनॅलिटी डिसऑर्डर : लक्षणं' ही मी पाहत असलेली वेबसाईट त्याला दाखवावी की नाही या संभ्रमात मी पडते.

माझ्या बाजूला पलंगावर लोळण घेत तो उत्सुकतेने वेबपेज पाहतो.

''काही खास कारण या वेबसाईटवर जाण्याचं?'' तो जरा बेफिकिरीनं विचारतो.

''एका विचित्र पर्सनॅलिटीवर रिसर्च करते आहे.'' मी अतिशय शांत असल्याचा आव आणते.

हसू दाबण्यासाठी तो ओठ मिटून घेतो. ''विचित्र पर्सनॅलिटी?''

''माझं स्वतःचं पेट प्रोजेक्ट आहे.''

''अच्छा! तर आता मी पेट प्रोजेक्ट झालो आहे का? कदाचित एखादं सायन्सचं एक्सपेरिमेंट? मला तर वाटलं होतं, की मीच सारं काही आहे. मिस स्टील, तुम्ही मला गुंडाळून टाकलंत की!''

''कशावरून तो तू आहेस?''

''अंदाज!'' तो छद्मीपणे म्हणतो.

''आता हे बरोबर आहे की, ज्याला मी इतक्या जवळून ओळखते आणि जो तापट, कंट्रोलफ्रिक आणि पेटलेला असतो, असा तू एकमेव आहेस.''

''मला वाटलं, तू इतक्या जवळून फक्त मला ओळखतेस.'' तो एक भुवई उंचावतो.

मी एकदम लाजते. ''हो, ते खरं आहे.''

''तर मग तू काही निष्कर्षाला पोहोचलीस का?''

मी वळून त्याच्याकडे पाहते. तो माझ्या बाजूला मजेत, कुशीवर पहुडला आहे, त्यानं दंडावर डोकं टेकवलं आहे. त्याच्या चेहऱ्यावर मजा वाटत असल्यासारखे भाव आहेत.

''मला असं वाटतंय की, तुला जालीम थेरपीची आत्यंतिक आवश्यकता आहे.''

तो पुढे होत हळुवारपणे माझ्या केसांची बट माझ्या कानामागे नेतो.

''मला वाटतंय की, मला तुझी गरज आहे. हे घे.'' तो माझ्या हातात लिपस्टिक ठेवतो.

मी गोंधळात पडते, आठ्या घालत त्याच्याकडे पाहते, गडद लाल रंग! मी कधीच असा रंग वापरत नाही.

"ई! मी हे लिपस्टिक लावू?"

तो हसायला लागतो. "ॲनेस्टेशिया, छे! छे! तुला हवं असेल तर तू लावू शकतेस. पण मला नाही वाटत की असा रंग तू वापरत असशील." तो म्हणतो.

तो पलंगावर मांडी घालून बसतो. मग शर्ट डोक्यावरून काढून टाकतो.

"क्या बात है! तुझी रोड मॅपची कल्पना मला आवडली आहे."

रोड मॅप? मला काही संगती लागत नाहीये.

"निषिद्ध क्षेत्राची सीमारेषा," तो समजवायचा प्रयत्न करतो.

"ओह! मी गंमत करत होते."

"मी नाही करत आहे."

"म्हणजे मी तुझ्या अंगावर लिपस्टिकनी खुणा करू?"

"त्या पाण्यानी निघून जातील."

याचा अर्थ मी त्याला मोकळेपणानी स्पर्श करू शकेन. माझ्या चेहऱ्यावर छानसं हसू पसरतं. मी त्याच्याकडे पाहत तोंडात जीभ घोळवते.

"त्यापेक्षा मार्कर पेन वापरलं तर? ते टिकेलसुद्धा."

"मी टॅटूसुद्धा करू शकतो." त्याच्या नजरेत मिश्कील भाव उमटले आहेत.

ख्रिश्चन ग्रे आणि टॅटू? आधीच त्याच्या शरीरावर एवढ्या खुणा उमटलेल्या आहेत. त्यात कुठे भर टाकायची? काही नको.

मला वाटणारी भीती लपवण्यासाठी मोठ्यांदा हसत मी म्हणते, "टॅटूला माझा साफ नकार आहे."

"मग लिपस्टिकच बरी," तो हसत म्हणतो.

मी मॅक बंद करून बाजूला सरकवते. धमाल येऊ शकते हे करताना.

"ये," तो हात पुढे करत म्हणतो, "बस माझ्यावर."

चप्पल जमिनीवर काढून मी बसती होते. मग रांगत त्याच्या अंगावर जाते. तो गुडघ्यात पाय वाकवून पलंगावर पहुडला आहे.

"माझ्या मांड्यांना टेकून बस."

मी त्याच्या सूचनेप्रमाणे बसते. त्याच्या डोळ्यांत सावधानता आहे. पण त्याचबरोबर त्याला मजादेखील वाटते आहे.

"तुला फारच उत्साह आलेला दिसतो आहे," मधेच तो टोमणा मारतो.

"मि. ग्रे, नवीन माहिती मिळवण्यासाठी मी कायम उत्सुक असते. शिवाय याचा दुसरा अर्थ असाही आहे की, मला माझ्या स्पर्शाच्या मर्यादा कळल्या की, तुम्हीसुद्धा आरागात राहू शकता."

तो डोकं हलवतो. आपण हिला असं काही करू देत आहोत, यावर बहुधा त्याचा विश्वास बसत नसावा.

"चल उघड ती लिपस्टिक."

हं, तो त्याच्या साहेबी मूडमध्ये आहे, पण मला त्याची यत्किंचितही पर्वा नाही.

"हात दे तुझा."

मी दुसरा हात पुढे करते.

"हा नाही, लिपस्टिक धरलेला." तो माझ्याकडे पाहून डोळे फिरवतो.

"तू माझ्याकडे पाहून डोळे फिरवलेस का?"

"हो."

"तुम्हाला माहितीये ना मि. ग्रे, की हे अतिशय उद्धटपणाचं लक्षण आहे? असे डोळे फिरवले की, माझ्या ओळखीचे काही लोक भयंकर खवळतात."

"अस्सं?" तो उपरोधानं म्हणतो.

मी माझा लिपस्टिक धरलेला हात त्याच्या हातात देते. त्याबरोबर तो पटकन उठून बसतो. आमची नाकं एकमेकांना टेकतात.

"तयार?" तो हळू आवाजात साशंकतेने पुटपुटतो. त्याच्या या आवाजानं माझा प्रत्येक स्नायू ताठरतो. मला प्रचंड ताण जाणवतो. *ओह! वॉव!*

"हो." मी कुजबुजते. त्याच्या इतक्या निकट सान्निध्यानी मी मोहात पडते. त्याचं कमावलेलं शरीर, त्याचा खास गंध, माझा स्वतःचा बॉडी वॉश... तो माझा हात त्याच्या खांद्यापर्यंत नेतो.

"दाब आता." तो श्वास घेतो. तो हातात हात घेऊन रेष ओढू लागतो, तसं माझं तोंड कोरडं पडतं. त्याच्या खांद्यापासून सुरुवात करून आम्ही बगलेपर्यंत आणि तिथून बरगड्यांच्या बाजूनी छातीवर जाडसर, लालचुटूक रेघ ओढतो. शेवटच्या बरगडीकडून तो माझा हात पोटाच्या दिशेने नेतो. त्याला अतिशय ताण आला आहे. तरीही तो माझ्याकडे निर्विकारपणे पाहण्याचा प्रयत्न करतो, पण त्या करता त्याला किती आटापिटा करावा लागत असेल, याची मला पूर्ण कल्पना आहे.

तो अगदी संयम बाळगून आहे. त्याचे ओठ घट्ट मिटलेले आहेत. त्याच्या डोळ्यांभोवतीसुद्धा तणावाच्या खुणा दिसत आहेत. पोटाच्या मध्यावर आल्यावर "अशीच दुसऱ्या बाजूने काढ," असं म्हणून तो माझा हात सोडतो.

मी डाव्या बाजूप्रमाणेच उजवीकडे रेष आखते.

मी त्याची वेदना समजू शकते, हा त्याचा विश्वास जपणं माझ्यासाठी महत्त्वाचं आहे. त्याच्या छातीवरचे सात गोल लहान व्रण माझ्या नजरेत भरतात. हीन मानसिकतेचे हिडीस प्रदर्शन करणारे, त्याच्या देखण्या शरीरावरचे डाग बघणं हे मला नरकयातना भोगण्यासारखं वाटतं. लहानशा लेकराला असं कोण बरं करू धजावेल?

कसंबसं माझ्या भावनांवर नियंत्रण ठेवत मी त्याला म्हणते, "बघ, झालंसुद्धा."

"नाही. अजून थोडं राहिलं आहे." तो बोटांनी दोन्ही खांद्यांना गळ्याखालून

जोडणारी काल्पनिक रेष काढून दाखवतो. त्या अनुषंगाने मी तिथेही लाल मर्यादा आखते. मग मी त्याच्या राखाडी डोळ्यांत डोकावून पाहते.

"आता पाठीवर." तो पुटपुटतो. तो वळू लागतो, तसं मी त्याच्या अंगावरून उतरते. तो पालथा होत उठून बसतो. माझ्याकडे पाठ करून उभं राहिल्यावर तो म्हणतो, "दोन्ही बाजूंनी छातीकडच्या रेषांपासून सुरुवात करून एक सलग रेष आख." त्याचा आवाज घोगरा झाला आहे.

त्याच्या सूचनेप्रमाणे मी त्याच्या पाठीवर रेष ओढते. त्याच्या देखण्या शरीरावर या बाजूनी चटक्याचे नऊ व्रण असतात.

होली फक्! त्या प्रत्येक व्रणावर हळुवारपणे ओठ टेकवण्याची ऊर्मी दाबण्यासाठी आणि डोळ्यांतील अश्रू थोपवण्यासाठी मला आटोकाट प्रयत्न करावे लागतात. इतकं निर्घृण कृत्य कुणी माणूस कसं करू शकतो? पशू असला पाहिजे तो. मी त्याच्या पाठीवरची रेष पूर्ण करेपर्यंत तो मान खाली घालून अतिशय तणावाखाली बसून राहतो.

"तुझ्या मानेभोवती पण काढू का?" मी हळुवारपणे विचारते.

त्याने होकार दिल्यावर गळ्याच्या रेषेशी जुळणारी रेष त्याच्या केसांखालून काढून मी पूर्ण करते.

"झालं," असं पुटपुटत मी थांबते. गडद लाल रंगाची किनार असलेलं अंगाच्या रंगाचं जाकीट त्यानी घातल्यासारखं वाटलं.

तो जरा सैलावतो. त्याबरोबर त्याचे आखडून धरलेले खांदेसुद्धा सैलावतात. मग तो सावकाश माझ्याकडे तोंड करून बसतो.

"या मर्यादा लक्षात ठेव." तो अगदी हळुवारपणे म्हणतो. त्याची बुब्बुळं गडद भासतात आणि बाहुल्या विस्फारलेल्या... भीतीनं की लालसेनं?

मला तर वाटतंय की झोकून द्यावं स्वतःला त्याच्यावर, पण मी स्वतःला आवरते आणि त्याच्याकडे नवलानं पाहते.

"हे बघ, मी हे लक्षात ठेवून जगू शकते, पण या क्षणाला तरी मला स्वतःला तुझ्यावर झोकून द्यावंसं वाटतंय."

आधारासाठी हात पुढे करत, छद्मीपणे हसत तो मला म्हणतो, "मिस स्टील, मी तुमचाच आहे."

मी लहान मुलासारखी आनंदानं चित्कारत स्वतःला त्याच्या बाहूत सोपवते. एक महत्कठीण कर्म पार पडल्याच्या आनंदात तोही लहान मुलासारखं खुदूखुदू हसत स्वतःला अंथरुणात झोकून देतो. कसं कोण जाणे, पण मी त्याच्या अंगाखाली येते.

"आणि मघाच्या 'टाइम प्लीज'बद्दल.." असं म्हणत त्याचे ओठ माझ्या ओठांचा ताबा घेतात.

६

ख्रिश्चनला उत्कटतेनं प्रतिसाद देत मी त्याचे केस घट्ट पकडून ठेवते. त्याची जीभ खऱ्या अर्थाने माझं रसपान करते आहे, मला पुन्हा एकदा जखडून, संपवून टाकू पाहत आहे. स्वर्गसुख याहून वेगळं ते काय असणार?

अचानक तो मला बसतं करत घाईघाईनं माझा टीशर्ट काढून जमिनीवर फेकतो.

"मला तुला अनुभवायचं आहे," त्याच्या स्वरातला अधिरेपणा लपत नाही. त्याच वेळेस तो माझ्या ब्राचं हुक काढून तीदेखील टीशर्टच्या बाजूला फेकतो.

आता मला पलंगावर झोपवत तो माझ्या स्तनांशी खेळू लागतो. त्याचे हात आणि ओठ सारखेच आतुर झाले आहेत. माझं एक स्तनाग्र तो ओठात धरून ओढतो, तशी माझी बोटं त्याच्या केसात गुंफली जातात.

माझ्या शरीरभर संवेदना दौडू लागतात. मी आवेगानं चित्कारते. माझ्या मांड्यामध्ये तर अविरत तरंग उमटू लागतात.

"राणी, ऐकू दे गं मला तुझा आवाज!" माझ्या तापलेल्या शरीरावर ओठ टेकवत तो पुटपुटतो.

आता मला क्षणाचाही विरह नको आहे. आता या क्षणी तो माझ्यात भिनावा अशी तीव्र कामेच्छा मला होते आहे, पण तो अजूनही माझ्या स्तनाग्रांना ओठांनी छेडण्यात आणि कुरवाळण्यात मग्न आहे. त्यालासुद्धा माझ्याबद्दल तितकीच उत्कट ओढ आहे. मात्र त्याच्या त्या वाटण्यात अति सुंदर, अनोखा असा भाव आहे, जणू तो मला पुजतो आहे.

आता त्याची बोटं मला चिथावण्याचं काम कौशल्यानं करत आहेत. त्याच्या स्पर्शांनी माझी स्तनाग्रं पुनःपुन्हा ताठरत, विस्तारत आहेत. त्याचा अलवार स्पर्श मला मोहरून टाकतो आहे. त्याचा हात आता माझ्या पँटकडे जातो. एका झटक्यात बटण उघडून झिप उघडून तो हात पँटीजमधून आत सरकवतो. आता त्याची बोटं माझ्या योनीशी खेळू लागतात.

त्याच्या बोटांचा जसा माझ्यात प्रवेश होतो, तसा त्याचा श्वास जलद होतो.

त्याच्या स्पर्शाला अधिक प्रतिसाद देण्याच्या हेतूने मी कंबर वर उचलते. त्याबरोबर त्याचा तळवा मला झाकून टाकतो.

माझ्या डोळ्यांत निरखून पाहत तो माझ्यावर चढत म्हणतो, ''राणी किती गच्च ओली झाली आहेस तू!'' त्याच्या स्वरातलं नवल लपत नाहीये.

''मला तू हवा आहेस,'' मी कशीबशी म्हणते.

त्याचे ओठ माझ्या ओठांना भिडतात. त्याच्या आवेगावरून मला जाणवतं की, त्यालासुद्धा आमच्या एकरूपतेची प्रचंड आस लागली आहे.

हे मला नवीन आहे. मी जॉर्जियाहून परत आले, तेव्हा फक्त तो असं वागला होता. एरवी मात्र तो... तेवढ्यात मला त्याचे ते शब्द आठवले. *आपल्यात जे चाललं आहे ते सर्व योग्य आहे हे जाणून घेणं, ही माझी गरज आहे आणि ते जाणण्याची एवढी एकच रीत मला ठाऊक आहे.*

त्या विचारांनी मला नवीन दिशा मिळते. मी त्याच्यावर असा परिणाम करते किंवा माझ्यामुळे त्याला इतकी शांती मिळते या जाणिवेने माझी अंतर्देवता अत्यानंदित होते. तो उठून बसतो आणि माझी जीन्स ओढून काढत बाजूला टाकतो. तीच गत माझ्या पँटीजची होते.

माझ्यावरची नजर न हटवता तो खिशातून कंडोमचं पाकीट काढत माझ्याकडे टाकतो. मग एका झटक्यात स्वतःची जीन्स उतरवतो.

मी अधिरतेने पाकीट उघडून त्यातून कंडोम बाहेर काढते. तो कपडे काढून माझ्याजवळ पहुडतो तेव्हा त्याच्यावर ते अलगद चढवते.

तो माझे दोन्ही हात धरतो आणि पाठीवर झोपतो.

''तू माझ्यावर,'' मला बाजूला ओढत तो हुकूम सोडतो. ''मला तुला पाहायचं आहे.''

ओह!

मी थोडीशी साशंक आहे; परंतु त्याच्या मदतीनं त्याच्यावर आरूढ होते. मी त्याचा माझ्यामधला प्रवेश सुकर करते. सुखावून डोळे मिटत तो कंबर वर करतो. त्याच्या या लहानशा हालचालीने तो माझ्यात आत-आत पोहोचतो, मला व्यापून टाकतो. त्याला सामावून घेण्यासाठी मीदेखील जणू जागा करते. त्या संवेदनांनी सुखावत तो ओठांचा चंबू करतो.

अहा! तो माझ्या मालकीचा आहे आणि मी त्याच्या... ही भावना किती सुखद आहे.

तो माझे हात धरतो. मला तोल सावरता यावा म्हणून, की मी त्याला स्पर्श करू नये म्हणून, ते मला कळत नाही. तसं पाहिलं, तर आत्ताच आम्ही स्पर्शक्षेत्र ठरवून घेतले आहे, पण असो!

आता तो माझा अंकित आहे या भावनेनं मी भारावून जाते. मी स्वतःला थोडंसं वर उचलत परत त्याच्या दिशेने खाली आणते. स्पर्शाच्या त्या अनोखेपणामुळे ख्रिश्चन ग्रे पेटून उठतो. माझे हात सोडून देत माझे नितंब धरतो. मी आता त्याच्या खांद्यावर हात ठेवते. त्याबरोबर तो नव्या जोमाने आवेगाने स्वतःला माझ्यामध्ये ढकलतो. त्या संवेदनेने मी चित्कारते.

"हो गं राणी, जाणवून घे मला," त्याचा स्वर बदलतो.

मी मान मागे टाकत त्याचा स्पर्श अनुभवू लागते. त्याला हे किती छान जमतं.

त्याच्या तालाशी जुळवून घेत मीदेखील वर-खाली, मागे-पुढे होऊ लागते. उमटणाऱ्या संवेदनांपुढे मनातील विचार, कार्यकारणभाव या कशाला थारा मिळत नाही. मिलनानंदामधल्या सर्वोच्च प्रेमभावनांच्या अनुभवात मी हरवून जाते. परत-परत जाणवणाऱ्या स्पर्शलाटांमध्ये वाहवून जाते. माझी मी उरत नाही. त्याच्याशी अद्वैत होत मी समर्पित होऊ लागते. क्षणभर डोळे उघडून मी त्याच्याकडे पाहते तर तो मलाच निरखत असतो.

"माझी ॲना..." तो कळत-नकळत म्हणतो.

"हो," माझ्याकडून अभावितपणे प्रतिसाद दिला जातो. "सदैव."

अचानक तो डोळे बंद करत मान मागे झुकवत चित्कारतो. माझ्या प्रभुत्वाखाली ख्रिश्चन असा कामावेगातून मोकळा होताना पाहण्यात मी हरवते. त्याच्याशी आयुष्यभरासाठी बांधून घेते. माझ्या प्रणयभावना उत्कटतेला पोहोचतात. त्याच्यावर कोसळत मी समागमाचा सर्वोच्च बिंदू गाठत स्रवू लागते.

मला आवेगाने घट्ट धरून ठेवत तोसुद्धा ती उत्कटता अनुभवत मोकळा होतो.

त्याच्या छातीवरच्या निषिद्ध क्षेत्रावर माझं डोकं अभावितपणे टेकलेलं आहे. तिथल्या कुरळ्या केसांचा मलमली स्पर्श माझ्या गालाला सुखावतो आहे. मी धापा टाकते आहे. मी झळकते आहे. त्या जागेची चुंबनं घेण्याचा मोह मी टाळते.

मी तशीच त्या अवस्थेत शांत पडून राहते. माझे केस सारखे करत माझ्या पाठीवरून हळुवार हात फिरवत तोही शांत होत जातो.

"किती सुंदर आहेस तू!"

मी मान वर करून त्याच्याकडे टक लावून पाहते. माझ्या चेहऱ्यावरची संदिग्धता पाहून तो अनपेक्षितपणे उठून बसतो. एक हात माझ्याभोवती टाकत तो मला सावरून धरतो. मी आधारासाठी त्याचे दंड पकडून ठेवते. माझं नाक त्याच्या नाकाला टेकलं आहे.

"तू सुंदर आहेस." तो परत म्हणतो. आता त्याचा स्वर ठाम आहे.

"आणि तू कधीकधी दृष्ट लागण्यासारखा गोड वागतोस." मी त्याचं हळुवार

चुंबन घेत म्हणते.

मला थोडंसं वर उचलत तो स्वतःला मोकळं करतो. त्या संवेदनांनी माझा जीव कासावीस होतो. पुढे होत माझं अलगद चुंबन घेत तो म्हणतो, "तू किती आकर्षक आहेस याची तुला कल्पना नाहीये, हो ना!"

मी लाजते. पण तो असं का म्हणतो आहे?

"ही एवढी मुलं तुझ्या मागे लागतात, त्यावरून तुला लक्षात नाही येत का?"

"मुलं? कोणती मुलं?"

"यादी हवी आहे का?" ख्रिश्चन वैतागतो. "तो फोटोग्राफर तर वेडावला आहे तुझ्यासाठी, दुसरा तो हार्डवेअरच्या दुकानातला मुलगा, झालंच तर तुझ्या मैत्रिणीचा भाऊ, त्यानंतर तुझा बॉस." त्याचा स्वर कडवट होतो.

"ए ख्रिश्चन काहीही काय बोलतोस?"

"माझ्यावर विश्वास ठेव. त्यांना तू हवी आहेस. जे माझं आहे, ते त्यांना हवं आहे." तो मला स्वतःकडे ओढून घेतो. मग मी हात त्याच्या खांद्यावर ठेवत त्याच्या केसातून बोटं फिरवते. त्याच्या या विचारांची मला मोठी गंमत वाटते.

"माझी आहेस." तो परत म्हणतो. त्याच्या डोळ्यांतली मालकीहक्काची भावना स्पष्ट दिसून येते.

"हो रे, तुझीच." मी हसत त्याला ग्वाही देते. त्याची समजूत पटल्यासारखं दिसतं. शनिवारच्या दुपारी, त्या पलंगावर त्याच्या मांडीवर असं निर्वस्त्र पडून राहण्यात मला जराही गैर वाटत नाही. असा विचारही कोणी कधी केला नसेल. त्याच्या देखण्या शरीरावर लिपस्टिकनी केलेल्या खुणा तशाच आहेत. तेवढ्यात मला चादरीवर लिपस्टिकचे डाग दिसतात. मिसेस जोन्सना काय वाटेल असा विचार क्षणभर माझ्या मनामध्ये डोकावून जातो.

"रेष आहे अजून तशीच." मी धिटाईनी त्या रेषेवरून खांद्यावर बोट फिरवत हळूच म्हणते. माझ्या स्पर्शांनी तो भांबावतो, स्तब्ध होतो. "मला जरा बघायचं आहे."

"अपार्टमेंट?" तो साशंकतेनी विचारतो.

"नाही रे, तुझ्यावरचा हा खजिन्याचा नकाशा आहे ना, तो." त्याला स्पर्श करण्यासाठी माझी बोटं आसुसलेली आहेत.

आश्चर्यानी त्याच्या भुवया उंचावतात. त्याच्या नजरेत अनिश्चितता उमटते.

मी माझं नाक त्याच्या नाकावर घासते.

"आणि त्यातून तुम्ही काय निष्कर्ष काढणार आहात, मिस स्टील?"

त्याच्या खांद्यावरून हात उचलत मी त्याच्या चेहऱ्यावरून अलगद बोटं फिरवते.

''जिथे जिथे स्पर्श करण्याची मला परवानगी आहे, तिथे तिथे तो करून पाहण्याची मला इच्छा आहे.''

ख्रिश्चन पटकन दातात माझं बोट पकडून हलका चावा घेतो.

''ऑव्'' मी बोट मागे घेण्याचा प्रयत्न करते तसं तो हसतो.

''ठीक आहे.'' माझं बोट सोडत तो म्हणतो, पण आता त्याच्या बोलण्यात तितका ठामपणा नसतो. ''थांब,'' असं म्हणत मागे होत, मला थोडं वर उचलत कंडोम काढून पलंगाच्या बाजूला टाकतो.

''मला हा प्रकार अजिबात आवडत नाही. उद्या डॉ. ग्रीनला बोलवून तुला शॉट द्यायचा विचार मी करतो आहे.''

''तुला काय वाटतं की, सिएटलची सर्वांत प्रसिद्ध गायनॅकॉलॉजिस्ट तुझ्या बोलावण्यासरशी धावत येईल?''

''मला पाहिजे तेव्हा पाहिजे ते मिळवण्यात मी पटाईत आहे.'' माझ्या केसांची बट कानामागे सारत तो म्हणतो. ''फ्रँकोनी तुझे केस खूप छान कापले आहेत. केसांचे हे लेयर्स मला आवडले आहेत.''

काय?

''विषयांतर करणं बंद कर.''

तो मला मागे सरकवतो. आता मी त्याच्या गुडघ्यांवर रेललले आहे. माझे पाय त्याच्या नितंबांच्या बाजूनी आहेत. तो कोपराचा आधार घेत मागे झुकतो.

''तर स्पर्श करायचा आहे!'' त्याने कितीही प्रयत्न केला तरी त्याचा स्वर धास्तावलेला आहे.

त्याच्या नजरेला नजर देत मी लिपस्टिकच्या रेषेच्या खालून त्याच्या पोटावरून बोट फिरवते. त्याबरोबर तो दचकल्यागत होतो. मी थांबते.

''मी थांबू शकते.'' मी कुजबुजते.

''नाही, तसं ठीक आहे. मलाच थोडी... सवय नाही ना... कित्येक वर्षांत मला कुणी स्पर्श केलेला नाही.''

''मिसेस रॉबिन्सन?'' माझ्या नकळत मी पटकन बोलून जाते. आश्चर्य म्हणजे माझ्या स्वरात जराही कडवटपणा किंवा द्वेष नाहीये.

तो मान हलवतो. त्याची अस्वस्थता सहज लक्षात येण्याजोगी आहे, ''मला तिच्याबद्दल बोलायची इच्छा नाही. तुझा चांगला मूड त्यामुळे खराब होईल.''

''नाही होणार.''

''नाही ॲना, तिचा उल्लेख जरी झाला तरी तू रागाने लाल होतेस. हे बघ, माझा भूतकाळ तर मी नक्कीच बदलू शकत नाही. तुला माझ्यासारखा काही भूतकाळ नाहीये, हे माझं भाग्य आहे. कारण तसा तो असता ना, तर मी वेडापिसा

झालो असतो.''

माझ्या कपाळावर आठ्या उमटतात. पण मी या मुद्द्यावरून त्याच्याशी वाद घालू इच्छित नाही. ''झालो असतो? आता नाहीयेस का?'' मी हसत कटुतेला कलाटणी देण्याचा प्रयत्न करते.

त्याचे ओठ दुमडतात. ''तुझ्यासाठी वेडावलो आहे मी ॲना.'' तो हळूच म्हणतो.

माझं मन उचंबळून येतं.

''डॉ. फ्लिनला फोन करू ना?''

''मला नाही वाटत की त्याची काही गरज आहे.'' तो पटकन म्हणतो.

मी थोडी मागे सरकते, तो पाय सरळ करतो. मी परत त्याच्या पोटावर हात ठेवते. मग माझी बोटं त्याच्या पोटावरून त्याला अलवार स्पर्श करत फिरत राहतात.

''मला तुला स्पर्श करायला आवडतो.'' आता माझी बोटं त्याच्या बेंबीपर्यंत पोहोचतात. तिथून बारीक रेषेत असलेल्या केसांवरून फिरत खालच्या दिशेने जाऊ लागतात. त्याच्या श्वासाची गती बदलते, डोळे धुंदावतात आणि त्याच्या पौरुषत्वाला जाग येऊ लागते. *होली काऊ! राउंड टू!*

''परत?'' मी विचारते.

तो हसत म्हणतो, ''हो मिस स्टील, परत.''

शनिवारची दुपार घालवायचा याहून चांगला मार्ग नसावा!

शॉवरखाली उभं राहून बांधून ठेवलेले केस जराही ओले होऊ न देता मी अंघोळ करत स्वच्छ होते आहे. गेल्या दोन तासांतल्या प्रसंगांचा विचार करताना मला जाणवतंय की, ख्रिश्चनला हळुवार प्रणयसुद्धा छान जमतो, शिवाय रुचतो आहे.

आज तो किती मोकळा झाला आहे. त्यातून मिळालेल्या माहितीचे तुकडे चपखलपणे बसवणं हे माझ्यासाठी तसं कठीण आहे, परंतु मला मजादेखील येते आहे. त्या माहितीच्या व्यापकतेनी मी अवाक झाले आहे, हा भाग वेगळा. त्याच्या कमाईबद्दल कळल्यावर तर मी थक्क झाले आहे. *नवकोट नारायण आहे जणू, तेही इतक्या कमी वयात. विलक्षणच!* शिवाय, माझ्याबद्दल त्यानी जमा केलेली माहिती, त्याच्या इतर सबमिसिव्हबद्दलची माहिती त्याच्या कपाटात असेल का?

माझं अबोध मन मान हलवत तो विचार झटकून टाकायला लावतं. *त्या दिशेनं अजिबात जायचं नाही.* मी वैतागते. *थोडंसं डोकवायला काय हरकत आहे?*

हे कमी म्हणून की काय लीलाची टांगती तलवार आहे, तेही बंदूक घेऊन. त्याशिवाय त्याच्या आयपॅडवर तिने टाकलेली गाणी...? माझ्यासाठी सर्वांत त्रासदायक

आहे ते मिसेस रॉबिन्सनचं अस्तित्व. लहान मुलांचं लैंगिक शोषण करणारी राक्षसीण! तिचा विचारही मला सहन होत नाही. नुसतं नाव ऐकलं तिचं तरी माझा संताप होतो. आमच्या नात्यामध्ये तर तिची यत्किंचितही दखल नको आहे मला. त्याचं बरोबर आहे की, तिचा उल्लेख झाला तरी मी एकदम टोकाची भूमिका घेते. त्यापेक्षा तिला पूर्णपणे वगळलेलं बरं नाही का?

मी शॉवरमधून बाहेर येत अंग कोरडं करते. अचानक मला संताप येतो.

कुणीही अशी टोकाची भूमिका घेईलच ना! पंधरा वर्षांच्या तरुणाशी कुठली सामान्य व्यक्ती असं वर्तन करेल? आज ख्रिश्चन जो काही नादावला आहे, त्याला ती किती प्रमाणात कारणीभूत असेल? मला तिचा स्वभाव कळत नाहीये. त्यातून तो म्हणतो की तिने त्याला मदत केली आहे. ती कशी, हे कोडं मला उलगडत नाही.

त्याच्या व्रणांचा विचार माझ्या मनात येतो. त्याचं बालपण किती दळभद्री अवस्थेत गेलं याचा मूर्तिमंत शारीरिक पुरावा आहेत ते व्रण. त्याच्या मनावर त्यामुळे किती खोलवर ओरखडे उमटले आहेत! ते जाणं तर महामुश्कील. माझा प्रिय, दुःखी फिफ्टी शेड्स. आज तो किती प्रेमानं वागला, बोलला! *तो माझ्याकरता वेडावला आहे.*

त्याचे शब्द आठवताना माझ्या प्रतिबिंबाकडे पाहून मला हसू येतं. माझं मन उचंबळून येतं. चेहरा प्रफुल्लित होतो. कदाचित ही नवीन जीवनशैली त्याच्या पचनी पडू शकेल. पण मला हे नाही समजत की त्यानं आखून दिलेली एखादी मर्यादा मी ओलांडली, म्हणून मला झोडपण्यापासून तो स्वतःला किती काळ थोपवू शकतो.

माझं हसू गायब होतं. इथंच मी पुनःपुन्हा अडते आहे. हे गणित मला काही केल्या सुटत नाहीये. आमच्या दोघांच्या नात्यादरम्यान एखाद्या गूढ, काळ्या अशुभ सावलीप्रमाणे हा प्रश्न मला भेडसावतो. *चित्रविचित्र संभोगापर्यंत* ठीक आहे, त्यापुढे मात्र मी सोसू शकणार नाही, हे नक्की!

माझं अबोध मन निर्विकारपणे मला न्याहाळत असतं, चक्क अवाक्षरही न उच्चारता! मी तयार होण्यासाठी बेडरूममध्ये जाते.

ख्रिश्चन खालच्या मजल्यावरच्या त्याच्या खोलीत तयार होतो आहे, की अजून काही वेगळं करतो आहे? बेडरूममध्ये मी एकटीच आहे. कपड्यांनी गच्च भरलेल्या कपाटाव्यतिरिक्त माझ्यासाठी ड्रॉवर्सभरून आतले कपडेसुद्धा तयार आहेत. पाचशे चाळीस डॉलर्स किमतीचं काळ्या रंगाचं पॅडेड कॉर्सेट मी निवडते. त्याला अगदी बारीक चंदेरी झालर आहे. जोडीला जेमतेम लज्जारक्षण होईल अशी मॅचिंग पँटीजपण आहे. मांडीपर्यंतचे स्टॉकिंग्ज त्यावर छान जातील. त्यांचा रंग माझ्या

त्वचेशी जुळणारा आहे. अत्यंत मुलायम सिल्क त्याकरता वापरलं आहे. त्यामुळे माझ्या मनात मादक भाव दाटून येतात.

मी ड्रेस चढवण्यासाठी हातात घेणार तेवढ्यात ख्रिश्चन न सांगता आत येतो. *अरे, तू दारावर टकटक करू शकतोस ना?* माझ्याकडे एकटक पाहत तो तसाच उभा राहतो. त्याच्या राखाडी डोळ्यांत विलक्षण चमक आली आहे. त्यातली भूक लपत नाहीये. त्या नजरेने मी लाजून चूर होते. त्याने पांढरा शर्ट आणि काळी पँट घातली आहे. शर्टाची वरची बटणं उघडी आहेत. त्यातून मला लिपस्टिकची रेष दिसते आहे. तो अजूनही माझ्याकडे टक लावून पाहतो आहे.

"मि. ग्रे, तुम्हाला काही मदत हवी आहे का? माझ्याकडे असं टक लावून पाहण्याव्यतिरिक्त तुमच्या या भेटीचं काही प्रयोजन असावं, असं मला वाटतं आहे."

"मिस स्टील, थँक्यू! असं टक लावून बघण्यात मला मजा वाटते आहे." असं कामुकपणे म्हणत मला नजरेनं पिऊन टाकत तो बेडरूममध्ये शिरतो. "कॅरोलिन अ‍ॅक्टनला वैयक्तिक नोट पाठवायची मला आठवण कर."

आता ही कोण बया आहे? मी त्रासते.

"निमन्समधली पर्सनल शॉपर!" माझ्या न विचारलेल्या प्रश्नाचं उत्तर तो गूढ स्वरात देतो.

"ओह!"

"माझं लक्ष विचलित झालं आहे."

"ते आलं आहे माझ्या लक्षात ख्रिश्चन. काय हवं आहे तुला? मी आता कुठलाही वाह्यातपणा खपवून घेणार नाही."

त्याच्या चेहऱ्यावर परत गूढ हसू उमटतं. तो खिशातून अंड्याच्या आकाराचे लहानसे चंदेरी बॉल्स काढतो. ते पाहून मी थबकते. होली शिट्! मला फटके द्यायचा त्याचा विचार आहे का? तेही आत्ता?

"नाही, तुला वाटतं तसं काही नाहीये." तो घाईघाईने म्हणतो.

"तू समजाव."

"मला वाटलं, तुला हे आज रात्री घालायला द्यावेत."

तो काय बोलतो आहे त्याचा अर्थ मला लागता-लागता त्याच्या परिणामाची जाणीव आम्हाला स्पर्शून जाते.

"आजच्या कार्यक्रमाला?" मला धक्का बसतो.

तो हळूच मान डोलावतो. त्याचे डोळे भुकेले आहेत.

ओह माय!

"तू नंतर मला चाबकानी मारशील का?"

“नाही.”

एक क्षणभर मला नैराश्याची भावना स्पर्शून जाते.

तो अचंबित होत विचारतो, “तुझी इच्छा आहे का तशी?”

मी आवंढा गिळते. माझं मलाच कळत नाही.

“काळजी नको करू. मी इथून पुढे तुला कधीच त्याप्रकारे स्पर्श करणार नाही. अगदी तू माझी विनवणी केलीस तरी.”

ओह! ही खास बातमी म्हणायची!

“तुला पाहायचं आहे का हे वापरून? तुला असह्य झालं, तर तू ते कोणत्याही क्षणी काढू शकतेस.” तो सांगतो.

मी त्याच्याकडे रोखून पाहते. तो किती दुष्टपणे मोहक दिसतो आहे! धसमुसळा, नुकत्याच केलेल्या समागमामुळे विस्कटलेले केस, गडद डोळ्यांतले कामुक विचार, ते देखणं तोंड, सेक्सी वाटेल अशा पद्धतीनी हसणारे ओठ...

“ओके.” मी हळुवार प्रतिसाद देते. *हेल! हय्याऽऽ* माझी अंतर्देवता आरोळी ठोकत नाचू गाऊ लागते.

“शहाणी मुलगी,” ख्रिश्चनला हसू फुटतं.

“ये इकडे, शूज घाल म्हणजे मग मी हे तुझ्यात सारतो.”

माझे शूज? मी जो ड्रेस घालायला निवडला आहे त्याला मॅच होणाऱ्या राखाडी रंगाचे स्टिलेटोज माझ्या नजरेला पडतात.

माझी अंतर्देवता माझ्यावर वसकारते, *खेच त्याची.*

मी लोबोटीन शूज पायात चढवताना ख्रिश्चन हात पुढे करून मला आधार देतो. तीन हजार दोनशे पंच्याण्णव डॉलर्सचे ते शूज पाहून माझ्या काळजाचा ठोका चुकतो. माझी उंची किमान पाच इंचांनी तरी वाढते.

तो मला पलंगाच्या बाजूला उभं करतो, मग त्या खोलीतली एकुलती एक खुर्ची उचलून आणत माझ्यासमोर ठेवतो.

“मी इशारा केला की तू खाली वाकून या खुर्चीला पकड. समजलं?” त्याचा आवाज घोगरा झाला आहे.

“हो.”

“छान! आता आ कर.” तो हुकूम सोडतो. अजूनही तो हळू आवाजात बोलतो आहे.

बहुधा ते बॉल ओले करण्यासाठी तो ते माझ्या तोंडात टाकणार आहे असा विचार करत मी तोंड उघडते. तो त्याचं अंगठ्याजवळचं बोट माझ्या तोंडात सारतो.

ओह...

“चोख.” तो म्हणतो. मी मान वर करत त्याचा हात पकडत, स्वतःला स्थिर

करत त्यानी जे सांगितलं आहे ते करते. पाहा... मी ठरवलं की मी अत्यंत आज्ञाधारकपणे वागू शकते.

हं! त्याला साबणाचा गंध येतो आहे. मी मनापासून चोखू लागते. त्याचं मला लगेच फळ मिळतं. तो दीर्घ श्वास घेतो. त्याचे ओठ विलग होतात, डोळे विस्फारतात. या गतीनी तर मला स्वतःला वेगळं ओलं करायची गरज पडणार नाही. माझी जीभ त्याच्या बोटाशी शृंगार करते तसा तो ते बॉल्स त्याच्या तोंडात सारतो. तो बोट काढायचा प्रयत्न करतो, तशी मी ते दातानी घट्ट पकडून ठेवते.

त्याला हसू येतं. पण तरीही तो डोळ्यांनी आणि मानेनी मला ताकीद देतो म्हणून मी त्याचं बोट सोडते. आता तो इशारा करतो. त्याबरोबर मी खाली वाकून खुर्ची पकडत तोल सांभाळते. तो माझ्या पॅन्टिज एका बाजूला करत बोट अलगद माझ्यात सारतो आणि सावकाश गोल गोल फिरवू लागतो. त्या स्पर्शाची जाणीव मला खोलवर होत जाते. भारून टाकते. मी माझ्या प्रणयोद्‌गारांना थांबवू शकत नाही.

आता बोट काढून तो ते दोन्ही बॉल्स माझ्यात खोलवर आत सारतो. ते पुरेसे आत गेल्याची खात्री झाल्यावर तो माझ्या पॅन्टिज पूर्ववत करतो. मग माझ्या नितंबांचं चुंबन घेतो. त्यानंतर त्याचे दोन्ही हात माझ्या दोन्ही घोट्यांपासून मला कुरवाळत मांडीपर्यंत, जिथे स्टॉकिंग्ज संपतात तिथवर पोहोचतात. तिथेही तो चुंबनाची बरसात करतो.

''मिस स्टील, तुमचे पाय फारच सुरेख आहेत.'' तो पुटपुटतो.

आता सरळ होत तो माझ्या नितंबांना धरून स्वतःकडे ओढतो. त्याबरोबर त्याचं जागं झालेलं पौरुषत्व मला भिडतं.

''ॲनेस्टेशिया, घरी आल्यावर कदाचित मी तुझ्याशी असाच रत होईन. तू आता उभी राहू शकतेस.''

मला भारावल्यागत वाटत आहे. ते बॉल माझ्या आत जाणिवांचे अनोखे तरंग उमटवत आहेत. मी अतिशय चेतले आहे. मागच्या बाजूनी ख्रिश्चन माझ्या खांद्यांची चुंबनं घेतो.

''गेल्या शनिवारच्या पार्टीकरता मी हे खास तुझ्यासाठी विकत आणले होते.'' मला कवटाळून तो मूठ उघडतो. वरती *कार्टिअर* असं लिहिलेली ती लहानशी, लाल, मखमली डबी असते. ''पण तू मला सोडून निघून गेलीस, त्यामुळे ते देण्याची संधी मला मिळाली नाही.''

ओह!

''ही मला मिळालेली दुसरी संधी आहे,'' तो पुटपुटतो. त्याच्या बोलण्यात एक वेगळीच भावना. काय बरं असावी ती.. जाणवते आहे. तो थोडासा अस्वस्थदेखील

झाला आहे.

मी हात पुढे करत ती डबी उचलून उघडते. त्यात लोंबते कानातले आहेत, प्रत्येकी चार हिऱ्यांचे. कानाशी एक हिरा, मग साखळीच्या कड्या आणि नंतर एकाखाली एक असे तीन हिरे, सुरेख पैलू पाडलेले, नजाकतीनं जडवलेले. अतिशय साधे, तरी उत्तम दर्जाचे क्लासिक. मला कधी कार्टिअरमध्ये शॉपिंगची संधी मिळाली असती, तर मीसुद्धा अगदी हेच निवडले असते.

"काय सुंऽऽदर आहेत हे!" मी हळूच म्हणते. ते दुसऱ्या संधीचे द्योतक असल्यामुळे मला अधिक जास्त आवडतात. "थँक्यू!" मी मनापासून म्हणते.

त्याच्यावरचा ताण जाऊन तो सैलावत माझ्यावर झुकतो आणि परत माझ्या खांद्यावर ओठ टेकवतो.

"तू हा सॅटीनचा चंदेरी ड्रेस घालते आहेस का?"

"हो! चालेल ना?"

"अगदी! बरं तू आता तयार हो." मागे वळून न पाहता तो खोलीच्या बाहेर पडतो.

मी जणू कुठल्यातरी वेगळ्या विश्वात पोहोचले आहे. आरशातून डोकावणारं प्रतिबिंब रेड कार्पेटचं हक्कदार वाटत आहे. सॅटीनचा स्ट्रॅपलेस, घोळदार चंदेरी गाऊन अत्यंत आकर्षक आहे. कॅरोलिन ॲक्टनला आपणही धन्यवाद द्यावेत की काय, असा विचार माझ्या मनात येतो. माझ्या शरीराची गोलाई अधोरेखित करत तो गाऊन मला अतिशय सुरेख बसला आहे.

माझे केस अगदी मुलायम झाले आहेत. माझ्या चेहऱ्याभोवती लडिवाळ बटा पसरल्या आहेत. छातीवर, खांद्यावर, पाठीपर्यंत त्या रुळत आहेत. दुसऱ्या संधीचे कानातले दिसावेत म्हणून मी एका कानामागे बटा सारते. मी अगदीच बेताचा मेकअप करते. आय लायनर, मस्कारा, फिकट गुलाबी ब्लश आणि त्याहून फिकट गुलाबी लिपस्टिक... बस्स्!

आज मला ब्लशची गरज भासत नाहीये. त्या चंदेरी बॉल्सच्या हालचालींमुळे जे तरंग उमटत आहेत, त्यामुळे माझे गाल तसेही आरक्त झाले आहेत. तो रंग उतरणार नाही ह्याची मला खात्री आहे. ख्रिश्चनच्या या शृंगारिक कल्पनाविलासाचं मला नवल वाटतं. थोडंसं खाली वाकून मी गाऊनचा घोळ सावरते, मग चंदेरी क्लचपर्स उचलून माझ्या फिफ्टी शेड्सला शोधायला जाते.

तो हॉलमध्ये टेलर आणि इतर तिघांशी बोलतो आहे. त्याची माझ्याकडे पाठ आहे. त्या चौघांच्या चेहऱ्यावरच्या कौतुकमिश्रित नवलाच्या भावनांवरून मी आल्याचं ख्रिश्चनला जाणवतं. तो वळून पाहतो. मी तशीच अवघडून उभी राहते.

होली काऊ! माझ्या घशाला कोरड पडते. काय विलक्षण देखणा दिसतो आहे तो! काळा डिनर सूट, काळा बो टाय... माझ्याकडे पाहणारी त्याची स्तिमित नजर. माझ्याकडे येत तो माझ्या केसांवर ओठ टेकवतो.

''ॲनेस्टेशिया, तू अतिशय सुंदर दिसते आहेस.''

टेलर आणि इतरांसमोर मिळालेल्या त्या पावतीमुळे मी संकोचते.

''जाण्याआधी थोडी शॅम्पेन घ्यायची का?''

''प्लीज,'' काही समजण्याआधी मी पटकन उत्तर देते.

टेलरकडे पाहून ख्रिश्चन मानेनी इशारा करतो. त्याबरोबर टेलर त्या इतर तिघांबरोबर फॉयरच्या दिशेने जातो.

ख्रिश्चन त्या ग्रेट रूममधल्या फ्रिजमधून शॅम्पेनची बाटली काढतो.

''सिक्युरिटी टीम?'' मी विचारते.

''हो! आपल्या आसपास राहतील ते. टेलर त्यात वाकबगार आहे. त्यानं स्वतःच त्यांना प्रशिक्षण दिलं आहे.'' ख्रिश्चन माझ्या हातात शॅम्पेनचा ग्लास देतो.

''तो खूप हरहुन्नरी आहे.''

''हो, खरं आहे.'' ख्रिश्चन हसतो, ''ॲनेस्टेशिया, तू खूप सुंदर दिसते आहेस, चिअर्स!'' स्वतःचा ग्लास उंचावत तो म्हणतो. मी माझा ग्लास त्याच्या ग्लासला भिडवते. फिक्या लाल रंगाच्या त्या शॅम्पेनची चव अप्रतिम आहे.

''तुला कसं वाटतं आहे?'' त्याच्या डोळ्यांत चमक येते.

''छान वाटतं आहे. थँक्यू!'' आपण त्या गावचे नाही अशा पद्धतीने मी साधंसं उत्तर देते. त्याचा रोख त्या चंदेरी बॉलकडे आहे, हे मला पक्कं ठाऊक आहे.

ओठ मुरडत तो माझ्याकडे पाहतो.

''हे घे, हे लागेल,'' असं म्हणत तो ओट्यावरचा वेल्वेटचा मोठा पाऊच मला देतो. शॅम्पेनचे घोट घेता घेता तो म्हणतो, ''उघड.'' माझी उत्सुकता चाळवली जाते. त्यातून एक मास्क बाहेर पडतो. चंदेरी रंगाच्या त्या मास्कला वरती मुकुटासारखी गडद निळ्या रंगाची पिसे लावलेली असतात.

''आज मास्क बॉल आहे.'' तो स्पष्टीकरण देतो.

''अच्छा!'' मास्क फार सुरेख आहे. त्याच्या कडांना चंदेरी रिबन अडकवलेली आहे. डोळ्यांभोवती नाजूक चंदेरी जाळी आहे.

''यातून तुझे सुंदर डोळे उठून दिसतील, ॲनेस्टेशिया.''

मी लाजते.

''तू पण घालणार आहेस का?''

''अर्थात, त्यामुळे अनेक गोष्टींचं स्वातंत्र्य मिळतं ना!'' एक भुवई उंचावत तो पुष्टी जोडतो.

ओह! आज मजा येणार आहे.

"चल! तुला काहीतरी दाखवायचं आहे." असं म्हणत तो माझा हात धरून मला हॉलच्या दारातून दुसऱ्या बाजूला असणाऱ्या पायऱ्यांच्या बाजूच्या दाराशी नेत ते उघडतो. साधारण प्लेरूमएवढी मोठी अशी ती खोली बहुधा प्लेरूमच्या खालीच असावी. पूर्ण खोलीभर पुस्तकांनी गच्च भरलेली कपाटं आहेत. अगदी भिंतीच्या तळापासून पार छतापर्यंत, सगळीकडे पुस्तकंच पुस्तकं. वॉव! इथे तर लायब्ररी आहे. मध्यभागी पूर्ण आकाराचं बिलियर्ड टेबल आहे. त्याच्यावर लांब त्रिकोणी प्रिझमच्या आकाराचा *टिफनी लॅम्प* आहे.

"तुझ्याकडे तर लायब्ररी आहे." माझा उत्साह (??) ओसंडून वाहतो आहे.

"हो, इलियट याला बॉल्स रूम म्हणतो. हे घर खूप ऐसपैस आहे. तू मघाशी म्हणालीस ना की, 'जरा शोध घ्यायचा आहे' तेव्हा मला जाणवलं की, मी तुला हे घर पूर्णपणे दाखवलं नाहीये अजून. आत्ता आपल्याकडे तेवढा वेळ नाहीये, पण म्हटलं निदान ही खोली तरी तुला दाखवू आणि शक्य झालं, तर नजीकच्या काळात बिलियर्ड्स खेळण्यासाठी आव्हान देऊ."

आता हसण्याची माझी पाळी आहे.

"चल, नक्की खेळू या," मनातल्या मनात मी आनंदित होते. जोसेनी मला खूप छान शिकवलं आहे. गेली तीन वर्षं आम्ही जोडीनं बिलियर्ड्स खेळलो आहोत. मला चांगल्यापैकी खेळता येतं.

"काय?" ख्रिश्चन कुतूहलानं विचारतो.

मी स्वतःला रागवते, *मनात उमटलेली प्रत्येक भावना चेहऱ्यावर उमटू देण्याची माझी सवय मला बदलायला हवी.*

ख्रिश्चन बारीक नजरेनं पाहतो.

"अस्सं ! कदाचित डॉ. फ्लिन तुझी गुपितं शोधू शकतील. संध्याकाळी भेटशील तू त्यांना."

"तो महागडा छद्मवैद्य?"

"तोच तो. तुला भेटण्यासाठी उतावीळ झाला आहे."

ऑडीच्या मागच्या सीटवर बसून आम्ही त्याच्या आई-वडिलांकडे जायला निघतो. माझा हात हातात घेऊन ख्रिश्चन हळुवारपणे माझ्या पालथ्या मुठीवरून बोटं फिरवतो. त्या संवेदना मला पार आतवर गुदगुल्या करतात. समोर टेलर आणि तो दुसरा सिक्युरिटी गार्ड– बहुधा सॉयर नाव असावं त्याचं– बसले आहेत. टेलरच्या कानात आयपॉड नाही. त्यामुळे ख्रिश्चनच्या स्पर्शांनी उमटणाऱ्या तरंगांमुळे निर्माण होणाऱ्या भावना मी प्रणयचित्कारांनी व्यक्त करू शकत नाही.

एव्हाना नाभीच्या खाली मला त्या बॉल्समुळे उमटणाऱ्या तरल संवेदना जाणवू लागल्या आहेत. या अशा अवस्थेत मी किती काळ राहू शकेन याचा मला जराही अंदाज येत नाहीये. मी पायाची अढी घालते. त्याच क्षणी अचानक मनामध्ये एक प्रश्न डोकं वर काढतो. अचानक नाही म्हणता येणार. कारण तो प्रश्न विचारांच्या रूपात ठाण मांडून बसला होता.

''तुला ती लिपस्टिक कुठे मिळाली रे?'' मी संयमाने विचारते.

तो मस्करीने माझ्याकडे पाहत टेलरकडे बोट दाखवतो.

मला प्रचंड हसू येतं. ''ओह!'' पण मी अचानक थांबते... ते बॉल!

मी ओठ चावते. ख्रिश्चन माझ्याकडे पाहून हसतो. त्याच्या डोळ्यांमध्ये लबाडी आहे.

मादक पुरुष! त्याला त्याच्या कृतीची आणि परिणामांची पुरेपूर जाणीव आहे.

''शांत हो!'' तो हळुवारपणे म्हणतो, ''हं, आता जरा तुला फारच वाटत असेल...'' वाक्य अर्धं सोडत तो माझ्या बोटांची अलगद चुंबन घेतो आणि माझी करंगळी हळुवारपणे चोखू लागतो.

तो हे सगळं मुद्दाम करतो आहे हे मला माहिती आहे. माझ्या शरीरभर कामभावना खळबळ माजवू लागतात. माझ्या आतवर संवेदनांचं जाळं विणलं जातं. क्षणभर डोळे मिटून घेत सर्व भावनांना मी शरण जाते. *आई गं!*

डोळे उघडल्यावर मला दिसतं की ख्रिश्चनची नजर माझ्या चेहऱ्यावर खिळली आहे. गूढ राजकुमार! कदाचित त्याने घातलेल्या डिनर जॅकेट आणि बो टायचा परिणाम असावा, परंतु तो थोडासा प्रौढ आणि आधुनिक दिसतो आहे. त्याच्या देखणेपणाला कामुकतेची किनार लागली आहे.

त्याला पाहिलं की मी श्वास घ्यायलादेखील विसरते. त्याच्यामुळे मी संभोगोत्सुक बनले आहे. त्याच्या म्हणण्यावर विश्वास ठेवला, तर तोदेखील माझ्यामुळे संभोगोत्सुक बनला आहे. या विचारांनी माझ्या चेहऱ्यावर हसू उमटतं. माझे विचार ओळखल्यागत त्याच्याही चेहऱ्यावर हसू उमटतं.

खल्लास!

''मग, आज तिथे काय काय असणार आहे?''

''अगं, नेहमीचंच!'' तो उत्साहाने सांगतो.

''माझ्यासाठी ते नेहमीचं नाहीये.'' मी त्याला आठवण करून देते.

ख्रिश्चन परत माझ्या हाताचं चुंबन घेत हसत सांगतो, ''श्रीमंतीचं जबरदस्त प्रदर्शन दिसून येईल तुला. जेवण, डान्स, लिलाव, बोली हेसुद्धा असेल. पार्टी कशी द्यावी, हे माझ्या आईकडून शिकण्यासारखं आहे.'' त्याचा चेहरा प्रसन्न होतो. पार्टीबद्दल माझ्या मनात किंचितशी उत्सुकता जागी होते.

ग्रे मॅन्शनजवळ आम्ही पोहोचतो, तेव्हा ड्राईव वेच्या दुतर्फा गाड्यांची मोठी रांग लागलेली असते. आमची ऑडी जवळ पोहोचते तेव्हा दुतर्फा लावलेल्या लांब, फिक्कट गुलाबी रंगाच्या कागदी दिव्यांनी उजळलेला तो ड्राईव्ह वे माझ्या नजरेत भरतो. मावळतीच्या जोडीला दिव्यांच्या प्रकाशानी जादुई रंग भरल्यागत भासतात. एखाद्या आटपाट नगरामध्ये आपण आलो आहोत की काय, असं मला वाटतं. मी ख्रिश्चनकडे नजर टाकते. माझ्या गूढ राजकुमाराला शोभणारी नगरी! माझ्या मनातील सर्व कल्लोळ बाजूला सारत माझा बालिश उत्साह डोकं वर काढतो.

डोळ्यांवर त्याचा तो साधा काळा मास्क चढवत ख्रिश्चन मला सांगतो, ''मास्क घाल.''

माझा राजकुमार आता अधिक देखणा, अधिक गूढ दिसू लागला आहे.

आता त्याची रेखीव हनुवटी, लोभस ओठ आणि देखणा जबडा तेवढा नजरेस पडतो आहे! त्याच्या या गूढतेनं मी आतवर पेटत गेले आहे. माझ्या हृदयाचे ठोके जलद गतीने पडू लागले आहेत. होली फक्! माझ्या खवळून उठलेल्या शरीराकडे दुर्लक्ष करत मी मास्क चढवत त्याच्याकडे पाहत हसते.

टेलर ड्राईव्ह वेमध्ये गाडी आणतो, तशी ख्रिश्चनच्या बाजूचा दरवाजा उघडायला अदबशीर वॅले पुढे सरसावतो. सॉयर पटकन खाली उतरून माझ्या बाजूचा दरवाजा उघडून धरतो.

''चलायचं?'' ख्रिश्चन विचारतो.

''एका पायावर!''

''ॲनेस्टेशिया, तू खूप सुंदर दिसते आहेस.'' माझ्या हाताचं चुंबन घेत तो गाडीतून उतरतो.

त्या भव्य वास्तूच्या कडेनं असलेल्या लॉनच्या बाजूला गडद हिरवं कार्पेट अंथरलेलं होतं. ते पार घराच्या मागच्या भागापर्यंत. घराच्या मूळच्या देखणेपणात त्या प्रशस्त मोकळ्या जागेमुळे भर पडली आहे. दोन्ही बाजूंना झळकणाऱ्या कागदी दिव्यांनी तो मार्ग उजळलेला होता. ख्रिश्चननी माझ्या कंबरेभोवती हात टाकलेला आहे. त्याचा स्पर्श आश्वासक आणि संरक्षकदेखील आहे. सिएटलच्या यच्चयावत प्रथितयश श्रीमंतांनी तिथे वर्णी लावली होती. प्रत्येकाचा चेहरा मास्कमुळे अर्धवट लपलेला होता. आयव्हीच्या वेलांनी झाकलेल्या भिंतीच्या पार्श्वभूमीवर पाहुण्यांचे फोटो काढण्यासाठी दोन फोटोग्राफर सज्ज होते.

''मि. ग्रे!'' त्यापैकी एका फोटोग्राफरनी आमचं लक्ष वेधून घेतलं.

ख्रिश्चन हसून मान डोलावतो आणि पटकन मला जवळ ओढत फोटोसाठी पोज देतो. मास्क असतानासुद्धा त्यांनी त्याला कसं बरं ओळखलं असेल? नक्कीच त्याच्या अस्ताव्यस्त तपकिरी केसांमुळे असणार.

"दोन फोटोग्राफर?" मी आश्चर्यानं ग्रे ख्रिश्चनला विचारते.

"एक *सिएटल टाइम्स*कडून आला आहे, तर दुसरा आपण खास बोलावला आहे. कार्यक्रमानंतर आपण फोटो विकत घेऊ शकतो."

हं! परत एकदा माझा फोटो पेपरमध्ये येणार तर! क्षणभर लीलाचा विचार माझ्या मनात तरळतो. ख्रिश्चनबरोबरच्या अशाच एका फोटोमुळे ती माझ्यापर्यंत पोहोचली होती. आता या मास्कमुळे माझा चेहरा झाकलेला असल्यामुळे मी ओळखू येत नाहीये. तरीही मला थोडीशी हुरहूर वाटते.

आम्ही कार्पेटच्या दुसऱ्या टोकाला पोहोचतो. तिथे पांढऱ्या शुभ्र पोशाखातले सर्व्हर्स शॅम्पेननं भरलेल्या ग्लासांचे ट्रे घेऊन उभे असतात. ख्रिश्चन माझ्या हातात एक ग्लास देतो. मी आपसूकच मघाच्या नकारात्मक विचारातून बाहेर पडते.

आता आमच्यासमोर पांढऱ्या रंगाची कमान असते. तिथेसुद्धा मघासारखे असंख्य दिवे झळकत असतात. ते थोडे लहान आकाराचे असतात. त्या कमानीखाली काळ्या-पांढऱ्या चौकोनांनी बनलेला डान्स फ्लोअर चमकत असतो. त्याच्या सभोवताली असलेल्या बसक्या कुंपणाच्या तीन बाजूंना प्रवेशासाठी मोकळी जागा आहे. त्या प्रत्येक प्रवेशद्वाराच्या दोन्ही बाजूला बर्फात कोरलेले राजहंस उभे आहेत. कमानीच्या चौथ्या दिशेला एक स्टेज आहे. चार जणांचा समूह वेगवेगळ्या तंतुवाद्यावर कुठली तरी गूढ धून वाजवत आहेत. ते स्वर्गीय संगीत मला मुळीच ओळखता येत नाही. एखाद्या मोठ्या वाद्यसमूहासाठी ते स्टेज सज्ज झालेलं आहे. परंतु तूर्तास तिथे केवळ चार तंतुवादक आहेत. बहुधा बाकीचे नंतर येणार असावेत. शॅम्पेनचा आस्वाद घेत अनेक जण डान्सफ्लोअरवर गप्पा मारत आहेत. माझा हात हातात घेऊन ख्रिश्चन दोन राजहंसांमधून वाट काढत मला तिथे घेऊन जातो. किनाऱ्याच्या बाजूनं एक भव्य शामियाना उभारलेला असतो. आम्ही जिथे उभे असतो तिथून त्याच्या आतल्या भागात मांडलेल्या खुर्च्या टेबलं सहज दिसून येतात. *बापरे! खूप मोठ्या प्रमाणात आहे वाटतं!*

"किती लोकं येणार आहेत?" शामियानाच्या भव्यतेमुळे दडपलेल्या आवाजात मी ख्रिश्चनला विचारते.

"मला वाटतं, साधारण तीनशे असावेत. मॉम तुला नक्की सांगू शकेल." असं म्हणत तो माझ्याकडे पाहत छानसं हसतो. चढवलेल्या मास्कमधून फक्त त्याचं हसू तेवढं नजरेस पडतं म्हणून की काय, पण माझी अंतर्देवता पुन्हा भारावते.

"ख्रिश्चन!"

त्या गर्दीतून अचानक एक तरुणी आमच्या दिशेनं येत ख्रिश्चनच्या गळ्यात पडत चित्कारते. ही नक्की मिआ आहे, हे माझ्या लक्षात येतं. अतिशय सुंदर असा फिकट गुलाबी शिफॉनचा पूर्ण लांबीचा गाऊन आणि त्याला शोभेल असा खास

व्हेनेशियन मास्क तिनं घातला आहे. ती फारच सुंदर दिसते आहे. ख्रिश्चननी मला देऊ केलेल्या सुंदर सॅटीन ड्रेसबद्दल मी मनातल्या मनात त्याला हजार वेळा धन्यवाद देते.

"अॅना, डार्लिंग! किती सुंदर दिसते आहेस तू!" मला पटकन मिठीत घेत ती म्हणते. "चल, माझ्या मैत्रिणींची ओळख करून देते तुला. ख्रिश्चनला गर्लफ्रेंड आहे यावर त्या कोणाचाच विश्वास बसत नाहीये."

मी पटकन ख्रिश्चनकडे नजर टाकते. तो खांदे उडवतो! ती अशीच- अशक्य आहे... गेली कित्येक वर्षं मी काढली आहेत तिच्याबरोबर... असा भाव त्याच्या चेहऱ्यावर असतो. मिआ आता मला ओढत तिच्या मैत्रिणींच्या दिशेने नेते. त्या चारही तरुणी तिच्यासारख्याच उच्च अभिरुचीचं प्रदर्शन करणाऱ्या सुंदर कपड्यात मिरवत उभ्या असतात.

मिआ पटापट सगळ्यांची ओळख करून देते. तिघींचं वागणं स्वाभाविक आणि गोड असतं, पण चौथी मात्र– मला वाटतं लिली तिचं नाव– तिच्या लाल मास्कआडून त्रासून माझ्याकडे पाहते.

चेहऱ्यावरचा कडवटपणा लपवण्यासाठी खोटं हसत ती टोमणा मारते, "आम्हाला तर वाटलं होतं की ख्रिश्चन गे आहे."

मिआ त्राग्यानं तिच्याकडे पाहत म्हणते, "लिली, मनाला येईल ते बोलू नकोस. माझा भाऊ स्त्रियांच्या बाबतीत अतिशय चोखंदळ आहे. तो योग्य स्त्रीच्या शोधात होता. तू त्याच्या निकषांवर उतरणारी नाहीयेस."

संतापानं लिलीचा चेहरा तिच्या मास्कसारखा लाल होतो. माझा लाजेनी. हे सगळं असं घडायची काय गरज होती?

"एक्सक्यूज मी! माझी डेट मी परत नेऊ शकतो का?" असं विचारत ख्रिश्चन पुढे होतो आणि सहजतेनं माझ्या कंबरेभोवती वेढा घालत मला ओढतो.

त्या चौघी जणी एकदम कावऱ्याबावऱ्या होतात. त्याच्या त्या प्रसन्न हसण्याचा त्यांच्यावर अचूक परिणाम होतो. मिआ माझ्याकडे बघत डोळे फिरवते. मलाही पटकन हसू येतं.

'तुम्हाला भेटून छान वाटलं' असं मी म्हणोस्तोवर तो मला तिथून ओढून नेतो.

थोडं पुढे आल्यावर मी ख्रिश्चनला मुक्यानी 'थँक्यू' म्हणते.

"मिआच्या त्या ग्रुपमध्ये लिली आहे हे पाहिल्यामुळे मी आलो. ती तशीही तापदायक आहे."

"तिला तू खूप आवडतोस." मी कोरड्या स्वरात पुटपुटते.

तो विचार झटकत म्हणतो, "असेन, पण तिचं आवडणं एकतर्फी आहे. चल. मी तुझी काही जणांशी ओळख करून देतो."

पुढचा अर्धातास तो मला अनेकांना भेटवतो. त्यामध्ये हॉलिवूडचे दोन नट, दोन सी.ई.ओ. आणि अनेक डॉक्टर असतात. *होली शिट्! एवढ्या सगळ्यांची नावं माझ्या मुळीच लक्षात राहणार नाहीत!*

ख्रिश्चन सातत्यानं माझ्या बाजूला आहे, त्यामुळे मला हायसं वाटतं. खरं सांगायचं तर तिथला चकचकाट, ग्लॅमर आणि श्रीमंतीच्या प्रदर्शनामुळे मला दडपण आलं आहे. अशा ठिकाणी येण्याची माझी पहिली वेळ आहे.

पांढऱ्या शुभ्र पोशाखातले सर्व्हर्स त्या गर्दीतून लीलया शॅम्पेनच्या बाटल्यांचे ट्रे घेऊन फिरत सगळ्यांचे ग्लास भरत असतात, माझाही. *जास्त होता कामा नये, जास्त घेता कामा नये,* हा मंत्र मी जपत राहते. पण माझं डोकं आता हलकं होऊ लागलं आहे. हा परिणाम शॅम्पेन पिण्याचा आहे, मास्कमुळे गूढ आणि भारलेल्या त्या वातावरणाचा आहे, की त्या चंदेरी बॉल्सचा, हे सांगणं मला कठीण आहे. माझ्या कंबरेखाली ठसठस जाणवू लागली आहे.

"तर तू एसआयपीमध्ये काम करतेस!" अस्वलाचा की कुत्र्याचा मास्क घातलेला एक टक्कल पडलेला गृहस्थ मला विचारतो, "कुणीतरी ती कंपनी घेणार आहे अशी वदंता ऐकण्यात आहे माझ्या."

मी भांबावते. *नक्कीच!* एका उच्च दर्जाच्या जुगाऱ्याकडून, ज्याच्याकडे अकलेपेक्षा पैसा जास्त आहे, शत्रुत्वाच्या भावनेतून हा व्यवहार होणार आहे.

"मि. एक्लेस, मी तिथे खालच्या श्रेणीत काम करते. त्यामुळे या सगळ्या गोष्टींची कल्पना मला नाही."

ख्रिश्चन काही न बोलता एक्लेसकडे बघून हसल्यासारखं करतो.

तेवढ्यात अतिशय देखणा काळा-पांढरा चामडी मास्क लावलेला व्यवस्थापक सगळ्यांचं लक्ष वेधून घेतो. "लेडीज अँड जेण्टलमेन, जेवण तयार आहे. तेव्हा कृपया आसनस्थ व्हा."

शामियान्याकडे जाणाऱ्यांची गर्दी होते. माझा हात हातात घेऊन ख्रिश्चनदेखील त्यात सामील होतो.

आतली सजावट कल्पनातीत सुंदर आहे. छताला आणि भिंतींना अडकवलेल्या हस्तिदंती रंगाच्या सिल्कवर प्रचंड आकाराच्या उथळ अशा तीन झुंबरांमधून सप्तरंगाची उधळण होत असते. तिथे किमान तीस-एक टेबल असावीत. तिथले ते क्रिस्टल ग्लास, पांढऱ्या शुभ्र चुरचुरीत लिननंनी आच्छादलेली टेबलं-खुर्च्या, मध्यभागी असलेला देखणा चंदेरी मेणबत्ती स्टँड, त्याच्या सभोवताली रचलेले टवटवीत पिअनीचे कलात्मक गुच्छ आणि उच्च दर्जाच्या गोसामर सिल्कमध्ये लपेटलेली विविध खाद्य पदार्थांनी भरलेली बास्केट हे सारं पाहून मला हिथमनच्या प्रायव्हेट डायनिंग रूमची आठवण होते.

बसण्याची व्यवस्था काय आहे हे पाहून ख्रिश्चन मला मध्यभागी असलेल्या टेबलाजवळ घेऊन जातो. मिआ आणि ग्रेस तिथे आधीच बसल्या आहेत. मला अपरिचित अशा एका युवकाशी बोलण्यात त्या दोघी गर्क आहेत. ग्रेसनी पोपटी रंगाचा शिमरचा गाऊन आणि त्याला शोभेलसा व्हेनिशियन मास्क चढवला आहे. तिच्या चेहऱ्यावर कुठेही ताण जाणवत नाही. उत्साहानी सळसळत ती माझं स्वागत करते.

"ॲना, तुला पुन्हा भेटून किती छान वाटतं आहे. खूप सुंदर दिसते आहेस तू."

"मॉम," ख्रिश्चन जरा रुक्षपणे तिला हाक मारत तिच्या दोन्ही गालांवर ओठ टेकवतो.

"ओह ख्रिश्चन! किती ही औपचारिकता!" ती रागावल्यासारखं करत त्याला चिडवते.

तेवढ्यात ग्रेसचे आई-वडील मिस्टर आणि मिसेस ट्रेव्हेलियन आमच्या टेबलापाशी येतात. त्यांनी दोघांनी मॅचिंग ब्राँझ मास्क घातल्यामुळे त्यांचेही चेहरे झाकलेले आहेत. तरीही त्यांच्यातील सळसळता उत्साह लपत नाहीये. ख्रिश्चनला पाहून त्यांना खूप आनंद होतो.

"आजी-आजोबा, ही ॲनेस्टेशिया स्टील आहे."

त्याबरोबर मिसेस ट्रेव्हेलियन अतिशय उत्तेजित होत मला मिठीत घेतात.

"अच्छा! शेवटी मिळाली त्याला कोणीतरी! किती सुंदर आहेस तू! चला! मी आशा करते की, त्याच्या आयुष्याला आता छान दिशा मिळेल!" माझा हात हातात घेत ती भरभर बोलते.

होली काऊ! बरं झालं मी हा मास्क घातला आहे.

"मॉम, ॲनाला लाजवू नकोस बरं!" ग्रेस माझी सुटका करते.

पुढे होत मि. ट्रेव्हेलियन माझा हात हातात घेत म्हणतात, "त्या म्हातारीकडे दुर्लक्ष कर बाळा. आपलं वय वाढल्यामुळे मनात येईल ते बोलून दाखवण्याचा अधिकार आपल्याला प्राप्त झाला आहे, हा तिचा गोड गैरसमज आहे."

आता पुढे होत मिआ तिच्या मित्राची ओळख करून देते. तिच्या चेहऱ्यावरचा संकोच लपत नाहीये. "ॲना, हा सिअॅन आहे." माझा हात हातात घेत तो हसतो. त्याच्या डोळ्यांतली मिस्कील छटा लपत नाही.

"सिअॅन," मीदेखील हसते.

सिअॅनकडे रोखून पाहत ख्रिश्चन त्याच्याशी हात मिळवतो. हं! बहुधा मिआवरदेखील तिचा भाऊ दादागिरी करतोय तर! बिच्चारी मिआ! मी उगाचच सहानुभूतीचा कटाक्ष तिच्याकडे टाकते.

तेवढ्यात ग्रेसच्या ओळखीचं जोडपं तिथे येतं, लान्स आणि जेनिन. आता

फक्त मि. ग्रे. यांची जागा रिकामी आहे.

अचानक मायक्रोफोनचा हिस्स आणि त्या पाठोपाठ मि. ग्रे यांचा दमदार आवाज सगळ्यांच्या कानी पडतो. त्याबरोबर शामियान्यातील सारे जण आपापसात बोलणं थांबवतात. शामियान्याच्या एका टोकाला असलेल्या छोट्या स्टेजवर उभा असलेला कॅरिक आणि त्यानी घातलेला देखणा सोनेरी पन्किनेलो मास्क सगळ्यांच्या नजरेत भरतो.

"लेडीज अँड जेण्टलमेन, आपल्या वार्षिक चॅरिटी बॉलमध्ये तुमचं साऱ्यांचं स्वागत आहे. आजची संध्याकाळ तुम्हाला भरभरून आनंद देईल अशी आशा आम्ही व्यक्त करतो. त्याचप्रमाणे आमची टीम करत असलेल्या कार्याला मदत करण्यासाठी तुम्ही खिसे मोकळे कराल अशी खात्री बाळगतो. 'एकमेका साहाय्य करू' ही संकल्पना आम्हा नवरा-बायकोचा किती जिव्हाळ्याचा विषय आहे, हे तुम्हाला सगळ्यांना ठाऊक आहे."

मी भांबावून ख्रिश्चनकडे पाहते. तो निर्विकारपणे स्टेजकडे पाहत असतो. मग माझ्याकडे पाहत तो किंचित हसतो.

"आता मी व्यवस्थापकांच्या हातात व्यवस्था सोपवतो. कृपा करून सगळ्यांनी जेवणाचा आस्वाद घ्यावा." असं म्हणून कॅरिक थांबतो.

सगळे जण हलक्याशा टाळ्यांनी दाद देतात. परत एकदा शामियान्यात सगळ्यांच्या गप्पा सुरू होतात. ख्रिश्चन आणि त्याचे आजोबा यांच्या मध्ये मी बसले आहे. माझ्यासमोर छोटंसं, पांढरं प्लेसकार्ड आहे. त्यावर चंदेरी कॅलिग्राफीनं माझं नाव लिहिलं आहे. मला ते आवडलं आहे. तेवढ्यात एक वेटर लांब वातीनं स्टँडमधल्या साऱ्या मेणबत्त्या पेटवतो. कॅरिक आमच्या टेबलाशी येतो. त्याच्या नियोजित जागेवर बसण्याआधी तो माझ्या दोन्ही गालांचं चुंबन घेतो. मला आश्चर्य वाटतं.

"ॲना, तुला पुन्हा भेटून खूप छान वाटलं," बसायच्या आधी तो हळूच म्हणतो. त्या विलक्षण सोनेरी मास्कमध्ये तो खूप देखणा दिसतो.

तेवढ्यात व्यवस्थापक म्हणतो, "कृपया सर्वांनी आपल्या टेबलाकरता प्रमुखाची निवड करा."

त्यावर मिआ अति उत्स्फूर्ततेने म्हणते, "मी! मी!"

व्यवस्थापक पुढे सांगतो, "टेबलाच्या मध्यावर तुम्हाला एक पाकीट दिसेल. तुम्हाला जितकी जास्त रक्कम देता येईल, तितकी तुम्ही द्यायची आहे. मग त्याकरता याचना, मागणी, विनवणी करा, नाहीतर चक्क चोरा. मग त्यावर तुमचं नाव लिहून ते पाकिटात ठेवा. प्रत्येक प्रमुखानं आपल्या टेबलावरच्या पाकिटाचं रक्षण करायचं आहे. ती पाकिटं नंतर आम्हाला द्या."

“होली क्रॅप!” मी तर पैसे न घेताच आले, तेही चॅरिटी इव्हेंटसाठी. *किती मूर्ख आहे मी!*

पटकन खिशातून पाकीट काढत ख्रिश्चन त्यातून शंभर डॉलर्सच्या दोन नोटा काढून ‘घे’ असं म्हणत मला देतो.

“मी परत करीन तुला.” मी कुजबुजते.

त्याला माझं उत्तर आवडलेलं नाहीये, हे त्याच्या ओठांच्या मुरडण्यावरून मला लक्षात येतं. पण तरी तो त्यावर काही उत्तर देत नाही. त्याचं फाउंटनपेन वापरून मी सही करते. त्या काळ्या पेनाच्या टोपणावर एक छोटं पांढरं फूल असतं. मग मिआ ते पाकीट पुढे सरकवते.

माझ्यासमोर अजून एक पांढरं कार्ड असतं. त्यावर चंदेरी कॅलिग्राफीनं आजचा मेन्यू लिहिलेला असतो.

‘एकमेका साहाय्य करू’च्या मदतीकरता ‘मास्क्ड बॉल’ मेन्यू

सा‌ल्मन टारटार विथ क्रिम फ्रेश अँड
क्यूकम्बर ऑन टोस्टेड ब्रिऑश
आल्बन इस्टेट रॉअझान २००६.
रोस्टेड मस्कोवी डक ब्रेस्ट
क्रिमी जेरुसलेम आर्टिचोक प्युरे
थाईम रोस्टेड बिंग चेरीज, फ्वॉ ग्रा
शातोन्युफ-ड्यु-फे विएस विनिस २००६
दोमॅन-डे-ला जेनिस

शुगर क्रस्टेड वॉलनट शिफॉन.
कॅन्डिड फिग्ज, सबायोन, मॅपल आइस्क्रीम
विन दे कॉन्स्टन्स २००४ क्लेईन कॉन्स्टनशिया

सिलेक्शन ऑफ लोकल चीझ अँड ब्रेड्स
ॲल्बन इस्टेट ग्रनाश २००६

कॉफी अँड पेटि फोर

आता मला लक्षात येतं की प्रत्येकाच्या प्लेटच्या बाजूला वेगवेगळ्या आकाराचे आणि प्रकाराचे ग्लास का मांडले आहेत. आमच्या टेबलचा वेटर सगळ्यांसाठी पाणी आणि वाईन घेऊन येतो. शामियान्यामध्ये आम्ही जिथून प्रवेश केला होता ती

बाजू आता बंद आहे. दोन सर्व्हर्स समोरच्या बाजूचा कॅन्व्हास बाजूला करतात. सिएटल आणि मेडेनबॉर बेमध्ये अस्ताला जाणाऱ्या सूर्याचं मनोहारी दर्शन साऱ्यांना होतं.

हे दृश्य विलक्षण स्वर्गीय आहे. मी क्षणभर श्वास घ्यायलाच विसरते. दूर अंतरावर सिएटलमधले दिवे चमकत आहेत. अस्ताला जाणाऱ्या सूर्यानं आकाशाप्रमाणेच पाण्यामध्येही केशरी पिवळ्या गुलाबी रंगाची उधळण केली आहे. वातावरण प्रसन्न शांततेनं भारलेलं आहे. हातात प्लेट घेतलेले दहा-दहा सर्व्हर्स प्रत्येक टेबलापाशी येऊन थांबतात. एका हलक्या इशाऱ्यासरशी ते एकाच वेळेस साऱ्यांच्या प्लेटमध्ये सर्व्ह करून तिथून जातात. न चाखताच नजरेला जाणवतं की, साल्मन चविष्ट आहे. त्या क्षणी मला जाणीव होते की मला खूप भूक लागली आहे.

''भूक लागलीये?'' केवळ मला ऐकू जाईल अशा आवाजात ख्रिश्चन विचारतो.

त्याचा इशारा कोणत्या भूकेकडे आहे, हे मला अचूक कळल्यामुळे आपोआपच माझ्या ओटीपोटाचे स्नायू आवळले जातात.

''प्रचंड...'' धीटपणे त्याच्या नजरेत नजर मिळवत मी कुजबुजते. ख्रिश्चन खोल श्वास घेतो तसे त्याचे ओठ किंचित विलग होतात.

बघ! मीसुद्धा तुझ्यासारखा शब्दच्छल करू शकते.

तेवढ्यात ख्रिश्चनचे आजोबा मला गप्पांमध्ये गुंगवतात. वाढलेलं वय त्यांनी अगदी सकारात्मकतेनं स्वीकारलेलं आहे. आपली मुलगी आणि तीन नातवंडं यांचा त्यांना अतिशय अभिमान आहे.

छोट्याशा ख्रिश्चनची कल्पना करणं मला विचित्र वाटतं आहे. त्याच्या छातीवरच्या भाजलेल्या व्रणांच्या खुणा मला आठवतात, पण मी ती आठवण झटकून टाकायचा प्रयत्न करते. या पार्टीमागे जरी तेच कारण असलं, तरी आत्ता या क्षणी मला त्याचा जराही विचार करायचा नाहीये.

केट आणि इलियट आत्ता इथं असते, तर किती बरं झालं असतं, असं मला वाटतं. इथल्या काट्या-चमच्यांच्या जंजाळात ती अजिबात गोंधळणार नाही. अगदी चपखल बसेल ती इथं. कदाचित टेबलहेड कोणी व्हायचं यावर ती मिआशी वादसुद्धा घालेल, या विचारानं मला हसू आलं.

टेबलावरच्या सगळ्यांच्याच वेगवेगळ्या विषयावर गप्पा चालू असतात. मिआ तिच्या नेहमीच्या स्टाईलनं सगळ्यांचं मनोरंजन करते आहे. बिचारा सिआन तिच्यापुढे झाकोळला आहे. माझ्यासारखाच त्याच्यावरही ऐकून घेण्याचीच वेळ आलेली दिसते आहे. सगळ्यात जास्त आवाज ख्रिश्चनच्या आजीचा आहे. तिच्या बोलण्याला विनोदाची झालर आहे. अर्थात, नवऱ्याची ढाल करून. मि. ट्रेव्हेलियनबद्दल मला थोडीशी सहानुभूती वाटते.

"छोटं ते सुंदर," या शुमाकरच्या तत्त्वावर आधारित ख्रिश्चनची कंपनी जे नवीन उत्पादन तयार करते आहे, त्याबद्दल तो आणि लान्स हिरिरीनं चर्चा करतात. ते सगळं बोलणं समजावून घेणं मला कठीण जातं आहे. जगभराच्या अविकसित राष्ट्रांकरता कमी खर्चाची, विजेची आणि बॅटरीची गरज न भासणारी, वाऱ्याच्या शक्तीवर चालणारी उत्पादने बनवण्याकडे ख्रिश्चनचा कल आहे.

त्याला असं मोकळेपणानं, खुलून बोलताना पाहणं हा एक आनंददायी अनुभव आहे. गरिबांसाठी काहीतरी भरीव करण्याची प्रचंड तळमळ त्याला आहे. वाऱ्याच्या ऊर्जेवर चालणारा मोबाईल फोन त्याला त्याच्या टेलिकम्युनिकेशन कंपनीमार्फत सर्वांत आधी बाजारात आणायचा आहे.

अरे वा! मला तर याची काहीही कल्पना नव्हती. म्हणजे जगाचं पोट भरायची त्याची कल्पना मला माहीत आहे, पण हे इतकं सगळं...

स्वतःच्या तंत्रज्ञानाचं पेटंट न घेता ते जगाला अर्पण करण्याचा ख्रिश्चनचा विचार काही केल्या लान्सच्या गळी उतरत नाही. सारं काही उदारपणे वाटून देण्याची वृत्ती असणाऱ्या ख्रिश्चननी इतके पैसे कसे कमवले, याबद्दल मला थोडं नवल वाटतं.

आमचं जेवण चालू असताना सातत्यानं अनेक लोक ख्रिश्चनला भेटायला, त्याला हाय-हॅलो करायला, त्याच्याशी हात मिळवायला येत राहतात. त्यांच्या स्टायलिश, रुबाबदार कपड्यांना त्यांचे मास्क शोभून दिसतात. ख्रिश्चन माझी ओळख त्यातल्या फक्त काही जणांशी करून देतो. कोणाशी ओळख करून द्यायची याचा त्याचा काय निकष असेल, हे मला कोडं वाटतं.

गप्पा-गप्पांमध्ये मिआ माझ्याकडे झुकून विचारते, "ॲना, मला लिलावात मदत करशील ना ?"

"अर्थातच!" कुठल्याही प्रकारची मदत करायला मी तत्पर असते.

डेझर्ट खायची वेळ येते तोवर रात्र झालेली असते. मला आता अस्वस्थ वाटू लागलं आहे. ते बॉल काढायची गरज मला वाटू लागली आहे, पण मी तो विचार अमलात आणण्याआधी व्यवस्थापक आमच्या टेबलापाशी येतात.

त्यांच्याबरोबर मिस पिगटेल – काय बरं तिचं नाव हॅन्सल, ग्रेटल... ग्रेचन – आहे.

अर्थात, तिच्याही चेहऱ्यावर मास्क आहे म्हणा. परंतु तिची ख्रिश्चनवर खिळलेली नजर पाहून ती कोण आहे, हे माझ्या लक्षात येतं. ती उगाच लाजते आहे, पण मी खूश आहे, कारण ख्रिश्चन तिची जराही दखल घेत नाहीये.

व्यवस्थापक आमच्याकडचं पाकीट मागतात आणि अतिशय सहजतेनं आणि स्टाईलमध्ये ग्रेसला विचारतात की, आमच्या टेबलावर सर्वाधिक देणगी कोणी दिली

आहे. ती सिआननी दिली असल्यामुळे टेबलावरची सिल्कमध्ये लपेटलेली बास्केट त्याला भेट म्हणून मिळते.

मी अदबीनं टाळ्या वाजवते. परंतु मला आता लक्ष केंद्रित करणं कठीण झालं आहे.

"मला जरा जायला हवं आहे," मी ख्रिश्चनला हळू आवाजात सांगते.

तो माझ्याकडे रोखून पाहतो.

"तुला पावडर रूमची गरज आहे का?"

मी मान डोलावते.

"चल, दाखवतो मी तुला!" तो गूढतेनं म्हणतो.

मी उभी राहते त्याबरोबर टेबलावरचे सगळे पुरुष पटकन उभे राहतात. ओह! शिष्टाचाराचं किती हे पालन!

"नाही हं ख्रिश्चन, तू नाही जायचं. मी घेऊन जाणार ॲनाला."

ख्रिश्चन हो-नाही म्हणायच्या आधीच मिआ उठून उभी राहते. त्याचं तोंड घट्ट बंद होतं. त्याला हे आवडलं नाहीये, हे मला कळतं. मलाही नव्हतं आवडलं. *शेवटी माझ्याही काही गरजा आहेत की नाही?* मी त्याच्याकडे पाहत नाइलाज झाल्याप्रमाणे खांदे उडवते. तो माघार घेत परत जागेवर बसतो.

जाऊन आल्यावर मला थोडंसं मोकळं वाटतं, पण बॉल काढल्यामुळे खूप मोठा फरक पडला आहे असं मला वाटत नाही. माझ्या क्लचमध्ये मी ते आता नीट ठेवले आहेत.

त्या अवस्थेमध्ये आपण संध्याकाळ निभावून नेऊ असं मला का बरं वाटलं होतं? मला आत्ताही त्याची ओढ जाणवते आहे. मला बोट हाऊसमध्ये नेण्यासाठी मी ख्रिश्चनला भाग पाडू शकते का? त्या विचारांनी मला लाजल्यासारखं होतं. माझ्या जागेवर बसताना मी त्याच्याकडे तिरपा कटाक्ष टाकते. ओठावर ते गूढ हसू खेळवत तो माझ्याकडेच पाहत असतो.

हुश्श! एक संधी हुकल्यामुळे तो वैतागला नाहीये, पण बहुधा मी थोडीशी वैतागले आहे. ख्रिश्चन माझा हात हलकेच दाबतो. एव्हाना कॅरिक परत स्टेजवर गेला आहे. तो 'एकमेका साहाय्य करू'बद्दल काही बोलतो आहे. आम्ही दोघंही मन लावून त्याचं बोलणं ऐकतो. ख्रिश्चन माझ्या हातात एक कार्ड ठेवतो. लिलावासाठीच्या बक्षिसांची यादी त्यात आहे.

'एकमेका साहाय्य करू' करता होणाऱ्या लिलावांसाठीच्या भेटवस्तू आणि उमदे दाते.

मरिनर्सनी सही केलेली बेसबॉल बॅट –
डॉ. एमिली मॅनवॅरिंग

गुची पर्स, वॉलेट, की रिंग – अॅन्ड्रिआ वॉशिंग्टन

दोन जणांकरता एस्क्लावा, ब्रेवर्न सेंटर येथे एक दिवसाचं वाऊचर –
एलेना लिंकन

लॅंडस्केप व गार्डन डिझाईन – जिआ मॅटिओ.

कोको डे मर कॉफ्रेट अँड पर्फ्युम ब्युटी सिलेक्शन –
एलिझाबेथ ऑस्टिन

व्हेनेशियन मिरर – मिस्टर अँड मिसेस जे. बेली

अल्बान इस्टेटच्या तुमच्या आवडीच्या वाईनचे दोन क्रेट –
अल्बान इस्टेट

एक्सटीवाय कॉन्सर्टची दोन व्ही.आय.पी. तिकिटं –
मिसेस एल. येसीओव

डिटोना येथे रेस डे – इ.एम.सी. ब्रिट इन्कॉ.

जेन ऑस्टिनचे प्राईड अँड प्रेज्युडिस – पहिली आवृत्ती –
डॉ. ए.एफ.एम. लेसफिल्ड

अॅस्टन मार्टिन डी बी ७ मध्ये एक दिवस ड्राईव्ह –
मिस्टर अँड मिसेस एल. डब्ल्यू. नोरा

इन्टु द ब्ल्यू हे जे टुटनचे ऑईल पेंटिंग – केली टुटन

ग्लाईडिंग लेसन – सिएटल सोअरर्स क्लब.

द हिथमन हॉटेल, पोर्टलॅंड इथे दोन जणांसाठी वीकएन्ड ब्रेक –
द हिथमन हॉटेल.

अॅस्पन कोलोरॅडो इथे सहा जणांसाठी एक वीकएण्ड –
मिस्टर सी. ग्रे

सेंट ल्युसिआ इथे नांगरलेल्या सुझीक्यु यॉट वर सहा जणांसाठी एक आठवडा
– डॉ. अँड मिसेस लॅटिन.

लेक अँड्रिअॅना, मोन्टाना इथे ८ जणांसाठी एक आठवडा –
मिस्टर अँड डॉ. ग्रे

होली शिट्! मी आश्चर्यानं ख्रिश्चनकडे पाहते.

"तुझी अॅस्पनमध्ये प्रॉपर्टी आहे?" मी फुत्कारते. लिलाव सुरू झाल्यामुळे मला खालच्या आवाजात बोलावं लागतं आहे.

माझ्या भडकण्याचं आश्चर्य वाटून बहुधा किंवा वैतागून तो मान डोलावतो. मला गप्प करण्यासाठी तो ओठांवर बोट ठेवतो.

"अजूनपण कुठे तुझी प्रॉपर्टी आहे का?" माझा त्रागा कमी झालेला नाही. परत एकदम तो मान डोलवत मला इशारा देण्याकरता ती तिरकी करतो.

तेवढ्यात सगळे जण टाळ्या वाजवू लागतात. एका बक्षिसाला बारा हजार डॉलर्सची बोली मिळाली आहे.

"मग सांगतो मी तुला," तो शांतपणे म्हणतो, "मला तुला घेऊन जायचं होतं तिथे." थोड्याशा अनिच्छेने तो म्हणतो.

हो! पण नाही ना नेलंस! मी त्रासते. मला जाणवतं की, मी अजूनही वैतागलेली आहे. हा त्या बॉलचा परिणाम आहे यात शंका नाही. शिवाय त्या दानशूरांच्या यादीत मिसेस रॉबिन्सचं नाव पाहून माझा पारा चढलेला आहे.

शामियानाभर नजर टाकून ती कुठे दिसते आहे का ते पाहण्याचा मी प्रयत्न करते; पण तिचे कुठूनही नजरेत भरणारे केस मला दिसत नाहीत. अर्थात, तिला इथे आमंत्रण असतं, तर तसं मला ख्रिश्चननी सावध केलं असतं म्हणा. मी तशीच धुमसत राहते. जसजशी बोली होते तसतश्या टाळ्या वाजवत जाते.

आता ख्रिश्चनच्या अॅस्पनमधल्या जागेसाठी लिलाव सुरू होतो. वीस हजारापर्यंत बोली लागते.

वीस हजार एक, वीस हजार दोन... व्यवस्थापकाचा आवाज येतो.

नेमकं काय होतं ते मला कळत नाही; पण त्या साऱ्या गजबजाटाच्या पार्श्वभूमीवर मी स्पष्ट आवाजात बोलते – "चोवीस हजार डॉलर्स."

माझ्या टेबलाशी बसलेल्या सर्व नजरा खाटकन माझ्या दिशेनं वळतात. सगळ्यांत तीव्र प्रतिक्रिया अर्थात माझ्या बाजूनी ख्रिश्चनकडून येते. त्यानं घेतलेला दीर्घ श्वास मला जाणवतो. शिवाय, त्याला आलेल्या प्रचंड रागाची जाणीवदेखील मला होते.

"चंदेरी कपड्यातल्या त्या सुंदर तरुणीकडून चोवीस हजार एक, चोवीस हजार दोन आणि विकला."

७

होली शिट्! हे मी काय करून बसले? हा सगळा अल्कोहोलचा परिणाम असणार. शॅम्पेनव्यतिरिक्त कितीतरी प्रकारच्या वाईनदेखील मी प्यायले आहे. टाळ्या वाजवणाऱ्या ख्रिश्चनकडे मी कटाक्ष टाकते.

छे! जरा कुठे आमच्या दोघांचं बरं चाललं होतं, पण आता तो चांगलाच भडकणार आहे माझ्यावर. खूप काळानंतर जागी झालेली माझी अंतर्देवता बहुधा लाजेनं अर्धमेली झाली आहे.

माझ्याकडे झुकत ख्रिश्चन माझ्या गालांवर ओठ टेकतो. त्याच्या चेहऱ्यावर बेगडी हसू आहे. तो माझ्या कानात अतिशय थंड आणि संयमित आवाजात बोलतो, "तुझ्या पाया पडावं की तुला झोडून काढावं, हे मला नक्की कळत नाहीये."

या क्षणी मला नेमकं काय हवं आहे, याची मला पूर्ण खात्री आहे. मास्कआडून डोळ्यांची उघडझाप करत मी त्याच्याकडे पाहते. त्याच्या डोळ्यांतले भाव मला आत्ता वाचता आले असते, तर किती बरं झालं असतं!

"मला दुसरा पर्याय आवडेल, प्लीज." टाळ्यांचा भर ओसरू लागतो तसं मी पटकन बोलून घेते. तो खोल श्वास घेतो, तसे त्याचे ओठ विलग होतात. त्याचं ते रेखीव तोंड! *या क्षणी त्यानी माझा आस्वाद घ्यावा असं मला वाटतं आहे.* मला तो हवा आहे. तो माझ्याकडे पाहून मनापासून गोड हसतो. मी तर श्वास घ्यायलाही विसरते.

"तगमग होते आहे ना? पाहावं लागेल काही करता येतं आहे का ते!" माझ्या ओठांच्या कडेनं बोट फिरवत तो पुटपुटतो.

त्याच्या त्या एवढ्याशा स्पर्शानंदेखील माझ्या आत खोलवर जाणिवांना धुमारे फुटू लागतात. मला तर असं वाटतं आहे की आत्ता या क्षणी त्याच्यावर आरूढ होऊन त्याला सामावनू घ्यावं. पण त्याऐवजी आम्ही चालू असलेल्या लिलावाकडे लक्ष देतो.

स्वस्थ बसणं मला अशक्य झालं आहे. माझ्या खांद्यावर हात टाकत तो अंगठ्यांनी माझी पाठ कुरवाळत राहतो. त्याच्या स्पर्श करण्याला एक लय आहे.

त्यामुळे माझ्या कण्यामध्ये गोड संवेदना उमटत राहतात. दुसऱ्या हातानं तो माझा हात पकडून अलवार चुंबन घेतो, मग माझा हात स्वतःच्या मांडीवर ठेवून घेतो.

त्यानंतर मला कळत-नकळत तो माझा हात त्याच्या मांडीवर सरकवू लागतो. माझा श्वास अचानक रोखला जातो, कारण मला कळायच्या आधीच माझा हात त्याच्या ताठरतेपर्यंत पोहोचलेला असतो. मी भांबावून टेबलाशी बसलेल्या इतरांकडे बघते. परंतु सगळ्यांचं लक्ष स्टेजवर चाललेल्या लिलावाकडे असतं. बरं तर बरं माझ्या तोंडावर मास्क आहे!

मिळालेल्या संधीचा लाभ घेत मी त्याला स्पर्श करते. मग धिटाईनी कुरवाळू लागते. माझ्या हालचाली कुणाच्या नजरेस पडू नयेत, म्हणून ख्रिश्चन त्याच्या हातानी माझा हात झाकतो. दुसरीकडे त्याचा अंगठा माझ्या मानेवरून अलगद फिरत मला चेतावत राहतो. माझ्या अननुभवी स्पर्शाला त्याचा प्रतिसाद तसा काही कळून येत नाही, पण श्वास घेतांना त्याच्या ओठांचा होणारा किंचितसा चंबू मात्र नजरेला दिसतो. मला त्याचा तो हलकासा प्रतिसाददेखील पुरेसा आहे. त्याला मी हवी आहे. कमरेखाली जाणवणाऱ्या संवेदनांनी आता कहर केला आहे. कसं पेलू हे?

आता शेवटच्या लिलावामध्ये मोन्टानाच्या लेक ॲड्रिॲनाकरता बोली सुरू आहे. मिस्टर आणि डॉक्टर ग्रेच्या त्या जागेसाठी भराभर वरचढ बोली बोलली जाते आहे. परंतु ते सारं माझ्यापर्यंत पोहोचत नाहीये. कारण माझ्या स्पर्शामुळे त्याच्या वाढणाऱ्या ताठरतेची अनुभूती ही माझ्याकरता कैक पटीनी चित्तवेधक आहे.

''एकशे दहा हजार डॉलर्सला विकला गेला.'' व्यवस्थापकाचा उत्स्फूर्त आवाज उमटतो. सगळीकडून टाळ्यांचा कडकडाट होतो. ख्रिश्चनदेखील त्यात सामील होतो त्यामुळे नाइलाजाने मला हातचं महत्त्वाचं काम सोडून टाळ्या वाजवाव्या लागतात. शी! आमच्या सुंदर क्षणाचा अगदी कचरा झाला!

ख्रिश्चन माझ्याकडे वळून बघतो, तेव्हा त्याच्या ओठाला मुरड पडली आहे. टाळ्यांच्या कडकडाटात तो ओठांनी विचारतो, ''तयार का?''

''हो,'' मीही मुक्याने बोलते.

तेवढ्यात मिआ आवाज देते. ''ॲना, चल, वेळ झाली!''

काय? परत? नको ना! ''कशाची वेळ झाली?''

''फस्ट डान्सचा लिलाव. चल पटकन!'' ती उभी राहत हात समोर करते.

मी ख्रिश्चनकडे नजर टाकते. तो मिआवर जाम वैतागलेला आहे. हसावं की रडावं या संभ्रमात असतानाच मला हसू फुटतं. एखाद्या शाळकरी मुलीसारखी मी खुदूखुदू हसू लागते. मिआ ग्रेच्या सहवासात कुणीही उदास राहू शकत नाही. गुलाबी कपड्यातली उंच मिआ एखाद्या पॉवर हाऊससारखी दिसते आहे. ख्रिश्चन माझ्या नजरेत खोलवर डोकावतो. क्षणार्धात त्याच्या चेहऱ्यावर ते गूढ हसू पसरतं.

"पहिला डान्स माझ्याबरोबर असेल. फक्त तो इथे या डान्स फ्लोअरवर नसेल," माझ्या कानात तो कामुकपणे कुजबुजतो. माझी मूलभूत गरज मला पराकोटीची ओढ लावते. मघाचं हसू जाऊन माझ्या मनात कामेच्छा दाटून येते. माझी अंतर्देवता बेधुंद होते.

"मी पण वाटच पाहते आहे," थोडसं झुकून त्याच्या ओठांवर ओठ टेकवत मी सरळ होते. टेबलाशी बसलेल्या सगळ्यांच्या चेहऱ्यावर आश्चर्य उमटलेलं दिसतं. याआधी त्यांनी कुणीही ख्रिश्चनला डेटबरोबर पाहिलेलं नसतं. माझ्याकडे पाहत तो मोकळं हसतो. किती आनंदात दिसतो आहे तो! वॉव!

"चल ना ॲना!" मिआ परत म्हणते. तिने पुढे केलेला हात पकडून मी तिच्यामागोमाग स्टेजवर जाते. तिथे अजून दहा तरुणी जमलेल्या असतात. लिलीला तिथे पाहून मी उगाचच अस्वस्थ होते.

"जेण्टलमन, ज्याची तुम्ही वाट पाहत होतात ते आजच्या संध्याकाळचं सर्वांत मोठं आकर्षण." व्यवस्थापकाचा उत्साहित आवाज सगळ्यांच्या कानावर पडतो. "या बारा सुंदर तरुणींनी त्यांच्या 'फर्स्ट डान्स'चा लिलाव करण्यासाठी मान्यता दिली आहे. चला, पाहू या कोण कितीची बोली लावतो ते!"

हे काय? मी नखशिखांत कापते. हे असं काही असेल याची मला जराही कल्पना नव्हती. स्वतःला चक्क असं विकायचं? छे! भलतंच काहीतरी!

माझी अस्वस्थता लक्षात येऊन मिआ पटकन मला सावरते, "अगं राणी, आपण खूप चांगल्या कामासाठी हे करतो आहोत. शिवाय, एक लक्षात घे की, ख्रिश्चन कोणालाही जिंकू देणार नाही!" डोळे फिरवत ती पुढे म्हणते, "कसं आहे ना, इथे आल्यापासून क्षणभरदेखील त्यानं तुझ्यावरून नजर हटवली नाहीये."

बरं बाबा, कारण लक्षात घे. शिवाय, ख्रिश्चन जिंकेल हेदेखील नक्की आहे. तसंही त्याला पैशाला काही कमी नाही. तेव्हा चला, तयार व्हावं हे बरं; मी स्वतःला समजावते.

पण बये म्हणजे तुझ्यावर त्यानी अजून खर्च करायचा ना? माझी अंतर्देवता मला फटकारते. पण मला इतर कुणाहीबरोबर डान्स करायचा नाही. मी नाहीच करू शकत इतर कुणाबरोबर. शिवाय, तो काय माझ्यावर पैसे उधळत नाहीये. ते चॅरिटीच्या कामासाठी वापरले जाणार आहेत. *जसे त्याने ते चोवीस हजार आधीच खर्च केले आहेत तसंच, नाही का?* माझी अंतर्देवता डोळे बारीक करून मला विचारते.

शिट्! मी या लिलावाच्या नादात चक्क वाहवत चालले आहे. मी स्वतःशी कशाकरता वाद घालते आहे?

"चला तर, फर्स्ट डान्ससाठी तुम्हाला कोणाची साथ मिळू शकते, ते आजमावायला

तयार व्हा. बारा तरुण रूपगर्विता तुमच्यासाठी सज्ज झाल्या आहेत.''

आई गं! मला प्रकर्षाने वाटू लागलं की मी मटण मार्केटमध्ये उभी आहे. भयचकित होऊन मी सभोवर नजर टाकते. जमलेल्या पाहुण्यांमधून बारा-पंधरा जण स्टेजच्या दिशेनं येताना दिसतात. सगळ्यांच्या हालचालींमध्ये सहजता आहे. अधेमधे थांबत हाय-हॅलो करत ते पुढे येतात. ते सारे जण स्टेजच्या भोवताली जमा झाल्यावर व्यवस्थापक लिलावाला सुरुवात करतात.

''लेडिज अँड जेण्टलमेन, मास्कच्या मागे कोण लपलं आहे हे गुपित कायम ठेवण्याची आपली परंपरा पुढे चालवत आपण आजच्या लिलावाला सुरुवात करू या. मी प्रत्येक तरुणीचं फक्त पहिलं नाव घेईन. आता आपल्यापुढे सुंदर जेडा येते आहे.''

जेडासुद्धा शाळेतल्या मुलीसारखी खिदळते आहे. माझी पाळी येईल तेव्हा कदाचित मी इतका थिल्लरपणा करणार नाही. तिने नेव्ही ब्ल्यू रंगाचा पायघोळ टॅफेटा आणि त्याला शोभेलसा मास्क घातला आहे. जेडा नशिबवान आहे, कारण तिचं नाव घोषित झाल्याबरोबर दोन तरुण पुढे येतात.

''जेडा उत्तमप्रकारे जपानी भाषा बोलते. शिवाय ती फायटर पायलट आहे. त्याच्या जोडीला ती ऑलिम्पिकची जिम्नॅस्टदेखील आहे,'' असं म्हणत व्यवस्थापक डोळा मारतो. ''जेण्टलमेन, कितीची बोली लावायची?''

व्यवस्थापक काय वाट्टेल ते थापा मारतो आहे हे पाहून जेडा थक्क होते; पण नंतर सावरून ती तिच्यासाठी बोली लावायला तयार असणाऱ्या त्या दोघांकडे बघून स्मित करते.

''एक हजार डॉलर्स,'' एक जण म्हणतो.

बघता बघता बोली पाच हजारावर पोहोचते.

''पाच हजार एक, पाच हजार दोन. विकली गेली!'' व्यवस्थापक मोठ्या आवाजात जाहीर करतो. ''मास्क घातलेल्या व्यक्तीला!'' त्याबरोबर हास्याची लकेर उमटते, कारण सगळ्यांनीच मास्क घातलेले असतात. टाळ्या आणि उत्तेजनाच्या साथीत जेडा तिच्या खरेदीदाराकडे आनंदाने पाहत स्टेजवरून उतरते.

''बघ, किती गंमत आहे ना!'' मिआ माझ्या कानात कुजबुजते. ''ख्रिश्चन तुला जिंकून घेईल तर बरं, नाहीतर उगाचच इथे शक्ती परीक्षणाची वेळ यायची.'' ती पुष्टी जोडते.

''शक्ती परीक्षण!'' मी हादरते.

''अगं हो ना! लहान होता तेव्हा इतका भडकू होता.'' ती शहारत म्हणते. सुसंस्कृत, सभ्य, टुडरचं कोरल म्युझिक ऐकणारा ख्रिश्चन आणि दादागिरी? शक्य नाही! तेवढ्यात व्यवस्थापक पुढच्या तरुणीला बोलवतात, त्यामुळे माझं लक्ष

विचलित होतं. आता लाल गाऊन घातलेली, लांब काळ्या केसांची तरुणी पुढे येते.

"जेण्टलमेन, मी तुमच्यासमोर मरिआहला सादर करू का? हिचं काय बरं करावं? ती उत्तम मेटॅडोर आहे. शिवाय कॉन्सर्टमध्ये सेलो वाजवते. बरं पोलडान्ससुद्धा उत्तम करते. जेण्टलमेन, हिच्यासाठी कितीच्या बोलीनं सुरुवात करणार आहात? सांगा! या सुंदरीची काय किंमत?"

मरिआह व्यवस्थापकाकडे कटाक्ष टाकते. तेवढ्यात कुणीतरी आवाज देतं, "तीन हजार!" त्यावर अजून एक जण बोली लावतो. मग चार हजारची बोली अंतिम ठरते.

ख्रिश्चन माझ्यावर बहिरी ससाण्यासारखी नजर ठेवून आहे. दादागिरी करणारा ख्रिश्चन ट्रेव्हेलियन ग्रे! कोणाला खरं तरी वाटेल का?

"किती वर्षांपूर्वी?" मी मिआला विचारते.

काही न कळून मिआ माझ्याकडे पाहते.

"किती वर्षांपूर्वी ख्रिश्चन दादागिरी करायचा?"

"अगं, टिनएजच्या सुरुवातीला. आई-बाबांना त्याने सळो की पळो करून सोडलं होतं. नेहमी फाटका ओठ आणि काळा-निळा डोळा घेऊन घरी यायचा. दोन शाळांमधून त्याची हकालपट्टी झाली होती. त्यानं प्रतिस्पर्ध्याला गंभीर इजा केली होती."

माझ्या तोंडाचा 'आ' तसाच राहतो.

"सांगितलं नाहीये का त्यानं तुला?" ती निःश्वास सोडते. "माझ्या मित्र-मैत्रिणींमध्ये तो कुप्रसिद्ध होता. काही काळ तर सगळ्यांना नकोसा झाला होता. साधारण पंधराव्या-सोळाव्या वर्षी मात्र त्याच्यामध्ये बदल होऊ लागला." ती खांदे उडवत म्हणते.

होली फक्! कोड्यातला आणखीन एक भाग जुळल्यासारखं वाटलं मला!

"सांगा तर, या देखण्या जीलसाठी कोण कितीची बोली लावतो आहे?"

"चार हजार डॉलर्स." डाव्या कोपऱ्यातून गंभीर आवाज येतो. जील आनंदानं ओरडते.

माझं आता लिलावामध्ये जराही लक्ष नाहीये. शाळेत असताना ख्रिश्चन असा भांडणामुळे गोत्यात आला होता तर! का बरं असं होत असेल? मी त्याच्याकडे टक लावून पाहते. आलटून पालटून लिली आम्हा दोघांवर नजर ठेवून आहे.

"आणि आता तुमच्यासमोर सुंदर ॲनाला सादर करण्याची परवानगी मला द्या."

ओह शिट! माझी बोली. मी हवालदिल होऊन मिआकडे पाहते. ती मला स्टेजच्या मध्यभागी जवळ-जवळ ढकलते. नशीब की मी पडत नाही. सगळे जण

माझ्याकडे टक लावून पाहतात. त्यामुळे मला भयंकर संकोच वाटतो. मी ख्रिश्चनकडे नजर टाकते, तर तो लेकाचा माझ्याकडे पाहून छद्मीपणे हसत असतो.

"सुंदर ॲना सहा संगीतवाद्य वाजवते. मॅन्डारिन उत्तम प्रकारे बोलते. तिला योगाभ्यासाची प्रचंड आवड आहे. तेव्हा जेण्टलमेन..." त्याचं वाक्य पूर्ण होण्याआधीच ख्रिश्चन भस्सकन बोली लावतो – "दहा हजार डॉलर्स!" लिलीला वाटलेला अविश्वास तिच्या सुस्काऱ्यातून व्यक्त होतो.

ओह फक्!

"पंधरा."

काय? कोण हे? स्टेजच्या डावीकडे उभ्या असलेल्या देखण्या कपड्यामधल्या तरुणाकडे आमचं साऱ्यांचं लक्ष जातं. मी चक्रावून फिफ्टीकडे पाहते. तो हनुवटी खाजवत त्या अनोळखीकडे पाहत गालातल्या गालात हसतो आहे. नक्कीच ख्रिश्चन त्याला ओळखत असणार. तोदेखील ख्रिश्चनकडे पाहत अदबीनं मान झुकवतो.

"तर मंडळी, आता लिलावाची रंगत वाढत आहे. लोकं हिरिरीनं बोली लावत आहेत." ख्रिश्चनकडे उत्साहानं वळून बघणाऱ्या व्यवस्थापकाचा आवाज आनंदानं फुलला आहे. हा प्रकार मस्त आहे, पण तो माझ्याभोवती गुंफला गेल्यानं मला नकोसा झाला आहे. मला तर पळून जावसं वाटतं आहे.

"वीस." ख्रिश्चन शांतपणे आव्हान देतो.

आता सगळे जण स्तब्ध होऊन आलटून पालटून मी, ख्रिश्चन आणि ती गूढ व्यक्ती ह्यांच्याकडे पाहत आहेत.

"पंचवीस." तो अनामिक म्हणतो.

खरंतर ख्रिश्चन सुखावला आहे, पण चेहऱ्यावर कुठलाही भाव न दाखवता तो त्या अनामिकाकडे एकटक पाहतो आहे. आता सर्व नजरा फक्त आणि फक्त ख्रिश्चनवर खिळल्या आहेत. काय करेल आता तो? माझं हृदय जेमतेम नावाला सुरू आहे. मला श्वास घेणं कठीण झालं आहे.

"शंभर हजार डॉलर्स." त्या शामियान्यात त्याचा खणखणीत स्वर उमटतो.

"व्हॉट द फक्!" माझ्या मागून लिलीचा आवाज येतो. जमलेल्या सगळ्यांकडून आश्चर्य ते नाराजी अशा विविध प्रतिक्रिया उमटतात. तो अनामिक खिलाडू वृत्तीनं पराजय स्वीकारत हात वर करतो.

ख्रिश्चन जेत्याच्या थाटात त्याच्याकडे पाहतो. हर्षभरानं नाचणारी मिआ मला डोळ्यांच्या कोपऱ्यातून दिसते. माझी अंतर्देवता अतिशय थक्क होऊन ख्रिश्चनकडे पाहते आहे.

"या सुंदर ॲनासाठी शंभर हजार डॉलर्स, एक, शंभर हजार डॉलर्स दोन!"

व्यवस्थापक अनामिकाकडे पाहतो, परंतु तो नाटकी पश्चात्तापाने मान हलवत

साऱ्यांना झुकून सलाम करतो. ''विकली!'' व्यवस्थापक सौदा पूर्ण करतो. टाळ्यांचा कडकडाट आणि शाबसकीच्या जल्लोषात ख्रिश्चन पुढे होत माझा हात हातात घेऊन मला स्टेजवरून उतरायला मदत करतो. त्याची कौतुकमिश्रित नजर मला अंगभर कुरवाळते. हलकेच माझ्या हातावर ओठ टेकवून तो मग स्वतःच्या काखेत माझा हात अडकवून घेत मला शामियान्यातून बाहेर पडण्याच्या मार्गाकडे नेतो.

''तो कोण होता?'' मी विचारते.

माझ्याकडे रोखून पाहत तो म्हणतो, ''भेटणार आहेस तू त्याला थोड्या वेळानं. या क्षणी मला तुला काही दाखवायचं आहे. फर्स्ट डान्सचा लिलाव संपायला साधारण अर्धा तास आहे. त्यानंतर आपण इथं हजर राहायला हवं. तरच इतका खर्च करून मिळवलेला डान्स मी करू शकेन.''

''जरा अतिमहागडा डान्स, नाही का?'' मी नाराजी व्यक्त करते.

''मला खात्री आहे की, त्यातला प्रत्येक डॉलर सत्कारणी लागेल.'' माझ्याकडे पाहत तो छद्मीपणे हसतो. किती देखणं हसू आहे याचं! माझ्या ओटीपोटातून नव्याने संवेदना उमटू लागतात आणि शरीरभर पसरतात.

आम्ही लॉनवर पोहोचतो. तो मला आता बोट हाऊसकडे नेईल असं मला वाटतं, पण तो डान्स फ्लोअरच्या दिशेनं नेतो, त्यामुळे जरा नाउमेद होते. साधारण विसेक जणांचा वाद्यवृंद वाद्य जुळवण्यात व्यस्त आहे. डान्स फ्लोअरवर दोन-चार पाहुणे धूम्रपानात मग्न आहेत. बहुतांशी पाहुणे शामियान्यातील लिलावामध्ये गुंतलेले असल्यामुळे आमच्याकडे फारसं कुणाचं लक्ष नाहीये.

ख्रिश्चन मला घराच्या बाजूला नेतो. तिथलं दार उघडून आम्ही एका ऐसपैस हॉलमध्ये प्रवेश करतो. हा भाग मी कधी पाहिला नाहीये. तिथे कोणाचाही मागमूस नाहीये. तिथून वरच्या भागात जाणारा लाकडी जिना आणि त्याचा कठडा पॉलिशमुळे चमकतो आहे. आता माझा हात हातात घेत ख्रिश्चन मला वरच्या मजल्यावर नेतो. मग आम्ही अजून एक मजला चढतो. समोरचं प्रशस्त पांढरं दार उघडत तो मला एका बेडरूममध्ये नेतो.

''ही माझी खोली होती!'' आपल्यामागे दाराला कडी लावत त्याला टेकून उभं राहत तो हळुवारपणे म्हणतो.

त्या प्रशस्त हवेशीर खोलीत फारसं फर्निचर नाहीये. तिथे भिंतीसकट सगळं पांढरंशुभ्र आहे. एक मोठा पलंग, डेस्क, खुर्ची, पुस्तकांनी गच्च भरलेली शेल्फ आणि ट्रॉफींनी भरलेलं कपाट... सारं शुभ्र रंगात रंगवलेलं आहे. भिंतीवर द मॅट्रिक्स, फाईट क्लब आणि द ट्रुमन शो या सिनेमांचे पोस्टर्स आणि किक बॉक्सर्सच्या दोन फ्रेम्स लावलेल्या आहेत. एका खाली ग्युसेपे डे नॅटेल हे मी कधीही न ऐकलेलं नाव आहे.

डेस्कच्या वरच्या भागात लावलेला पांढरा पिनबोर्ड माझं लक्ष वेधून घेतो. त्यावर असंख्य फोटो लावलेले असतात. त्याच्या जोडीला फुटबॉल लीगची तिकिटंपण असतात. किशोरवयीन ख्रिश्चनचं विश्व माझ्यासमोर उलगडतं. आपोआप माझी नजर त्या पिनबोर्डच्या बाजूला उभ्या असलेल्या देखण्या ख्रिश्चनकडे वळते. तोही माझ्याकडे आसुसून पाहत असतो.

''मी आजवर कोणत्याही मुलीला इथं आणलेलं नाही.'' तो पुटपुटतो.

''खरं?'' मी कुजबुजते.

तो मान हलवतो.

कसाबसा मी आवंढा गिळते. गेले कित्येक तास माझ्या शरीरभर जाणवणाऱ्या संवेदनांच्या लाटा चारी बाजूंनी माझ्यावर धडकू लागतात. आदिम लालसा मला घेरून टाकते. गडद निळ्या कार्पेटवर उभा असलेला, मास्क लावलेला मर्दानी ख्रिश्चन मला आव्हान देतो. मला तो हवा आहे. आत्ता. जसा मिळेल तसा. खरं तर त्या क्षणी त्याच्यावर झडप घालून त्याचे कपडे ओरबाडून काढावेत असं मला वाटतंय. मन आणि शरीर पिसाटलं आहे. तो अगदी सावकाश माझ्या दिशेनं येतो.

''ॲनेस्टेशिया, आपल्याकडे फार वेळ नाहीये. शिवाय, या क्षणी माझ्यात जो कल्लोळ उठला आहे तो लक्षात घेता आपल्याला वेळदेखील लागणार नाही फारसा. वळ पटकन. तुझा ड्रेस उतरवू दे मला.''

मी वळून दाराकडे कटाक्ष टाकते. बरं झालं त्यानं कडी घातली आहे. थोडंसं वाकत तो माझ्या कानात सांगतो, ''मास्क राहू दे.''

माझं सारं शरीर आतुरतेनं प्रतिसाद देतं. अजून तर त्यानं हात लावलादेखील नाहीये.

माझ्या ड्रेसचा वरचा भाग तो पकडतो. त्याबरोबर त्याच्या बोटांचा स्पर्श माझ्या शरीरभर झिणझिण्या उमटवतो. झटकन तो झिपर उघडतो. मग माझा ड्रेस सावरत तो मला त्यातून बाहेर यायला मदत करतो. त्यानंतर वळून काळजीपूर्वक तो खुर्चीच्या पाठीवर टाकतो. अंगातलं जाकीट काढून त्यावर ठेवतो. मग क्षणभर थांबून माझ्याकडे रोखून पाहतो. माझ्या अंगावर घट्ट बसणारी स्लिप आणि पातळ मॅचिंग पँटीशिवाय काही नाहीये. त्याच्या कामुक स्पर्शांनी मी आनंदून जाते.

''तुला माहितीये ना ॲनेस्टेशिया,'' माझ्या रोखानी येताना तो हळू आवाजात म्हणतो, त्याच वेळेस तो बो टाय मोकळा करत शर्टाची वरची तीन बटणं उघडतो. ''तू लिलावात बोली लावलीस, तेव्हा मला तुझा इतका प्रचंड संताप आला होता, की तुला अद्दल घडवण्याच्या अनेक कल्पना माझ्या मनात येऊन गेल्या. मला सतत स्वतःला आठवण करून द्यावी लागली की, कोणत्याही प्रकारची शिक्षा आपल्या नात्यातून हद्दपार झाली आहे, पण तू आपणहून त्यासाठी तयारी दाखवली आहेस.''

मास्कमधून माझ्याकडे रोखून पाहत तो विचारतो, "का केलंस असं?"

"आपणहून तयारी का बरं दाखवली मी? नाही सांगता येणार. कदाचित वैतागून... किंवा खूप प्यायल्यामुळे... पण सबळ कारणही तर होतं." मी तोंडातल्या तोंडात बोलते, की मला त्याचं लक्ष वेधून घ्यायचं होतं?

मला तेव्हा तो हवा होता. त्याहीपेक्षा जास्त तो मला आत्ता या क्षणी हवा आहे. आता मला सोसवेनासं झालं आहे. मला शांत करणं फक्त त्याच्या हातात आहे. मैथुनाच्या आदिम जाणिवेनं झपाटलेले आम्ही दोघंही या क्षणी केवळ नर-मादी आहोत. त्याचे ओठ दुमडले जातात. मग तो वरच्या ओठावरून जीभ फिरवतो. मला त्या जिभेचा स्पर्श हवा आहे.

"मी शपथ घेतली होती की, याचना केलीस तरीही तुला मारायचं नाही."

"प्लीज," मी परत याचना करते.

"पण मला हेही जाणवलं की, या क्षणी तू किती अस्वस्थ असशील. शिवाय, तुला अशा अस्वस्थतेची सवयदेखील नाही." माझ्याकडे पाहत तो गालातल्या गालात हसतो. हरामखोर आहे लेकाचा! पण हरकत नाही आणि तो म्हणतो आहे त्यात काही चुकीचंसुद्धा नाही.

"हो." मी कसाबसा श्वास घेते.

"ठीक आहे, पण आपल्याला एक गोष्ट पाळावी लागेल."

"तू म्हणशील ते!"

"तुला ज्या क्षणी असह्य होईल, त्या क्षणी तू परवलीचा शब्द वापरायचा. त्यानंतर मी मारणं थांबवून फक्त प्रेम करीन. ठीक आहे?"

"हो!" मला कामोन्माद असह्य झाला आहे. त्याच्या स्पर्शासाठी माझी तडफड होते आहे.

आवंढा गिळत, माझा हात हातात घेत तो मला पलंगाकडे नेतो. पलंगपोस बाजूला करत एक उशी बाजूला घेत तो बसतो. मी त्याच्यासमोर उभी आहे. क्षणभर माझ्याकडे रोखून पाहत तो मला खसकन जवळ ओढतो. मी त्याच्या मांडीवर पडते. तो किंचित सरकतो. आता मी पलंगावर पडते. माझी छाती उशीवर आणि चेहरा एका बाजूला होतो. माझ्यावर झुकत माझे केस खांद्यावरून मागे सारत तो माझ्या मास्कला लावलेल्या पिसांवरून अलगद बोटं फिरवतो.

"हात मागे घे," तो पुटपुटतो.

ओह! बो टाय काढत तो झटक्यात माझे हात त्याने बांधतो. आता कंबरेच्या खोलगट भागात माझे बांधलेले हात विसावतात.

"ॲनेस्टेशिया, तुला खरंच हे हवं आहे का?"

मी डोळे मिटून घेते. तो माझ्या आयुष्यात आल्यापासून आज पहिल्यांदा मला

खरोखर स्वतःला झोडून घ्यायचं आहे. मला त्याची नितांत गरज भासते आहे.

"हो."

"का?" माझ्या नितंबांना कुरवाळत तो विचारतो.

त्याच्या त्या स्पर्शाने मी चित्कारते. *नाही रे माहीत मला, तू म्हणतोस ना की विचार करत बसू नकोस! शिवाय आजचा दिवस इतका वेगळा गेला. पैशांवरून वाद – लीला – मिसेस रॉबिन्सन – माझ्यावरची फाईल – तुझ्या छातीवरचा नकाशा – ही इथली श्रीमंतांची पार्टी – मास्क – अल्कोहोल – चंदेरी बॉल्स – लिलाव – मला हवंय म्हणून!*

"कारण असणं गरजेचं आहे का?"

"नाही गं, मी फक्त तुला समजून घेण्याचा प्रयत्न करतो आहे." तो डाव्या हाताच्या पंजानी तो माझ्या नितंबाच्या खाली मांडीवर सपकन फटका मारतो. त्यामुळे उठलेली कळ पार माझ्या ओटीपोटातल्या संवेदनेला जाऊन भिडते. *आई गं!* मी मोठ्यांदा कण्हते. परत तो वार करतो. मी पुन्हा कण्हते.

"दोन," तो हळुवारपणे म्हणतो, "आपण बारापर्यंत जाऊ."

अहा! ही संवेदना काही वेगळी आहे. मागच्या अनुभवापेक्षा सर्वस्वी वेगळी. संभोगाची आस जाणवणारी, आवश्यक अशी. तो पुन्हा एकवार त्याच्या निमुळत्या बोटांनी माझे नितंब कुरवाळतो. बांधल्यामुळे मी पालथ्याची उताणी होऊ शकत नाही. आता मी दीन आहे. त्याच्या अधीन आहे आणि तेदेखील माझ्या इच्छेनं. तो परत फटकारतो, पण मघापेक्षा थोडं एका बाजूला मग दुसरीकडे. आता तो किंचित थबकतो. मग सावकाश माझी पॅन्टी काढून फेकतो. पुढचा फटका देण्याआधी तो हळुवारपणे माझ्या नितंबावरून बोटं फिरवतो आणि पुन्हा एकदा फटके द्यायला सुरुवात करतो. प्रत्येक फटक्यासरशी माझी कामवासना शमू लागते की चेतवली जाते हे मला कळत नाही. मी फक्त त्या तालबद्ध फटक्यांशी एकरूप पावते.

"बारा," तो घोगऱ्या आवाजात म्हणतो. माझे नितंब कुरवाळत तो तसाच मागच्या बाजूनी माझ्या योनीला स्पर्श करतो. मग अलगद दोन बोटं आत सारतो. त्यानंतर बोटांच्या वर्तुळाकार हालचालींनी पद्धतशीरपणे माझा गोड छळ करतो.

माझं शरीर आता सहन करू शकत नाही. मी पेटते आणि रिती होते. गच्च ओली होते. त्याच्या बोटांना योनीच्या मनी घट्ट धरून ठेवते. हे सगळं अचानक तीव्रपणे घडून येतं. अनपेक्षितपणे.

"असंच होतं राणी!" तो कौतुकभरल्या स्वरात म्हणतो. मी तशीच पडून राहते. योनीतली बोटं न काढता तो माझे बांधलेले हात मोकळे करतो.

"ॲनेस्टेशिया, थांब, अजून झालं नाहीये." बोटं न काढता तो जरा बाजूला होतो. आता तो मला जमिनीवर गुडघ्यावर बसवतो. त्यामुळे मी पलंगावर ओणवी

होते. तोही थोडा वाकत पँटची झीप उघडतो. माझ्यातली बोटं काढतो. मला एव्हाना परिचित असा फॉईल उघडण्याचा आवाज आता येतो.

"पाय बाजूला घे." तो गुरगुरतो. मी आज्ञापालन करते. मला मागून कुरवाळत तो माझ्यात प्रवेशतो.

"पटकन आवरणार आहे हं," माझे नितंब पकडून तो बाहेर येतो आणि परत खसकन आत प्रवेशतो.

"आह!" मी ओरडते. परंतु ज्या पद्धतीने तो मला व्यापून टाकतो, त्याला तोड नाही. अतिशय स्वर्गीय भावना आहे ही! त्याच्या प्रत्येक प्रवेशागणिक माझ्या ओटीपोटातल्या वेदना सुखद संवेदनांमध्ये बदलू लागलात. भावनांचा प्रचंड प्रपात माझ्यावर कोसळतो. हेच तर हवं होतं मला. मी स्वतःला त्याच्या दिशेनं ढकलते. त्याला उत्कटतेने भिडते.

"ॲना, थांब!" मला स्थिर करायचा तो प्रयत्न करतो, पण मला इतकं प्रचंड उचंबळून आलेलं आहे की, मी संयम राखू शकत नाही. मी त्याला पुनःपुन्हा भिडत राहते.

"ॲना, शिट!" त्याचा बांध सुटतो. मोकळं होताना तो दीर्घ निःश्वास सोडतो. त्या तेवढ्या आवाजानं मी वितळते. कामरसाच्या स्त्रावात न्हाऊन निघते. किती क्षण गेले याचा हिशोब उरत नाही. उत्कट समागमाचा परमोच्च आनंद मी अनुभवते. मग मात्र मी रिती होऊन जाते.

माझ्यावर झुकून ख्रिश्चन माझ्या खांद्यावर चुंबनांचा वर्षाव करतो आणि अलगद स्वतःला माझ्यातून मोकळं करतो. दोन्ही हात माझ्या खांद्यावर टाकून पाठीवर डोकं टेकवत विश्रांती घेतो. तशा त्या अवस्थेत आम्ही पडून राहतो. पुन्हा एकदा क्षणांचा हिशोब हरवतो. आमचा श्वास पूर्ववत व्हायला थोडा अवधी जावा लागतो. इतक्या वेळ छळणाऱ्या त्या वेदनांचा आता मागमूसदेखील उरलेला नाही. त्या जागी उरली आहे ती मनाला वेढून टाकणारी शांतता.

मग ख्रिश्चन भानावर येत म्हणतो, "मिस स्टील, मला वाटतं की तुम्ही माझ्याबरोबर डान्स करणं अपेक्षित आहे."

"हं!" मी हुंकारते. हरवलेल्या आणि गवसलेल्या संवेदनांचा आढावा घेण्यात माझं मन गुंतलेलं आहे.

चवड्यांवर बसत तो मला त्याच्या कुशीत ओढून घेतो. "चल आटप पटकन, आपल्याकडे वेळ नाहीये फारसा." माझ्या केसात डोकं खुपसून मग तो मला उभं राहायला भाग पाडतो.

मी कुरकुर करत पलंगावर बसून जमिनीवर पडलेली माझी पॅन्टी उचलते आणि कशीबशी चढवते. मग पाय ओढत ड्रेस घालायला जाते. आमच्या आत्ताच्या

धडाकेबाज प्रणयात मी शूज काढले नाहीत हे माझ्या लक्षात येतं, पण त्याचं मला काही वाटत नाही. ख्रिश्चन पलंगपोस नीट घालतो, कपडे ठीकठीक करतो आणि बो टाय बांधतो.

अंगावर ड्रेस चढवताना माझी नजर पीनबोर्डवरच्या फोटोंकडे जाते. कुमार आणि किशोरवयातले ख्रिश्चनचे अनेक फोटो तिथे लावलेले असतात. मिआ आणि इलियटबरोबर बर्फाच्या डोंगरावर, पॅरिसमधले आर्क दे ट्रायम्फच्या पार्श्वभूमीवर एकट्याचे, लंडनमधले, न्यूयॉर्कमधले, ग्रँड कॅनियनचे, सिडनी ऑपेरा हाऊसचे, चीन ग्रेट वॉलचे... लहान वयात खूप जग हिंडणारा, प्रत्येक रूपात देखणा दिसणारा, प्रत्येक वयात राजबिंडा वाटणारा ख्रिश्चन.

याशिवाय अनेक कॉन्सर्टची तिकिटंदेखील आहेत – यू टू, मेटॅलिका, द व्हर्व्ह, शेरील क्रो, प्रोकोफिव्हच्या रोमिओ-ज्युलिएटचे, न्यूयॉर्क फिलहार्मोनिकनी सादर केलेला प्रयोग – किती वेगवेगळ्या आवडी आहेत. एका कोपऱ्यात पासपोर्ट आकाराचा एक कृष्णधवल फोटो लावलेला आहे.

त्यातल्या तरुणीचा चेहरा मला ओळखीचा वाटतो, पण कितीही प्रयत्न केला तरी ती कोण हे माझ्या अजिबात लक्षात येत नाही. ती मिसेस रॉबिन्सन नाही हे नक्की. त्यामुळे मला जरा हायसं वाटलं.

"कोण आहे ही?"

"फार कोणी महत्त्वाची नाही," जाकीट घालून बो नीट करताना तो म्हणतो.

"तुझा ड्रेस झिप करू का?"

"प्लीज. मग तुझ्या पिनबोर्डवर तिचा फोटो काय करतो आहे?"

"माझ्या दूरदृष्टीचा अभाव समज. माझा टाय नीट बसला आहे का?" लहान मुलासारखी हनुवटी वर करत तो विचारतो. मला हसू येतं. मी त्याचा टाय नीट करून देते.

"आता कसा छान बसला आहे."

"तुझ्यासारखा." असं म्हणत तो मला पटकन जवळ ओढत माझं मनापासून चुंबन घेतो. "बरं वाटतंय का?"

"खूप! थँक्यू, मि. ग्रे."

"द प्लेजर वॉज माईन, मिस स्टील."

सगळे जण डान्सफ्लोअरवर जमायला सुरुवात झाली आहे. ख्रिश्चन माझ्याकडे पाहून हसतो. अगदी वेळेत साधलं आहे आम्ही. तो मला डान्सफ्लोअरवर घेऊन जातो.

"लेडीज अँड जेण्टलमेन, फर्स्ट डान्सची वेळ झाली आहे. मि. अँड मिसेस

ग्रे, तुम्ही तयार आहात का?'' ग्रेसभोवती हात टाकलेला कॅरिक मान डोलावतो.

''फर्स्ट डान्सरच्या लिलावामध्ये भाग घेतलेले सारे तयार आहेत का?'' आम्ही सगळे होकार देतो. मिआ आता सिअॅनऐवजी दुसऱ्या कोणाबरोबर आहे. मी नाही ओळखत त्याला.

''चला मग सुरू करू या. सॅम, कर सुरुवात.''

टाळ्यांच्या कडकडाटात एक तरुण माणूस स्टेजवर येतो. मग बँडकडे तोंड करून बोटांचा इशारा करतो. 'आय हॅव गॉट यू अंडर माय स्कीन' चे सूर ऐकू येऊ लागतात.

माझ्याकडे हसतमुखानी बघत ख्रिश्चन मला कवेत घेऊन नाचायला सुरुवात करतो. काय सुरेख नाचतो हा! त्याच्याबरोबर नाचणं मलाही सहज जमतं. डान्स फ्लोअरवर तो मला गर्रकन फिरवतो. त्याबरोबर आम्ही दोघंही वेड्यासारखे हसायला लागतो.

''मला हे गाणं खूप आवडतं,'' माझ्या नजरेत खोलवर पाहत तो पुटपुटतो. ''आत्ताच्या प्रसंगाला तंतोतंत जुळतं आहे.'' त्याच्या चेहऱ्यावरचं मघाचं हसू न जाऊन गंभीर भाव आले आहेत.

''तू तर मला व्यापून टाकलं आहेस, निदान मघाशी बेडरूममध्ये तरी व्यापून टाकलं होतंस.'' मी उत्तर देते.

तो ओठ घट्ट मिटून घेतो, पण त्याच्या चेहऱ्यावर नवलाची भावना आहे.

आता मला मुद्दाम चिडवत तो म्हणतो, ''मिस स्टील, तुम्ही इतक्या राकट असाल असं मला वाटलं नव्हतं.''

''मि. ग्रे, मलाही तशी कल्पना नव्हती. मला वाटतं की, अलीकडच्या काळात येणारे विविध अनुभव मला खूप काही शिकवून जात आहेत.''

''दोघांनाही!'' परत ख्रिश्चन गंभीर होतो. आम्ही दोघं आमच्या विश्वात हरवून गेलो आहोत. कानावर पडणाऱ्या सुरांव्यतिरिक्त इतर कोणाचंही अस्तित्व आम्हाला जाणवत नाहीये.

सॅमचं गाणं संपल्यावर मात्र सगळ्यांप्रमाणे आम्हीदेखील टाळ्या वाजवतो. त्याबरोबर सॅम झुकून अभिवादन करतो. त्यानंतर तो त्याच्या सर्व वादकांची ओळख करून देतो.

''आता माझी पाळी.''

हा तर तोच आहे की, लिलावाच्या वेळी माझ्यासाठी बोली लावणारा. नाइलाजानं ख्रिश्चन मला जाऊ देतो, तरीही त्याच्या चेहऱ्यावर मिस्कील भाव आहेत.

''खुश्शाल! अॅनेस्टेशिया, हा जॉन फ्लिन आहे, जॉन ही अॅनेस्टेशिया.''

शिट्!

माझ्याकडे पाहत गालातल्या गालात हसत ख्रिश्चन डान्स फ्लोअरच्या एका बाजूला जातो.

''ॲनेस्टेशिया, कशी आहेस?'' डॉ. फ्लिन सहजतेने विचारतो. त्याच्या बोलण्यावरून तो ब्रिटिश आहे हे मला जाणवतं.

''हॅलो!'' मी चाचरत उत्तर देते.

तेवढ्यात पुढचं गाणं सुरू होतं. डॉ. फ्लिन पटकन मला त्याच्या बाहूत ओढतो. त्याचा चेहरा तसा दिसत नाही, तरीही मला वाटलं होतं, त्यापेक्षा तो खूप तरुण आहे हे माझ्या लक्षात येतं.

त्यानंदेखील ख्रिश्चनसारखा मास्क चढवला आहे. तो ख्रिश्चनएवढा नसला तरी बऱ्यापैकी उंच आहे. ख्रिश्चनइतकी सहजता त्याच्या नृत्यात नक्कीच नाही.

काय विचारू मी याला? ख्रिश्चन असा भंजाळलेला का आहे? माझ्यावर त्यानंसुद्धा का बोली लावली हा एकच प्रश्न त्याला विचारावा, असं मला वाटतं आहे, परंतु ते अगदी वाईट दिसेल म्हणून विचारू शकत नाही.

''शेवटी एकदाची आपली भेट झाली ॲनेस्टेशिया, मला खूप आनंद झाला आहे. तुला इथे आवडतंय ना?'' तो विचारतो.

''आत्तापर्यंत तरी... '' मी हळूच म्हणते.

''ओह! माझ्यामुळे तर तुझ्या आनंदात व्यत्यय नाही ना आला?'' तो छानसं हसतो. त्यामुळे माझ्या जिवात जीव येतो.

''डॉक्टर फ्लिन, तुम्ही मानसोपचार तज्ज्ञ आहात, तेव्हा तुम्ही सांगा.''

''हं, माझ्या व्यवसायामुळे गोंधळ झाला आहे तर!''

मला हसू येतं. ''कसं आहे, मी काय बोलून बसेन आणि त्यातून काय अर्थ निघेल याच्या काळजीपोटी मी जरा घाबरले आहे आणि तसंही मला जे काही विचारायचं आहे, ते ख्रिश्चनबद्दल आहे.''

त्याच्या चेहऱ्यावर हसू उमटतं. ''मुळात, मी इथं पार्टीला आल्यामुळे आत्ता ड्युटीवर नाही.'' पुढे तो गुप्त कारस्थान करत असल्याचा आव आणत हळूच म्हणतो, ''दुसरं म्हणजे, मी ख्रिश्चनबद्दल बोलू शकत नाही.'' मग चिडवण्याच्या स्वरात म्हणतो, ''शिवाय, आम्हाला ख्रिसमसपर्यंत तरी मुदत हवी आहे.''

मला धक्का बसतो.

''ॲनेस्टेशिया, अगं गंमत केली तुझी.''

मला एकदम संकोच वाटतो. थोडासा तैताग पण येतो. ख्रिश्चनच्या जिवावर हा विनोद कसा काय करू शकतो. ''मी ख्रिश्चनला म्हटलं होतं तस्सा आहेस तू, अतिशय महागडा ढोंगी बाबा!'' आता अवाक व्हायची त्याची पाळी आहे.

तो पटकन हसतो, ''तुझ्या बोलण्यात कुठेतरी पाणी मुरतं आहे.''

''तू ब्रिटिश आहेस?''

''हो, मूळचा लंडनचा आहे मी.''

''मग, इथे कसा?''

''परिस्थिती.''

''फारसं कळू देत नाहीस तू स्वतःबद्दल.''

''फारसं काही नाहीये गं, मी अगदी सामान्य आहे बघ.''

''उगाच स्वतःचं अवमूल्यन करतो आहेस.''

''ब्रिटिशांची रीत म्हण हवं तर. आमच्या व्यक्तिमत्त्वाचा भाग समज.''

''ओह!''

''ॲनेस्टेशिया, तू तरी स्वतःबद्दल फारसं काही कुठे कळू देते आहेस?''

''की मीसुद्धा अगदी सामान्य आहे?''

तो पटकन म्हणतो, ''तसं नाही ॲनेस्टेशिया, तूही स्वतःबद्दल फारसं कळू देत नाहीस.''

''अरे, काहीही खास सांगण्यासारखं नाहीये.''

''मला नाही वाटत तसं.'' अनपेक्षितपणे त्याच्या कपाळावर आठ्या दिसू लागतात.

मी गोरीमोरी होते. तेवढ्यात गाणं संपतं आणि ख्रिश्चन तत्परतेनी माझ्या बाजूला येतो. त्याबरोबर डॉ. फ्लिन मला मोकळं करतो.

''ॲनेस्टेशिया, तुला भेटून खरोखर खूप आनंद झाला.'' त्याच्या हसऱ्या चेहऱ्यावरचे भाव पाहून मला एखादी परीक्षा पास झाल्यागत वाटलं.

''जॉन,'' असं म्हणत ख्रिश्चन त्याच्याकडे पाहून मान डोलावतो.

''ख्रिश्चन,'' डॉ. फ्लिन त्याला प्रत्युत्तर देऊन मग गर्दीत सामील होतो.

पुढच्या डान्ससाठी ख्रिश्चन मला त्याच्या बाहूत ओढतो.

''मला वाटलं, त्याहून खूप तरुण आहे तो,'' मी हळूच म्हणते. ''तोंडात तीळ भिजत नाही त्याच्या.''

''म्हणजे?'' मान कलती करून ख्रिश्चन विचारतो.

''बघ ना, सगळं सांगितलं त्यानी मला.'' मी खरं तर चिडवते.

ख्रिश्चनला प्रचंड ताण येतो. ''ठीक आहे, चल मी तुझी पर्स घेऊन येतो. तुला आता माझ्याशी काहीही संबंध ठेवायचा नसणार.'' तो हलकेच म्हणतो.

मी थबकते, ''अरे, त्याने मला काहीही सांगितलं नाही!''

माझा स्वर घायकुतीला येतो.

माझ्या बोलण्याचा आशय कळायला ख्रिश्चनला एक-दोन सेकंद लागतात.

अविश्वासानं तो डोळ्यांची उघडझाप करतो. त्याच क्षणी त्याच्या चेहऱ्यावरचा ताण नाहीसा होऊन सुटकेची भावना येते. परत मला तो मिठीत ओढून घेतो. "चल मग आपण मस्तपैकी डान्स करू या," माझ्याकडे हसून बघत तो मला गर्रकन फिरवतो.

मला तर काही कळत नाही. मला निघून जावंसं वाटेल, असा विचार त्यानं का बरं केला?

आम्ही पुढचे दोन डान्स करतो. मला आता रेस्टरूमला जाऊन येणं गरजेचं आहे.

"आलेच मी पटकन."

रेस्टरूमच्या दिशेनं जाताना माझ्या लक्षात येतं की, माझी पर्स डिनर टेबलवर आहे. ती घ्यायला मी शामियानाच्या दिशेनं जाते. तिथला झगमगाट तसाच आहे, परंतु कोपऱ्यातल्या एक-दोन जोडप्यांशिवाय तिथं कुणीही नाही. ती जोडपी एकमेकांत इतकी दंग आहेत की, त्यांना आजूबाजूचं जरादेखील भान नाही. मी पर्स उचलून घेते.

"ॲनेस्टेशिया!"

"हळुवार आवाजातल्या त्या हाकेनं दचकून मी आवाजाच्या दिशेनं वळते. अंगाला घट्ट बिलगलेल्या, सुंदर लांबलचक काळ्या गाऊनमध्ये उभी असलेली स्त्री मला दिसते. सोनेरी नक्षीकाम असलेल्या तिच्या सुंदर मास्कनी तिचा नाकापर्यंतचा चेहरा आणि बरेचसे केस झाकले गेले आहेत.

"बरं झालं तू एकटी आहेस," मधाच्याच हळुवारपणे ती म्हणते. "आल्यापासून मी तुझ्या एकटीशी बोलायची संधी शोधते आहे."

"माफ करा, पण मी ओळखत नाही तुम्हाला."

ती मास्क ओढून काढते, त्याबरोबर तिचे केसदेखील मोकळे होतात.

शिट्! मिसेस रॉबिन्सन.

"मी तुला दचकवलं ना! माफ कर हं."

मी तोंडाचा आ करून तिच्याकडे पाहत राहते. *होली काऊ! या बाईला हवंय तरी काय?*

लहान मुलांचं लैंगिक शोषण करणाऱ्यांना भेटताना कोणते सामाजिक संकेत पाळायचे असतात, ते मला माहीत नाही. अतिशय मधाळ हसत ती मला बसण्यासाठी खुणावते. कसं वागावं या संभ्रमात मी असल्यानं, नकळत तिच्या सांगण्यानुसार मी बसते. मला जरी धक्का बसला असला, तरी शिष्टाचार हा प्रकार अंगात मुरल्यामुळे मी तिचा अवमान करत नाही. चेहऱ्यावरच्या मास्कमुळे माझ्या खऱ्या भावना सफाईदारपणे लपतात.

"ॲनेस्टेशिया, मी थोडक्यात सांगते. तुला माझ्याबद्दल काय वाटतं ते मला

माहिती आहे... ख्रिश्चननी सांगितलं आहे मला ते.''

मला तिच्याबद्दल काय वाटतं हे तिला माहिती झाल्यानं मला मनातल्या मनात आनंद होतो, पण तसं चेहऱ्यावर न दर्शवता मी निर्विकारपणे तिच्याकडे पाहते. बरं झालं तिला माहिती आहे. माझे सांगायचे श्रम वाचले. तिला माझ्याशी काय बोलायचं असेल ते जाणून घ्यायची उत्सुकता मला आहे, हे नक्की.

क्षणभर थांबून ती माझ्या मागे नजर टाकत, ''टेलर आपल्यावर लक्ष ठेवून आहे.''

मी वळून पाहते. टेलर शामियान्याची टेहळणी करत दारात उभा असतो. त्याच्याबरोबर सॉयरदेखील असतो. आमच्या दोघींकडे प्रत्यक्ष न पाहता त्यांची पाहणी सुरू आहे.

''हे बघ, आपल्याकडे वेळ नाहीये.'' ती घाईघाईनं बोलते.

''ख्रिश्चन तुझ्या प्रेमात पडला आहे, हे तुझ्या लक्षात आलं असेल. त्याला असं मी आजवर कधीही पाहिलेलं नाही.'' 'कधीही' जोर देत ती पुढे म्हणते.

काय! माझ्या प्रेमात? छे! पण ती हे मला का सांगते आहे? मला खात्री देण्यासाठी का? मला नेमकं कळत नाही.

''तो हे तुला सांगणार नाही, कारण त्याला स्वतःला ते समजलं नसेल. मी त्याचं कितीही बौद्धिक घेतलं, तरी तो ख्रिश्चन आहे. कुठल्याही प्रकारच्या सकारात्मक भावभावना स्वीकारायची त्याची मानसिकता नाहीये. तो सतत नकारात जगतो. अर्थात, आत्तापर्यंत तुझ्या ते लक्षात आलं असेल म्हणा. आपली काही लायकी नाही असं त्याला वाटत असतं.''

हे मी काय ऐकते आहे? *ख्रिश्चनचं माझ्यावर प्रेम आहे!* त्यानं तर तसं काही सांगितलं नाहीये. वर आणि ही बया म्हणते आहे की, हे तिनंच त्याच्या लक्षात आणून दिलं आहे. विचित्र आहे हे सारं!

अनेक घटना माझ्या मनात रुंजी घालू लागतात. आयपॅड, ग्लायडिंग, मला भेटण्यासाठी केलेला विमानप्रवास, त्याच्या सर्व कृती, मालकी हक्काची भावना, आजच्या डान्सकरता शंभर हजार डॉलरची बोली... ही सगळी प्रेमाची लक्षणं आहेत का?

तरीपण या बाईकडून ते ऐकणं किंवा तिनं तशी कबुली देणं मला अजिबात आवडलेलं नाही. त्यापेक्षा त्याच्याकडून ऐकायला मला निश्चित आवडेल.

माझं मन कळवळतं! आपण लायक नाही असं का बरं वाटावं त्याला?

''आजवर त्याला कधीही इतक्या आनंदात मी पाहिलं नाहीये. तुझ्या मनात त्याच्याप्रती असलेल्या भावना तर सहज लक्षात येत आहेत.'' तिच्या ओठांवर कळत-नकळत हसू उमटतं. ''खूप छान वाटतंय मला. तुम्हा दोघांनाही मी

त्याकरता शुभेच्छा देते, पण... एक लक्षात ठेव, तू जर त्याला पुन्हा दुखावलंस ना, तर तुला वाट्टेल तिथून शोधून काढीन मी. त्यानंतरचे परिणाम भोगावे लागतील तुला.'' माझ्या मास्कआडून मला भेदण्याचा प्रयत्न करत ती आपले निळे डोळे रोखून अत्यंत थंडपणे म्हणते. माझ्या ध्यानीमनी नसताना तिचं हे धमकी देणं पाहून मला अचानक हसू फुटतं. सगळं सोडून हे काय बोलत बसली आहे ती, याचं मला नवल वाटतं.

''ॲनेस्टेशिया, तुला ही सगळी गंमत वाटते आहे का?'' ती फणकारते. ''मागच्या शनिवारी तू पाहिलं नाहीयेस त्याला.''

माझा चेहरा पडतो. ख्रिश्चनला दुःख होणं हा विचारदेखील माझ्या पचनी पडत नाही. मागच्या शनिवारी मी त्याला सोडून गेले होते. त्यानंतर तो तिच्याकडे गेला असणार. त्या विचारानं मी अस्वस्थ होते, पण मी इथे बसून का ऐकून घेते आहे, तेही तिच्याकडून? तिच्याकडे रोखून पाहत मी सावकाश उठून उभी राहते.

''मिसेस लिंकन, तुमच्या उद्धटपणाचं मला हसू येतं आहे. ख्रिश्चनला आणि मला तुमच्याशी काही एक देणं-घेणं नाही. त्यातून जर मी त्याला सोडून गेले आणि तुम्ही मला शोधत आलात, तर लक्षात ठेवा की, मी तुमची वाट पाहत असेन आणि हेदेखील लक्षात घ्या की, पंधरा वर्षांच्या मुलाचं तुम्ही जे प्रचंड शोषण केलंत ना, त्याची परतफेड त्याच्या वतीनं मी तुम्हाला दाखवीन. तशी पक्की खात्री बाळगा.''

तिच्या तोंडाचा आ वासला जातो.

''आणि आता तुमची हरकत नसेल तर, तुमच्याबरोबर असा वेळ वाया घालवण्याऐवजी तो सत्कारणी लावायला आवडेल मला.'' एवढं बोलून मी गर्रकन वळते. माझ्या नसा-नसांतून ॲड्रेनलिन वाहत आहे. मी संतापानं धुमसते आहे. शामियान्याच्या प्रवेशद्वाराकडे मी चालू लागते. टेलर अजूनही तिथे उभा आहे. तेवढ्यात ख्रिश्चन तिथे येतो. त्याच्या चेहऱ्यावरची काळजी मला इथून जाणवते आहे.

''इथे आहेस तर!'' तो म्हणतो. पण एलेनाकडे नजर जाताच त्याच्या कपाळावर आठ्या उमटतात.

एक शब्ददेखील न बोलता मी ताडताड पावलं टाकत त्याच्या बाजूनं निघून जाते. एलेना की मी हे त्यानं ठरवायचं आहे. तो अचूक निवड करतो.

''ॲना,'' तो हाक मारतो. मी थांबून वळते. तो माझ्याजवळ पोहोचतो.

''काय झालं?'' माझ्या नजरेत खोलवर पाहत तो विचारतो. त्याच्या चेहऱ्यावरची काळजी लपत नाही.

''तुझ्या 'एक्स'ला का नाही विचारत?'' मी संतापून विचारते.

त्याच्या ओठांना मुरड पडते. नजर थिजते, ''मी तुला विचारतो आहे,'' त्याचा

आवाज मृदू आहे, पण त्याच्या स्वरात गर्भित धमकी आहे.

आम्ही एकमेकांकडे रोखून पाहतो.

आता मी जर याला सांगितलं नाही, तर त्याची परिणती भांडणात होईल हे लक्षात घेऊन मी म्हणते, "मी जर तुला परत दुखवलं, तर ती मला अद्दल घडवणार आहे, बहुधा चाबकानं." मी फणकारते.

त्याच्या चेहऱ्यावर सुटकेचे भाव येतात. एखादा विनोद ऐकल्यासारखं त्याला हसू येतं. "त्याचा मथितार्थ तुला बरोबर कळला आहे ना?" स्वतःला वाटणारं नवल लपवण्याचा तो आटोकाट प्रयत्न करतो.

"ख्रिश्चन, थट्टेवारी नेण्याची गोष्ट नाहीये ही!"

"नक्कीच नाही. तुझं बरोबर आहे. मी बोलतो तिच्याशी." चेहरा सरळ ठेवण्याचा प्रयत्न करत तो गंभीरपणे बोलतो.

"काही गरज नाहीये." मी हाताची घडी घालत म्हणते, माझा पारा पुन्हा चढू लागला आहे.

माझ्या उद्रेकाचं नवल वाटून तो आश्चर्यानं माझ्याकडे पाहतो.

"हे बघ, आर्थिकदृष्ट्या तू तिच्याशी बांधलेला आहेस हे मला माहिती आहे, आता याचा शब्दार्थ नको काढूस पण..." मी थांबते. मी त्याला काय सुचवू पाहते आहे? तिला सोडून द्यावं? तिला भेटणं थांबवावं? मी असं करू शकते का? "मला रेस्टरूमला जायचं आहे," ओठांची मुरड घालत मी त्याच्याकडे जळजळीत कटाक्ष टाकते.

खोल निःश्वास टाकत तो मान कलती करतो. कसला हॉट दिसतो आहे तो या क्षणी! मास्कचा परिणाम म्हणावा की त्याचं सौंदर्य?

"प्लीज, चिडू नकोस ना! ती इथे आहे हे मला माहिती नव्हतं. ती येणार नाही असं म्हणाली होती." त्याचा स्वर एखाद्या लहान मुलासारखा आर्जवी होतो. पुढे होत तो हळुवारपणे माझ्या खालच्या ओठावरून अंगठा फिरवतो.

"ॲनेस्टेशिया, एलेनापायी आपल्या सुंदर संध्याकाळचा विचका नको ना करूस. अगं, ती खरंच माझा भूतकाळ आहे."

म्हणे भूतकाळ! पण नासवणारा! मी जाम वैतागले आहे. तो अलगद माझी हनुवटी उंचावत माझ्या ओठांचं पुसटसं चुंबन घेतो. त्याच्याकडे पाहत मी मान डोलावत निःश्वास सोडते. सरळ होत तो माझा हात हातात घेतो.

"चल, मी येतो तुझ्याबरोबर, म्हणजे परत कुणी तुला अडवणार नाही."

माझा हात धरून तो मला लॉनच्या पलीकडच्या भागात नेतो. तिथे तात्पुरत्या रेस्टरूम उभ्या केलेल्या असतात. आजच्या पार्टीसाठी त्या खास मागवल्या आहेत हे मिआनी मला सांगितलं होतं, पण त्या इतक्या ऐसपैस आणि सुसज्ज असतील

ह्याची मला कल्पना नव्हती.

"राणी, मी इथेच थांबतो तुझ्यासाठी," तो हळूच म्हणतो.

मी बाहेर येते तोवर माझा मूड बऱ्यापैकी ताळ्यावर आलेला असतो. आमच्या संध्याकाळचा विचका करावा अशी बहुधा मिसेस रॉबिन्सनची इच्छा होती. ती पूर्ण न होऊ देण्याचा मी निश्चय करते. आजूबाजूला लोक गप्पागोष्टींत दंग आहेत. त्यांच्या थोडं पलीकडे ख्रिश्चन फोनवर बोलतो आहे. त्याचं बोलणं कुणाच्या कानावर पडण्याची शक्यता नाहीये. त्याच्या थोडं जवळ गेल्यावर त्याचे शब्द माझ्या कानावर पडतात. तो अगदी ठासून बोलत असतो. "तू बेत का बदललास? माझ्या मते, आपलं ठरलं होतं ना! हे बघ, तिच्या वाटेला जाऊ नकोस. माझ्या आयुष्यात पहिल्यांदाच मी या नात्याचा अनुभव घेतो आहे. माझ्याबद्दलच्या भंपक काळजीपोटी तू या नात्याला धक्का पोहोचवलेला मला मुळीच चालणार नाही, हे लक्षात ठेव. तिच्या वाट्याला जाऊ नकोस. मी तुला बजावतो आहे एलेना." क्षणभर थांबून तो ऐकतो. "नाही, मुळीच नाही!" हे म्हणताना त्याच्या आठ्या गडद होतात. तो नजर वर करतो. मी त्याचा अंदाज घेत उभी असते.

"मी ठेवतो आता, गुडनाईट," तो फोन बंद करतो.

मी मान झुकवून, एक भिवई उंचावते. तिला का बरं फोन केला ह्याने?

"काय मग, काय म्हणतोय भूतकाळ?"

"कुरकुरतो आहे," तो उपरोधानं म्हणतो. "ॲना, डान्स करायचा का अजून की जायचं परत?" घड्याळाकडे नजर टाकत तो विचारतो. "पाच मिनिटांत आतषबाजी सुरू होईल बघ."

"मला आवडते आतषबाजी."

"मग आपण थांबू या," माझ्याभोवती हात टाकून तो मला जवळ ओढतो. "प्लीज ॲना, तिला आपल्यामध्ये येऊ देऊ नकोस."

"तिचा जीव आहे तुझ्यात." मी म्हणते.

"हो, माझाही आहे... परंतु एक मित्र म्हणून."

"मला वाटतं, तिच्या मनात मैत्रीहून खोल भावना आहेत."

त्याच्या भुवया आक्रसतात. "ॲनेस्टेशिया, एलेना आणि मी... गुंतागुंतीचं आहे ते समज गं. आम्ही काही काळ एकत्र घालवला आहे. पण तो आता मागे पडला आहे. मी तुला वारंवार सांगतो आहे त्याप्रमाणे ती फक्त एक चांगली मैत्रीण आहे. बस्स! त्याहून अधिक काही नाही. कृपा करून तिचा विचार सोड." माझ्या केसांवर तो ओठ टेकतो. संध्याकाळचा विचका होऊ न देण्यासाठी मी पण तसं ठरवते. फक्त, मी समजून घेण्याचा प्रयत्न करते आहे.

हातात हात गुंफून आम्ही डान्सफ्लोअरकडे जातो. अजूनही बँड पूर्ण जोषात

चालू आहे.

"ॲनेस्टेशिया,"

मी आवाजाच्या दिशेने वळते, कॅरिक आमच्या मागे उभा असतो.

"माझ्याबरोबर पुढचा डान्स करणार का?" आपला हात पुढे करत तो मला विचारतो. खांदे उडवून हसतमुखानी ख्रिश्चन माझा हात सोडतो. मी कॅरिकबरोबर डान्सफ्लोअरवर जाते. बँडलीडर सॅम आता 'कम फ्लाय विथ मी' सुरू करतो. माझ्या कमरेभोवती हात टाकून कॅरिक तालाशी अलगद जुळवून घेतो.

"ॲनेस्टेशिया, आजच्या चॅरिटीला तू जी भरघोस मदत केलीस, त्याबद्दल मला तुझे आभार मानायचे होते."

त्याच्या बोलण्याच्या पद्धतीवरून माझ्या लक्षात येतं की, मला ते परवडणार आहे की नाही, हे जाणण्याचा त्याचा उद्देश आहे.

"मि. ग्रे..."

"ॲना, प्लीज मला कॅरिक म्हण."

"मी थोडंफार योगदान देऊ शकते, याचा मला आनंद आहे. मला अचानक काही रक्कम मिळाली आहे, जिची मला आत्ता फारशी गरज नाही. शिवाय, तुमचं कारण इतकं योग्य आहे ना!"

ते माझ्याकडे पाहून प्रेमानं हसतात. मी संधीचा फायदा घेत थोडी चौकशी करायचं ठरवते. *संधिसाधू.* माझी अंतर्देवता तोंडावर ठेवलेल्या हाताआडून डिवचते.

"ख्रिश्चननी त्याच्या बालपणाबद्दल मला जे थोडंफार सांगितलं आहे, त्यावरून तुमच्या या कामाचं महत्त्व माझ्या लक्षात आलं आहे. म्हणून मला इथं मदत करणं योग्य वाटलं." माझ्या बोलण्यावर कॅरिक काहीतरी प्रतिक्रिया देईल जेणेकरून त्याच्या मुलाच्या गूढतेवर थोडाफार प्रकाश पडेल अशी आशा मला वाटते.

कॅरिकला आश्चर्य वाटतं, "खरं की काय? तो थोडा जगावेगळा आहे. तुझा नक्कीच त्याच्यावर चांगला प्रभाव पडला असणार. नाहीतर ख्रिश्चन आणि स्वतःबद्दल सांगणार हे समीकरण जुळत नाही बघ ॲनेस्टेशिया. तुला सांगतो, आजवर मी त्याला एवढं... एवढं प्रफुल्लित कधीही पाहिलेलं नाही."

मी लाजते.

"अगं, तुला लाजवायचा हेतू नव्हता माझा. सॉरी बरं का!"

"मला जो काही थोडा फार अनुभव आहे, त्यावरून मलादेखील तो जगावेगळा वाटतो, हे खरं आहे."

"अगदी बरोबर," कॅरिक सहमती दर्शवतो.

"तो जे बोलला त्यावरून मला जाणवलं, की बालपणी त्याच्यावर फार आघात झाले आहेत. खूप वाईट गेले त्याचे दिवस."

कॅरिकच्या कपाळावर आठ्या पडतात. मी मर्यादा ओलांडली की काय?

''पोलीस जेव्हा त्याला घेऊन आले ना, तेव्हा माझी बायको होती ड्यूटीवर. त्याच्या अंगावर मांसाचा पत्ता नव्हता, नुसता हाडांचा सापळा होता. शुष्क, क्षीण! चकार शब्ददेखील उमटत नव्हता त्याच्या तोंडातून.'' कॅरिकच्या कपाळावर परत आठ्या पडतात. इतक्या धडाकेबाज संगीताच्या पार्श्वभूमीवरदेखील त्याच्या त्या कटू आठवणी जाग्या होतात. ''अगदी खरं सांगायचं तर तब्बल दोन वर्षं तो बोलला नाही. तो पिआनो वाजवू लागला तेव्हापासून जरा व्यक्त होऊ लागला आणि हो, मिआचा प्रवेशपण त्याला कारणीभूत आहे.'' माझ्याकडे पाहत तो मायेनं हसतो.

''अतिशय सुरेख वाजवतो तो. शिवाय ज्या पद्धतीनं त्यानं स्वतःला घडवलं आणि प्रस्थापित केलं आहे, त्याचा तुम्हाला खूप अभिमान वाटत असेल ना?'' हे बोलताना माझं मन थाऱ्यावर नाहीये. *होली शिट्! दोन वर्षं अवाक्षरदेखील नाही!*

''प्रचंड अभिमान वाटतो! तो अतिशय लायक आणि तरतरीत आहे. एकदा त्यानं ठरवलं की बस्स! पण तुला म्हणून सांगतो ॲनेस्टेशिया, आज तो जसा दिसतो आहे ना, तरुण, बिनधास्त, त्यामुळे त्याची आई आणि मी खूप सुखावलो आहोत. मघाशी आम्ही तेच बोलत होतो. त्याच्या या खुशीचं कारण तू असावीस, असा मला विश्वास वाटतो.''

मी लाजेनं लाल झाल्याचं मला जाणवतं आहे. आता या बोलण्यावर काय उत्तर द्यावं बरं?

''अगं, तो कायम एकलकोंडा होता. त्याला कुणी जोडीदार मिळेल असं आम्हाला वाटत नव्हतं. तू जे काही करते आहेस त्यात बदल करू नकोस. त्याला कायम असं आनंदात पाहावं, ही आमची इच्छा आहे.'' आपण जरा अति बोललो की काय, असं वाटून तो एकदम थबकतो. ''माफ कर, पण मी जरा भावनेच्या भरात जास्त बोलून गेलो.''

मी मान हलवत म्हणते, ''नाही, तसं काही नाही. मलादेखील त्याला सुखात, आनंदात पाहायचं आहे.'' यापेक्षा वेगळं काय बोलावं, हे मला सुचत नाही.

''असो! तू आज इथे आली आहेस याचा मला मनापासून आनंद झाला आहे. तुम्ही असे एकत्र पाहून खूप बरं वाटतंय!''

'कम प्लाय विथ मी' गाण्याचे बोल संपतात. कॅरिक माझ्यापुढे झुकतो.

मीसुद्धा झुकून त्यांना अभिवादन करते.

''बस्स बरं का ज्येष्ठांना रिझवणं,'' असं म्हणत ख्रिश्चन घाईनं माझ्या बाजूला उभा राहतो. त्याबरोबर कॅरिक हसतो.

''पोरा, मी पण जमाना गाजवला आहे बरं का! आता वय झालं म्हणून काय झालं?'' मला डोळा मारत कॅरिक मस्करीत उत्तर देऊन मग गर्दीत मिसळतो.

"मला वाटतं, डॅडना तू आवडली आहेस." गर्दीत मिसळणाऱ्या वडिलांकडे पाहत ख्रिश्चन म्हणतो.

"आहेच मी आवडण्यासारखी!" पापण्यांची उघडझाप करत मी नाटकी लडिवाळपणे म्हणते.

"मिस स्टील, चांगला मुद्दा उत्तमप्रकारे मांडला आहेस." असं म्हणत तो मला मिठीत घेतो. 'इट हॅड टू बी यू' हे गाणं सुरू होतं. नशिल्या आवाजात तो म्हणतो, "माझ्याबरोबर डान्स कर ना!"

"आनंदानं, मि. ग्रे." असं म्हणत तो हसतमुखानं स्वतःला त्याच्या बाहूत सोपवते. परत एकदा आम्ही डान्सफ्लोअरवर रमतो.

मध्यरात्रीच्या सुमारास, तिथे जमलेले सर्व जण शामियान्यातून बाहेर पडून बोट-हाऊसच्या दिशेनं असलेल्या किनाऱ्यावर जमतात. आम्हीही जातो. व्यवस्थापक परत एकदा सर्व सूत्रं आपल्या हातात घेतात. आतषबाजीची मजा पूर्णपणे लुटता यावी म्हणून मास्क काढायची परवानगी त्यांनी दिली आहे. ख्रिश्चननं माझ्या कमरेभोवती हात टाकलेला आहे. टेलर आणि सॉयर आमच्या आजूबाजूला आहेत. त्यांची तीक्ष्ण नजर सगळीकडचा वेध घेते आहे. किनाऱ्याच्या बाजूला मात्र ते फारसं लक्ष देत नाहीयेत. आतषबाजी करणाऱ्यांची काळ्या युनिफॉर्ममधली टीम त्या बाजूला तयारीत गर्क आहे. टेलर नजरेला पडल्याबरोबर मला लीलाची आठवण येते. ती इथेसुद्धा असू शकते. शिट्! माझ्या अंगातून शिरशिरी जाते. मी ख्रिश्चनला बिलगते. मला जवळ ओढत तो माझ्याकडे पाहतो.

"काय गं, थंडी वाजते का?"

"नाही, ठीक आहे." मी पटकन मागे नजर टाकते. अजून दोन सिक्युरिटी गार्डस तिकडे उभे असतात. काय बरं त्यांची नावं? विसरले मी. मला स्वतःच्या समोर घेत ख्रिश्चन माझ्या खांद्यांवर त्याचे हात टाकतो.

अचानक एक धमाकेदार आवाज होतो आणि धक्क्यावरून दोन रॉकेट सुसाट निघतात. सगळीकडे कानठळ्या बसवणारा आवाज आणि दिपवून टाकणाऱ्या केशरी-पांढऱ्या रंगांची उधळण होते. खालच्या स्थिर पाण्यात त्याची लक्षावधी प्रतिबिंबं पडतात. आता एकामागोमाग एक अनेक रॉकेट आकाशात उडतात. रंगीबेरंगी कॅलिडोस्कोप अनेक रूपांमध्ये मोहवून टाकतो. मी अवाक होऊन आतषबाजीचा आनंद लुटते.

फटाक्यांचं इतकं मनोहारी प्रदर्शन मी पहिल्यांदा पाहते आहे. याआधी कदाचित एवढ्या मोठ्या प्रमाणावरची आतषबाजी फक्त टी.व्ही.वर पाहिली होती; पण तीदेखील इतकी दिमाखदार नव्हती. संगीताच्या तालाशी मेळ राखत आतषबाजी

कितीतरी वेळ सुरू राहते. धूमधडाका, रंग, उजेड यांची मुक्त उधळण होत राहते. सगळ्यांच्या तोंडून कौतुक, आश्चर्य आणि प्रशंसेचा पाऊस पडतो. असं वाटतं, आपण वेगळ्याच जगात आहोत.

खाडीतल्या त्या तरफेवरून चंदेरी प्रकाशाची असंख्य कारंजी आकाशात वीस फुटांपर्यंत उडत जातात. निळ्या-लाल-केशरी रंगांची उधळण करत परत चंदेरी झगझगाट पसरत राहतो. जसजशी संगीताची लय वाढते, तसतसं आतषबाजीला उधाण येतं.

सतत स्तिमित झाल्यामुळे माझा जबडा दुखू लागतो. मी फिफ्टीकडे नजर टाकते. त्याची अवस्था काही वेगळी नाही. समोरच्या दिमाखदार सोहळ्याचा आनंद एखाद्या लहान मुलाच्या उत्सुकतेनं तो घेतो आहे. सहा रॉकेट आकाशात एकाच वेळेस उडतात आणि फुटतात. आवाज, रंग आणि प्रकाशाच्या अभूतपूर्व देखाव्यामध्ये सगळ्यांचं भान हरपतं. झगमगत्या सोनेरी प्रकाशात आम्ही न्हाऊन निघतो. टाळ्यांच्या कडकडाटातून, शिट्ट्यांतून सगळे मनापासून दाद देतात.

"लेडीज अँड जेण्टलमेन," मंदावणाऱ्या टाळ्या-शिट्ट्यांच्या पार्श्वभूमीवर व्यवस्थापक पुढे येतात. आजच्या या धमाकेदार सुंदर संध्याकाळची सांगता करण्याआधी मला तुम्हाला सांगावंसं वाटेल, की तुमच्या भरभरून देण्यामुळे आपल्याकडे एक कोटी आठशे त्रेपन्न हजार डॉलर जमा झाले आहेत."

पुन्हा एकदा टाळ्या, शिट्ट्या आणि आरोळ्यांनी वातावरण दुमदुमतं. त्याच क्षणी तिकडे तराफ्यावरून अक्षरं झळकू लागतात. 'एकमेका साहाय्य करू'तर्फे आभार!' त्या प्रकाशात पाणीदेखील झगमगू लागतं.

"ओह ख्रिश्चन! काय विलक्षण सुंदर होतं हे सारं!" माझ्या चेहऱ्यावर आनंद ओसंडून वाहतो आहे. तो झुकून माझं चुंबन घेतो.

"चल, निघू या." तो हळुवारपणे म्हणतो. त्याच्या देखणेपणात मनमोकळ्या हसण्याची भर पडली आहे. त्याचे शब्द खूप सच्चे आहेत.

अचानक मला प्रचंड थकवा जाणवतो.

तो वर पाहतो. गर्दी ओसरू लागली आहे. आता टेलर आमच्याजवळ उभा आहे. एक शब्ददेखील न बोलता त्या दोघांमध्ये काहीतरी संवाद होतो.

"आपण दोन मिनिटं इथेच थांबू. गर्दी ओसरेपर्यंत आपण थांबावं अशी टेलरची इच्छा आहे."

ओह!

"बहुतेक आतषबाजीमुळे त्याचं वय शंभर वर्षांनी वाढलं आहे."

"आवडत नाही त्याला, आतषबाजी?"

माझ्याकडे लाडानं पाहत ख्रिश्चन काही स्पष्टीकरण न देता मानेनं नकार देतो.

“तर मग काय, आस्पेन?” माझं लक्ष मुद्दाम दुसरीकडे वळवू पाहतो आहे तो, हे माझ्या लक्षात येतं. त्याचा हेतू साध्यदेखील होतो.

“अरे हो की! मी माझी लिलावाची रक्कम भरलीच नाही.” मी गडबडून म्हणते.

“तू चेक पाठवू शकतेस. माझ्याकडे पत्ता आहे.”

“तू खूप भडकला होतास.”

“हो, खरं आहे.”

“हा सगळा दोष तुझा आणि तुझ्या खेळण्यांचा आहे.”

“मिस स्टील, तुम्ही चांगल्याच उत्तेजित झाल्या होतात. मी तर म्हणेन की, त्याची परिणती फार समाधानकारक प्रकारे झाली.” तो मादकपणे हसत म्हणतो. “आत्ता नेमके कुठे आहेत ते?”

“सिल्व्हर बॉल ना, माझ्या पर्समध्ये आहेत.”

“मला ते परत हवे आहेत हं! तुझ्या अननुभवी हातात सोपवण्यासारखे नाहीयेत ते. फार मौल्यवान आहेत.”

“काळजी वाटते का, की मी परत अति उत्तेजित होईन म्हणून? तेही दुसऱ्या कुणासाठी?”

त्याचे डोळे चमकतात, पण त्याच्या नजरेत दहशत आहे. “असं कधी होऊ नये अशी आशा मी बाळगतो.” त्याच्या आवाजात थंड किनार आहे. “पण ॲना, तुला सर्व प्रकारचं सुख भरभरून मिळावं, अशी माझी इच्छा आहे.”

अहा! “तुझा माझ्यावर विश्वास नाहीये का?”

“पूर्णपणे. आता देतेस का ते परत?”

“विचार करीन!”

डोळे बारीक करून तो माझ्याकडे पाहतो.

डान्स फ्लोअरवरून परत म्युझिक सुरू होतं. आता डी.जे. दणकेबाज डान्स नंबर वाजवू लागतो. बासचा नाद वातावरणात कंप उठवतो.

“नाचायचं?”

“ख्रिश्चन, मी खूप दमले रे. आता घरी जाऊ या का?”

ख्रिश्चन टेलरकडे पाहतो. टेलर मानेनंच खुणावतो. त्याबरोबर आम्ही घराच्या दिशेनं जातो. आमच्यासमोर दारू चढलेले एक-दोन जण असतात. ख्रिश्चन माझा हात धरतो त्यामुळे मला अगदी छान वाटतं. घट्ट बसलेल्या त्या उंच टाचेच्या बुटांमुळे माझी पावलं खूप दुखत आहेत.

तेवढ्यात कुठूनतरी मिआ येते. “ए, हे काय? तुम्ही निघालात? नाही हं जायचं. आता तर डान्स करायला खरी धम्माल आहे. चल गं ॲना.” ती माझा हात

धरून मला जवळ जवळ ओढतच नेते.

''मिआ,'' ख्रिश्चन दटावल्यासारखा बोलतो, ''ॲनेस्टेशिया दमली आहे. त्यामुळे आम्ही घरी चाललो आहोत. शिवाय, उद्याचा दिवस आमच्यासाठी खूप महत्त्वाचा आहे.''

आता हे काय नवीन?

मिआ थोडी नाराज होते, पण गंमत म्हणजे ती ख्रिश्चनला भरीस पाडत नाही.

''ए, आपण पुढच्या आठवड्यात कधीतरी भेटू या. जरा एखाद्या मॉलमध्ये चक्कर टाकू या, चालेल?''

मला हसू येतं. ''नक्की!'' अर्थात, माझी नोकरी सांभाळून तिला वेळ कसा देता येईल हा माझ्यापुढे प्रश्न आहे, पण पाहू या.

ती पटकन माझ्या गालावर गाल टेकवते आणि ख्रिश्चनला घट्ट मिठी मारते. तिच्या त्या आवेगाचं आम्हाला दोघांनाही नवल वाटतं. त्याहीपुढे जाऊन ती त्याच्या जाकिटची दोन्ही टोकं पकडून त्याच्याकडे पाहते. तोही तिच्याकडे एकटक पाहतो.

''तुला असं आनंदात पाहायला मला खूप आवडतं,'' अतिशय गोड आवाजात असं म्हणून ती त्याच्या गालावर ओठ टेकवते. ''बाय! मजा करा.'' असं म्हणत तिची वाट पाहत उभ्या असलेल्या मैत्रिणींच्या दिशेनं ती जाते. त्यात लिलीपण आहे. मास्कशिवाय तिचा चेहरा जास्त त्रासिक दिसतो.

क्षणभर माझ्या मनात येतं की, सिॲन कुठे दिसत नाहीये.

''चल, निघायच्या आधी मॉम-डॅडला सांगून जाऊ या.'' पाहुण्यांच्या गर्दीतून वाट काढत ख्रिश्चन मला ग्रेस आणि कॅरिकच्या दिशेनं घेऊन जातो. दोघंही खूप प्रेमानं आम्हाला निरोप देतात.

''ॲनेस्टेशिया, बरं झालं तू आलीस ते. परत नक्की ये.'' प्रेमानं ग्रेस म्हणते. एकूणच तिच्या आणि कॅरिकच्या आदरातिथ्यामुळे मी संकोचले आहे. बरं तर बरं की ग्रेसचे आई-वडील आधीच गेले आहेत. नाहीतर त्यांच्या प्रेमळ भडिमारानं मला अजून लाजवलं असतं.

हातात हात गुंफून मी आणि ख्रिश्चन अबोलपणे चालू लागतो. असंख्य गाड्या आपापल्या पाहुण्यांसाठी उभ्या असतात. मी फिफ्टीकडे नजर टाकते. किती सुखावला आहे तो. त्याला असं आनंदात पाहणं हे माझ्यासाठी पण खूप आनंदाचं आहे. मात्र, एकंदरीत आज दिवसभर घडलेल्या घटनांच्या पार्श्वभूमीवर त्याचा हा आनंद थोडासा विचित्र वाटू शकतो.

''तुला थंडी तर नाही ना वाजत?'' तो विचारतो.

''नाही, हे पुरेसं आहे,'' असं म्हणत मी माझा सॅटीन रॅप ओढून घेते.

''ॲनेस्टेशिया, ही संध्याकाळ मी कधीही विसरणार नाही. मला खूप मजा

आली आणि त्याचं श्रेय तुला आहे.''

"मला पण खूप मजा आली. अर्थात, त्यातल्या काही प्रसंगी विशेष मजा आली म्हणा.'' मी हसत म्हणते.

तोही हसून मान डोलावतो. तितक्यात त्याच्या भुवया आक्रसतात. "ओठ चावू नकोस हं.'' त्याचं धमकीवजा सांगणं ऐकून माझं रक्त नेहमीसारखं उसळतं.

"तू मघाशी म्हणालास की उद्याचा दिवस खूप महत्त्वाचा आहे. त्याचा काय अर्थ?'' मी स्वतःचं लक्ष विचलित करण्यासाठी विचारते.

"उद्या डॉ. ग्रीन येणार आहेत. शिवाय, तुझ्यासाठी एक सरप्राईजसुद्धा आहे.''

"डॉ. ग्रीन?'' मी थबकते.

"हो.''

"का पण?''

"कारण मला कंडोम मुळीच आवडत नाहीत.'' माझ्या प्रतिक्रियेचा अंदाज घेत तो सावकाश म्हणतो. वरच्या कागदी दिव्यांच्या मंद प्रकाशात त्याचे डोळे चमकतात.

"हे माझं शरीर आहे,'' मी पुटपुटते. मला न विचारता त्यानं हे केलं आहे, म्हणून मी वैतागले आहे.

"आणि माझंही,'' तो हळुवारपणे म्हणतो.

मी त्याच्याकडे पाहते. आमच्या आजूबाजूनं अनेक पाहुणे आमच्याकडे न पाहता जात असतात. त्याच्या बोलण्यात किती प्रामाणिकपणा आहे. शिवाय काय खोटं आहे... माझं शरीर त्याचंही तर आहे. उलट, माझ्यापेक्षा त्याला माझ्या शरीराची अधिक जाण आहे.

मी त्याच्या दिशेनं हात करते. तो कळत-नकळत थबकतो. पुढे होत मी त्याचा बो टाय मोकळा करते. त्याच्या शर्टचं वरचं बटण उघडं पडतं. हळूच मी ते उघडते.

"हा असा तू खूप हॉट दिसतोस.'' तसं पाहिलं तर तो सारा वेळ हॉट दिसत असतो, पण असा जास्त हॉट दिसतो.

माझ्याकडे पाहत मिस्कील पणे हसत तो म्हणतो, "चल, तुला घरी न्यायला पाहिजे.''

गाडीपाशी पोहोचल्यावर सॉयर ख्रिश्चनकडे पाकीट देतो. टेलर माझ्यासाठी दुसरं दार उघडतो. मी गाडीत बसते, तसं कपाळावर आठ्या घालत ख्रिश्चन माझ्याकडे नजर टाकतो. टेलर आता थोडासा मोकळा झालेला दिसतो आहे. ख्रिश्चन आत बसतो आणि ते बंद पाकीट माझ्याकडे देतो. सॉयर आणि टेलर गाडीत त्यांच्या समोरच्या जागा घेतात.

"तुझ्या नावानं आहे. इथल्या स्टाफपैकी एकानं सॉयरकडे दिलं. नक्कीच कुणाचंतरी मन गुंतलं असणार तुझ्यात.'' ती कल्पनादेखील ख्रिश्चनला आवडली

नाहीये, हे त्याच्या चेहऱ्याकडे पाहूनच कळतं आहे.

मी त्या पाकिटाकडे पाहून अंदाज घेते. मला कोण, कशाला पाठवेल चिठ्ठी? त्या मंद प्रकाशात पाकीट उघडून पटकन मी चिठ्ठीतल्या मजकुरावरून नजर फिरवते. होली शिट्! त्या बयेची चिठ्ठी आहे. का बरं ती अशी माझ्या मागे लागली आहे?

मी कदाचित तुला ओळखण्यात चूक केली असेल. तूसुद्धा तीच चूक केली आहेस. तुला जर काही माहिती जाणून घ्यायची असेल तर मला फोन कर, आपण जेवायला भेटू शकतो. ख्रिश्चनला मी तुझ्याशी बोलायला नको आहे, पण तरीही तुला कुठल्याही प्रकारची मदत करायला मला आवडेल. माझ्याबद्दल गैरसमज करून घेऊ नकोस. मला तू आवडली आहेस, खरंच विश्‍वास ठेव. पण एक सांगून ठेवते, जर का तू त्याला दुखावलंस तर मात्र... आधीच तो खूप दुखावला गेलेला आहे. मला फोन कर (२०६) २७९ ६२६१.

मिसेस रॉबिन्सन

फक्! तिने मिसेस रॉबिन्सन अशी सही केली आहे. *याचा अर्थ त्यानं सांगितलं तिला. हरामखोर.*

''तू सांगितलंस तिला?''

''कोणाला, काय सांगितलं?''

''की मी तिला मिसेस रॉबिन्सन म्हणते म्हणून.'' मी फटकारते.

''एलेनाची चिठ्ठी आहे?'' ख्रिश्चनला धक्का बसतो. ''आता अति झालं.'' केसांतून हात फिरवत तो त्रासून म्हणतो. त्याचा वैताग मला स्पष्टपणे दिसतो. ''मी उद्या तिच्याकडे बघतो, नाहीतर सोमवारी.'' त्याचा स्वर कडवट झाला आहे.

आता मला कबूल करायला लाज वाटते आहे, पण मनातून मला कुठेतरी छान वाटतं आहे. माझी अंतर्देवता सुज्ञपणे मान डोलावते. एलेना त्याला चिरडीला आणते आहे, हे माझ्या पथ्यावर पडतं आहे. मी यावर मौन धारण करायचं ठरवून ती चिठ्ठी पर्समध्ये ठेवते. त्याचा मूड ताळ्यावर आणण्याच्या दृष्टीनं मी त्याला सिल्व्हर बॉल परत करते.

''पुढच्या वेळेपर्यंत.'' मी हळूच म्हणते.

तो माझ्याकडे नजर टाकतो. अंधारात त्याच्या चेहऱ्यावरचे भाव दिसणं कठीण आहे, पण मला जाणवतंय की तो हसतो आहे. मग माझा हात हातात घेऊन तो हळुवारपणे दाबतो.

खिडकीच्या बाहेर त्या अंधाऱ्या रात्रीकडे मी नजर टाकते. किती वेगवेगळ्या

घटना घडून गेल्या आज. त्याच्याबद्दल पुष्कळ काही कळलं. सलोन्स, रोड मॅप, त्याचं बालपण, पण तरीही बरंचसं समजायचं आहे. शिवाय या मिसेस आरचं काय? हे उघड आहे की तिचा जीव त्याच्यात खोलवर गुंतला आहे. त्याचाही तिच्यात जीव आहे, पण त्याचा आयाम खूप वेगळा आहे. याच्यातून काय अर्थ काढावा ते मला कळत नाही. या सर्व गोष्टींपायी माझं डोकं आता गरगरू लागलं आहे.

एस्केलाच्या बाहेर गाडी थांबते तसं ख्रिश्चन मला उठवतो, "ए, उचलून नेऊ का तुला?" तो हळुवारपणे विचारतो.

मी झोपेत मान हलवते. अजिबात नाही.

एलिव्हेटरमध्ये मी त्याच्यावर झुकून त्याच्या खांद्यावर डोकं टेकवते. सॉयर अस्वस्थपणे आमच्यासमोर उभा आहे.

"खूप मोठा दिवस होता ना ॲनस्टेशिया?"

मी मान डोलावते.

"दमली आहेस?"

मी मान डोलावते.

"तू काही बोलत नाहीयेस?"

मी मान डोलावते, त्यासरशी त्याला हसू येतं.

"चल, पटकन झोप बरं आता." आम्ही एलेव्हटरमधून बाहेर पडतो, तसा तो माझा हात धरतो; पण तेवढ्यात सॉयर हातानं आम्हाला थांबण्याची खूण करतो. खाडकन माझी झोप उतरते. सॉयर बाहीत काहीतरी बोलतो. त्यानं रेडिओ लावला होता याची मला कल्पना नव्हती.

"चालेल टी," असं म्हणून तो आमच्याकडे वळतो. "मि. ग्रे, मिस स्टीलच्या ऑडीचे टायर कोणीतरी कापून टाकले आहेत आणि गाडीवर रंग फेकला आहे."

होली शिट! माझी गाडी! कोण करेल असं? मनात हा प्रश्न येताक्षणी उत्तरदेखील तयार होतं, लीला. मी ख्रिश्चनकडे नजर वळवते. त्याचा चेहरा पांढरा पडला आहे.

"टेलरला शंका आहे की, ती अपार्टमेंटमध्ये घुसली असावी. त्याला खात्री करून घ्यायची आहे."

"बरं!" ख्रिश्चन खालच्या आवाजात म्हणतो. "टेलरचा काय विचार आहे?"

"रायन आणि रेनॉल्डला घेऊन तो सर्व्हिस एलिव्हेटरमधून येतो आहे. त्या तिघांनी मिळून ऑलवेलचा इशारा देईपर्यंत मी इथे तुमच्याबरोबर थांबायचं आहे."

"थँक यू सॉयर." ख्रिश्चन मला घट्ट धरतो. एक दीर्घ निःश्वास सोडून माझ्या

केसांमध्ये नाक घासत तो म्हणतो, ''आजच्या दिवसात एकापेक्षा एक धमाका चालू आहे, नाही का? हे बघ, मी काही इथे नुसता थांबून राहू शकत नाही. सॉयर, मिस स्टीलकडे लक्ष ठेव. जोवर तुला आलबेलचा इशारा मिळत नाही, तोवर तिला आत येऊ देऊ नकोस. टेलर अति काळजी घेतो आहे याबद्दल मला शंका नाही, कारण ती अपार्टमेंटमध्ये घुसू शकत नाही.''

काय? ''नाही हं ख्रिश्चन, तू इथे माझ्याबरोबरच थांबायला हवं आहेस.'' मी विनवणी करते.

ख्रिश्चन मला सोडतो. ''ॲनेस्टेशिया, जसं सांगितलं आहे तसं कर. इथेच थांब.''

नाही!

''सॉयर?'' ख्रिश्चन म्हणतो.

त्याबरोबर सॉयर एलिव्हेटरचा दरवाजा उघडतो. ख्रिश्चन अपार्टमेंटमध्ये जाण्यासाठी बाहेर पडल्याबरोबर तो परत दरवाजा लावून घेतो आणि निर्विकारपणे माझ्याकडे पाहत ठामपणे उभा राहतो.

होली शिट्! ख्रिश्चन! नाही-नाही ते अभद्र विचार माझ्या मनात येतात, पण वाट पाहत उभं राहण्याव्यतिरिक्त माझ्या हातात काहीही नाही.

८

परत एकदा सॉयर बाहीत बोलतो.

“टेलर, मि. ग्रे, अपार्टमेंटमध्ये शिरले आहेत,” बहुधा टेलरनी त्याच्या सात पिढ्यांचा उद्धार केला असणार. कारण सॉयर चमकून इयरपिस काढतो.

ओह नो! टेलर जर का काळजीत पडला असेल तर!

“प्लीज, मला जाऊ दे ना आता,” मी गयावया करते.

“सॉरी, मिस स्टील. फार वेळ नाही थांबावं लागणार,” दोन्ही हात वर उचलून शरणार्थीच्या भावानी तो मला सांगतो. “टेलर आणि बाकीचे आता अपार्टमेंटमध्ये पोहोचतच आहेत.”

शी! मला इतका वैताग आला आहे ना! किंचितशीही हालचाल न करता मी आवाजाचा कानोसा घेऊ पाहते; पण माझ्या उसासणाऱ्या श्वासाव्यतिरिक्त मला काहीदेखील ऐकू येत नाही. माझा श्वास उथळ झाला आहे, अंगावर काटा फुलला आहे, तोंड कोरडं पडलं आहे. चक्कर येते की काय मला आता? *प्लीज ख्रिश्चन ठीक असू* दे. मी मनातल्या मनात प्रार्थना करते.

कितीतरी वेळ आम्ही तसेच उभे आहोत; पण तरीही कशाचाही आवाज येत नाही. चला निदान बंदुकीच्या गोळ्यांचापण नाही. बरं आहे, वेळ घालवण्यासाठी त्या मधल्या भागातल्या टेबलाभोवती चक्कर मारत मी भिंतीवरची पेंटिंग पाहू लागते.

आजवर मी कधी त्यांची दखल घेतली नव्हती. सगळी धार्मिक व्यक्तीचित्रं आहेत. मॅडोना आणि तिचं मूल, सगळी सोळा चित्रं आहेत. किती विचित्र आहे! ख्रिश्चन तर धार्मिक नाही, की आहे? ग्रेटरूममधील पेंटिंग तर गूढ आहेत. वेगळीच आहेत ती एकदम. छे, माझं मन काही त्या पेंटिंगमध्ये रमत नाही. ख्रिश्चन कुठे आहे?

मी सॉयरकडे रोखून पाहते. तो निर्विकारपणे माझ्याकडे पाहतो.

“नक्की काय चाललं आहे?”

“काही कळायला मार्ग नाही, मिस स्टील!”

अचानक दाराचा नॉब हलतो. एखाद्या भोवऱ्यासारखी गिरकी घेत सॉयर शोल्डर होल्स्टरमधली बंदूक हातात घेतो.

मी गोठल्यासारखी उभी राहते. दारात ख्रिश्चन दिसतो.

"सगळं ठीक आहे," सॉयरकडे त्रासून पाहत तो म्हणतो. त्याबरोबर सॉयर पटकन बंदूक जागेवर ठेवून मागे सरकत मला पुढे व्हायला जागा करतो.

"टेलर अति काळजी करतो आहे," माझ्यासाठी हात पुढे करत ख्रिश्चन तक्रारवजा स्वरात म्हणतो. क्षणभर मी तशीच स्तब्ध उभी राहते. नजरेनं ख्रिश्चनला पिऊन घेत, अधाशासारखी त्याच्याकडे पाहत, त्याला अचूक टिपत; त्याचे अस्ताव्यस्त केस, काळजीने आक्रसलेले डोळे, चेहऱ्यावरचा ताण, शर्टाची उघडलेली वरची दोन बटणं. बहुधा दहा वर्षांनी माझं वय वाढलं असावं आत्ताच्या आत्ता. ख्रिश्चनचे डोळे गडद झाले आहेत. चेहऱ्यावरची काळजी लपत नाहीये.

"राणी, ठीक आहे सगळं," माझ्या दिशेनं येत, मला मिठीत घेत तो माझ्या केसांची चुंबनं घेतो, "चल, खूप दमली आहेस ना! पटकन झोपायला चल बरं."

"मला किती काळजी वाटली म्हणून सांगू!" त्याच्या मिठीची ऊब आणि शरीराचा गंध अनुभवत मी त्याच्या छातीवर डोकं टेकवत हळुवारपणे म्हणते.

"मला कल्पना आहे. आपण सगळे साशंक झालो आहोत."

तेवढ्यात सॉयर गायब होतो. बहुधा अपार्टमेंटमध्ये गेला असावा.

"मि. ग्रे, प्रामाणिकपणे सांगायचं तर तुमचा भूतकाळ भुतासारखा झपाटून टाकतो आहे आपल्याला," मी तोंड वाकडं करत चिडवते.

ख्रिश्चनचा ताण कमी होतो, "हो, खरं आहे तुझं."

मला मिठीतून मोकळं करून माझा हात धरून तो मला हॉलमधून ग्रेटरूममध्ये नेतो.

"टेलर त्याच्या टीमबरोबर सगळी कपाटं तपासतो आहे. पण मला नाही वाटत की ती इथे असेल."

"ती इथे का येईल?" मला तरी अर्थ लागत नाही.

"तेच म्हणतो मी."

"ती घरात येऊ शकते का?"

"मला नाही वाटत तसं. परंतु, कधी कधी टेलर पराकोटीची काळजी घेतो."

"तुझ्या प्लेरूममध्ये पाहिलंस का तू?" मी हळूच विचारते.

ख्रिश्चन पटकन माझ्याकडे नजर टाकतो. त्याच्या भुवया पुन्हा आक्रसतात. "हो, कुलूप आहे तिला. पण तरीही मी आणि टेलरनी पाहिलं आहे तिथे."

मी छाती भरून खोल श्वास घेते.

"काही खायला-प्यायला हवं आहे का तुला?" ख्रिश्चन विचारतो.

“छे!” अति थकव्यामुळे मला आता सुचत नाहीये. मला फक्त झोप हवी आहे.

“चल बरं. मी झोपायला घेऊन जातो तुला. किती थकली आहेस तू!” त्याचा चेहरा सौम्य होतो.

‘म्हणजे काय? तो येणार नाही की काय? एकटा झोपणार आहे का?’ आता माझ्या कपाळावर आठ्या उमटतात.

तो मला त्याच्या बेडरूममध्ये नेतो, त्यामुळे मला एकदम सुटल्यासारखं वाटतं. मी माझी पर्स रिकामी करण्यासाठी उघडते. त्यात मला मिसेस रॉबिन्सनची चिठ्ठी दिसते.

“हे घे,” मी ती ख्रिश्चनला देते, “तुला ही वाचायची आहे की नाही काय माहीत, मला मात्र ती विसरून जायची आहे.”

ख्रिश्चन पटकन चिठ्ठीवर नजर टाकतो. परत त्याच्या चेहऱ्यावर ताण दिसतो.

“मलाही कल्पना नाही की नक्की कुठल्या प्रकारची मदत तुला करायची तिची इच्छा आहे,” तो विचारदेखील ख्रिश्चन उडवून टाकतो, “मला जरा टेलरशी काही बोलायचं आहे,” मग माझ्या गाऊनवर नजर टाकून तो म्हणतो, “ड्रेसची झिप उघडून देतो तुला.”

“तू पोलिसांना सांगणार आहेस का गाडीबद्दल?” मी वळत विचारते.

माझे पाठीवरचे केस तो बाजूला घेतो. माझ्या मानेला त्याच्या बोटांचा हळुवार स्पर्श होतो. हलकेच तो झिप उघडतो.

“नाही, उगाच आता पोलिसांपर्यंत नको जायला. लीलाला पोलिसांची नाही, तर मदतीची गरज आहे. आणि इथे पोलीस आलेले मलाही नको आहेत. आता तिला शोधण्याचा दुप्पट प्रयत्न करावा लागेल आम्हाला.”

पुढं झुकून तो माझ्या खांद्याचं हळुवार चुंबन घेत मला फर्मावतो, “चल, ताबडतोब पलंग गाठ.” आणि एवढं बोलून तो निघून जातो.

मी पलंगावर पडून छान न्याहाळत त्याची वाट पाहते. बापरे! किती काय घडून गेलं आज. कितीतरी गोष्टींचा विचार करायचा आहे मला. कुठून बरं सुरुवात करावी?

मी दचकून जागी होते. कुठे आहे मी? झोप लागली होती का मला? दाराच्या फटीतून हॉलमधल्या लाईटचा हलकासा उजेड बेडरूममध्ये पसरला आहे. ख्रिश्चन नाहीये माझ्या बाजूला. कुठे असेल तो? मी इकडेतिकडे पाहते. माझ्या पायाकडे मला सावली जाणवते. कुणी बाई असावी का? काळ्या कपड्यांत? छे! कठीण आहे सांगणं!

संभ्रमित अवस्थेत मी बाजूला होऊन लाईट लावते. परत वळून पाहते, तर

तिथे सावली वगैरे काही नसतं. कल्पनेचा खेळ होता का माझ्या? की स्वप्नात होते मी? मला काही कळत नाही.

मी उठून बसते. मला बेचैनी जाणवते. मी खोलीभर नजर टाकते. पण माझ्याशिवाय कोणीही नाहीये तिथे.

मी चेहऱ्यावरून हात फिरवते. किती वाजले असतील? ख्रिश्चन कुठे असेल? घड्याळ सव्वादोनची वेळ दाखवतं.

धडपडत मी पलंगावरून उतरते. मघाच्या बेचैनीमुळे मी अधिक अस्वस्थ होते. बहुधा काल संध्याकाळच्या नाट्यमय घडामोडींमुळे मी भलत्यासलत्या कल्पना करत असावे. मी ख्रिश्चनला शोधून काढायचं ठरवते.

हॉल रिकामा आहे. ब्रेकफास्ट बारच्या वर टांगलेल्या तीन दिव्यांतून मंद प्रकाश येतो आहे. पण त्याच्या स्टडीचं दार उघडं आहे. तो फोनवर बोलत असलेलं मला ऐकू येतं.

''एवढ्या रात्री तू फोन का करावास हे मला कळत नाहीये. मला तुझ्याशी काहीही बोलायचं नाही... बरं, आत्ता सांग ना काय ते! निरोप ठेवायची काय गरज आहे.''

कोणाशी बोलतो आहे तो? मी दाराआडून गुपचूप ऐकते खरी, पण माझ्या मनात अपराधीपणाची भावना उमटते.

''नाही, तू ऐक. मी आधीही तुला सांगितलं होतं, आता परत सांगतो आहे, तिच्या वाट्याला जाऊ नकोस. तिचा तुझ्याशी काडीचाही संबंध नाही. कळलं का?''

तो जाम भडकलेला दिसतो आहे. माझ्या अस्तित्वाची दखल त्याला द्यावी की नाही याबद्दल माझी द्विधा मनःस्थिती होते.

''हो, मी जाणतो ते. पण एलेना, मी तुला मनापासून सांगतो आहे की, तिच्या वाट्याला जायची हिंमत करू नकोस. आता कोणत्या पद्धतीनं सांगितलं तर तुला कळणार आहे? ऐकू येतं आहे का मी काय म्हणतो आहे ते... ठीक आहे. गुडनाईट!'' असं म्हणत तो फोन दाणकन आपटतो.

ओह शिट्! मी दारावर हलकेच टकटक करते.

''काय आहे?'' तो खेकसतो. बापरे, तिथून पोबारा करावा आणि कुठेतरी लपून बसावं असं मला वाटून जातं.

डेस्कपाशी दोन्ही हातात डोकं धरून तो बसलेला असतो. तो मान वर करतो. त्याच्या चेहऱ्यावर प्रचंड संताप दिसतो आहे. पण मला बघताक्षणी त्याचा चेहरा क्षणार्धात निवळतो. त्याचे विस्फारलेले डोळे सावधगिरीनी वेध घेताहेत. माझ्या नजरेला अचानक तो प्रचंड थकलेला दिसतो. माझं मन कळवळतं.

डोळ्यांची उघडझाप करत तो मला आपादमस्तक न्याहाळतो. मी त्याचा

टीशर्ट घातला आहे.

"ॲनेस्टेशिया, तू नेहमी सॅटीन किंवा सिल्कमध्ये हवीस गं!" मोकळेपणी श्वास घेत तो म्हणाला, "पण माझ्या टीशर्टमध्येसुद्धा तू सुंदर दिसते आहेस."

अहा! अचानक प्रशंसा! "चल ना झोपायला. तुझ्यावाचून करमत नाही."

तो अगदी सावकाश त्या खुर्चीतून उठतो. अजूनही तो पांढरा शर्ट आणि काळ्या पँटमध्ये आहे. आता त्याच्या डोळ्यांत चमक आली आहे. आशेला जागा आहे. पण त्याच्या जोडीला मला झाकोळलेलं दुःखदेखील जाणवतं. माझ्यासमोर उभं राहून मला स्पर्श न करता तो एकटक माझ्याकडे पाहतो.

"तुला कल्पना आहे का, की तू माझ्यासाठी काय आहेस?" तो हळुवार म्हणतो.

"तुला जर काही झालं... तेही माझ्यापायी... तर..." त्याच्या भुवया आक्रसतात, चेहरा वेदनेनं पिळवटतो. तोंडातून शब्द बाहेर पडेनासा होतो. त्याला वाटणारी भीती त्याच्या चेहऱ्यावर स्वच्छ उमटली आहे. किती हळवा झाला आहे तो या क्षणी!

"मला काहीही होणार नाहीये," मी त्याला शांत स्वरात खात्री देऊ पाहते. मग मी पुढे होत त्याचा चेहरा कुरवाळते. त्याच्या गालावरून बोट फिरवते. त्याच्या दाढीचे खुंट खूप मऊ आहेत. "तुझी दाढी किती पटकन वाढते," मी कुजबुजते. माझ्यासमोर हवालदिल होऊन उभा असलेला हा माणूस किती प्रचंड देखणा आहे!

आता मी त्याच्या खालच्या ओठावरून बोट फिरवते, मग त्याच्या गळ्यावरून खाली लिपस्टिकच्या पुसटशा खुणेपर्यंत पोहोचते. तो माझ्या नजरेत नजर मिळवतो. अजूनही त्याने मला स्पर्श केलेला नाही. त्याचे ओठ आता किंचित विलग झाले आहेत. त्या रेषेवरून मी बोट फिरवते तसा तो डोळे मिटून घेतो. त्याचा श्वास आता जलद चालू लागतो. आता माझी बोटं त्याच्या शर्टच्या कडेशी, मग बंद बटणाशी पोहोचतात.

"मी तुला स्पर्श करणार नाही. फक्त बटण उघडणार आहे," मी हळूच सांगते.

त्याचे डोळे विस्फारतात, नजर सावध होते; पण तो हलत नाही किंवा मला थांबवत नाही. अगदी सावकाश मी शर्टचं बटण उघडते. शर्टचाही स्पर्श त्याच्या शरीराला होणार नाही अशा बेतानी तो चिमटीत धरत पुढचं बटण उघडते. लक्ष पूर्णपणे केंद्रित करून मी माझं काम चालू ठेवते.

मी त्याला स्पर्श करणार नाहीये. *खरं तर मला करायचा आहे... पण मी करणार नाहीये.* चौथं बटण उघडल्यावर लिपस्टिकची लाल लाईन दिसते आणि मी लाजून हसते.

"चला हक्काच्या जागेवर आले," शेवटचं बटण उघडण्याआधी मी त्या

लाईनवरून बिनधास्तपणे बोट फिरवते. आता तेही उघडून मी बाह्यांकडे मोर्चा वळवते. एक-एक करून मी दोन्ही काळे, दगडी, पॉलिश केलेले कफलिंक्स काढते.

"मी तुझा शर्ट काढू शकते का?" मी खालच्या स्वरात विचारते.

तो मान डोलावतो. अजूनही त्याचे डोळे मोठे आहेत. थोडं पुढे होत मी त्याचा शर्ट खांद्यावरून सरकवते. तो हात मोकळे करतो. माझ्यासमोर आता अर्धा उघडा ख्रिश्चन आहे. शर्ट काढल्याबरोबर ख्रिश्चन भानावर आल्यासारखा दिसतो. मग माझ्याकडे पाहत खोचकपणे विचारतो, "मिस स्टील, माझ्या पँटचं काय करायचं ठरवलं आहे तुम्ही?"

"बेडरूममध्ये, तुझ्या पलंगावर हवा आहेस तू मला."

"आत्ता? ह्यावेळेस? मिस स्टील, तुम्ही फारच हावरट आहात!"

"का बरं नसावं?" त्याचा हात धरून मी त्याला स्टडीतून बाहेर काढत बेडरूमकडे नेते. खोली खूप थंड झाली आहे.

"तू बाल्कनीचं दार उघडलंस का?" आम्ही आत शिरताच तो त्राग्यानी विचारतो.

"नाही तर! मला नाही आठवत मी दार उघडल्याचं. मला जाग आल्यावर मी अवतीभोवती पाहिलं होतं, तेव्हा ते दार शंभरटक्के बंद होतं."

"ओह शिट्!" माझा चेहरा क्षणार्धात पांढरा फटफटीत पडतो. तोंडाचा 'आ' वासून मी ख्रिश्चनकडे पाहते.

"काय आहे?" माझ्याकडे रागानी पाहत तो खेकसतो.

"मला जाग आली ना, तेव्हा इथे कोणीतरी होतं," मी कुजबुजत म्हणते, "मला वाटलं की मला भास होतो आहे."

"काय?" तो प्रचंड हादरतो. तसात तो फटक्यात बाल्कनीकडे झेपावतो, बाहेर डोकावून पाहून, आत येऊन ते दार नीट बंद करतो, "तुझी खात्री आहे का? कोण होतं?" त्याच्या आवाजातला ताण लपत नाहीये.

"मला वाटतं कुणीतरी बाई होती. एकतर अंधार होता. शिवाय मी झोपेत होते."

"ताबडतोब कपडे बदल," मूळपदावर येत तो माझ्यावर खेकसतो, "आत्ताच्या आत्ता."

"अरे, पण माझे सगळे कपडे वरच्या खोलीत आहेत ना!" मी रडवेली झाले आहे. भराभर ड्रॉवर उघडत तो एक स्वेटपँट काढून माझ्या हातात कोंबतो.

"घाल हे." आता त्याची पँट मला चांगलीच मोठी होते. पण या क्षणी ख्रिश्चनशी वाद घालणं धोक्याचं आहे.

झटक्यात ड्रॉवरमधून टीशर्ट काढून तो अंगात चढवतो. मग पलंगाच्या बाजूचा फोन उचलून दोन बटणं दाबतो.

"ती अजूनही इथेच आहे," चिडून तो फोनवर सांगतो.

जेमतेम तीन सेकंदात टेलर एका सिक्युरिटी गार्डबरोबर आमच्यासमोर हजर होतो. काय घडलं आहे त्याचा गोषवारा ख्रिश्चन त्याला देतो.

"किती वेळ झाला?" माझ्याकडे पाहत टेलर गंभीरपणे विचारतो. त्याच्या अंगावर अजूनही संध्याकाळी घातलेलं जाकीट आहे. हा माणूस कधी झोपतो की नाही?

"साधारण दहा मिनिटं," मी पुटपुटते. का कोण जाणे पण मला अपराधी वाटतंय.

"हे अपार्टमेंट तिच्या चांगलं ओळखीचं आहे," ख्रिश्चन म्हणतो. "मी ॲनेस्टेशियाला इथून घेऊन चाललो आहे, ती इथेच कुठेतरी लपून बसली आहे. तिला शोधून काढ. गेल कधी परत यायची आहे?"

"सर, उद्या संध्याकाळी."

"ही जागा पूर्णपणे सुरक्षित झाल्याशिवाय तिला येऊ देऊ नकोस, समजलं?" ख्रिश्चन गुरकावतो.

"हो सर! तुम्ही बेलेव्हूला जाणार का?"

"छे, मला माझे प्रॉब्लेम मॉम-डॅडकडे न्यायचे नाहीयेत. कुठेतरी माझ्यासाठी रूम बुक कर."

"हो, मी कळवतो तुम्हाला फोनवर."

"आपण सगळे जण थोडा अतिरेक करत आहोत असं नाही का वाटत तुम्हाला?" मी विचारते.

माझ्याकडे रागाने पाहत ख्रिश्चन खेकसतो, "तिच्याकडे बंदूक असू शकते."

"ख्रिश्चन, अरे मारायचं असतं तर मघाशी ती माझ्या पायाशी उभी होती, तेव्हा नसती का ती मला मारू शकली असती?"

मला वाटतं, ख्रिश्चन स्वतःचा राग आटोक्यात आणण्याचा प्रयत्न करतो. मग अतिशय गोड आवाजात धमकी देत म्हणतो, "हे बघ, मी कोणताही धोका पत्करायला तयार नाही. समजलं? टेलर, ॲनेस्टेशियाला शूज लागतील."

ख्रिश्चन त्याच्या क्लोजेटमध्ये गायब होतो. सिक्युरिटी गार्ड माझ्यावर लक्ष ठेवून उभा असतो. काय बरं त्याचं नाव? बहुतेक रायन असावं. आळीपाळीनं तो बाल्कनीच्या खिडक्या आणि हॉलकडे नजर टाकतो. दोनच मिनिटांत ख्रिश्चन तयार होऊन बाहेर पडतो. त्याच्या खांद्यावर लेदर बॅग आहे. आता त्यानं जीन्स आणि पिनस्ट्रिप ब्लेझर घातलं आहे. तो माझ्या खांद्यावर डेनीमचं जॅकेट लपेटतो.

"चल," असं म्हणत तो माझा हात घट्ट पकडतो. त्याच्या लांब ढांगांना

गाठण्यासाठी मला चक्क पळावं लागतं. आम्ही ग्रेटरूममध्ये पोहोचतो.

"ती इथे कुठे लपून बसू शकते ह्याच्यावर माझा विश्वास बसत नाहीये," बाल्कनीच्या बाहेर नजर टाकत मी म्हणते.

"ही जागा खूप मोठी आहे. तू अजून ती पूर्णपणे पाहिली नाहीयेस."

"तू तिला हाक का नाही मारत? सांग ना तिला की, तुला तिच्याशी काही बोलायचं आहे."

"अॅनेस्टेशिया, तिचं मन थाऱ्यावर नाहीये. शिवाय तिच्याकडे हत्यारसुद्धा असू शकतं," तो त्राग्यानी म्हणतो.

"म्हणून काय आपण पळून जायचं?"

"आत्तापुरतं तरी 'हो'!"

"समजा तिनं टेलरवर गोळी झाडली तर?"

"हे बघ टेलरला समजतं आणि त्याला बंदुकीची जाण आहे," तो नाइलाजानं म्हणतो, "शिवाय तिच्यापेक्षा तो जास्त चपळाईनं बंदूक हाताळेल."

"रे आर्मीमध्ये होता. त्यानं मला शूट करायला शिकवलं आहे,"

ख्रिश्चनची एक भुवई उंचावते. क्षणभर त्याला गंमत वाटते, "तू आणि गन!" त्याचा विश्वास बसत नाही.

"हो!" मला अपमान झाल्यासारखं वाटतं, "मि. ग्रे, मी व्यवस्थित नेम धरू शकते. तेव्हा भविष्यात जरा जपून. तुम्हाला केवळ तुमच्या माजी सबकडूनच धोके आहेत असं नाही."

"मिस स्टील, मी पक्कं लक्षात ठेवीन." त्याला मजा वाटते आहे. इतक्या तणावपूर्ण परिस्थितीमध्येसुद्धा मी त्याच्या चेहऱ्यावर हसू आणू शकते आहे, हे जाणून मला छान वाटतं.

टेलर आम्हाला फॉयरमध्ये भेटतो. हातातली छोटी सूटकेस आणि काळे कॅनव्हास शूज तो माझ्या हवाली करतो. त्यानं माझ्यासाठी भरून आणलेली बॅग पाहून मला त्याच्या धोरणीपणाचं कौतुक वाटतं. मी त्याच्याकडे पाहत कृतज्ञतेनं हसते. तोही छानसं हसतो, मला दिलासा देतो. पुढच्याच क्षणी मी त्याला घट्ट मिठी मारते. त्याला धक्का बसतो. मी जेव्हा त्याला सोडते, तेव्हा तो लाजून लाल झालेला असतो.

"काळजी घे," मी हळूच म्हणते.

"हो मिस स्टील," तो पटकन उत्तर देतो.

ख्रिश्चन वैतागून माझ्याकडे पाहतो. मग टेलरकडे प्रश्नार्थक नजरेनं पाहतो. कळत न कळत हसत स्वतःचा टाय नीट करतो.

"मी कुठं जायचं आहे ते कळव मला," ख्रिश्चन म्हणतो.

टेलर जाकिटाच्या खिशातून आपलं पाकीट काढतो आणि त्यातून स्वतःचं क्रेडिट कार्ड काढतो. ''तिथे पोहोचल्यावर तुम्हाला कदाचित याची गरज पडेल.''

ख्रिश्चन मान डोलावत म्हणतो, ''चांगली कल्पना आहे.''

तेवढ्यात रायन येतो, ''सॉयर आणि रेनॉल्डला कोणीही सापडलेलं नाही,'' तो टेलरला सांगतो.

''मि. ग्रे आणि मिस स्टीलबरोबर गॅरेजपर्यंत जा,'' टेलर त्याला हुकूम सोडतो.

गॅरेजमध्ये कुणीही नाही. तसंही पहाटेचे तीन वाजले आहेत. मला ऑडी आर. एटच्या पॅसेंजरसीटमध्ये बसवून ख्रिश्चन आमचं सामान गाडीच्या समोरच्या भागात असलेल्या डिकीत टाकतो. आमच्या बाजूच्या ऑडीची पूर्ण वाट लागली आहे. प्रत्येक टायर फाडलेलं आहे. गाडीवर पांढरा रंग ओतलेला आहे. ते बघून मी खूप शहारते. बरं झालं ख्रिश्चन मला इथून दुसरीकडे नेतो आहे ते.

माझ्या बाजूला बसल्यावर ख्रिश्चन म्हणतो, ''सोमवारी, दुसरी गाडी येईल,'' त्याच्या स्वरातली खिन्नता लपत नाहीये.

''हीच माझी गाडी असेल हे तिला कसं कळलं असेल?''

माझ्याकडे नजर टाकत तो निःश्वास सोडत म्हणतो, ''तिची पण ऑडी एथ्री होती. माझ्या प्रत्येक सबमिसिव्हसाठी मी तीच गाडी विकत घ्यायचो. कारण ती सर्वाधिक सुरक्षित गाडी आहे.''

ओह! ''पण म्हणजे खऱ्या अर्थानी ती माझं ग्रॅज्युएशन गिफ्ट नव्हती तर!''

''ॲनेस्टेशिया, मी सुरुवातीला काहीही विचार केला असला, तरी तू माझी सबमिसिव्ह कधीच नव्हतीस. तेव्हा तांत्रिकदृष्ट्या विचार करता ती गाडी ग्रॅज्युएशनचं गिफ्ट होती.''

हं! काहीही विचार केला असला तरी... नको! माझी अंतर्देवता दुःखानं मान हलवते. आम्ही परत परत या मुद्द्यावर येतो. आता तो पार्किंगमधून गाडी काढून बाहेर पडू लागतो.

''अजूनही तू तसा विचार करतो आहेस का?'' मी हळू आवाजात विचारते.

तेवढ्यात गाडीतला फोन वाजतो, ''ग्रे'' ख्रिश्चन खेकसतो.

''फेअरमॉंट ऑलिम्पिक, माझ्या नावानं.''

''थँक्यू टेलर. आणि, टेलर, काळजी घे.''

टेलर क्षणभर थबकून म्हणतो ''हो तर!'' मग ख्रिश्चन फोन बंद करतो.

सिएॅटलचे रस्ते आत्ता ओसाड आहेत. फिफ्थ ॲव्हेन्यूवर गाडी भरधाव सोडत ख्रिश्चन आय फाईव्हच्या दिशेने निघतो. तो इतक्या क्षणार्धात गती वाढवतो की त्या वेगानं मी सीटमध्ये मागे ढकलली जाते.

मी त्याच्याकडे कटाक्ष टाकते. तो विचारात गढला आहे. ही शांतता सुन्न

करणारी आहे. त्यानं माझ्या प्रश्नाचं उत्तर दिलेलं नाही. त्याची नजर वारंवार रिअरव्ह्यू मिररकडे जाते आहे. आमच्या मागावर कुणी नाही ना याची तो खात्री करतो आहे, हे माझ्या लक्षात येतं. म्हणून आम्ही आय-फाईव्हवर आलो असणार. कारण फेअरमाँट सिएटलमध्ये आहे असं मला वाटलं होतं.

मी खिडकीतून बाहेर नजर टाकत माझ्या विचारांच्या आणि भावनांच्या आवेगाला आवरायचा, समजून घ्यायचा प्रयत्न करते. तिला जर मला इजा पोहोचवायची असती, तर बेडरूममध्ये ते सहज शक्य होतं.

''नाही. तसं नाहीये ते. मला सुरुवातीला जरी तसं वाटलं होतं तरीही नाही,'' माझ्या स्वपरीक्षणामध्ये व्यत्यय आणत ख्रिश्चन हळुवारपणे म्हणतो.

मी चकित होऊन त्याच्याकडे पाहते. त्याचं डेनीम जाकिट मी घट्ट लपेटून घेते. बाहेरून थंडी वाजते आहे की आतून हे मला कळेनासं झालं आहे.

''मला काळजी वाटते रे की मी... म्हणजे मी पुरेशी नाहीये.''

''कसं समजावू तुला ॲनेस्टेशिया. तू खूप-खूप छान आहेस.''

मग मला तुझ्याबद्दल सांग, तुझं माझ्यावर प्रेम आहे असं सांग.

''मग जेव्हा मी तुला म्हटलं की डॉ. फ्लिननी मला तुझ्याबद्दल सगळं सांगितलं आहे, तेव्हा मी तुला सोडून निघून जाईन असं तुला का वाटलं?''

तो मोठ्या कष्टांनी उसासा टाकतो. डोळे मिटतो. मग खूप वेळ काहीच बोलत नाही. ''ॲनेस्टेशिया, मी कोणत्या हद्दीपर्यंत दुष्टपणा करू शकतो हे तुला समजू शकणार नाही. शिवाय तुला ते समजावून सांगावं, असंही मला वाटत नाही.''

''आणि मला ते सगळं कळलं तर मी तुला सोडून निघून जाईन, असं तुला वाटतंय?'' माझा आवाज टीपेला पोहोचला होता. कळत नाही का याला की माझं प्रेम आहे ह्याच्यावर, ''बस्स! मला इतक्या कोत्या मनाची समजलास?''

''मला माहिती आहे की तू निघून जाशील,'' त्याचा स्वर दुःखी आहे.

''ख्रिश्चन, मला वाटतं की असं काहीही होणार नाही. तुझ्याशिवाय जगण्याची कल्पनादेखील मला करता येत नाही.'' *कधीच नाही.*

''तू एकदा मला सोडून गेली होतीस. मला पुन्हा परीक्षा पाहायची नाही.''

''एलेना म्हणाली की तू तिला गेल्या शनिवारी भेटला होतास,'' मी हळुवारपणे म्हणते.

''छे!'' तो तडकतो.

''गेल्या शनिवारी मी तुला सोडून निघून गेल्यावर तू तिला भेटायला गेला नव्हतास?''

''नाही,'' तो फटकारतो. आता तो खूप वैतागला आहे, ''हे बघ, तुला मी एकदा सांगितलं ना की नाही म्हणून... आणि माझ्यावर शंका घेतलेली मला मुळीच

आवडत नाही,'' तो रागावून म्हणतो, ''मागच्या शनिवारी मी कुठेही गेलो नव्हतो. उलट तू दिलेलं ग्लायडर जोडत बसलो होतो मी. त्याला खूप वेळ लागला.'' जरा शांत होऊन तो पुढे म्हणतो.

माझ्या हृदयात कळ उठते. मिसेस रॉबिन्सन तर म्हणाली की, ती त्याला भेटली.

भेटली की नाही? ती खोटं बोलते आहे? पण का?

''आणि हे बघ, एलेनाचा काहीही समज असला ना, तरी माझी प्रत्येक समस्या घेऊन मी तिच्याकडे धाव घेत नाही. ॲनेस्टेशिया, मी कोणाहीकडे धाव घेत नाही. तुझ्या लक्षात आलं असेल की मी फारसा गप्पिष्ट नाही,'' स्टिअरिंग व्हीलवरची त्याची पकड घट्ट होते.

''कॅरिक म्हणाला की तू दोन वर्षं बोलला नाहीस.''

''त्यांनी सांगितलं तुला?'' ख्रिश्चन ओठ घट्ट मिटून घेतो.

''नाही, तसं पाहिलं तर मी खोदून विचारलं म्हणता येईल,'' संकोचानं मी माझ्या बोटांकडे पाहत राहते.

''डॅडी अजून काय म्हणाले?''

''तुला पहिल्यांदा हॉस्पिटलमध्ये आणलं तेव्हा तुझी मॉम ड्यूटीवर होती. तिनंच तुला तपासलं. म्हणजे तू तुझ्या अपार्टमेंटमध्ये सापडल्यावर...'' ख्रिश्चनचा चेहरा एकदम निर्विकार होतो... *काळजी घे.*

''ते पुढे म्हणाले की, पिआनो शिकण्यामुळे खूप मदत झाली. आणि अर्थातच मिआ.''

मिआचं नाव कानी पडताच त्याच्या चेहऱ्यावर छानसं हसू उमटतं. मग तो सांगू लागतो, ''जेमतेम सहा महिन्यांची असेल मिआ जेव्हा तिला पहिल्यांदा आणलं. मला भयंकर आनंद झाला होता. इलियटला काही तेवढा आनंद झाला नव्हता. कारण आधीच त्याला मला सामावून घ्यावं लागलं होतं. ती फार छान होती,'' त्याच्या स्वरात आनंद आणि दुःखाचं अजब मिश्रण होतं, ''अर्थात, आता ती तेवढी...'' तो पुटपुटत वाक्य अर्धवट सोडतो. त्याबरोबर मला आठवतं की तिनं संध्याकाळी बॉलच्या वेळेस आमच्या कामकल्पना कशा म्हणून पाडल्या होत्या. त्या आठवणींनी मला खुदकन हसू येतं.

माझ्याकडे तिरपा कटाक्ष टाकून ख्रिश्चन म्हणतो, ''मिस स्टील, तुम्हाला फार गंमत वाटते आहे का?''

''आपल्या दोघांना दूर ठेवण्याचा निश्चय केला होता तिनं.''

यावर खळखळून हसत तो म्हणतो, ''हो. आणि बऱ्यापैकी जमलं होतं की तिला,'' मग माझा गुडघा दाबत म्हणतो, ''तरीही सरतेशेवटी आपण बरोबर जमवून

आणलं.'' मग हसत हसत पुन्हा रिअर व्ह्यू मिररमध्ये नजर टाकत तो म्हणतो की, ''मला नाही वाटत की कुणी आपला पाठलाग करतं आहे,'' त्यावर आय-फाईव्हवरून तो परत सिएटलच्या दिशेनं गाडी वळवतो.

''मी तुला एलेनाच्या बाबतीत काही विचारू शकते का?'' आम्ही सिग्नलला थांबलो आहोत.

वैतागून माझ्याकडे पाहत तो खिन्नपणे म्हणतो, ''अगदी अत्यावश्यक असेल तरच विचार.''

पण मी त्याच्या वैतागण्यानं विचलित होत नाही.

''तू मागे एकदा मला म्हणाला होतास की, तुझ्यावर तिने ज्या प्रकारानं प्रेम केलं, ते तुला स्वीकारार्ह होतं. म्हणजे तुला काय म्हणायचं होतं?''

''अगं, स्वाभाविक नाही का ते? मला तेव्हा स्पर्श सहन व्हायचा नाही. अजूनही होत नाही. मग तू विचार कर, चौदा-पंधरा वर्षांच्या मुलाकरता पौगंडावस्थेशी सामना करत सगळं सांभाळणं किती तापदायक असेल. यातून बाहेर पडण्याचा रस्ता तिनंच मला दाखवला.''

ओह! ''आणि मिआ म्हणाली की, तू खूप भडकू होतास.''

''देवा! माझ्या घरच्या या वाचाळांचं मी काय करू बरं! पण याला तू कारणीभूत आहेस!'' आम्ही पुन्हा एकदा सिग्नलला उभे आहोत. डोळे बारीक करत तो म्हणतो, ''तू भुरळ घालून लोकांकडून माहिती काढून घेतेस,'' कृतकोपानं तो मान हलवतो.

''मिआनं आपणहून सांगितलं मला सगळं. खरं म्हणजे ती खूप मोकळं बोलत होती. तू जर मला लिलावात जिंकू शकला नाहीस, तर तिथं शामियान्यात शक्ती-परीक्षण करतोस की काय अशी भीती तिला वाटत होती,'' मी रागारागानं बडबडते.

''चला! तसं काही झालं नसतं. मी दुसऱ्या कोणालाही तुझ्याबरोबर डान्स करू दिला नसता.''

''पण डॉ. फ्लिनला करू दिलास की!''

''अगं, नियमाला अपवाद असतो. नाही का?''

फेअरमाँट ऑलिम्पिक हॉटेलच्या गर्द झाडीत लपलेल्या प्रशस्त ड्राईव्हवेवर गाडी घेऊन ख्रिश्चन ती हॉटेलसमोरच्या दाराशी एका विचित्र दगडी कारंज्यापाशी उभी करतो.

''ये,'' गाडीतून उतरून तो सामान बाहेर काढतो. तेवढ्यात एक वॅले धावत येतो. आम्ही इतक्या उशिरा आलेलं पाहून त्याला नवल वाटतं. ख्रिश्चन त्याच्याकडे गाडीची किल्ली टाकतो.

''टेलरच्या नावानं,'' तो म्हणतो. वॅले मान डोलावतो. आपल्याला आर८

चालवायला मिळणार आहे याचा आनंद तो लपवू शकत नाही. माझा हात पकडून ख्रिश्चन लॉबीच्या दिशेने चालू लागतो.

रिसेप्शनपाशी येऊन थांबल्यावर मला अति विचित्र वाटू लागतं. सिएटलच्या सर्वाधिक प्रतिष्ठित हॉटेलमध्ये या सुंदर, देखण्या, ग्रीष्म देवतेसारख्या भासणाऱ्या पुरुषाबरोबर मी इतक्या विचित्र पोशाखात... ढगळ डेनिम जाकीट, मोठी स्वेटपँट आणि जुना टीशर्ट घालून प्रचंड बेंगरुळ दिसते आहे. ती रिसेप्शनिस्ट पण हैराण होऊन आळीपाळीनं आमच्या दोघांकडे पाहते आहे. अर्थात, ख्रिश्चनच्या देखणेपणाची तिला भुरळ पडली आहे. तिचं ते लाजणं आणि चाचरणं पाहून मी डोळे फिरवते. देवा, तिचे हात चक्क थरथरत आहेत.

"तुम्हाला... बॅग न्यायला... मदत हवी आहे का मि. टेलर?" एवढं विचारतानाही ती लाजून लाल होते.

"नको. मी आणि मिसेस टेलर घेऊन जाऊ."

मिसेस टेलर! पण माझ्या बोटात वेडिंग रिंग कुठे आहे? मी घाईनी माझा हात मागे लपवते.

"मि. टेलर, अकराव्या मजल्यावरचा कास्केड स्वीट तुमच्यासाठी राखून ठेवला आहे. बेलबॉय तुमचं सामान घेऊन येईल."

"काही नको," ख्रिश्चन तिला कडवट म्हणतो, "एलिव्हेटर कुठे आहे?"

मिस लाजाळू त्याला समजावून सांगते. ख्रिश्चन परत एकदा माझा हात पकडतो. त्या लॉबीकडे मी एक नजर टाकते. त्या मोठ्या लॉबीत सगळीकडे गुबगुबीत खुर्च्यांची रेलचेल असते. आपल्या पांढऱ्या टेरिअरला – वेस्टीला काहीबाही खाऊ घालणाऱ्या एका गडद केसांच्या स्त्रीशिवाय त्या प्रशस्त लॉबीत कोणीही नसतं. आम्ही एलिव्हेटरच्या दिशेने जाताना ती आमच्याकडे पाहत हसते. एवढ्या दिमाखदार हॉटेलमध्ये पाळीव प्राणी आणू देतात, हे नवल आहे.

कास्केड स्विटला दोन बेडरूम आणि एक डायनिंगरूम आहे. त्याव्यतिरिक्त प्रशस्त हॉलमध्ये देखणा पियानो आहे. फायर प्लेसमध्ये ओंडके जळतात. बापरे! माझ्या अपार्टमेंटपेक्षा हा स्विट मोठा आहे की!

"मिसेस टेलर, तुमचं काय ते माहीत नाही; पण मला या क्षणी ड्रिंक्सची नितांत आवश्यकता आहे," स्विटच्या मुख्य दाराला कडी लावत ख्रिश्चन म्हणतो.

त्यानंतर बेडरूममधल्या भव्य, राजेशाही पलंगाच्या पायाकडच्या बाजूला असलेल्या ओटोमॅन (सेटी)वर तो त्याची आणि माझीही बॅग ठेवतो. मग मला हाताला धरून प्रशस्त हॉलमध्ये नेतो. पेटलेल्या फायरप्लेसमुळे तिथे ऊब आणि उजेड आहे. पाहून मन प्रसन्न होतं. ख्रिश्चन आमच्यासाठी ड्रिंक तयार करू लागतो, तोवर मी तिथे उभं राहून हात शेकते.

“अरमॅग्नॅक?”

“चालेल.”

पुढच्या क्षणी आमचे ग्लास घेऊन तोही माझ्या बाजूला फायर प्लेसजवळ येतो आणि ब्रँडीचा क्रिस्टल ग्लास मला देतो.

“प्रचंड घडामोडी झाल्या ना आजच्या दिवसात?”

मी नुसतीच मान डोलावते. तो माझा अंदाज घेतो.

“मी ठीक आहे,” त्याला खात्री देत मी म्हणते, “तुझं काय?

“या क्षणी आधी मला हे ड्रिंक संपवायला आवडेल आणि त्यानंतर तू जर फार दमली नसशील तर त्या पलंगावर तुझ्यात स्वतःला हरवायला आवडेल.”

“मि. टेलर, मला वाटतं, हे जमू शकतं,” मी संकोचत म्हणते. तो पायातले बूट-मोजे काढून ठेवतो.

“मिसेस टेलर ओठ चावणं बंद कराल का?”

लाजणं लपवण्यासाठी मी ग्लास तोंडाला लावते. अरमॅग्नॅक अतिशय चविष्ट आहे. माझ्या घशातून अलगद खाली उतरणारा प्रत्येक घोट मला चेतवतो आहे. मी ख्रिश्चनकडे पाहते, तर तो ब्रँडीचे घोट घेत माझ्याकडे पाहतो आहे. त्याची नजर भुकेली आहे.

“ॲनेस्टेशिया, तुझी खरंच कमाल आहे. कौतुक वाटतं मला तुझं. आजच्यासारख्या – की कालच्यासारख्या – दिवसानंतरही तू कुठली तक्रार न करता, थयथयाट न करता शांतपणे माझ्याबरोबर आहेस. मी प्रभावित झालो आहे. तू खूप खंबीर आहेस.”

“त्याचं सगळ्यात सबळ कारण म्हणजे तू,” मी हळूच म्हणते, “ख्रिश्चन, मी तुला सांगितलं आहे की, तू काहीही केलेलं असलंस तरी मी तुला सोडून जाणार नाही. मला तुझ्याबद्दल काय वाटतं, ते माहिती आहे ना तुला?”

माझ्या शब्दांवर विश्वास नसल्यागत त्याच्या ओठांना मुरड पडते. आणि त्याच्या भुवया आक्रसतात, जणू माझं बोलणं ऐकण्यानं त्याला वेदना होत आहेत. “अरे ख्रिश्चन, माझ्या भावना तुझ्यापर्यंत पोहोचवण्यासाठी मी नेमकं काय करायला हवं आहे?”

त्याला ठोकून काढू दे तुला! माझी अंतर्देवता मला झापते. मी आतल्या आत तिच्यावर डाफरते.

“जोसेनी केलेली माझी पोर्ट्रेट्स कुठे लावणार आहेस तू?” मी वातावरण हलकं करण्याचा प्रयत्न करते.

“पाहू या,” त्याच्या ओठांना मुरड पडते. त्याच्याशी बोलायला हा बरा विषय आहे?

“कसं?”

“परिस्थितीवर ठरेल,” तो गूढतेनंही म्हणतो, “तसंही त्याचा शो अजून संपला नसल्यामुळे मला आत्ता विचार करायची गरज नाही.”

मी मान एका बाजूला करून, डोळे बारीक करून त्याच्याकडे पाहते.

“हे पाहा मिसेस टेलर, तुम्ही कितीही कठोरपणाचा आव आणलात तरी मी तुम्हाला काहीही सांगणार नाहीये,” तो मला चिडवतो.

“मी तुमचा छळ करून तुमच्याकडून वदवून घेऊ शकते म्हटलं.”

एक भुवई उंचावत तो म्हणतो, “हे बघ ॲनेस्टेशिया, मला तरी वाटतंय की न झेपणाऱ्या गोष्टींचा विचार तू करू नकोस.”

अच्छा! ह्याचं माझ्याबद्दल असं मत आहे? मी हातातला ग्लास खाली ठेवत त्याच्याजवळ जाते आणि त्याच्याही हातातला ग्लास खाली ठेवते. त्याला आश्चर्य वाटतं.

“आता आपण पाहू या कसं करायचं ते!” मी हलकेच म्हणते. मग अतिशय धिटाईने– अर्थात पोटात गेलेल्या ब्रँडीचा परिणाम– मी ख्रिश्चनचा हात पकडून त्याला बेडरूमकडे नेते. पलंगापाशी आल्यावर मी थबकते. माझ्या धिटाईचं ख्रिश्चनला कौतुक वाटतं आहे, पण तो ते दाखवत नाहीये.

“तर मग ॲनेस्टेशिया, मला इथे घेऊन आल्यावर पुढे काय करायचा विचार आहे तुझा?” तो मुद्दाम हळू आवाजात मला चिडवतो.

“सर्वांत आधी मी मघाचं अर्धवट राहिलेलं काम पूर्ण करणार आहे, तुझे कपडे काढण्याचं,” त्याला स्पर्श न होऊ देता मी त्याचं जाकीट धरते. तो हलत नाही पण श्वास मात्र रोखून धरतो.

हळुवारपणे मी त्याच्या खांद्यावरून त्याचं जाकीट मागे नेत अंगातून काढते. त्यानं नजरेनं मला खिळवून ठेवलं आहे. त्याच्या नजरेत आता मस्करी, नवल अशा कुठल्याही भावना नाहीत. आता फक्त धग आहे, निकड आहे. त्याच्या चेहऱ्यावर अनेक संमिश्र छटा आहेत. काय विचार करत असेल तो आत्ता? त्याचं जाकीट मी ओटोमनवर ठेवते.

“आता टीशर्ट” असं कुजबुजत मी शिवणीकडून तो उचलते. काही न बोलता तो हात वर करून मला टीशर्ट काढायला मदत करतो. आता त्याच्या अंगावर फक्त जीन्स आहे. मादकपणे त्याला बिलगलेली. त्यातून त्याचा बॉक्सरचा पट्टा डोकावतो. तो माझ्या नजरेत नजर मिसळतो.

माझे डोळे अधाशासारखे त्याच्या पोटाकडे वळतात. त्याचे कमावलेले स्नायू उठून दिसतात. त्याच्या पोटापासून ते छातीपर्यंत लिपस्टिकची अगदी पुसटशी रेघ अजूनही दिसते आहे. या क्षणी त्याच्या छातीवरच्या केसांमधून जीभ फिरवत त्याला

चाखायची तीव्र इच्छा माझ्या मनात आहे.

"आता काय?" तो कुजबुजतो. त्याचे डोळे जणू पेटले आहेत.

"मला इथून इथे किस करायचंय तुला," मी त्याच्या कमरेच्या दोन्ही बाजूंच्या हाडांच्या मधल्या जागेकडे बोट फिरवत म्हणते.

तो खोल श्वास घेतो, तसे त्याचे ओठ विलग होतात, "मी थांबणार नाही."

मी त्याचा हात पकडून म्हणते, "मग तू पलंगावर पड बरं," त्याला मी आता पलंगाच्या बाजूला आणते. त्याच्या चेहऱ्यावर प्रचंड आश्चर्य आहे. मला एकदम जाणवतं की आजवर त्याच्या बाबतीत कुणी असा पुढाकार घेतलेला नसणार हं! आता पूर्वी तिनं... *छे छे! तो विषय नको हं आता.*

पलंगपोस बाजूला करत पलंगाच्या कडेवर बसून मी पुढे काय करेन याची तो वाट पाहतो. त्याचा चेहरा आता गंभीर आणि सावध आहे. मग त्याच्या समोर उभं राहून मी माझ्या अंगातलं त्याचं डेनीम जॅकेट आणि स्वेटपँट काढून जमिनीवर टाकते. तो स्वतःचा अंगठा बोटांच्या टोकांवरून फिरवतो. मला स्पर्श करायला तो आसुसलेला आहे, हे मला दिसत आहे. पण तरीही तो स्वतःला आवरतो. आता मोठा श्वास घेऊन धीर एकवटत मी माझा टीशर्ट काढून फेकते. त्याच्यासमोर आता मी निर्वस्त्र उभी आहे. त्याची नजर माझ्यावर खिळलेली आहे, तो आवंढा गिळतो. त्याचे ओठ परत विलग होतात.

"तू तर रती आहेस, ॲनेस्टेशिया," तो म्हणतो.

मग मी त्याचा चेहरा माझ्या हातात पकडते, त्याचं डोकं थोडं मागे झुकवते आणि त्याचं चुंबन घ्यायला वळते. तो हुंकारतो.

त्याच्या ओठांवर माझे ओठ टेकताच तो माझ्या नितंबांभोवती हात टाकून चटकन मला पलंगावर खेचतो. काही कळायच्या आत मी पलंगावर उताणी पडते. स्वतःच्या पायांनी माझे दोन्ही पाय बाजूला करत तो माझ्यावर रेलतो. अतिशय उत्कटतेनं तो माझं चुंबन घेतो. आमच्या जिभा एकमेकीत गुंततात. त्याचा हात माझ्या अंगावरून फिरू लागतो. माझ्या मांड्या, नितंब, बेंबी, छाती कुरवाळत, दाबत सरतेशेवटी तो माझी स्तनाग्रं हलकेच ओढतो. मीही प्रणयधुंद हुंकार देत कंबर उचलते. त्याच्या पँटच्या झिपला आणि ताठरतेला माझं स्त्रीत्व भिडतं. त्या घर्षणानं माझ्या सर्वांगातून झिणझिण्या उठतात. आता चुंबन थांबवून श्वास रोखून तो माझ्याकडे नवलानं बघतो. मग तोही कंबर उंचावतो. त्याबरोबर त्याची ताठरता अधिक आवेगानं मला भिडते. अगदी त्या तिथेच!

मी डोळे मिटून चित्कारते. तसा तो पुन्हा भिडतो. या वेळेस मीही त्याला भिडते. आता संवेदनांनी सुखावायची त्याची पाळी आहे. त्याच्या चित्कारांना कानात साठवत मी त्याच्या चुंबनांना आसुसून प्रतिसाद देते. तो माझा सुखद छळ करत

राहतो... हळुवार, जाणीवपूर्वक, समरसून. हे असं एकमेकांत गुंतून, हरवून आमच्या अनोख्या विश्वात... साऱ्या जगाचा विसर पडला आहे आम्हाला. ही झिंग न्यारी आहे. माझ्या चिंता, काळज्या सारं काही विरून गेलं आहे.

या क्षणी माझ्या लेखी फक्त त्याची जाणीव आहे, इतर कोणाच्याही अस्तित्वाची दखल माझ्या मनाला नाही. माझं रक्त धमन्यातून उसळत, गुणगुण करत मला झपाटून टाकतंय. आमचे दोघांचेही श्वास जोरात होऊ लागले आहेत. मी त्याच्या केसांत हात गुंफवून त्याला माझ्याकडे ओढते. त्याला पिऊन टाकत, स्वतःमध्ये भिनवत नैसर्गिक ओढीनं त्याच्याशी रत होऊ पाहते. माझी जीभदेखील त्याच्या इतक्याच लालसेने लसलसते आहे. माझी बोटं आता हातावरून फिरत पाठीवरून उतरत त्याच्या जीन्सपाशी पोहोचतात. माझी धिटाई वाढते. बोटं त्याच्या पँटच्या आत शिरत हावरेपणानी त्याला स्पर्शू, चेतवू लागतात. एकमेकांच्या स्पर्शाव्यतिरिक्त अन्य कुठलंही भान आम्हाला नाही.

"ॲना, माझी परीक्षा पाहते आहेस तू!"

असं म्हणत तो पटकन उठून झटक्यात पँट काढून टाकतो आणि माझ्या हातात फॉईल देतो.

"तुला मी आणि मला तू हवी आहेस, हो पुढे."

अधीर मनानी मी झटक्यात फॉईल उघडून, त्यातून कंडोम काढून त्याला लावते. ख्रिश्चनच्या चेहऱ्यावर हसू आणि डोळ्यांत धुंद, प्रणयी भाव असतात. संभोगसुखाची परिसीमा गाठण्याचं वचन असतं. माझ्यावर झुकून नाकाला नाक घासत, डोळे अलगद मिटून घेत, हळुवारपणे तो माझ्यात प्रवेशतो.

त्याच्या दंडाला धरून ठेवत मी हनुवटी किंचित वर करते. त्यानी मला अंतर्बाह्य व्यापून टाकलं आहे. परमोच्च सुखाच्या या भावनेमध्ये मी पूर्णपणे हरवले आहे. तो माझ्या हनुवटीचे चावे घेत स्वतःला बाहेर काढतो आणि परत एकदा असीम हळुवारपणे, प्रत्येक हालचालीचं सौख्य टिपत, माझ्यातील अणु-रेणूला जागं करत उत्कटतेने माझ्यात प्रवेश करतो. किती मुलायम स्पर्श आहे! त्याच्या शरीराचा भार आता माझ्यावर आहे. माझ्या चेहऱ्याच्या बाजूला त्यानं हात टेकले आहेत.

"तू म्हणजे ना सर्वोत्तम थेरपी आहे. सारं काही विसरून जातो मी तुझ्या सोबत." आता त्याचा श्वास जलद होतो आहे. मला कणाकणानी फुलवत तो लयीत माझ्या आत-बाहेर करत राहतो. ही सुखावणारी भावना तितकीच जीवघेणी आहे.

"ख्रिश्चन, प्लीज, लवकर भरभर कर ना!" मला आता आवेग असह्य झाला आहे. मोकळं व्हायचं आहे.

"राणी, थांब ना थोडीशी, मला थोडा वेळ दे!" अलगद माझा खालचा ओठ चावत, माझ्यावर चुंबनांचा वर्षाव करत, माझ्या प्रणय हुंकारांनी सुखावत तो आर्जव करतो.

परत एकदा त्याच्या केसात हात गुंफवून मी त्याच्या तालाशी जुळवून घेते. त्याची ती लय मला जाणिवेच्या अनोख्या उंचीवर नेते. आणि मग माझा बांध फुटतो तशी मी खाली येते.

"ओह ॲना!" एखाद्या पवित्र मंत्रासारखं माझं नाव घेत तोसुद्धा मोकळा होतो.

माझ्या पोटावर डोकं ठेवून, माझ्याभोवती हात टाकून तो विसावला आहे. माझी बोटं त्याच्या अस्ताव्यस्त केसातून फिरत आहेत. कितीतरी वेळ आम्ही दोघं तसेच पडून राहतो. खूप उशीर झाला आहे. मी प्रचंड थकले आहे. पण तरीही ख्रिश्चन ग्रे बरोबरच्या प्रणयानंतरच्या या शांत सुखद क्षणांचा आनंद मला जाणवून घ्यायचा आहे. हो! आमचा प्रणय अतिशय हळुवार, सुखावणारा आणि शमवणारा होता.

फार कमी काळामध्ये आम्ही दोघांनीही खूप मोठा पल्ला गाठला आहे. हे सगळं समजून घेणं माझ्या हाताबाहेर आहे. काय काय भोगलं आहे त्यानं. त्या पार्श्वभूमीवर त्याचा आताचा माझ्याबरोबरचा साधा-सरळ प्रवास हरवल्यागत होतो आहे.

"मला कधीही सोडून जाऊ नकोस. तुझ्या सहवासात माझं पोट भरणारच नाही कधी!" हळुवारपणे असं म्हणत तो माझ्या बेंबीचं चुंबन घेतो.

"ख्रिश्चन, मी कुठेहती जाणार नाहीये. आणि मला आत्ता आठवलं की मला तुझ्या बेंबीचं चुंबन घ्यायचं होतं मघाशी," मी झोपेत बोलते.

"ए, तुला कुणी थांबवलं आहे मग?" त्याचं हसू माझ्या त्वचेवर तरंग उमटवतं.

"पण मी खूप दमले आहे रे, हलण्याचीदेखील ताकद नाही आता माझ्यात."

ख्रिश्चन निःश्वास सोडतो. मग मोठ्या नाइलाजानं तो थोडासा हसतो आणि माझ्या बाजूला येऊन पांघरूण ओढून घेतो. आता त्याचं डोकं त्याच्या हातावर आहे आणि मी त्याच्या कुशीत, त्याच्या पांघरुणात गुरफटून झोपले आहे. अतीव प्रेमानं, मायेनं माझ्याकडे पाहत तो म्हणतो, "झोप रे माझ्या पिल्ल्या!"

गाढ झोपेत शिरण्याआधी मला फक्त त्यानं माझ्या केसांचं घेतलेलं चुंबन आणि अंगावर टाकलेला हात जाणवतो.

मला जाग येते तेव्हा खोली प्रकाशात न्हाऊन निघालेली असते. उन्हानं डोळे दिपतात माझे. अपुऱ्या झोपेमुळे डोकं जड झालेलं असतं. कुठे आहे मी? हं! हॉटेलमध्ये!

"हाय," माझ्याकडे मोठ्या प्रेमानं बघत ख्रिश्चन म्हणतो. तो जामानिमा करून माझ्या बाजूला पलंगावर पहुडला आहे. किती वेळापासून तो इथं आहे? माझं निरीक्षण करत होता की काय! मला एकदम संकोच वाटतो. त्याच्या टक लावून पाहण्यानं माझा चेहरा लाल होतो.

"हाय," बरं झालं मी पालथी झोपले होते ते, "किती वेळापासून असा टक लावून पाहतो आहेस?"

"ॲनेस्टेशिया, मी तासन्‌तास तुला अशी झोपलेली पाहत बसू शकतो. पण आता आपल्याकडे फक्त पाच मिनिटं आहेत." माझ्यावर झुकत माझं चुंबन घेत तो म्हणतो, "डॉ. ग्रीन येतीलच इतक्यात."

"ओह!" ख्रिश्चननी केलेला भोचकपणा मी पार विसरले होते.

"झोप नीट लागली होती का?" तो प्रेमानं विचारतो, "अर्थात, तुझ्या घोरण्यावरून कळलं मला ते."

अच्छा! फिफ्टी मस्करीच्या मूडमध्ये!

"चल ए, मी नाही घोरत," मी खोट्या रागानं म्हणते.

"गंमत केली मी!" त्याच्या चेहऱ्यावर प्रसन्न हसू आहे. मानेवरती अजूनही लिपस्टिकची पुसटशी खूण आहे.

"अंघोळ केलीस का?"

"नाही गं, तुझ्यासाठी थांबलो आहे."

"ओह... बरं! वाजले किती?"

"सव्वादहा. पण तुला उठवायचा निर्दयपणा करावासा नाही वाटला."

"पण तुझ्यात तर सहृदयता नाहीये असं सांगितलं होतंस तू."

त्याच्या हसण्यात उद्वेगाची छटा आहे, पण तो त्यावर काही बोलत नाही. "चल, ब्रेकफास्ट तयार आहे. तुझ्यासाठी खास पॅनकेक्स आणि बेकन. ऊठ पटकन. मला एकट्याला कंटाळा आला आहे," एवढं बोलून अचानक तो माझ्या पार्श्वभागावर सपकन फटका देतो. त्याबरोबर मी झटक्यात उठून बसते.

हं, हाही प्रेमाचा प्रकार ना!

आळस देताना मला जाणवतं की माझं अंग ठसठसतंय. सेक्स, डान्स आणि अती उंच टाचांचे बूट... काय होणार दुसरं? कशीबशी मी तिथल्या प्रशस्त बाथरूमच्या दिशेनं जाते. मनात सर्व घडामोडींचे पडसाद उमटत असतात. बाहेर येताना मी तिथल्या ब्रासच्या खुंटीवरचा अतिशय मऊ असा बाथरोब अंगावर चढवते.

माझ्यासारखी दिसणारी लीला... आणि ख्रिश्चनच्या बेडरूममधली तिची उपस्थिती हा माझ्या मनाला गांगरून टाकणारा सर्वांत महत्त्वाचा मुद्दा आहे. तिला कोण हवं

होतं? मी की ख्रिश्चन? काय करायचं होतं? आणि सर्वांत वाईट म्हणजे माझ्या गाडीची अशी वाट का लावली तिनं?

ख्रिश्चन मला दुसरी ऑडी घेऊन देणार आहे, त्याच्या इतर सबमिसिव्हसारखी. हा विचार मला मुळीच आवडलेला नाहीये. आधीची गाडी विकून आलेले पैसे मी इतके उदारहस्ते वाटले आहेत की, आता माझ्या हातात काही नाही.

मी स्विटच्या मेन हॉलमध्ये जाते. पण ख्रिश्चन तिथे नसतो. तो डायनिंग रूममध्ये बसलेला असतो. मी खुर्चीत बसते. इतका मस्त ब्रेकफास्ट पाहून मला खूप छान वाटलं. ख्रिश्चनचं खाऊन झालं आहे. आता तो कॉफी पित संडे टाइम्स वाचतो आहे. माझ्याकडे पाहून छानसं हसत तो चिडवत म्हणतो, "खा सगळं, आज तुला एनर्जीची गरज आहे."

"ते का बरं? मला काय बेडरूममध्ये कोंडून ठेवणार आहेस?" माझी अंतर्देवता खडबडून जागी होते.

"तुझी कल्पना आवडली आहे मला. पण जरा बाहेर, मोकळ्या हवेत जाऊ या आज."

"पण तसं करणं कितपत सुरक्षित आहे?" मी चटकन विचारते. कितीही प्रयत्न केला तरी माझ्या स्वरात जरासा उपरोध उमटला आहे.

ख्रिश्चनचा चेहरा उतरतो. तो क्षणभर ओठ घट्ट आवळून घेतो, "आपण चाललो आहोत तिथे नक्कीच सुरक्षित आहे. आणि विषय हसण्यावारी नेण्याचा नाही," डोळे बारीक करत तो जरा कडवटपणे बोलतो.

मी संकोचत डिशवर नजर खिळवते. कालच्या घडामोडींच्या पार्श्वभूमीवर आणि पहाटेच्या प्रणयानंतर त्याच्या या बोलण्यातून तो रागावतो आहे, असा अर्थ मी काढत नाही. मी शांतपणे ब्रेकफास्ट करते.

माझी अंतर्देवता मला बजावते आहे. माझ्या सुरक्षिततेचा प्रश्न आला की फिफ्टी कुठलीही तडजोड करत नाही. एव्हाना मला हे कळायला हवं होतं. मला आता डोळे फिरवायचा मोह होतो आहे; परंतु मी स्वतःला थोपवते.

मला मान्य आहे की मी शिणल्यामुळे वैतागले आहे. कालचा दिवस किती पुरला! शिवाय पुरेशी झोपसुद्धा मिळाली नाहीये. तो मात्र इतका टवटवीत कसा काय दिसू शकतो? ह्याला काय अर्थ?

तेवढ्यात दारावर टकटक होते.

"नक्कीच डॉक्टर आल्या असणार!" मी व्यक्त केलेल्या उपरोधातून चटकन बाहेर पडत तो टेबलापासून उठतो.

छे! चारचौघींसारखी साधी-सरळ सकाळ असू शकत नाही का? ब्रेकफास्ट अर्धवट सोडत मी सुस्कारा टाकत उभी राहते– डॉक्टर डेपो प्रोवेराच्या स्वागताला.

मी आणि डॉक्टर ग्रीन बेडरूममध्ये आहोत. त्या 'आ' वासून माझ्याकडे बघतात. मागच्या भेटीच्या तुलनेत मी यावेळेस फिक्कट गुलाबी रंगाचा टॉप आणि काळी पँट अशा साध्या कपड्यात आहे. तिचे सोनेरी केस मोकळे आहेत.

"आणि म्हणून तू असं एकदम गोळ्या घेणं बंद केलंस?"

स्वतःच्या मूर्खपणाची मला भयंकर लाज वाटते.

"हो," माझा आवाज जेमतेम बाहेर पडतो.

"तुला दिवस गेले असते म्हणजे?" तिच्या बोलण्यात तथ्य आहे.

काय! माझं जग उलटंसुलटं होतं. अंतर्देवता आतल्या आत कोलमडते. मला कसंतरी होऊ लागतं! नाही!

"हे घे, जाऊन त्याच्यात लघवी कर," ती कर्तव्यकठोरतेने म्हणते.

कसंबसं मी तिच्या हातातलं कंटेनर घेऊन पाय ओढत बाथरूममध्ये जाते. नाही, नाही, नाही ... असं होता कामा नये. प्लीज नाही, नाही.

फिफ्टी काय म्हणेल. माझा रंग उडतो. त्याचा भडका उडेल.

प्लीज नको. मी मनातल्या मनात प्रार्थना म्हणते.

परत येऊन मी डॉ. ग्रीनच्या हातात सँपल ठेवते. ती यामध्ये काळजीपूर्वक एक पांढरी पट्टी ठेवते.

"तुझी मागची पाळी कधी सुरू झाली होती?"

त्या पांढऱ्या पट्टीकडे इतकं एकाग्रतेनी पाहताना असल्या क्षुल्लक गोष्टीचा विचार मी कसा करणार होते?

"अं... बुधवारी? हा गेला तो नाही, त्याच्या आधीचा, एक जूनचा."

"आणि गोळ्या घेणं कधी बंद केलं होतंस?"

"रविवार, मागच्या रविवारी."

ती ओठ आवळते.

"म्हणजे खरं तसं काही झालं नसेल," ती थोडं कठोरपणे म्हणते, "तुझा चेहरा पाहून माझ्या लक्षात येतं आहे की आत्ता बाळ होणं वगैरे नको आहे तुला. तुला जर गोळी रोज घेणं लक्षात राहणार नसेल, तर मिड्रॉक्सीप्रोजेस्टेरॉनला पर्याय नाही." माझ्याकडे रोखून पाहत ती म्हणते. तिच्या त्या नजरेनं मी अर्धमेली होते. पांढरी पट्टी उचलून घेत ती निरीक्षण करते.

"चला, तसं काहीही झालेलं नाही. अजून तुझ्यात ओव्ह्युलेशन न झाल्यामुळे आणि तुम्ही इतर मार्गांनी व्यवस्थित काळजी घेतली असल्यामुळे दिवस गेले नसणार. आता मी तुला या शॉटबद्दल समजावते. त्याचे साईड इफेक्ट्स लक्षात घेऊन आपण मागच्या वेळेस त्याला नाही म्हटलं होतं. पण त्याच्या तुलनेत मूल

होण्याचे साईड इफेक्ट्स अधिक तीव्र तर आहेतच. शिवाय दीर्घकालीनदेखील आहेत.''

स्वतःच्या जोकचं तिला हसू येतं, पण माझी मात्र बोलती बंद झालेली आहे.

आता डॉ. ग्रीन सविस्तरपणे साईड इफेक्ट्स समजावून सांगते. मी जरी शांत बसून ऐकत असले, तरी माझ्या कानात अवाक्षरही शिरत नाही. माझ्या मनात येतं की, मी प्रेग्नंट आहे असं ख्रिश्चनला सांगण्यापेक्षा कितीही विचित्र बायका माझ्या पलंगाच्या पायथ्याशी आकस्मिकपणे उभ्या राहणं मी सहन करेन.

''ॲना,'' डॉ. ग्रीन मला माझ्या भावविश्वातून जमिनीवर आणत माझी बाही गुंडाळत म्हणते, ''चल, हो तयार.''

तिच्या मागे ख्रिश्चन दार लावत माझ्याकडे काळजीनी पाहत विचारतो, ''सगळं ठीक आहे ना?'' मी कशीबशी मान डोलावते. त्याला एकदम ताण येतो. मान कलती करून माझ्याकडे रोखून पाहत तो म्हणतो, ''ॲनेस्टेशिया, काय झालं? डॉ. ग्रीन काय म्हणाली?''

मी मान हलवत म्हणते, ''सात दिवसांनी हरकत नाही.''

''सात दिवस?''

''हो.''

''ॲना, काय घोळ आहे?''

''ख्रिश्चन, तसं काळजीचं काही कारण नाही. प्लीज सोड ना!''

तो संभ्रमात पडला आहे. माझी हनुवटी पकडून, किंचित उंचावत तो माझ्या डोळ्यांत बघतो. त्याच्या नजरेत कळकळ आहे. माझ्या त्रासण्याचं कारण जाणून घेण्याचा तो प्रयत्न करतो.

''सांग की,'' तो आग्रह करतो.

''सांगण्यासारखं काही नाहीये. मला कपडे बदलू दे,'' मी मान वळवून हनुवटी मोकळी करते.

उसासा टाकत स्वतःच्या केसातून हात फिरवत त्रासून माझ्याकडे बघत तो म्हणतो, ''चल, शॉवर घेऊ या.''

''हं, चल,'' वेगळ्याच जगात वावरत असल्यासारखी मी 'हो'म्हणते. त्याच्या ओठाला मुरड पडते.

''चल,'' माझा हात घट्ट धरत तो मला ओढत बाथरूमकडे नेतो. माझा एकटीचा मूड बिघडला आहे असं नाही. शॉवर सुरू करत, पटकन कपडे उतरवून मग ख्रिश्चन माझ्याकडे वळतो.

''हे बघ, तू कशानी त्रासली आहेस हे मला माहीत नाही. कदाचित पुरेशी झोप

न झाल्यामुळे असेल,'' माझा रोब सोडवत तो म्हणतो. ''पण तू मला सांगितलं नाहीस, तर विचार करून करून मी वेडा होईन.''

मी डोळे फिरवते. त्याबरोबर तो डोळे बारीक करत माझ्याकडे रोखून पाहतो.

शिट्! ठीक आहे... सांगावंच लागेल.

''मी गोळ्या घ्यायला विसरले म्हणून डॉ. ग्रीन मला रागावल्या. त्या म्हणाल्या की मी प्रेग्नंट राहू शकले असते.''

''काय?'' त्याचा चेहरा पांढरा पडतो. तो अगदी स्तब्ध होतो.

''पण मी नाहीये. मला ते ऐकून धक्का बसला. मी इतका मूर्खपणा कसा करू शकते?''

त्याचा ताण जाणवण्याइतका कमी होतो, ''नक्की खात्री आहे तुला?''

''हो.''

तो मोठा निःश्वास टाकतो. ''बरं झालं. तुझी काय अवस्था झाली असेल, ते मी समजू शकतो.''

माझी अवस्था...? ''मला तुझ्या प्रतिक्रियेची भीती होती.''

तो संभ्रमात पडतो, ''माझी प्रतिक्रिया. हा म्हणजे मला बरं वाटतंय, कारण एकापरीनं तो माझा हलगर्जीपणा ठरला असता.''

''मग दूर राहू या का आपण?'' मी झापते.

तो चकित होऊन माझ्याकडे पाहतो. मी काय प्रयोगशाळा वाटले का याला?

''आज तू चिरडीला आली आहेस.''

''मला एकदम धक्का बसला,'' मी चिडून म्हणते.

माझ्या रोबची दोन्ही टोकं धरत तो मला मिठीत घेत माझ्या केसांवर ओठ टेकवत माझं डोकं त्याच्या छातीवर टेकवतो. त्याच्या छातीवरचे केस माझ्या गालांना गुदगुल्या करतात. तसं माझं लक्ष विचलित होतं. हं! जर मला आता तिथे नाक खुपसता आलं असतं तर?

''ॲना, मला ह्याची सवय नाहीये,'' तो हळुवारपणे म्हणतो, ''साधारणतः अशा वेळेस अक्षरशः फटके देऊन वदवायला लावण्याची सवय मला आहे. पण तो तुला आवडणार नाही, असा माझा अंदाज आहे.''

होली शिट्! ''बरोबर आहे तुझं. असं छान वाटतं आहे,'' मी ख्रिश्चनला घट्ट मिठी मारते. कितीतरी वेळ आम्ही तसेच उभे राहतो. तो निर्वस्त्र आणि मी रोबमध्ये. त्याच्या प्रामाणिकपणामुळे मला परत एकदा भरून येतं. नात्यांच्या संदर्भात त्याला काहीही माहिती नाहीये. मला तरी कुठे माहिती आहे म्हणा? त्याच्याकडून कळलं आहे तेवढंच. त्याला माझ्याकडून विश्वासाची आणि संयमाची अपेक्षा आहे. मीही तशी ठेवावी का?

“चल, शॉवर घेऊ,” खूप वेळानी मला सोडत तो म्हणतो.

थोडंसं मागे होऊन तो माझा रोब काढतो. मग मी त्याच्याबरोबर शॉवरखाली उभं राहून चेहऱ्यावर पाण्याच्या धारा झेलते. शॉवर इतका मोठा आहे की आम्ही त्याच्याखाली मस्त मावतो आहोत. स्वतःच्या केसांना शॅम्पू लावून ख्रिश्चन शॅम्पू मला देतो. मी पण केस धुऊ लागते.

अहा! किती छान वाटतं आहे. मी डोळे मिटून घेत पाण्याचा, शॅम्पूचा आनंद घेते. केस धूत असताना मला त्याच्या हातांचा स्पर्श जाणवतो. माझे खांदे, हात, बगला, छाती, पाठीला तो साबण लावतो. मग अलगद मला वळवून स्वतःकडे ओढून घेत पोट, ओटीपोट आणि पायावरून त्याचे हात सफाईदारपणे फिरतात. अहा! माझ्या पायांमध्ये आणि नंतर नितंबांमध्ये त्याच्या त्या जादुई स्पर्शाने असंख्य तरंग उमटतात. मग तो परत मला वळवतो.

“हे घे,” असं अगदी सावकाश म्हणत तो माझ्या हातात बॉडीवॉश देतो.

“लिपस्टिक काढून टाक.”

काय म्हणतो आहे हा? मी एकदम सजग होऊन त्याच्याकडे पाहते.

तो माझ्याकडे एकटक पाहतो आहे. शॉवरखाली चिंब होणारा सुंदर, देखणा ख्रिश्चन आणि त्याचे ते चमकणारे, राखाडी डोळे... काहीही न कळू देणारे!

“प्लीज, लाईनच्या फार आत प्रवेश करू नकोस हं,” तो मोठ्या निकरानी म्हणतो.

“बरं,” मला जे काही करायला तो सांगतो आहे, त्यामागे त्याच्या किती भावना गुंतल्या आहेत याची जाणीव मला होते. *निषिद्ध क्षेत्राच्या सीमेपर्यंत पोहोचायची, तिथे स्पर्श करायची परवानगी देणं हा त्याच्याकरता अतिशय कष्टांचा भाग आहे.*

मी हातावर थोडासा साबण काढून घेत मग हात एकमेकांवर चोळत फेस करते. त्यानंतर हळुवारपणे त्याच्या दोन्ही खांद्यांवर हात टेकवून दोन्ही बाजूची लिपस्टिक रेषा मिटवू लागते. तो डोळे मिटून घेत निःशब्द होतो. त्याचा श्वास भराभर होऊ लागतो. त्याच्यात वासनेचा लवलेशही नाही. फक्त भीती आहे. माझं मन विदीर्ण होतं. थरथरत्या हातांनी काळजीपूर्वक मी छातीवरची दोन्ही बाजूंची लिपस्टिकची रेष साबणाच्या फेसानी मिटवू लागते. तो कसाबसा आवंढा गिळतो. आता त्याने तोंड घट्ट बंद केलं आहे. आई गं! माझ्या मनाला खूप यातना होतात. कंठ दाटून येतो. *छे! आता कोणत्याही क्षणी मला रडू येणार आहे.*

अजून साबण घेण्यासाठी मी हात बाजूला घेते. क्षणार्धात त्याचा मघाचा आक्रसलेपणा जाऊन तो जरा सैलावतो. मी पटकन त्याच्याकडे नजर टाकते. त्याच्या वेदना माझ्याच्यानी सहन होत नाहीत. मी आवंढा गिळते.

“करू?” मी कळत-नकळत विचारते. त्याबरोबर परत तो साशंक आणि

सजग होत त्याचं अंग आक्रसतं.

"हो," त्याच्या घोगऱ्या होकाराला भीतीची झालर आहे.

हळुवारपणे मी त्याच्या छातीच्या दोन्ही बाजूंवर हात ठेवते. त्याबरोबर तो सावध होतो.

हे अति होत आहे. किती प्रचंड विश्वास दाखवतो आहे तो माझ्यावर. त्याच्या विश्वासाचं आणि भीतीचंही माझ्यावर दडपण येतं. या सुंदर, देखण्या माणसाच्या भाग्यापर्यंत पोहोचलेल्या दुःखाचं माझ्यावर दडपण येतं.

माझे डोळे भरून येतात आणि वाहू लागतात. शॉवरच्या धारांमध्ये माझे अश्रू मिसळतात.

ओह ख्रिश्चन! कोणी केलं तुला असं?

त्याचा ऊर धपापू लागतो. त्याचं शरीर प्रचंड ताणानं ताठरतं. त्याच्यातून तणावाचे जणू तरंग उमटू लागतात. त्या रेषेवरून माझा हात जसा फिरत जातो, जशी ती रेषा मिटू लागते, तसा त्याचा ताण वाढतो. असंच मी तुझं दुःख आणि वेदना मिटवून टाकू शकले असते तर... त्यासाठी काय वाट्टेल ते करायची माझी तयारी आहे. या प्रत्येक व्रणावर ओठ टेकवायचे आहेत मला. तुझ्या आयुष्यातल्या त्या दुर्लक्षित काळाचा क्षण न् क्षण टिपून घ्यायचा आहे मला. त्याहून दुसरं काहीही नको. पण ते शक्य नाही या जाणिवेने माझे डोळे गच्च भरून येतात. मला रडू अनावर होतं.

"नको रडूस, प्लीज!" मला घट्ट मिठीत घेत तो आवेगाने म्हणतो. त्याच्या स्वरात पिळवटून टाकणारी वेदना आहे, "माझ्यासाठी रडू नकोस." ते ऐकताच मला हमसाहमशी रडू येतं. त्याच्या मानेत चेहरा खुपसून मी रडू लागते. भीती आणि वेदनेत हरवलेला, घाबरलेला, दुर्लक्षित असा, छळवणूक होणारा, असह्य वेदना सोसणारा एक लहानसा मुलगा माझ्या नजरेसमोर तरळतो आणि मी हमसाहमशी रडते.

मला मिठीतून सोडून दोन्ही हातांनी माझा चेहरा थोडासा मागे झुकवत तो माझं चुंबन घेण्यासाठी वाकतो.

"ॲना, प्लीज रडू नकोस गं," माझ्या ओठांशी ओठ आणत तो म्हणतो, "हे सगळं फार पूर्वी घडून गेलं आहे. तुझा स्पर्श मला व्हावा म्हणून मी तगमगतो आहे. तरीही मला स्पर्शाची कल्पनाही सहन होत नाहीये. फार विचित्र तिढा आहे गं. पण तू प्लीज, प्लीज रडू नकोस."

"तुला स्पर्श करायला मी किती आतुर झाले आहे याची तुलाही कल्पना नाही. तुला या अशा दुखावलेल्या, भयावह अवस्थेत बघणं माझ्यासाठी फार क्लेशदायक आहे. माझं फार फार प्रेम आहे तुझ्यावर."

माझ्या खालच्या ओठावरून अंगठा फिरवत तो म्हणतो, ''मला माहिती आहे गं.''

''तुझ्यावर कोणीही सहज, पटकन प्रेम करून बसतं. कळत नाही का तुला हं?''

''नाही गं, काहीही काय!''

''हो ख्रिश्चन, खरंच सांगते. जसं मी करते, जसं तुझ्या कुटुंबाचं आहे... जसं... जसं एलेना आणि.... लीलाचं पण आहे. अर्थात, त्या दोघींची प्रेम व्यक्त करण्याची पद्धत विचित्र आहे; पण असो. तू त्या सगळ्यासाठी लायक आहेस.''

''बस्स!'' असं म्हणत तो माझ्या ओठांवर बोट ठेवत मान हलवतो. त्याचा चेहरा विदीर्ण झाला आहे, ''मी कोणीही नाही, मी हे सगळं ऐकू शकत नाही. ॲनेस्टेशिया, मला तर मनदेखील नाही. मी म्हणजे निव्वळ शरीर आहे.''

''तुलाही मन आहे, नाही कसं? आणि ते मला जाणायचं आहे. ख्रिश्चन, तू एक चांगला माणूस आहे. का बरं त्याची शंका येते आहे तुला? तू काय कमावलं आहेस त्यावर नजर तर टाक!'' मी हुंदका देते, ''माझ्याकरता बघ ना किती काय केलं आहेस! माझ्यासाठी कशाकडे पाठ फिरवली आहेस!'' मी हळुवारपणे बोलते. ''तुझ्या माझ्याबद्दलच्या भावना मी सर्वार्थांनी जाणते रे.''

तो विस्फारित नजरेनी माझ्याकडे बघतो. त्याच्या नजरेत आर्तता आहे. आमच्या डोक्यावर पडणाऱ्या पाण्याच्या धारांव्यतिरिक्त आता इतर कुठलाही आवाज येत नाहीये. ''तुझं प्रेम आहे माझ्यावर,'' मी अगदी हळू आवाजात म्हणते.

त्याचे डोळे अजून मोठे होतात. तोंडाचा 'आ' वासतो. वाऱ्याचा झोत आल्यागत तो भस्सकन श्वास घेतो. आता तर तो अगदी असहाय दिसतो आहे.

''हो,'' कसाबसा त्याचा आवाज येतो, ''हो आहे!''

९

माझा आनंद गगनात मावेनासा झाला आहे. काय बोलावं हे न सुचल्यामुळे माझी अंतर्देवता अवाक होऊन माझ्याकडे पाहत आहे. अतीव प्रेमानं मी ख्रिश्चनकडे पाहते. सोसलेल्या छळाचं प्रतिबिंब त्याच्या डोळ्यांत असतं. त्याच्या या गोड कबुलीजबाबानं मला खोलवर जाणीव होते की, तो एकप्रकारे मुक्तीची वाट चालू पाहतो आहे. त्याचे ते दोन शब्द, माझ्याकरता स्वर्गीय ठेवा आहे. पुन्हा एकदा माझे डोळे भरून येतात. *हो तुझं प्रेम आहे. मला ठाऊक आहे तुझं प्रेम आहे.*

अंगावर येणारा एखादा प्रचंड मोठा दगड अचानक बाजूला फेकला गेल्यावर जी सुटकेची भावना निर्माण होईल, तसंच काहीसं माझं होतं. मला मोकळं वाटतं. माझ्या समोर उभा असलेला हा देखणा, मदनाचा पुतळा, ज्याला मी माझा हिरो समजत होते, जो खंबीर, निश्चयी, गूढ होता तो कमकुवत आहे, स्वतःला त्यानं शत्रू बनवून घेतलं आहे. स्वतःचा तो तिरस्कार करतो. माझं मन आनंदानं नाचतंय; पण तितकंच दुःखामुळे विकल झालं आहे. किती सोसावं लागलं आहे त्याला. त्या क्षणी मला जाणीव होते की, माझं मन आम्हाला दोघांनाही सामावून घेण्याइतकं मोठं आहे. निदान तशी मी आशा करते.

मला अतिशय प्रिय असणाऱ्या त्याच्या चेहऱ्याचं चुंबन घेण्यासाठी मी पुढे होते. माझ्या चुंबनात मी त्याच्याप्रती मला वाटणारं प्रेम ओतते. गरम पाण्याच्या त्या धारांखाली त्याचा चट्टामट्टा करण्याची तीव्र इच्छा मला होते. मला मिठीत घेत ख्रिश्चन चित्कारतो. मी जणू त्याची जीवन संजीवनी असल्याप्रमाणे तो मला धरून ठेवतो.

"ओह ॲना!" तो घोगऱ्या आवाजात म्हणतो, "मला तू हवी आहेस, पण इथे नको."

"हां!" त्याचे ओठ पिऊन टाकत मी उत्तर देते.

शॉवर बंद करून तो मला हाताला धरून बाजूला घेत बाथरोबमध्ये गुरफटतो. मग स्वतःच्या कंबरेभोवती टॉवेल गुंडाळतो. त्यानंतर दुसऱ्या छोट्या टॉवेलनं माझे केस हलक्या हातानं पुसू लागतो. ते पुरेसे कोरडे झाल्याची खात्री झाल्यावर त्या टॉवेलमध्ये माझे केस गुंडाळून त्याचं टोक माझ्या केसात मागच्या बाजूला खाली

खुपसतो. आरशात बघितल्यावर मला तो मुकुटासारखा भासतो. ख्रिश्चन माझ्यामागे उभा असतो. धुमसणाऱ्या राखाडी आणि निळ्याशार डोळ्यांची आरशामध्ये नजरानजर होते. त्यावरून मला एक कल्पना सुचते.

"आता माझी पाळी?" मी विचारते.

त्याच्या भुवया आक्रसतात; परंतु तरीही तो मान डोलावतो. तिथल्या मऊशार टॉवेलच्या चकतीमधून एक टॉवेल घेऊन मी त्याच्यासमोर येते. टाचा उंचावून त्याचे केस पुसू लागते. मला सोपं जावं म्हणून तो माझ्यापुढे डोकं झुकवतो. टॉवेलमधून त्याच्या चेहऱ्याची झलक मला अधूनमधून दिसते. एखाद्या लहान मुलासारखा खूश होऊन तो हसतो आहे.

"खूप वर्षांत कोणी माझे केस असे पुसले नाहीत. खरंच, खूप वर्षं झाली," पण मग त्याच्या कपाळावर आठ्या दिसू लागतात, "मी तर म्हणीन की कोणी कधी माझे केस कोरडे केलेच नाहीत."

"ग्रेसनी नक्की केले असतील, तू लहान असताना!"

"नाही. अगदी पहिल्या दिवसापासून तिने काही मर्यादा पाळल्या. माझ्या वैयक्तिक सीमारेषा मी आखल्या होत्या. त्या तिने कधी ओलांडल्या नाहीत, तिला त्याचा कितीही त्रास झाला तरी नाही. लहानपणी मी खूप स्वावलंबी होतो," तो सावकाश बोलतो.

माझ्या बरगड्यात कोणीतरी लाथ घातल्यासारखं मला वाटतं. माझ्या नजरेसमोर एक तपकिरी केसांचा मुलगा येतो. कुणालाही त्याच्याबद्दल काही वाटत नाही, म्हणून तो स्वतःच आपली काळजी घेतो. त्या विचारानं मी खिन्न होते. पण आत्ता या क्षणाला आमच्यामध्ये हे जे अद्वैत फुलतंय, त्याला मला कुठल्याही प्रकारे तडा जाऊ द्यायचा नसतो.

"मग तर हा माझा सन्मान आहे," मी त्याला चिडवते.

"नक्कीच, मिस स्टील, किंवा असं म्हणू या की, हा माझा सन्मान आहे."

"तू तर सांगायला नकोच मि. ग्रे," मी कुजकेपणानं म्हणते.

त्याचे केस कोरडे झाल्यावर मी दुसरा टॉवेल घेते. आता मी त्याच्या मागे उभी आहे. आमची परत नजरानजर होते. त्याच्या नजरेतल्या 'पुढे काय' या प्रश्नामुळे मला काहीतरी सुचतं.

"मला काहीतरी करून पाहावंसं वाटत आहे, करू का?"

क्षणभर विचार करून तो 'हो' म्हणतो. अतिशय हळुवारपणे मी त्या मऊ टॉवेलनं त्याच्या डाव्या हातावरचं पाणी टिपते. मग आरशात पाहून त्याची प्रतिक्रिया आजमावते. त्याचे डोळे क्षणभर मिटतात. मग त्याच्या नजरेतली धग मला जाणवते.

पुढे होत मी त्याच्या बायसेप्सवर अलगद ओठ टेकवते. त्याचे ओठ कळत नकळत विलग होतात. त्याच पद्धतीनं त्याचा दुसरा हात टिपत मी चुंबन घेते. त्याच्या ओठांवर हसू येतं. त्याच्या पाठीवर अगदी पुसटशी लिपस्टिकची रेष अजूनही दिसते आहे. अतिशय काळजीपूर्वक मी तिथलं पाणी टिपून घेते. पाठीला साबण लावण्याची संधी मला मिळाली नव्हती.

"सगळी पाठ पूस," तो निश्चयानं म्हणतो, "टॉवेलनी." त्याच्या पाठीला माझा थेट स्पर्श होणार नाही याची काळजी घेत मी टॉवेलनी त्याची पाठ झर्रकन टिपते. डोळे घट्ट मिटून त्याने श्वास रोखून धरलेला असतो. त्याची पाठ किती देखणी आहे. रुंद रेखीव खांदे. प्रत्येक स्नायू कमावलेला. तो स्वतःची छान काळजी घेतो. त्या व्रणांनी मात्र त्याच्या पाठीला दृष्ट लावली आहे.

मोठ्या कष्टांनी मी त्या व्रणांकडे दुर्लक्ष करते. त्या प्रत्येक व्रणावर ओठ टेकवण्याची मला तीव्र इच्छा होते, पण मी ती बाजूला सारते. पाठ टिपून झाल्यावर तो मोकळा होतो. मग मी पुढे होत त्याच्या दोन्ही खांद्यांवर ओठ टेकवत त्याच्या सहकार्याची पावती देते. आता त्याला हातांनी वेढा घालून मी त्याचं पोट पुसू लागते. पुन्हा आरशात आमच्या डोळ्यांची भेट होते. त्याच्या नजरेत नवल आहे, पण सावधानतादेखील लपलेली नाही.

"हे धर," मी त्याच्या हातात एक नॅपकीन देते. काही न कळून तो माझ्याकडे त्रासून पाहतो. "जॉर्जियामधलं आठवतंय का? तू तुझ्या हातांनी मला स्पर्श करून घ्यायला लावला होतास," मी पुढे म्हणते.

त्याचा चेहरा गडद होतो, पण त्याच्या प्रतिक्रियेकडे दुर्लक्ष करत मी त्याला विळखा घालते. आरशातली आमची प्रतिबिंबं पाहून मला तर ओल्ड टेस्टामेन्टच्या पेंटिंग्जची आठवण येते. टॉवेलमधला जवळजवळ उघडा तो आणि डोक्याला गुंडाळलेल्या टॉवेलव्यतिरिक्त अंगावर कपडे नसलेली मी.

मी पुढे होत त्याचा हात धरते. तो मोठ्या विश्वासाने माझ्या हातात स्वतःचा हात सोपवतो. मग मी त्याचा हात छातीच्या दिशेनं नेत टॉवेल छातीवरून फिरवते. असं मी तीन वेळा करते. त्याला प्रचंड ताण येऊन तो निःस्तब्ध झाला आहे. त्याचे डोळे मात्र त्याचा हात पकडलेल्या माझ्या हाताच्या हालचालीचा वेध घेत राहतात.

माझी अंतर्देवता पसंती दर्शवते. सहसा तिचे ओठ मुरडलेले असतात, पण आता ती चक्क हसते आहे. मी सर्वश्रेष्ठ कठपुतळीकार आहे असं मला वाटतं. त्याच्या पाठीमधून ताणाचे तरंग उमटतात; पण तो आरशातली नजर हटवत नाही. मात्र त्याचे डोळे आता अधिक गहिरे आणि धोकादायक दिसत आहेत, जणू तो त्याची गुपितं माझ्यासमोर उघडी करत आहे.

मला या प्रांतात शिरून त्याच्यातल्या निद्रिस्त सैतानाला जागवायचं आहे का?

''माझ्या मते, तुझं अंग कोरडं झालं आहे,'' आरशात त्याच्या करड्या नजरेला नजर देत, हात खाली घेत मी हळूच म्हणते. त्याचा श्वास जलद होतो आहे. ओठ विलग झाले आहेत.

''ॲनेस्टेशिया, मला तुझी गरज आहे.''

''मलासुद्धा,'' माझ्या तोंडातून हे शब्द जसे बाहेर पडतात तशी त्यांच्या सच्चेपणाची जाणीव मला होते. ख्रिश्चनशिवाय जगणं ही कल्पनादेखील मला सहन होऊ शकत नाही.

तो घोगऱ्या आवाजात म्हणतो, ''मला प्रेम करू दे ना.''

''हो,'' मी असं म्हणताक्षणी मला घट्ट मिठीत घेत त्याचे ओठ माझ्या ओठांना भिडतात. तो माझी केवळ विनवणी करत नाही, तर पूजा करतो, फुलवतो आणि हो... माझ्यावरचं प्रेम व्यक्त करतो.

प्रणयपश्चात आम्ही दोघंही गंधावून-धुंदावून एकमेकांच्या नजरेत नजर गुंतवून पडून राहतो. त्याची बोटं अलगद माझ्या पाठीच्या कण्यावरून फिरतात. मी उशी कुशीत घेऊन पालथी पडले आहे, तर तो कुशीवर आहे. एकमेकांच्या स्पर्शाचं सुख आम्ही अनुभवतो आहोत. या क्षणी मला स्पर्श करण्याची निकड त्याला आहे, हे मी समजू शकते. त्याच्याकरता मी जणू मलम आहे. शांती मिळवायचा मार्ग आहे. मी त्याला नकार कशी देणार? माझ्याही त्याच्या बाबतीत याच भावना आहेत.

''हं, तर मनात आलं की तू हळुवारसुद्धा होऊ शकतोस,'' मी हळुवारपणे म्हणते.

''हं, असं दिसतंय खरं, मिस स्टील.''

मला हसू येतं. ''पण पहिल्यांदा आपण केलं, तेव्हा तर तू हळुवार नव्हतास.''

''नाही का?'' तो हसला, ''हं, मी जेव्हा तुझं कौमार्य भंग केलं.''

''तू ते भंग केलंस असं नाही मला वाटत,'' मी शिष्टपणानं म्हणते.

अरे! मी काय कुणी असहाय तरुणी आहे का?

''माझ्या मते, माझं कौमार्य मी आपणहून तुझ्या स्वाधीन केलं होतं. मलासुद्धा तू हवा होतास की! आणि मला तर आठवतंय की, मला त्यात फार मजा आली होती.'' संकोचानं ओठ चावत मी म्हणते.

''बरोबर आहे तुमचं म्हणणं, मिस स्टील. एकमेकांना सुखावणं हे आपलं ध्येय आहे,'' तो शब्द लांबवत बोलतो. मग त्याचा चेहरा सौम्य आणि नंतर गंभीर होतो, ''त्याचा अर्थ असाही आहे की तू माझी.'' चेहऱ्यावरचा सौम्यपणा जाऊन तो आता माझ्याकडे टक लावून पाहू लागतो.

''हो रे, तुझीच आहे,'' मी म्हणते. ''मला तुला काही विचारायचं आहे.''

“विचार की.”

“तुझे वडील– म्हणजे जन्मदाते– कोण होते, ते तुला माहिती आहे का?” कधीचा हा विचार मला छळत होता.

त्याच्या भुवया आक्रसतात. मग मान हलवत तो म्हणतो, “मला कल्पना नाही. पण तिचा तो यार माझा बाप नव्हता, हे नशीब.”

“तुला कसं माहिती?”

“मला डॅडनी जे काही... कॅरिकनी जे काही सांगितलं आहे, त्यावरून म्हणतो आहे मी.”

तो अजून काहीतरी बोलेल म्हणून मी त्याच्याकडे अपेक्षेनं पाहते. त्याला हसू येतं.

“सदैव माहितीसाठी भुकेली असतेस ना ॲनेस्टेशिया!” मान हलवत निःश्वास टाकत तो म्हणतो, “त्या भडव्याला त्या रांडेचं प्रेत दिसल्यावर त्यानं पोलिसांना कळवलं. फक्त त्याला हा शोध लागेपर्यंत चार दिवस उलटले होते. जाताना त्यानं दार ओढून घेतलं होतं. मला तिथेच तिच्याबरोबर... तिच्या प्रेताबरोबर सोडून गेला होता.” त्या आठवणींनी त्याचे डोळे गढुळतात.

मी श्वास रोखून धरते. त्या लहानशा जिवाचे किती हाल झाले असतील, याची कल्पनादेखील मला करवत नाही.

“नंतर पोलिसांनी त्याची जबानी घेतली. माझा त्याच्याशी काहीही संबंध नाही, हे त्यांनी ठणकावून सांगितलं. शिवाय कॅरिकच्या मते त्याच्यात आणि माझ्यात जराही साम्य नव्हतं.”

“तो कसा दिसायचा ते आठवतं आहे का तुला?”

“ॲनेस्टेशिया, माझ्या जीवनाचा हा जो हिस्सा आहे ना, तो काही आवर्जून लक्षात ठेवावा असा नाहीये. तरीही, तो कसा दिसायचा ते मला आठवतं. मी त्याला कधीही विसरू शकत नाही,” ख्रिश्चनचा चेहरा आधी काळवंडतो आणि मग कठोर होतो. त्याच्या डोक्यात राग मावेनासा होतो, “आपण दुसऱ्या विषयावर बोलू शकतो का?”

“आय ॲम सॉरी! तुला दुखवायचा हेतू नव्हता माझा.”

तो मान झटकत म्हणतो, “फार वर्षं झाली त्या सगळ्याला! मला तर आता त्याचा विचारदेखील करावासा वाटत नाही.”

“बरं मला सांग, तू काय सरप्राईज देणार होतास मला?” माझ्यावर तो भडकण्याआधी विषय बदलणं गरजेचं आहे. प्रश्न ऐकताच त्याच्या चेहऱ्यावरचे भाव झर्रकन पालटतात.

“मला तुला काहीतरी दाखवायचं, तुझी तयारी असेल तर. आपण थोडं

भटकायला मोकळ्या हवेत जाऊ या का?''

''अर्थात!''

त्याचा नूर अगदी क्षणार्धात पालटतो. त्याच्या या वृत्तीचं मला पुन्हा नवल वाटलं. तो माझ्याकडे पाहून प्रसन्न हसतो. सत्तावीस वर्षांचा तर आहे मी– असं त्याचं ते हसणं पाहून मी विरघळते. काहीतरी मनापासून दाखवायचं आहे त्याला, नक्कीच. तो माझ्या पार्श्वभागावर लाडिकपणे चापट मारतो.

''चल पटकन कपडे बदल. जीन्स बरी पडेल. टेलरनी बॅगमध्ये ठेवली असेल असं वाटत होतं.''

असं बोलत तो बॉक्सर चढवत उठतो. त्याचं असं सहजपणे वावरणं मी दिवसभर पाहू शकते. माझी अंतर्देवतादेखील अनुमोदन देते.

''ऊठ,'' त्याच्या नेहमीच्या बॉसच्या भूमिकेत शिरत तो गुरकावतो. मी कौतुकानं त्याला न्याहाळते.

''नेत्रसुख.''

तो माझ्याकडे पाहून डोळे फिरवतो.

आम्ही दोघंही तयार होत असताना मला जाणवतं की जणू खूप परिचित असल्याप्रमाणे आमच्या हालचाली एकमेकांना पूरक होत आहेत. आम्हाला एकमेकांची पुरेपूर जाणीव आहे. अधूनमधून आमची नजरानजर आणि सहेतुक-अहेतुक पुसटसे स्पर्श होत राहतात. मला प्रकर्षानं जाणीव होते की, हे सारं माझ्यासाठी जितकं नवखं आहे, तितकंच त्याच्यासाठीदेखील आहे.

''केस कोरडे कर.'' कपडे घालून झाल्यावर ख्रिश्चन हुकूम सोडतो.

''नेहमीसारखी दादागिरी ना!'' मी तोंड वेंगाडत म्हणते. तो वाकून माझ्या केसांवर ओठ टेकतो.

''राणी, आयुष्यभर हे असंच राहणार आहे. तू आजारी पडता कामा नये.''

आता मी त्याच्याकडे पाहून डोळे फिरवते. त्याच्या चेहऱ्यावर छानसं हसू उमटतं.

''मिस स्टील, माझे हात अजूनही शिवशिवताहेत.''

''मि. ग्रे, हे ऐकून मला आनंद झाला. मला वाटायला लागलं होतं की, तुमचा मूळ स्वभाव तुम्ही पूर्णपणे विसरून जात आहात की काय!''

''तुमची इच्छा असेल तर मी दाखवून देऊ शकतो की, तसं काही झालेलं नाहीये.'' बॅगमधून मोठा, क्रीम रंगाचा केबलच्या विणीचा स्वेटर काढून खांद्याभोवती झकासपणे लपेटत तो म्हणतो. पांढरा टीशर्ट, जीन्स, विस्कटलेले तरीही स्टाईलिश केस आणि भरीला हा स्वेटर. एखाद्या उच्च दर्जाच्या सिनेमॅगझीनच्या पानावरून थेट अवतरल्यासारखा दिसतो आहे तो.

इतकं देखणं कुणी दिसू नये. आता त्याच्या या प्रचंड देखणेपणाची क्षणभर पडलेली भूल म्हणा किंवा तो माझ्यावर प्रेम करतो आहे हे कळल्यामुळे म्हणा, मला आता त्याची भीती वाटत नाही. हा जसाही आहे तसा तो माझा आहे. माझा फिफ्टी शेड्‌स!

हेअरड्रायर हातात घेत असताना माझ्या मनात आशेला धुमारे फुटतात. आम्ही जर सुवर्णमध्य गाठू शकलो, तर दोघांच्याही गरजा आणि मर्यादा लक्षात घेऊन योग्य मार्ग आखता येईल. तसं करणं मला नक्की जमेल.

ड्रेसिंग टेबलाच्या आरशातल्या माझ्या प्रतिबिंबावर मी नजर टाकते. टेलरनी विकत आणलेला फिक्कट निळा शर्ट त्यानी माझ्या बॅगमध्ये टाकला होता. तोच मी घातला आहे. माझे केस फार विस्कटलेले आहेत. चेहरा टापसला आहे. ओठ सुजले आहेत. मी त्यांना स्पर्श करते. ख्रिश्चननी आवेगानी घेतलेली चुंबनं मला आठवतात. स्वतःला पाहताना आलेलं हसू मी दाबू शकत नाही.

हो, आहे! त्यानी म्हटलं आहे.

"**आपण** नक्की कुठे चाललो आहोत?" लॉबीमध्ये उभं राहून आम्ही पार्किंग वॅलेची वाट पाहत असताना मी विचारते.

नाकावर टिचकी मारत मला डोळा मारत ख्रिश्चन मिस्कीलपणे माझ्याकडे पाहतो. आपला आनंद लपवण्याचा वृथा प्रयत्न तो करत आहे. त्याच्या नेहमीच्या फिफ्टीपणाशी अगदी विसंगत असं हे वागणं आहे.

आम्ही ग्लायडिंगला गेलो होतो, तेव्हा तो असाच आनंदात होता. म्हणजे आत्ता आम्ही कदाचित ग्लायडिंगला जाणार असू. मीसुद्धा त्याच्याकडे आनंदानं पाहते.

तो माझ्याकडे टक लावून पाहतो. गालातल्या गालात हसतो. मग थोडासा झुकत माझं हळुवार चुंबन घेतो.

"तुझ्यामुळे मला केवढा आनंद मिळतो आहे, याची तुला कल्पना आहे का?"

"हो, अगदी अचूक आहे. कारण तुझ्यामुळे माझ्या वाट्यालादेखील अतिशय आनंद आला आहे."

तितक्यात वॅले ख्रिश्चनची गाडी ऐटीत घेऊन येतो. त्याच्या चेहऱ्यावरदेखील खूप आनंद आहे. अरे वा! आज सगळे जण अतिशय आनंदात आहेत की!

"काय जोरदार गाडी आहे, सर!" ख्रिश्चनकडे गाडीची किल्ली सोपवत तो दाद देतो. डोळा मारत ख्रिश्चन त्याला भली मोठी टीप देतो.

देवा! मी त्याच्याकडे कौतुकाने पाहते.

आम्ही रहदारीतून पुढे सरकू लागतो. ख्रिश्चन आता विचारात हरवला आहे.

गाडीच्या स्पीकरमधून तरुण मधाळ स्वर झिरपू लागतो. त्या दर्दभऱ्या आवाजात मी हरवते.

"मला जरा मधे एका ठिकाणी थोडं काम आहे. पटकन होईल ते," अर्धवट स्वतःशी बोलल्याप्रमाणे तो म्हणतो. माझं लक्ष गाण्यावरून उडतं.

ओह! काय असेल? मुळात त्याचं सरप्राईज काय असेल हे जाणून घेण्याची मला प्रचंड उत्सुकता वाटते आहे. माझी अंतर्देवता तर एखाद्या पाच वर्षांच्या मुलीसारखी उड्या मारते आहे.

"चालेल," मी पुटपुटते. काहीतरी आहे खरं. अचानक त्याचा चेहरा निश्चयी दिसू लागतो.

एका प्रचंड मोठ्या कार शोरूमच्या पार्किंग लॉटमध्ये गाडी लावून मग तो माझ्याकडे बघतो. त्याच्या चेहऱ्यावर सावधपणा आहे.

"तुझ्यासाठी नवीन गाडी घ्यायला हवी," त्याचं हे वाक्य ऐकून मी आ वासून त्याच्याकडे पाहत राहते.

आज? रविवारी? काहीही काय? आणि ही तर साबची शोरूम आहे.

"ऑडी नाही का?" बावळटासारखी मी एवढंच म्हणते. त्याच्या चेहऱ्यावर चक्क संकोच आहे.

होली काऊ! ख्रिश्चन आणि लाजला आहे! ही नक्की पहिली वेळ असणार.

"मला वाटलं की, तुला दुसरी कुठलीतरी गाडी आवडेल," तो प्रचंड अस्वस्थ झाला आहे.

ओह प्लीज! त्याला चिडवण्याची ही सुसंधी सोडणं शक्य नाही. मी मुद्दाम विचारते, "साब?"

"हो, ए-नाइन-थ्री. चल."

"तुला परदेशी गाड्या का बरं इतक्या आवडतात?"

"ॲनेस्टेशिया, जर्मन आणि स्वीडिश जगात सर्वांत सुरक्षित गाड्या बनवतात."

खरं की काय? "मला वाटलं होतं तू आधीच ऑडी ए थ्री बुक केली आहेस."

तो माझ्याकडे टक लावून पाहतो. त्या पाहण्यात नवलाई आहे. "ती मी रद्द करू शकतो ना! चल." ऐटीत गाडीतून उतरून तो माझ्या बाजूला येऊन दार उघडतो.

"मी तुला ग्रॅज्युएशनचं प्रेझेंट देणं लागतो," हळुवारपणे असं म्हणत तो माझ्यासाठी हात पुढे करतो.

"ख्रिश्चन, हे इतकं सगळं करण्याची गरज नाही रे."

"हो आहे. प्लीज. चल," त्याच्या बोलण्याच्या पद्धतीवरून मला लक्षात येतं की आत्ता काहीही वाद घालण्यात अर्थ नाही.

मी दैवावर हवाला सोडून देते. पण साब? तसं म्हटलं तर मला साब हवी आहे

का? ती सबमिसिव्ह स्पेशल ऑडी मला आवडली होती. टुमदार होती ती.

हं! आता तिच्यावर टनभर पांढरा रंग ओतला आहे. मी क्षणभर कासावीस होते. ती अजूनही तिथे कुठेतरी आहे.

मी ख्रिश्चनचा हात पकडते. आम्ही दोघंही शोरूममध्ये जातो.

तिथला सेल्समन ट्रॉय टर्निअन्स्की पुढे होत आमचं स्वागत करतो. तो ख्रिश्चनला जणू चिकटतो. हा ग्राहक खरेदी केल्याशिवाय जाणार नाही याचा त्याला अंदाज येतो. त्याची बोलण्याची ढब मात्र थोडीशी अटलांटिक आहे की ब्रिटिश, हे नक्की सांगता येत नाही.

''सर, साब हवी आहे का? वापरलेली?'' तो आनंदानी हातावर हात चोळतो.

''नवीन.'' ख्रिश्चनचे ओठ घट्ट बंद होतात.

नवीन?

''सर, एखादं मॉडेल डोक्यात आहे का?'' आता तर खुशामतदेखील करतो आहे.

''हं. नाईन-थ्री टू पॉईंट झिरो, स्पोर्ट सेडन.''

''अरे व्वा! जबरदस्त निवड आहे तुमची.''

''ॲनेस्टेशिया, रंग कुठला आवडेल?'' माझ्याकडे पाहत फिफ्टी विचारतो.

''अं... काळा,'' मी खांदे उडवत, ''हे बघ, खरंच गरज नाहीये याची.''

त्याच्या कपाळावर आठ्या उमटतात, ''नको. अंधारात काळा रंग पटकन दिसून येत नाही.''

ओह! काय रे बाबा! डोळे फिरवण्याचा मोह मला होतो. पण मी तो आवरते, ''तुझी पण तर काळी गाडी आहे ना!''

तो वैतागतो.

''बरं बाबा, मस्त पिवळ्या रंगाची चालेल,'' मी माघार घेत म्हणते.

ख्रिश्चनला अजिबातच पटलेला नाहीये हा रंग. त्याचा चेहराच सांगतो आहे ते.

''तूच सांग, मी कुठला रंग घ्यावा असं तुला वाटतं आहे?'' तो एखादं लहान मूल असल्यासारखं मी त्याला विचारते. तसाही अनेक बाबतीत तो लहान मूलच आहे. त्या विचारांनी माझ्या मनात खिन्नता दाटून येते.

''चंदेरी किंवा पांढरी.''

''ठीक आहे मग, चंदेरी चालेल. पण खरं सांगू का, मला तरी ऑडी आवडेल.'' माझ्या विचारांचं मला नवल वाटतं.

ट्रॉयचा चेहरा उतरतो. गिऱ्हाईक जातं की काय हातचं असं त्याला वाटतं, म्हणून तो पटकन पुढे येत उत्साहाने म्हणतो, ''मॅडम, तुम्हाला कदाचित कन्व्हर्टिबल आवडेल.''

गाडी घेण्याच्या या एकंदर प्रकारामुळे माझी सद्सद्विवेकबुद्धी पार वैतागली आहे. पण माझी अंतर्देवता तिला फटकारत गप्प करते. *कन्व्हर्टिबल! पाणी सुटलंय तोंडाला.*

ख्रिश्चन थोडासा त्रासून माझ्याकडे पाहत, एक भुवई उंचावून विचारतो, ''कन्व्हर्टिबल?''

मला संकोच वाटतो. मनकवडा आहे की काय हा? आहे म्हणा. पण अनेकदा मला ते गैरसोईचं होतं हेही खरं आहे. मी माझ्या हातांचं निरीक्षण करते.

ख्रिश्चन ट्रायकडे वळतो, ''कन्व्हर्टिबलचे सेफ्टी फीचर्स काय आहेत?''

ख्रिश्चनची काळजी लक्षात घेऊन ट्राय एकदम जोशात येऊन पटापट बोलू लागतो.

अर्थात, माझी सुरक्षितता ख्रिश्चनच्या दृष्टीने सर्वाधिक महत्त्वाची आहे म्हणा. जणू तो त्याचा धर्म आहे आणि तो स्वतः पाईक आहे. ट्रॉयचं म्हणणं तो अगदी कान देऊन ऐकतो. फिफ्टीला माझी खूप काळजी आहे.

हो आहे! आज सकाळी त्यानं हळुवारपणे, दबकत उच्चारलेले त्याचे शब्द मला आठवतात. त्याबरोबर माझ्या नसानसातून उष्ण, मधाळ प्रवाह वाहू लागतो. मी आतून उजळू लागते. हा माणूस जणू स्त्रियांसाठी देवानी पाठवलेलं वरदान! हा माझ्यावर प्रेम करतो.

मी त्याच्याकडे पाहत बालिश आनंदाने हसते. तो माझ्याकडे रोखून पाहतो; पण माझ्या भावनांचा त्याला अंदाज येत नाही. मी या क्षणी इतकी आनंदात आहे की, मला स्वत:ला घट्ट कवळावंसं वाटत आहे.

''मिस स्टील, तुम्ही ज्या विचारांनी इतक्या आनंदात आहात, ते जाणून घ्यायला मलासुद्धा आवडेल,'' ट्रॉय कम्प्युटरच्या दिशेनं गेल्याबरोबर ख्रिश्चन मला म्हणतो.

''मी तुमच्या पायी नादावले आहे, मि. ग्रे.''

''खरं की काय? पण तू आत्ता झिंगल्यासारखी दिसते आहेस,'' पटकन माझं पुसटसं चुंबन घेत तो म्हणतो, ''आणि गाडी घेतल्याबद्दल थँक्यू. मागच्या वेळेपेक्षा सहज झालं आत्ता.''

''हो, पण ही काही ऑडी ए थ्री नाहीये.''

''ती गाडी तुझ्यासाठी नाहीच आहे.''

''मला आवडली होती ती.''

''सर, नाईन थ्री आगच्या बिव्हर्ली हिलच्या शोरूमला आहे. एक-दोन दिवसांत तुमच्यासाठी ती इथे मागवता येईल,'' ट्रॉयचा चेहरा आनंदला आहे.

''सगळ्यात बेस्ट ना?''

"हो, सर."

"ठीक आहे," ख्रिश्चन त्याला क्रेडिट कार्ड देतो. त्याचं असेल की टेलरचं? हा विचारसुद्धा त्रासदायक आहे. टेलर कसा असेल? लीला अपार्टमेंटमध्ये सापडली असेल का? मी कपाळ चोळते. हो! ख्रिश्चनबरोबर इतर अनेक गोष्टीही येतात की.

"तुम्ही जरा इकडे येऊ शकला तर मि.," ट्रॉय कार्डकडे नजर टाकत म्हणतो, "ग्रे."

ख्रिश्चन गाडीचं दार उघडतो तशी मी पॅसेंजर सीटवर बसते.

"थँक्यू!" तो आत येऊन बसल्यावर मी म्हणते.

"यू आर मोस्ट वेलकम, ॲनेस्टेशिया."

ख्रिश्चन गाडी सुरू करतो, त्याबरोबर गाणं सुरू होतं.

"कोण गात आहे?" मी विचारते.

"ईव्हा कॅसिडी..."

"काय गोड आवाज आहे तिचा."

"खरंच आहे... होता."

"अं?"

"फार तरुणपणी गेली ती."

"ओह!"

"तुला भूक लागली आहे का? तू ब्रेकफास्टसुद्धा नीट केला नव्हतास." माझ्याकडे नजर टाकत तो म्हणतो. त्याच्या चेहऱ्यावर नाराजी स्पष्ट दिसते.

अरे बापरे! "हो."

"चल मग, आधी जेवू या."

ख्रिश्चन आधी बंदराच्या दिशेने मग अलास्कन वेच्या उत्तरेकडे गाडी घेतो. सिएटलमधला हा आणखीन एक सुंदर दिवस आहे. गेले काही आठवडे वातावरण फार छान आहे, हे एक नवलच आहे, असं माझ्या मनात येतं.

ख्रिश्चन किती मोकळा आणि आनंदात दिसतो आहे. आम्ही दोघंही मन लावून ईव्हा कॅसिडीचा गोड, भावपूर्ण आवाज ऐकत हायवेवरून जातो. याच्या सहवासात मला आजच्याइतकं आरामदायक वाटलं होतं का याआधी? मला नाही सांगता येणार.

आता त्याच्या मूड्समुळे मी पूर्वीइतकी बावचळत नाही. तो मला शिक्षा करणार नाही याची मला खात्री आहे. शिवाय, त्यालाही माझ्या सहवासात आरामशीर वाटतंय. किनाऱ्याच्या त्या रस्त्यानं जाता-जाता तो गाडी डावीकडे वळवून एका प्रचंड मोठ्या बंदरासमोरच्या पार्किंग लॉटमध्ये लावतो.

“आपण इथे खाऊ या. मी उघडतो तुझं दार,” त्याच्या स्वरावरून माझ्या लक्षात आलं की, अधिक काही न बोलता चूपचाप तो सांगेल तसं वागावं. तो गाडीला वळसा घालून माझ्या बाजूला येतो. त्याची ही सवय जाईल का कधी?

हातात हात गुंफून आम्ही बंदराच्या दिशेनं जातो.

“बापरे! केवढ्या बोटी आहेत इथे!” मी आश्चर्यचकित होते. वेगवेगळ्या आकाराच्या शेकडो बोटी बंदरातल्या शांत पाण्यावर डोलत उभ्या आहेत. साऊंडकडे नजर टाकली की वाऱ्यावर फडफडणारी शिडं डझनांनी दिसत आहेत. स्वच्छ सुंदर वातावरणाचा हा परिणाम आहे. ते सारं दृश्यं फार मनोहारी आहे. थोडंसं वारं सुटल्यामुळे मी जाकीट ओढून घेते.

“थंडी वाजते का?” असं विचारत तो मला पटकन ओढून घेतो.

“नाही रे. हे सगळं किती सुंदर आहे!”

“मीसुद्धा दिवसभर हे दृश्य पाहत उभं राहू शकतो. चल, इकडून ये.”

ख्रिश्चन मला तिथल्या मोठ्या बारमध्ये काउंटरच्या दिशेनं नेतो. तिथल्या सजावटीवर पश्चिम किनारपट्टीपेक्षा न्यू इंग्लंडचा जास्त प्रभाव दिसतो आहे. पांढऱ्या शुभ्र भिंती, फिकट निळं फर्निचर, जोडीला जागोजागी बोटिंगसाठीच्या वस्तू मांडलेल्या – एकंदरीतच एकदम प्रसन्न वाटतं आहे तिथे.

“मि. ग्रे!” बारमन ख्रिश्चनचं मनापासून स्वागत करतो, “सांगा काय आणू तुमच्यासाठी?”

“दान्ते, गुड आफ्टरनून!” आम्ही दोघंही बारस्टूलवर बसतो. तसं ख्रिश्चन हसून माझी ओळख करून देतो, “ही सुंदरी ॲनेस्टेशिया स्टील आहे.”

“एस.पी.च्या या जागेत तुझं स्वागत आहे,” माझ्याकडे पाहून छानसं हसून दान्ते म्हणतो. तो काळा आणि देखणा आहे. त्याचे डोळे माझा वेध घेतात. बहुधा त्याला माझ्या नजरेत कुठलीही वखवख दिसत नाही. त्याच्या कानातला मोठा हिरा चमकतो. मला दान्ते लगेच आवडतो.

“ॲनेस्टेशिया, तुला काय प्यायला आवडेल?”

मी ख्रिश्चनकडे पाहते; पण माझं मी ठरवावं म्हणून तो अपेक्षेनं पाहत असतो.

“प्लीज, मला ॲना म्हण. आणि ख्रिश्चन जे घेणार आहे तेच मी घेईन,” मी संकोचानं दान्तेला म्हणते. फिफ्टीचं वाईनच्या बाबतीत ज्ञान माझ्यापेक्षा खूप चांगलं आहे.

“मी बिअर घेणार आहे. सिएटलमधला हा एकमेव बार आहे जिथे ॲडनॅम्स एक्सप्लोरर मिळते.”

“बिअर?”

"हो," माझ्याकडे पाहत हसत तो म्हणतो, "दोन एक्सप्लोरर्स प्लीज, दान्ते."

मान डोलावत दान्ते पटकन आमच्यासमोर दोन बिअर ठेवतो.

"इथे सी फूड शॉवडर खूप छान मिळतं," ख्रिश्चन सांगतो.

हा चक्क मला विचारतो आहे!

"हं. शॉवडर आणि बिअर हे कॉम्बिनेशन झकास लागेल," मी हसून म्हणते.

"दोन शॉवडर्स?" दान्ते विचारतो.

"प्लीज," ख्रिश्चन हसतमुखाने म्हणतो.

पहिल्यांदाच आम्ही खाताना इतक्या मोकळ्या गप्पा मारतो. ख्रिश्चन खूप आनंदात आणि शांत आहे. काल ज्या काही घटना घडल्या, त्या पार्श्वभूमीवर तो अगदी उत्साहात दिसतो आहे. तो ग्रे एन्टरप्राईजेस होल्डिंग्जबद्दल भरभरून बोलतो, तसतसं मला त्याची कंपनीप्रती आस्था आणि समस्या निराकरण करण्याविषयीच्या त्याच्या कळकळीची अधिकाधिक ओळख होते. तो नवीन तंत्रज्ञान विकसित करतो आहे. अविकसित राष्ट्रांना इतरांच्या बरोबरीनं उत्पादक बनवण्याचं त्याचं स्वप्न आहे. मी मनापासून त्याचं बोलणं ऐकते. मला पहिल्यांदाच जाणवतं की, त्याचा स्वभाव गमतीदार आहे. तो हुशार आहे. त्याला लोककल्याणाची आस आहे, तो सुंदर आहे आणि त्याचं माझ्यावर प्रेम आहे.

तो मला रे आणि माझ्या आईबद्दल विचारतो. मॉन्टेसॅनोच्या जंगलामधलं वास्तव्य, टेक्सास आणि वेगसमधलं अत्यल्प वास्तव्य, माझी आवडती पुस्तकं, मूव्हीज... हे सगळं त्याला जाणून घ्यायचं आहे. आमच्या कितीतरी आवडीनिवडी जुळत आहेत, हे पाहून मला नवल वाटतं.

आम्ही गप्पा मारत असताना माझ्या लक्षात येतं की, अतिशय अल्पावधीत त्याच्यात परिवर्तन झालं आहे- वाइटातून चांगल्याकडे.

आमचं जेवणं आटोपतं तेव्हा दोन वाजून गेलेले असतात. ख्रिश्चन बिल चुकवतो. आम्ही दान्तेचा निरोप घेतो.

"काय जागा आहे ही! थँक्यू फॉर लंच." यावर ख्रिश्चन हसून माझा हात हातात घेतो आणि आम्ही तिथून बाहेर पडतो.

"आपण परत इथे येऊ या," असं तो म्हणतो. मग आम्ही पाण्याच्या दिशेनं चालायला सुरुवात करतो, "चल ना, मला तुला काहीतरी दाखवायचं आहे."

"मला ठाऊक आहे. ते पाहण्याची मला प्रचंड उत्सुकता वाटते आहे."

हातात हात घालून आम्ही किनाऱ्यावर चालतो. मस्त हवा आहे. कितीतरी लोक रविवारचा आनंद घेत आहेत. कुणी कुत्र्यांना फिरायला आणलं आहे, कुणी बोटींचं निरीक्षण करतं आहे, तर कुणी मुलांचं खेळणं-बागडणं बघतं आहे.

आम्ही पाण्याच्या दिशेनं चालू लागतो. आता बोटींचे आकार नजरेत भरू लागतात. ख्रिश्चन मला धक्क्यावर घेऊन जातो आणि एका मोठ्या कॅटॅमरॅनसमोर नेऊन उभं करतो.

''माझ्या मनात आलं की, आपण आज सेलिंगला जाऊ या. ही माझी बोट आहे!''

होली काऊ! ती किमान चाळीस-पन्नास फूट लांब असावी. त्याचे दोन देखणे पांढरे हल नजरेत भरतात. एक डेक, एक ऐसपैस खोली आणि एक उंचच उंच शिडांची डोलकाठी दिसते आहे. मला बोटीमधलं अजिबात काही कळत नाही. तरीही ही बोट खास आहे, हे माझ्या नजरेला जाणवतं.

''वॉव!'' मी आश्चर्यानं म्हणते.

''माझ्या कंपनीनं बांधली आहे,'' तो अभिमानानं म्हणतो, तसा माझा ऊर भरून येतो. ''जगातल्या सर्वश्रेष्ठ नेव्हल आर्किटेक्टनी तिचा आराखडा तयार केला. त्याबरहुकूम इथे सिएटलमध्ये माझ्या यार्डात तिची बांधणी झाली. तिचं इंजिन हायब्रिड इलेक्ट्रिकचं आहे, तिचे डॅगर बोर्डर वेगवेगळे आहेत. झालंच तर मुख्य शिडाचा वरचा भाग चौकोनी...''

''थांब, थांब. माझ्या डोक्यावरून जात आहे, ख्रिश्चन.''

तो हसत म्हणतो, ''ही मस्त बोट आहे.''

''मि. ग्रे, ती कमाल देखणी दिसते आहे.''

''अर्थात, मिस स्टील.''

''तिचं नाव काय आहे?''

तो मला एका बाजूला घेतो. तिथून मला बोटीचं नाव वाचता येते.

द ग्रेस! मला नवल वाटतं, ''तू तुझ्या आईचं नाव दिलंस?''

''हो,'' मान एका बाजूला करत तो म्हणतो, ''त्यात तुला एवढं आश्चर्य का वाटलं?''

मी खांदे उडवते. मला नवल वाटलं, कारण त्याच्या आईच्या सहवासात तो नेहमी भांबावलेला दिसतो.

''ॲनेस्टेशिया, मला माझी आई खूप आवडते. मग मी तिचं नाव दिलं बोटीला तर त्यात काय एवढं?'' मान कलती करत तो विचारतो.

मी खांदे उडवते. मला नवल वाटलं आहे– तिच्या सहवासात तो संदिग्ध असतो.

''ॲनेस्टेशिया, माझी आई मला अतिशय आवडते. मग तिचं नाव मी का बरं नाही देणार या बोटीला?''

''नाही, तसं नाही... म्हणजे... मला असं म्हणायचं होतं की...'' छे! नेमक्या

शब्दांत कसं सांगू मी ह्याला.

"ॲनेस्टेशिया, ग्रेस ट्रेव्हेलिअनंनी माझा जीव वाचवला आहे. आज मी जो काही आहे, तो केवळ तिच्यामुळे."

त्याच्या बोलण्यातला सच्चेपणा मला भिडतो. तो क्षण मी तसाच धरून ठेवते. आज पहिल्यांदा माझ्या लक्षात येतं की, अरे, ह्याचं ह्याच्या आईवर निरतिशय प्रेम आहे. मग का बरं तो तिच्या सहवासात संदिग्ध असतो?

"चल, बोटीवर येतेस का?" त्याच्या डोळ्यांत विलक्षण चमक आहे.

"अर्थात," मी हसत दुजोरा देते.

तो खूप आनंदात, सुखावलेला दिसतो आहे. माझा हात पकडून तो मला बोटीवर चढवतो. आता आम्ही दोघंही डेकवर आहोत. आमच्या डोक्यावर मजबूत छत्री आहे.

आमच्या एका बाजूला एक साधं टेबल आणि दुसरं फिक्या निळ्या लेदरनी मढलेलं आठ जणांची बसायची सोय असलेलं 'यू' आकाराचं जेवणाचं टेबल आहे. तिथल्या काचेच्या सरकत्या दारातून मी आतल्या भागात नजर टाकते. आतमध्ये कोणाची तरी हालचाल दिसल्यामुळे मी घाबरून उडी मारते. दार सरकवत एक उंच, सोनेरी कुरळ्या केसांचा माणूस आतून बाहेर येतो. त्याचे डोळे तपकिरी असतात. तो चांगलाच रापलेला असतो. त्याच्या अंगात आखूड बाह्यांचा, फिक्या गुलाबी रंगाचा पोलो शर्ट, शॉर्ट्स आणि डेक शूज असतात. साधारण तिशीचा वाटतो तो.

"मॅक," त्याला पाहून ख्रिश्चनचा चेहरा उजळतो.

"मि. ग्रे, वेलकम बॅक," ते दोघं हात मिळवतात.

"ॲनेस्टेशिया, हा लिअम मॅक्कोनेल आहे. लिअम, ही माझी गर्लफ्रेंड आहे, ॲनेस्टेशिया स्टील."

गर्लफ्रेंड? माझी अंतर्देवता प्रचंड खूश होऊन बेभानपणे नाचू लागते. एकतर अजूनही ती कन्व्हर्टिबल मिळाल्याच्या आनंदात मग्न आहे. अर्थात, त्याने मला गर्लफ्रेंड म्हणण्याची ही अगदी पहिली वेळ नसली, तरी त्याच्या तोंडून ते ऐकण्यात मला जाम थ्रिल वाटतं आहे. आता मला सवय करून घेतली पाहिजे.

"कसे आहात?" लिअम आणि मी हात मिळवतो.

"मला मॅक म्हणा," तो मला अगत्यानं म्हणतो. त्याच्या बोलण्यावरून तो कुठला असावा हे मला ठरवता येत नाही. "मिस स्टील, बोटीवर तुमचं स्वागत आहे."

"मला ॲना म्हण," मी संकोचानी म्हणते. त्याचे डोळे गडद तपकिरी आहेत.

"काय म्हणते आहे ती?" ख्रिश्चन पटकन बोलतो. क्षणभर मला वाटतं की

हा माझ्याबद्दल बोलतो आहे की काय.

"सर, ती कोणत्याही क्षणी निघायला तयार आहे," मॅक उत्साहाने म्हणतो.

ओह, बोट! द ग्रेस... *वेडी आहे मी.*

"चल मग निघू या."

"तुम्ही काढताय का तिला बाहेर?"

"हो," लबाडपणे हसत ख्रिश्चन तत्परतेनी उत्तर देतो, "ॲनेस्टेशिया, पटकन बोट दाखवू का तुला?"

"हो, चालेल."

मी त्याच्यामागे केबिनमध्ये जाते. आमच्यासमोर 'एल' आकाराचा मोठा क्रीम लेदरचा सोफा आहे. त्याच्या अगदी वरच्या भागात एक मोठी वळणदार खिडकी आहे. त्यातून मरिनाचा सुंदर देखावा दिसतो. डाव्या बाजूला अद्ययावत स्वयंपाकघर आहे. फिक्कट रंगाच्या लाकडामध्ये सगळं बनलं आहे.

"हे मुख्य सलून आहे. त्या बाजूला गॅलरी आहे.," स्वयंपाकघराकडे बोट दाखवत तो म्हणतो.

माझा हात धरून तो मला मुख्य केबिनकडे नेतो. वाटतं त्यापेक्षा चिक्कार प्रशस्त आहे ती. जमीनदेखील फिक्या रंगाच्या लाकडाची आहे. सगळीकडे चकाचक आहे. आधुनिकतेचा स्पर्श आहे. तरीही सहज जाणवतं की, तो इथे फारसा वेळ घालवत नसावा.

"इकडे दोन्ही बाजूला बाथरूम आहेत," दोन्ही बाजूंच्या दारांकडे बोट दाखवत तो म्हणतो. त्यानंतर आम्ही एका लहान आणि गंमतशीर आकाराच्या दारासमोर येतो. ते उघडून आम्ही पाऊल आत ठेवतो. ती एक प्रशस्त बेडरूम असते. ओ!

आतमध्ये एक अतिभव्य पलंग असतो. त्याच्या एस्केलाच्या बेडरूमप्रमाणे इथेही सारं फिक्या निळ्या लिनन आणि फिक्या लाकडामध्ये बनलं आहे. ख्रिश्चनला विशिष्ट रंगसंगतीला धरून राहायला आवडतं.

"ही मास्टर केबिन आहे," मग माझ्याकडे पाहत तो म्हणतो, "इथे येणारी तू पहिली मुलगी आहेस." त्याच्या डोळ्यांत चमक आहे. "अर्थात, घरची मंडळी आली आहेत इथे, पण तुझी गोष्ट वेगळी आहे."

त्याच्या त्या टक लावून बघण्यानं मी संकोचते. माझी धडधड वाढते. खरंच! परत एक पहिल्यांदा? तो मला त्याच्या मिठीत ओढून घेतो. त्याची बोटं माझ्या केसात अडकतात. तो माझं चुंबन घेऊ लागतो. त्याच्या त्या गाढ चुंबनानंतर आम्ही दोघंही क्षणभर श्वास घ्यायचादेखील विसरतो.

माझ्या ओठाशी ओठ ठेवत तो म्हणतो, "या पलंगाचं उद्घाटन करावं लागेल."

ओह! समुद्रात!

‘‘पण आत्ता नाही हं! मॅक बोट काढायची तयारी करत असेल,’’ हं! माझ्या मनात दाटलेल्या निराशेकडे मी हेतुपुरस्सर दुर्लक्ष करते. मग माझा हात धरून तो मला परत सलूनमधून बाहेर घेऊन येतो. मग दुसऱ्या एका दाराकडे बोट दाखवून म्हणतो, ‘‘इकडे ऑफिस आहे आणि त्या बाजूनं समोरून अजून दोन केबिन्स आहेत.’’

‘‘एका वेळेस किती जण राहू शकतात इथे?’’

‘‘सहा जण. पण आत्तापर्यंत मी घरच्यांच्या व्यतिरिक्त कुणालाही आणलेलं नाही. मला एकट्याला बोटीनं जायला आवडतं. तुझी गोष्ट वेगळी आहे. तुझ्यावर लक्ष ठेवण्यासाठी तू माझ्याबरोबर हवी.’’

मग एका कपाटातून तो गडद लाल रंगाचं लाईफ जॅकेट काढतो.

‘‘हं,’’ असं म्हणत माझ्या डोक्यातून ते घालत तो सगळे पट्टे घट्ट बांधतो. त्याच्या चेहऱ्यावर हलकंसं हसू असतं.

‘‘मला असं जखडायला खूप आवडतं ना तुला?’’

‘‘हो, अगदी कशाही प्रकारे!’’ त्याच्या चेहऱ्यावर लबाड भाव असतात.

‘‘तू विकारी आहेस.’’

‘‘मला ठाऊक आहे.’’ त्याची एक भुवई उंचावते, हसू रुंदावतं.

‘‘माझा विकारी आहेस,’’ मी कुजबुजते.

‘‘हो, तुझाच.’’

जॅकेट व्यवस्थित घातल्यावर तो ते दोन्ही बाजूंनी पकडून माझं चुंबन घेतो, ‘‘सदैव,’’ मी काही बोलायच्या आत तो निःश्वास टाकत मला सोडतो.

सदैव! होली शिट्!

‘‘चल,’’ माझा हात पकडत तो मला बाहेर नेतो. मग काही पायऱ्या चढून आम्ही वरच्या डेकवरच्या कॉकपीटकडे जातो. तिथं एक खूप मोठं स्टिअरिंग व्हील आणि उंचावलेली सीट असते. मॅक बोटीच्या पुढच्या भागात दोरखंडांशी काहीतरी करत असतो.

‘‘तुझ्या दोरीच्या साऱ्या करामती इथेच शिकलास का?’’ मी निरागसपणे विचारते.

माझ्याकडे कौतुकानं पाहत तो म्हणतो, ‘‘क्लोव्हहिच ही गाठ नेहमी कामाला येते. मिस स्टील तुम्ही उत्सुक दिसत आहात. तुमची ही उत्सुकता मला नेहमी आवडते. प्रात्यक्षिक करून दाखवायला मला नक्की आवडेल,’’ माझ्याकडे पाहत तो छद्मीपणे हसतो. त्याचं बोलणं मला आवडलं तरी आहे, असा भाव आणत मी त्याच्याकडे पाहते. त्याबरोबर त्याचा चेहरा पडतो.

‘‘चालेल,’’ मी हसत म्हणते.

त्याबरोबर तो ओठाला मुरड घालतो. त्याचे डोळे बारीक होतात, ''तुझ्याकडे नंतर नीट पाहावं लागणार आहे. आत्ता आधी मला माझ्या बोटीला पाहायला हवं आहे,'' मग कंट्रोल पॅनेलपाशी बसून तो एक बटण दाबतो. त्याबरोबर इंजिन सुरू होतं.

मॅक घाईनं तिथे येतो. मग माझ्याकडे पाहत, हसत तो पटकन खालच्या डेकवर उडी मारतो आणि तिथला एक दोरखंड सोडवू लागतो. त्यालाही दोरीच्या काही करामती माहिती असू शकतात. मला स्वतःचा हा विचार अजिबात आवडत नाही. त्यानं मी संकोचते.

माझी अंतर्देवता माझ्याकडे रोखून पाहते. मनातल्या मनात मी तिच्याकडे दुर्लक्ष करून ख्रिश्चनकडे नजर वळवते– हा फिफ्टीचाच तर दोष आहे. आपण तयार आहोत असं मॅकनी सांगितल्यावर तो रिसिव्हर उचलून कोस्टगार्ड्सना त्याप्रमाणे कळवतो.

पुन्हा एकदा मी ख्रिश्चनच्या सफाईनं चकित होते. अशी कुठलीच गोष्ट नाही की जी याला येत नसेल? प्रत्येक गोष्ट कौशल्यानं करतो हा! शुक्रवारी माझ्या घरी त्यानं ढोबळी मिरची चिरण्याचा केलेला प्रयत्न आठवून मला हसू येतं.

ख्रिश्चन सावकाश 'द ग्रेस'ला तिच्या जागेतून बाहेर काढतो आणि धक्क्याच्या प्रवेशद्वाराकडे नेतो. आमच्यामागे काही लोकं जमले आहेत. ते कौतुकानं बाहेर पडणाऱ्या आमच्या बोटीकडे पाहत आहेत. लहान मुलं आम्हाला बाय करत आहेत, मीसुद्धा त्यांना बाय करते.

खांद्यावरून मागे नजर टाकत ख्रिश्चन मला ओढून जवळ घेत मांडीवर बसवतो. त्यानंतर तो मला कॉकपीटमधले वेगवेगळे डायल आणि इतर गॅजेटची माहिती देतो. मी निमूटपणे ऐकते.

''अेय, अेय कॅप्टन!'' असं म्हणताना मला हसू फुटतं.

माझ्या हातावर हळुवारपणे हात ठेवून तो बोट धक्क्यावरून काढत समुद्राकडे घेतो. काही मिनिटांतच आम्ही खुल्या समुद्रात पोहोचतो. आता अवतीभवती प्युजेट साउंडच्या थंडगार, निळ्याशार पाण्याशिवाय काही नाही. धक्क्याच्या संरक्षक भिंती खूप दूर राहिल्यामुळे मोकळ्या वाऱ्याचा तडाखा जाणवू लागतो. समुद्राच्या लाटांवर बोट हेलकावे खाऊ लागते.

खास काही कारण नसतानाही मला हसू येतं. ख्रिश्चनचा आनंद जाणवल्यामुळे असेल. किती मजा येते आहे. आता पश्चिमेकडच्या ऑलिम्पिक द्विपकल्पाच्या/पेनेनसुलाच्या दिशेनं जाण्यासाठी आम्ही एक मोठं वळण घेतो.

''सेल टाईम,'' ख्रिश्चन उत्तेजित होत म्हणतो, ''हे घे, तू चालव. याच मार्गावर ठेव.''

काय? माझ्या चेहऱ्यावरची भीती पाहून त्याला मजा येते.

"राणी, अगं सोपं आहे ते. हे व्हील धरून ठेव. मग तुझी नजर बोटीच्या समोरच्या टोकावरून सरळ क्षितिजावर खिळव. तुला छान जमेल ते. तुला नेहमी छान जमतं. शिड उभारलं गेलं की, तुला ओढ जाणवेल. त्या वेळेस मात्र हात स्थिर ठेव. मग मी तुला अशी खूण करेन," असं म्हणून तो त्याच्या गळ्याशी कापल्याची खूण करतो, "त्या वेळेस तू इंजिन बंद कर. हे बघ, इथे बटण आहे," एका मोठ्या काळ्या बटणाकडे बोट दाखवत तो म्हणतो, "आलं ना लक्षात?"

"हो," मी घाईघाईनं मान डोलावते. माझ्या तर पोटात गोळा उठला आहे. *देवा मला असं काही करावं लागेल, अशी अपेक्षा नव्हती मला.*

पटकन माझं ओझरतं चुंबन घेऊन तो कॅप्टनच्या खुर्चीवरून उठून बोटीच्या समोरच्या भागात असलेल्या मॅककडे जातो. तिथे ते दोघं मिळून शीड उलगडतात, दोरखंड सोडतात, पुली मोकळ्या करतात. एकमेकांशी नॉटिकल भाषेत काही काही बोलत राहतात. त्यांच्या वागण्या-बोलण्यात एकसंधपणा आहे. फिफ्टीला असं इतर कुणाशी इतकं मोकळेपणी वागता-बोलताना पाहणं, ही माझ्याकरता पर्वणी आहे.

कदाचित मॅक त्याचा मित्र असावा. ख्रिश्चनचे फारसे कुणी मित्र माझ्या पाहण्यात आले नाहीयेत. तसं तर मला तरी कुठे खूप मित्र-मैत्रिणी आहेत म्हणा. निदान सिएटलमध्ये तरी नाही. माझी एकुलती एक मैत्रीण बार्बाडोसच्या पश्चिम किनाऱ्यावरच्या सेंट जेम्समध्ये सुट्टी घालवण्यात दंग आहे.

अचानक मला केटची प्रचंड उणीव भासते. ती जेव्हा गेली, तेव्हा मला कल्पना नव्हती की मला तिची कमतरता इतकी तीव्रपणे जाणवणार आहे ते. ख्रिश्चनच्या भावाबरोबर– इलियटबरोबर अजून काही दिवस सुट्टी घालवण्याऐवजी ती विचार बदलून इथनबरोबर– तिच्या भावाबरोबर परत यावी, अशी इच्छा माझ्या मनामध्ये उगवते.

आता ख्रिश्चन आणि मॅक मिळून मुख्य शीड उभारतात. वारा अधाशासारखा साऱ्या बाजूंनी त्यात घुसतो. त्याबरोबर जोरात ओढ बसून बोट पुढे झेपावते. मला व्हीलमधून त्या संवेदना जाणवतात. वॉव!

आता ते दोघं वरच्या शिडाकडे वळतात. शीड फडफडू लागतं, तसं मी नवलानं ते न्याहाळते. वारा त्यातही शिरतो. त्यामुळे ते भरभरून ताणलं जातं.

"व्हीलवर स्थिर हात ठेव, राणी. इंजिन बंद कर!" वाऱ्याच्या वेगाला कापत ख्रिश्चनचा उच्च स्वर माझ्या कानावर पडतो. दुसरीकडे, त्यानं मघाशी मला दाखवलेली खूणदेखील तो करतो. तसं पाहिलं, तर त्याचे नेमके शब्द माझ्यापर्यंत पोहोचत नाहीत, फक्त आवाज तेवढा येतो. मी उत्साहानं मान डोलावते. मी ज्याच्या

प्रेमात पडले आहे त्या या उधाणलेल्या, वारा भरलेल्या आणि स्वतःचा तोल सावरू पाहणाऱ्या माणसाकडे मी भान हरपून पाहते.

मी बटण दाबते. त्यासरशी इंजिन बंद होतं. *द ग्रेस* मोठ्या डौलानं ऑलिम्पिक पेनिन्सुलामध्ये प्रवेश करते, जणू पाण्यावर विहरणारा एखादा पक्षीच. मला मोठ्यांदा ओरडावंसं वाटतं आहे. माझ्या आयुष्यात हा सर्वाधिक उत्कट प्रसंग आहे, अपवाद फक्त ग्लायडिंगचा... आणि कदाचित वेदनांच्या त्या लाल खोलीचा...

होली काऊ! काय वेगानं चालली आहे ही बोट. व्हील घट्ट धरून ठेवत, रडारच्या समोर मी पाय रोवून उभी राहते. इतक्यात ख्रिश्चन माझ्यामागे येत माझ्या हातांवर हात ठेवतो.

"मग कसं वाटतं आहे?" वाऱ्याच्या आणि समुद्राच्या आवाजातून मला ऐकू जावं म्हणून तो मोठ्यांदा म्हणतो.

"ख्रिश्चन, हे कल्पनातीत सुंदर आहे."

त्याच्या चेहऱ्याभर हसू पसरतं, "आता ती स्पिनीवर गेली की मग पाहा," असं म्हणत तो मॅकच्या दिशेनं निर्देश करतो. मॅक गर्द लाल रंगाचं शीड मोकळं करतो आहे. मला एकदम प्लेरूमच्या भिंतींचा रंग आठवतो.

"रंग फार सुरेख आहे," मी जोरात म्हणते.

तो मला डोळा मारत हसतो. अच्छा जाणीवपूर्वक आहे तर!

आता ती मोठी स्पिनी पूर्णपणे उलगडते. तिचा आकार वाटोळा असला, तरी जरा विचित्र आहे. आता तर *'द ग्रेस'* उधाणल्यासारखी साऊंडच्या दिशेनं धावू लागते.

"वेग पकडता यावा म्हणून शिडाचा आकार असमांतर आहे," माझ्या न विचारलेल्या प्रश्नाचं उत्तर तो देतो.

"हे अतिभन्नाट आहे!" काय उपमा द्यावी हे न कळून मी म्हणते. ऑलिम्पिक माउंटन आणि बेनब्रिज आयलंडच्या दिशेने आमची बोट झेपावते आहे. आजवर कधी कल्पना केली नाही असं हसू माझ्या चेहऱ्यावर आहे. मी नजर मागे टाकते, तसं मला दूर जाणारं सिएटल दिसतं. दूरवर माउंट रेनिअर दिसतो.

सिएटलच्या आजूबाजूचा परिसर असा इतका हिरवागच्च, देखणा असेल याची मी कल्पना केली नव्हती. उंचच उंच हिरव्यागार झाडांच्या बरोबरीनं डोकावणारे सुळके वातावरणाला अद्भुततेचा स्पर्श बहाल करत होते. आजची दुपारसुद्धा छान धुंदावली होती. सगळा परिसर उजळला होता. त्या सौंदर्यानं मी अवाक झाले. पाणी झरझर कापत आम्ही पुढे जात असताना आसमंतातील उत्कट स्तब्धता आम्हाला व्यापून टाकत होती.

"आता आपला स्पीड किती आहे?"

"फिफ्टीन नॉट्स."

"नॉट म्हणजे...?"

"साधारण ताशी १७ मैलाच्या वेगानं."

"बस्स? मला तर खूप जास्त वाटला स्पीड."

माझा हात धरून तो दाबत ख्रिश्चन म्हणतो, "ॲनेस्टेशिया, तू खूप सुंदर दिसते आहेस. तुझ्या गालावर रंग बघून छान वाटतं आहे... एरवी फक्त लाजल्यावर येतो रंग. जोसेफच्या फोटोत दिसतेस ना, तशी दिसते आहेस."

मी वळून त्याचं चुंबन घेते.

"मि. ग्रे, एखाद्या मुलीचा दिवस उत्तम प्रकारे कसा सत्कारणी लावावा, हे तुम्हाला अचूक कळतं."

"मिस स्टील, एकमेकांना सुखावणं हे आपलं उद्दिष्ट आहे," माझे केस मागे सारत तो माझ्या मानेचं चुंबन घेतो. माझ्या कणाभर सुखद संवेदना पसरतात. "तुला असं आनंदात पाहायला मला खूप आवडतं," मला मिठीत घट्ट धरत तो पुटपुटतो.

त्या अथांग निळ्याशार सागराकडे मी नजर टाकते. आपण मागच्या जन्मी असं कोणतं पुण्य केलं होतं की दैवानं माझ्यावर इतकं खूश होऊन या देखण्या माणसाला माझ्यापर्यंत आणून सोडलंय, असा विचार माझ्या मनात येतो.

माझं अबोध मन मला झापतं, *हो, तू अतिशय नशीबवान आहेस, गधडे. पण एक लक्षात घे, त्याला कायमस्वरूपी सौम्य प्रणय आवडणार नाहीये. तुला कुठेतरी काहीतरी तडजोड करावी लागणार आहे.* मनाच्या त्या उद्धट, उर्मट निर्देशाकडे एक तुच्छ कटाक्ष टाकून मी ख्रिश्चनच्या छातीवर डोकं टेकवते. पण खोलवर मला जाणीव होते की, माझं अबोध मन अगदी बरोबर सांगतं आहे. तरीही मी तिकडे दुर्लक्ष करते. मला माझ्या सुंदर दिवसाचा विचका करायचा नाहीये.

साधारणतः तासाभरानं आम्ही बेनब्रिज आयलंडच्या बाजूच्या छोट्या, निर्जन खाडीमध्ये बोट नांगरतो. रबरी होडीत बसून मॅक किनाऱ्यावर गेला आहे. कशासाठी ते मला माहीत नाही; पण मला शंका आहे, कारण ज्या क्षणी त्यानं तिकडे इंजिन सुरू केलं त्या क्षणी इकडे ख्रिश्चननं माझा हात धरून मला जवळजवळ ओढतच केबिनमध्ये नेलं, डोळ्यांसमोर काहीएक ध्येय ठेवून.

आता तो माझ्यासमोर उभा आहे. त्याची कुशल बोटं भराभर माझ्या लाईफ जॅकेटचे बंद सोडताहेत. त्याचा मादकपणा मला भारावून टाकतो आहे. लाईफ जॅकेट एकीकडे भिरकावून देत तो माझ्या नजरेत रोखून पाहतो. त्याच्या डोळ्यांच्या बाहुल्या मोठ्या झाल्या आहेत.

अजून तर त्यानं मला स्पर्शसुद्धा केला नाहीये, पण मी आधीच स्वतःला

त्याच्यात हरवून बसले आहे. हात थोडासा उंचावून माझ्या चेहऱ्याच्या दिशेनं आणत माझ्या हनुवटीवर तो बोटं टेकवतो, तिथून गळ्यावरून खाली उतरवत माझ्या निळ्या ब्लाऊजच्या पहिल्या बटणाशी त्याची बोटं स्थिरावतात.

''मला बघायचं आहे तुला,'' असं म्हणत तो कुशलतेनं बटण उघडतो.

मग वाकत माझ्या विलग ओठांवर ओठ टेकवतो. मी प्रचंड आतुर झाले आहे. त्याचं मर्दानी सौंदर्य, या केबिनच्या पार्श्वभूमीवर तीव्रतेने जाणवणारी त्याची संभोगाची आस आणि बोटीचे हळुवार हेलकावे. तो एक पाऊल मागे घेत उभा राहतो.

''माझ्यासाठी कपडे उतरव ना!'' त्याच्या डोळ्यांत प्रणय धगधगतो आहे.

ओह माय! माझ्यासाठी तर ही आनंदाची बाब आहे. त्याच्यावर खिळलेली माझी नजर जराही न हटवता मी सावकाश उरलेली बटणं उघडते. त्याच्या खिळलेल्या नजरेमुळे मला खूप आनंद होतो आहे. छे! आता मला या भावना अनावर होत चालल्या आहेत. त्याच्या नजरेमध्ये अभिलाषा स्पष्ट आहे. त्याच्या चेहऱ्याप्रमाणेच त्याच्या अंगांगातून तिचा प्रत्यय येतो आहे.

अंगातलं ब्लाऊज मी जमिनीवर पडू देते. आता मी जीन्सचं बटण उघडायला जाते.

''थांब,'' तो हुकूम करतो, ''बस.''

मी पलंगाच्या टोकावर बसते. दुसऱ्याच क्षणी तो माझ्यासमोर, गुडघ्यावर बसून एक-एक करत माझ्या दोन्ही पायातले स्निकर्स काढतो. त्यानंतर मोजे काढतो. मग माझं डावं पाऊल उचलून अंगठ्याच्या खालच्या भागाचं हळुवार चुंबन घेऊन हलकासा चावा घेतो.

''आह!'' मी चित्कारते. कारण त्या चाव्यामुळे पार माझ्या योनीपर्यंत संवेदनांची तार छेडली जाते. झटक्यात उभं राहत तो हात माझ्यापुढे करत मला पलंगावरून उठून उभं करतो.

''हं, पुढे चाल,'' असं म्हणत किंचित मागे होत तो मला न्याहाळू लागतो.

पँटची झिप खाली ओढून बक्कलमध्ये अंगठे अडकवून नखरे करत मी पँट उतरवते. त्याच्या चेहऱ्यावर मंद हसू उमटतं; पण नजर मात्र अजूनही माझ्यावर खिळलेली आहे.

नवल म्हणजे या क्षणाला मला जराही संकोच वाटत नाही. काय कारण असेल बरं? आज त्यानी सकाळी माझ्याशी जो अलवार प्रणय केला, मनापासून अलवार असा. किंवा त्यानी माझ्यावरच्या प्रेमाचा कबुलीजबाब दिला म्हणून... हो. आहे!... या पुरुषासाठी मला कामुक व्हायचं आहे. त्याच्या सहवासात मी सेक्सी बनते म्हणून. तो त्या योग्यतेचा आहे म्हणून... अर्थात, माझ्यासाठी हे सगळं खूप नवीन

आहे, परंतु त्याच्या तज्ज्ञ मार्गदर्शनाखाली मी शिकते आहे ना! शिवाय, त्याच्यासाठीसुद्धा सगळं नवीन आहे त्यामुळे आपसूक आमच्यामध्ये मेळ राखला जातो.

मी माझे नवीन अंडरगार्मेंट घातले आहेत. पांढऱ्या लेसच्या थाँग्ज आणि ब्रा. डिझायनर ब्रँड असल्यामुळे प्रचंड महागदेखील आहेत. जीन्स पायातून काढून मी त्याच्यासमोर उभी राहते, त्यानेच विकत घेऊन दिलेल्या अंतर्वस्त्रामध्ये आज मला अपमानित नाही वाटत. मी त्याची आहे असं मला वाटतं.

हात मागे नेत मी ब्राचं हूक उघडते. मग दोन्ही खांद्यावरून पट्टे खाली उतरवून ब्रा काढून मधाच्या ब्लाऊजवर टाकते. मग सावकाश पँटीज खाली घेत सोडून देते. घोट्याशी आल्यावर अलगद त्यातून बाहेर येते. माझ्या सहजतेने मीसुद्धा चकित होते.

आता त्याच्यासमोर मी विवस्त्र उभी आहे, पण आज मला लाज वाटत नाहीये. त्याचं कारण एकच, त्याचं माझ्यावर प्रेम आहे, हे मला कळलं आहे. आता मला लपून राहण्याची काय गरज? तो काहीही न बोलता स्थिर नजरेनं मला पाहतो आहे. मला तिथे माझ्याप्रती अभिलाषा दिसते आणि मी त्याला किती आवडते आहे हेदेखील दिसतं. मला जाणीव होते त्याला वाटणाऱ्या गरजेची आणि हो... माझ्यावरच्या प्रेमाच्या खोलीची. थोडं खाली वाकत तो स्वतःचा क्रीम रंगाचा स्वेटर धरून डोक्यावरून काढून टाकतो, तीच गत त्याच्या टीशर्टची होते. आता तो अर्धा उघडा माझ्यासमोर आहे. नजर मात्र यत्किंचितही हटली नाहीये. त्यानंतर पायातले शूज, सॉक्स निघतात, मग तो जीन्सचं बटण उघडायला हात पुढे करतो.

"थांब ना," असं म्हणत मी पुढे होते, बटण धरते.

क्षणभर त्याच्या ओठांचा चंबू होतो. मग हसून तो म्हणतो, "चल,"

त्याच्या अजून नजीक जात मी त्याच्या पँटच्या बक्कलमध्ये बोटं अडकवून त्याला माझ्या दिशेने ओढते. त्याबरोबर त्याला माझ्या दिशेनं एक पाऊल पुढे टाकावं लागतं. माझ्या अनपेक्षित आक्रमणापायी तो चकित होतो, पण नंतर त्याला पटकन हसू येतं. आता मी त्याच्या पँटचं बटण उघडते. मग लगेच झीप उघडण्याऐवजी बोटं तिथे तशीच थोडा वेळ रेंगाळू देते. त्या मऊ जीन्समधून त्याचं जाग आलेलं पौरुषत्व मी कुरवाळते. माझ्या तळव्याच्या स्पर्शानी तो क्षणभर नितंब आकुंचित करतो. मग डोळे बंद करून माझ्या स्पर्शानी उमटलेल्या संवेदनांची अनुभूती घेतो.

"ॲना, दिवसेंदिवस तू धीट होत चालली आहेस," असं म्हणून माझा चेहरा ओंजळीत धरत माझं प्रदीर्घ चुंबन घेतो.

मी त्याच्या नितंबांवर हात टेकवते. माझ्या अर्ध्या हाताला त्याच्या त्वचेचा सुखद स्पर्श जाणवतो, तर अर्ध्या हाताला त्याच्या पँटचा वेस्टबँड जाणवतो.

“तूसुद्धा,” त्याच्या ओठांशी असं कुजबुजत मी त्याच्या त्वचेवर अंगठा हळुवार गोलाकार फिरवू लागते. तो हसतो.

“काय विचार आहे?”

त्याच्या प्रश्नावर मी त्याच्या जीन्सची झीप उघडून कृतीनी उत्तर देते. माझी धीट बोटं त्याच्या तिथल्या केसांना कुरवाळत त्याच्या ताठरलेल्या लिंगाला घट्ट धरतात.

तो घशातून आवाज काढतो. मी त्याच्या ऊष्ण श्वासात न्हाऊन निघते. तो परत एकदा माझं चुंबन घेतो, अतिशय प्रेमानं. माझे हात त्याच्या सर्वांगावरून त्याला स्पर्श करत, चेतवत, दाबत, कुरवाळत फिरू लागतात. दोन्ही हातांनी तो मला मिठीत घेतो. मग त्याच्या उजव्या हाताची पसरलेली बोटं माझ्या पाठीच्या मध्यावर स्थिरावतात. डावा हात माझ्या केसात गुंतवून तो मला त्याच्या मुखाशी जणू जखडून टाकतो.

“ओह! तुला बघण्याची किती उत्कट इच्छा मला झाली आहे राणी!” असं म्हणत तो पटकन मागे सरकत झटक्यात त्याची जीन्स आणि बॉक्सर्स काढून टाकतो. काय विलक्षण देखणा दिसतो आहे तो या निर्वस्त्र अवस्थेत!

तो म्हणजे नखशिखांत सौंदर्याचा नमुना आहे. पण त्याच्या छाती-पाठीवरच्या व्रणांनी त्याच्या देखणेपणावर ओरखडे उमटवले आहेत. मी एकदम खिन्न होते. किती खोलवर पोहोचले आहेत ते व्रण.

“काय झालं ॲना?” बोटांचा मागचा भाग माझ्या गालावरून फिरवत तो हळुवारपणे विचारतो.

“काही नाही. आत्ता, या क्षणी मला तू हवा आहेस.”

त्याबरोबर तो मला घट्ट मिठीत घेऊन, माझ्या केसात हात गुंतवून माझ्यावर चुंबनांचा वर्षाव करतो. आमच्या दोघांच्याही जिभा लसलसत एकमेकींची गोडी चाखू लागतात. मला तसंच पलंगाच्या दिशेने नेत हळुवारपणे झेपावत तोसुद्धा माझ्या बाजूला झेपावतो. माझे हात त्याच्या केसात गुंततात. तो माझ्या ओठांच्या बाजूनी त्याच्या नाकानी हळुवार स्पर्श करतो.

“तुझा गंध किती मादक आहे, याची तुला थोडीशी तरी कल्पना आहे का ॲना? तुझ्यापासून दूर राहणं केवळ अशक्य आहे.”

त्याच्या शब्दांचा माझ्यावर नेहमीसारखाच परिणाम होतो. माझं रक्त उसळतं, हृदयाची धडधड वाढते, नाडीचे ठोके जलद पडू लागतात. मग तो नाकानं माझ्या गळ्यावरून स्पर्श करत माझ्या छातीशी स्थिरावतो. अतिशय मनापासून माझी चुंबनं घेत जातो.

“किती सुंदर आहेस तू,” माझं एक स्तनाग्र तोंडात घेऊन ते हळुवारपणे चोखत तो म्हणतो.

माझ्या शरीराची कमान आपोआप वर उचलली जाते. माझ्या तोंडून प्रणयोद्गार बाहेर पडतात.

"राणी, मला तुझा हा आवाज ऐकू दे."

त्याचे हात माझ्या शरीरभर फिरत राहतात. त्याच्या स्पर्शांनी मी अजून पुलकित होत जाते. आमचे देह एकमेकांना भिडतात. त्याचे उपाशी ओठ माझं स्तनपान करतात. त्याची सुबक, कुशल बोटं मला त्याच्या स्पर्शांनी फुलवत, चेतवत जातात. माझे नितंब, पाठ, कंबर, मांड्या, पाय अगदी शरीरभर त्याची बोटं रोमांचित करत जातात. एकीकडे स्तनपान चालू असतं. माझ्या शरीरात उठणाऱ्या तरंगांची तीव्रता शिगेला पोहोचू लागते.

पटकन माझा गुडघा धरून तो माझा पाय वर उचलून घेत स्वत:भोवती टाकून घेतो. या अचानक पवित्र्याने मी उसासते. त्याच्या चेहऱ्यावरचं हसू मला दिसत नाही तरीही जाणवतं. तो वळतो. आता तो माझ्या दोन्ही पायांच्यामध्ये आहे. तो माझ्या हातात फॉईल देतो. थोडीशी मागे होत मी त्याला हातात घेत कुरवाळते. काय विलक्षण देखणा आहे. मला मोह आवरत नाही. खाली वाकून मी त्याच्या पौरुषत्वाचं चुंबन घेते. मग ते तोंडात धरत त्याच्या सभोवार जीभ फिरवते आणि जोरजोरात चोखू लागते. त्याचे प्रणयहुंकार सुरू होतात. क्षणभर नितंबांना आक्रसून घेत तो स्वतःला माझ्या तोंडात अजून आत ढकलतो.

हं!... काय छान लागतो आहे. मला असंच त्याला तोंडात राहू द्यायचं आहे. मी उठून बसते आणि त्याच्याकडे नजर टाकते. तो जणू श्वास घ्यायलादेखील विसरला आहे. उघड्या तोंडानी तो माझंच निरीक्षण करतो आहे. पटकन फॉईल उघडून मी कंडोम बाहेर काढते आणि त्याच्यावर चढवते. तो दोन्ही हात माझ्यापुढे करतो. त्याचा एक हात पकडून मी त्याच्यावर चढते आणि मग सावकाश, जाणीवपूर्वक त्याला माझ्या आत प्रवेश करू देते. तो माझा आहे.

डोळे मिटत तो हुंकारतो.

त्याचा तो मला आत जाणवणारा, भरून टाकणारा, व्यापणारा स्पर्श... अगदी स्वर्गीय सुख म्हणावं अशी अनुभूती आहे ती. माझ्याही तोंडून प्रणयोद्गार बाहेर पडतात. तो माझ्या नितंबांवर हात ठेवत मला वर खाली करत स्वतःला माझ्यामध्ये अधिक खोलवर घुसवतो. ओह! काय छान वाटतं आहे!

"ए राणी," असं म्हणत तो पटकन बसता होतो. आता आमची नाकं एकमेकांना स्पर्श करत आहेत. मी इतकी परिपूर्ण व्यापली गेली आहे की, माझी मी कुठेही शिल्लक राहिले नाहीये. माझं डोकं धरून तो माझ्या नजरेत खोलवर डोकावतो, तशी मी त्याचे दंड धरून हुंकारते. त्याची नजर अभिलाषेनं अधिक गडद झाली आहे.

"ओह ॲना, तू मला किती सुख देतेस गं!'' असं म्हणत तो माझ्यावर चुंबनांचा वर्षाव करतो. माझ्यात खोलवर दडलेल्या त्याच्या स्पर्शानं मी गच्च भरले आहे आणि भारलेली आहे. मीदेखील त्याची चुंबनं घेते.

"आय लव्ह यू,'' मी हळूच म्हणते. माझ्या शब्दांनी जणू अंतरीची दुखरी नस छेडल्यागत तो हुंकारतो. मग स्वतःला माझ्यातून जराही बाहेर पडू न देता माझ्यासकट तो फिरतो. आता मी खाली आणि तो वर आहे. मी त्याच्या कंबरेभोवती पायांचा वेढा घालते.

तो असीम कौतुकानी माझ्याकडे पाहतो. त्याचा देखणा चेहरा मी कुरवाळू लागते. माझ्याही चेहऱ्यावर त्याच्याबद्दल अपार कौतुक झळकत असणार ह्याची मला खात्री आहे. मग डोळे मिटून घेत तो सावकाश आणि जाणीवपूर्वक आत-बाहेर, वर-खाली आणि केबिनमधली प्रसन्न शांतता याव्यतिरिक्त आता फक्त आमच्या एकत्रित श्वासाचाच काय तो आवाज येतो आहे. त्याचं ते लयबद्ध आत-बाहेर होणं मला प्रचंड सुखावून जातं. एका हातानी तो मोठ्या प्रेमानं माझा चेहरा कुरवाळत माझं चुंबन घेतो तर दुसरा हात माझ्या केसात गुंतवून ठेवतो.

मी जणू त्याच्या कोषात गुरफटले गेले आहे. त्याचा तो हळुवार प्रणय मला छेडत, फुलवत जातो. माझ्या मर्यादा लक्षात ठेवून मी त्याला शरीरभर स्पर्श करत जाते. त्याचं दंड, केस, कंबर, नितंब... त्या प्रत्येक स्पर्शासरशी मी अधिकाधिक प्रणयातुर होते. माझ्या श्वासाची लय वाढते. त्याची लयबद्ध हालचाल मला स्वर्गीय अनुभूती देत राहते. मग तो पुन्हा माझ्यावर चुंबनांचा वर्षाव करतो. माझं तोंड, हनुवटी, जबडा... सगळीकडे त्याचे ओठ अलवारपणे स्पर्शतात. मग तो माझ्या कानांचे हलकेच चावे घेतो. त्याच्या हालचालीबरोबर जुळलेली त्याच्या श्वासाची लय मला जाणवते आहे.

माझं शरीर थरथरू लागलं आहे. *ओह! या संवेदनेची मला आता पुरेपूर ओळख झाली आहे. मी आता कोणत्याही क्षणी येणार आहे – ओह!*

"प्लीज ॲना, माझ्यासाठी – ये ना... ये ना...'' त्याच्या कुजबुजण्याची जणू वाट पाहत असल्यागत माझा बांध फुटतो.

"ख्रिश्चन,'' त्याचं नाव मी उच्चारते आणि एकाच वेळेस आम्ही दोघं एकमेकांच्या कामरसात रंगून जातो.

१०

"मॅक येईलच इतक्यात," तो हळूच म्हणतो.

"हं," मी डोळे उघडते. त्याचे राखाडी डोळे प्रेमाने ओतप्रोत भरलेले असतात. काय विलक्षण रंग आहे त्याच्या डोळ्यांचा. या समुद्राच्या सान्निध्यात निळा-राखाडी रंग परावर्तित झाल्यामुळे त्याचे डोळे विशेष सुंदर दिसत आहेत.

"तसं पाहिलं, तर दिवसभर असं तुझ्या बाजूला पडून राहायला मला आवडेल, पण डिंघी वर घ्यायला त्याला माझी मदत लागणार आहे," माझ्यावर झुकत ख्रिश्चन माझं अलगद चुंबन घेतो. "ॲना, या क्षणी तू मस्त विस्कटलेली तरीही सेक्सी दिसते आहेस. प्रचंड आकर्षण वाटतं आहे मला तुझं," असं म्हणत हसतच तो उठतो. मी पालथी पडून त्याच्याकडे कौतुकाने पाहते. "कॅप्टन, तुम्ही स्वतःही फार वाईट दिसत नाही आहात," मी ओठावरून जीभ फिरवत त्याच्याबद्दलची माझी लालसा प्रकट करते. त्यावर तो हसतो.

केबिनभर फिरत तो आरामात कपडे चढवतो. त्याच्या डौलदार हालचाली मी पाहत राहते. तो फार देखणा आहे आणि त्याहून महत्त्वाचं म्हणजे त्यानं आत्ताच माझ्याशी पुन्हा एकवार हलकाफुलका प्रणय केला आहे. माझा तर माझ्या नशिबावर विश्वास बसत नाहीये. हा मदनाचा पुतळा माझा आहे, हे मला खरं वाटत नाहीये. माझ्या बाजूला बसून तो बूट-मोजे घालतो.

"कॅप्टन? बये, मी मालक आहे या बोटीचा."

मी मान एका बाजूला कलती करत म्हणते, "तुम्ही तर माझ्या हृदयाचे मालक आहात, मि. ग्रे," आणि माझ्या देहाचेदेखील... आणि आत्म्याचेदेखील.

तो अविश्वासानं मान हलवतो. मग वाकून माझं चुंबन घेतो. "मी डेकवर जातो. बाथरूममध्ये शॉवर आहे. हवं तर वापर. तुला काही हवं आहे का? एखादं ड्रिंक वगैरे?" तो काळजीनं विचारते. मला हसू येतं. हा तोच माणूस आहे का? हा तोच फिफ्टी आहे का?

"काय?" माझ्या हसण्याला उद्देशून तो विचारतो.

"तू!"

“माझं काय?”

“तू कोण आहेस? ख्रिश्चनचं तू नक्की काय केलं आहेस?”

त्याच्या ओठांना मुरड पडते. त्याच्या चेहऱ्यावर दुःखद छटा येते.

“तो काही फार दूर नाहीये, राणी!” तो हळुवारपणे म्हणतो. त्याच्या स्वरातली उद्विग्नता मला जाणवते आणि लक्षात येतं की, आपण हा प्रश्न विचारायला नको होता. तरीही पटकन त्या भावनेतून बाहेर येत तो मला चिडवत म्हणतो, “भेटशील तू त्याला लवकरच. आणि आता उठली नाहीस ना तर ताबडतोब भेटशील,” असं म्हणत पुढे होत तो माझ्या पार्श्वभागावर इतकी जोरात चापट मारतो की, मी ताडकन उठून उभी राहते. त्याबरोबर तो हसू लागतो.

“क्षणभर मी काळजीत पडले.”

“आता वाटते आहे का?” त्याच्या भुवया किंचित आक्रसतात, “ॲनेस्टेशिया, तू ना परस्परविरोधी सिग्नल्स देत असतेस. त्यावरून एखाद्यानं काय समजायचं बरं?” खाली वाकत परत तो माझं चुंबन घेतो. प्रसन्न हसत “नंतर राणी...” असं म्हणून तो मला माझ्या सैरभैर विचारांबरोबर सोडून बाहेर पडतो.

मी डेकवर येते तेव्हा मॅक परतलेला असतो. मी सलूनचं दार उघडते तेव्हा तो वरच्या डेकवर नाहीसा होतो. ख्रिश्चन त्याच्या ब्लॅकबेरीवर असतो. कोणाशी बोलतो आहे बरं? मला नवल वाटतं. माझ्या दिशेनं चालत येत मला मिठीत घेऊन तो माझ्या केसांवर ओठ टेकवतो.

“वा! छान... हं... अस्सं? फायर एस्केपच्या जिन्यात का? आलं लक्षात... हो... आज रात्री.”

मग तो फोन बंद करतो. त्याच क्षणी बोटीचं इंजिन अचानक सुरू होतं. त्या आवाजानं मी थोडीशी दचकते. मॅक वरच्या कॉकपिटमध्ये असणार.

“चला, परतायची वेळ झाली आहे,” असं म्हणून मला लाईफ जॅकेटमध्ये अडकवून ख्रिश्चन पुन्हा माझं चुंबन घेतो.

आम्ही मरिनाच्या दिशेनं परतू लागतो, तसा सूर्य पश्चिमेला येतो. आजची दुपार किती सुंदर गेली याचा मी विचार करते. ख्रिश्चनच्या काळजीपूर्वक निगराणीखाली मी मुख्य शिडाबरोबर वरचं शीड आणि स्पीनॅकर उभारते. मग रीफ नॉट, क्लोव्ह हिच आणि शिप-शँक बांधते. हे सर्व माझ्याकडून करून घेताना त्याचे ओठ सारा वेळ दुमडलेले असतात.

“एखाद दिवशी मी तुला बांधू शकते,” मी टिप्पणी करते.

त्याचा सूर चेष्टेचा असतो, “मिस स्टील, त्याकरता तुम्हाला मला आधी

पकडावं लागेल ना.''

त्याच्या त्या शब्दांनी माझ्या आठवणी जाग्या होतात. त्याच्या अपार्टमेंटमध्ये मला पकडण्यासाठी धावला होता, तेव्हा काय मजा आली होती. आणि त्यानंतर मात्र... मी अचानक थरथरते. मी त्याला सोडून निघून गेले होते.

आता जेव्हा त्यानं त्याच्या प्रेमाचा कबुलीजबाब दिला होता, तेव्हा मी त्याला परत तसं सोडून जाईन का? त्याच्या स्वच्छ राखाडी डोळ्यांत मी रोखून पाहते. मी त्याला पुन्हा सोडून जाऊ शकते का?... अगदी त्यानं काहीही केलं तरी? त्याचा मी विश्वासघात करू शकते का? नाही. मला नाही वाटत की, मी असं काही करू शकेन.

आता त्यानी मला ही सुंदर बोट संपूर्ण फिरून दाखवली आहे. त्यातली वेगवेगळी, नवीन डिझाइन्स, त्यांचं मेकॅनिझम समजावलं आहे. त्याकरता वापरलेल्या उच्च तंत्रज्ञानाची, मटेरियलची माहिती दिली आहे. मी त्याला पहिल्यांदा भेटले तो इंटरव्ह्यू मला आठवतो. त्याची बोटींची आवड मला तेव्हाच लक्षात आली होती. तेव्हा मला वाटलं होतं की त्याची कंपनी जे मोठे समुद्री फ्रेटर्स बनवते तेवढेच त्याला आवडतात. अशा सुपर सेक्सी, निमुळत्या बोटीसुद्धा त्याला आवडत असतील, हे नव्हतं लक्षात आलं तेव्हा.

आणि हो, परत एकदा त्यानं माझ्याशी रमत, रत होत हलकाफुलका प्रणय केला आहे. त्याच्या कुशल हातांना शरण जाणारं माझं शरीर आणि त्याबद्दल वाटणारी माझी आस आठवून मी मान हलवते. मला खात्री आहे की तो एक उमदा आणि अनुभवी पण जगावेगळा प्रेमवीर आहे. अर्थात, त्याची इतरांशी तुलना करण्यासाठी माझ्या गाठीशी काहीही अनुभव नाही म्हणा. पण हे नेहमी असंच असतं का, यावर केटनं नक्कीच प्रकाश टाकला असता. स्वतःजवळची माहिती दडवून ठेवणं, हा तिचा पिंड नाही.

पण अशा प्रकारच्या प्रणयानं त्याचं किती दिवस समाधान होईल मला त्याबाबत काहीही ठाऊक नाही. त्या विचारानं मला कसंतरी होतं.

द *ग्रेस* सिएटलच्या जवळ जवळ जाऊ लागते तशी मी बसलेल्या ख्रिश्चनच्या कुशीत उभी राहते. आजूबाजूला प्रसन्न निरव शांतता आहे. मी व्हीलवर आहे. ख्रिश्चन मला बारीक बारीक सूचना देतो आहे.

"या विश्वासाइतकंच काव्य सेलिंगमध्ये आहे,'' तो माझ्या कानात कुजबुजतो.

"हे तर एक प्रसिद्ध वाक्य आहे ना?''

मला त्याचं हसणं जाणवतं, "हो. अँटोनी डी सेंट-एन्झ्युपेरीचं.''

"ओह! मला द *लिटल प्रिन्स* फार आवडतं.''

"मलासुद्धा.''

संध्याकाळ होत असतानाच ख्रिश्चन बोट मरिनात आणतो. त्याचे हात अजूनही माझ्या हातात आहेत. आजूबाजूच्या बोटींवरचे लाईट लुकलुकायला सुरुवात झाली आहे. गडद पात्रावर त्यांची प्रतिबिंबंदेखील दिसू लागली आहेत. तरीही आसमंतात म्हणावा तसा काळोख जाणवत नाहीये. सांज खुलली आहे.

ख्रिश्चन मरिनातल्या त्या तशा लहानशा जागेत मोठ्या कुशलतेने बोट लावतो, जिथून आम्ही निघालो होतो अगदी तिथेच. ते पाहायला लोक धक्क्यापाशी जमा होतात. मग मॅक धक्क्यावर उडी मारतो आणि 'द ग्रेस' ला धक्क्यावरच्या मजबूत खांबाला बांधतो.

"आलो परत," ख्रिश्चन म्हणतो.

"थँक्यू," मी थोड्या संकोचानं म्हणते, "दिवस फारच सुंदर गेला."

ख्रिश्चनला हसू येतं, "मलाही तसंच वाटतंय. आपण ना तुला सेलिंग स्कूलला घालू, म्हणजे मग अधूनमधून फक्त तू आणि मी समुद्रावर जाऊ शकू."

"मला खूप आवडेल ते आणि मग आपण त्या बेडरूममध्ये परत परत..." मी मुद्दामच वाक्य अर्धवट सोडते.

पुढे झुकत ख्रिश्चन माझ्या कानाच्या खाली ओठ टेकवत म्हणतो, "हं ॲनेस्टेशिया, मलाही आवडेल ते," त्याच्या त्या कुजबुजण्यानं माझ्या शरीराचा रोम न् रोम फुलून येतो.

कसं काय जमतं याला हे?

"चल, अपार्टमेंट आता सुरक्षित आहे. आपण परत जाऊ शकतो."

"पण मग हॉटेलमधल्या आपल्या सामानाचं काय?"

"टेलरनं ते आधीच नेलं आहे."

ओह! कधी?

"त्यानं त्याच्या टीमबरोबर द ग्रेसची तपासणी केली. त्यानंतर तो हॉटेलमधलं सामान घेऊन गेला," माझ्या न विचारलेल्या प्रश्नाचं उत्तर ख्रिश्चन देतो.

"या बिचाऱ्याला कधी झोपायला तरी मिळतं का?"

"झोपतो तो." ख्रिश्चनची एक भुवई उंचावली आहे. चेहऱ्यावर संभ्रम आहे. "ॲनेस्टेशिया, तो फक्त त्याचं काम अगदी व्यवस्थित पार पाडतो. जेसन हा एक उत्तम माणूस आहे."

"जेसन?"

"जेसन टेलर."

मला एकदम आठवलं की त्याचं नाव टेलर आहे असं मला वाटलं होतं. जेसन. हं! छान नाव आहे. त्याच्यासारखंच दणकट आणि विश्वासार्ह. मला हसू येतं.

"तुला टेलर आवडतो का?" ख्रिश्चनच्या नजरेत संशय आहे.

"हो, बहुधा!" त्याच्या त्या अनपेक्षित विधानानं मी बावरते. त्याच्या कपाळावर आठ्या येतात, "मला त्याचं आकर्षण वाटतं आहे असं वाटून वैतागत असशील तर तसं काही नाहीये. तसा विचारही मनात आणू नकोस."

ख्रिश्चन एकदम खिन्न होतो.

देवा! कधीकधी हा किती लहान मुलासारखा वागतो, "माझ्या मते टेलर तुझी खूप छान काळजी घेतो आणि म्हणून तो मला आवडतो. तो एकनिष्ठ आणि विश्वासार्ह आहे. तो माझ्याशी एखाद्या वडीलधाऱ्यासारखा वागतो."

"वडीलधारा?"

"हो."

"बरं, वडीलधारा," ख्रिश्चन तो शब्द तोलून पाहतो आहे. मला हसू येतं.

"ख्रिश्चन, प्लीज जरा मोठा हो रे!"

माझ्या उसळण्यानं तो चकित होतो. त्याचा चेहरा पडतो. पण मग माझ्या विधानाचा अर्थ लक्षात घेण्याचा प्रयत्न करत तो म्हणतो की 'हो, मी करतो आहे तसा प्रयत्न.'

"ते मला दिसतं आहे," मी हळुवारपणे उत्तर देते आणि डोळे फिरवते.

"ॲनेस्टेशिया, तू असे डोळे फिरवलेस की कसल्या कसल्या आठवणी जाग्या होतात," ख्रिश्चनच्या चेहऱ्यावर हसू आहे.

मी त्याला वेडावत म्हणते, "तू जर नीट वागलास, तर कदाचित त्यातील काही आठवणी आपण प्रत्यक्षात आणू शकू."

त्याच्या चेहऱ्यावर मिस्कील भाव आहेत, "नीट वागलो तर?" एक भुवई उंचावत तो म्हणतो, "मिस स्टील, तुम्हाला असं का वाटतं बरं की मला त्या आठवणी प्रत्यक्षात आणायच्या आहेत?"

"कारण मी तो उल्लेख केला तेव्हा तुझे डोळे ख्रिसमसच्या रोषणाईप्रमाणे चमकले म्हणून असेल."

"तू मला किती चांगली ओळखू लागली आहेस!"

"हो, पण मला तुला अजून नीट जाणून घ्यायचं आहे."

त्याच्या चेहऱ्यावर हलकं हसू उमटलं, "आणि मला तुला."

"मॅक, थँक्स," मॅककॉनेलशी हस्तांदोलन करत ख्रिश्चन धक्क्यावर उतरतो.

"मि. ग्रे, कधीही सांगा. ॲना, तुला भेटून खूप आनंद झाला."

मी त्याच्याशी थोड्याशा संकोचानं हात मिळवते. तो किनाऱ्यावर गेला होता तेव्हा मी आणि ख्रिश्चन कशात व्यस्त होतो हे त्याला नक्की माहीत असणार.

"गुड डे मॅक, थँक्यू."

माझ्याकडे पाहून हसत तो डोळा मारतो. मी अधिक संकोचते. मग ख्रिश्चन माझा हात पकडतो आणि आम्ही धक्क्यावरून बाहेर पडू लागतो.

"मॅक कुठला आहे?" मला त्याच्या स्वरोच्चारांबद्दल उत्सुकता आहे.

"आयर्लंड, उत्तर आयर्लंड," ख्रिश्चन उत्तरात सुधारणा करतो.

"तुझा मित्र आहे का?"

"मॅक? काम करतो तो माझ्यासाठी. द ग्रेस बांधायला मदत केली त्यानं."

"तुला पुष्कळ मित्र-मैत्रिणी आहेत का?"

तो विचारात पडतो, "खरं तर, नाही. मी जे काही करतो त्यामध्ये मैत्री जोपासायला जागा नाहीये. अपवाद फक्त..." एवढं बोलून तो पटकन थांबतो. त्याच्या कपाळावर आठ्या पसरतात. तो मिसेस रॉबिन्सनचा उल्लेख करणार होता हे माझ्या लक्षात आलं.

"भूक लागली आहे का?" विषय बदलण्याच्या हेतूनं तो विचारतो.

मी मान डोलावते. मला प्रचंड भूक लागली आहे.

"चल मग, जिथं गाडी लावली आहे तिथं खाऊ या."

एस पीच्या बाजूला 'बी' नावाचं इटालियन बिस्त्रो आहे. ते पाहून मला पोर्टलँडच्या त्या छोट्याशा जागेची आठवण येते. मोजकी टेबलं आणि बूथ. आधुनिक सजावट आणि म्यूरलसदृश मोठा कृष्णधवल फोटोग्राफ.

मी आणि ख्रिश्चन एका बूथमध्ये बसून फ्रेस्काटीचा आस्वाद घेत मेन्यू चाळू लागतो. मला काय खायचं आहे हे ठरवल्यावर मी वर बघते, तर ख्रिश्चन विचारपूर्वक माझ्याकडे पाहत असतो.

"काय?" मी विचारते.

"तू खूप सुंदर दिसते आहेस ॲनेस्टेशिया. मोकळ्या हवेत तू खुलतेस."

मी लाजते. "खरं म्हणजे मला तर वाऱ्यावर उधाणल्यागत वाटतं आहे; पण आजची दुपार फारच सुरेख गेली, केवळ तुझ्यामुळे. थँक्यू."

तो हसतो. त्याच्या नजरेत आपुलकी असते. "माय प्लेजर," तो हलकेच म्हणतो.

"मी तुला काही विचारू शकते का?" मी आता शोधमोहीम जारी करायचं ठरवते.

"ॲनेस्टेशिया, तू मला काहीही विचारू शकतेस हे तुला माहिती आहे," तो मान एका बाजूला कलती करत म्हणतो. फार सुरेख दिसतो तो तसा.

"तुला फारसे मित्र-मैत्रिणी नाहीत, असं का?"

तो खांदे उडवतो. मग त्याच्या कपाळावर आठ्या उमटतात, "मी तुला सांगितलं ना, की माझ्याकडे खरोखरच वेळ नाही. हं, आता व्यावसायिक मित्र म्हणशील तर खूप आहेत, पण त्याला मैत्री नाही म्हणता येणार असं माझं मत आहे. शिवाय, माझ्याकरता माझं कुटुंब सारं काही आहे, एक एलेना सोडली तर."

त्या हलकट बाईचा उल्लेख मी कानाआड करते, "पण म्हणजे तुझ्या वयाचे कोणी असे मित्र नाहीत का, की त्यांच्याबरोबर तू जाऊन धमाल करू शकतोस?"

"ॲनेस्टेशिया, माझी धमाल करण्याची कल्पना काय आहे, हे तुलाही ठाऊक आहे," ख्रिश्चनच्या ओठांना मुरड पडते. "शिवाय, व्यवसाय वाढवण्यात मी खूप व्यस्त असतो." त्याच्या चेहऱ्यावर संभ्रम आहे. "हं, आता कामाच्या जोडीला अधूनमधून मी समुद्र किंवा आकाशाची सैर करण्यात रमतो, पण त्याव्यतिरिक्त कशाचीही गोडी मला नाही."

"कॉलेजमध्येसुद्धा नव्हतं कुणी?"

"तसं पाहिलं तर नाहीच."

"तेव्हाही फक्त एलेना होती का?"

तो केवळ सावधपणे मान डोलावतो.

"खूप एकटं वाटलं असेल ना?"

त्याच्या चेहऱ्यावर कळत नकळत हसू उमटलं, "तुला काय खायला आवडेल?" परत एकदा तो विषयांतर करतो.

"मी रिझोटो मागवते."

"मस्त," तो वेटरला बोलवण्याच्या मिषाने आमचं संभाषण संपवतो.

आमची ऑर्डर देऊन झाल्यावर मी जरा अस्वस्थपणे माझी बोटं न्याहाळते. तो जर बोलायच्या मूडमध्ये असेल तर मला त्याची काही मतं, अपेक्षा जाणून घ्यायला आवडेल, विशेषतः त्याच्या गरजा.

"ॲनेस्टेशिया, काय झालं आहे? मला सांग बघू,"

मी त्याच्या चिंताक्रांत चेहऱ्याकडे नजर टाकते.

"सांग बरं!" तो जरा जोरात म्हणतो. त्याच्या चेहऱ्यावरची चिंता आता भीतीत... की रागात... परिवर्तित होते.

मी खोल श्वास घेते, "मला काळजी वाटते आहे की हे सारं तुझ्याकरता पुरेसं नाहीये. म्हणजे ते जे धम्माल करणं वगैरे..."

त्याचा चेहरा आक्रसतो, डोळे कठोर होतात, "माझ्या वागण्या-बोलण्यात तुला असं काही जाणवलं का?"

"नाही."

"मग का बरं तू असा विचार करतेस?"

"कारण तू काय आहेस ते मला माहीत आहे. विशेषतः तुझ्या... अं... गरजा," मी चाचरत कसंबसं वाक्य पूर्ण करते.

डोळे मिटून घेत तो आपल्या लांबसडक बोटांनी कपाळ चोळतो.

"मी काय केलं तर तुझी खात्री पटेल?" तो रागानं धुमसत असल्यासारखा खालच्या आवाजात बोलतो. मला एकदम दडपण येतं, "नाही नाही, तुझा गैरसमज होतो आहे. तू खूपच छान आहेस. शिवाय आपण हल्लीच तर एकत्र आलो आहोत. पण मला असं म्हणायचं आहे की तू मुळात जसा नाहीयेस तसं वागायला मी तुला भाग पाडते आहे की काय?"

"ॲनेस्टेशिया, मी अजूनही फिफ्टी शेड्स असलेला भोगी पुरुष आहे. हे खरं आहे की सतत नियंत्रण ठेवण्याच्या माझ्या ऊर्मीवर ताबा ठेवण्यासाठी मला आटापिटा करावा लागतो आहे. परंतु, ती माझी प्रवृत्ती आहे. आयुष्य तसंच निभावलं आहे मी. तू एका विशिष्ट पद्धतीनं वागावंस ही माझी अपेक्षा आहे हे जरी खरं असलं, तरी जेव्हा तू तसं वागत नाहीस तेव्हा मला ते आव्हानात्मकही वाटतं आणि मी त्यामुळे ताजातवानादेखील होतो. मला जे आवडतं, ते आपण आताही करत आहोत. कालच्या तुझ्या वेड्यासारख्या लिलावाच्या बोलीनंतर तू मला तुला फटके देऊ दिलेस की," त्या आठवणीनं त्याला छानसं हसू येतं, "तुला शिक्षा करायला मला आवडतं. माझी ती ऊर्मी कधी नष्ट होईल असं मला तरी वाटत नाही. पण तरीही मी प्रयत्न तर करतोच आहे ना! शिवाय, मला वाटलं होतं तितकंसं ते कठीणदेखील नाहीये."

त्याच्या बेडरूममध्ये आम्ही ज्याप्रकारे रत झालो होतो ते आठवून मला एकदम लाज वाटते. मी चुळबुळत म्हणते, "मलाही त्याच्यात फारसं वावगं वाटलं नाही."

"माहिती आहे मला," त्याचे ओठ मुडपतात, "मलाही नाही वाटलं. पण एक सांगून ठेवतो तुला ॲनेस्टेशिया, माझ्याकरता हे सारं खूप काही नवीन आहे. त्याहून महत्त्वाचं म्हणजे, हे गेले काही दिवस माझ्या आयुष्यातले सर्वोत्तम दिवस आहेत असंच मी म्हणीन. मला तर काहीही बदलायचं नाहीये."

ओह!

"माझ्यासाठी आयुष्यातले ते सर्वाधिक सुंदर दिवस आहेत, कुठल्याही अपवादाशिवाय," माझ्या या बोलण्यामुळे त्याच्या चेहऱ्यावरचं हसू अधिक पसरतं. माझी अंतर्देवता मनोमन संमती देत मला जोरात टोचते.

बरं. बरं!

"म्हणजे मग तुला मला तुझ्या प्लेरूममध्ये न्यायचं नाहीये तर!"

तो आवंढा गिळतो, त्याच्या चेहऱ्यावरचा रंग उडतो. सगळा मिस्कीलपणा गायब होतो, "छे छे! मुळीच नाही."

“पण का?” मी हळूच विचारते. या उत्तराची अपेक्षा मी केली नव्हती.

आणि हं... कुठेतरी निराशेचा सूर मलाही जाणवतो. माझी अंतर्देवता हट्टी बाळासारखी हाताची घट्ट घडी घालून, पाय आपटत तणतणू लागते.

“आपण शेवटचं तिथे गेलो त्यानंतर तू मला सोडून निघून गेलीस,” तो अगदी धीमेपणानं म्हणतो, “तू मला सोडून जाशील अशा प्रत्येक गोष्टीपासून मी दूर राहीन. तू गेल्यानंतर मी उद्ध्वस्त झालो होतो. मी तुला ते तसं सांगितलं आहे. त्याची पुनरावृत्ती करण्याची माझी जराही इच्छा नाहीये. मला तुझ्याबद्दल काय वाटतं तेही मी तुला सांगितलं आहे.” त्याचे राखाडी डोळे मोठे झाले आहेत. त्यामध्ये प्रामाणिकपणा ओतप्रोत भरला आहे.

“पण हा अन्याय आहे ना तुझ्यावर. सारखं आपलं माझ्या भावनांचा विचार करण्याचं ओझं तू का म्हणून वागवत राहायचं? माझ्यासाठी तू स्वतःमध्ये कितीतरी बदल केले आहेस. मग मला वाटतं की मीसुद्धा तुझ्याकरता काहीतरी स्वीकारलं पाहिजे. आता नक्की काय आणि कसं करायचं ते माझ्या लक्षात येत नाही, पण कदाचित जर काही रोल प्ले वगैरेसारखं करून पाहता आलं तर...?” संकोचानं माझा चेहरा प्लेरूमसारखा लाल झाला आहे. कसंतरी चाचरत मी वाक्य अर्धवट सोडून देते.

हे सगळं बोलणं इतकं कठीण का जावं बरं? या माणसाबरोबर मी अनेक प्रकारे रत झाले आहे. मी काही आठवड्यांपूर्वीपर्यंत कधी ऐकल्या नव्हत्या आणि ज्यांची कल्पनादेखील केली नव्हती अशा कामक्रीडा ह्याच्याबरोबर केल्या आहेत. पण त्याच्याशी संभाषण साधणं मला इतकं कठीण का वाटतं आहे बरं?

“ॲना, तुला कल्पना नाही की तू किती प्रकारांनी भरपाई करते आहेस ते. प्लीज, प्लीज ॲना, असं नको वाटू देऊस तुला.”

इतक्या वेळ माझ्याबरोबर असलेला बिनधास्त ख्रिश्चन कुठेतरी गडप झाला आहे. त्याच्या डोळ्यांतली आशंका बघणं माझ्याकरता खूप त्रासदायक आहे, “राणी, आताशी कुठे जेमतेम एक विकएन्ड झाला आहे,” तो पुढे म्हणतो, “आपल्या दोघांनाही थोडा वेळ हवा आहे. मागच्या आठवड्यात तू निघून गेल्यावर मी याच्यावर खूप विचार केला. आपल्याला वेळेची गरज आहे. आपण दोघांनीही एकमेकांवर विश्वास टाकणं गरजेचं आहे. कदाचित, कालांतरानं आपण एकमेकांना तृप्त करू शकू. पण तू आता जशी आहेस ना तशीच मला आवडते आहेस. तुला असं आनंदात पाहणं मला आवडतं. अशी आरामात, बिनधास्त, मोकळी... मुख्य म्हणजे तुझ्या अशा असण्यात माझा सहभाग आहे ही जाणीव मला सुखावते. आजवर मी कधीही हे...” बोलताना मधेच थांबून तो केसातून हात फिरवतो, “हे बघ, धावायला सुरुवात करण्याआधी आपल्याला चालायची गरज आहे,” अचानक

त्याला हसू फुटतं.

"हसण्यासारखं काय आहे?"

"फ्लिन! तो सतत हे म्हणत असतो. मी त्याच्या या वाक्याचा कधीकाळी दाखला देईन, हे माझ्या गावीदेखील नव्हतं."

"फ्लिनिझम."

"अगदी," ख्रिश्चनलाही हसू येतं.

तेवढ्यात वेटर स्टार्टर आणि ब्रशेटा आमच्या समोर मांडतो. ख्रिश्चन परत सैलावतो आणि आमच्या संभाषणाची गाडी दुसऱ्या रुळावर धावू लागते.

त्या भल्या मोठ्या प्लेट्स समोर असतात तरी माझ्या मनात ख्रिश्चनचे विचार असतात. आज तो किती मोकळा, आनंदी आणि बिनधास्त वाटतो आहे. निदान पुन्हा हसू लागला आहे.

मी आजवर कुठे कुठे जाऊन आले आहे याबद्दल तो चौकशी करू लागतो, तसं मी आतल्या आत सुटकेचा निःश्वास टाकते. अर्थात, कॉन्टिनेन्टल अमेरिकेशिवाय मी फारशी कुठे न गेल्यामुळे हा मुद्दा पटकन निकालात निघतो. त्याउलट ख्रिश्चननी जगभर प्रवास केला आहे. त्यानं भेट दिलेल्या जागांबद्दल बोलताना आमच्या बोलण्यात स्वाभाविक सहजता येते.

पोटभर सुग्रास भोजनानंतर ख्रिश्चन मला एस्कलला घेऊन जातो. गाडीत इव्हा कॅसिडीचा मधुर स्वर भरून राहतो. त्या प्रसन्न शांततेत मलाही विचार करायला थोडीशी उसंत मिळते. आजचा दिवस अगदी अप्रतिम असा गेला. डॉ. ग्रीन, मग एकत्र शॉवर, ख्रिश्चनची कबुली, आधी हॉटेलमध्ये आणि नंतर बोटीवरचा धुंद प्रणय, माझ्यासाठी गाडी विकत घेणं, शिवाय, ख्रिश्चन स्वतःसुद्धा किती वेगळा जाणवला आज. मला नक्की सांगता नाही येणार, पण एकतर तो काहीतरी सोडून तरी देतो आहे किंवा काही नव्यानं शोधू पाहतो आहे.

कोणाला वाटलं असेल का की तो इतका गोड आहे? त्याला तरी ते माहीत आहे का?

मी त्याच्याकडे नजर टाकते तेव्हा तोदेखील विचारात गढलेला दिसतो. त्या क्षणी प्रकर्षानी जाणवतं की, पौगंडावस्थेचा काळ जसा इतरांच्या आयुष्यात सामान्यतः येतो, तसा त्याच्या आयुष्यात आलाच नाहीये. मी मान हलवते.

मला फ्लिनबरोबर केलेल्या बॉल डान्सची आठवण येते. फ्लिननी मला ख्रिश्चनबद्दल सारं काही सांगितलं आहे हे ऐकल्यावर ख्रिश्चनची झालेली बिकट अवस्था मला आठवली. ख्रिश्चननी अजूनही माझ्यापासून काहीतरी लपवून ठेवलं आहे. त्याला जर असं वाटत राहिलं, तर या नात्यात आमची प्रगती कशी होणार?

मला जर सगळं कळलं तर मी निघून जाईन, अशी भीती त्याला वाटते आहे. तो जर त्याच्या मूळ स्वभावाप्रमाणे वागला तर मी निघून जाईन असं त्याला वाटतं आहे. छे! हा माणूस इतका क्लिष्ट आहे ना!

आम्ही त्याच्या घराजवळ पोहोचू लागतो तसा त्याचा ताण अगदी जाणवेल इतका वाढतो. तो सावधपणे इकडे तिकडे नजर टाकत, गल्ल्यांचा, फुटपाथचा अदमास घेत गाडी चालवतो. तो लीलाचा शोध घेतो आहे हे मला जाणवतं. नकळत माझेही डोळे तिचा शोध घेऊ लागतात. तपकिरी केसांची प्रत्येक तरुणी म्हणजे ती असू शकते; पण आम्हाला ती दिसत नाही.

तो गॅरेजमध्ये गाडी लावतो तेव्हा त्याचा चेहरा अगदी गंभीर झालेला असतो. हा जर असा ताणाखाली वावरणार असेल तर आम्ही इथं परत कशाला आलो, असा मी विचार करते. सॉयर गॅरेजमध्ये पहारा देतो आहे. विद्रूप झालेली ऑडी कुठे दिसत नाहीये. ख्रिश्चन गाडी एसयूव्हीच्या बाजूला लावतो. त्याबरोबर सॉयर येऊन माझ्या बाजूचा दरवाजा उघडतो.

''हॅलो सॉयर,'' मी म्हणते.

''मिस स्टील,'' तो मान डोलावतो, ''मि. ग्रे.''

''काही चाहूल नाही ना?'' ख्रिश्चन विचारतो.

''नाही सर.''

मान डोलावून ख्रिश्चन माझा हात पकडून एलिव्हेटरच्या दिशेने चालायला सुरुवात करतो. त्याचा मेंदू या क्षणी प्रचंड वेगानं काम करतो आहे आणि तो विचलित झाला आहे, हे माझ्या लक्षात येतं. एलिव्हेटरमध्ये गेल्यावर तो माझ्याकडे वळतो.

''इथून तू एकटीनं कुठेही जायचं नाही, आलं का लक्षात?'' तो माझ्यावर खेकसतो.

''बरं,'' *ए बाबा सांभाळ स्वतःला.* पण मी वरकरणी काहीही बोलत नाही. त्याचं हे अतिकाळजी घेणं मला सुखावून जातं. मला स्वतःला कडकडून मिठी मारावीशी वाटते आहे. हा जो पटकन भडकणारा आणि दादागिरी करणारा माणूस आहे ना, त्याला मी ओळखते. एक आठवड्यापूर्वी तो जेव्हा माझ्यावर असं खेकसून बोलत होता, तेव्हा मी किती प्रचंड घाबरले होते ते आठवून मला मजा वाटते. पण आता तो मला खूपसा कळला आहे. एखाद्या प्रसंगाशी सामना करण्यासाठीचं त्याचं हे तंत्र आहे. लीलामुळे त्याला खूप ताण आला आहे आणि त्याचं माझ्यावर प्रेम असल्यामुळे माझं संरक्षण त्याला करावंसं वाटत आहे.

''एवढं काय गमतीचं आहे?'' तो पुटपुटतो. पण त्याच्या स्वरात थोडीशी उत्सुकतादेखील डोकावते.

“तू.”

“मी? मिस स्टील? का बरं?” तो ओठांचा चंबू करतो.

आई गं! असा ओठांचा चंबू केलेला ख्रिश्चन कसला हॉट दिसतो आहे!

“असा ओठांचा चंबू करू नकोस.”

“का?” आता त्याला अजून नवल वाटतं.

“मी असं केल्यानं तुझ्यावर जो परिणाम होतो ना, अगदी तोच परिणाम तुझ्या अशा करण्यानं माझ्यावर होतो,” असं म्हणत मी मुद्दाम ओठ चावते. तो एक भुवई उंचावतो. आश्चर्य आणि आनंद त्याच्या चेहऱ्यावर सहज दिसून येतं आहे. “हो का?” म्हणत तो परत ओठांचा चंबू करत पुढे झुकत झटक्यात माझं चुंबन घेतो.

त्याला प्रतिसाद म्हणून मी ओठ त्याच्याकडे वळवते. आमचे ओठ भिडतात. त्याच क्षणी एकदम त्या चुंबनांचं स्वरूप बदलतं. ओठांद्वारा माझ्या नसांनसांतून संवेदना परावर्तित होतात. मी त्याच्याकडे खेचली जाते.

माझी बोटं त्याच्या केसात गुंततात. मला घट्ट कवटाळत तो एलिव्हेटरच्या भिंतीवर दाबून धरतो. हातांनी माझा चेहरा धरून तो ओठ माझ्या ओठावर दाबतो. आमच्या जिभा एकमेकींना भिडतात. कदाचित एलिव्हेटरच्या या छोट्याशा जागेमुळे असेल, पण मला त्याची निकड आणि चिंतादेखील अगदी प्रकर्षाने जाणवते.

होली शिट! मला तो आत्ता, इथं हवा आहे.

एलिव्हेटरची घंटी वाजून ते थांबते. त्याची दारं उघडतात. ख्रिश्चन माझ्या चेहऱ्यावरून त्याचा चेहरा हटवतो. परंतु मी त्याच्या मांड्यांमुळे जखडली गेलेली आहे. त्याची ताठरता मला टोचते आहे.

“वॉव!” तो धापा टाकत पुटपुटतो.

“वॉव!” मी पण तसाच प्रतिसाद देते आणि भरभरून श्वास घेते.

तो माझ्या नजरेत डोकावतो. त्याचे डोळे चमकत असतात, “ॲना, तू मला काय करतेस गं?” आपला अंगठा माझ्या खालच्या ओठावर फिरवत तो म्हणतो.

डोळ्यांच्या कोपऱ्यातून मला दिसतं की टेलर एक पाऊल मागे गेला आहे. त्यामुळे आता मी त्याच्या नजरेला पडत नाही. मी पुढे होत ख्रिश्चनच्या रेखीव ओठांच्या कोपऱ्यांचं कडकडून चुंबन घेते.

“जे तू मला करतोस ना ख्रिश्चन...”

थोडासा मागे होत तो माझा हात हातात घेतो. त्याचे डोळे आता परत गडद झाले आहेत. “चल,” तो हुकूम सोडतो.

टेलर फॉयरमध्ये उभं राहून शांतपणे आमची वाट पाहत असतो.

“गुड इव्हिनिंग टेलर,” ख्रिश्चन मनापासून म्हणतो.

“मि. ग्रे, मिस स्टील!”

"मी ना काल मिसेस टेलर होते," मी टेलरकडे पाहत हसत म्हणते. तो संकोचतो.

"अरे वा मिस स्टील, छान वाटतं आहे ऐकायला," टेलर सहज म्हणतो.

"मलासुद्धा तसंच वाटलं."

ख्रिश्चन माझ्या हातावरची पकड घट्ट करत टेलरकडे रागानं पाहत खेकसतो, "तुमच्या दोघांचं गुफ्तगू संपलं असेल, तर मला आढावा घ्यायला आवडेल." टेलर जरा अस्वस्थ होतो. मी दबकते. मी मर्यादा ओलांडली आहे.

"सॉरी!" मी टेलरकडे पाहून ओठांनी बोलते. तो खांदे उडवून माझ्याकडे पाहून छानसं हसतो. मग मी वळून ख्रिश्चनच्या मागे जाते.

"मिस स्टीलशी जरा बोलून मी लगेच येतो," असं ख्रिश्चन टेलरला म्हणतो, तेव्हा आपण आता अडकलो आहोत हे माझ्या लक्षात येतं. ख्रिश्चन मला त्याच्या बेडरूममध्ये घेऊन जातो आणि दार बंद करून घेतो.

"ॲनेस्टेशिया, स्टाफबरोबर अजिबात लंपटपणा करू नकोस," तो रागावतो.

मी स्वतःचा बचाव करण्यासाठी तोंड उघडते, मग मिटते; पण परत उघडते, "हे बघ, मी लंपटपणा करत नव्हते. मी फक्त आपुलकीनं वागत होते. या दोन्हीमध्ये फरक आहे. मी मित्रत्वानं वागत होते."

"स्टाफबरोबर मित्रत्वानं वागू नकोस आणि लंपटपणादेखील करू नकोस. मला ते आवडत नाही."

ओह! म्हणजे मघाचा बिनधास्त ख्रिश्चन आता गायब झाला आहे तर! "आय ॲम सॉरी," असं म्हणत मी मान खाली घालून स्वतःची बोटं पाहत बसते. दिवसभरात त्याच्या कोणत्याही कृतीतून आपण लहान आहोत असं मला वाटलं नव्हतं. पुढे होत तो माझी हनुवटी धरून चेहरा उंचावत त्याच्या डोळ्यांत बघायला भाग पाडतो.

"तुला माहिती आहे ना की मला किती मत्सर वाटतो ते?" तो कुजबुजतो.

"ख्रिश्चन, तुला मत्सर वाटण्याची काही गरज नाही. माझं शरीर आणि आत्मासुद्धा तुझाच आहे."

हे समजून-उमजून घेणं कठीण असल्यागत ख्रिश्चन डोळ्यांची उघडझाप करतो. मग वाकून पटकन माझं चुंबन घेतो. पण मघाशी एलिव्हेटरमध्ये घेतलेल्या चुंबनाची किंचितशीदेखील सर त्याला नसते.

"मी येतोच पटकन. हे तुझंच घर आहे असं समज," थोडं उदासपणे असं म्हणून तो वळून बेडरूममधून बाहेर पडतो. मी कुंठित होऊन तशीच उभी राहते.

आता ह्याला टेलरचाही मत्सर का वाटावा बरं? मी अविश्वासानं मान हलवते.

घड्याळाकडे नजर टाकल्यावर माझ्या लक्षात येतं की आठ वाजले आहेत.

त्यामुळे उद्यासाठी ऑफिसची तयारी करायची मी ठरवते. माझ्या वरच्या खोलीत जाऊन मी वॉक-इन-क्लोझेट उघडत, तर ते पूर्ण रिकामं असतं. तिथं एकही कपडा नसतो. अरे बापरे! ख्रिश्चननी माझं म्हणणं मनावर घेऊन सगळ्या कपड्यांची विल्हेवाट लावलेली दिसते आहे. शिट्!

माझं अबोध मन मला खुन्नस देतं. *तू आणि तुझा वाचाळपणा. चांगली अद्दल घडली तुला.*

त्यानं तरी माझ्या म्हणण्याचा शब्दशः अर्थ का घेतला? माझ्या आईचे शब्द मला आठवतात, *'डार्लिंग, पुरुष इतके परखड असतात ना!'* मी ओठांचा चंबू करून त्या रिकाम्या जागेकडे पाहत उभी राहते. त्यातले काही कपडे मी बॉलसाठी घातलेल्या चंदेरी ड्रेससारखेच फार सुंदर होते.

त्या बेडरूममध्ये मी निरुद्योग्यासारखी फिरू लागते. *पण हे काय? नक्की काय झालं आहे?* आयपॅड दिसत नाही. आणि माझा मॅक कुठे गेला? सगळ्यात आधी माझ्या मनात येतं की, नक्कीच त्या लीलानं सगळ्यावर हात मारला असणार.

मग मी पटकन खाली, ख्रिश्चनच्या बेडरूममध्ये जाते. पलंगाच्या बाजूला टेबलवर माझा आयपॅड, मॅक आणि माझी बॅग मला दिसते.

मग मी वॉकइन क्लोझेटचं दार उघडते. माझे सगळे कपडे इथं नीट रचून ठेवलेले आहेत. ख्रिश्चनच्या कपड्यांबरोबर. हे कधी झालं? आणि जेव्हा हा असं काही करतो, तेव्हा मला त्याची काडीमात्र कल्पनादेखील का देत नाही?

मी वळते तर तो दारात उभा असतो.

"अच्छा, त्यांनी हलवलं वाटतं सगळं," त्याचं फारसं लक्ष नाहीये.

"काय झालं?" मी विचारते. त्याचा चेहरा कठोर झाला आहे.

"टेलरच्या मते लीला इमर्जन्सी जिन्याचा वापर करत असावी. तिच्याकडे नक्कीच किल्ली असणार. आता सगळी कुलपं बदलली आहेत म्हणा. शिवाय टेलरच्या टीमनी संपूर्ण अपार्टमेंट पिंजून काढलं आहे. ती इथं कुठेही नाहीये," बोलणं थांबवत तो केसातून हात फिरवतो. "ती कुठे आहे हे मला कळलं असतं तर फार बरं झालं असतं. तिला मदतीची नितांत आवश्यकता आहे. परंतु तिला शोधून काढण्याचे आमचे सगळे प्रयत्न ती हाणून पाडते आहे." त्याला असं त्रासलेलं पाहून माझा मघाचा रुसवा कुठल्या कुठे जातो.

मी त्याच्याभोवती हाताचा विळखा घालते. तोही मला मिठीत घेऊन माझ्या केसांवर ओठ टेकवतो.

"ती सापडल्यावर तू काय करणार आहेस?" मी विचारते.

"डॉ. फ्लिनकडे सोपवणार आहे."

"तिच्या नवऱ्याचं काय?"

"तो कधीचाच नामानिराळा झाला आहे," ख्रिश्चनच्या स्वरात कडवटपणा आहे. तिचं कुटुंब कनेक्टिकटला आहे. पण मला वाटतं आहे की, ती इथं एकटीच आहे.

"हं, हे तर अगदीच वाईट."

"तुझं सगळं सामान इथं ठेवलं आहे हे चालेल ना तुला? तू माझ्याबरोबर या खोलीत राहावंस अशी माझी इच्छा आहे," तो म्हणतो.

अच्छा! शिताफीनं विषयांतर!

"हो."

"तू माझ्याजवळ झोपावंस असं मला वाटतं. तू बाजूला असलीस की मला रात्री भयाण स्वप्नं पडत नाहीत."

"तुला रात्री भयाण स्वप्नं पडतात?"

"हो."

त्याच्याभोवतीची माझी मिठी मी घट्ट करते. होली काऊ! काय काय ओझं वागवतो आहे हा! त्याच्यासाठी माझं मन विदीर्ण होतं.

"मी उद्याची ऑफिसची तयारी करत होते." मी म्हणते.

"ऑफिस?" जणू काहीतरी भयंकर शब्द ऐकल्यासारखा उद्‌गारत ख्रिश्चन मला मिठीतून मोकळं करत माझ्याकडे रोखून पाहतो.

"हो, ऑफिस!" त्याच्या प्रतिक्रियेमुळे चक्रावून मी म्हणते.

काही न समजल्यासारखा तो माझ्याकडे पाहत राहतो, "पण लीला... ती बाहेर मोकळी आहे." तो क्षणभर थांबून म्हणतो, "तू नाही जायचं ऑफिसला."

काय? "हे काय काहीतरी भलतंच ख्रिश्चन? मला जायलाच हवं आहे."

"नाही, काही गरज नाही," तो ठामपणे म्हणतो.

"तुला असं वाटतं का तू बाहेर रमशील, तेव्हा मी इथं बोटं मोडत घरात बसून राहीन?"

"खरं सांगायचं तर... हो."

ओह! फिफ्टी फिफ्टी फिफ्टी... मला आता मागे हटून चालणार नाही.

"ख्रिश्चन, मला ऑफिसला जाणं गरजेचं आहे."

"नाही, काही गरज नाही तुला."

"हो, मला गरज आहे," एखाद्या लहान मुलाशी बोलावं तसं ती सावकाश त्याला सांगते.

तो माझ्याकडे त्रासून पाहतो, "ते सुरक्षित नाहीये."

"ख्रिश्चन, मला जगण्यासाठी नोकरीची गरज आहे आणि मला काहीही होणार नाही."

"नाही, तुला जगण्यासाठी नोकरी करायची गरज नाही. आणि तुला काहीही होणार नाही हे तू कशावरून सांगतेस?" त्याचा आवाज आता टिपेला पोहोचला आहे.

याच्या बोलण्याचा अर्थ काय आहे? हा मला पोसणार आहे की काय? छे, हे काय भलतंच? मी त्याला जेमतेम पाच आठवड्यांपासून ओळखते आहे.

तो आता चिडला आहे. त्याच्या राखाडी डोळ्यांत जणू वादळ घोंगावतं आहे, पण मी त्याला जराही महत्त्व देत नाही.

"ख्रिश्चन, लक्षात घे की, लीला तुझ्या पलंगाच्या पायाशी उभी होती आणि तिने मला कोणतीही इजा केली नाही. दुसरं म्हणजे, मला जगण्यासाठी नोकरीची गरज आहे. मी स्वतःला तुमच्यावर लादायला मुळीच तयार नाही. शिवाय मला माझ्या शिक्षणासाठी घेतलेलं कर्जसुद्धा फेडायचं आहे."

मी कंबरेवर हात ठेवून ठामपणे उभी राहते. तो ओठ घट्ट मिटून घेतो. मी आता अजिबात मागे हटणार नाहीये. हा लेकाचा स्वतःला समजतो तरी कोण?

"तू कामावर जावंस अशी माझी इच्छा नाहीये."

"ख्रिश्चन, हा निर्णय तू नाही घ्यायचास. हे मी ठरवीन."

माझ्याकडे टक लावून पाहत तो केसातून हात फिरवत उभा राहतो. काही क्षण आणि मग काही मिनिटं जातात. आम्ही एकमेकांना तसंच जोखत राहतो.

"सॉयर येईल तुझ्याबरोबर."

"ख्रिश्चन, त्याची काही गरज नाही. तू फार अवास्तव विचार करतो आहेस."

"अवास्तव?" तो गुरगुरतो, "एकतर सॉयर तुझ्याबरोबर येईल, नाहीतर मी खरोखर अवास्तव होऊन तुला इथंच ठेवून घेईन."

तो असं काहीही करणार नाही, की करेल? "आणि ते कसं म्हणे?"

"ॲनेस्टेशिया, मला भरीला पाडू नकोस हं. मी शोधून काढीन काहीतरी मार्ग."

"ठीक आहे बाबा," त्याची समजूत घालण्याच्या दृष्टीनं मी त्याचं म्हणणं मान्य करते. होली फक्! फिफ्टी एकदम उट्टं काढण्याच्या पवित्र्यात आहे की!

आम्ही दोघं एकमेकांकडे रागारागानं पाहत उभं राहतो.

"ठीक आहे. तुला बरं वाटणार असेल, तर सॉयरला येऊ दे माझ्याबरोबर," मी डोळे फिरवत त्याच्या म्हणण्याला मान्यता देते. ख्रिश्चन डोळे बारीक करत माझ्या दिशेनं एक पाऊल टाकतो. त्याबरोबर मी एक पाऊल मागे सरकते. तो थबकतो. मग खोल श्वास घेऊन, डोळे मिटून घेत दोन्ही हात स्वतःच्या केसातून फिरवतो. आई गं! फिफ्टी खरोखर, खोलवर दुखावला गेला आहे.

"चल, मी तुला घर दाखवू का?"

घर दाखवू का? मस्करी करतो आहेस का? "बरं." मी सावधपणे म्हणते.

परत दिशाबदल. पारा परत जागेवर आलेला दिसतो आहे. तो हात पुढे करतो. मी तो पकडते तेव्हा तो हलकेच माझा हात दाबतो.

''तुला घाबरवायचा माझा हेतू नव्हता.''

''नक्कीच नव्हता. मीच पळून जायच्या बेतात होते,'' मी उपरोधानं म्हणते.

''पळून?'' त्याचे डोळे विस्फारतात.

''अरे, मस्करी करते आहे.'' देवा!

तो मला क्लोझेटमधून बाहेर काढतो. मी क्षणभर थांबून स्वतःला शांत करते. अजूनही माझ्या शरीरातून ॲड्रेनलिन उसळतं आहे. फिफ्टीशी भांडण म्हणजे मस्करी नाहीये.

तो मला घरभर सगळ्या खोल्या दाखवत हिंडवतो. वरच्या तीन बेडरूम आणि प्लेसमच्या व्यतिरिक्त टेलर आणि मिसेस जोन्सला स्वतंत्र विभाग आहेत. त्यामध्ये प्रत्येकी स्वयंपाकघर, प्रशस्त हॉल आणि बेडरूम आहे. मिसेस जोन्स अजूनही पोर्टलँडमधल्या त्यांच्या बहिणीकडून परत आलेल्या नाहीयेत.

खालच्या मजल्यावर त्याच्या स्टडीच्या विरुद्ध बाजूला असलेली मोठी टीव्हीरूम माझं लक्ष वेधून घेते. तिथे एक प्रचंड मोठा प्लाझ्मा स्क्रीन आणि वेगवेगळी गेम स्टेशन्स आहेत. ती खोली छान उबदार वाटते आहे.

''म्हणजे तुझ्याकडे एक्स-बॉक्स आहे तर!'' मी मानभावीपणे म्हणते.

''हो, पण मला त्यातलं काही येत नाही. इलियट मला आरामात हरवतो. मागे मी प्लेरूम म्हटलं, तेव्हा तुला ती ही खोली वाटली होती ना?'' मघाचा सगळा त्रागा विसरून तो माझ्याकडे पाहत हसत हसत म्हणतो. त्याचा चांगला मूड परत आला आहे हे माझं नशीब म्हणायचं.

''मि. ग्रे, माझ्यामुळे तुमची करमणूक होते आहे याचा मला आनंद आहे,'' मी झोकात म्हणते.

''तुम्ही आहातच तशा, मिस स्टील – अर्थात, जेव्हा तुम्ही अतिरेक करत नाहीत, तेव्हाच.''

''तू जेव्हा अशक्य वागतोस ना, तेव्हा मी अतिरेक करते.''

''मी? अशक्य वागतो?''

''हो मि.ग्रे, 'अशक्य' हे तुमचं मधलं नाव असायला हरकत नाही.''

''मी मधलं नाव लावत नाही.''

''मग तर 'अशक्य' हे छान शोभून दिसेल.''

''मिस स्टील, मला वाटतं हा प्रत्येकाच्या दृष्टिकोनाचा प्रश्न आहे.''

''मला डॉ. फ्लिनचं व्यावसायिक मत जाणून घ्यायला आवडेल.''

ख्रिश्चन मानभावीपणे हसतो.

“मला वाटलं की ट्रेव्हेलिअन हे तुझं मधलं नाव आहे.”

“नाही, ते आडनाव आहे.”

“पण तू तर ते वापरत नाहीस.”

“खूप मोठं आहे ते. चल,” तो हुकूम करतो. मी त्याच्या पाठोपाठ टीव्ही रूममधून बाहेर पडत प्रशस्त हॉलमधून बाजूच्या खोलीत आणि तिथून एका पॅसेजमधून वाईन सेलरमध्ये जाते. तिथून आम्ही टेलरच्या अद्ययावत ऑफिसमध्ये जातो. आम्ही आत आल्यावर तो उठून उभा राहतो. इथे सहा जणांची मीटिंग घेता येईल असं टेबल आहे. एका डेस्कच्यावर अनेक मॉनिटर लागले आहेत. या अपार्टमेंटमध्ये सीसीटीव्ही लावले आहेत याची मला कल्पना नव्हती. बाल्कनी, जिने, सर्व्हिस एलिव्हेटर आणि फॉयरवर इथून पाळत ठेवली जाते.

“हाय टेलर, मी ॲनेस्टेशियाला घर दाखवतो आहे.”

टेलर न हसता मान डोलावतो. बहुधा त्याचीही कानउघाडणी झाली असावी. तो अजूनही का बरं काम करतो आहे? मी त्याच्याकडे पाहून हसते. त्यावरही तो अदबीनं मान डोलावतो. ख्रिश्चन परत माझा हात पकडतो आणि मला लायब्ररीमध्ये आणतो.

“आणि अर्थात इथं तू येऊन गेली आहेस,” तो दार उघडत म्हणतो. बिलियर्ड टेबलचं जाड, हिरवं कापड माझ्या नजरेला पडतं.

“आपण खेळायचं का?” मी विचारते. ख्रिश्चन आश्चर्यानं हसतो.

“हो. तू खेळली आहेस का आधी?”

“हं, थोडंसं,” मी खोटं बोलते. मान कलती करत, बारीक नजरेनं तो माझ्याकडे रोखून पाहतो.

“ॲनेस्टेशिया, तुला अजिबात खोटं बोलता येत नाही. एकतर तू कधीही खेळली नाहीयेस किंवा मग...”

मी ओठावरून जीभ फिरवते, “का, स्पर्धेला भितोस का?”

“तुझ्यासारख्या एवढ्याशा मुलीला घाबरणार?” ख्रिश्चन मजेत माझी टर उडवत म्हणतो.

“पैज लावता का मि. ग्रे?”

“तुम्हाला तर फारच खात्री आहे असं दिसतं आहे मिस स्टील!” त्याच्या चेहऱ्यावर एकाच वेळेस मानभावीपणा, नवल आणि अविश्वासाचं मिश्रण आहे.

“आणि कशाची पैज लावायला आवडेल तुम्हाला?”

“मी जिंकले, तर तू मला प्लेरूममध्ये घेऊन जायचंस.”

माझ्या म्हणण्याचा अर्थ न कळल्यागत तो माझ्याकडे पाहत राहतो, “आणि मी जिंकलो तर?” काही क्षणांनी भानावर येत तो विचारतो.

“मग ते तू ठरवायचंस.”

काय उत्तर द्यावं याचा विचार करत तो ओठांना मुरड घालतो. मग “ठीक आहे,” असं मानभावीपणे म्हणतो, “तुला पुल, इंग्लिश स्नूकर की कॅरम बिलियर्डस खेळायचं आहे?”

“पुल, प्लीज. इतर दोन मला माहीत नाहीत.”

पुस्तकांच्या एका शेल्फखालच्या कपाटातून ख्रिश्चन एक मोठी लेदर केस बाहेर काढतो. त्याच्या आत वेल्वेटमध्ये पुलचे बॉल ठेवलेले असतात. पटकन सफाईदारपणे तो सर्व बॉल बेझवर रचतो. मी आजवर एखाद्या मोठ्या पुल टेबलवर कधी खेळले असेन, असं मला वाटत नाही. ख्रिश्चन माझ्या हातात क्यू आणि चॉक देतो.

नम्रपणाचा आव आणून तो मला विचारतो, “तुला ब्रेक करायला आवडेल का?” आपण जिंकणार आहोत या भावनेनी त्याला फार मजा येत आहे.

“ओके,” असं म्हणत पापण्यांआडून ख्रिश्चनकडे पाहत, मी माझ्या क्यूच्या टोकावर चॉक घासते, मग जास्तीचा चॉक उडवून टाकते.

पांढऱ्या बॉलचा नेम धरून मी एक सुरेख अचूक फटका मारते. त्याबरोबर त्या त्रिकोणी चौकोनातला मधला बॉल पुढच्या रेघांच्या बॉलला ढकलतो. तो स्पिन होत वरच्या उजव्या पॉकेटमध्ये अलगद पडतो. बाकीचे बॉल आता इतस्ततः पसरले आहेत.

“मी रेघांचे बॉल निवडले आहेत,” ख्रिश्चनकडे पाहत, मुरकत, निरागसतेचा आव आणून मी म्हणते. त्याबरोबर त्याचे डोळे गडद होतात.

“काही हरकत नाही,” तोही नम्रपणे म्हणतो.

पुढचे तीन बॉल मी फटाफट पॉकेटमध्ये टाकते. आतल्या आत मला आनंदाच्या उकळ्या फुटत आहेत. जोसेनी मला पुल खेळायला– तेही पद्धतशीरपणे– शिकवल्यामुळे त्याच्याबद्दल प्रचंड कृतज्ञता माझ्या मनात दाटून आली आहे. ख्रिश्चन निर्विकारपणे पाहत असल्याचा आव आणतो, पण त्याला वाटणारं कौतुक ओसरू लागल्यासारखं वाटतं आहे. हिरव्या स्ट्राईपचा बॉल मी अक्षरशः केसातल्या फरकाने चुकवते.

“ॲनेस्टेशिया, या बिलियर्डच्या टेबलाशी वाकणाऱ्या, झुकणाऱ्या, स्वतःला ताणणाऱ्या तुला न्याहाळत मी दिवसभर उभं राहू शकतो,” तो माझी दखल घेत म्हणतो.

मी लाजते. नशीब की मी जीन्स घातली आहे. तो मानभावीपणे हसतो, तो मुद्दाम माझं लक्ष विचलित करण्याचा प्रयत्न करतो आहे, हरामखोर! आपला क्रीम स्वेटर डोक्यावरून काढून एका खुर्चीच्या पाठीवर टाकत, माझ्याकडे पाहत छद्मी हसत तो पहिला शॉट मारायला पुढे सरसावतो.

त्यासाठी तो टेबलावर ओणवा होतो. त्याला तसं पाहून माझ्या घशाला कोरड

पडते. *त्याच्या म्हणण्याचा अर्थ माझ्या लक्षात येतो.* घट्ट बसणारी जीन्स आणि पांढरा टीशर्ट घातलेल्या, असा ओणवा झालेल्या ख्रिश्चनला न्याहाळणं ही एक पर्वणी आहे. मी तर क्षणभर विचार करायलादेखील विसरते. मग तो फटाफट चार सॉलिड बॉल घेतो. पाचवा पांढरा घेतला गेल्यानं त्याचा फाऊल होतो.

"अरेरे मि. ग्रे., फारच प्राथमिक चूक केलीत!" मी चिडवते.

"काय करणार मिस स्टील. मी पडलो साधा भोळा माणूस. चला घ्या. तुमची पाळी आहे ना आता?" तो टेबलाकडे हात करत मंद स्मित करत म्हणतो.

"तू मुद्दाम तर हरत नाहीयेस ना?"

"छे. माझ्या मनात जे काही आहे, त्यासाठी आत्ता जिंकणं फार गरजेचं आहे ॲनेस्टेशिया," मग खांदे उडवत तो सहजतेनं म्हणतो, "पण तसंही मला नेहमीच जिंकायला आवडतं."

मी डोळे बारीक करून त्याच्याकडे पाहते. *ठीक आहे तर मग!* मी आज ते फिकं निळं ब्लाऊज घातलं आहे याचा मला खूप आनंद होतो, कारण त्याचा गळा पुरेसा खोल आहे. मी टेबलाभोवती फिरते. मुद्दामच शक्य तितक्या वेळा वाकते. येता-जाता ख्रिश्चनला माझ्या छातीची घळ आणि पार्श्वभाग व्यवस्थित दिसेल याची काळजी घेते. मीसुद्धा तुझ्याबरोबर खेळू शकते म्हटलं बच्चू. मी त्याच्याकडे नजर टाकते.

"तू काय करते आहेस, ते आलं आहे माझ्या लक्षात," तो मला जतावतो.

मी मुद्दामच मान वेळावते, हातातला क्यू कुरवाळत त्यावरून अलगद बोटं फिरवते, "पुढचा शॉट कुठे घ्यावा ह्याचा मी विचार करते आहे," त्याच्याकडे लक्ष नसल्यासारखं दाखवत मी म्हणते.

पुढे झुकत मी केशरी रेघांच्या बॉलला जरा बऱ्या जागेवर आणते. मग ख्रिश्चनच्या समोर उभं राहून पुढचा शॉट खालच्या बाजूनी घेते.

पुढचा शॉटचा अंदाज घेत मी टेबलवर पूर्ण झुकते. त्याबरोबर ख्रिश्चन खोल श्वास घेतो. आणि अर्थातच त्याच्या त्या प्रतिक्रियेने माझा नेम चुकतो. शिट्!

मी टेबलावर तशी झुकलेली असताना तो माझ्या मागे येऊन माझ्या नितंबांवर हात ठेवतो.

"मला छेडायला तुम्ही हे झुलवत आहात का मिस स्टील?" असं म्हणत तो फाटकन माझ्या नितंबावर चापट मारतो.

मी उसासत म्हणते, "हो!" कारण ते खरं आहे.

"राणी, आपण कशाची इच्छा करत आहोत, याची जरा काळजी घे."

तो टेबलावरच्या दुसऱ्या बाजूला जातो, तसं मी माझा पार्श्वभाग चोळते. मग तो टेबलावर वाकून त्याच्या शॉटकरता तयार होतो. खरंच, मी दिवसभर त्याला

अशी न्याहाळू शकते. तो नेम धरून लाल बॉलला मारतो– जो थेट बाजूच्या पॉकेटमध्ये जातो. मग वरच्या उजव्या पॉकेटसाठी तो पिवळ्या बॉलला मारतो. या वेळेस त्याचा नेम चुकतो. मला हसू येतं.

"रेडरूम, आम्ही येत आहोत," मी त्याला टोमणा मारते.

तो एक भुवई उंचावून मला पुढे खेळायचा इशारा करतो. मी पटकन हिरव्या रेघांचा बॉल घेते आणि योगायोगानं शेवटचा केशरी रेघांचा बॉलदेखील घेते.

"चल, कुठलं पॉकेट ते सांग," ख्रिश्चन कुजबुजतो. तो जणू कुठलंतरी अगम्य, गूढ गुपित बोलल्यासारखं भासतं.

"वरच्या डाव्या हाताचं," आता मी काळ्या बॉलचा नेम धरते; पण छे, माझा नेम चुकतो. बॉल दूर जातो. *वैताग आहे!*

आता कुत्सितपणे हसून ख्रिश्चन टेबलावर झुकतो आणि उरलेले दोन सॉलिड फटाफट घेतो. मी तर अक्षरशः त्याच्या त्या पिळदार शरीराकडे बघून धापा टाकते आहे. मग उभं राहून तो स्वतःच्या क्यूच्या टोकाला चॉक लावतो. त्याची नजर मला जणू जाळते आहे.

"मी जर जिंकलो तर..."

तर काय?

"मी तुला पट्टीनं मारणार आहे आणि मग या बिलियर्ड्स टेबलावर भोगणार आहे."

होली शिट! माझ्या नाभीखालचा प्रत्येक स्नायू ताठरला आहे.

"वरचं उजवं," असं म्हणत काळ्या बॉलचा नेम धरून तो शॉट घ्यायला पुढे झुकतो.

११

अतिशय सहजतेने ख्रिश्चन त्या पांढऱ्या बॉलला टोलवतो. तो टेबलाच्या कडेनं सरकत जात काळ्या बॉलला स्पर्श करतो. त्यासरशी काळा बॉल अलगद घरंगळत टेबलाच्या कडेवरून हलकेच वरच्या उजव्या पॉकेटमध्ये पडतो.

छे!

तो सरळ होत उभा राहतो. मी तुला जिंकलं आहे स्टील; असं विजयी हसू त्याच्या चेहऱ्यावर असतं. स्वतःच्या हातातला क्यू बाजूला ठेवून तो आरामात माझ्या दिशेनं येतो. जीन्स, पांढरा टीशर्ट आणि विस्कटलेले केस अशा अवतारात तो सीईओसारखा न दिसता शहराच्या कुप्रसिद्ध भागातील वाईट मुलांसारखा दिसतो. होली काऊ! *कसला फकिंग सेक्सी दिसतो आहे तो या क्षणाला!*

''हरली तर आहेसच; पण फार त्रास करून घेणार नाहीस ना?'' त्याला हसू आवरत नाहीये.

''आता तू किती जोरात मारतो आहेस, त्यावर ते अवलंबून आहे म्हणा,'' मी स्वतःच्या क्यूच्या आधारावर सावरते. माझ्या हातातून क्यू काढून घेऊन तो ती एका बाजूला ठेवतो. मग माझ्या शर्टच्या वरच्या भागात बोटं गुंतवून मला स्वतःकडे ओढतो.

''आधी तर तुमच्या गैरवर्तणुकीचा हिशोब करू या, मिस स्टील,'' तो स्वतःच्या लांब बोटांवर मोजू लागतो, ''एक– मला स्वतःच्या स्टाफचा मत्सर करायला लावलात. दोन– नोकरीच्या संदर्भात माझ्याशी वाद घातलात आणि तीन– गेली वीस मिनिटं मुद्दामहून तुमचा हा रमणीय पार्श्वभाग माझ्यासमोर झुलवत आहात.''

त्याचे राखाडी डोळे अचानक उत्साहानं लकलकू लागतात. मग खाली वाकून तो माझ्या नाकावर नाक घासतो, ''या क्षणाला तुझी ही जीन्स आणि सुंदर शर्ट काढून टाक.'' माझ्या ओठांचं अगदी हळुवार चुंबन घेत त्याचं फर्मान सुटतं. मग बेफिकिरीने दाराकडे जात दाराला कडी लावून तो परत येतो.

ओह माय!

तो वळून जेव्हा माझ्याकडे पाहतो तेव्हा त्याच्या डोळ्यांतून जणू अंगार बरसत असतो. मी एखादं चेटूक झाल्यासारखी स्तब्ध उभी राहते. माझं हृदय जोरजोरात धडधडत असतं, रक्त उसळत असतं. मी किंचितशीदेखील हालचाल करू शकत नाही. माझ्या मनात एकच विचार रुंजी घालत असतो की *हे त्याच्यासाठी आहे.*

"कपडे, ॲनेस्टेशिया. तू अजूनही ते घातलेले आहेत. काढ ते, नाहीतर मला ते काढावे लागतील."

"तू काढून दे," कसाबसा मला कंठ फुटतो. माझा स्वर अगदी हळुवार पण तापलेला आहे. ख्रिश्चन हसतो.

"ओह, मिस स्टील, अतिशय खालच्या दर्जाचं काम आहे; पण मला वाटतं की मी आव्हान पेलू शकेन."

"मि. ग्रे, साधारणतः तुम्ही सारी आव्हानं पेलता," मी एक भुवई उंचावत म्हणते. तसा तो छद्मीपणे हसतो.

"काय मिस स्टील, नक्की काय म्हणायचं आहे तुम्हाला?" माझ्या दिशेनं येताना तो बुकशेल्फमधल्या एका डेस्कपाशी थांबून त्यातून एक पट्टी काढतो. मग तिची दोन्ही टोकं दोन्ही हातात धरून ती वाकवून पाहतो. त्याची नजर सातत्यानं माझ्यावर रोखलेली आहे.

होली शिट! त्यानं निवडलेलं हत्यार. माझं तोंड कोरडं पडतं.

अचानक मी खूप तापते, अस्वस्थ होते, हवी तिथे ओलावते. अशा प्रकारे फक्त नजरेनं, पट्टीच्या वाकवण्यानं केवळ ख्रिश्चन मला चेतवू शकतो. मग जीन्सच्या मागच्या खिशात ती पट्टी सारून तो माझ्या दिशेनं सहजतेनं येतो. त्याच्या डोळ्यांत अनेक ऊर्मी असतात. चकार शब्द न उच्चारता तो माझ्यासमोर येऊन गुडघ्यावर बसत शिताफीनं पटकन माझ्या बुटांच्या लेस सैल करतो. मग दोन्ही कॉन्व्हर्ज आणि मोज्यातून माझे पाय मोकळे करतो. पडू नये म्हणून मी बिलियर्ड टेबलचा आधार घेते. माझ्या बुटाच्या लेस सोडवणाऱ्या या देखण्या पुरुषाकडे एक कटाक्ष टाकल्यावर मला प्रकर्षानं जाणवतं की, माझं ह्याच्यावर किती प्रगाढ प्रेम जडलं आहे.

आता माझ्या नितंबांना पकडून तो जीन्सच्या वेस्टबँडमध्ये बोटं अडकवतो. मग बटण उघडून झिप उघडतो. माझ्या अंगावरून जीन्स सावकाश उतरवताना तो त्याच्या दाट पापण्यांआडून माझ्याकडे बघत अतिशय मादकपणे हसतो आहे. मी जीन्स काढते. इतक्या सुंदर पँटीज घातल्याचा मला आनंद होतो. माझ्या पायांना मागच्या बाजूंनी पकडून तो माझ्या मांड्यावरून नाक फिरवतो. मी अक्षरशः वितळते.

"ॲना, मला आज तुझ्याशी धसमुसळेपणा करायचा आहे. तुला सहन नाही झालं, तर ताबडतोब मला थांबायला सांगायचंस," तो श्वास घेतो.

ओह माय! तो माझं... तिथे... चुंबन घेतो. मी हलकेच चित्कारते.

"परवलीचा शब्द?" मी विचारते.

"नाही. कुठलाही परवलीचा शब्द नाही. फक्त 'थांब' म्हणायचं, म्हणजे मी लगेच थांबेन, समजलं?" तो पुन्हा माझ्यात नाक खुपसत माझं चुंबन घेतो. *अहा! काय छान वाटतं आहे!* तो उभा राहतो. माझ्याकडे रोखून पाहतो, "मला उत्तर दे," अत्यंत मुलायम स्वरात तो मला हुकूम देतो.

"हो, हो, समजलं," त्याच्या हट्टामुळे मी कोड्यात पडते.

"ॲनेस्टेशिया, आज दिवसभर तू संमिश्र भावना दर्शवत मला वेगवेगळे इशारे करते आहेस," तो म्हणतो. "आधीचा ख्रिश्चन गायब झाला आहे, अशी तुला काळजी वाटते आहे. तुझ्या म्हणण्याचा काय अर्थ आहे, ते मला नेमकं कळलं नाहीये. शिवाय, तुला खरंच तसं वाटतं आहे का, हेही सांगता येत नाहीये. पण नेमकं तेच आपण आता शोधून काढणार आहोत. इतक्यात प्लेरूममध्ये जाण्याची माझी तयारी नाही. त्याऐवजी आपण हे करून पाहू या. पण मला वचन दे की, ज्या क्षणी तुला सहन होणार नाही, आवडणार नाही, त्या क्षणी तू मला सांगशील," त्याचा आधीचा मत्तपणा जाऊन त्याची जागा आता चिंतेपोटी जन्मलेल्या तीव्र स्वराने घेतली आहे.

ए ख्रिश्चन, इतका चिंतित होऊ नकोस. "मी नक्की सांगीन तुला, परवलीचा शब्द नसला तरी सांगेन," मी त्याला निश्चिंत करायचा प्रयत्न करते.

"ॲनेस्टेशिया, आपण प्रेमिक आहोत आणि प्रेमिकांना परवलीच्या शब्दाची गरज नसते," त्याच्या कपाळावर आठ्या उमटतात, "असते का?"

"मला वाटतं नसावी," मी हळूच म्हणते. *अरे, आता मला कसं माहीत असणार?* "मी वचन देते."

दिलेल्या शब्दाला मी जागू शकेन की नाही याचा अंदाज घेण्यासाठी तो माझ्याकडे टक लावून पाहतो. मी घाबरले आहे, पण उत्तेजितदेखील झाले आहे. त्याचं माझ्यावर प्रेम आहे हे कळल्यामुळे त्याच्यासाठी हे सगळं करण्यात मला खूप आनंद मिळतो आहे. या क्षणी मला फार विचार करायची गरज भासत नाही. उलट, हे सारं मला सहजसोपं वाटतं आहे.

त्याच्या चेहऱ्यावर हलकंसं हसू उमटलं. मग पुढे होत तो माझ्या शर्टाची बटणं कुशलतेनं काढतो. पण तो माझ्या अंगातून शर्ट काढून टाकत नाही. पुढे होत तो क्यू उचलतो.

ओ फक्! त्या क्यूनी तो करणार तरी काय आहे? भीतीची एक लाट माझ्या तनामनातून सरसरत जाते.

"मिस स्टील, तुम्ही खरोखरच छान खेळता हे पाहून मला नवल वाटतं आहे.

आता काळा बॉल का नाही घालवत तुम्ही?''

माझी भीती कुठल्याकुठे गायब होते. त्याला नवल वाटण्यासारखं काय आहे असा विचार करत मी ओठांचा चंबू करते. सेक्सी, उद्धट, हरामखोर! माझी अंतर्देवता बेफाम सुखावली आहे. समाधानानं हसत 'दे धम्माल' थिरकते आहे.

मी पांढऱ्या बॉलला व्यवस्थित ठेवत टेबलावर झुकते. ख्रिश्चन टेबलाच्या बाजूनी चालत येत माझ्या मागे उभा राहतो. मी नेम धरते, तसा तो माझ्या उजव्या मांडीवर हात ठेवतो. मग माझ्या पायावर वरून-खाली आणि खालून-वर बोटं फिरवत कुरवाळू लागतो.

''तू हे असं केलंस ना तर माझा नेम चुकेल हं!'' त्याच्या कुरवाळण्यानं सुखावत, डोळे मिटून घेत मी म्हणते.

''तुझा नेम लागो न लागो, मला त्याची काहीही पर्वा नाही. तुला या अवस्थेत, अर्धवट कपड्यात, माझ्या बिलियर्ड टेबलावर ओणवी झालेली मला पाहायचं होतं. या क्षणी तू कसली हॉट दिसते आहेस, ह्याची तुला कल्पना तरी आहे का?''

मी लाजते. माझी अंतर्देवता दातात गुलाब धरून टँगो करू लागते. खोल श्वास घेत, त्याच्याकडे दुर्लक्ष करायचा प्रयत्न करत मी नेम धरते. छे! अशक्य आहे हे. तो माझा पार्श्वभाग परत परत कुरवाळत राहतो.

''वरचा डावा...'' असं पुटपुटत मी पांढऱ्या बॉलला मारते. त्या क्षणी तो सपकन माझ्या पार्श्वभागावर फटका लगावतो.

मला ते इतकं अनपेक्षित असतं की, मी किंचाळते. पांढरा काळ्यावर आदळतो आणि टप्पा घेत काळा पॉकेटपासून दूर जातो. ख्रिश्चन मला पुन्हा कुरवाळू लागतो.

''पुन्हा प्रयत्न करायला हवा असं मला वाटतंय,'' तो कुजबुजतो, ''ॲनेस्टेशिया, तुला मन एकाग्र करायची गरज आहे.''

या खेळामुळे मी आता उत्तेजित होऊन धापा टाकते आहे. टेबलाच्या दुसऱ्या टोकाला जाऊन परत काळा बॉल नीट ठेवत तो पांढरा बॉल माझ्याकडे टाकतो. आता तो माझा डावा पाय आणि मग नितंब कुरवाळू लागतो. माझी उरलीसुरली सारी आंतरिक शक्ती एकवटून मी परत एकदा टेबलावर झुकते. पुढे काय होणार ह्याचा अंदाज असल्यामुळे मी पांढऱ्या बॉलला नेम धरून मारते, त्याच क्षणी ख्रिश्चन मला जोरात फटकारतो.

ऑव! माझा नेम परत चुकतो. ''ओह नो!'' मी नाराजीनं म्हणते.

''अजून एकदा राणी, मात्र यावेळेस नेम चुकला ना, तर मग मी तुला...''

काय? मला काय...

परत एकदा काळा बॉल टेबलवर ठेवून तो मुद्दामच अतिशय संथपणे चालत माझ्या दिशेनं येऊन, माझ्या मागे उभं राहून माझा पार्श्वभाग कुरवाळू लागतो.

"तुला जमेल या वेळेला," तो माझी समजूत काढतो.

छे! तू माझं चित्त असं विचलित करत असताना शक्यच नाही. मी मुद्दामच त्याला ढुशी देते. तो मला हलकेच चापट मारतो.

"मिस स्टील, फार घाई झाली आहे वाटतं?" तो विचारतो.

हो. मला तू हवा आहेस.

"चल, हे काढून टाकू," असं म्हणत तो माझ्या पॅन्टीज काढून कुठे टाकतो काय माहीत, पण मला आता अगदी उघडं वाटतं, कारण तो माझ्या दोन्ही नितंबांची चुंबनं घेतो.

"चल राणी, मार शॉट."

मला कुरकुर करावीशी वाटते. मला हा शॉट घेता येणार नाही, मी नेम चुकवणार आहे, हे मला माहीत आहे. मी पांढऱ्याला नीट ठेवत नेम धरून मारते, पण माझ्या उतावीळपणामुळे परत माझा नेम पूर्णपणे चुकतो. काळ्याला किंचितसा स्पर्शदेखील होत नाही. आता आपल्याला चपराक बसणार, हे मला माहीत असतं. पण त्याऐवजी तो माझ्यावर झुकतो, मला टेबलावर झोपवतो, माझ्या हातातला क्यू काढून बाजूच्या कुशनमध्ये ठेवतो. माझ्या नितंबांना त्याची ताठरता जाणवते.

"तुझा नेम चुकला," तो माझ्या कानात हळुवारपणे म्हणतो. माझा गाल बेझवर दबला आहे. "चल, दोन्ही हात टेबलावर सरळ ठेव."

मी हुंकारते. माझा जीव गोळा झाला आहे. मी धापा टाकायला सुरुवात केली आहे. माझ्या नसानसांतून उष्ण कामप्रवाह दौडू लागला आहे. तो एका हातानं हळुवारपणे माझी पाठ कुरवाळतो आणि दुसरा हात माझ्या मानेवरून केसात गुंतवतो. त्याचं कोपर माझ्या पाठीवर टेकल्यामुळे मला उठणं शक्य नाही. मी पूर्णतया असहाय आहे.

"चल पाय फाकव," तो पुटपुटतो. क्षणभर मी संभ्रमात पडते. दुसऱ्या क्षणी तो मला पट्टीनी फटकारतो. मारापेक्षा आवाज जास्त जोरात येतो. मी चकित होते. श्वास घेते. तसं तो पुन्हा फटकारतो.

"पाय," तो हुकूम करतो. मी अक्षरशः धापा टाकत पाय फाकवते. पुन्हा पट्टीचा तडाखा बसतो. आ! लागलं मला. पण त्याहून अधिक तीव्र आवाज ती पट्टी माझ्या त्वचेशी भिडल्यावर येतो.

मी डोळे बंद करत सगळ्या वेदना शोषून घ्यायचा प्रयत्न करते. ख्रिश्चनचा श्वास वेगाने होऊ लागतो. तो मला परत परत मारतो. मी कण्हते. अजून असे किती आघात मी सहन करेन हे मला सांगता येत नाही. पण या कृतीमुळे तो इतका पेटून उठला आहे, या जाणिवेनं माझा कामज्वर शिगेला पोहोचू लागतो. त्यामुळे माझी सोसण्याची ताकद कैकपटींनी वाढते. मी अशा काळोख्या जागी पोहोचते आहे

ज्याचं मला आजवर भान नव्हतं. याआधी फक्त एकदा त्याच्या प्लेरूममध्ये टॅलीसच्या संगीताच्या साथीत मी त्याची झलक अनुभवली होती. परत एकदा सपकन पट्टी बसते. मी जोरात चित्कारते. ख्रिश्चनसुद्धा चित्कारून प्रतिसाद देतो. तो मला परत परत मारतो. पुन्हा मारतो. आता तो जरा जास्त जोरात मारतो. मी कसनुशी होते.

"थांब," मला जाणीव होण्याआधी माझ्या तोंडून शब्द बाहेर पडतो. दुसऱ्या क्षणी ख्रिश्चन पट्टी फेकून देत मला सोडतो.

"पुरे का?" तो हलकेच म्हणतो.

"हो."

"मला तुला आत्ता भोगायचं आहे," तो म्हणतो. त्याचा आवाज थकलेला आहे.

"हो," मी ऐकू येईल न येईल अशा आवाजात उत्तर देते. मला पण तो हवा आहे. तो पटकन त्याच्या पँटची झिप उघडतो. मी टेबलावर तशीच वाट पाहत धापा टाकते. तो धसमुसळेपणा करणार आहे याची जाणीव मला आहे.

आपण इतका वेळ कसा टिकाव धरू शकतो, ह्याचं मला आश्चर्य वाटतं. आणि मला जाणवतं की आपल्याला खूप मजा आली आहे. अर्थात, हे सारं थोडं अनैसर्गिक आहे म्हणा, पण ती त्याची ओळखदेखील आहे.

तो माझ्या आत दोन बोटं सारून ते हळुवार गोलाकार फिरवत मला संवेदनांची नवी सैर घडवतो. शब्दातील आणि स्पर्शातील सुखानं मी मोहरते. डोळे मिटून त्या भावनांशी एकरूप होते. तेवढ्यात मला फॉईल उघडल्याचा आवाज येतो. दुसऱ्या क्षणी तो माझ्या दोन्ही पायात उभं राहून माझे पाय अजून थोडे फाकवतो.

अगदी अलगद तो माझ्या आत प्रवेश करत मला व्यापून टाकत सुखद संवेदनांनी चित्कारतो. माझ्या आत्म्याची तार छेडली जाते. मग माझे नितंब पकडून तो स्वतःला बाहेर काढतो आणि नंतर आवेगाने आत शिरतो. मी जोरात ओरडते. क्षणभर तो थबकतो.

"परत?" मुलायमपणे तो विचारतो.

"हो. मी अगदी ठीक आहे. तू... स्वतःला माझ्यात पूर्ण हरवून टाक. मलाही तुझ्याबरोबर घे," मी एका दमात म्हणते.

तो घशातून आवाज काढत परत एकदा माझ्यातून मोकळा होत स्वतःला झटक्यात आत सारतो. मग जाणीवपूर्वक, परत-परत, विलक्षण धीमेपणाने तो ही कृती करत राहतो; शिक्षा केल्यासारखी, तरीही तालबद्ध अशी.

ओह फकिंग मी! मी सर्वांगानी पाझरू लागते, ओली होऊ लागते. त्यालाही ते जाणवतं. त्याची लय वाढते. मला झटके देत, जोरात, जलद, जबरदस्त... एका

वेगळ्या उंचीवर तो घेऊन जातो आणि मी शरणागती पत्करते. त्याच्या सभोवताली स्रवत, त्याला गच्च भिजवत आजवर कधीही न अनुभवलेली भावनोत्कटता मला व्यापून उरते. त्यानंतर मात्र मी रिती होऊन थकून थबकते.

ख्रिश्चनच्या ओठी माझं नाव आहे आणि तोसुद्धा समेला पोहोचला आहे, याचं मला जेमतेम भान असतं. माझ्या नितंबात त्याची बोटं अक्षरशः रुतली आहेत. मग तोही स्तब्ध होत माझ्यावर कोसळतो. त्यानंतर आम्ही दोघंही घरंगळत जमिनीवर येतो. तो मला कुशीत घेतो.

"थँक्यू राणी!" तो श्वास घेत, माझा चेहरा स्वतःकडे वळवत माझ्यावर पिसागत हलक्या चुंबनांचा वर्षाव करत म्हणतो. कष्टांनी डोळे उघडत मी त्याच्याकडे पाहते. तो माझ्याभोवतीची पकड घट्ट करतो.

"बेझवर टाकलेला तुझा गाल अगदी लाल झाला आहे," असं म्हणत तो माझ्या चेहऱ्यावरून हळुवार बोटं फिरवतो, "कसं वाटलं तुला?" हे विचारताना त्याच्या विस्फारलेल्या डोळ्यांत सावधानता असते.

"भयानक सुंदर," मी उत्तर देते, "ख्रिश्चन, मला तुझा धसमुसळेपणा, रांगडेपणा आवडतो आणि हलकाफुलका प्रणयसुद्धा आवडतो. मला तुझ्याबरोबरचा प्रणय आवडतो– कसाही."

डोळे मिटून घेत तो मला घट्ट मिठीत घेतो.

आ! किती थकले आहे मी!

"ॲना, तू कधीही माझी निराशा करत नाहीस. तू सुंदर आणि हुशार आहेस. तू आव्हान देतेस, मजा करतेस आणि सेक्सीसुद्धा आहेस. मी दररोज त्या जगनियंत्याचे आभार मानतो की, त्या दिवशी माझी मुलाखत घ्यायला कॅथरिन काव्हानाच्या ऐवजी तू आली होतीस," असं म्हणत तो माझ्या केसांवर ओठ टेकवतो. त्याच्या छातीवर डोकं टेकत मी जांभई देत हसते, "मी थकवलं ना तुला?" तो विचारतो, "चल आता आंघोळ करू आणि मस्त झोपू."

पलंगावर पडल्यावर मी हात-पाय लांबवते. मी प्रचंड थकले आहे. जेमतेम साडेदहा झाले आहेत. पण मला तर पहाटेचे तीन वाजल्यासारखं वाटतं आहे. आजचा वीकएन्ड हा माझ्या आयुष्यातला सर्वोत्तम होता.

"मिस ॲक्टननी काही नाइटवेअर नाही पाठवलेत का?" माझ्याकडे पाहत जरा नाराजीनं ख्रिश्चन विचारतो.

"मला कल्पना नाही. मुख्य म्हणजे मला तुझे टीशर्ट घालायला आवडतं," मी झोपेत बरळते.

त्याचा चेहरा निवळतो. पुढे झुकत तो माझ्या कपाळाचं चुंबन घेतो.

"मला थोडं काम संपवायचं आहे. पण तुला एकटीला सोडून जायची माझी इच्छा नाहीये. माझ्या ऑफिसला लॉग इन होण्यासाठी मी तुझा लॅपटॉप वापरू का? इथं बसून मी काम केलं, तर तुझी झोपमोड होईल का?"

"तो माझा लॅपटॉप नाहीये," असं म्हणत मी झोपेच्या अधीन होते.

अलार्म होतो तशी मी खाडकन जागी होते. ट्रॅफिकच्या बातम्या सुरू होतात. ख्रिश्चन माझ्या बाजूला गाढ झोपला आहे. डोळे चोळत मी वेळ पाहते. साडेसहा, खूप वेळ आहे अजून.

बाहेर अनेक दिवसांनी पाऊस पडतो आहे. कोवळा प्रकाश पसरला आहे. या एवढ्या प्रशस्त, आरामदायक वास्तूमध्ये ख्रिश्चनच्या सहवासात मी खूप आरामात, मजेत आहे. आळसावत मी माझ्या बाजूच्या या देखण्या माणसाकडे वळते. तो जागा होत डोळे उघडमीट करतो.

"गुड मॉर्निंग!" मी हसून त्याचा चेहरा कुरवाळत पुढे होत त्याचं चुंबन घेते.

"गुडमॉर्निंग बेबी. सहसा मी अलार्म व्हायच्या आधी उठतो," तो नवलानं म्हणतो.

"किती लवकरचा अलार्म लावला आहे."

"हो मिस स्टील," ख्रिश्चन हसत म्हणतो, "मला उठवायला हवं," माझं चुंबन घेत तो पटकन अंथरुणातून बाहेर पडतो. आणि मी उशीवर रेलते. अहाहा, कामाच्या दिवशी ख्रिश्चन ग्रेच्या बाजूला जाग येणं ही भावना काय मस्त आहे. डोळे मिटून घेत मी पुन्हा झोपते.

"झोपाळू बाई, उठा आता," ख्रिश्चन माझ्यावर झुकून मला उठवतो. त्याची दाढी, आंघोळ सगळं काही आटोपलं आहे. काय मस्त गंध येतो आहे त्याला! चुरचुरीत पांढरा शर्ट, काळा सूट, टाय नाही... पक्का सीईओ दिसतो आहे तो. परमेश्वरा! या वेषातदेखील कसला देखणा दिसतो आहे तो!

"काय?" तो विचारतो.

"तू अंथरुणात आलास तर किती बरं वाटेल मला."

माझ्या प्रतिक्रियेनं तो आधी स्तंभित होतो. मग त्याला हसू येतं, "मिस स्टील, तुम्ही अतिशय हावऱ्या आहात. तुमची कल्पना मला कितीही जरी आवडली असली, तरी मला आता साडेआठ वाजता मीटिंग असल्यामुळे पटकन निघणं भाग आहे."

बापरे! म्हणजे मी तासाभरापेक्षा जास्त झोपले आहे की काय? शिट्! मग ख्रिश्चनला नवल वाटेल इतक्या चपळाईनी मी अंथरुणातून बाहेर पडते.

फटाफट शॉवर घेऊन मी तयार होते. काल काढून ठेवलेला अंगासरशी बसणारा राखाडी पेन्सिल स्कर्ट, फिका राखाडी सिल्कचा शर्ट आणि उंच टाचांचे काळे पम्पस. अर्थात, सगळी कृपा माझ्या नवीन वॉर्डरोबची. झटक्यात केसांवरून ब्रश फिरवून मी ते नीट बांधते आणि ग्रेटरूमच्या दिशेनं जाते. आपण ऑफिसमध्ये कसं जाणार आहोत याबद्दल मला कल्पना नसते.

ब्रेकफास्ट बारशी बसून ख्रिश्चन कॉफी पित असतो. मिसेस जोन्स स्वयंपाकघरात पॅनकेक आणि बेकन बनवत असतात.

"खूप सुंदर दिसते आहेस," असं म्हणत ख्रिश्चन मला मिठीत घेत माझ्या कानाच्या खाली माझं चुंबन घेतो. मिसेस जोन्सच्या चेहऱ्यावरचं हसू मला डोळ्यांच्या कोपऱ्यातून दिसतं. मी संकोचते.

"गुड मॉर्निंग, मिस स्टील." माझ्यासमोर पॅनकेक आणि बेकन ठेवत ती म्हणते.

"ओह थँक्यू, गुड मॉर्निंग!" मी प्रतिसाद देते. मला हे असे लाड करून घ्यायची सवय होऊ शकते.

"तुला आज डबा घेऊन जायचा आहे असं मि. ग्रे म्हणत होते. काय न्यायला आवडेल तुला?"

मी ख्रिश्चनकडे नजर टाकते. आपण त्या गावचे नाही आहोत असं दाखवण्याचा तो व्यर्थ प्रयत्न करत असतो. मी त्याच्याकडे डोळे बारीक करून पाहते.

"एखादं सँडविच किंवा सॅलेडसुद्धा चालेल. तुम्हाला जे सोयीचं असेल ते द्या," मी हसतमुखानं म्हणते.

"मॅडम, मी तुमच्यासाठी छान टिफीन तयार करते."

"थँक्यू, पण मिसेस जोन्स प्लीज मला ॲना म्हणा ना."

"ॲना," असं म्हणत ती हसत हसत चहा करायला वळते.

वॉव! कसलं भारी वाटतं आहे हे सगळं!

मी वळून ख्रिश्चनकडे पाहते. माझ्या नजरेत आव्हान असतं. चल, म्हण आता की मिसेस जोन्सशीपण मी लंपटगिरी करते आहे म्हणून.

"राणी, मला निघायला हवं, टेलर परत येईल आणि तुला व सॉयरला सोडेल."

"फक्त दारापर्यंत हं."

"हो, फक्त दारापर्यंत," ख्रिश्चन डोळे फिरवत म्हणतो, "मात्र तू काळजी घे." मी इकडे तिकडे पाहते. टेलर दाराशी येऊन उभा असतो. ख्रिश्चन उभं राहत माझी हनुवटी पकडत माझं चुंबन घेतो.

"नंतर राणी."

“तुझा ऑफिसमधला दिवस मस्त जाऊ दे,” मी निरोपादाखल म्हणते. तो वळून पाहत गोड हसतो आणि जातो. मिसेस जोन्स मला चहाचा कप देतात. आता आम्ही दोघीच असल्यानं मला जरा संकोच वाटतो.

काहीतरी बोलणं आवश्यक आहे हे जाणवून मी म्हणते, “किती वर्षं काम करत आहात ख्रिश्चनसाठी?”

“साधारण चार वर्षांपासून,” असं सौम्यपणे म्हणून ती आनंदानं माझा डबा भरायला जाते.

“तसं पाहिलं, तर मी भरून घेऊ शकते माझा डबा,” तिला आपल्यामुळे हे काम करावं लागतं आहे, याचा मला संकोच वाटतो.

“ॲना, तू मस्तपैकी नाश्ता कर. अगं, हे माझं कामच आहे आणि ते करायला मला मनापासून आवडतं. उलट मी तर म्हणेन की, मि. टेलर आणि मि. ग्रेच्या व्यतिरिक्त कोणासाठी काही करता येतं आहे, हे किती छान आहे!” माझ्याकडे पाहत गोड हसत ती म्हणते.

तिच्या उत्तरानं माझं समाधान होतं. खरं म्हणजे तिच्यावर प्रश्नांची सरबत्ती करून फिफ्टीच्या बाबतीत अनेक उत्तरं जाणून घ्यायला मला आवडेल. पण ती जरी मोकळी वाटत असली तरी तिची चौकट ती नक्कीच सोडणार नाही. उलट फिफ्टीबद्दल प्रश्न विचारून मी तिची आणि पर्यायानं माझीदेखील पंचाईत करून ठेवेन. म्हणून मी शांतपणे ब्रेकफास्ट संपवते. माझ्या खाण्याच्या आवडीनिवडी जाणून घेण्याच्या दृष्टीनं ती मला जे विचारते ते मी सांगते.

पंचवीस मिनिटांनंतर सॉयर ग्रेट रूमच्या दाराशी हजर होतो. तोवर मी दात ब्रश करून तयार झाले आहे. मग ब्राऊनपेपर लंच बॅग हातात घेऊन– माझ्या आईनंसुद्धा माझ्यासाठी हे केल्याचं मला आठवत नाही– मी सॉयरबरोबर एलिव्हेटरमधून खाली पोहोचते. तो फारसं काही बोलत नाही, सांगत नाही. टेलर ऑडीमध्ये थांबला आहे. सॉयर मागचं दार उघडतो. मी आत बसते.

“गुड मॉर्निंग टेलर,” मी आनंदानं म्हणते.

“मिस स्टील,” तो छानसं हसतो.

“टेलर, मी काल उगाचच काहीतरी बरळले. त्याबद्दल सॉरी बरं का. माझ्यामुळे तू अडचणीत आला नसशील अशी मी आशा करते.”

टेलर चकित होऊन समोरच्या आरशातून माझ्याकडे पाहतो आणि मग गाडी सिएटलच्या ट्रॅफिकमध्ये शिरते.

“मिस स्टील, मी सहसा अडचणीत येत नाही,” तो मला दिलासा देत म्हणतो.

चला बरं झालं. ख्रिश्चननी याला झापलं नाही तर. फक्त मलाच झापलेलं दिसतं

आहे. मी थोडीशी नाराज होते.

"चला, बरं झालं टेलर," मी हसून म्हणते.

मी ऑफिसमध्ये शिरून माझ्या जागेकडे जाते, तसं जॅक मला आपादमस्तक न्याहाळतो.

"मॉर्निंग ॲना, चांगला झाला का वीकएण्ड?"

"हो, थँक्स. तुझं काय?"

"हं, छान होता. चल आता, मी तुझ्यासाठी काम ठेवलं आहे."

मान डोलावून मी कॉम्प्युटरशी बसते. असं वाटतं की अनेक वर्षं लोटली आहेत मला ऑफिसमधून काम करून. मी ई-मेल उघडते; हं, अर्थातच ख्रिश्चनकडून आलेला मेल माझी वाट पाहत आहे.

फ्रॉम : ख्रिश्चन ग्रे
सब्जेक्ट : बॉस
डेट : जून १३, २०११, ०८.२४
टु : ॲनेस्टेशिया स्टील

मिस स्टील, सुप्रभात.
इतकी सगळी नाटकं होऊनदेखील वीकएण्ड अतिशय सुंदर गेला, म्हणून आभार मानावेसे वाटले. तू कधीही सोडून जाणार नाहीस, अशी आशा बाळगतो.
अजून एक, एसआयपीची बातमी अजून चार आठवडे तरी गुलदस्तात ठेवायची आहे.
हा मेल वाचल्याक्षणी डिलीट कर.
तुझा

ख्रिश्चन ग्रे.
सीईओ, ग्रे एन्टरप्राईजेस होल्डिंग इन्कॉ. आणि तुझ्या बॉसच्या बॉसचा बॉस.

तू कधीही सोडून जाणार नाहीस अशी आशा बाळगतो? म्हणजे मी त्याच्या बरोबर राहावं अशी त्याची इच्छा आहे का? परमेश्वरा! मी तर या माणसाला पुरेसं ओळखतदेखील नाही.

मी मेल डिलीट करते.

फ्रॉम : ॲनेस्टेशिया स्टील
सब्जेक्ट : बॉसी
डेट : जून १३, २०११ ०९:०३
टु : ख्रिश्चन ग्रे

प्रिय मि. ग्रे,
तुम्ही मला तुमच्याबरोबर राहायला बोलावत आहात का? दुसऱ्यावर अधिराज्य गाजवण्याच्या तुमच्या आदिम क्षमतेचा पुरावा अजून चार आठवडे तरी गुलदस्तात ठेवायचा आहे, हे अर्थातच माझ्या लक्षात आहे.
'एकमेका साहाय्य करू'चा चेक तुझ्या डॅडना पाठवू का?
प्लीज हा मेल डिलीट करू नका. प्लीज उत्तर द्या.
आय लव्ह यू ××××

ॲनेस्टेशिया स्टील
असिस्टंट टु जॅक हाईड, कमिशनिंग एडिटर, एसआयपी

"ॲना," जॅकच्या हाकेनं मी दचकते.

"काय?" माझी तारांबळ पाहून जॅक कपाळावर आठ्या घालून माझ्याकडे पाहतो.

"सगळं ठीक तर आहे ना?"

"हो, अगदी," मी पटकन उठत नोटबुक हातात घेऊन त्याच्या ऑफिसमध्ये जाते.

"छान, तुझ्या लक्षात असेल की गुरुवारी मी न्यूयॉर्कला कमिशनिंग फिक्शन सिम्पोझियमला जाणार आहे. माझं तिकीट आलं आहे, रिझर्व्हेशन झालं आहे. पण तूदेखील माझ्याबरोबर यावंस असं मला वाटतं आहे."

"न्यूयॉर्कला?"

"हो. आपल्याला बुधवारी जावं लागेल. रात्री राहू आपण तिथे. तुला खूप उत्तम आणि उद्‌बोधक अनुभव मिळेल." हे बोलताना त्याचे डोळे गढुळतात, पण आवाज तसाच नम्र राहतो, "तू आवश्यक बाबी पूर्ण करशील का? मी ज्या हॉटेलमध्ये उतरणार आहे, तिथेच तुझी स्वतःसाठी रूम बुक कर. मला वाटतं माझ्या आधीच्या पीएनी– सब्रितानी – आवश्यक गोष्टींची नोंद करून ठेवली आहे. बघ जरा इथे-तिथे, सापडेल तुला."

मी जॅककडे पाहत म्लानपणे हसते.

आता काय? मी माझ्या डेस्ककडे परत येते. फिफ्टीला हे फारसं काही पटणार नाही. पण मला खरोखर जायची इच्छा आहे, त्याचं काय? माझ्या दृष्टीनं ही सुवर्णसंधी आहे आणि जॅकनं काही आगाऊपणा केला, तर मी त्याला हातभर अंतरावर ठेवू शकते. मी डेस्कपाशी येते, तेव्हा ख्रिश्चनचं उत्तर आलेलं असतं.

फ्रॉम : ख्रिश्चन ग्रे
सब्जेक्ट : मी बॉसी?
डेट : जून १३, २०११ ०९:०७
टु : ॲनेस्टेशिया स्टील

हो. प्लीज.

ख्रिश्चन ग्रे.
सीईओ, ग्रे एन्टरप्राईजेस होल्डिंग इन्कॉ.

बापरे... मी त्याच्याबरोबर राहावं अशी खरंच इच्छा आहे त्याची. ओह! ख्रिश्चन... फार घाई होते आहे. मी सुन्न होऊन डोकं हातात धरून बसते. इतक्या सुंदर वीकएण्डनंतर हे असं व्हायची काही गरज होती का? स्वतःशी काही विचार करू म्हटलं, तर एक क्षणदेखील मोकळा मिळाला नाहीये मला. गेल्या दोन दिवसांतले अनुभव, भावना, समोर आलेली बाजू हे सगळं जाणून घ्यायला जमलं नाहीये.

फ्रॉम : ॲनेस्टेशिया स्टील
सब्जेक्ट : फ्लिनिझम
डेट : जून १३, २०११ ०९:२०
टु : ख्रिश्चन ग्रे

ख्रिश्चन,
धावायला सुरुवात करण्याआधी चालायचं होतं, त्याचं काय झालं?
आपण यावर आज रात्री बोलू या का, प्लीज?
या गुरुवारी, न्यूयॉर्कला एका कॉन्फरन्सला जाण्याबद्दल मला विचारण्यात आलं आहे.
त्यासाठी बुधवारी रात्री तिथं राहावं लागेल.

तुला माहिती असावं असं वाटलं, म्हणून सांगितलं.
ए

ॲनेस्टेशिया स्टील
असिस्टंट टु जॅक हाईड, कमिशनिंग एडिटर, एसआयपी

फ्रॉम : ख्रिश्चन ग्रे
सब्जेक्ट : काय?
डेट : जून १३, २०११ ०९:२१
टु : ॲनेस्टेशिया स्टील

हो. आज संध्याकाळी बोलू या.
तू एकटी जाणार आहेस का?

ख्रिश्चन ग्रे.
सीईओ, ग्रे एन्टरप्राईजेस होल्डिंग इन्कॉ.

फ्रॉम : ॲनेस्टेशिया स्टील
सब्जेक्ट : सोमवारी सकाळी मोठ्यांदा ओरडायचं नाही
डेट : जून १३, २०११ ०९:३०
टू : ख्रिश्चन ग्रे

हे आपण रात्री बोलू या का?
ए

ॲनेस्टेशिया स्टील
असिस्टंट टू जॅक हाईड, कमिशनिंग एडिटर, एसआयपी

फ्रॉम : ख्रिश्चन ग्रे
सब्जेक्ट : अजून तर तू ओरडणं पाहिलंच नाहीयेस
डेट : जून १३, २०११ ०९:३५
टू : ॲनेस्टेशिया स्टील

आत्ता सांग मला.
ज्या नालायक, हरामखोरासाठी तू काम करते आहेस, त्याच्याबरोबर जायचं असेल, तर वाट्टेल ते झालं तरी माझं उत्तर 'नाही' असंच असेल.

ख्रिश्चन ग्रे.
सीईओ, ग्रे एन्टरप्राईजेस होल्डिंग इन्कॉ.

हं माझं हृदय विदीर्ण होतं. शिट्! हा काय बाप आहे का माझा?

फ्रॉम : ॲनेस्टेशिया स्टील
सब्जेक्ट : नाही, अजून तू ओरडणं पाहिलं नाहीयेस
डेट : जून १३, २०११ ०९:४६
टु : ख्रिश्चन ग्रे

हो, जॅकबरोबर जायचं आहे.
मला जायची इच्छा आहे. माझ्यासाठी छान संधी आहे ही.
आणि मी कधीही न्यूयॉर्कला गेले नाहीये.
उगाच हवालदिल व्हायची गरज नाही.

ॲनेस्टेशिया स्टील
असिस्टंट टु जॅक हाईड, कमिशनिंग एडिटर, एसआयपी

फ्रॉम : ख्रिश्चन ग्रे
सब्जेक्ट : नाही, अजून 'तू' ओरडणं पाहिलं नाहीयेस.
डेट : जून १३, २०११ ०९:५०
टू : ॲनेस्टेशिया स्टील

ॲनेस्टेशिया, मी स्वतःसाठी हवालदिल झालेलो नाहीये.
माझं उत्तर नाही आहे.

ख्रिश्चन ग्रे.
सीईओ, ग्रे एन्टरप्राईजेस होल्डिंग इन्कॉ.

'नाही' मी कॉम्प्युटरकडे पाहत जोरात ओरडते. ऑफिसमधले सगळे जण चमकून काम थांबवून माझ्याकडे पाहू लागतात. जॅक त्याच्या ऑफिसमधून डोकावून पाहतो.

"ॲना, काय झालं? सगळं ठीक आहे ना?"

"हो, सॉरी..." मी चाचरते, "मी जरा... एक डॉक्युमेंट सेव्ह केलं नव्हतं,"

लाजेनं माझा चेहरा गोरामोरा झाला आहे. तो माझ्याकडे पाहून हसतो, पण त्याच्या चेहऱ्यावर संभ्रम आहे. खोल खोल श्वास घेत स्वतःला शांत करत मी उत्तर लिहिते. पण मी भयंकर चिडले आहे.

फ्रॉम : ॲनेस्टेशिया स्टील
सब्जेक्ट : फिफ्टी शेड्स
डेट : जून १३, २०११ ०९:५५
टु : ख्रिश्चन ग्रे

ख्रिश्चन,
स्वतःला जरा आवर.
वाट्टेल ते झालं तरी मी काही जॅकबरोबर 'झोपणार' नाहीये.
माझं तुझ्यावर 'प्रेम' आहे. जेव्हा लोक एकमेकांवर प्रेम करतात, तेव्हाच एकमेकांबरोबर झोपतात.
एकमेकांवर विश्वास टाकतात.
मला नाही वाटत की, तू दुसऱ्या कोणाबरोबर 'झोपशील', त्यांना 'फोडून काढशील' किंवा 'मारशील'. माझा तुझ्यावर 'विश्वास' आणि 'श्रद्धा' आहे.
हीच भावना माझ्याप्रती तूही 'व्यक्त करावीस'.
ॲना

ॲनेस्टेशिया स्टील
असिस्टंट टू जॅक हाईड, कमिशनिंग एडिटर, एसआयपी

त्याच्या उत्तराची मी वाट पाहत बसते, पण ते काही येत नाही. मग मी एअरलाईनला फोन करून जॅक ज्या विमानानं जाणार आहे, त्याच विमानामध्ये माझ्यासाठी तिकीट बुक करते. तितक्यात नवीन मेलची पिंग मला ऐकू येते.

फ्रॉम : लिंकन, एलेना.
सब्जेक्ट : लंच डेट
डेट : जून १३, २०११, १०:१५
टु : ॲनेस्टेशिया स्टील

प्रिय ॲनेस्टेशिया,
मला तुझ्याबरोबर जेवण करायला आवडेल. आपली सुरुवात चुकीची झाली आहे, असं मला वाटतं. ही चूक सुधारावीशी वाटते. या आठवड्यात तू कधी मोकळी असशील?

एलेना लिंकन

वैताग आहे! आता मिसेस रॉबिन्सन कशाला? आणि माझा ई-मेल आयडी तिला कुठून मिळाला. मी सुन्न होऊन केसातून हात फिरवते. आता आणि अजून कोणत्या प्रकारे दिवस पांगायचा राहिला आहे?

माझा फोन वाजतो. मी त्रासून केसातून हात काढत, मान वर उचलत, घड्याळाकडे नजर टाकत फोन उचलते. जेमतेम दहा वाजून वीस मिनिटं झाली आहेत. मला तर वाटतंय की आज ख्रिश्चनच्या पलंगावरून बाहेर पडले नसते, तर बरं झालं असतं.

"जॅक हाईडचं ऑफिस. ॲना स्टील बोलते आहे."

माझ्या नसानसात भिनलेला आवाज मला झापतो, "तू पाठवलेला शेवटचा ई-मेल ताबडतोब डिलीट करशील का? आणि ऑफिसच्या ई-मेलवरून पाठवलेल्या मेलमधली भाषा जरा जपून वापरशील का? तुला मी सांगितलं आहे की, सिस्टीम मॉनिटर केली जाते. आता हा घोळ निस्तरायला इथून काय करता येईल ते मी पाहतो," असं बोलून तो फोन खाडकन बंद करतो.

होली फक्! मी अवाक होऊन फोनकडे पाहत राहते. ख्रिश्चननी अशाप्रकारे फोन बंद करावा? एक तर लेकाचा माझ्या उभरू पाहणाऱ्या करिअरवर घाव घालतो आहे आणि वर माझ्या तोंडावर खुशाल माझा फोन बंद करतो? हद्द झाली आता. मला खात्री आहे की, हा फोन जरा निर्जीव नसता, तर एव्हाना माझ्या नजरेच्या धगीमुळे जळून खाक झाला असता.

मी ई-मेल उघडून त्याला पाठवलेल्या मेल डिलीट करते. इतकं काय वाईट लिहिलं होतं मी? फोडून काढशील, मारशील असा नुसता उल्लेख काय तो केला होता. जर त्याला स्वतःच्या या कृतींची इतकी लाज वाटते, तर नाही करू ना त्यानं हे सगळं. मी ब्लॅकबेरी उचलून त्याला मोबाईलवर कॉल करते.

"काय आहे?" तो खेकसतो.

"तुला आवडो न आवडो मी न्यूयॉर्कला जाणारच आहे," मी फिस्कारते.

"हे बघ..."

खाड! मी पण त्याला तोडत, अर्ध्या वाक्यात फोन बंद करू शकते म्हटलं! माझ्या शरीरातून अॅड्रेनलिन उतू जातं आहे. घे! आता कळेल त्याला मी किती संतापले आहे ते.

खोल श्वास घेत मी स्वतःला शांत करण्याचा प्रयत्न करते. डोळे मिटून मी आनंदाचे क्षण आठवू पाहते. हॅ! बोटीची केबिन, ख्रिश्चनही सोबत... पण नाही! या क्षणी मी त्याच्यावर संतापल्यामुळे हा क्षण मी जणू झटकून टाकते. मला आत्ता तो आसपाससुद्धा नको आहे, विशेषतः सुखदायक आठवणींमध्ये.

मग डोळे उघडून मी शांतपणे माझी वही हातात घेऊन 'करायची कामं' पाहते. परत एकदा खोलवर श्वास घेते. आता मी पूर्ववत ताळ्यावर आले आहे.

"अॅना," परत एकदा जॅकच्या ओरडण्यानं मी दचकते. "विमानाचं तिकीट नको बुक करूस."

"ओह! आता काय उपयोग? मी तर केलंसुद्धा," तो त्याच्या ऑफिसमधून बाहेर पडून ताडताड माझ्या दिशेनं येतो. त्याच्या चेहऱ्यावर संताप स्पष्ट दिसतो आहे.

"हे बघ. काहीतरी चालू आहे हे नक्की. अचानक फतवा आला आहे की, प्रत्येक दौरा, हॉटेलचा खर्च वगैरे सिनिअर मॅनेजमेंटकडून मंजूर करून घेतला गेला पाहिजे. मी जरा रोचला भेटून येतो. अगदी आत्ताच सगळ्या खर्चावर प्रतिबंध घातले गेले आहेत. मला तर काही कळेनासं झालं आहे," भुवयांच्यामध्ये, नाक चिमटीत धरत, डोळे मिटत तो म्हणतो.

माझ्या चेहऱ्यावरचा रंग उडाला आहे, पोटात खड्डा पडला आहे. *फिफ्टी!*

"माझे कॉल घे. मी जाऊन पाहतो रोच काय म्हणतो आहे ते!" माझ्याकडे पाहत डोळा मारत तो बॉसच्या बॉसला नाही... तर स्वतःच्या बॉसला भेटायला जातो.

काय त्रास आहे! ख्रिश्चन ग्रे...! माझं रक्त परत उसळू लागतं.

फ्रॉम : अॅनेस्टेशिया स्टील

सब्जेक्ट : तू नक्की काय केलंस?

डेट : जून १३, २०११ १०:४३

टु : ख्रिश्चन ग्रे

तू माझ्या कामात दखल देणार नाहीस, असं प्लीज कबूल कर.
मला खरोखरच या कॉन्फरन्सला जायचं आहे.
मी तुला का विचारायला हवं?

तो त्रासदायक मेल मी डिलीट केला आहे.

ॲनेस्टेशिया स्टील
असिस्टंट टु जॅक हाईड, कमिशनिंग एडिटर, एसआयपी

फ्रॉम : ख्रिश्चन ग्रे
सब्जेक्ट : तू नक्की काय केलंस?
डेट : जून १३, २०११ १०:४६
टु : ॲनेस्टेशिया स्टील

जे माझं आहे, त्याचं मी फक्त संरक्षण करतो आहे.
जो ई-मेल तू इतक्या निष्काळजीपणामुळे पाठवला होतास, तो आता एसआयपी सर्व्हरवरून कायमचा पुसून टाकला आहे. शिवाय, मी तुला पाठवलेले ई-मेलपण गेले आहेत.
तसं पाहिलं, तर माझा तुझ्यावर पूर्णतया विश्वास आहे. मात्र त्याच्यावर मुळीच नाही.

ख्रिश्चन ग्रे.
सीईओ, ग्रे एन्टरप्राईजेस होल्डिंग इन्कॉ.

त्याचे सगळे ई-मेल्स माझ्या मेल-बॉक्समधून गायब झाले आहेत हे तपासल्यावर माझ्या लक्षात येतं, खरंच! ह्याचे हात कुठे कुठे पोहोचले आहेत! कसं काय करतो तो हे सगळं? एसआयपीच्या सर्व्हरमध्ये शिरून तिथून ई-मेल पुसून टाकू शकणारा असा कोण त्याला माहीत आहे? मला तर काही समजेनासं होतं.

फ्रॉम : ॲनेस्टेशिया स्टील
सब्जेक्ट : मोठी झाली आहे
डेट : जून १३, २०११ १०:४३
टु : ख्रिश्चन ग्रे

ख्रिश्चन,
मला स्वतःच्या बॉसपासून वाचवण्यासाठी संरक्षणाची गरज नाही.
तो माझ्यावर डोळे टाकू शकतो, पण मी नक्कीच नकार देईन.
तू ढवळाढवळ करता कामा नये. एक तर ते चुकीचं आहे आणि दुसरं म्हणजे किती स्तरांवर तू नियंत्रण ठेवणार आहेस?

ॲनेस्टेशिया स्टील
अ‍सिस्टंट टु जॅक हाईड, कमिशनिंग एडिटर, एसआयपी

फ्रॉम : ख्रिश्चन ग्रे
सब्जेक्ट : उत्तर 'नाही' आहे
डेट : जून १३, २०११ १०:५०
टु : ॲनेस्टेशिया स्टील

ॲना,
नको असलेल्यांना टाळण्यात तू किती वाकबगार आहेस, ते मी स्वतः पाहिलं आहे. त्यामुळे तर मी तुझ्याबरोबर पहिली रात्र घालवली होती. निदान त्या फोटोग्राफरला तुझ्याबद्दल काहीतरी भावना तरी आहेत. त्याउलट, या हरामखोराला तुझ्याबद्दल काहीही भावना नाहीत. तो सिरीयल वासनांध आहे. तो तुला नक्की बहकवण्याचा प्रयत्न करणार. त्याच्या आधीच्या दोन पीएंचं काय झालं, हे विचारून बघ त्याला.
मला या विषयावर भांडायचं नाहीये.
तुला न्यूयॉर्कला जायचं असेल तर मी घेऊन जाईन. या वीकएण्डला आपल्याला जाता येईल. माझं तिथं एक अपार्टमेंट आहे.

ख्रिश्चन ग्रे.
सीईओ, ग्रे एन्टरप्राईजेस होल्डिंग इन्कॉ.

ओ ख्रिश्चन! हा मुद्दाच नाहीये. कसला वीट आणतो हा! आणि अर्थात त्याचं तिथे अपार्टमेंट असणारच. अजून कुठे कुठे प्रॉपर्टी आहे त्याची? जोसेचा उल्लेख करायला तो निमित्त शोधत असतो. हे कधी थांबेल का? मी त्या वेळेस जरा जास्त प्यायले होते, पण जॅकबरोबर मी कटाक्षानं पिणं टाळेन ना!

मॉनिटरकडे पाहत मी मान हलवते. ई-मेलच्या माध्यमातून त्याच्याशी वाद घालणं शक्य नाही आणि त्यात काही अर्थही नाही, हे माझ्या लक्षात येतं. आज संध्याकाळपर्यंत थांबणं भाग आहे. मी घड्याळावर नजर टाकते. जॅक अजूनही जेरीबरोबरच्या मीटिंगहून परतला नाहीये. शिवाय मला एलेनाच्या मेलची पण दखल घ्यायची आहे. मी परत एकदा तिचा ई-मेल वाचते. तो ख्रिश्चनला फॉरवर्ड करणं हा सर्वोत्तम मार्ग आह, हे मला जाणवतं. निदान तो माझ्याऐवजी तिच्यावर लक्ष केंद्रित करेल.

फ्रॉम : ॲनेस्टेशिया स्टील
सब्जेक्ट : फॉरवर्ड – लंच डेट की वैतागवाडी
डेट : जून १३, २०११ ११:१५
टु : ख्रिश्चन ग्रे

ख्रिश्चन,
तू जेव्हा तिथे बसून माझ्या कामात ढवळाढवळ करत होतास आणि माझ्या लेखी निरोपातून स्वतःला जपायचा प्रयत्न करत होतास, तेव्हाच मला मिसेस लिंकनकडून हा मेल आला. एकतर मला तिला अजिबात भेटायचं नाहीये. दुसरं म्हणजे मी जरी भेटायचं म्हटलं, तरी मला या बिल्डिंगच्या बाहेर जाण्याची परवानगी तरी कुठे आहे? मुख्य म्हणजे, तिला माझा ई-मेल आयडी कुठून मिळाला ते मला नाही माहीत. मी काय करावं असं तू सुचवशील? तिचा ई-मेल खाली आहे.
प्रिय ॲनेस्टेशिया, मला तुझ्याबरोबर जेवण करायला आवडेल. आपली सुरुवात चुकीची झाली आहे असं मला वाटतं. ही चूक सुधारावीशी वाटते. या आठवड्यात तू कधी मोकळी असशील?
एलेना लिंकन.

ॲनेस्टेशिया स्टील
असिस्टंट टु जॅक व्हाईट, कमिशनिंग एडिटर, एसआयपी

फ्रॉम : ख्रिश्चन ग्रे
सब्जेक्ट : वैतागवाडी
डेट : जून १३, २०११ ११:२३
टु : ॲनेस्टेशिया स्टील

माझ्यावर चिडू नकोस. तुला जराही त्रास होऊ नये, ही भावना माझ्या मनात आहे.
तुला जर काही झालं तर मी स्वतःला कधीही माफ करू शकणार नाही. मिसेस लिंकनशी मी बोलतो.

ख्रिश्चन ग्रे.
सीईओ, ग्रे एन्टरप्राईजेस होल्टिंग इन्कॉ.

फ्रॉम : ॲनेस्टेशिया स्टील
सब्जेक्ट : नंतर
डेट : जून १३, २०११ ११:३२
टु : ख्रिश्चन ग्रे

आपण आज रात्री यावर बोलू या का?
मी काम करायचा प्रयत्न करते आहे. परंतु तुझी सततची ढवळाढवळ माझे चित्त विचलित करते आहे.

ॲनेस्टेशिया स्टील
असिस्टंट टु जॅक हाईड, कमिशनिंग एडिटर, एसआयपी

जॅक दुपारनंतर परत येतो आणि मला सांगतो की, त्याचं न्यूयॉर्क नक्की असलं तरी माझं जाणं रद्द झालेलं आहे. सिनिअर मॅनेजमेंटची पॉलिसी बदलणं त्याच्या हातात नाहीये. दाणदाण पावलं टाकत तो स्वतःच्या ऑफिसमध्ये जाऊन धाडकन दार बंद करतो. आता हा कशामुळे एवढा भडकला आहे?

मला खोलवर जाणीव आहे की, त्याचा हेतू अजिबात चांगला नाहीये. पण मला खात्री आहे की, मी स्वतःला सुरक्षित ठेवू शकते. आणि ख्रिश्चनला जॅकच्या आधीच्या पीएंबद्दल काय बरं माहिती आहे? सगळे विचार बाजूला सारत मी कामाकडे लक्ष देण्याचा प्रयत्न करते. काहीही करून ख्रिश्चनला त्याचा निर्णय बदलायला लावायचा असं मी ठरवते. अर्थात, ही शक्यता फार कमी आहे म्हणा.

एक वाजता जॅक आपल्या ऑफिसच्या दारातून डोकावून म्हणतो, ''ॲना, प्लीज जरा जाऊन माझ्यासाठी लंच आणतेस का?''

''हो. काय आणू सांग.''

''पास्ट्रामी, ड्राय पण मोहरी मुळीच नको. तू परत आलीस की मी तुला पैसे देतो.''

''प्यायला काही हवंय का?''

''हो, कोक चालेल. ॲना, थँक्स,'' मी पर्स घेते तसा तो त्याच्या ऑफिसमध्ये जातो.

अरे देवा! मी बाहेर जाणार नाही असं ख्रिश्चनला वचन दिलं आहे की! आता काय करावं? जाऊ दे, त्याला काय कळणार आहे म्हणा! मी पटकन परत येईन.

बाहेर पाऊस पडत असतो, म्हणून रिसेप्शनवरची क्लॅरा मला छत्री देते. समोरच्या दारातून बाहेर पडताना मी जॅकेट स्वतःभोवती ओढत छत्रीतून आजूबाजूला

नजर टाकते. मला तरी काही संशयास्पद दिसत नाही. ती पछाडलेली बयासुद्धा कुठे दिसत नाही.

मी पटापट स्टॉलपाशी पोहोचते. माझ्या मते तरी मी सगळ्यांमध्ये मिसळून गेले आहे, पण जसजशी मी स्टॉलजवळ जाऊ लागते, तसतसं आपल्यावर कुणीतरी नजर ठेवून आहे अशी मला अधिकाधिक जाणीव होऊ लागते. आता हे माझ्या मनाचे खेळ आहेत की सत्य आहे हे समजायला मार्ग नाहीये. लीला बंदुका घेऊन पाळत ठेवत नसेल, अशी मी इच्छा करते.

माझं अबोध मन मला झापतं, *'तू उगाचच काहीतरी विचार करते आहेस. तुला शूट करावं असं कोणाला वाटणार आहे?'*

पंधरा मिनिटांत मी ऑफिसमध्ये परत येते. सुरक्षित, धडधाकट, इजा न होता. ख्रिश्चनचा संशयीपणा, अति काळजी घेणं आणि माझ्यावर पहारा ठेवणं यामुळे मी पकले आहे.

मी जॅकला त्याचं पार्सल नेऊन देते. तो फोनवर बोलता बोलता मान वर करून मला म्हणतो की, ''ॲना, थँक्स. आता तू माझ्याबरोबर येणार नसल्यामुळे आज थोडा वेळ थांबून मला काम पूर्ण करून दे. आपल्याला या काही स्क्रिप्ट्सची समीक्षणं तयार करावी लागतील. तुझे संध्याकाळचे काही वेगळे बेत तर नाहीयेत ना?'' तो खूप छान बोलतो.

मी संकोचते, ''नाही, तसं काही नाही,'' चेहऱ्यावर उसनं हसू आणत मी म्हणते. ख्रिश्चनच्या पचनी पडणं तसं कठीण जाणार आहे याची मला खात्री आहे.

माझ्या टेबलकडे जाताना मी ठरवते की, त्याला इतक्यात कल्पना न दिलेली बरी. नाहीतर तो परत काहीतरी लुडबूड करेल. मग मी बसून मिसेस जोन्सनी दिलेलं चिकन सॅलेड सँडविच खाते. फारच चविष्ट आहे ते. मिसेस जोन्सच्या हाताला फार छान चव आहे.

अर्थात, मी जर ख्रिश्चनबरोबर राहायला लागले, तर त्या माझ्यासाठी रोज टिफीन तयार करतील. ही कल्पना मला कशीतरी वाटते. इतक्या प्रचंड श्रीमंतीची आणि त्याच्या अनुषंगाने येणाऱ्या इतर भूमिकांची, सुखसोईंची कधी कल्पना केली नव्हती. फक्त प्रेमाची अपेक्षा होती मला. असा कोणी जो माझ्यावर प्रेम करेल, पण मला काबूत ठेवण्याचा प्रयत्न नाही करणार. तेवढ्यात फोन वाजतो.

''जॅक हाईडचं ऑफिस...''

''तू बाहेर न जाण्याचं कबूल केलं होतंस,'' माझं बोलणं मध्ये तोडत ख्रिश्चन म्हणतो. त्याचा आवाज धारदार आणि थंड येतो आहे.

आजच्या दिवसात आता शंभराव्यांदा माझं मन खोल गर्तेत जातं. शिट्! त्याला कसं कळलं पण?

“जॅकनी मला पार्सल आणायला पाठवलं. मी नाही म्हणू शकले नाही. तू माझ्यावर पाळत ठेवली आहेस का?” त्या जाणिवेनं माझा रोम न् रोम उभा राहतो. बहुधा म्हणूनच मला मघाशी तसं वाटत होतं. या विचारानं मी संतापते.

“म्हणूनच मला तुला कामावर जाऊ द्यायचं नव्हतं,” ख्रिश्चन झापतो.

“ख्रिश्चन प्लीज, तू ना इतका... *फिफ्टीपणा करतोयस*... माझा जीव घुसमटतो आहे.”

“घुसमटतो आहे?” त्याच्या स्वरात आश्चर्य आहे.

“हो. तू हे सगळं थांबवलं पाहिजेस. मी तुझ्याशी संध्याकाळी बोलेन. दुर्दैवानं मला संध्याकाळी थांबून काम पूर्ण करावं लागणार आहे. मी न्यूयॉर्कला जाऊ शकत नाही ना म्हणून.”

“अॅनेस्टेशिया, तुझी घुसमट करावी असा माझा मानस नाहीये,” तो नमतं घेत म्हणतो.

“पण तू करतो आहेस. मला काम संपवायचं आहे. नंतर बोलते,” असं म्हणत मी फोन ठेवते. मला निष्प्राण आणि उदास वाटतं आहे.

इतक्या सुंदर वीकएण्डनंतर सत्य असं सामोरं येऊ लागलं आहे. आजवर मला असं कधीही पळून जावंसं वाटलं नव्हतं. पण आता वाटतं आहे की, कुठेतरी शांत जागी पळून जावं, जिथे या माणसाबद्दल, तो कसा आहे आणि त्याच्याशी कसं वागावं याबद्दल मी विचार करू शकेन. मला मान्य आहे आणि दिसतं पण आहे की, त्याची अपरिमित हानी झालेली आहे. त्यामुळे माझं स्वतःचं मन विदीर्ण झालं आहे. हे सारं पेलणं माझ्यासाठीदेखील कठीण आहे. तो स्वतःबद्दल तुकड्या-तुकड्यांतून जी काही फार थोडी माहिती मला देतो, त्यातून मी त्याला समजू शकते. प्रेमाला पारखं झालेलं लहान मूल, पराकोटीचं शोषण करणारं वातावरण, बचाव न करू शकणारी आई- जिला तो वाचवू शकला नाही आणि जी त्याच्या नजरेसमोर मेली...

माझा बिचारा फिफ्टी. मी शहारते. मी त्याची आहे, पण म्हणून मी पिंजराबंद अवस्थेत नाही राहू शकत. त्याला माझा दृष्टिकोन कसा समजावून देऊ शकते मी? मोठ्या जड अंतःकरणानं मी कामाला लागते. जॅकला काही हस्तलिखितांचा सारांश तयार हवा आहे. त्यातलं एक उचलून, मांडीवर ठेवून वाचू लागते. ख्रिश्चनच्या अतिरेकी ताबा ठेवण्याच्या प्रवृत्तीवर माझ्याकडे कुठलाही सहज तोडगा नाहीये. त्याच्याशी समोरासमोर बोलणं, इतकंच काय ते मी करू शकते.

अर्ध्या तासानं जॅक मला एक डॉक्युमेंट ई-मेल करतो. त्यात त्याला काही सुधारणा करून उद्याच्या कॉन्फरन्सकरता त्याच्या प्रिंटआउट हव्या असतात. माझी दुपार आणि संध्याकाळसुद्धा त्या कामात जाणार असं दिसतं. मी झडझडून कामाला लागते.

मी जेव्हा मान वर करते, तेव्हा सात वाजून गेलेले असतात. ऑफिसमध्ये कोणीच नसतं. जॅकच्या ऑफिसमधला लाईट चालू असतो. कामात गढल्यामुळे बाकीचे सगळे गेले आहेत, हे मला कळलेलं नसतं. माझंही काम आटोपत आलं आहे. मी जॅकला डॉक्युमेंट ई-मेल करून त्याची त्यावर मंजुरी घेते. ई-मेल बॉक्समध्ये ख्रिश्चनकडूनही नवीन मेल आलेला नसतो. मग मी ब्लॅकबेरीकडे नजर टाकते. तो त्या क्षणी वाजू लागतो. मी दचकते – हं! ख्रिश्चनचा फोन.

"हाय."

"हाय. कधी संपणार आहे तुझं काम?"

"साडेसातपर्यंत संपेल असं वाटतंय."

"ठीक आहे, बाहेर भेटतो तुला."

"ओके."

त्याचा स्वर साशंक वाटतो. तो जरा गप्प-गप्पदेखील वाटतो. का माझ्या प्रतिक्रियेची काळजी आहे का त्याला?

"मी अजूनही तुझ्यावर रागावले आहे. पण ठीक आहे," मी हळूच सांगते, "आपल्याला बऱ्याच गोष्टींबद्दल बोलायची गरज आहे."

"मला कल्पना आहे. साडेसातला भेटू या."

तेवढ्यात जॅक त्याच्या ऑफिसमधून बाहेर येतो.

"मला जायला हवं. भेटू नंतर," मी फोन बंद करते.

मी वर पाहते. जॅक माझ्या दिशेनं येत असतो.

"बस्स, अगदी एक-दोन क्षुल्लक दुरुस्त्या आहेत. त्या झाल्या की झालं. मी तुला मेल केलं आहे."

मी मेलवर ते डॉक्युमेंट डाऊनलोड करते. तो माझ्यावर झुकून उभा राहतो, अंमळ लगटून. त्याचा हात माझ्या हाताला स्पर्श करून जातो – चुकून की...? मी अंग चोरते, पण तो लक्ष नसल्यासारखं दाखवतो. त्याचा दुसरा हात माझ्या खुर्चीच्या पाठीवर माझ्या पाठीला स्पर्श करतो आहे. मी न टेकता ताठ बसते.

"सोळावं आणि तेविसावं पान, बस्स!" त्याचं तोंड माझ्या कानाच्या अति जवळ आहे.

त्याच्या या जवळिकीनी माझ्या अंगावर काटे येतात, पण मी दुर्लक्ष करायचं ठरवते. डॉक्युमेंट उघडून मी बदल करायला सुरुवात करते. मी थोडी थरथरत आहे. अजूनही तो माझ्यावर झुकलेला असल्यामुळे माझ्या सुप्त जाणिवा सावध झाल्या आहेत. मला हे खूप त्रासदायक वाटतं आहे. आतल्या आत मी किंचाळते आहे, 'दूर हो.'

"बस्स, एवढी दुरुस्ती झाली की ते प्रिंट व्हायला तयार होईल. तेवढं तू उद्या

करू शकतेस. ॲना, तू थांबून एवढं काम करून दिलंस त्याबद्दल थँक्यू,'' एखाद्या जखमी जनावराशी बोलावं तसं तो माझ्याशी मृदू, मुलायम आवाजात बोलू लागतो. माझ्या पोटात खड्डा पडतो.

''मला वाटतं तुला निदान एक ड्रिंक तरी द्यावं. तू खूप छान काम केलं आहेस.''

माझ्या बांधलेल्या केसातून सुटून कानावर आलेली एक चुकार बट माझ्या कानामागे नेत तो माझ्या कानावरून हलकेच बोट फिरवतो.

मी दातावर दात घासते. मानेला झटका देते. शिट्! ख्रिश्चनचं म्हणणं बरोबर होतं. *मला स्पर्श करू नकोस.*

''नाही, मी आज नाही येऊ शकत.'' *मी कधीच नाही येणार जॅक.*

''चल ना गं, पटकन एक ड्रिंक घेऊ,'' तो आर्जव करतो.

''नाही, मी नाही येऊ शकत. पण थँक्स.''

माझ्या टेबलाच्या कोपऱ्यावर बसून जॅक कपाळावर आठ्या घालतो. माझ्या मनात धोक्याच्या घंटा वाजू लागतात. मी माझ्या स्वत:च्या ऑफिसमध्ये आहे. मला बाहेर पडता येत नाहीये. मी अस्वस्थपणे घड्याळ पाहते. ख्रिश्चनला यायला निदान पाच मिनिटं तरी आहेत.

''ॲना, तू आणि मी– मस्त जमतं आहे आपलं. न्यूयॉर्कला तुला नेता येत नाहीये म्हणून मला मनापासून वाईट वाटतं आहे. तुझ्याशिवाय काही मजा नाही येणार तिथे.''

मला खात्री आहे. काय बोलावं हे न समजून मी कसंनुसं हसते. मी जाणार नाही याबद्दल मला पहिल्यांदाच कुठेतरी थोडं बरं वाटतं आहे.

''मग, तुझा वीकएण्ड चांगला गेला ना?'' तो गोडीगुलाबीने विचारतो.

''हो, थँक्स.'' नक्की काय मनात आहे याच्या.

''बॉयफ्रेंडला भेटलीस का?''

''हो.''

''काय करतो तो?''

हरामखोर... ''त्याचा बिझीनेस आहे.''

''अरे वा! कोणता बिझनेस आहे?''

''ओह! अनेक गोष्टी करतो तो.''

जॅक मान वळवत माझ्याकडे झुकतो. परत एकदा माझ्या खासगी जागेवर अतिक्रमण करतो.

''ॲना, तू फार मोघम बोलतेस.''

''हं, तो टेलिकम्युनिकेशन, मॅन्युफॅक्चरिंग आणि शेतीमध्ये आहे.''

जॅक भुवई उंचावतो, ''बापरे, इतक्या ठिकाणी? कुणासाठी काम करतो तो?''

"तो स्वतःसाठी काम करतो. आणि तुझ्या मनासारखं डॉक्युमेंट झालं असेल तर मी निघते."

तो मागे झुकतो. माझं खासगी क्षेत्र पुन्हा सुरक्षित होतं.

"हो-हो. सॉरी, तुझा वेळ घ्यायचा नव्हता मला," तो मानभावीपणे म्हणतो.

"बिल्डिंग कधी बंद होते?"

"अकरा वाजेपर्यंत इथे सिक्युरिटी असते."

"छान," मी हसते. बिल्डिंगमध्ये फक्त आम्ही दोघंच नाही आहोत हे ऐकून माझं अबोध मन एकदम सुटकेचा निःश्वास टाकतं. कॉम्प्युटर बंद करून, पर्स उचलत मी निघण्यासाठी उठते.

"तुला तो आवडतो तर... तुझा बॉयफ्रेंड?"

"माझं प्रेम आहे त्याच्यावर," जॅकच्या नजरेला नजर देत मी म्हणते.

"हो का!" जॅक उभा राहत म्हणतो. आठ्यांचं जाळं परत तयार झालं आहे, "काय आडनाव आहे त्याचं?"

मी लाजते.

"ग्रे. ख्रिश्चन ग्रे," मी कसंबसं म्हणते.

जॅकच्या तोंडाचा आ वासला जातो. "म्हणजे सिएटलचा सर्वांत श्रीमंत बॅचलर? तो ख्रिश्चन ग्रे?"

"हो, तोच!" हो तो ख्रिश्चन ग्रे, तुझा होणारा बॉस. तू मला पुन्हा पिडलंस तर जो नाश्त्याला तुला भाजून खाईल.

"मला त्याला कुठे तरी पाहिल्यासारखं वाटत होतं," जॅकची नजर गढुळते. भुवया आक्रसतात. "नशीबवान आहे बेटा!"

काय बोलायचं हे न कळून मी डोळ्यांची उघडझाप करते.

"ॲना, तुझी संध्याकाळ छान जाऊ दे," तो हसत म्हणतो. पण त्याच्या नजरेपर्यंत ते हसू पोहोचत नाही. मग, मागे वळूनही न पाहता तो ताडताड स्वतःच्या ऑफिसमध्ये जातो.

मी सुटकेचा निःश्वास टाकते. चला एक मोठी समस्या सुटली. फिफ्टीची जादू परत चालली. त्याचं निव्वळ नावसुद्धा प्रभावी आहे. ते ऐकून जॅक शेपूट पायात घालून पळून गेला. विजयाचं हसू माझ्या चेहऱ्यावर येतं. बघितलंस ख्रिश्चन? तुझं नावदेखील माझं संरक्षण करायला पुरेसं आहे. उगाचच एवढा अव्वाच्या सव्वा खर्च माझ्या संरक्षणावर करायची काय गरज होती? माझं टेबल आवरून मी घड्याळाकडे नजर टाकते. ख्रिश्चन आता आला असेल बाहेर.

ऑफिसच्या बाहेर फुटपाथच्या बाजूला ऑडी उभी असते. मला बघताच टेलर पटकन मागचं दार उघडतो. त्याला पाहून मला आजच्याइतका आनंद कधीही झाला

नव्हता. पावसातून घाईने येऊन मी गाडीत बसते.

मागच्या सीटवर बसलेला ख्रिश्चन माझा अंदाज घेतो. त्याच्या चेहऱ्यावरचा ताण स्पष्ट आहे.

"हाय," मी म्हणते.

"हाय," तो सावधपणे उत्तर देतो. मग पुढे होत माझा हात पकडून घट्ट दाबतो. माझ्या मनाला थोडीशी शांतता मिळते. मी प्रचंड गोंधळलेली आहे. त्याच्याशी काय बोलायचं आहे, याचा मी विचारही केलेला नाही.

"अजूनही भडकलेली आहेस का?" तो विचारतो.

"सांगता येत नाही," मी उत्तर देते. माझा हात वर घेत तो बोटांच्या मागच्या भागावर हलक्याफुलक्या चुंबनांचा वर्षाव करतो.

"भलताच वैतागवाणा दिवस गेला आजचा." तो म्हणतो.

"हो. खरं आहे." सकाळी तो माझा निरोप घेऊन गेल्यापासून आत्ता पहिल्यांदा मी थोडीशी सैलावते. त्याचा साधा सहवाससुद्धा माझ्या मनावर अलगद फुंकर घालतो. माझ्याही नकळत जॅकचा लंपटपणा, आमच्या दोघांचे एकमेकांना पाठवलेले ईमेल्स. शिवाय ती महामाया एलेना या सगळ्या तापदायक बाबी विरू लागतात. आता गाडीच्या मागच्या सीटवर फक्त मी आणि हा माझा *कंट्रोल फ्रीक* आहोत, बस्स!

"आता तू माझ्याबरोबर इथे आहेस, तर किती छान वाटतं आहे," तो पुटपुटतो. संध्याकाळच्या गर्दीतून कुशलतेने टेलर गाडी चालवतो. आम्ही दोघं एकमेकांचा अंदाज घेत शांतपणे बसून राहतो. पण मला जाणवतं की ख्रिश्चनसुद्धा सैलावतो आहे. आता तो माझ्या बोटावरून त्याचा अंगठा एका लयीत फिरवू लागतो.

टेलर आम्हाला बिल्डिंगच्या बाहेर उतरवतो. पावसापासून स्वतःला वाचवत आम्ही चटकन आत शिरून एलिव्हेटरसाठी थांबतो. माझा हात घट्ट पकडून ख्रिश्चन आजूबाजूला नजर टाकतो.

"लीला अजून तुम्हाला सापडली नाहीये, असं मला वाटतं."

"हो ना! वेल्थ त्याच्या कामगिरीवर आहे," तो उद्वेगानं म्हणतो.

एलिव्हेटर येतं. आम्ही दोघं आत शिरतो. ख्रिश्चन माझ्याकडे पाहतो. त्याच्या राखाडी डोळ्यांचा थांग लागत नाही. कसला मस्त दिसतो आहे तो– विस्कटलेले केस, पांढरा शर्ट, गडद सूट. अचानक कुठूनतरी ती जाणीव होते– तीच... त्याची ओढ, कामभावना, ती विद्युल्लता... हे सगळं दृश्यस्वरूपात असतं ना, तर आमच्या सभोवताली सहजरीत्या निळीगर्द आभा दिसून आली असती. तो माझ्याकडे एकटक बघतो. त्याचे ओठ विलग होतात.

"तुला जाणवतं आहे का ते?" तो श्वास घेतो.

“हो.”

“ओह! ॲना!” असं चित्कारत तो मला घट्ट विळखा घालतो. एका हातानं माझी मान कलती करत तो माझ्या ओठांवर ओठ टेकतो. मी त्याच्या केसातून हात फिरवत त्याचा गाल कुरवाळू लागते. तो मला एलिव्हेटरच्या भिंतीवर दाबून ठेवतो.

“तुझ्याशी वाद घालणं मला अजिबात आवडत नाही,” माझ्या ओठाशी श्वास घेत तो म्हणतो. त्याच्या त्या चुंबनात मला अधीरपणा आणि प्रणयोत्कट भावना जाणवते. माझीही अवस्था काही वेगळी नाही. माझ्या शरीरातला कण न् कण आसुसून फुलून येतो. दिवसभराचा ताण सर्वांगातून झिरपत बाहेर पडू पाहतो. त्याच्यावर झुकत, त्याच्या अधीन होत मी समरसून जाऊ पाहते. आमचे हात, पाय, ओठ आणि जिभा स्वतःचं वेगळं अस्तित्व विसरल्या आहेत आता. माझ्या नितंबावरून तो माझ्या स्कर्टच्या आत हात घालत माझ्या मांड्या कुरवाळू लागतो.

“स्वीट जीझस! तू स्टॉकिंग्ज घातले आहेस?” माझ्या स्टॉकिंग्जच्या कडेला मांडीवर अंगठ्याने छेडत तो कौतुकानं विचारतो, “मला पाहायचं आहे,” श्वास घेत, माझा स्कर्ट वर उचलत तो माझ्या मांड्या उघड्या करतो.

मग थोडासा मागे होत तो ‘स्टॉप’चं बटण दाबून एलिव्हेटर बाविसाव्या आणि तेविसाव्या मजल्याच्या मध्ये थांबवतो. आता, त्याचे डोळे गडद आणि ओठ विलग झाले आहेत. तोही माझ्यासारखा भराभर श्वास घेतो आहे. एकमेकांना स्पर्शही न करता आम्ही नजरेनं जोखतो. माझ्या पाठीशी असलेल्या एलिव्हेटरच्या भक्कम आधारामुळे मला सरळ उभं राहून या देखण्या माणसाच्या कामोत्सवाचा आविष्कार निरखणं शक्य झालं आहे.

“तुझे केस मोकळे कर,” घोगऱ्या आवाजात तो हुकूम देतो. हात वर करत मी केसांची क्लिप काढते. त्यासरशी माझ्या केसांच्या लडी उलगडून माझ्या खांद्यावर, छातीवर पसरतात. “शर्टची वरची दोन बटणं उघड.” त्याचे डोळे आता विलक्षण तेजानं चमकू लागले आहेत.

त्याच्या या वागण्याबोलण्यामुळे मला स्वच्छंदी झाल्यासारखं वाटतं. माझी अंतर्देवता तर सौख्याच्या लाटांवर तरंगत उन्मादते आहे. मी जाणीवपूर्वक हालचाली करत सावकाश, एक एक करत दोन्ही बटणं उघडते. माझे स्तन त्यातून डोकावतात.

तो आवंढा गिळत म्हणतो, “या क्षणी तू किती मदमस्त दिसते आहेस याची तुला कल्पना आहे का?”

मग अगदी मुद्दामहून मी ओठ चावत मान हलवते. क्षणभर डोळे मिटून घेत तो ते उघडतो. आता तर ते पेटल्यागत दिसतात. पुढे होत माझ्या चेहऱ्याच्या दोन्ही बाजूंनी तो एलिव्हेटरच्या भिंतीवर हात ठेवतो. मला स्पर्श न होऊ देता जितक्या जवळ येता येईल तितका तो आता आला आहे.

त्याच्या नजरेत डोकावण्यासाठी मी मान वर उचलते. चेहरा झुकवत तो माझ्या नाकावर नाक टेकवतो. आमच्या दोघांचा हा एवढाच काय तो एकमेकांना स्पर्श होतो आहे. एलिव्हेटरच्या या एवढ्याशा जागेत, त्याच्या निकट सहवासात मी इतकी प्रचंड पेटते आहे, की मला तो या क्षणी हवा आहे.

"मला वाटतं मिस स्टील तुम्हाला जाणीव आहे. मला असं चेकाळवणं तुम्हाला फार आवडतं."

"मी तुला चेकाळवते का?" मी कुजबुजते.

"प्रत्येक बाबतीत, ॲनेस्टेशिया. तू म्हणजे ना मूर्तिमंत मोहिनी आहेस, जलदेवता आहेस," असं म्हणत तो माझा पाय गुडघ्याच्या वर पकडून झटक्यात स्वतःच्या कंबरेभोवती लपेटतो. आता मी त्याच्या अंगावर झुकत चक्क एका पायावर उभी आहे. मला त्याचं जागं होणं जाणवतं. त्याचे ओठ माझ्या गळ्यावरून अतृप्तपणे फिरू लागतात. माझ्या मांड्यांच्या मधोमध मला त्याचा उष्ण स्पर्श जाणवतो. चित्कारत मी त्याच्या गळ्याला मिठी मारते.

"मी आत्ता तुला भोगणार आहे, ॲनेस्टेशिया," त्याच्या या बोलण्यावर मी पाठीची कमान करते. स्वतःला त्याच्या दिशेने ढकलते. मला आता ताबडतोब त्याचा स्पर्श तिथे आत हवा आहे. त्याच्या घशातून खोलवर चीत्कार येतो. तो झिप उघडतो. मी प्रणयातुर होते.

"स्थिर उभी राहा हं राणी," असं म्हणत तो जादूनं कुठून तरी फॉईल काढत माझ्या तोंडासमोर धरतो. मी ती दातात घट्ट धरते. तो ओढतो. ती उघडते.

"शहाणी मुलगी," क्षणभरासाठी कणभर मागे सरकत तो झर्रकन कन्डोम चढवतो, "कधी एकदा पुढचे सहा दिवस संपतील, असं मला झालं आहे," अर्धवट उघड्या डोळ्यांतून माझ्याकडे कटाक्ष टाकत तो कुरकुरतो, "या पॅन्टीज तुझ्या फार लाडक्या नसतील अशी मी आशा व्यक्त करतो," असं म्हणत झटक्यात तो त्या फाडून फेडतो. त्याच्या हातात जणू त्या विरघळून जातात. माझं रक्त आता धमन्यातून उसळतं आहे. प्रणयापुढे मला काहीही सुचेनासं झालं आहे.

त्याचे शब्द मला मोहवतात. दिवसभराचा त्रागा क्षणात नाहीसा होतो. आता फक्त तो, मी आणि हा प्रणय जो आम्हाला खूप छान जमतो. माझ्या नजरेत तशीच नजर गुंतवून ठेवत तो माझ्यात प्रवेश करतो. माझी कंबर उंचावते, डोकं मागे जातं, डोळे मिटतात. त्याचा खोलवर होणारा स्पर्श मी अनुभवते. तो बाहेर येऊन परत हळुवारपणे, सावकाश आत प्रवेशतो. मी चित्कारते.

"ॲनेस्टेशिया, तू माझी आहेस," माझ्या गळ्याशी ओठ टेकवत तो म्हणतो.

"हो. तुझीच आहे. तू कधी स्वीकारणार आहेस हे?" मी धापा टाकते. तो चित्कारत हालचाली वाढवतो. मागे-पुढे, वर-खाली, आत-बाहेर, कणाकणाने

जाणीव करून देत, त्याच्या तालाशी जुळवून घेत मी मनोमन स्वतःला त्याच्या स्वाधीन करते. त्याच्या स्पर्श, लय, श्वास, गंध आणि अस्तित्वात हरवून जाते. मला जशी त्याची गरज आहे, तशीच ती त्यालाही आहे हे पाहून मी सुखावते.

त्यामुळे मला बळ मिळतं. आपल्यावर प्रेम करणारं, आपली ओढ असणारं, आपल्यासाठी झुरणारं कुणी आहे, ही जाणीव मला मोहरून टाकते. झपाटून टाकणाऱ्या व्यक्तिमत्त्वाच्या या ख्रिश्चनचं जितकं प्रेम माझ्यावर आहे, तितकंच मीही त्याच्यावर करते. तो अधिकाधिक खोलवर शिरत मला चेतवतो, माझ्या संवेदना तरल होत स्रवू लागतात. एकाच वेळेस आम्ही दोघंही आकंठ बुडत मोकळे होतो.

"ओह बेबी!" ख्रिश्चन माझे लाडिक चावे घेत म्हणतो. माझ्या उत्कट समागमाला प्रतिसाद देत तो मला घट्ट धरून ठेवत माझ्या नावाचा जप करतो.

समागमाला पोहोचून शांत-क्लान्त होऊन ख्रिश्चनचा श्वास पूर्वपदावर येतो. तो परत माझी हळुवार चुंबनं घेऊ लागतो. आमची कपाळं एकमेकांवर टेकलेली आहेत. तसंच तो मला एलिव्हेटरच्या भिंतीशी धरून ठेवतो. माझं शरीर एकाच वेळेस प्रचंड तृप्तता अनुभवत गलितगात्र झालं आहे.

"ओह ॲना!" तो पुटपुटतो, "किती गरज आहे मला तुझी!" माझ्या कपाळावर ओठ टेकवत तो म्हणतो.

"आणि ख्रिश्चन मला तुझी."

मला सोडत तो माझा स्कर्ट खाली करतो. शर्टची वरची दोन बटणं लावतो आणि कीपॅडमध्ये नंबर टाइप करतो. एलिव्हेटर झटका देत परत सुरू होतं. मी थोडीशी भेलकांडते. पटकन पुढे होत त्याचा दंड पकडते.

"आपण गायब झालो आहोत हे पाहून टेलर नक्की चक्रावेल," माझ्याकडे पाहत हसत तो लबाडीनं म्हणतो.

अरे बापरे! मी पटकन केस बोटांनी विंचरून नीट करण्याचा प्रयत्न करते. शेवटी तो नाद सोडून परत पोनीटेल बांधते.

"हं! काही कळत नाहीये," असं म्हणत तो झिप वर ओढतो आणि वापरलेलं कन्डोम खिशात सारतो.

परत एकदा तो खास अमेरिकन आंत्र्यप्रेन्युअर दिसू लागतो. त्याचे केस एरवीदेखील विस्कटलेले असतात. त्यामुळे आता फारसा काही फरक पडत नाही. फक्त एवढंच की आता तो हसतो आहे, रिलॅक्स झाला आहे आणि त्याच्या डोळ्यांत चमक आहे. सगळ्या पुरुषांची समजूत इतकी पटकन घालता येते का?

एलिव्हेटरचं दार उघडतं तेव्हा टेलर तिथे हजर असतो.

आम्ही दोघं बाहेर पडतो. ख्रिश्चन पुटपुटतो, "एलिव्हेटरमध्ये प्रॉब्लेम होता,"

मी तर दोघांकडेदेखील बघू शकत नाही. त्या दुहेरी दारातून लगबगीनं मी ख्रिश्चनच्या बेडरूमकडे धावते. मला अंतर्वस्त्राची गरज आहे.

मी परत येते. ख्रिश्चन ब्रेकफास्ट बारपाशी बसून मिसेस जोन्सशी बोलतो आहे. त्याने जॅकेट काढलं आहे. माझ्याकडे पाहत छानसं हसून मिसेस जोन्स आमच्यासमोर गरमागरम अन्नाच्या प्लेट ठेवतात. हं! काय दरवळ येतो आहे. बहुधा कॉक आ वॉ आहे. मला प्रचंड भूक लागली आहे.

"मि. ग्रे, ॲना, जेवा शांतपणे," असं म्हणत ती जाते.

ख्रिश्चन फ्रिजमधून व्हाईट वाईनची बाटली काढतो. मग आम्ही बसून खाऊ लागतो. सोलरवर चालणारा मोबाईल बनवण्याच्या आपण किती नजीक आहोत याबद्दल तो भरभरून बोलतो. तो खूप उत्तेजित झाला आहे. त्याचा दिवस तितका काही बेक्कार गेला नाही, हे माझ्या लक्षात येतं.

मग मी त्याला त्याच्या प्रॉपर्टीबद्दल विचारते. तो मानभावीपणे सांगतो की, एस्केलाव्यतिरिक्त फक्त आस्पेन आणि न्यूयॉर्कमध्ये त्याची घरं आहेत. बाकी कुठे काही नाही. आमचं खाऊन संपतं. मी माझ्याबरोबर त्याची प्लेटदेखील उचलते आणि सिंकमध्ये नेते.

"दे सोडून, गेल करेल ते सगळं." मी वळून त्याच्याकडे पाहते. तो माझ्याकडे टक लावून पाहत असतो. आपलं जेवण झाल्यावर दुसरं कुणीतरी येऊन आवरून जातं आहे, याची मला कधी सवय होईल का?

"मिस स्टील, आता तुम्ही थोड्या माणसात आला असाल, तर आपण आजच्याबद्दल बोलायचं का?"

"मला वाटतं की, तू माणसात आला आहेस. तुला माणसाळवायचं काम मला छान जमलं आहे."

"मला माणसाळवणं?"तो पटकन नवलानं म्हणतो. मी मान डोलावते. तो विचारात पडतो. मग माझ्या वाक्याच्या अनुषंगानं म्हणतो, "हो, शक्य आहे ॲनेस्टेशिया."

"तू जॅकबद्दल बोललास ते खरं आहे," ओट्यावर टेकत, त्याच्या प्रतिक्रियेचा अंदाज घेत मी गंभीरपणे म्हणते. त्याचे डोळे कठोर होतात, चेहरा बदलतो.

"काय केलं त्यानं?" गंभीरपणे तो विचारतो. त्याचा स्वर बर्फापेक्षा थंड आहे.

त्याला दिलासा द्यायला मी पटकन मान हलवते, "नाही नाही – काही केलं नाही आणि करणारपण नाही. मी आज त्याला सांगितलं की, मी तुझी गर्लफ्रेंड आहे. त्या क्षणी त्यानं माघार घेतली."

"तुला खात्री आहे का? नाहीतर त्या हरामीला मी ताबडतोब काढून टाकीन,"

ख्रिश्चन बरसतो.

मी निःश्वास टाकते. ग्लासभर वाईनमुळे माझ्यात धीटपणा आला आहे, "हे बघ, तू ना मला माझ्या लढाया लढू दे. तू असं सारखा माझ्या बाबतीत निष्कर्षाला येऊन माझं रक्षण करण्याचा आटापिटा करू नकोस. त्यामुळे माझा कोंडमारा होतो. ख्रिश्चन, तू जर सातत्यानं अशी ढवळाढवळ केलीस, तर माझी कधीही प्रगती होणार नाही. मला थोड्या स्वातंत्र्याची गरज आहे. तुझ्या कामामध्ये ढवळाढवळ करायचा विचार मी तर स्वप्नातसुद्धा करणार नाही."

तो माझ्याकडे पाहत डोळ्यांची उघडझाप करतो, "ॲनेस्टेशिया, माझ्या मनात फक्त तुझी सुरक्षितता असते. तुला जर काही झालं तर मी..." वाक्य अर्धवट सोडून तो थांबतो.

"मला माहिती आहे. माझं रक्षण करण्याची इतकी प्रबळ भावना तुझ्या मनात का आहे, हेदेखील मी समजू शकते. त्यामुळे मी पण खूप सुखावली जाते. मला तुझी गरज पडली, तर तू ठामपणे माझ्यासाठी उभा राहशील, हेसुद्धा मी जाणते. मीदेखील तुझ्यासाठी ठामपणे उभी राहीन. पण जर आपण एकत्र राहायचं ठरवलं आणि ते यशस्वी व्हावं असं तुला वाटत असेल, तर तुला माझ्यावर आणि माझ्या अनुमान-निर्णयक्षमतेवर विश्वास ठेवावा लागेल. आता असंही होईल की, मला कधी अपयश येईल, मी चुका करेन; परंतु त्यातून मी शिकत जाईन."

तो माझ्याकडे बघत बसतो. त्याचा चेहरा काळजीनं इतका त्रस्त आहे की, मी अनाहूतपणे त्याच्याजवळ जाऊन त्याच्या दोन्ही पायांमध्ये उभी राहते. तो अजूनही त्या बारस्टूलवर बसलेला आहे, त्याचे हात पकडून मी माझ्या कमरेभोवती लपेटते. आणि माझ्या हातांनी त्याचे दंड पकडते.

"तू माझ्या नोकरीत ढवळाढवळ नाही केली पाहिजेस. ते अतिशय चुकीचं आहे. एखाद्या उमद्या राजपुत्राप्रमाणे येऊन तू माझं संरक्षण केलेलं मला नाही चालणार. तुला प्रत्येक गोष्टीवर नियंत्रण ठेवायचं असतं, हे मला माहिती आहे आणि त्यामागचं कारणसुद्धा मी समजावून घेऊ शकते. तरीसुद्धा तू असं करू शकत नाहीस. ही अशक्यकोटीतली गोष्ट आहे. तुला त्यातून बाहेर येता आलं पाहिजे," पुढे झुकत मी त्याचा चेहरा कुरवाळते. डोळे विस्फारून काहीही न बोलता तो माझं म्हणणं ऐकून घेत असतो, "आणि जर का तू हे करू शकलास... मला स्वातंत्र्य देणार असलास... तर... मी... इथे तुझ्याबरोबर राहायला येईन," मी हळुवारपणे म्हणते.

तो एकदम चकित होत मोठा श्वास घेतो, "काय म्हटलंस? खरंच येशील?" त्याचा आवाज जेमतेम ऐकू येतो.

"हो."

"पण तू तर मला पुरेसं ओळखतदेखील नाहीस," अचानक त्याला भरून येतं. तो भावनाविवश होतो. एकदम फिफ्टीच्या विरुद्ध वागतो.

"ख्रिश्चन, मी तुला पुरेशी ओळखते आहे. तू तुझ्या बाबतीत आता काहीही सांगितलंस ना, तरी मी यावरून तुझ्यापासून दूर पळून जाणार नाही," मी त्याच्या गालावरून हळुवार बोटं फिरवते. त्याच्या चेहऱ्यावरचे भाव काळजीवरून साशंकतेकडे वळतात.

"पण तू मला थोडी मोकळीक द्यायला हवीस," मी आर्जव करते.

"ॲनेस्टेशिया, मी प्रयत्न करतो आहे. पण तुला त्या हलकटाबरोबर न्यूयॉर्कला जाऊ देत तिऱ्हाईतासारखं बघत राहणं मला शक्य नव्हतं. तो अतिशय बदनाम आहे. आजवर तीन महिन्यांच्या वर त्याची कुठलीही असिस्टंट टिकली नाहीये किंवा कंपनीने त्यांना परत आणण्याचा प्रयत्नदेखील केला नाहीये. तुझं असं काही झालेलं मला कसं चालेल, राणी?" तो निःश्वास सोडतो. "तुला काही इजा होता कामा नये. नुसत्या त्या कल्पनेनंसुद्धा मला... मला कापरं भरतं. मी लक्ष घालणारच नाही असं वचन नाही देऊ शकत, निदान तुला धोका होऊ शकेल अशा वेळेस तर मुळीच नाही." मग क्षणभर थांबत, खोल श्वास घेत तो पुढे म्हणतो, "आय लव्ह यू, ॲनेस्टेशिया. तुझं रक्षण करण्यासाठी मी माझी सगळी ताकद पणाला लावीन. तुझ्याशिवाय आयुष्याची कल्पनादेखील मी करू शकत नाही."

होली काऊ! माझी अंतर्देवता, माझं अबोध मन आणि मी स्वतः अवाक होऊन फिफ्टीकडे पाहू लागतो.

देवा! केवळ तीन छोटे शब्द! तेवढ्यानं माझं जग थबकतं, तिरकं होतं आणि नवीन अक्षावर गिरकी घेऊ लागतं. त्याच्या सुंदर, गहिऱ्या, प्रामाणिक, राखाडी डोळ्यांकडे बघत मी तो क्षण आसुसून जपून ठेवते.

"ख्रिश्चन, आय लव्ह यू टू!" मी त्याच्यावर झुकत त्याचं चुंबन घेते आणि त्यात स्वतःला हरवते.

टेलर आत आलेला आम्हाला दिसत नाही. तो खाकरतो. माझ्याकडे टक लावून पाहत ख्रिश्चन मागे होतो. मग माझ्या कंबरेभोवती हात टाकून उभा राहतो.

"काय आहे?" तो टेलरला फटकारतो.

"सर, मिसेस लिंकन वर येत आहेत."

"काय?"

टेलर दिलगिरीने खांदे उडवतो. एक उसासा टाकत ख्रिश्चन मान हलवतो.

"अच्छा! काहीतरी खास असणार बहुधा!" माझ्याकडे बघत तो हसून न हसल्यासारखं करतो.

– फक्! ही महामाया आम्हाला एकटं नाही सोडत!

१२

आम्ही मिसेस रॉबिन्सनची वाट पाहत असताना मी ख्रिश्चनला विचारते, ''बोललास का तू आज तिच्याशी?''

''हो.''

''काय म्हटलंस?''

''मी सांगितलं की तुला तिला भेटायचं नाहीये आणि मी त्याचं कारणदेखील समजू शकतो. शिवाय, तिने मला अंधारात ठेवून माझ्या माघारी असं वागणं मला आवडलेलं नाही हे पण सांगितलं,'' तो निर्विकारपणे म्हणतो.

हं! बरं झालं. ''त्यावर ती काय म्हणाली?''

''तिने तिच्या खास स्टाईलमध्ये झटकून टाकलं. फक्त तीच असं करू शकते,'' त्याच्या चेहऱ्यावर किंचितसं हसू उमटलं.

''ती इथे का आली असावी?''

''मला कल्पना नाही,'' ख्रिश्चन खांदे उडवतो.

टेलर ग्रेटरूममध्ये येऊन सांगतो, ''मिसेस लिंकन.''

आणि ती येते. ती का बरं इतकी आकर्षक आहे? तिने सगळे काळे कपडे घातले आहेत. घट्ट बसलेली जीन्स आणि तिची कमनीयता दर्शवणारा शर्ट, शिवाय चमकदार केस.

ख्रिश्चन मला जवळ ओढतो. ''एलेना,'' त्याच्या स्वरात संभ्रम आहे.

मला तिथे पाहून ती अवाक होऊन जागेवरच खिळते. दोन-चारदा डोळ्यांची उघडझाप केल्यावर तिचा मंजुळ स्वर बाहेर पडतो, ''आय ॲम सॉरी, मला कल्पना नव्हती की तुझ्याबरोबर कोणी असेल. ख्रिश्चन, अरे, आज सोमवार आहे ना,'' जणू हे तिच्या इथं येण्याचं कारण असल्याप्रमाणे ती स्पष्टीकरण देते.

''गर्लफ्रेंड!'' मान एका बाजूला टाकत तो मानभावीपणे उत्तर देतो.

ती त्याच्याकडे पाहत सावकाश, मधाळ हसते. मी अस्वस्थ होते.

''अर्थात. हॅलो ॲनेस्टेशिया. तू इथे असशील याची मला कल्पना नव्हती. तुला माझ्याशी बोलायचं नाहीये, हे मला माहीत आहे आणि मान्यदेखील आहे.''

"हो का?" मी शांतपणे विचारते. माझ्या स्वरांनी आम्ही तिघंही चकित होतो. तिच्या कपाळावर कळत नकळत आठी उमटते. ती पुढे येते.

"हो, आलं माझ्या लक्षात. तसंही, मी तुला भेटायला इथं आले नाहीये. मघाशी म्हटलं तसं आठवड्याला इतर वारी ख्रिश्चनबरोबर सहसा कोणी नसतं," क्षणभर थबकून ती म्हणते, "ख्रिश्चन, एक समस्या निर्माण झाली आहे, त्या संदर्भात तुझ्याशी बोलायचं आहे."

"ओह!" आता सरळ होत ख्रिश्चन विचारतो, "ड्रिंक्स घेणार का?"

"हो चालेल," ती तत्परतेनं म्हणते.

ख्रिश्चन एक ग्लास आणतो. मी आणि एलेना एकमेकींना जोखत उभं राहतो. ती आपल्या मधल्या बोटातल्या चांदीच्या मोठ्या अंगठीशी चाळा करते. मला कळत नाही कुठं बघावं ते. शेवटी तीच माझ्याकडे पाहत कसंनुसं हसते आणि स्वयंपाकघरात शेवटच्या बारस्टूलवर जाऊन बसते. ती या जागेशी चांगलीच परिचित दिसते आहे. तिच्या हालचालीत सहजता आहे.

मी थांबावं की जावं या संभ्रमात आहे. छे, कठीण आहे ठरवणं. माझं अबोध मन रागारागानं त्या कैदाशिणीकडे बघतं.

या बाईला वाट्टेल तसं बोलायची माझी इच्छा आहे. केवळ ती ख्रिश्चनची मैत्रीण आहे, तेही एकुलती... त्यामुळे मला तिचा कितीही तिरस्कार वाटत असला, तरी मी अतिशय नम्रपणे वागते. आपण इथं थांबावं असं ठरवून ख्रिश्चन उठल्यामुळे रिकाम्या झालेल्या स्टूलवर मी बसते. ख्रिश्चन आमच्या सर्वांच्या ग्लासमध्ये वाईन ओततो आणि आमच्या दोघींच्या मधल्या स्टूलवर बसतो. हे किती विचित्र आहे, हे त्याला जाणवत असेल का?

"काय झालं?" तो विचारतो.

ती अस्वस्थ होऊन माझ्याकडे पाहते. ख्रिश्चन पुढे होत माझा हात धरतो.

"ॲनेस्टेशिया आता माझ्याबरोबर आहे," तिच्या अबोल प्रश्नाला उत्तर देत तो माझा हात दाबतो. मी लाजते. माझं अबोध मन त्या कैदाशिणीला विसरून उत्साहानं त्याच्याकडे पाहून हसतं.

एलेनाचा चेहरा निवळतो. तिच्या चेहऱ्यावर आनंद दिसू लागतो. खरा आनंद. त्याच्याकरता. मला तरी ही बाई अजिबात कळत नाही. तिच्या उपस्थितीत मला खूप अस्वस्थ वाटतं, चिडायला होतं.

ती एक खोल श्वास घेते, अस्वस्थपणे हालचाल करते. मग बारस्टूलच्या कोपऱ्यावर बसते. तिचा चेहरा त्रस्त आहे. मग आपल्या हातांकडे निरखून पाहत मधल्या बोटातली ती चांदीची मोठी अंगठी गरगर फिरवते.

छे! नक्की काय झालं आहे हिला? मी इथे असल्यामुळे त्रासली आहे का ती?

माझा इतका परिणाम होतो का तिच्यावर? म्हणजे, माझ्यावर तिचा होतो म्हणून मला वाटत असावं. मला तर ती इथे मुळीच नको आहे. ती मान वर उचलून सरळ ख्रिश्चनच्या नजरेला नजर देते.

"मला ब्लॅकमेल केलं जातं आहे."

होली शिट्! हे अगदी अनपेक्षित आहे; विशेषकरून तिच्या तोंडून. ख्रिश्चन स्तब्ध होतो. अल्पवयीन मुलाचं लैंगिक आणि शारीरिक शोषण करण्याच्या तिच्या आसक्तीचा शोध लागला का कोणाला? मी माझी आंतरिक ऊर्मी दाबून टाकते. परंतु अचानक माझ्या मनात खुराड्यात परतणाऱ्या कोंबड्यांचा विचार येतो. माझं अबोध मन छद्मीपणानं विकट हास्य करू लागतं.

बरं झालं! असंच पाहिजे!

"कसं?" ख्रिश्चन विचारतो. त्याला बसलेला धक्का त्याच्या स्वरात उमटला आहे.

ती तिच्या पेटंट लेदरच्या, भल्या मोठ्या डिझाइनर पर्समधून एक कागद काढून त्याला देते.

"खाली ठेवून उघड," ख्रिश्चन हनुवटीनी ब्रेकफास्ट काउंटरकडे निर्देश करून म्हणतो.

"तू स्पर्श नाही करू इच्छित का याला?"

"नाही. बोटांचे ठसे."

"ख्रिश्चन, तुला माहिती आहे की, मी हे घेऊन पोलिसांकडे जाऊ शकत नाही."

मी कशाला हे सगळं ऐकते आहे? ती अजून कोणा मुलाचं लैंगिक शोषण करते आहे का?

त्याच्या सांगण्यानुसार ती तो कागद पसरते. तो पुढे होऊन वाचतो.

"फक्त पाच हजार डॉलरची मागणी केली आहे त्यांनी," तो तंद्रीत म्हणतो, "कोण असतील हे? काही कल्पना आहे का? तुझ्या ओळखीतलं...?"

"नाही." तोच तिचा मधुर, मुलायम स्वर.

"लिन्क?"

लिन्क? हा कोण आता?

"काय? आता इतक्या काळानंतर? मला नाही वाटत," ती धुसफुसते.

"आयझॅकला माहिती आहे का?"

"मी नाही सांगितलं त्याला काही."

आणि हा आयझॅक कोण?

"मला वाटतं त्याला सांगायला हवं," ख्रिश्चन म्हणतो. ती मान हलवते. मला वाटू लागतं की, आपण निष्कारण हस्तक्षेप करत आहोत. मला हे काहीही जाणून

घ्यायचं नाहीये. मी माझा हात सोडून घ्यायचा प्रयत्न करते, पण तो हातावरची पकड घट्ट करून माझ्याकडे पाहतो.

"काय?" तो विचारतो.

"मी थकले आहे. मला झोपायचं आहे."

त्याची नजर माझ्या डोळ्यांचा वेध घेते. काय जाणू पाहतो आहे तो? धिक्कार? स्वीकार? वैर? मी चेहरा शक्य तितका निर्विकार ठेवते.

"बरं," तो म्हणतो, "मी आटोपतो लवकर."

तो माझा हात सोडतो. मी उभी राहते. एलेना सावधपणे माझ्याकडे पाहते. मी काहीही न बोलता तिचा कटाक्ष परतवते. माझ्या चेहऱ्यावर कुठलेही भाव उमटत नाहीत.

"गुडनाईट ॲनेस्टेशिया," किंचित हसत ती म्हणते.

"गुडनाईट," माझा स्वर मलाच भावनाशून्य वाटतो. मी जाण्यासाठी वळते. वातावरणातला ताण मला असह्य झाला आहे. मी खोलीतून बाहेर पडते त्याबरोबर त्यांचं संभाषण पूर्ववत सुरू होतं.

"एलेना, मला नाही वाटत की मला फार काही करता येईल," ख्रिश्चन तिला सांगू लागतो, "पैशाचा प्रश्न असेल तर..." त्याचा आवाज अस्पष्ट होतो, "मी वेल्चला तपास करायला सांगू शकतो."

"नाही ख्रिश्चन, तसं नाही. मला फक्त मन मोकळं करायचं होतं," ती म्हणते.

आता मी खोलीच्या बाहेर आहे. मला तिचं बोलणं ऐकू येतं, "तू खूप खूष दिसतो आहेस."

"हो," ख्रिश्चन उत्तर देतो.

"तू लायक आहेस इतक्या सौख्याला."

"हे खरं असतं, तर फार बरं झालं असतं."

"ख्रिश्चन!" तिचा स्वर रागीट होतो.

मी स्तब्ध होत कान देऊन ऐकते. माझा नाइलाज आहे.

"तू स्वतःबाबत किती नकारात्मक आहेस हे तिला माहीत आहे का? आणि तुझ्या इतर सर्व गोष्टी?"

"इतर कुणाहीपेक्षा ती मला अधिक चांगलं ओळखते."

"आऊच! दुखलं रे मला."

"हे सत्य आहे, एलेना. तिच्याबरोबर मला कुठलेही खेळ खेळावे लागत नाहीत. तिच्या वाट्याला जाऊ नकोस असं मी म्हणतो ते मनापासून, हे लक्षात घे."

"तिची समस्या काय आहे?"

"तू... आपलं नातं. आपण केलेल्या कृती, ती त्या समजू शकत नाही."

''समजावून सांग मग तिला.''

''तो भूतकाळ झाला, एलेना. आणि तू सांग, आपल्या घृणास्पद नात्यामध्ये मी निष्कारण तिला का रंगवू? ती गोड आहे, चांगली आहे, निरागस आहे. तिचं माझ्यावरचं प्रेम हे एक नवलच आहे.''

''ख्रिश्चन, ह्यात नवल काय?'' एलेना त्याला चुचकारत चांगुलपणानं म्हणते, ''स्वतःवर थोडासा विश्वास ठेव. तू सर्वतोपरी चांगला आहेस. मी तुला हे हज्जारदा सांगितलं आहे. तीसुद्धा खूप गोड आहे. शिवाय, खंबीरदेखील. तुझ्या पाठीशी उभी राहू शकेल अशी.''

यावर ख्रिश्चन काय उत्तर देतो, ते मला ऐकू येत नाही. तर, मी खंबीर आहे! आहे का पण? मला स्वतःला तरी तसं काही वाटत नाही.

''तुला उणीव नाही जाणवत का?'' एलेना पुढे विचारते.

''कशाची?''

''तुझ्या प्लेरूमची?''

माझा श्वास थांबतो.

ख्रिश्चन फटकारतो, ''तुझा त्याच्याशी अर्थाअर्थी संबंध नाही!''

ओह.

''आय ॲम सॉरी,'' एलेना मानभावीपणे म्हणते.

''मला वाटतं तू आता निघावंस आणि कृपा करून यापुढे यायच्या आधी फोन करत जा.''

''ख्रिश्चन, खरंच सॉरी,'' आता तिच्या स्वरात सच्चेपणा आहे, ''पण तू एवढा संवेदनशील कधीपासून झालास?'' ती पुन्हा त्याला रागावू लागते.

''एलेना, आपल्यात जे व्यावसायिक नातं आहे, त्यातून आपल्या दोघांना प्रचंड नफा मिळतो. ते तितकंच मर्यादित असू दे. आपल्यात पूर्वी जे होतं, तो भूतकाळ झाला आहे. ॲनेस्टेशिया, माझं भविष्य आहे. काय वाट्टेल ते झालं, तरी मी आमच्या नात्याला कशाचीही झळ लागू देणार नाही. तेव्हा कृपा करून तुझा हलकटपणा थांबव.''

त्याचं भविष्य?

''अस्सं काय!''

''हे बघ, तुला जो त्रास झाला आहे त्याबद्दल मला वाईट वाटतं. कदाचित, तू त्यांची मागणी पुरवून मोकळी होणं बरं,'' त्याचा स्वर मृदू होतो.

''ख्रिश्चन, गी तुला गमतू इच्छित नाही.''

''एलेना, गमवायला मी तुझा आहे कुठे?'' तो परत झापतो.

''माझ्या म्हणण्याचा तो अर्थ नव्हता.''

“मग काय होता?” तिला तोडत तो संतापून विचारतो.

“हे बघ, मला तुझ्याशी वाद घालायचा नाहीये. तुझी मैत्री माझ्यासाठी महत्त्वाची आहे. ठीक आहे, मी ॲनेस्टेशियाचा पाठपुरावा नाही करणार यापुढे. परंतु, तुला गरज लागली तर मी आहे इथे. मी कायम राहीन तुझ्यासाठी.”

“ॲनेस्टेशियाला वाटतं आहे की तू मला भेटलीस. तू फक्त फोन केला होतास. असं असताना तू तिला चुकीचं का सांगितलंस?”

“ती तुला सोडून गेल्यावर तू किती सैरभैर झाला होतास हे तिला कळावं, अशी माझी इच्छा होती. तिने तुला दुखावता कामा नये.”

“तिला माहिती आहे. मी सांगितलं आहे तिला. माझ्या आयुष्यात दखल देणं थांबव. प्रामाणिकपणे सांगायचं ना, तर तू आईच्या भूमिकेत शिरते आहेस,” ख्रिश्चनचा स्वर नाउमेदीचा आहे. एलेना त्यावर हसते, पण तिच्या हसण्याला खिन्नतेची किनार आहे.

“मला कल्पना आहे. ॲय ॲम सॉरी. तुला माहिती आहे की तुझ्याबद्दल मला खूप काही वाटतं. तू असा प्रेमाबिमात पडशील असं मला कधीही वाटलं नव्हतं. तसं तुला बघणं मोठं आनंददायक आहे, पण तिनं तुला दुखवण्याची कल्पनादेखील मला करवत नाही.”

“माझा डाव मला मांडू दे,” तो रुक्षपणे म्हणतो, “तुला नक्की वाटतं आहे का, की वेल्चनी या प्रकरणाचा पाठपुरावा करायची गरज नाही?”

ती खोल उसासा टाकते, “मला वाटतं, काही हरकत नाही करून पाहायला.”

“ठीक आहे. मी त्याला सकाळी फोन करतो.”

मग ते दोघं चर्चा करून काहीतरी तोडगा शोधायचा प्रयत्न करतात. ख्रिश्चननी सांगितलं त्याप्रमाणे खरोखर दोन जुन्या मित्रांप्रमाणे त्यांचं वागणं-बोलणं असतं. फक्त मैत्री असलेलं. हं. आता तिला ख्रिश्चनचा जरा जास्त पुळका आहे. आणि का नसावा? तो आहेच तसा!

“थँक्यू ख्रिश्चन, आय ॲम रिअली सॉरी. माझा मधे मधे करायचा हेतू नव्हता. पुढच्या वेळेस मी फोन करीन.”

“गुड.”

तर निघाली आहे तर! शिट्! मी घाईघाईने हॉलमधून ख्रिश्चनच्या बेडरूममध्ये जाऊन पलंगावर बसते. काही क्षणांनी ख्रिश्चन येतो.

“गेली ती.” माझ्या प्रतिक्रियेचा अंदाज घेत तो सावधतेने म्हणतो.

मी त्याच्याकडे पाहत मनातल्या मनात शब्दांची जुळवणी करते, “तू मला तिच्याबद्दल सारं सांगशील का? तिने तुला मदत केली असं तुला का वाटतं आहे, हे समजून घेण्याचा मी प्रयत्न करते आहे,” मी क्षणभर थांबून काळजीपूर्वक पुढचं

वाक्य उच्चारते, "ख्रिश्चन, मी तिचा तिरस्कार करते. माझ्या मते तिने तुझी कधीही भरून न येण्याजोगी अपरिमित हानी केली आहे. तुला कुणीही मित्र नाहीत. तिने सगळ्यांना दूर ठेवलं का तुझ्यापासून?"

तो उसासत केसांतून हात फिरवतो.

"मला समजत नाही की, तुला तिच्याबद्दल का जाणून घ्यायचं आहे. आमच्या दोघांचं खूप काळ अफेअर होतं. तिने अनेकदा मला वाट्टेल तसं झोडून काढलं होतं. तुला कल्पनासुद्धा करता येणार नाही अशा असंख्य प्रकारे मी तिच्याशी संभोग केला आहे. बस्स! संपलं तिथे सगळं."

मी निस्तेज होते. शिट्! तो भडकला आहे – माझ्यावर. मी डोळे फडफडवते, "तू इतका का भडकला आहेस?"

"कारण तो सगळा किस्सा आता संपला आहे!" संतापून, माझ्याकडे पाहत तो म्हणतो. मग थकून तो मान हलवतो.

मी पांढरी पडते. शिट्! एकमेकांत घट्टपणे गुंफलेल्या माझ्या हातांकडे मी पाहते. मला फक्त समजून घ्यायचं आहे.

तो माझ्या बाजूला बसतो. "काय जाणून घ्यायचं आहे?" तो थकून विचारतो.

"तू सांगितलं पाहिजेस असं नाही. मला ढवळाढवळ करायची इच्छा नाही."

"ॲनेस्टेशिया, असं नाहीये ते. मला त्या सगळ्याबद्दल बोलायला आवडत नाही. कैक वर्षं मी एका मोठ्या बुडबुड्यात राहिलो. माझ्यावर ना कशाचा परिणाम झाला, ना मी कोणाला उत्तर द्यायला बांधील होतो. ती कायम हजर होती, माझी विश्वासू, जिवलग मैत्रीण म्हणून... आणि आता मी कल्पनादेखील केली नव्हती अशा प्रकारे माझा भूतकाळ आणि भविष्यकाळ एकमेकांवर आदळत आहेत."

मी त्याच्याकडे नजर टाकते. तो माझ्याकडे टक लावून पाहतो आहे. त्याचे डोळे विस्फारले आहेत.

"ॲनेस्टेशिया, मी कधीही विचार केला नव्हता की माझं भविष्य असं कुणाशी निगडित असेल. तू मला आशा दिली आहेस. अनेक शक्यतांचा विचार करायला भाग पाडलं आहेस," तो पुढे म्हणतो.

"मी ऐकलं सगळं." कसेबसे माझ्या तोंडातून शब्द बाहेर पडतात. मी एकटक माझ्या हातांकडे पाहते.

"काय? आमचं बोलणं?"

"हो."

"बरं मग?" तो माघार घेतल्यासारखं बोलतो.

"तिचा जीव आहे तुझ्यावर."

"हो, खरं आहे. आणि माझ्या पद्धतीने मलासुद्धा तिची पर्वा आहे. पण

तुझ्याप्रती माझ्या मनात ज्या भावना आहेत, त्याच्या पासंगालादेखील ती पुरत नाही. तुला जर हेच जाणून घ्यायचं असेल, तर लक्षात घे.''

''मला मत्सर नाही वाटत.'' त्याच्या मनात हा विचार आल्याचं मला वाईट वाटतं. नाही का वाटत आहे मला मत्सर? शिट्! कदाचित तेच कारण असेल, ''पण तुझं तिच्यावर प्रेम नाहीये,'' मी पुटपुटते.

तो उसासा टाकतो. आता तो खरोखरचा भडकला आहे, ''फार पूर्वी मला वाटायचं की, माझं तिच्यावर प्रेम आहे,'' तो त्रासून बोलतो.

ओह! ''जॉर्जियात असताना तू म्हणाला होतास की... तुझं तिच्यावर प्रेम नाहीये.''

''बरोबर!''

माझ्या कपाळावर आठ्या येतात.

''कारण तेव्हा माझं तुझ्यावर प्रेम जडलं होतं, ॲनेस्टेशिया,'' तो हळूच म्हणतो.

''जिला भेटायला मी तीन हजार मैल उडत गेलो, अशी तू एकटीच काय ती आहेस!''

ओह! तरीही मला समजत नाही. पण त्याला तर मी तेव्हा सब म्हणून हवी होते. माझ्या आठ्या वाढतात.

''माझ्या तुझ्याबद्दलच्या भावना या एलेनाबद्दलच्या भावनांपेक्षा फार वेगळ्या आहेत,'' मला समजावत तो म्हणतो.

''कधी कळलं तुला?''

''काय गंमत आहे बघ! हे एलेनानं माझ्या लक्षात आणून दिलं. तिनंच मला जॉर्जियाला जायला प्रवृत्त केलं.''

वाटलंच मला! सव्हानामध्ये असताना मला जाणवलं होतं ते. मी त्याच्याकडे कोऱ्या चेहऱ्यानं पाहते.

आता याचा काय अर्थ काढू मी? कदाचित ती माझ्या बाजूने आहे. मी त्याला दुखावणार तर नाही ना, याची तिला काळजी वाटते आहे. हा विचार किती तापदायक आहे! त्याला दुखवावं असं मला कधीही वाटणार नाही. तिचं म्हणणं बरोबर आहे. तो आयुष्यात खूप दुखावला गेला आहे.

कदाचित ती एवढी वाईट नसेलही. मी मान झटकते. मला त्याचं तिच्याशी असलेलं नातं स्वीकारायचं नाहीये. मी त्याचा निषेध करते. इथे साऱ्याचं मूळ आहे. त्याने काहीही म्हणू दे, पण पौगंडावस्थेमधल्या संवेदनशील मुलाचं उमलतं यौवन हिरावून घेणारी ती दुष्ट चेटकीण आहे.

''तर तुला तिची आस होती? तू लहान असताना.''

"हो."

ओह.

"तिने मला विविध प्रकारे घडवलं. मुख्य म्हणजे स्वतःवर विश्वास ठेवायला शिकवलं."

ओह. "हो, पण तिने तुला प्रचंड मारहाणदेखील केली होती."

तो कौतुकानं हसतो, "हो खरं आहे."

"आणि तुला ते आवडायचं?"

"हो, त्या वेळेस मला आवडायचं ते."

"इतकं की, तुलाही दुसऱ्यांना मारहाण करायला आवडू लागलं."

तो गंभीर होतो. त्याचे डोळे विस्फारतात, "हो."

"तिनं त्यातदेखील तुला मदत केली का?"

"हो."

"ती तुझी सब होती का?"

"हो."

होली फक्! "मी तिच्यासारखं व्हावं अशी तुझी इच्छा आहे का?" माझा स्वर तुटक आणि कडवट होतो.

"नाही. पण तसं झालं तर माझं आयुष्य खूप सरळ-सोपं होईल," तो आता थकला आहे, "तुझ्या मूक भावना मला समजताहेत."

"मूक भावना? जीझस! ख्रिश्चन, तुझ्या जागी तुझा मुलगा असता, तर तुला काय वाटलं असतं?"

माझा प्रश्न न कळल्याप्रमाणे तो डोळ्यांची उघडझाप करतो. मग वैतागून म्हणतो, "तिच्याबरोबर राहण्याचा निर्णय माझा होता, तिनं माझ्यावर जबरदस्ती केलेली नव्हती. ती माझीसुद्धा निकड होती, ॲनेस्टेशिया," तो पुढे म्हणतो.

छे! ह्यातून काहीही निष्पन्न होत नाहीये.

"लिन्क कोण आहे?"

"तिचा पूर्वीचा नवरा."

"लिन्कन टिम्बर?"

"हो, तोच तो." तो पकला आहे.

"आणि आयझॅक?"

"तिचा सध्याचा सबमिसिव्ह!"

पुन्हा?

"हे बघ, तो त्याच्या पंचविशीत आहे, ॲनेस्टेशिया. प्रौढ, सक्षम, निर्णयक्षम." माझ्या चेहऱ्यावरचा तिरस्कार जाणवत तो पटकन पुस्ती जोडतो.

मी संकोचते, "तुझ्या वयाचा," मी म्हणते.

"असं पाहा ॲनेस्टेशिया, जसं तिला सांगितलं तसं तुलाही सांगतो. ती माझा भूतकाळ आहे आणि तू भविष्यकाळ. तिला आपल्यादरम्यान नको ना आणूस, प्लीज. आता अगदी खरं सांगायचं तर या विषयानं मी आता पकलो आहे. मी आता काम करायला बसतो आहे," उभा राहत माझ्याकडे रोखून पाहत तो म्हणतो, "प्लीज, हे सगळं सोडून दे."

मी दुराग्रहानं त्याच्याकडे पाहते.

"हो, आणि विसरलो सांगायला," तो पुढे म्हणतो, "तुझी गाडी एक दिवस आधीच आली आहे. खाली गॅरेजमध्ये आहे. टेलरकडे तिची किल्ली आहे."

वॉव! साब? "मी उद्या चालवू शकते का ती?"

"नाही."

"का पण?"

"तुला कारण माहिती आहे ना. आणि एक लक्षात ठेव, तू जर ऑफिसमधून बाहेर पडणार असशील तर मला आधी सांग. सॉयर तिथे तुझ्यावर लक्ष ठेवून होता म्हणून कळलं मला. तू स्वतःची काळजी घेऊ शकशील यावर माझा विश्वास नाही," परत तो माझ्यावर खेकसतो, जसं काही मी एखादं हटवादी लहान मूल आहे. एरवी मी चांगला वाद घातला असता त्याच्याशी, पण या क्षणाला तो एलेनापायी आधीच वैतागला आहे. त्यात कुठे भर घालायची म्हणून मी विषय वाढवत नाही, पण तरीही मी एक वाक्य बोलतेच.

"तसं तर मीही तुझ्यावर विश्वास टाकू शकत नाही असं दिसतं आहे. तू सांगू शकला असतास ना मला, की सॉयर माझ्यावर लक्ष ठेवून आहे म्हणून?"

"आता याही मुद्द्यावर तुला माझ्याशी भांडायचं आहे का?" तो फटकारतो.

"आपण भांडत आहोत असं नाही मला वाटत. माझ्या मते, आपण संवाद साधत आहोत," मी दुबळा बचाव करते.

स्वतःच्या रागावर नियंत्रण मिळवण्यासाठी तो क्षणभर डोळे मिटून घेतो. मी आवंढा गिळत अंदाज घेते. याचा काहीही परिणाम होऊ शकतो.

"मला काम करायचं आहे," असं शांतपणे म्हणत तो खोलीतून निघून जातो.

मी दीर्घ श्वास सोडते. माझा श्वास इतका वेळ रोखलेला होता, हे माझ्या लक्षात येत नाही. मी उगाचच पलंगावर पडून छताकडे बघत राहते.

आम्ही एखाद्या मुद्द्यावर साधंसुधं बोलू शकत नाही का? प्रत्येक संभाषणाची परिणती अशी वादात होणार का? माझी तर दमछाक होते त्यामुळे.

आम्ही अजून एकमेकांना नीटसं ओळखत नाही आहोत. मला खरंच त्याच्याबरोबर राहायला यायचं आहे का? तो कामाला बसला की त्याच्यासाठी कॉफी करायची की

नाही, एवढी साधी गोष्टदेखील मला त्याच्याबाबत माहीत नाहीये. त्याच्या आवडी-निवडी मला माहीत नाहीत. त्याला मध्ये टोकलेलं तरी चालेल का?

एक मात्र नक्की, त्याच्या आयुष्यातून एलेनाचा अंक संपला आहे. अगदी बरोबर आहे त्याचं म्हणणं. मी ते सर्व बाजूला सारून पुढे झालं पाहिजे. निदान, तो अशी तर अपेक्षा ठेवत नाहीये ना की मी तिच्याशी मैत्री करावी! यापुढे ती माझी भेट घेण्यासाठी माझा पाठपुरावा करणार नाही, अशी मला आशा आहे.

पलंगावरून उठून मी खिडकीजवळ जाते. मग बाल्कनीचं दार उघडून काचेच्या रेलिंगपाशी जाते. तिचा नितळ पारदर्शकपणा मन मोहून टाकतो. इतक्या उंचीवरती हवेचा ताजेपणा आणि गारवा वेगळाच वाटतो.

सिएटलच्या चमचमणाऱ्या दिव्यांकडे मी एक नजर टाकते. या इथे वरती स्वतःच्या गढीत तो इतरांपासून किती दुरावला आहे. कोणासाठीही जबाबदार नाही, बांधील नाही. नुकतंच त्यानी मला सांगितलं ना, की त्याचं माझ्यावर प्रेम आहे! पाठोपाठ ती महामाया आल्यामुळे हे सगळं प्रकरण उद्‌भवलं. मी डोळे फिरवते. त्याचं आयुष्य तर गुंतागुंतीचं आहेच, पण तोही तितकाच क्लिष्ट आहे.

खोल, जड श्वास सोडत मी सिएटलवर शेवटची नजर टाकते. माझ्या पायाशी सोनेरी कापड अंथरल्यासारखं ते पसरलेलं दिसतं आहे. मी रे ला फोन करायचं ठरवते. खूप दिवस बोलले नाहीये त्याच्याशी. नेहमीसारखं आम्ही थोडक्यात बोललो. पण तो अगदी छान आहे याची मला खात्री पटते आणि मी त्याच्या महत्त्वाच्या सॉकर मॅच बघण्यात व्यत्यय आणला आहे, हेदेखील मला जाणवतं.

तो ख्रिश्चनची वरवर चौकशी करतो, "काय, ठीक आहे ना ख्रिश्चन?" त्याला फार खोलात शिरायची इच्छा नाहीये.

"हो, आमचं छान चालू आहे." तसं म्हटलं तर मी त्याच्याबरोबर राहायला लागले आहे. अर्थात, आमचं अजून फार काही ठरलं नाहीये म्हणा.

"लव्ह यू, डॅड."

"लव्ह यू टू ॲनी."

फोन ठेवून मी घड्याळात पाहते. जेमतेम दहा वाजले आहेत. आमच्या चर्चेमुळे मी अंतर्मुख झाले आहे, थोडी अस्वस्थदेखील.

मी पटकन शॉवर घेते. मग बेडरूममध्ये आल्यावर कॅरोलिन ॲक्टनने नीमन मार्कसमधून पाठवलेल्या कपड्यांमधला एखादा नाईटड्रेस घालायचं ठरवते. तसंही ख्रिश्चन नेहमी माझ्या टीशर्ट घालण्यावरून कुरकुरत असतो. मला तीन नाईट ड्रेस दिसतात. त्यातला फिका गुलाबी मी चढवते. त्याच्या कापडाचा मृदू, मुलायम स्पर्श माझ्या सर्वांगाला सुखावतो. माझी फार ऐष आहे. काय जबरदस्त सुंदर, तलम सॅटीन आहे हे. मी आरशात नजर टाकते. होली क्रॅप! १९३०च्या सिनेनायिकांसारखी

मी दिसते. उंच, अभिजात सुंदर... छे, ही मी नव्हे!

वाचायला एखादं पुस्तक शोधायचं ठरवून मी गाऊनचा रोब अंगावर चढवून लायब्ररीत जाते. तसं तर मी आयपॅडवरदेखील वाचू शकते म्हणा, परंतु या क्षणी मला हातात पुस्तक धरण्याची खूप गरज वाटते आहे. शिवाय, आत्ता ख्रिश्चनला एकटं सोडावं हे बरं. कदाचित त्याचं काम आटोपलं की त्याचा मूड परत चांगला होईल.

ख्रिश्चनची लायब्ररी म्हणजे पुस्तकांचं प्रचंड मोठं भांडार आहे. प्रत्येक पुस्तक पाहत बसले तर वेळ पुरणार नाही मला. बिलियर्ड टेबलकडे एक नजर टाकल्यावर आमची कालची संध्याकाळ आठवून मी लाजते. जमिनीवर पडलेली पट्टी पाहून मला हसू येतं. पुढे होत ती उचलून मी माझ्या हातावर मारते. आह! कसली जोरात लागते ती.

या माझ्या माणसासाठी मी थोड्या वेदना का सहन करू शकत नाही. खिन्नपणे मी ती पट्टी टेबलावर ठेवून देते.

बहुतेक सर्व पुस्तकांच्या पहिल्या आवृत्त्या आहेत. इतक्या अल्पकाळात त्याने इतक्या प्रचंड प्रमाणावर पुस्तकं कशी काय जमवली असतील? कदाचित, पुस्तकखरेदी हादेखील टेलरच्या कामाचा भाग असेल. डॅफ्ने डु मॉरियरचं रिबेका मी खूप दिवसात वाचलं नाहीये. म्हणून मी ते उचलते. तिथल्या अतिशय आरामदायी खुर्च्यांपैकी एकीवर बसून मी पुस्तकाची पहिली ओळ वाचते, तसं मला हसू येतं.

"मी मॅन्डरलीला पुन्हा गेल्याचं स्वप्न मला काल रात्री पडलं..."

ख्रिश्चन मला हातावर उचलून घेतो तशी मी दचकून जागी होते.

"हे! तू गाढ झोपली होतीस. मला शोधून काढावं लागलं तुला," माझ्या केसात नाक खुपसत तो हळू आवाजात बोलतो. झोपेतच मी त्याच्या मानेभोवती हात टाकत त्याचा गंध आसुसून साठवते. तो मला तसंच उचलून बेडरूममध्ये आणतो, मग पलंगावर ठेवून माझ्यावर पांघरूण टाकतो.

"झोप हं राणी!" असं हलकेच म्हणून तो माझ्या कपाळावर ओठ टेकवतो.

मला अचानक जाग येते. काहीतरी विचित्र, त्रासदायक स्वप्न पाहत होते मी. थोड्या काळजीने मी पलंगाच्या पायाकडच्या बाजूला नजर टाकते. पण तिथे कुणी नसतं. ग्रेटरूममधून येणारे पियानोचे नितांत सुंदर; पण जटील सूर माझ्या कानी पडतात.

किती वाजले असतील? मी घड्याळाकडे नजर टाकते. मध्यरात्रीचे दोन वाजले

आहेत. ख्रिश्चन झोपायला आलाच नाही की काय? मी रोब घालून झोपले आहे. त्यात गुंतलेले पाय सोडवत मी पलंगावरून उतरते.

ग्रेटरूममध्ये मी अंधारात उभी राहते. ख्रिश्चन पियानो वाजवण्यात हरवला आहे. त्याच्या चौकटीत तो छान सुरक्षित दिसतो आहे. तो जे गाणं वाजवतो आहे ते आनंदी वाटतं आहे. त्यातला काही भाग मला परिचित वाटतो. फारच सुरेख वाजवतो आहे. मला नेहमी ह्याचं नवल का वाटावं?

तरीही मला एरवीपेक्षा काहीतरी वेगळं वाटतं. मग मला जाणवतं की, पियानोचं झाकण बंद असल्यामुळे मला तो विनाअडथळा दिसतो आहे. तेवढ्यात तो वर पाहतो. आमच्या नजरा गुंततात. लाईटच्या मंद उजेडात त्याचे राखाडी डोळे उजळून निघतात. जराही न अडखळता तो वाजवत राहतो. मी त्याच्या दिशेने जाते. तो नजरेनं माझा मागोवा घेत, मला पिऊन टाकतो. त्याचे डोळे अधिक उजळतात. मी त्याच्याजवळ पोहोचताच तो थांबतो.

''का थांबलास? खूप सुंदर होतं.''

''या क्षणी तू किती हवीहवीशी दिसते आहेस, हे कळतंय का तुला?'' त्याचा आवाज नरम, मुलायम आहे.

ओह! ''चल ना झोपायला,'' मी आर्जव करते. तो हात पुढे करतो. त्याच्या डोळ्यांत चमक आहे. मी त्याचा हात धरताच तो अनपेक्षितपणे मला ओढतो. मी त्याच्या मांडीत पडते. मग मला मिठी मारून तो माझ्या कानामागे, मानेमध्ये नाक खुपसतो. माझ्या कणाभर शिरशिरी उठते.

''आपण का भांडतो?'' माझ्या कानाचे हलके चावे घेत तो विचारतो.

होली काऊ! माझा एक ठोका चुकतो. मग दुप्पट वेगानं माझं हृदय पळू लागतं. माझ्या शरीरातून प्रचंड ऊर्मीची लहर दौडू लागते.

''कारण एकतर आपण एकमेकांना जाणून घेण्याचा प्रयत्न करत आहोत, आणि दुसरं म्हणजे तू अतिशय हेकट, भांडखोर, मूडी आणि कठीण आहेस,'' मी एका दमात म्हणते. मी डोकं थोडंसं बाजूला करते. त्यामुळे त्याला आता माझ्या गालावर ओठ टेकवणं सहज होतं. तो माझ्या मानेवरून नाक फिरवतो. मला त्याचं हसू जाणवतं.

''तुम्ही म्हणता ते सगळं काही मान्य आहे मला, मिस स्टील. तुम्ही मला सहन करत आहात हे एक आश्चर्यच आहे,'' तो माझ्या कानाचा चावा घेतो. मी चित्कारते.

''हे असंच असतं का?'' तो निःश्वास टाकत म्हणतो.

''मला कल्पना नाही.''

''मलादेखील नाहीये,'' तो माझ्या रोबचा बंद ओढून आत हात घालतो. त्याचा

हात शरीरभर फिरत स्तनांवर स्थिरावतो. त्याच्या कोमल स्पर्शामुळे माझी स्तनाग्र ताठ होत सॅटीनमधून डोकावू पाहतात. तसाच तो मला अंगभर कुरवाळत कंबरेवरून नितंबांवर हात नेतो.

"अहा! या कापडातून तुझा स्पर्श इतका छान वाटतो आहे. शिवाय, यातून मला सगळं दिसतं आहे... अगदी हेसुद्धा," माझ्या योनीवरचे केस अलगद ओढत तो म्हणतो. मी चमकते. दुसऱ्या हातानी तो माझे केस मानेवर पकडतो. मग मान मागे ओढून समरसून माझं चुंबन घेतो. त्याच्या त्या चुंबनात आवेग, गरज, तीव्रता आणि ओढ आहे. चित्कारत मी त्याचा देखणा चेहरा कुरवाळते. मग अलवारपणे मला चिडवत तो माझा नाईटड्रेस वर करतो. मी समोर विवस्त्र अवस्थेत आहे. तो माझ्या नितंबांना कुरवाळत मांड्यांच्या आतल्या भागातून अंगठा फिरवू लागतो.

अचानक तो उठून उभा राहतो. मी दचकते. मग पटकन मला उचलून चक्क पियानोवर ठेवतो. माझे पाय पियानोच्या काळ्या पांढऱ्या पट्ट्यांवर चित्रविचित्र नाद उमटवतात. तो माझे पाय बाजूला करत माझे हात पकडतो.

"झोप," तो हुकूम करतो. त्याने माझे हात पकडलेल्या अवस्थेत मी पियानोवर लवंडते. पियानोचं लाकूड मला टोचतं. मग तो माझे हात सोडतो आणि पाय अजून पसरवतो. माझ्या पावलांचा स्पर्श वरच्या-खालच्या पट्ट्यांना होत राहतो.

ओह बॉय! तो काय करणार आहे या कल्पनेनं मी चित्कारते. तो माझ्या गुडघ्यांपासून चुंबन घ्यायला सुरुवात करत वरवर येऊ लागतो. आता तो माझ्या मांड्या चाटत, चोखत, चुंबत वर सरकत आहे. माझ्या नाईटगाऊनचं सुळसुळीत कापड वर सरकत मला गुदगुल्या करत आहे. मी पाऊल हलवते त्याबरोबर काही स्वर छेडले जातात. त्याचे ओठ माझ्या मांड्यांच्या मध्यभागी पोहोचतात तशी मी पूर्णतः स्वतःला त्याच्या स्वाधीन करते.

आता तो... तिथे... माझं चुंबन घेतो... ओह बॉय! मग हळुवार फुंकर घालत माझ्या शिश्निकेभोवती जीभ गोल-गोल फिरवू लागतो. आता तो माझे पाय अजून फाकवतो. मला इतकं उघडं-उघडं वाटत आहे ना! हातानी माझे गुडघे धरून ठेवत तो माझा गोड छळ चालू ठेवतो, जराही दयामाया न दाखवता, न थांबवता, एका लयीत. मी कंबर उचलून त्याच्या लयीशी जुळवून घेते. मला आत्ताच त्राण संपल्यासारखं वाटतं आहे.

"ओह ख्रिश्चन! प्लीज!" मी आर्जव करते.

"छे, इतक्यात नाही काही," तो चिडवतो. पण तरीही मी माझी लय वाढवते. तो थांबतो.

"नाही," मी तक्रार करते.

"हा माझा बदला आहे, ॲना," तो खालच्या आवाजात गुरगुरतो, "तू

माझ्याशी वाद घातलास की या ना त्या प्रकारे मी तुझ्या शरीरावर त्याचं उट्टं काढणार!'' माझ्या बेंबीवर तो चुंबनांचा वर्षाव करतो. मग त्याचा हात माझ्या मांड्यांना कुरवाळत, थोपटत, डिवचत स्पर्श करतो. माझ्या नाभीभोवती तो गोलाकार जीभ फिरवतो. त्याच वेळेस त्याचे हात आणि विशेषतः त्याचा अंगठा... माझ्या योनीशी पोहोचतो.

''आह!'' तो अंगठा आत सारतो. दुसऱ्या अंगठ्याने मला चेतावत, फुलवत छळतो. गोल-गोल फिरवत राहतो. त्याच्या त्या स्पर्शापायी वेडीपिशी होत मी शरीराची कमान करते. मला कामभावना असह्य झाली आहे.

''ख्रिश्चन,'' मी पराकोटीच्या उत्कटतेने त्याला साद घालते.

शेवटी त्याला माझी दया येऊन तो थांबतो. माझे पाय सुरांवरून उचलून तो मला वर सरकवतो. अंगातल्या झुळझुळीत सॅटीनमुळे मी विनासायास वर सरकते. क्षणभर थबकून कन्डोम घालून तो माझ्यावर चढतो. समागमाचा परमोच्च बिंदू गाठायला मी उत्सुक होते, तेव्हा माझ्या लक्षात येतं की तो विवस्त्र आहे. त्याने कपडे कधी काढले, हे मला कळलंदेखील नाही.

तो माझ्या डोळ्यांत पाहतो. त्याच्या नजरेत मला कुतूहल आणि प्रेमाच्या जोडीला तीव्र ओढ दिसते. तो मला मोहवून टाकतो.

''मला तू उत्कटतेने हवी आहेस,'' असं म्हणत तो सावकाश, कणाकणाने माझ्यात प्रवेश करतो.

थकून, भागून, क्लान्तपणे मी त्याच्यावर पहुडले आहे. माझे हात-पाय जड झाले आहेत. मला शक्तिपात झाल्यासारखं वाटतं आहे. आम्ही दोघंही त्या मोठ्या पियानोवर आहोत. मी त्याच्या अंगावर असल्यामुळे आता मला पियानो बोचत नाहीये. त्याच्या छातीला स्पर्श न होऊ देता मी त्याच्यावर गाल टेकवून शांतपणे पडून राहते. त्याला तेवढं चालतं. त्याचा श्वास माझ्यासारखा पूर्वपदावर येऊ लागतो. हळुवारपणे तो माझ्या केसातून हात फिरवतो.

''तू संध्याकाळी चहा घेतोस की कॉफी,'' मी जडावलेल्या स्वरात विचारते.

''काय गमतीशीर प्रश्न आहे,'' तो स्वप्नाळूपणे उत्तर देतो.

''मी एकदा विचार केला की तुझ्या स्टडीत तुला चहा किंवा कॉफी आणून द्यावी, तेव्हा मला लक्षात आलं की तुला काय आवडतं ते तर मला माहितीच नाही.''

''अस्सं होय! संध्याकाळी मी पाणी किंवा वाईन पितो, ॲना. पण कधीतरी चहा पिऊन पाहायला हरकत नाही.''

आता त्याचा हात माझ्या पाठीवरून एका लयीत फिरू लागतो.

“आपल्याला एकमेकांबद्दल किती कमी माहिती आहे ना,” मी म्हणते.

“हो ना!” त्याच्या आवाजात मला खिन्नता जाणवते. मी उठून बसत त्याच्याकडे नजर टाकते.

“काय झालं?” मी विचारते. एखादा अप्रिय विषय झटकल्यागत तो मान झटकतो. मग माझ्या गालावरून अलगद हात फिरवतो. त्याच्या डोळ्यांत प्रामाणिक भाव आहेत.

“ॲना स्टील, आय लव्ह यू,” तो म्हणतो.

***

सकाळी ६ वाजता अलार्म वाजतो आणि ट्रॅफिकच्या बातम्या सुरू होतात. तपकिरी आणि गडद केसांच्या बायकांच्या स्वप्नातून मी खाडकन जागी होते. हे कशाचं स्वप्न असेल ते माझ्या लक्षात येत नाही. पण ख्रिश्चनने स्वतःला माझ्याभोवती पूर्णपणे लपेटलं आहे हे पाहून मी स्वप्न विसरते. त्याचं डोकं माझ्या छातीवर, हात स्तनांवर आणि पाय माझ्या अंगावर आहे. तो खूप गाढ झोपला आहे. मला त्याची ऊब मिळते आहे. मी माझी अस्वस्थता बाजूला ठेवत त्याच्या केसातून अलगद बोटं फिरवते. त्याबरोबर त्याला जाग येते. त्याचे राखाडी डोळे प्रसन्न असतात. झोपेतच तो हसतो.

होली काऊ! किती गोड आहे हा!

“गुड मॉर्निंग, ब्यूटीफुल,” तो म्हणतो.

“गुडमॉर्निंग, ब्यूटीफुल युवरसेल्फ,” मी हसत उत्तर देते. माझं चुंबन घेत तो स्वतःला मोकळं करत कोपरावर रेलून मला न्याहाळू लागतो.

“झोप नीट झाली का?” तो विचारतो.

“हं! काल रात्री झोपेत व्यत्यय येऊनसुद्धा छान झोप झाली.”

त्याचं हसू रुंदावतं, “हं, तू तर मला कधीही त्रास देऊ शकतेस,” तो परत माझं चुंबन घेतो.

“तुझं काय? तुला छान झोप लागली होती का?”

“ॲनेस्टेशिया, तू जवळ असलीस की मी नेहमी छान झोपतो.”

“भयानक स्वप्न?”

“अंहं.”

विचारावं की नाही असा विचार करत मी पटकन प्रश्न करते, “तुला कोणती भयानक स्वप्नं पडतात?”

त्याचं हसू मावळतं, कपाळावर आठ्या पडतात, शिट्! माझ्या कुतूहलाला काही सीमा नाही का?

"डॉ. फ्लिनच्या मते माझ्या लहानपणीच्या जुन्या आठवणी आहेत त्या. अंधुकशा कधी ठळक..." त्याचा आवाज विरतो. त्याच्या चेहऱ्यावर भीती दिसू लागते. स्वतःच्या तंद्रीत तो माझ्या गळ्यावरून बोटं फिरवत माझं लक्ष विचलित करतो.

"मग काय रडत-ओरडत उठतोस की काय तू?" मी विनोद करायचा निष्फळ प्रयत्न करते.

तो संभ्रमात पडून माझ्याकडे पाहतो, "नाही ॲनेस्टेशिया, मी कधी रडत नाही. माझ्या आठवणीत तरी मी कधीही रडलो नाहीये," आठवणींच्या कोषात शिरल्यासारखा तो म्हणतो. जाऊ दे! आता इतक्या सकाळी कशाला हव्या आहेत भूतकाळाच्या दुःखद आठवणी?

"तुझ्या लहानपणीच्या छान आठवणीसुद्धा असतील की!" त्याचं लक्ष दुसरीकडे वळवण्यासाठी मी पटकन म्हणते. क्षणभर तो खिन्न होतो. अजूनही तो माझ्या अंगावर बोट फिरवतो आहे.

"त्या वेडसर बाईनं माझ्यासाठी केक केला होता. त्याचा गंध आठवतो आहे मला. मला वाटतं, माझ्या वाढदिवसासाठी केला होता. त्यानंतर माझ्या आई-वडिलांबरोबरच मिआचं माझ्या आयुष्यात येणं... मिआला पाहून माझी काय प्रतिक्रिया होते याची आईला खूप काळजी होती. पण पाहताक्षणी मला छोटी मिआ खूप आवडली होती. 'मिआ' हा मी उच्चारलेला पहिला शब्द होता. त्यानंतर माझा पियानोचा पहिला धडा मला आठवतो. मला शिकवणारी मिस कॅथी फार जबरदस्त होती. तिच्याकडे घोडेदेखील होते," तो आनंदानं हसतो.

"तू म्हणाला होतास की, तुझ्या आईनं तुला वाचवलं, कसं?"

तो वर्तमानात येतो. दोन अधिक दोन बरोबर चार इतकं साधं गणित मला कसं येत नाही, असा भाव त्याच्या चेहऱ्यावर पसरतो.

"मला दत्तक घेऊन," तो सहज म्हणतो, "तिला पहिल्यांदा भेटल्यावर तर मला ती देवदूत वाटली होती. ती त्या वेळी पांढऱ्या शुभ्र कपड्यात होती. अतिशय हळुवारपणे आणि शांतपणे तिने मला तपासलं होतं. मी ते कधीही विसरणार नाही. तिने किंवा कॅरिकनी जर नाही म्हटलं असतं... तर..." तो खांदे उडवत घड्याळाकडे नजर टाकतो. "एखाद्या सकाळी जरा थोडा गंभीर विषय आहे हा," तो पुष्टी जोडतो.

"तुला नीट जाणून घेण्याची शपथ घेतली आहे मी."

"अच्छा! मला तर वाटलं की, मला चहा आवडतो की कॉफी, हे तुम्हाला जाणून घ्यायचं होतं, मिस स्टील!" तो मुद्दाम म्हणतो, "ते असो. पण मला जाणून घेण्याचा अजून एक मार्ग मी सांगू शकतो तुला," माझ्याकडे पाहत सूचक बोलत तो म्हणतो.

“त्या मार्गांनी मी तुला बऱ्यापैकी ओळखू लागले आहे असं मला वाटतं,” मी कृतकोपानं म्हणते. माझा आविर्भाव पाहून त्याला हसू येतं.

“तुझ्या तशा सहवासात माझी कधी तृप्ती होईल असं मला तरी वाटत नाही. शिवाय, सकाळी जाग आल्यावर तू बाजूला असण्याचे कितीतरी फायदे आहेत,” मुलायम आवाज मला बहकवत तो म्हणतो.

“उठायचं नाहीये का तुला?” माझा आवाज घोगरा झाला आहे. देवा! ह्याचा केवढा परिणाम होतो माझ्यावर!

“आज तरी नाही. मिस स्टील, आज, आत्ता मला फक्त एकाच ठिकाणी ताबडतोब पोहोचायला हवं आहे,” त्याचे डोळे कामभावनेनं लकाकतात.

“ख्रिश्चन, काय करतो आहेस!” माझं चित्कारणं पूर्ण व्हायच्या आधीच तो झटक्यात माझ्यावर चढत माझे हात धरून डोक्यावर सरळ नेतो. माझ्या गळ्यावर चुंबनांचा वर्षाव करतो.

“ओह मिस स्टील! तुमच्याबरोबर काय-काय करावंसं वाटतं आहे, काय सांगू?” म्हणत तो माझा सॅटीनचा नाईटड्रेस वर करत मला अंगभर कुरवाळत संवेदनांची पखरण करतो.

आणि मी माझी चौकशी विसरून त्याच्यात हरवून जाते.

माझ्यासाठी मिसेस जोन्स पॅनकेक आणि बेकनचा नाश्ता तयार करतात. ख्रिश्चन ऑम्लेट आणि बेकन घेतो. बारस्टूलवर बाजूबाजूला बसून प्रसन्न शांततेत आम्ही खाऊ लागतो.

“तुझ्या ट्रेनरला, क्लॉडला कधी भेटू? पाहू तर खरं किती दम आहे त्याच्यात!” माझ्या या प्रश्नावर ख्रिश्चन हसून माझ्याकडे पाहतो.

“तुला या विकएन्डला न्यूयॉर्कला जायचं नसेल, तर तेव्हा तू भेटू शकतेस किंवा मग आठवड्याभरात एखाद्या दिवशी सकाळी... त्याचं शेड्यूल तपासून अँड्रीया मला सांगेल. मग मी तुला सांगेन.”

“अँड्रीया?”

“माझी पीए.”

हो! “तुझ्या अनेक ब्लॉन्डपैकी एक,” मी त्याला चिडवते.

“ती माझी नाहीये. ती फक्त माझ्यासाठी काम करते. तू माझी आहेस.”

“मी काम करते तुझ्यासाठी,” मी किंचित खेदानं म्हणते.

जसं काही आपल्याला आठवत नाही या आविर्भावात तो हसतो, “अर्थात!” त्याच्या हसण्यामुळे मलापण हसू येतं.

“क्लॉड मला किकबॉक्स शिकवू शकतो,” मी धमकी देते.

"अच्छा? माझ्याशी पंगा घ्यायचा आहे वाटतं?" एक भुवई उंचावत नवलानं तो म्हणतो, "मिस स्टील, कधीही या. मी तयार आहे!" काल एलेना गेल्यावरच्या त्याच्या त्या भयंकर बेजार मूडच्या तुलनेत तो आज खूप आनंदात आहे. मी त्यामुळे अवाक होते. कदाचित कालपासूनचा आमचा प्रणय त्याच्या उत्साहाला कारणीभूत असू शकतो.

काल रात्रीची आठवण जागवत मी पियानोवर नजर टाकते, "तू पियानोचं झाकण परत काढलेलं दिसतं आहे."

"तुला आवाजाचा त्रास होऊ नये म्हणून मी ते रात्री लावून घेतलं होतं, पण बहुधा त्याचा काही उपयोग नाही झाला. अर्थात, मला त्याचा आनंद आहे." ऑम्लेटचा घास घेता घेता सूचकपणे हसत तो म्हणतो. मी लाजेने लाल होत त्याच्याकडे कटाक्ष टाकते.

हं! पियानोवरचे प्रणयधुंद क्षण!

मिसेस जोन्स माझ्यासमोर पेपर बॅग ठेवतात. त्यात माझा टिफीन असतो. मी खूप संकोचते.

"ॲना, दुपारसाठी ट्युना आहे. चालेल ना?"

"अगदी. मिसेस जोन्स, थँक्यू सो मच," मी हळूच हसते. तीही हसते आणि बहुधा आम्हाला एकांत मिळावा म्हणून ग्रेटरूममधून बाहेर जाते.

"मी तुला काही विचारू का?" मी ख्रिश्चनकडे वळत विचारते.

त्याच्या चेहऱ्यावरचे कौतुकाचे भाव मावळतात. "विचार की."

"पण तू रागावणार नाहीस ना?"

"एलेनाबाबत विचारणार आहेस का?"

"नाही."

"मग मी नाही रागावणार."

"पण आता त्या संदर्भात मला अजून एक प्रश्न पडला आहे."

"ओह!"

"जो तिच्याबद्दल आहे."

तो डोळे फिरवतो, "काय?" आता तो वैतागला आहे.

"मी तिच्याबद्दल काहीही विचारलं की, तू इतका का भडकतोस?"

"प्रामाणिकपणे सांगू?"

"मला वाटतं की तू माझ्याशी नेहमी प्रामाणिक असतोस."

"प्रयत्न तर तसाच अरातो."

मी डोळे बारीक करत म्हणते, "उगाच उडवाउडवीची उत्तर देऊ नकोस."

"ॲना, मी तुझ्याशी नेहमी प्रामाणिक असतो. तुझ्याबरोबर कुठलेही लबाडीचे

खेळ मला खेळायचे नाहीयेत. निदान या पद्धतीचे तरी,'' तो स्पष्टीकरण देतो. त्याचे डोळे परत चमकू लागतात.

''मग कोणत्या पद्धतीचे खेळ खेळायचे आहेत तुला?''

मान कलती करत तो मानभावीपणे म्हणतो, ''मिस स्टील, तुमचं लक्ष किती चटकन विचलित होतं.''

मला खुदकन हसू येतं. खरं आहे त्याचं म्हणणं, ''मि. ग्रे, तुम्ही अनेक प्रकारांनी मला विचलित करता,'' त्याच्या उत्फुल्ल चेहऱ्याकडे आणि चमकणाऱ्या राखाडी डोळ्यांकडे पाहत मी म्हणते.

''अख्ख्या जगात मला सर्वाधिक आवडणारा आवाज कोणता असेल, तर तुझं हे असं हसणं. ॲनेस्टेशिया, आता मला सांग, काय विचारणार होतीस?'' तो सहजतेनं विचारतो. पण मनातल्या मनात तो मला हसतो आहे असं मला वाटतं. माझी नाराजी दाखवायला मी तोंड वाकडं करून दाखवते; पण मला स्वतःला हा असा उमदा, खेळकर फिफ्टी खूप आवडतो. सकाळी, कामावर जायच्या आधी या अशा शिळोप्याच्या गप्पा मला आवडतात. मी माझा प्रश्न आठवायचा प्रयत्न करते.

''हं, आठवलं. तू तुझ्या 'सब'ना फक्त वीकएण्डला भेटायचास ना?''

''हो, बरोबर आहे,'' माझ्याकडे अस्वस्थपणे पाहत तो उत्तर देतो.

''म्हणजे आठवडाभर 'नो सेक्स'?''

''ओह! असं आहे तर!'' सुटकेच्या भावनेनं हसत तो म्हणतो, ''मग आठवडाभर मी इतकं वर्कआऊट का बरं करत असेन?'' आता तो मला खरोखर हसतो आहे, पण मला त्याची पर्वा नाही. मला आनंदानं गिरकी घेत स्वतःला कवटाळावंसं वाटतं आहे. पुन्हा एक 'पहिली वेळ' – इतर अनेक 'पहिल्या वेळेसारखी'.

''मिस स्टील, तुम्ही स्वतःवर फार खूश दिसता आहात.''

''हो, मि. ग्रे.''

''असलंच पाहिजे,'' तो हसत म्हणतो. ''आता नाश्ता संपव.''

ओह! बॉसी फिफ्टी कायम आसपास असतो..

आता आम्ही परत ऑडीमध्ये आहोत. आधी मला सोडून मग टेलर ख्रिश्चनला सोडणार आहे. सॉयर समोर बसला आहे.

''तुझ्या रूममेटचा भाऊ आज येणार आहे, असं म्हटलं होतंस ना तू?'' ख्रिश्चन सहजतेनं विचारतो.

''ओह, इथन!'' मी चमकते, ''खरंच की, अगदी विसरले होते. ख्रिश्चन, बरं झालं तू आठवण केलीस. मला घरी जावं लागेल.''

त्याचा चेहरा पडतो, ''किती वाजता?''

“तो कधी पोहोचणार आहे याची मला कल्पना नाही.”

“तू एकटीनं गेलेलं मला मुळीच चालणार नाही,” तो झापतो.

“मला कल्पना आहे,” डोळे फिरवायचा मोह आवरत मी पुटपुटते. अतिरेक करतो हा! “सॉयर आज पहारा देत... म्हणजे नजर ठेवणार आहे का?” सॉयरची प्रतिक्रिया आजमावायला मी त्याच्याकडे पाहते. त्याचे लाल झालेले कान तेवढे मला मागून दिसतात.

“हो,” ख्रिश्चन वसकन म्हणतो. त्याची नजर गोठलेली आहे.

“मी जर साब चालवत असते, तर किती सोयीचं झालं असतं,” मी चिडून म्हणते.

“सॉयरकडे गाडी असेल. तुला किती वाजता जायचं आहे ते सांग, तो घेऊन जाईल तुला.”

“ठीक आहे. इथन उतरला की फोन करेल बहुधा. आमचं काय ठरतंय ते तुला मी कळवीन.”

काही न बोलता तो नुसता माझ्याकडे पाहतो. आता काय विचार करत असेल हा?

“हं!” तो मुक्यानं संमती देतो, “एकटीनं कुठंही जायचं नाही, समजलं ना?” माझ्याकडे बोट दाखवत तो म्हणतो.

“हो राजा,” मी म्हणते.

शेवटी एकदाचं त्याच्या चेहऱ्यावर हसू येतं, “आणि दुसरी गोष्ट, तू ब्लॅकबेरी वापरणं जास्त बरं. मी तुला त्यावर मेल करतो. विनाकारण सकाळीच माझ्या आयटी माणसाची करमणूक कशाला करा?” तो उपरोधानं म्हणतो.

“हो, ख्रिश्चन!” न राहवून मी डोळे फिरवते. तो सावधपणे माझ्याकडे पाहतो.

“मिस स्टील, तुम्ही मुद्दामहून मला उचकवत आहात, नाही का? माझा हात शिवशिवत आहे.”

“ओह, मि. ग्रे! तुम्ही आणि तुमचा शिवशिवणारा हात! त्याचं काय बरं करता येईल आपल्याला?”

त्याला हसू येतं. तेवढ्यात त्याचा ब्लॅकबेरी बझ होतो बहुधा. कारण मला आवाज येत नाही. स्क्रीनवरचं नाव पाहून तो त्रासतो.

“काय आहे?” असं खेकसून मग तो एकाग्रपणे ऐकू लागतो. संधीचा फायदा घेत मी त्याला न्याहाळू लागते. सरळ नाक, कपाळावर झेपावणाऱ्या चुकार बटा. त्याला न्याहाळण्याचा हावरेपणा थांबवून मी त्याचे हावभाव पाहते. त्याच्या चेहऱ्यावरचे शंकेखोर भाव जाऊन त्या जागी नवल आलेलं असतं. मी लक्ष देते.

“काहीतरी काय? तेवढ्यासाठी...? कधी सांगितलं त्यानं तुला?” जवळजवळ

मनाविरुद्ध तो सहानुभूती दाखवतो. ''नाही, काळजी नको करूस. तुला माफी मागायची गरज नाही. त्यामागे काहीतरी तार्किक स्पष्टीकरण आहे हे बरं. कारण इतकी क्षुद्र रक्कम होती... बदला घेण्यासाठी तू नक्कीच काहीतरी आगळीवेगळी भयानक शिक्षा योजली असशील, याची मला खात्री आहे. बिच्चारा आयझॅक,'' तो हसतो.

''छान... ठीक आहे... बाय,'' फोन बंद करून तो माझ्याकडे पाहतो. त्याच्या डोळ्यांत सावध भाव आहेत; पण कुठेतरी सुटकेची भावनादेखील आहे.

''कोण होतं?'' मी विचारते.

''खरंच जाणून घ्यायचं आहे का तुला?'' तो गंभीरपणे विचारतो.

माझ्या लक्षात येतं. मी मान हलवून खिडकीबाहेर बघू लागते. बाहेर सिएटल उगाचच उदास वाटतं आहे. ती बया त्याला एकट्याला का नाही सोडत?

''ए,'' माझा हात हातात घेऊन तो प्रत्येक बोटावर ओठ टेकवतो. मग अचानक तो माझी करंगळी चोखत हलकेच चावा घेतो.

आईशप्पथ! माझ्या योनीशी त्याची थेट हॉटलाईन आहे. मी श्वास रोखून टेलर आणि सॉयरच्या दिशेनं पाहते. मग ख्रिश्चनकडे नजर वळवते. त्याचे डोळे गडद झाले आहेत. माझ्याकडे पाहत तो जबरदस्त लाघवी हसतो. मी विरघळायला लागते.

''ॲनेस्टेशिया, विचार करत बसू नकोस,'' तो सावकाश म्हणतो, ''तो भूतकाळ आहे.'' माझ्या तळहातावर ओठ टेकवत तो चुंबन घेतो. माझ्या शरीरभर संवेदना पसरू लागतात. क्षणापूर्वीचा माझा रुसवा विरून जातो.

मी माझ्या टेबलाकडे जाऊ लागते तेव्हा जॅक म्हणतो, ''मॉर्निंग ॲना, ड्रेस छान आहे.''

मी लाजते. अतीश्रीमंत बॉयफ्रेंडमुळे लाभलेल्या नवीन वॉर्डरोबचा एक भाग असा हा साधा, स्लिव्हलेस, फिका निळा, लिननचा अंगासरशी बसणारा ड्रेस आहे. त्याच्याखाली मी क्रीम रंगाचे उंच टाचेचे सॅण्डल घातले आहेत. ख्रिश्चनला उंच टाचा आवडतात असं वाटून मी मनातल्या मनात हसते, परंतु वरकरणी मी माझ्या बॉसकडे पाहून औपचारिक हसते.

''गुड मॉर्निंग, जॅक.''

त्याचे ब्रोशर प्रिंटिंगला पाठवण्याची मी व्यवस्था करते. स्वतःच्या ऑफिसमधून डोकावत तो म्हणतो, ''ॲना, कॉफी मिळेल का प्लीज?''

''अर्थात,'' मी स्वयंपाकघरात जाते. तिथे क्लेअरसुद्धा कॉफी बनवायला आलेली असते.

“हे ॲना!” ती आनंदाने म्हणते.

“हाय क्लेअर.”

वीकएण्डला तिचे सर्व कुटुंबीय एकत्र जमले होते. त्याबद्दल आम्ही बोलतो. ती जाम खूश आहे. मग मी तिला ख्रिश्चनबरोबरचा सेलिंगचा अनुभव सांगते.

“ॲना, तुझा बॉयफ्रेंड कसला स्वप्नाळू आहे,” तिच्या डोळ्यांत चमक असते.

तिच्याकडे पाहून डोळे फिरवायचा मोह मला होतो.

“इतका काही वाईट नाहीये दिसायला,” मी म्हणते. मग आम्हाला दोघींनाही खूप हसू येतं.

“**बराच** वेळ लागला तुला!” मी कॉफी आणल्यावर जॅक मला झापतो.

ओह! “आय ॲम सॉरी!” मी आधी संकोचते, मग वैतागते. नेहमीइतकाच तर वेळ लागला की! ह्याचा प्रॉब्लेम काय आहे? बहुधा कशानं तरी त्रासला असावा.

मग मान हलवत तो म्हणतो, “सॉरी ॲना, तुझ्यावर ओरडायचा हेतू नव्हता हनी!”

हनी?

“काय आहे ना, वरच्या पातळीवर काहीतरी काथ्याकूट चालू आहे; पण मला ते कळत नाहीये. तू कान उघडे ठेव हं. जर काही कानावर पडलं तर... तुम्हा मुलींच्या गप्पा कशा चालतात त्याची कल्पना आहे मला,” माझ्याकडे पाहत तो हसून म्हणतो. मला ते आवडत नाही. आम्ही 'मुली' काय बोलतो याची जराही कल्पना नाहीये त्याला. शिवाय, नक्की काय चाललं आहे ह्याची मला पूर्ण कल्पना आहे.

“सांगशील ना मला?”

“नक्की,” मी पुटपुटते, “मी प्रिंटरकडे ब्रोशर पाठवले आहेत. दोन वाजेपर्यंत मिळतील.”

“छान,” असं म्हणत तो मला काहीतरी हस्तलिखितं देतो, “त्या प्रत्येकाच्या पहिल्या प्रकरणाचा सारांश मला हवा आहे. त्यानंतर सगळ्यांचं फायलिंग कर.”

“लगेच सुरू करते.”

त्याच्या ऑफिसमधून बाहेर पडून सुटकेचा श्वास टाकत मी माझ्या टेबलापाशी येऊन बसते. 'अंदरकी बात' माहिती असणं मोठं कठीण असतं. त्याला कळलं की काय करेल तो? त्या विचारानं मी गोठते. तो भयंकर संतापेल असं मला वाटतं. मी ब्लॅकबेरीवर नजर टाकते. ख्रिश्चनचा ई-मेल पाहून मला हसू येतं.

फ्रॉम : ख्रिश्चन ग्रे
सब्जेक्ट : सूर्योदय
डेट : जून १४, २०११ ०९:२३
टु : ॲनेस्टेशिया स्टील

सकाळी अंथरुणात तुझ्या बाजूला जाग येणं मला आवडतं.

ख्रिश्चन ग्रे.
पूर्णपणे गारद, सीईओ, ग्रे एन्टरप्राईजेस होल्डिंग इन्कॉ.

मी तोंड भरून हसते. माझी अंतर्देवता सुखावून धांगडधिंगा सुरू करते.

फ्रॉम : ॲनेस्टेशिया स्टील
सब्जेक्ट : सूर्यास्त
डेट : जून १४, २०११ ०९:३५
टु : ख्रिश्चन ग्रे

प्रिय पूर्णतया गारद,
मला तुझ्या बाजूला जाग येणं खूप आवडतं. पण मला तुझ्याबरोबर पलंगावर, एलिव्हेटरमध्ये, पियानोवर, बिलियर्ड टेबलवर, बोटीवर, टेबलवर, शॉवरमध्ये, बाथटबमध्ये, बेड्या असलेल्या लाकडी क्रॉसवर, लाल सॅटिन चादर अंथरलेल्या मोठ्या प्रशस्त पलंगावर, बोट हाऊसमध्ये आणि लहानपणीच्या बेडरूममध्येसुद्धा आवडतं.

तुझीच,
प्रणयातून वेडी xxx

फ्रॉम : ख्रिश्चन ग्रे
सब्जेक्ट : भिजलेला
डेट : जून १४, २०११ ०९:३७
टु : ॲनेस्टेशिया स्टील

प्रिय प्रणयातून वेडी,
नुकतीच मी कीबोर्डवर कॉफी सांडवली आहे.

आजवरच्या आयुष्यात माझ्याकडून असं कधीही झालं नव्हतं.
भौगोलिक वैशिष्ट्यांवर लक्ष देणारी स्त्री मला आवडते.
पण मी केवळ माझ्या शरीरासाठी तुला हवा आहे असा अर्थ मी काढावा का?

ख्रिश्चन ग्रे.
पूर्णपणे धक्का बसलेला, सीईओ, ग्रे एन्टरप्राईजेस होल्डिंग इन्कॉ.

फ्रॉम : ॲनेस्टेशिया स्टील
सब्जेक्ट : हसणारी... आणि चिंब
डेट : जून १४, २०११ ०९:४२
टु : ख्रिश्चन ग्रे

प्रिय पूर्णपणे धक्का बसलेला
नेहमी
आता काम करायचं आहे.
मला छेडणं थांबव.

प्रणयातून वेडी ×××

फ्रॉम : ख्रिश्चन ग्रे
सब्जेक्ट : थांबवावं का?
डेट : जून १४, २०११ ०९:०५०
टु : ॲनेस्टेशिया स्टील

प्रिय प्रणयातून वेडी,
नेहमीप्रमाणे, तुझा शब्द मला हुकमासारखा आहे.
तू हसते आहेस आणि चिंब होणं हे आवडलं आहे.
नंतर, राणी.

ख्रिश्चन ग्रे.
पूर्णपणे धक्का बसलेला, हादरलेला, चकित, सीईओ, ग्रे एन्टरप्राईजेस होल्डिंग इन्कॉ.

ब्लॅकबेरी खाली ठेवून मी कामाला लागते.

जेवणाच्या वेळेस जॅक बाहेरून त्याच्यासाठी पार्सल आणायला मला सांगतो. त्याच्या ऑफिसमधून बाहेर आल्याबरोबर मी ख्रिश्चनला फोन लावते.

''ॲनेस्टेशिया,'' तो ताबडतोब फोन उचलतो. त्याचा स्वर आश्वासक आणि मुलायम आहे. आता हा माणूस मला फोनवरसुद्धा कसं काय वितळवू शकतो बरं?

''ख्रिश्चन, जॅकनी मला पार्सल आणायला सांगितलं आहे.''

''आळशी, हरामखोर,'' ख्रिश्चन उचकतो.

त्याच्या बोलण्याकडे दुर्लक्ष करत मी म्हणते, ''मी ते आणायला बाहेर पडते आहे. तू जर मला सॉयरचा नंबर दिलास, तर तुला त्रास न देता मी त्याला सांगू शकते.''

''त्यात त्रास कसला, राणी?''

''तू एकटा आहेस का आत्ता?''

''नाही. माझ्या बाजूला सहा लोक बसले आहेत. ते विचार करत आहेत की, मी नक्की कोणाशी बोलत आहे.''

''खरं?'' मी त्रस्त होऊन विचारते.

''अगदी खरं. माझी गर्लफ्रेंड,'' तो फोन बाजूला करत सांगतो.

होली काऊ! ''त्यांना बहुधा वाटलं असेल की तू गे आहेस, हो ना?''

''हं, शक्य आहे,'' मला त्याचं हसू येतं.

''अं... जाऊ का मी आता?'' त्याला असं मध्येच फोन करताना मला किती संकोच वाटत असेल, हे त्याला पक्कं ठाऊक असेल.

''मी सांगतो सॉयरला,'' तो परत हसतो, ''तुझ्या मित्राचा निरोप आला का?''

''नाही अजून. आला की ताबडतोब तुम्हाला कळवेन मि. ग्रे.''

''छान. नंतर राणी.''

''बाय ख्रिश्चन,'' मी हसते. प्रत्येक वेळेस त्यानं तसं म्हटलं की मला हसू येतं... फिफ्टीच्या किती विरुद्ध आहे हे. पण तरीही अगदी त्याच्यासारखंच.

काही क्षणांनी मी बाहेर पडते तर सॉयर दारापाशी हजर असतो.

''मिस स्टील,'' तो औपचारिक अभिवादन करतो.

''सॉयर,'' मी उत्तर देत मान डोलावते. आम्ही दोघं स्टॉलकडे जातो.

मला टेलरबरोबर जितकं मोकळं वाटतं, तितकं सॉयरबरोबर वाटत नाही. आम्ही रस्त्यानं चालत असताना तो सातत्यानं चारही बाजूंना नजर फिरवत राहतो. त्यामुळे तर अधिक अस्वस्थ होतं, नकळत मीसुद्धा त्याची नक्कल करत सभोवार पाहायला सुरुवात करते.

लीला खरोखर इथे कुठे असेल का? की आम्ही सगळे ख्रिश्चनला वाटणाऱ्या संशयापायी झपाटले गेलो आहोत? हा एक त्याच्या फिफ्टी शेडचा भाग असेल का? हे जाणून घेण्यासाठी डॉ. फ्लिनशी अर्धा तास बोलता आलं तर त्यासाठी मी वाट्टेल ते देईन.

आजूबाजूला काहीही वेगळं नाहीये. लंच टाईममध्ये असते तशी नेहमीची वर्दळ आहे. कुणी शॉपिंग करतंय, कोणी मित्रमंडळींबरोबर आहे. तेवढ्यात मला एकमेकींच्या गळ्यात पडणाऱ्या दोन तरुण मुली दिसतात.

मला केटची उणीव भासते. ती सुट्टीवर जाऊन दोन आठवडे झाले आहेत. पण तरीही हा काळ मला खूप प्रदीर्घ वाटतो आहे. काय काय घडलं आहे या दोन आठवड्यांत! तिचा तर माझ्यावर विश्वास बसणार नाही. विशेषतः एनडीएचा संपादित वृत्तान्त कळल्यावर तर... मी त्रासते. मला याबद्दल ख्रिश्चनशी बोलावं लागेल. केट काय म्हणेल त्याबद्दल? त्या विचारांनी मी त्रस्त होते. कदाचित ती इथनबरोबर परत येईल. या विचारानं मी एकदम उत्तेजित होते, पण ही शक्यता कमी आहे. ती बहुत करून इलियटबरोबर राहील.

"तू जेव्हा बाहेर असतोस, तेव्हा कुठे थांबतोस?" आम्ही पार्सलसाठी रांगेत थांबतो तेव्हा मी सॉयरला विचारते. तो माझ्या पुढे पण दाराकडे तोंड करून उभा आहे. त्याचं सगळं लक्ष रस्त्यावर आणि आत येणाऱ्यांवर आहे. ते पाहून मी त्रासते.

"रस्त्याच्या पलीकडच्या त्या कॉफी शॉपमध्ये मी बसतो, मिस स्टील."

"कंटाळा नाही का येत?"

"नाही मॅडम, ते माझं काम आहे," तो ताठरपणे म्हणतो.

मी संकोचते. "सॉरी, म्हणजे मला असं नव्हतं सुचवायचं की..." त्याच्या चेहऱ्यावरचा समजुतदार भाव पाहून मी वाक्य अर्धवट सोडते.

"प्लीज मिस स्टील. तुमचं रक्षण करणं हे माझं काम आहे आणि ते मी करत राहणार."

"लीलाचा कुठे पत्ता नाहीये तर!"

"नाही मॅडम."

मी विचारात पडते, "ती कशी दिसते हे तुला कसं कळणार?"

"मी तिचा फोटो पाहिला आहे."

"ओह, आहे का तुझ्याजवळ?"

"नाही मॅडम," मग डोक्यावर बोट टेकवत तो म्हणतो, "स्मरणात ठेवलं आहे," तेही बरोबर आहे म्हणा. मला आवडलं असतं लीलाचा फोटो पाहायला. निदान ती अशी भुताटकी होण्याआधी कशी दिसत होती, ते तरी कळलं असतं. ख्रिश्चन देईल का तिचा एखादा फोटो मला? हं, कदाचित माझ्या सुरक्षिततेसाठी

म्हणून तरी देईल. मी एक बेत आखते. माझं अबोध मन समाधानानं रुकार देतं.

ब्रोशर छापून येतात. छान झाले आहेत. त्यातलं एक मी जॅकच्या ऑफिसमध्ये घेऊन जाते. त्याचे डोळे चमकतात. आता ते मला पाहून की ब्रोशरमुळे हे मला कळत नाही. बहुधा ब्रोशरमुळे असावेत, असा समज करून घ्यायचं मी ठरवते.

"ॲना, हे मस्त झाले आहेत," तो त्यावर नजर टाकून म्हणतो, "तू आज संध्याकाळी तुझ्या बॉयफ्रेंडला भेटणार आहेस का?" बॉयफ्रेंड म्हणताना त्याच्या ओठांना मुरड पडते.

"हो, आम्ही एकत्र राहतो." अर्धवट सत्य आहे हे. निदान, आत्ता तरी आम्ही एकत्र आहोत. शिवाय, मी तसं कबूलही केलं आहे ना, म्हणजे मी काही धादांत खोटं बोलले नाहीये. निदान त्याला हातभर दूर ठेवण्यासाठी हे सांगणं पुरे आहे अशी आशा मी करते.

"आज रात्री आपण पटकन एखादं ड्रिंक घ्यायला गेलो, तर त्याची काही हरकत असेल का? तू इतकी मेहनत घेतली आहेस, त्याचा आनंद तर साजरा करू."

"आज माझा एक मित्र बाहेरगावाहून येणार आहे. मग आम्ही सगळे जेवायला बाहेर जाणार आहोत." आणि तशीही जॅक मी रोज रात्री व्यस्त असणार आहे.

"अस्सं का! बरं!" तो उसासा टाकतो. मग अगदी निकराचा प्रयत्न म्हणून म्हणतो, "निदान मी न्यूयॉर्कहून आल्यावर तरी?" अपेक्षेनं भुवई वर करत तो विचारतो. त्याची नजर गढुळते.

नाही! खांदे उडवत मी काही न बोलता हसल्यासारखं करते.

"तुला चहा किंवा कॉफी हवी आहे का?" मी विचारते.

"कॉफी प्लीज," घोगऱ्या आवाजात तो म्हणतो. जणू काही तो कॉफीऐवजी दुसरं काही मागतो आहे. फक्. हा काही असा मागे हटणार नाही असं दिसतं आहे. काय करावं बरं?

त्याच्या ऑफिसमधून बाहेर पडल्यावर मी सुटकेचा निःश्वास टाकते. त्याच्यामुळे मला प्रचंड ताण येतो. ख्रिश्चन त्याच्याबाबत जे म्हणाला होता, ते खरं आहे. मला राग येतो, तो ख्रिश्चनचं म्हणणं बरोबर असल्याचा.

मी माझ्या टेबलापाशी बसते तोच ब्लॅकबेरी वाजतो. अनोळखी नंबर असतो, "ॲना स्टील."

"हाय स्टील," इथनच्या उत्साहानं मी क्षणभर चमकते.

"इथन! कसा आहेस!" दुसऱ्या क्षणी मी आनंदानं ओरडते.

"बरं वाटतं आहे परत येऊन. सूर्यप्रकाश आणि रमपंचमुळे वैतागलो होतो.

त्यातून माझी धाकटी बहीण त्या एकाच्या प्रेमात इतकी आकंठ बुडली आहे ना! अरेरे! मी तर कंटाळून गेलो अगदी, ॲना.''

''हो ना! समुद्र, सूर्य, वाळू, रमपंच... अगदी दान्तेचं इन्फर्नो...'' मला हसू येतं. ''आहेस कुठे आता?''

''आता मी सी-टॅकला बॅगेजसाठी थांबलो आहे. तू बोल. काय करते आहेस?''

''मी ऑफिसमध्ये आहे – मला मस्त नोकरी लागली आहे,'' त्याच्या उसाशावर मी प्रतिक्रिया देते, ''इथे येऊन किल्ली घेऊन जातोस का? मी नंतर येते अपार्टमेंटमध्ये.''

''काही हरकत नाही. साधारणतः पाऊण-एक तासात पोहोचतो मी, चालेल ना? पत्ता काय आहे?''

मी त्याला एसआयपीचा पत्ता देते.

''भेटू लवकर, इथन.''

''नंतर,'' असं म्हणतो. तो फोन ठेवतो. हे काय! इथनसुद्धा? बरोबर आहे, एक आठवडा इलियटबरोबर घालवून आला आहे ना! मी पटकन ख्रिश्चनला मेल टाईप करते.

फ्रॉम : ॲनेस्टेशिया स्टील
सब्जेक्ट : सूर्याच्या प्रदेशातून पाहुणे
डेट : जून १४, २०११ १४:५५
टु : ख्रिश्चन ग्रे

ख्रिश्चन
प्रिय पूर्णपणे धक्का बसलेला, हादरलेला, चकित, ख्रिश्चन
इथन परतला आहे. आता तो घराची किल्ली घ्यायला येतो आहे.
घरात सारं काही ठाकठीक आहे ना, हे पाहायला जायला मला खरोखर आवडेल.
तू काम झाल्यावर मला घ्यायला का येत नाहीस? मग आपण घरी जाऊ आणि तिथून सगळे जेवायला जाऊ.
माझ्याकडून ट्रीट?

तुझी,
ॲना

अजूनही वेडी प्र आणि वे

ॲनेस्टेशिया स्टील

असिस्टंट टू जॅक व्हाईट, कमिशनिंग एडिटर, एसआयपी

फ्रॉम : ख्रिश्चन ग्रे
सब्जेक्ट : बाहेर जेवण
डेट : जून १४, २०११ १५:०५
टु : ॲनेस्टेशिया स्टील

तुझा प्लॅन मला मान्य आहे. फक्त तू बिल भरण्याचा भाग सोडून.
माझी ट्रीट
मी सहा वाजता घ्यायला येतो.

ता.क. : तू ब्लॅकबेरी का वापरत नाहीयेस?

ख्रिश्चन ग्रे.
अतिशय आणि पूर्णपणे क्षुब्ध, सीईओ, ग्रे एन्टरप्राईजेस होल्डिंग इन्कॉ.

फ्रॉम : ॲनेस्टेशिया स्टील
सब्जेक्ट : बॉसगिरी
डेट : जून १४, २०११ १५:११
टु : ख्रिश्चन ग्रे

चल, एवढा खाष्टपणा करून वैतागू नकोस.
सांकेतिक आहे की सगळं! सहा वाजता भेटू.
ॲना.
अजूनही वेडी प्र आणि वे

ॲनेस्टेशिया स्टील
असिस्टंट टू जॅक व्हाईट, कमिशनिंग एडिटर, एसआयपी

फ्रॉम : ख्रिश्चन ग्रे
सब्जेक्ट : वेड लावणारी बाई
डेट : जून १४, २०११ १५:१८
टु : ॲनेस्टेशिया स्टील

वैतागलेला! खाष्ट!
ठीक आहे. कळेल तुला!

वाट बघ.

ख्रिश्चन ग्रे.
अजून जास्त, पूर्णपणे क्षुब्ध तरीही का न कळे हसणारा, सीईओ, ग्रे एन्टरप्राईजेस होल्डिंग इन्कॉ.

फ्रॉम : ॲनेस्टेशिया स्टील
सब्जेक्ट : वचनं - वचनं
डेट : जून १४, २०११ १५:२३
टु : ख्रिश्चन ग्रे

दाखवाच मि. ग्रे.
मी पण वाट पाहते : D
ॲना

ॲनेस्टेशिया स्टील
असिस्टंट टू जॅक व्हाईट, कमिशनिंग एडिटर, एसआयपी

त्याचं उत्तर येत नाही. अर्थात, तशी अपेक्षादेखील नसते. माझ्याकडून येणाऱ्या मिश्र सिग्नलबद्दल तो विचार करत बसला आहे, या कल्पनेनं मला हसू येतं. तो काय करेल याची कल्पना मी करून पाहते, पण माझ्या लक्षात येतं की, आपण खुर्चीत हसतो आहे. त्यावर, नाराज होत माझं अबोध मन माझ्याकडे रोखून बघत मला कामाला बसण्याचा आदेश देतं.

थोड्या वेळानं माझा फोन वाजतो. रिसेप्शनवरून क्लेअर बोलते, "इथे रिसेप्शनमध्ये एक खूप देखणा मुलगा तुला भेटायला आला आहे. ॲना, आपण कधीतरी ड्रिंक्ससाठी बाहेर जायला पाहिजे हं, काही हॉट मंडळी तुझ्या परिचयाची आहेत," फोनमधून कुजबुजत ती मला सांगते.

इथन! मी पर्समधून किल्ल्या काढून पटकन फॉयरकडे जाते.

होली शिट्! उन्हामुळे ब्लिच झालेले तपकिरी केस, जबरदस्त सुंदर टॅन आणि चमकणारे बदामी डोळे! तो तिथल्या हिरव्या लेदर कोचावरून मला हात करतो. मला पाहिल्याबरोबर त्याच्या तोंडाचा आ होतो. मग तो पटकन माझ्या दिशेने येतो.

"वॉव ॲना," पुढे होत झुलत तो मला कवेत घेतो.

"छान दिसतो आहेस," मी त्याच्याकडे पाहून हसते.

"तू थोडी... अं... वेगळी दिसते आहेस. जगासाठी तयार, आधुनिक. काय झालं आहे? तू केसांचं काही केलंस का? कपडे? मला नाही कळत स्टील, पण तू एकदम हॉट दिसते आहेस."

मी संकोचते, "ओह इथन, मी फॉर्मल कपड्यात आहे ना म्हणून वाटतं आहे तसं," मग मी नजरेनं क्लेअरला रागावते, कारण ती भुवई वर करून लबाडीनं हसत असते.

"बार्बाडोस कसं होतं?"

"मजा आली."

"केट कधी परत येणार आहे?"

"ती आणि इलियट शुक्रवारी येतील. ते बऱ्यापैकी गुंतले आहेत एकमेकांत."

"मला तिची खूप आठवण येत होती."

"हं. मि. मुघलबरोबर कसं काय जमलं आहे?"

"मि. मुघल?" मी चकित होते, "मस्त, मजा चालू आहे. तो आज आपल्याला जेवायला नेणार आहे."

"अरे वा!" इथनला खरोखर आनंद झालेला दिसतो. हुश्श!

"हे घे," मी किल्ल्या त्याला देते, "पत्ता आहे का माहीत?"

"हो! नंतर!" पुढे झुकून तो माझ्या गालांवर ओठ टेकवतो.

"इलियटचं वाक्य ना?"

"हो गं, सवय होऊन जाते बघ."

"खरं आहे. नंतर!" मी हसून म्हणते. हिरव्या कोचजवळून स्वतःची मोठी शोल्डर बॅग उचलून तो निघतो.

मी वळते तेव्हा मला दिसतं की, फॉयरच्या पलीकडून जॅक माझं निरीक्षण करत असतो. त्याच्या चेहऱ्यावरचे भाव कळणं कठीण आहे. मी त्याच्याकडे पाहून हसते आणि माझ्या टेबलाशी जाते. मला जाणवतं की, त्याचे डोळे माझा पाठलाग करत आहेत. आता मला त्याच्या या वृत्तीची चीड येऊ लागली आहे. पण काय करावं हे मला सुचत नाही. केट येईपर्यंत थांबलेलं बरं. तिला नक्की काहीतरी मार्ग सुचेल यातून. या विचारासरशी माझा मूड जरा बरा होतो आणि मी पुढचं हस्तलिखित उचलते.

सहाला पाच मिनिटं असताना ख्रिश्चनचा फोन येतो.

"वैतागलेला, खाष्ट हजर आहे," त्याचं बोलणं ऐकून मला हसू येतं. अजूनही खेळकर फिफ्टीच्या मूडमध्ये आहे तर! माझी अंतर्देवता लहान मुलासारखी आनंदानं टाळ्या वाजवते.

“हं, प्रणयातून वेडी बोलते आहे. तू पोहोचलास वाटतं इथे?” मी विचारते.

“अर्थात मिस स्टील. तुम्हाला भेटायला उत्सुक आहे!” त्याच्या आश्वासक आवाजात मोहिनी आहे. माझं हृदय धडधडू लागतं.

“मीसुद्धा. मि. ग्रे आलेच,” मी फोन बंद करते.

कॉम्प्युटर बंद करून मी पर्स आणि क्रीम कार्डिगन उचलते.

“जॅक मी निघाले,” मी आवाज देते.

“ओके, ॲना, खूप मदत झाली आज. थँक्स हनी! मजा कर आता.”

हा नेहमी असा का नाही वागत? मला समजत नाही तो कसा आहे ते!

ऑडी बाजूला उभी आहे. मला पाहून ख्रिश्चन बाहेर येतो. त्यानं जॅकेट काढलं आहे. आज त्यानं माझी आवडती राखाडी पँट घातली आहे, कंबरेवर हटके बसणारी. हा ग्रीक देव माझ्या वाट्याला कसा बरं आला? त्याच्या वेड्या हसण्याला मीसुद्धा तसाच वेडसर प्रतिसाद देते.

आज दिवसभर तो माझ्याशी प्रेमिकासारखा वागला आहे. हा देखणा, आवडणारा, क्लिष्ट आणि दुर्गुणांनी युक्त असा पुरुष माझ्या प्रेमात आहे आणि मी त्याच्या. मला आनंदाचं भरतं येतं. असं वाटतं की सारं जग माझ्या कह्यात येऊ शकतं. मी समरसून त्या क्षणाचा आनंद लुटते.

“मिस स्टील, आज सकाळी जशा आकर्षक दिसत होतात तशाच आताही दिसत आहात!” मला मिठीत घेत माझं चुंबन घेत ख्रिश्चन म्हणतो.

“मि. ग्रे, तुम्हीसुद्धा.”

“चल, तुझ्या मित्राला भेटू या,” माझ्याकडे हसून पाहत तो दार उघडतो.

टेलर माझ्या घराकडे गाडी घेतो. ख्रिश्चन मला त्याच्या दिवसभराच्या कामाचा गोषवारा देतो. व्हँकुव्हरमध्ये डब्ल्यूएसयूच्या पर्यावरणशास्त्र विभागानं काहीतरी सनसनाटी शोध कसा लावला आहे, हे तो मला मनापासून समजावून सांगतो. त्याचं बोलणं मला फार काही कळत नाही, पण त्याची कळकळ आणि त्या विषयामधली रुची नक्की जाणवते. कदाचित आमचं आयुष्य अशा चांगल्या-वाईट दिवसांची सरमिसळ असेल. त्यातले चांगले दिवस जर आजच्यासारखे असले, तर माझी फारशी कशाबद्दल तक्रार नाही. मग तो मला एक कागद देतो.

“क्लॉड या आठवड्यामध्ये कोणकोणत्या वेळेला मोकळा आहे, हे यात दिलं आहे.”

ओह! ट्रेनर!

माझ्या अपार्टमेंट बिल्डिंगपाशी आम्ही थांबतो, तेवढ्यात तो खिशातून ब्लॅकबेरी काढतो.

"ग्रे," तो उत्तर देतो, "रॉस, काय झालं?" तो लक्ष देऊन ऐकतो. माझ्या लक्षात येतं की महत्त्वाचा फोन आहे.

'मी इथनला घेऊन दोन मिनिटांत येते' असं खुणेनी म्हणून मी दोन बोटं दाखवते.

तो मान डोलावतो. त्याचं पूर्ण लक्ष फोनकडे आहे. टेलर छानसं हसत माझ्यासाठी दार उघडतो. मीपण हसते. टेलरलादेखील वातावरणातला आनंद जाणवतो आहे. मी एंट्री फोनचं बटण दाबून आनंदानं म्हणते, "हाय इथन, मी आहे, दार उघड."

दार उघडतं. मी घराचा जिना चढू लागते. आपण शनिवार सकाळनंतर घरी फिरकलो नाही, हे मला जाणवतं. असं वाटतं आहे की, खूप काळ लोटला आहे. बरं झालं, इथननं समोरचं दार उघडं ठेवलं आहे. मी घरात पाऊल टाकते आणि का कोण जाणे, पण मी जागच्या जागी थबकते. क्षणभरानं मला जाणीव होते की स्वयंपाकघरात ओट्याशी एक फिकट, निस्तेज व्यक्ती उभी आहे. आणि ती दुसरी-तिसरी कुणी नसून लीला आहे. हातात छोटं रिव्हॉल्व्हर धरून ती माझ्याकडे टक लावून पाहते आहे.

१३

होली फक्!

हातात बंदूक घेऊन, निर्विकार चेहऱ्यानी ती माझ्याकडे टक लावून पाहते आहे. माझं अबोध मन धाडकन बेशुद्ध पडतं. आता कितीही काहीही हुंगवलं तरी शुद्धीवर नाही यायचं ते!

माझं मन सैरभैर होतं. ती तिथे आहे यावर माझा विश्वास बसत नाही. आली कशी पण ती तिथे? इथन कुठे आहे? होली शिट्! कुठे आहे इथन?

सर्द करणारी भीतीची भावना माझ्या तनामनात वेढते. अंगावर सर्रकन काटा येऊन शरीरावरचा प्रत्येक केस उभा राहतो. डोक्यात घण बसताहेत असं वाटतं. तिनं जर त्याला काही केलं असेल तर? अॅड्रेनलिनच्या जोडीला हाडं गोठवणारी भीती माझ्या शरीरभर पसरते. माझा श्वास जोरजोरात होऊ लागतो. स्वतःला सांभाळण्याचा प्रयत्न करत मी 'शांत राहा, शांत राहा'असा जप जपते.

मी जणू माथेफिरू असल्यागत ती माझ्याकडे मान वाकडी करून पाहते. ए बाई! माथेफिरू मी नाहीये!

तसं म्हटलं तर हे सगळे विचार माझ्या मनात क्षणार्धात येऊन जातात, पण मला युगानुयुगाचा काळ लोटल्यागत वाटतं. तिचा चेहरा तसाच निर्विकार राहतो. ती अगदी कळकट मळकट दिसते आहे. त्या दिवशीचा तो घाणेरडा ट्रेंच कोट अजूनही तिच्या अंगावर आहे. तिचे केस कपाळावर, मानेवर चिकटले आहेत. तिचा एकूण अवतार पाहून लक्षात येतं की, अनेक दिवसांत तिनं स्वच्छता केली नाहीये.

तिचे तपकिरी डोळे गढुळले आहेत. त्यात संभ्रम स्पष्ट आहे.

माझ्या तोंडाला कोरड पडली आहे. तरीही मी धीर एकवटून बोलते, "हाय, लीला, हो ना?" माझा आवाज कर्कश येतो. ती हसते, खरं तर ओठ मुडपते.

"ती बोलते," ती कुजबुजते. तिचा घोगरा आवाज अतिशय हळू आहे. त्याला विचित्र गूढपणा आहे.

"हो, मी बोलते," एखाद्या लहान मुलाशी बोलावं तसं मी म्हणते. "तू इथे एकटी आहेस का? इथन कुठे आहे?" त्याला काही इजा झाली असेल या कल्पनेनं

माझं हृदय प्रचंड जोरात धडधडू लागतं.

तिचा चेहरा पडतो, इतका पडतो की तिला आता रडू फुटेल की काय, असं मला वाटतं; ती खूप एकाकी दिसते.

''एकटी!'' परत ती मघासारखी कुजबुजते. 'एकटी' त्या एका शब्दातून तिचं सारं दुःख व्यक्त होतं. त्याच्या व्याप्तीनं माझ्या हृदयाला पीळ पडतो. काय अर्थ आहे हिच्या बोलण्याचा? मी एकटी आहे? ती एकटी आहे? तिनं इथनला इजा केल्यामुळे ती एकटी आहे? छे... छे... माझा कंठ दाटून येतो. कोणत्याही क्षणी मला रडू येईल. प्रचंड भीती वाटते.

''तू इथे काय करते आहेस? मी तुला काही मदत करू का?'' भयंकर घाबरलेली असूनसुद्धा प्रयत्नपूर्वक माझे शब्द शांत आहेत, जणू अगदी साधी चौकशी करत असल्याप्रमाणे मी विचारते. ती अगदी गोंधळून गेली आहे, हे तिच्या आक्रसलेल्या भुवयांवरून लक्षात येतं. अजून तरी ती आक्रमक झालेली नाहीये. बंदुकीभोवतीची तिची पकडदेखील सैल आहे. मी दुसरा मार्ग जोखते. माझं भणाणणारं डोकं जरा वेळ मी बाजूला ठेवते.

''चहा घ्यायला आवडले का तुला?'' आता मी, तिला चहा घेणार का असं का विचारते आहे बरं? चहा हा रेच्या मते प्रत्येक भावनिक समस्येवरचा तोडगा आहे. मला आता भलत्याच वेळी का आठवावं ते? आता या क्षणी त्यानी मला पाहिलं, तर तो चक्कर येऊन पडेल. एव्हाना त्याचं आर्मी ट्रेनिंग जागं होऊन त्यानं तिच्या हातातलं शस्त्र काढून घेतलं असतं. तसं पाहिलं तर बंदूक माझ्यावर रोखलेली नाहीये. कदाचित मी हालचाल करू शकते. ती मान हलवून मग आळीपाळीने उजवीकडे आणि डावीकडे वळवते.

मी माझ्यासाठी भरभरून जीवनावश्यक असा श्वास घेत श्वासोच्छ्वासाला जागेवर आणण्याचा प्रयत्न करते. मी आता ओट्याच्या दिशेनं पाऊल टाकते. माझा काय विचार आहे हे तिला न कळल्यामुळे त्रासून ती थोडी हालचाल करते. आता ती पूर्णपणे माझ्याकडे वळली आहे. मी केटल काढून थरथरत्या हातानं उघडून त्यात पाणी भरते. गॅसच्या दिशेनं जाताना माझा श्वास बराचसा पूर्वलयीत येतो. तिला जर मला संपवायचं असतं, तर तिनं केव्हाच खेळ खल्लास केला असता. इतक्या वेळ वाट पाहिली नसती. ती माझ्याकडे हरवल्यागत पाहत राहते. मी केटलचा प्लग ऑन करते. परत एकदा इथनचे विचार मला हैराण करतात. तो जखमी आहे का? त्याला बांधून ठेवलं आहे का?

''घरात अजून कोणी आहे का?'' मी सहज स्वरात विचारते.

ती मान कलती करते. मग उजव्या हातानं– डाव्या हातात बंदूक आहे– ती तिच्या लांब, चिकट केसांची बट धरून ती अस्वस्थपणे ओढत, गुंतवत जाते. त्या

सवयीतून तिची अस्वस्थता लक्षात येते. त्यामुळे माझं मन विचलित होतं. मला पुन्हा आमच्यातलं साम्य प्रकर्षानं जाणवतं. ती उत्तर देईल म्हणून श्वास रोखून वाट पाहते, माझी अस्वस्थता पराकोटीची शिगेला पोहोचली आहे.

''एकटी, अगदी एकटी,'' ती पुटपुटते. माझा जीव थोडा भांड्यात पडतो. कदाचित इथन इथं नसेलही. माझ्यात थोडी धिटाई येते.

''तुला चहा-कॉफी काहीही नको का?''

''तहान नाही,'' ती हळूच उत्तर देत माझ्या दिशेनं पाऊल टाकते. त्या क्षणी मगाची धिटाई भर्रकन गायब होते. फक्! मी परत धापा टाकू लागते. भीती माझ्या नसानसांत शिरते. शूरपणाचं कुठं नावसुद्धा नजरेला पडत नाही. तरीही मी वळून कपाटातून कप काढते.

''तुझ्याकडे असं काय आहे, जे माझ्याकडे नाही?'' लहान मुलाच्या लडिवाळपणानं ती विचारते.

''लीला, काय म्हणायचं आहे तुला?'' जमेल तितक्या हळुवारपणे मी विचारते.

''मास्टर... मि. ग्रे तुला त्यांना नावानं हाक मारू देतात.''

''मी त्याची सबमिसिव्ह नाहीये लीला... अं... मास्टरना हे कळतं की, ती भूमिका निभावायला मी सक्षम नाहीये.'' ती परत मान तिरपी करते. माझी भीतीनं गाळण उडते.

''स-क्ष-म,'' ती तो शब्द उच्चारून पाहते, ''पण मास्टर खूश आहेत. मी पाहिलं त्यांना. ते मोठ्यांदा हसतात. असं फार क्वचित होतं. मास्टरच्या बाबतीत तर फारच क्वचित होतं.''

ओह!

''तू माझ्यासारखी दिसतेस,'' लीला बोलण्याची दिशा बदलते. मी चकित होते. आता पहिल्यांदा ती माझ्याकडे नीट पाहते. ''तुझ्या-माझ्यासारखी दिसणारी आज्ञाधारक माणसं मास्टरना आवडतात. सगळी सारखी दिसतात... आणि तरीही तू त्यांच्या पलंगावर झोपतेस. मी पाहिलं तुला.''

शिट्! ती खरंच होती खोलीत. ती माझी कल्पना नव्हती तर.

''तू मला त्याच्या पलंगावर पाहिलंस?'' माझ्या तोंडातून अस्पष्ट स्वर बाहेर पडले.

''मी कधीही मास्टरच्या पलंगावर झोपले नाही,'' ती पुढे म्हणते. ती अगदी शुष्क आणि कोमेजलेली दिसते आहे. थोडी अर्धवट. यत्किंचित. तिच्या हातात बंदूक असूनही अचानक तिच्याबद्दल माझ्या मनात प्रचंड कणव दाटून येते. बंदुकीभोवतीची तिची पकड घट्ट होते. माझे डोळे विस्फारून खोबणीतून बाहेर पडतील की काय, असं मला वाटतं.

"मास्टरला आपण अशा का आवडतो? माझ्या मनात ना, काहीतरी विचार येतो आहे... मास्टर ना... मास्टर ना गूढ आहेत... गूढ पुरुष; पण माझं प्रेम आहे त्यांच्यावर."

नाही! नाही! तो तसा नाहीये! मी आतल्या आत तडफडते. तो गूढ नाहीये, तो चांगला माणूस आहे. आता तो त्या अंधाऱ्या जगाचा भाग नाहीये. तो आता माझ्याबरोबर लख्ख प्रकाशात छान जीवन जगतो आहे. ही कशाला यायला हवी होती आता इथं? आपलं त्याच्यावर प्रेम आहे या भ्रामक कल्पनेपायी ती त्याला ओढून त्याच्या जगात नेऊ इच्छित आहे.

"लीला, ती बंदूक देतेस का मला?" मी हळुवारपणे विचारते. बंदुकीभोवतीची पकड घट्ट करत ती, ती छातीशी धरून ठेवते.

"ही माझी आहे. एवढंच काय ते माझ्याकडे उरलं आहे," बंदूक कुरवाळत ती म्हणते, "आता ती तिच्या प्रेमाकडे परत जाईल."

होली शिट्! प्रेम? म्हणजे... ख्रिश्चन का? तिने माझ्या पोटात जबरदस्त गुद्दा हाणल्यासारखं मला वाटलं. मला इतका वेळ का लागतो आहे हे पाहायला तो कोणत्याही क्षणी आता इथे येईल, हे मला माहिती आहे. त्याला शूट करायचा इरादा आहे का तिचा? या भयंकर विचारानी माझा घसा कोरडा पडतो. मला आवंढा गिळता येत नाही. जीव गुदमरतो. पोटात भीतीने खोल खड्डा पडतो.

नेमक्या त्याच क्षणी खाडकन दार उघडतं. ख्रिश्चन दारात उभा असतो. त्याच्या मागे टेलर असतो.

क्षणभर मला आपादमस्तक न्याहाळत ख्रिश्चन खात्री करून घेतो की, मी सुरक्षित आहे. त्याच्या नजरेत क्षणभर सुटकेची भावना दिसते. पण लीलाकडे त्याची नजर जाते आणि तिच्यावर खिळून राहते. आजवर मी कधी अनुभवलं नाही अशा नजरेनं तो तिच्याकडे एकटक पाहतो. त्याच्या विस्फारलेल्या डोळ्यांत हिंस्रपणा, राग आणि भीतीचं अजब मिश्रण आहे.

ओह नो! ओह नो...!

लीलाचे डोळे विस्फारतात. क्षणभर ती भानावर आल्यागत वाटतं. मग डोळे फडफडवत ती पुन्हा एकदा बंदूक घट्ट धरते.

माझा श्वास घशात अडकतो, हृदय प्रचंड वेगानं पळू लागतं.

नाही! नाही! नाही!

या बिचाऱ्या बाईच्या हातात माझं जग दोलायमान होतं आहे. ती गोळी झाडेल का? आमच्या दोघांवरही? ख्रिश्चनवर? विचारानी असहायता जाणवते.

वेळ जणू अनंतकाळासाठी थबकतो. मग मी मान किंचित तुकवून त्याच्याकडे पाहते. तिच्या चेहऱ्यावर पश्चात्ताप आहे.

ख्रिश्चन टेलरला आहे तिथेच थांबण्याची हातानी खूण करतो, जे टेलरला अजिबात आवडत नाही. त्याच्या चेहऱ्यावर चक्क त्रागा दिसतो. मी टेलरला असं कधीही पाहिलं नाही. पण ख्रिश्चन आणि लीला एकमेकांकडे टक लावून पाहतात तेव्हा तो अगदी स्तब्ध उभा राहतो.

आपण श्वास रोखून उभं आहोत, असं माझ्या लक्षात येतं. आता ती काय करेल? तो काय करेल? पण ते एकमेकांकडे फक्त बघत उभे राहतात. ख्रिश्चनच्या चेहऱ्यावर काहीतरी वेगळे भाव आहेत. कीव, भीती, ओढ... की प्रेम...? नको नको... प्रेम नको.

त्याचे डोळे तिच्या डोळ्यांत जणू डोकावतात आणि मग अतिशय सावकाश घरातलं वातावरण बदलू लागतं. एक प्रकारचा ताण जाणवू लागतो. मला त्या दोघांमधली बांधिलकी आणि ऊर्जा जाणवते.

नाही! अचानक आता लक्षात येतं की, इथं मी उपरी आहे. ते दोघं एकमेकांमध्ये हरवून असे न्याहाळत असताना मी आगंतुकासारखी तिथे उभी आहे. दुसऱ्यांच्या कामातुर प्रणयचेष्टेत रंगणं बघायला आवडणारी वासनालोलुप व्यक्ती म्हणजे मी, असं काहीसं मला वाटलं.

ख्रिश्चनची नजर दाहक होते. त्याचा पवित्रा बदलतो. अचानक तो अधिक उंच, अधिक रेखीव दिसू लागतो. आणि त्याच वेळेस अधिक परका आणि निर्विकारदेखील. हा बदल मला लक्षात येतो, कारण याआधी एकदा मी तो त्याच्या प्लेरूममध्ये पाहिला आहे.

मला नव्याने जाणीव होते. हा डॉमिनंट ख्रिश्चन आहे– अधिकार गाजवणारा– किती सहजतेनं वावरतो आहे तो या भूमिकेत! आता तो यासाठी जन्माला आला होता की त्याकरता घडवला गेला होता, हे मला माहीत नाही. अतिशय विषण्ण मनानं मी लीलाची प्रतिक्रिया न्याहाळते. तिचे ओठ विलग होतात. श्वासोच्छ्वास जलद होतो. गालावरचा रंग परत येऊ लागतो. नाही! त्याच्या भूतकाळाचं हे विदारक दर्शन पाहण्याची मला काडीमात्र इच्छा नाहीये.

तो ओठांच्या हालचालीतून तिच्याशी काहीतरी बोलतो. मला जरी ते कळत नाही तरी तिच्यावर त्याचा तत्काळ परिणाम होतो. दुसऱ्याच क्षणी ती मान वाकवून त्याच्यासमोर जमिनीवर बसते. तिच्या हातातली बंदूक खालच्या लाकडी जमिनीवर घसरते. होली फक्!

आता ख्रिश्चन अतिशय शांतपणे पुढे होऊन बंदूक उचलतो. एक तिरस्काराची नजर बंदुकीवर टाकून तो ती त्याच्या जॅकेटच्या खिशात ठेवतो. ओट्याच्या बाजूला मान खाली घालून आज्ञाधारकपणे बसलेल्या लीलाकडे तो एक कटाक्ष टाकतो.

''ॲनेस्टेशिया, टेलरबरोबर जा,'' तो हुकूम देतो. टेलर दारातून आत येत

माझ्याकडे पाहतो.

"इथन?" मी हळू आवाजात विचारते.

"खाली आहे," लीलावरची नजर न हटवता तो सांगतो.

खाली! हं! इथे नाहीये तर! इथन ठीक आहे. अचानक मनावरचा ताण कमी झाल्यानं मला चक्कर येईल की काय असं वाटतं.

"ॲनेस्टेशिया," ख्रिश्चनच्या आवाजात आता धमकावणी आहे.

मी डोळे फडफडवते, पण मला हलता येत नाही. मी त्या जागेला जणू खिळून बसले आहे. शिवाय मला त्याला असं सोडून– तिच्याबरोबर सोडून– जायचं नाहीये. तो लीलाजवळ उभा राहतो. ती त्याच्या पायावर झुकते. तो जणू तिच्या रक्षणकर्त्याच्या भूमिकेत आहे. ती निर्जीव असल्यागत स्तब्ध आहे. त्यांना असं एकत्र... त्यांच्यावरची माझी नजर हटायला तयार होत नाही.

"देवा, परमेश्वरा! ॲनेस्टेशिया, तू आयुष्यात एकदा तरी सांगितल्यासारखं वागशील का? जा इथून!" संतापलेल्या ख्रिश्चनची नजर माझ्यावर खिळते. त्याचा बर्फासारखा थंडगार आवाज मला टोचतो. त्यामागचा बोचरेपणा मला जाणवतो.

माझ्यावर संतापला आहे का? नक्कीच नाही. प्लीज... नको! त्याचे ते शब्द ऐकून मला वाटतं की, त्यानी मला एक थोबाडीत लगावली आहे. त्याला का बरं तिच्याबरोबर राहायचं आहे?

"टेलर, मिस स्टीलना खाली घेऊन जा! ताबडतोब."

टेलर मान हलवून होकार देतो. मी तशीच ख्रिश्चनवर नजर खिळवून उभी असते.

"का?" मला कसाबसा कंठ फुटतो.

"जा. घरी जा," त्याचे डोळे माझ्यावर आग पाखडतात, "मला लीलाबरोबर एकट्यानं राहणं गरजेचं आहे," तो घाईनं म्हणतो.

तो मला काहीतरी समजावण्याचा प्रयत्न करतो आहे, पण जे काही घडलं आहे त्यामुळे मी इतकी बावचळून गेले आहे की, मला काहीही कळत नाही. मी लीलाकडे नजर टाकते. तिच्या ओठांवर किंचित हसू उमटलं आहे. बाकी ती तशीच निर्विकार आहे. खरीखुरी सबमिसिव्ह! फक्! माझं हृदय गोठतं.

त्याला हे हवं आहे तर! हे आवडतं तर! नाही! मला किंचाळावंसं वाटतं.

"मिस स्टील, ॲना," असं म्हणत माझ्याकडे हात करत टेलर मला त्याच्या बरोबर येण्यासाठी खुणावतो. परंतु, माझ्यासमोर घडणाऱ्या त्या विचित्र घटनेनं मी जणू जमिनीला खिळले आहे. माझ्या अंतरंगात खोलवर दडलेली भीती खरी असल्याचं मला जाणवतं. ख्रिश्चन आणि लीला– डॉम आणि त्याची सब!

"टेलर," ख्रिश्चन घाई करतो. त्याबरोबर टेलर पुढे होत मला उचलून खांद्यावर

टाकतो. काहीतरी पुटपुटत ख्रिश्चन लीलाच्या डोक्यावरून मायेनं हात फिरवतो आहे, एवढंच मला बाहेर पडताना दिसतं.

नो!

टेलरबरोबर पायऱ्या उतरताना मी असहायपणे त्याच्या खांद्यावरचा माझा भार झोकून देत गेल्या दहा मिनिटांचा विचार करते. दहा मिनिटं होती की जास्ती वेळ गेला? की त्याहून कमी? छे! वेळाकाळाचं भान उरलं नाहीये मला.

ख्रिश्चन आणि लीला. लीला आणि ख्रिश्चन, एकत्र! आत्ता तो तिला काय करत असेल?

"जीझस, ॲना! नक्की झालं तरी काय?"

खालच्या छोट्याशा लॉबीत, खांद्यावर लावलेल्या बॅगसकट फेऱ्या घालणाऱ्या इथनला पाहून माझा जीव भांड्यात पडतो. टेलरनं मला खाली ठेवल्याक्षणी मी स्वतःला इथनच्या कुशीत झोकून देते.

"इथन, थँक गॉड!" त्याला मी घट्ट मिठी मारते. काय प्रचंड काळजीत होते मी! क्षणभर मला सुटकेच्या भावनेनं छान वाटतं. त्या क्षणी वर काय चाललं असेल याचा विचारदेखील माझ्या मनाला शिवत नाही.

"ॲना, काय चाललं काय आहे? हे तुझ्याबरोबर कोण आहे? काही सांगशील का?"

"ओह सॉरी! इथन, हा टेलर आहे. तो ख्रिश्चनबरोबर काम करतो. टेलर, हा माझ्या रूममेटचा भाऊ– इथन आहे."

ते दोघं एकमेकांना मानेनं अभिवादन करतात.

"ॲना, वर काय चालू आहे? मी खिशातून घराची किल्ली काढत होतो, तेव्हा अचानक कुठूनसे दोघं जण आले आणि ती किल्ली ओढून घेतली. त्यातला एक ख्रिश्चन होता आणि..." इथन म्हणतो.

"बरं झालं तू उशिरा आलास."

"अगं, एक जुना मित्र भेटला म्हणून आम्ही ड्रिंक घेत बसलो जरा वेळ. सांग ना, वर काय चाललं आहे?"

"ओ, वर ना एक तरुण मुलगी आहे. ती ख्रिश्चनची एक्स आहे. ती जरा सैराटली आहे आणि ख्रिश्चन तिला..." माझे डोळे भरून येतात, कंठ दाटतो.

"ए," असं म्हणत इथन मला जवळ घेतो, "पोलिसांना बोलावलं का?"

"नाही, तसं नाहीये ते," मी त्याच्या छातीवर डोकं ठेवते. आता मला हमसाहमशी रडू येतं. नुकत्याच घडलेल्या प्रसंगाचा ताण माझ्या अश्रूंच्या रूपातून बाहेर पडू लागतो. इथन त्याची मिठी घट्ट करतो; पण त्याला वाटणारं आश्चर्य मला जाणवतं.

"ए ॲना, चल जरा ड्रिंक घेऊ या," माझ्या पाठीवर थोपटत तो म्हणतो. आता

आम्हाला दोघांनाही संकोच वाटू लागतो. मला तर थोडी लाजसुद्धा वाटते. खरं सांगायचं तर मला आता अगदी एकटं थांबावंसं वाटतं आहे, पण तरीही मी त्याला होकार देते. वर जे काही चाललं आहे त्याच्यापासून मला दूर जायचं आहे.

मी टेलरकडे वळते.

''घर तपासलं होतं का?'' रडतरडत हातानं नाक पुसत मी त्याला विचारते.

''आजच दुपारी,'' मला रुमाल देत, दिलगिरी व्यक्त करत तो म्हणतो. तोदेखील सैरभैर झालेला दिसतो आहे. ''आय ॲम सॉरी, ॲना,'' तो पुढे म्हणतो.

मी चिंतित होते. याला किती अपराधी वाटतं आहे. माझ्यामुळे याच्या वाटण्यात भर पडायला नको.

''आपले सगळे प्रयत्न हाणून पाडण्याची विचित्र ताकद तिच्यात आहे, असं दिसतं आहे,'' तो वैतागून म्हणतो.

''मी आणि इथन पटकन ड्रिंक घेतो, मग एस्कलाला येतो,'' मी डोळे पुसत म्हणते.

''पण मि. ग्रेनी तुला ताबडतोब तिथं जायला सांगितलं आहे ना,'' तो अस्वस्थपणे या पायावरून त्या पायावर होत म्हणतो.

''हो, पण आता लीला इथेच आहे हे आपल्याला कळलं आहे ना!'' कितीही प्रयत्न केला तरी माझा स्वर कडवट येतो. ''त्यामुळे आता इतक्या सिक्युरिटीची गरज नाही. ख्रिश्चनला सांग आम्ही त्याला नंतर भेटू.''

काहीतरी बोलायला म्हणून टेलर तोंड उघडतो, पण काही न बोलताच बंद करतो.

''तुझी बॅग टेलरजवळ ठेवायची का?'' मी इथनला विचारते.

''नाही, असू दे माझ्याजवळ. थँक्स.''

टेलरकडे पाहून मानेनं निरोप घेत इथन मला घेऊन दारातून बाहेर पडतो. बरंच पुढे गेल्यावर मला आठवतं की, माझी पर्स तर ऑडीमध्ये आहे. मी अगदी रिकाम्या हातांनी निघालेय.

''माझी पर्स...''

''असू दे, मी आहे ना,'' इथन म्हणतो. त्याच्या चेहऱ्यावरची माझ्याबद्दलची काळजी लपत नाही.

रस्त्याच्या पलीकडच्या बारमध्ये शिरून आम्ही खिडकीजवळची जागा बसायला निवडतो. मुख्य म्हणजे, काय चाललंय, कोण येतंय, कोण जातंय हे मला बघायचं आहे. इथन माझ्या हातात बिअरची बाटली देतो.

''काय मग, एक्सबरोबर काही प्रॉब्लेम?'' तो हळुवारपणे विचारतो.

“इतकं साधं सरळ नाहीये ते,” मी बोलायला सुरुवात करते आणि अचानक एनडीएची आठवण होऊन मी थबकते. आज पहिल्यांदा मला वाटतं की, आजवर ख्रिश्चननी ते रद्द करण्याबद्दल चकार शब्ददेखील काढला नाही.

“माझ्याकडे पुष्कळ वेळ आहे,” बिअरचा मोठा घोट घेत इथन मला धीर देतो.

“ती त्याची खूप वर्षांपूर्वीची एक्स आहे. तिने तिसऱ्या कुणा माणसासाठी नवऱ्याला सोडलं. दोन-चार आठवड्यांपूर्वी तो कार ॲक्सिडेंटमध्ये गेला आणि आता ती ख्रिश्चनच्या मागे आली आहे,” हं! इथनला पुरेशी कल्पना देऊनही मी फारसं काही उघड करत नाही.

“त्याच्या मागे आली आहे?”

“अरे, बंदूक होती तिच्या हातात.”

“काहीतरी काय?”

“तसं तिने कुणाला धाक नाही दाखवला बंदुकीचा. म्हणजे, मला तर वाटतं की तिला स्वतःला इजा करून घ्यायची होती. पण त्या बंदुकीपायीच मला तुझी प्रचंड काळजी वाटत होती. तू घरात आहेस की नाही हे कळायला माझ्याकडे दुसरा कुठला मार्ग नव्हता.”.

“अस्सं आहे तर. तू म्हणते आहेस त्यावरून मला वाटतं की, ती अस्थिर झालीये.”

“हो ना रे.”

“आता ख्रिश्चन तिच्याबरोबर काय करतो आहे?”

माझ्या चेहऱ्यावरचा रंग उडतो, घशाशी पित्त जमा होतं, “मला नाही माहीत!” माझ्या तोंडून कसेबसे शब्द बाहेर पडतात.

इथनचे डोळे विस्फारतात. आत्ता कुठे त्याच्या लक्षात येतं.

माझ्या समस्येचं मूळ हे आहे की, ती दोघं काय करत असतील हे मला माहीत नाही. बोलत असतील का? मी आशा करते. पण तो हलकेच तिच्या डोक्यावर थोपटत असल्याचं दृश्य माझ्या मनावर कोरलं गेलं आहे.

ती मानसिकरीत्या खचली आहे आणि ख्रिश्चन तिची पर्वा करत आहे. यापलीकडे काहीही नाही. माझं मन वास्तवता दर्शवतं, मात्र माझं अबोध मन मोठ्या खेदानं मान हलवतं.

खूप खोलवर अर्थ आहे त्याचा. मी त्याच्या ज्या गरजा पूर्ण करू शकत नाही, त्या लीला करू शकायची. या विचारानं मी निराश होते.

गेल्या काही दिवसांतले आगचे अनेक क्षण मी आठवून पाहते. त्यानं दिलेली प्रेमाची कबुली, त्याचं विनोदाचं अंग, प्रणयाराधनेच्या तऱ्हा, खेळकरपणामुळे मग एलेनाचे शब्ददेखील मला आठवतात, म्हणतात ना की आडून ऐकलं की निंदा

कानी पडते.

तुला तुझ्या प्लेरूमची उणीव भासत नाही का?

मी झटक्यात बिअर संपवते. मग इथन अजून आणतो. मी स्वतःत हरवलेली आहे, तरीही तो माझ्यासोबत थांबतो. माझ्याशी बोलतो, मला हसवायचा प्रयत्न करतो, बार्बाडोस, केट आणि इलियटबद्दल भरभरून सांगतो. नाही म्हटलं तरी मी गप्पांत रमू लागते, पण पूर्णपणे नाहीच.

माझं मन, विचार, आत्मा सारं काही फिफ्टीबरोबर त्या घरात आहे. तो आणि त्याची ती आधीची सबमिसिव्ह. जी अजूनही समजते की, ती त्याच्या प्रेमात आहे. माझ्यासारखी दिसणारी स्त्री.

आता आमची तिसरी बिअर सुरू आहे. तेवढ्यात एक मोठी क्रूझर माझ्या घरासमोर ऑडीच्या बाजूला उभी राहते. तिच्या काचा गडद आहेत. त्यातून बाहेर पडणाऱ्या डॉ. फ्लिनला मी ओळखते. त्याच्याबरोबर एक फिक्या निळ्या युनिफॉर्ममधली बाईदेखील असते. त्यांना दारातून आत नेणारा टेलर मला दिसतो.

"तो कोण आहे?"

"डॉ. फ्लिन. ख्रिश्चनच्या ओळखीचा आहे तो."

"कशाचा डॉक्टर?"

"मनाचा."

"अच्छा!"

आम्ही दोघंही बघू लागतो. काही मिनिटांनी सगळे बाहेर पडतात. ब्लँकेटमध्ये लपेटलेल्या लीलाला ख्रिश्चननी उचलून घेतलं आहे. काय? मला धक्का बसतो. ते सगळे क्रूझरमध्ये बसून निघून जातात.

इथन माझ्याकडे दयार्द्र नजरेनं पाहतो. मला खूप एकाकी वाटतं. उद्ध्वस्त झाल्यासारखं वाटतं.

"जरा बिअरपेक्षा स्ट्राँग काही मिळेल का?" मी कसंबसं विचारते.

"अर्थात, काय आणू सांग."

"एक ब्रँडी, प्लीज."

इथन लगेच बारकडे जातो. मी खिडकीतून बाहेर, घराकडे पाहते. तेवढ्यात टेलर घरातून बाहेर पडतो आणि ऑडीमध्ये बसून एस्कलाच्या दिशेने निघून जातो.

इथन माझ्यासमोर ब्रँडीचा ग्लास ठेवतो.

"चल स्टील, मस्त पिऊ या."

आम्ही ग्लास भिडवत चिअर्स करतो. मी एक घोट घेते. तो सोनेरी द्राव माझ्या घशाला जाळत खाली उतरतो. त्याच्या जळजळीतपणामुळे माझी विषण्णता कमी होते.

कित्तीतरी वेळ जातो. मला आता जरा चढली आहे. आमच्याकडे किल्ली नसल्यामुळे आम्ही माझ्या घरात जाऊ शकत नाही. आम्ही चालत एस्कलाला निघतो. मला तिथे सोडून इथन त्याच्या त्या संध्याकाळी भेटलेल्या मित्राकडे राहायला जायचं ठरवतो.

"अच्छा तर मि. मोगल इथे राहतात," शिट्टी वाजवत इथन म्हणतो. तो एस्कला पाहून भारावला आहे.

मी मान डोलावते.

"तू म्हणत असशील तर मी येतो तुझ्याबरोबर," तो म्हणतो.

"नाही रे. मला तोंड देणं भाग आहे. नाहीतर मी सरळ जाऊन झोपेन."

"उद्या भेटू या मग."

"नक्की. इथन, थँक्स!" मी त्याला मिठी मारते.

"स्टील, तू सगळं व्यवस्थित सांभाळशील," तो माझ्या कानाशी म्हणत मला मोकळं करतो. मी बिल्डिंगमध्ये शिरेपर्यंत तो थांबतो.

"नंतर," असं म्हणून तो निरोप घेतो. मी त्याच्याकडे पाहत कसंनुसं हसत एलिव्हेटरचं बटण दाबते.

एलिव्हेटरचं दार उघडतं. मी ख्रिश्चनच्या अपार्टमेंटमध्ये पाय ठेवते. टेलर समोर नाहीये. नवल आहे. पुढची दोन दारं उघडून मी ग्रेटरूमकडे जाते. पियानोच्या बाजूला चकरा मारत ख्रिश्चन फोनवर बोलतो आहे.

"ती आली आहे," तो वसकतो. मग फोन बंद करून माझ्याकडे वळतो, "नक्की कुठे जाऊन बसली होतीस तू?" तो तिथूनच गुरगुरतो.

अरे व्वा! हा तर माझ्यावरच रागावला आहे. त्या त्याच्या भयानक एक्स गर्लफ्रेंडबरोबर न जाणो किती तास घालवून आला आहे. आणि तरीही स्वतःच रागावला आहे? हे बरं आहे!

"तू पीत होतीस वाटतं?"

"थोडंसं," मला वाटलं नव्हतं की इतकं लक्षात येण्यासारखं असेल.

मग श्वास घेत स्वतःच्या केसात हात फिरवत तो म्हणतो, "मी तुला इथे परत यायला सांगितलं होतं ना?" अचानक त्याचा आवाज एकदम थंड आणि धारदार झाला आहे, "आत्ता सव्वादहा वाजले आहेत. मला किती काळजी वाटत होती!"

"तू तुझ्या एक्सच्या सरबराईत गुंग होतास ना, तेव्हा मी इथनबरोबर दोन-चार ड्रिंक्स घ्यायला गेले होते," मी चिडून उत्तर देते. "तू... तिच्याबरोबर... किती वेळ घालवणार याची कल्पना नव्हती मला."

तो डोळे बारीक करून माझ्याकडे पाहतो, मग माझ्या दिशेनी चार पावलं येत थांबतो.

"तू हे काय आणि का म्हणते आहेस?"

मी खांदे उडवत स्वतःच्या बोटांचं निरीक्षण करते.

"ॲना, काय झालं आहे?" आत्ता पहिल्यांदाच त्याच्याकडून रागाच्या व्यतिरिक्त दुसरी भावना उमटते... भीती...

मी आवंढा गिळत शब्दांची जुळवाजुळव करते, "लीला कुठे आहे?" त्याच्याकडे पाहत मी विचारते.

"फ्रेमाँटमधल्या एका सायकिॲट्रिक हॉस्पिटलमध्ये," त्याचे डोळे माझ्या चेहऱ्याचा वेध घेऊ लागतात, "ॲना, काय आहे सांग?" आता तो माझ्यासमोर येऊन उभा राहतो.

"काय बिनसलं आहे?" तो श्वास घेतो.

मी मान हलवते, "मी तुझ्या लायक नाहीये."

"काय?" त्याचे डोळे विस्फारतात. तो खोल श्वास घेतो, "तू असा विचार का करते आहेस? तू असा विचार कसा काय करू शकतेस?"

"तुझ्या सगळ्या गरजा माझ्याकडून नाही भागवल्या जाऊ शकत."

"मला हवं ते सारं काही तू आहेस."

"तुला तिच्याबरोबर पाहून..." मी वाक्य पूर्ण करू शकत नाही.

"तू अशी का करते आहेस? ॲना, मुळात हे तुझ्याशी संबंधित नाहीये. हे तिच्याशी संबंधित आहे," मग परत केसातून हात फिरवत खोल श्वास घेत तो म्हणतो, "या क्षणी ती खूप आजारी आहे."

"पण मला जाणवलं ना... तुमच्या दोघांत काय नातं होतं... ते!"

"काय? नाही," तो मला स्पर्श करायला हात पुढे करतो. मी त्या क्षणी मागे सरकते. तो हात खाली करत अविश्वासाने माझ्याकडे पाहत राहतो. त्याचा चेहरा वेदनेने पिळवटतो.

"तू मला सोडून चालली आहेस?" त्याचे डोळे भीतीनी विस्फारतात.

मी शांतपणे विचार करायचा प्रयत्न करते. त्यामुळे काहीही उत्तर देत नाही.

"तू नाही जाऊ शकत," तो गयावया करतो.

"ख्रिश्चन... मी... मला..." मी विचारांना दिशा द्यायचा प्रयत्न करते. मला नक्की काय म्हणायचं आहे? हे सगळं समजून घेण्यासाठी मला थोडा वेळ हवा आहे. थोडा वेळ दे रे मला.

"नाही... नाही," तो म्हणतो.

"मी..."

तो खोलीभर सैरभैर नजर टाकतो. कुठून तरी चेतना मिळेल म्हणून, की काही दैवी चमत्कार होईल म्हणून? मला नाही माहीत.

“तू नाही जाऊ शकत ॲना, माझं प्रेम आहे तुझ्यावर.”

“माझंही तुझ्यावर प्रेम आहे ख्रिश्चन, पण थोडं जरा...”

“नाही,” तो अगतिक होऊन दोन्ही हात डोक्यावर ठेवतो.

“अरे ख्रिश्चन,”

“नाही,” तो श्वास घेतो. त्याच्या डोळ्यांत प्रचंड भीती दाटली आहे. अचानक तो माझ्यासमोर गुडघ्यांवर बसून डोकं झुकवतो. त्याची लांबसडक बोटं आता त्याच्या मांडीवर असतात. तो एक खोल श्वास घेतो. आता तो न हलता तसाच बसतो.

काय हे? “ख्रिश्चन, तू काय करतो आहेस?”

तो मान वर न करता खाली रोखून बघत राहतो.

“ख्रिश्चन, काय करतो आहेस?” माझा आवाज टिपेला पोहोचतो. तो जराही हलत नाही, “ख्रिश्चन, माझ्याकडे बघ,” अस्वस्थ होऊन मी हुकूम सोडते.

क्षणार्धात त्याचं डोकं वर होतं. त्याचे राखाडी डोळे माझ्यावर रोखले जातात. तो अतिशय शांत आहे. त्याच्या नजरेत अपेक्षा आहे.

होली फक्! ख्रिश्चन... सबमिसिव्हच्या भूमिकेत!

१४

ख्रिश्चन माझ्या पायाशी गुडघ्यावर बसून माझ्याकडे टक लावून पाहतो आहे.

माझी पाचावर धारण बसते. बंदूक घेतलेल्या लीलापेक्षादेखील हे दृश्य मला हादरवतं. मघाशी जो काही थोडाफार दारूचा कैफ मला जाणवत होता, तो क्षणात गायब होतो. माझ्या चेहऱ्यावरचा रंग उडतो. सर्वनाशाची वेळ येऊन ठेपली की काय, असं मला वाटतं. भीतीनं माझं शरीर थरथरतं.

धक्का बसल्यामुळे मी खोलवर श्वास घेते. हे जे काय घडलं आहे ते अगदी चुकीचं, अयोग्य आणि भयंकर आहे.

"ख्रिश्चन, प्लीज, असं नको ना करूस. मला हे असं काही नको आहे रे."

तरीही तो काही न बोलता माझ्याकडे एकटक पाहत राहतो.

ओह फक्! बिचारा फिफ्टी! माझं हृदय विदीर्ण होतं. मी हे काय करून बसले याला. माझ्या डोळ्यांतून अश्रू वाहू लागतात.

"का करतो आहेस तू हे? बोल ना माझ्याशी," मी हळू आवाजात म्हणते. तो एकदा डोळे मिटून उघडतो.

"मी काय म्हटलेलं तुला आवडेल?" तो अतिशय मृदू, मुलायम आवाजात विचारतो. तो बोलू लागला म्हणून मी क्षणभर हुश्श करते. पण त्याचं हे असं बोलणं... छे!

माझ्या गालांवरून अश्रू ओघळू लागतात. मघाशी ती भयानक लीला ज्या स्थितीमध्ये बसली होती, त्या स्थितीमध्ये ख्रिश्चनला बसलेला पाहणं हे माझ्या सहनशक्तीच्या पलीकडे आहे. माझ्या मनातली त्याची प्रतिमा ही एका सर्वसंपन्न माणसाची आहे... तो अजूनही लहान मूल आहे, ज्याचा अतिशय छळ झालेला आहे, ज्याच्याकडे फार दुर्लक्ष झालेलं आहे, ज्याला वाटतं की तो त्याच्या देखण्या कुटुंबाच्या आणि बेताच्या गर्लफ्रेंडच्या प्रेमाला लायक नाहीये... माझ्या नजरेत तो एक हरवलेला मुलगा आहे... माझं हृदय विदीर्ण होतं.

कणव, हरवल्याची भावना आणि नैराश्य... एकाच वेळेस मी या भावनांच्या अधीन होते. माझा जीव घुसमटू लागतो. त्याला वास्तवात परत आणण्यासाठी मला

झटावं लागणार आहे... माझ्या फिफ्टीला परत आणण्यासाठी...

मी कोणावर अधिकार गाजवू शकते ही कल्पनादेखील अशक्य आहे. त्यातून ख्रिश्चनवर असा अधिकार गाजवायचा... मला ढवळून येतं. मग तिच्यात आणि माझ्यात काय फरक राहील? तीच, जिने त्याच्या आयुष्याचं असं मातेरं केलं.

त्या विचारांनी माझा थरकाप होतो. घशाशी येतं. मी कधीही असं काहीही करू शकणार नाही. मला तशी यत्किंचितदेखील इच्छा नाही.

जरा शांतपणे विचार केल्यावर माझ्या लक्षात येतं की, यातून बाहेर पडण्याचा केवळ एक मार्ग आहे. त्याच्यावर खिळलेली नजर जरादेखील न हटवता मी त्याच्यासमोर गुडघ्यावर बसते.

खालची लाकडी जमीन माझ्या नडगीला टोचते. पालथ्या हातानी मी वाहणारे अश्रू पुसते.

आता आम्ही दोघंही एका पातळीवर, एकसमान आहोत. केवळ या मार्गानी त्याला परत आणता येणार आहे.

मी त्याच्याकडे एकटक पाहते. निमिषभर त्याचे डोळे विस्फारतात; पण त्याव्यतिरिक्त त्याच्या हावभावात जराही फरक पडत नाही.

"हे बघ ख्रिश्चन, तुला हे सगळं करण्याची गरज नाहीये," मी त्याची याचना करते, "मी कुठेही पळून जात नाहीये. मी तुला एकदा, दोनदा, शंभरदा हे सांगितलं आहे की, मी पळून जाणार नाही. जे काही झालं, ते माझ्या आकलनाच्या पलीकडचं आहे. मला फक्त थोडा वेळ हवा आहे हे, विचार करायला... स्वतःसाठी वेळ हवा आहे. तू नेहमी इतका पराकोटीचा विचार का करतोस?" मी हे विचारते, पण मला त्यामागचं कारण माहीत असल्यामुळे मी अतिशय विद्ध होते. त्याला सारख्या शंका येतात. तो स्वतःवर विश्वास ठेवू शकत नाही.

मला परत एलेनाचे शब्द आठवतात, *"तू स्वतःबाबत किती नकारात्मक आहेस हे माहिती आहे का तिला? आणि तुझ्या इतर गोष्टी?"*

ओह ख्रिश्चन! परत एकदा माझा भीतीनं थरकाप होतो. मी घाईघाईनं बोलू लागते, "मी तुला सुचवणार होते की, संध्याकाळी आपण माझ्या घरी जाऊ या... पण तू ना ख्रिश्चन मला जराही वेळ देत नाहीस... मला थोडा विचार करायला वेळ हवा आहे रे," मला हुंदका फुटतो. त्याच्या चेहऱ्यावर काळजीचे ढग जमतात.

"फक्त विचार करायला वेळ मागते रे मी. अजून आपण एकमेकांना नीट ओळखतदेखील नाही... त्यात ही लीलाची भर पडली आहे... तिचा जो काही त्रास असेल तो असो... पण आता निदान ती रस्त्यावर मोकळी तर नाही ना? तिची भीती तर उरली नाही ना! म्हणून मग मला वाटलं की... वाटलं की..."

मी वाक्य अर्धवट सोडत त्याच्याकडे नजर टाकते. तो एकाग्रतेनं माझ्याकडे

पाहत असतो. बहुधा तो माझं बोलणं लक्ष देऊन ऐकत असावा.

"तुला लीलाबरोबर पाहिलं ना... तेव्हा वाटलं की... काय सांगू तुला?" त्या दुःखद आठवणींनी मी क्षणभर डोळे मिटून घेते, "मला प्रचंड धक्का बसला रे! अचानक अशी तुझ्या गतआयुष्याची चुणूक दिसल्यामुळे मला तर समजेना काय करावं," मी माझ्या गुंफलेल्या बोटांकडे पाहते. रडता रडता मी पुढे म्हणते – "मला लक्षात येतं आहे की, मी तुझ्यासाठी पुरेशी नाहीये. तुझ्या त्या आयुष्याची झलक दिसल्यावर मला वाटलं की, तू कधीही मला कंटाळू शकशील. मी हादरले ती या विचारानं. तू जर निघून गेलास ना, तर माझी अवस्था... लीलापेक्षा काही वेगळी होणार नाही. मी म्हणजे निव्वळ पडछाया बनेन. कारण माझं तुझ्यावर जिवापाड प्रेम आहे. ख्रिश्चन, तू सोडून गेलास तर माझ्या आयुष्यात केवळ भयाण अंधार उरेल रे! अरे, मला तुला सोडून कुठंही जायचं नाहीये. उलट तू सोडून गेलास तर काय... ही भीती मला सतत भेडसावते रे!"

त्याच्यापुढे असं मन मोकळं करताना– तो ऐकतो आहे अशी आशा करून– मला लक्षात येतं की, माझी खरी समस्या काय आहे. त्याला मी का आवडते हेच मला कळत नाही. म्हणजे माझ्या ते अजिबात लक्षात येत नाही की, त्याला माझ्यात असं काय दिसलं.

"तुला मी आकर्षक का वाटते हे मला समजत नाहीये," मी पुढे म्हणते, "कारण बघ ना, तू इतका... म्हणजे तू कुठे आणि मी कुठे," मी खांदे उडवत त्याच्याकडे पाहत पुढे म्हणते, "मला पटत नाही हे. तू देखणा आहेस, सुंदर आहेस, सेक्सी आहेस, यशस्वी आहेस, चांगला, दयाळू, सर्वांची काळजी घेणारा आहेस आणि मी मात्र अगदीच... शिवाय, तुझ्या मनात असलेल्या त्या साऱ्या गोष्टी मी करू शकत नाही, तुझ्या गरजा भागवू शकत नाही. मग तू माझ्याबरोबर कसा काय सुखी राहशील, सांग? मी तुला कसं काय धरून ठेवू शकेन?" माझ्या मनात खोलवर दडलेली भीती, असुरक्षिततेची भावना व्यक्त करताना माझा आवाज अगदी अस्पष्ट होतो. "मला आजवर हे कळलेलं नाही की, तू माझ्यात असं काय पाहिलंस? जेव्हा तुला मी तिच्याबरोबर पाहिलं ना, तेव्हा मनात साचलेल्या सगळ्या भावना उचंबळून आल्या," मी नाक वर ओढत, हातानी पुसते. तो अजूनही माझ्याकडे निर्विकारपणे पाहतो आहे.

छे बाबा! हा तर अगदी अंत पाहतो आहे माझा. अरे, बोल ना माझ्याशी!

"तू रात्रभर असा गुडघ्यांवर बसून राहणार आहेस का? कारण मग मीही अशीच बसेन," मी त्याला झापते.

त्याच्या चेहऱ्यावर किंचित बदल झाला आहे असं मला वाटतं. कदाचित त्याला गंमत वाटत असावी, पण ह्याचं काही सांगता येत नाही बुवा.

तसं पाहिलं तर पुढे होऊन मी त्याला स्पर्श करू शकते, पण मग त्यानं मला ज्या जागेवर आत्ता पोहोचवलंय, ती त्याची पायमल्ली होईल. म्हणून मला ते टाळायचं आहे. त्याला काय हवं आहे किंवा तो काय सांगू पाहतो आहे, हेदेखील माझ्या आकलनापलीकडं आहे.

"ख्रिश्चन, ख्रिश्चन... अरे प्लीज बोल की रे माझ्याशी," मांडीवरचे हात अधिकाधिक गुंफत मी त्याची मनधरणी करते. आता तर मला गुडघ्यावर बसवत नाहीये. पण तरीही मी तशीच बसून या देखण्या, गंभीर माणसाच्या राखाडी डोळ्यांत पाहत वाट बघते.

वाट बघते.

वाट बघते.

"प्लीज," मी परत एकदा विनवणी करते.

अचानक त्याचे डोळे गडद होतात आणि तो पापण्यांची उघडझाप करतो.

"मला खूप भीती वाटली होती," तो हळूच म्हणतो.

ओह! मी देवाचे अक्षरशः आभार मानते. माझं अबोध मन हुश्श करून विसावतं.

चला! किमान तो बोलू लागला आहे! मला प्रचंड छान वाटतं. माझ्या भावनांना काबूत ठेवण्यासाठी मी आवंढा गिळते. आपल्याला परत रडू कोसळणार आहे, हे मला जाणवतं.

त्याचा आवाज आता मृदू मुलायम आहे. "मी जेव्हा इथनला तिथे आलेलं पाहिलं, त्याच क्षणी मला जाणवलं की तुला दुसऱ्या कुणीतरी घरात घेतलं आहे. मी आणि टेलर एका क्षणात गाडीबाहेर आलो. आम्हाला बरोबर कळलं होतं. त्यामुळे प्रत्यक्षात तिला जेव्हा तिथं तुझ्याबरोबर पाहिलं, तेही बंदूक घेऊन, तुझी शप्पथ ॲना, त्या क्षणी मी हजारदा मेलो गं. कुणीतरी तुला भीती दाखवत आहे हे माझ्या कल्पना, विचार, समजाच्या पलीकडे आहे. मला प्रचंड संताप आला तिचा, तुझा, टेलरचा आणि माझाही."

स्वतःची वेदना माझ्यासमोर तो उघड करतो. "ती किती हिंस्रपणा करेल याची मला जराही कल्पना नव्हती. काय करावं ते मला सुचेना. तिची प्रतिक्रिया काहीही होऊ शकली असती ना!" तो क्षणभर थांबतो. त्याच्या कपाळावर आठ्यांचं जाळं पसरतं.

"मग तिच्या वागण्यातून मला अंदाज आला. पश्चात्तापाची भावना तिच्या चेहऱ्यावर मला दिसून आली. मी नेमकं काय करायला हवं आहे, हे त्या क्षणी मला कळून चुकलं," माझी प्रतिक्रिया अजमावत तो थांबतो.

"पुढे?" मी विचारते.

तो आवंढा गिळतो, "तिची ती अवस्था पाहिली आणि मला वाटलं की, तिच्या या मानसिक स्थितीला एका परीने मीदेखील कारणीभूत आहे नं!" तो डोळे मिटून घेतो, "ती खूप खट्याळ आणि रसरसशीत होती," तो अचानक थरथरतो. मग त्याच्या घशातून हुंदक्यासारखा आवाज येतो. हे सगळं ऐकणं माझ्यासाठी अती त्रासाचं आहे, पण तरीही त्याच्या मनात डोकावण्याची ही संधी हातची जाऊ न देता मी तसंच गुडघ्यावर बसून त्याचं बोलणं ऐकत राहते.

"तिने तुला इजा केली असती... केवळ माझ्यापायी," त्याच्या नजरेत प्रचंड भीती दाटते. तो नजर वळवून पुन्हा गप्प बसतो.

"अरे पण नाही केली ना! आणि हे बघ ख्रिश्चन, तिच्या त्या अवस्थेला तू मुळीच जबाबदार नव्हतास," मी त्याच्याकडे पाहत त्याने पुढे बोलावं म्हणून त्याला नजरेनी प्रोत्साहन देते.

त्या क्षणी मला अचानक उलगडा होतो की, त्याचा सगळा आटापिटा मला सुरक्षित ठेवण्यासाठी होता, कदाचित लीलालादेखील... कारण त्याला तिचीदेखील पर्वा आहे. पण तिच्यात नक्की किती जीव गुंतला आहे त्याचा? मला हा प्रश्न अस्वस्थ करतो. त्याचं माझ्यावर प्रेम आहे असं तो म्हणतो, पण मग माझ्याच घरातून मला असं कठोरपणे घालवून कसं काय दिलं त्यानं?

"त्या क्षणी तू तिथून निघून जायला हवी होतीस मला," माझे विचार वाचण्याच्या त्याच्या त्या विचित्र सवयीला अनुसरून तो म्हणतो, "तू सगळ्या धोक्यापासून दूर जायला हवी होतीस, पण तू मात्र... तू जायला तयारच नव्हतीस," बंद दातातून तो फुत्कारतो. मग मान हलवतो. त्याचा संताप अगदी उघड दिसतो आहे.

माझ्याकडे टक लावून पाहत तो म्हणतो, "ॲनेस्टेशिया स्टील, मला आजवर भेटलेल्या स्त्रियांपैकी तू सर्वाधिक हट्टी स्त्री आहेस," परत एकदा डोळे मिटून घेत तो अविश्वासानं मान हलवतो.

ओह! आला मूळपदावर. मी सुटकेचा खोल निःश्वास टाकते.

तो डोळे उघडतो. तो अगदी दीन, लाचार दिसतो. "तू मला सोडून निघून जाणार नव्हतीस का?" तो विचारतो.

"नाही!"

तो परत डोळे मिटतो. त्याचं शरीर आता जरासं विसावतं. तो डोळे उघडतो तेव्हा त्याची वेदना आणि दुःख मला जाणवतं.

"मला तर वाटलं होतं की," तो एकदम थांबतो, "ॲना, मी हा असा आहे गं आणि आता मी तुझा आहे. मी काय करू म्हणजे तुला हे पटेल? ज्या मार्गाने, जशी मिळशील तशी तू मला हवी आहेस. माझं प्रेम आहे गं तुझ्यावर."

“हो ख्रिश्चन, माझंही प्रेम आहे. त्यामुळे तुला हे असं बघणं माझ्यासाठी...” मला एकदम दाटून येतं. डोळे परत वाहू लागतात, “मला वाटलं की, मी तुला अगदी संपवून टाकलं आहे.”

“मला? संपवून? छे, ॲना, याच्या उलट झालं आहे,” तो पुढे होत माझा हात हातात घेतो, “तू माझं जीवन आहेस,” माझे तळहात गोंजारत त्यावर चुंबनांचा वर्षाव करत, ते हलकेच दाबत, तो हळुवारपणे म्हणतो.

अजूनही त्याच्या विस्फारलेल्या डोळ्यांत भीती आहे. मग तो माझा हात आपल्या छातीवर निषिद्ध क्षेत्रामध्ये– ठेवतो. त्याचा श्वास जलद होऊ लागतो. माझ्या बोटांना त्याच्या हृदयाची वेगानं होणारी स्पंदनं जाणवतात. दात एकमेकांवर दाबून धरत, आलेला ताण सोसत तो माझ्याकडे एकटक पाहतो.

मी श्वास घेते. *ओह! माझा फिफ्टी!* तो मला त्याला स्पर्श करू देतो आहे. असं वाटतं की, कुणीतरी माझ्या फुफ्फुसातली सगळी हवा शोषून घेतली आहे. त्याच्या हृदयाच्या गतीइतकीच माझ्या हृदयाची गती जलद झाली आहे.

माझा हात तसाच त्याच्या छातीवर राहू देत तो स्वतःचा हात काढतो. मी बोटांची किंचित हालचाल करते. त्याच्या पातळ शर्टमधून मला त्याच्या त्वचेची ऊब जाणवते. तो श्वास रोखून धरतो. मला हे सहन न होऊन मी हात काढू लागते.

“नाही,” तो पटकन म्हणतो आणि परत माझ्या हातावर हात ठेवत हलका दाब देतो, “नको काढूस.”

त्याच्या या दोन शब्दांनी माझ्यात धिटाई येते. मी त्याच्या जवळ येते. आमचे गुडघे एकमेकांना स्पर्श करतात. मी अलगद दुसरा हात उचलते. माझा मानस त्याच्या लक्षात येतो, परंतु तो मला थांबवत नाही.

अगदी सावकाश मी त्याच्या शर्टची बटणं काढू लागते. एका हातानं काढणं थोडं कठीण जातं आहे. त्याच्या हाताखालच्या माझ्या बोटांची मी चाळवाचाळव करते. मग तो स्वतःचा हात काढून घेतो. आता मी दोन्ही हातांनी बटणं उघडू लागते. सगळी बटणं काढून मी शर्ट बाजूला करते. आता त्याची उघडी छाती दिसते.

तो आवंढा गिळतो. त्याच्या श्वासाची गती वाढते. ओठ किंचित विलग होतात. त्याला होणाऱ्या मानसिक यातना मला जाणवतात, परंतु तो माघार घेत नाही. तो अजूनही 'सब'च्या भूमिकेत आहे का? मला कल्पना येत नाही.

मी हे करू की नको? मानसिक असो वा शारीरिक, मला त्याला दुखवायचं नाहीये. त्याचबरोबर हेदेखील खरं आहे की, त्यानं स्वतःला असं माझ्या हवाली केल्यामुळे मला अचानक साक्षात्कार झाला आहे.

मी पुढं जायचं ठरवते. मग अलगद त्याच्या छातीशी हात नेत नजरेनं जणू

त्याची परवानगी घेते. अगदी कळत-नकळत अशी तो मान किंचित झुकवतो, पण आता माझा स्पर्श होणार या कल्पनेनं स्वतःला आक्रसूनदेखील घेतो. त्याला आलेला ताण सहज दिसून येतो. पण या वेळेस रागानं नाही, तर भीतीनं त्याला ताण आला आहे.

मी परत थबकते. मी खरोखरच त्याला असा स्पर्श करू शकते का?

"हो." तो श्वास घेत माझ्या मनातल्या प्रश्नाचं अचूक उत्तर देतो.

मी बोटं थोडी पुढे करत त्याच्या छातीवरच्या केसांबरोबर अलगद छातीलाही स्पर्श करते. तो डोळे मिटून घेतो. त्याचा चेहरा असह्य वेदनेनं पिळवटल्यासारखा आक्रसतो. ते पाहणं असह्य होऊन मी बोटं बाजूला घेते, पण तो झटक्यात माझा हात धरून परत तिथेच टेकवतो, त्याच्या उघड्या छातीवरचे केस माझ्या तळहाताला गुदगुल्या करतात.

"नको," त्याच्या आवाजातला ताण स्पष्ट आहे, "कर स्पर्श."

आता तो डोळे घट्ट मिटून घेतो. त्याला ते प्रचंड क्लेशदायक होत असणार. एकप्रकारे, हा माझाही छळ आहे. अगदी काळजीपूर्वक, त्याच्या स्पर्शाचं सुख अनुभवत मी त्याची छाती कुरवाळते. मनातून मला फार भीती वाटत असते की, आपण अति पुढे पाऊल टाकत आहोत का!

तो डोळे उघडतो. त्याचे राखाडी डोळे जणू पेटलेले असतात.

होली काऊ! काय नाहीये त्याच्या नजरेत! घायाळ जंगली श्वापदाची जळजळीत नजर वाटते ती! त्याच्या श्वासाची गती वाढते. माझं रक्त उसळतं. मी कासावीस होते.

तो मला थांबवत नाही. मग मी पुन्हा त्याला कुरवाळते. त्याचा ताण किंचित कमी होतो. आता तो धापा टाकतो... भीतीनं... की अजून कशानं?

मला कधीचं त्याच्या छातीच्या या भागाचं चुंबन घ्यायचं होतं. मी गुडघ्यांवर पुढे होत त्याला माझ्या हेतूची जाणीव करून देते. मग वाकत अगदी अलगद त्याच्या हृदयाच्या वर ओठ टेकवत हलकंसं चुंबन घेते. माझ्या ओठांना त्याच्या मऊ, मुलायम, ऊबदार त्वचेचा स्पर्श आणि गंध सुखावतो.

तो इतका विचित्र कण्हतो की, मी क्षणार्धात मागे होत टाचांवर बसते. आता त्याच्या चेहऱ्यावर काय बघावं लागतं आहे, याची मला भीती वाटते. त्यानं डोळे अगदी घट्ट मिटून घेतले आहेत. मात्र तो जागचा हलत नाही.

"पुन्हा," तो म्हणतो. मी पुढे होते. या वेळेस मी त्याच्या त्या व्रणांपैकी एकावर ओठ टेकवते. तो क्षणभर हादरतो. मी दुसऱ्या व्रणावर ओठ टेकवते, मग तिसऱ्या... तो जोरात कण्हतो आणि अचानक मला विळखा घालतो. एका हातानं माझे केस खसकन ओढतो. माझी मान वर होत ओठ त्याच्या ओठांना भिडतात.

माझी बोटं त्याच्या केसात गुंततात. आम्ही चुंबनात हरवतो.

"ओह अ‍ॅना!" तो दीर्घ श्वास घेत माझ्यासकट जमिनीवर आडवा होतो. मी त्याच्या खाली आहे. दोन्ही हातांच्या ओंजळीत मी त्याचा देखणा चेहरा धरते. त्या क्षणी मला त्याचे अश्रू जाणवतात.

तो रडतो आहे... नाही! नको!

"ख्रिश्चन, प्लीज रडू नकोस रे. अरे, खरंच मी तुला कधीही सोडून जाणार नाही. तुला जर माझ्या वागण्या-बोलण्यातून दुसरा काही अर्थ जाणवला असेल, तर त्याबद्दल मनापासून सॉरी. प्लीज, प्लीज मला माफ कर. माझं खूप प्रेम आहे तुझ्यावर. मी तुझ्यावर कायम प्रेम करत राहीन."

तो माझ्याकडे पाहतो. त्याच्या नजरेत प्रचंड वेदना आहेत.

"काय झालं?"

त्याचे डोळे विस्फारतात.

"असं काय गुपित आहे तुझं, की जे ऐकून मी तुला सोडून पळून जाईन असं तुला वाटतं? नव्हे, तुझी तशी खात्री आहे?" थरथरत्या आवाजात मी त्याची विनवणी करते, "सांग ना मला ख्रिश्चन, प्लीज सांग."

तो उठून बसत मांडी घालतो. मीही उठून बसत पाय लांब पसरवते. आपल्याला जमिनीवरून उठता येईल, असा विचार माझ्या मनात क्षणभर येऊन जातो. पण त्याच्या विचारचक्रात मला बाधा आणायची नाहीये. कारण तो कसं का होईना, पण त्याचं गुपित उघड करणार आहे.

तो माझ्याकडे पाहतो. तो अगदी उद्ध्वस्त झाल्यासारखा दिसतो. ओ शिट्! फार वाईट काही आहे वाटतं!

"अ‍ॅना," असं म्हणून तो थबकतो. त्याच्या चेहऱ्यावर त्रस्त भाव आहेत. तो योग्य शब्दांच्या शोधात आहे. नक्की काय निष्पन्न होणार आहे ह्यातून?

एक खोल श्वास घेत, आवंढा गिळत तो म्हणतो, "मी सेडिस्ट– विकृत आहे. तुझ्यासारख्या लहानखुऱ्या, तपकिरी केसांच्या मुलींना चाबकानं फोडून काढायला मला आवडतं. कारण तुम्ही सगळ्या त्या मूर्ख रांडेसारख्या– मला जन्म देणाऱ्या बाईसारख्या दिसता. मी असं का करतो, हे तुझ्या लक्षात आलं असेल," अनेक दिवस हे सगळं डोक्यात गच्च साचल्यासारखं घाईनं बोलून तो मोकळा होतो.

माझं जणू जग थांबतं. ओह! नो!

हे असं काही असेल, याची मी जरादेखील कल्पना केली नव्हती. बापरे, हे तर भयंकर आहे. कल्पनातीत आहे. त्याच्या म्हणण्याचा अर्थ जाणून घेण्याचा प्रयत्न करत मी त्याच्याकडे पाहते. तरीच, आम्ही सगळ्या सारख्या दिसतो.

त्या क्षणी मला लीलाचं म्हणणं बरोबर आहे, हे जाणवतं. मास्टर गूढ आहेत.

त्याच्या त्या रेडरूम ऑफ पेनमध्ये आमचं झालेलं पहिलं संभाषण मला आठवतं. तो त्याच्या प्रवृत्तींबद्दल बोलला होता.

"पण तू म्हणाला होतास की तू विकृत नाहीयेस," काहीही करून त्याची ही विचारसरणी अशी नाहीये हे दाखवून देण्याचा प्रयत्न करत, त्याच्याकडे टक लावून पाहत मी कसंबसं म्हणते.

"नाही, मी म्हटलं होतं की मी डॉमिनंट आहे. मी अर्धसत्य बोललो होतो. मला माफ कर!" क्षणभर आपल्या मॅनिक्युअर केलेल्या बोटांकडे पाहत तो म्हणतो.

मला वाटतं की माझ्याशी असा खोटेपणा केल्याबद्दल त्याला स्वतःची भयंकर लाज वाटते आहे किंवा आपण जे कुणी झालो आहोत त्याची लाज वाटते आहे.

"तू जेव्हा तो प्रश्न विचारला होतास, तेव्हा आपल्यातल्या अगदी वेगळ्या प्रकारच्या नात्याची कल्पना माझ्या मनात होती," तो कसंबसं बोलतो. तो हादरला आहे हे मला त्याच्या नजरेवरून जाणवतं.

आणि पुढच्या क्षणी मला त्यातलं तथ्य उमगतं. तो जर सेडिस्ट असेल, तर मग त्याला त्या सगळ्या चाबका-छड्यांची फोडून काढण्याची गरज भासत असणार.

ओह फक्! मी हातात डोकं घट्ट धरते.

"म्हणजे हे खरं आहे तर!" त्याच्याकडे पाहत माझ्या तोंडून कसेबसे शब्द बाहेर पडतात.

"तुला ज्याची गरज आहे, ते तुला मी देऊ शकणार नाही," याचाच अर्थ असा की आम्ही दोघं एकमेकांसाठी पूरक नाही आहोत.

जसा मला हा अर्थ उमगतो, तसं माझं जग उद्ध्वस्त होतं. तीव्र दुःखानं माझा श्वास घशात अडकून राहतो. बस्स! संपलं सारं! आमचं सहजीवन संपलं!

"ॲना, नाही... नाही... नाही. तू देऊ शकतेस. मला जे हवं आहे, ते तू मला भरभरून देते आहेस." त्याच्या मुठी घट्ट आवळल्या जातात, "प्लीज, माझ्यावर विश्वास ठेव," त्याच्या पुटपुटण्यात आर्जव ठासून भरलं आहे.

"मला तर हेच कळत नाहीये की, विश्वास तरी कशावर ठेवायचा, ख्रिश्चन! शी! हे सगळं भयंकर विचित्र आहे!" माझा कंठ इतका दाटला आहे की, मला बोलणंदेखील कठीण झालं आहे. परत एकदा माझे डोळे काठोकाठ भरून येतात.

तो माझ्याकडे पाहतो तेव्हा त्याची नजर विस्फारलेली आहे, पण त्याला काहीतरी महत्त्वाचं सांगायचं आहे.

"ॲना, माझ्यावर विश्वास ठेव. मागच्या वेळेस मी शिक्षा केल्यावर तू मला सोडून गेलीस. त्यानंतर माझा जगण्याचा दृष्टिकोन बदलला. मी तुला सांगितलं होतं ना, त्या वेळेसच्या भावना परत कधीही माझ्या वाट्याला येऊ नयेत ह्याचा मी आटोकाट प्रयत्न करीन, ते अगदी मनापासून सांगितलं होतं." त्याच्या नजरेत प्रचंड

आर्जव आहे, "तू म्हटलंस ना की तुझं माझ्यावर प्रेम आहे, तेव्हा मला नव्यानं साक्षात्कार झाला. मला आजवर कुणीही तसं म्हटलं नव्हतं. तुझ्या त्या एका वाक्यानं माझी विचारांची दिशा संपूर्णपणे बदलली. मी काहीतरी सोडून-गाडून टाकलं. आता ते मी केलं की तुझ्याकडून केलं गेलं, हे मला नाही सांगता येणार. मी डॉ. फ्लिनशी त्याबद्दल अजूनही चर्चा करतो आहे."

ओह! माझी आशा परत पल्लवित होते. कदाचित, आमच्यातलं नातं सुरळीत होईल. माझी तशी आंतरिक इच्छा आहे. "म्हणजे, तुला नक्की काय म्हणायचं आहे?"

"म्हणजे, मला त्याची गरज नाही. आता तरी नाही."

काय! "तुला कसं कळलं? एवढ्या खात्रीनं तू कसं सांगू शकतोस?"

"मला कळलं ते. तुला कुठल्याही प्रकारे दुखावण्याचा विचारदेखील माझ्यासाठी घृणास्पद आहे."

"मला जरा समजत नाहीये, की मग त्या पट्ट्या मारणं आणि रानटी संभोग... त्याचं काय?"

तो केसांतून हात फिरवतो. त्याला हसू येणार असतं, पण त्याऐवजी तो एक दीर्घ उसासा सोडतो, "ॲनेस्टेशिया, मी त्याहून खूप उच्च दर्जाच्या छळाबद्दल बोलतो आहे. छडीच्या साहाय्यानं मी कुठली मजल गाठू शकतो, याची कल्पना नाहीये तुला."

मी चमकते. माझ्या तोंडाचा आ वासला जातो, "मला जाणूनही घ्यायचं नाहीये ते."

"मला कल्पना आहे त्याची. तुला स्वतःला ते सगळं करायला आवडलं असतं, तर गोष्ट वेगळी होती. पण तुला नाही वाटत तसं, तर काही बिघडत नाही. मी तुला मागे एकदा सांगितलं होतं की, सगळं सामर्थ्य तुझ्या हातात आहे. पण तू परत आल्यापासून मला तुझ्यावर जबरदस्ती करायची इच्छादेखील होत नाही."

त्याच्या म्हणण्याचा अर्थ नीट समजावून घेत मी तशीच त्याच्याकडे पाहत राहते, "अच्छा, म्हणजे आपण भेटलो, तेव्हा तुझ्या मनात हे असं सगळं होतं तर!"

"हो, अगदी शंभर टक्के."

"पण मग तुझी जबरदस्ती करण्याची इच्छा अशी पूर्ण नाहीशी कशी होऊ शकते, ख्रिश्चन?" म्हणजे मी जणू एखादी दिव्यौषधी-रामबाण उपाय आणि तू म्हणजे... त्यामुळे खडखडीत बरा होणारा... छे! मला नाही झेपत हे!

तो परत खोल श्वास घेतो, "मी असं नाही म्हणणार की मी खडखडीत बरा झालो आहे. तुझा विश्वास नाहीये का माझ्यावर?"

"मला ते अविश्वसनीय वाटतंय. फरक आहे ना दोन्हीत?"

"तू जर त्या वेळेस मला सोडून गेली नसतीस ना, तर मला स्वतःलादेखील या साऱ्याची कधीही जाणीव झाली नसती. तुझं तसं निघून जाणं ही आपल्या दोघांच्या दृष्टीने घडलेली सर्वोत्तम गोष्ट म्हणावी लागेल. त्यामुळे तर मला जाणीव झाली की, मला तू आणि केवळ तूच किती हवी आहेस. मी जेव्हा तुला म्हटलं की, ज्या प्रकारे तू मला मिळशील त्या प्रकारे तुला स्वीकारायला मी तयार आहे, तेव्हाही मला हेच अभिप्रेत होतं."

मी नुसती टक लावून पाहत राहते. या सगळ्यावर मी विश्वास ठेवू शकते का? या सगळ्या गुंत्याचा विचार करताना माझं डोकं भणभणू लागलं आहे. मला खोलवर बधिरपणा जाणवतो आहे.

"तू अजून इथेच आहेस? मला तर वाटलं होतं की, ताबडतोब इथून निघून जाशील," त्याच्या तोंडातून कसेबसे शब्द बाहेर पडतात.

"का? म्हणजे तुझ्या आईसारख्या दिसणाऱ्या बायकांना फोडून काढून मग पाशवी संभोग करणारा तू एक रोगट इसम आहेस असा समज मी करेन, असं वाटलं का तुला? कशामुळे तुला असं वाटलं?" माझा राग सपकन बाहेर येतो.

माझ्या कठोर शब्दांनी तो कावराबावरा होतो.

"नाही, म्हणजे, मी अगदी असं नसतो म्हणालो, पण बरोबर आहे तू म्हणतेस ते." त्याच्या विस्फारलेल्या डोळ्यांत खूप दुःख दिसत आहे.

त्याच्या चेहऱ्यावरचे भाव जरा मावळू लागतात. मला स्वतःच्या भडकण्याची लाज वाटते. मनात अपराधीपणाची भावना दाटते.

छे! आता काय करावं? मी त्याच्याकडे पाहते. त्याच्या चेहऱ्यावर निखालस पश्चात्तापाची भावना असते... तो अगदी माझ्या फिफ्टीसारखा दिसतो.

अचानक मला त्याच्या लहानपणीच्या खोलीत बोर्डवर लावलेला तो लहानसा फोटो आठवतो. तो मला इतका ओळखीचा का वाटला होता, हे त्या क्षणी मला लक्षात येतं. तिचं त्याच्याशी खूप साम्य आहे. ती त्याची जन्मदात्री असणार.

त्यानं तिचं अस्तित्व कसं झिडकारून टाकलं होतं, ते मला आठवलं. *कुणी महत्त्वाची नाही;* तीच तर कारणीभूत आहे या साऱ्याला. आणि मी... मी तिच्यासारखी दिसते... फक्!

तो माझ्याकडे पाहत असतो. तो माझ्या प्रतिक्रियेची वाट पाहत असतो. तो अगदी सच्चा दिसतो आहे. त्यानी म्हटलंय खरं की, त्याचं माझ्यावर प्रेम आहे; पण मी फार गोंधळले आहे.

कसला राडा होऊन बसला आहे! त्यानं जरी मला लीलाबद्दल ग्वाही दिली असली, तरी मला ही जाणीवदेखील झाली आहे की, त्याला आवश्यक असणारी

झिंग पुरवायला ती समर्थ होती. तो विचार माझ्या पचनी पडत नाहीये. मी थकून गेले आहे या साऱ्यापायी.

"ख्रिश्चन, मी प्रचंड थकले आहे. आपण याबद्दल उद्या चर्चा करू या का? मला झोपायचं आहे."

तो आश्चर्यानं माझ्याकडे पाहतो, "तू जात नाहीयेस?"

"तुला मी जायला हवी आहे का?"

"नाही, मला वाटलं की हे सगळं कळल्यावर तू निघून जाशील."

एकदा का मला त्याचं सगळ्यात घाणेरडं गुपित कळलं की, मी निघून जाईन याचा त्यानं अनेकदा केलेला उल्लेख मला आठवला... आणि आता ते गुपित मला कळलं आहे तर... शिट्! *मास्टर गूढ आहेत.*

मी जाऊ का? एकदा मी त्याला सोडून गेले होते. तेव्हा उद्ध्वस्त व्हायची वेळ आली होती माझ्यावर... आणि त्याच्यावरही. माझं प्रेम आहे त्याच्यावर. आता इतकं सगळं कळूनही मला जाणवतं आहे की, माझं त्याच्यावर प्रेम आहे.

"मला सोडून जाऊ नकोस ना!" तो म्हणतो.

"आता किती वेळा सांगू? नाही जात आहे. मी जाणार नाहीये." माझ्या भावनांचा उद्रेक होऊन मी जोरात ओरडते, "घे, सांगितलं एकदाचं. नाही जात आहे मी."

"खरं?" त्याचे डोळे विस्फारतात.

"अरे, मी इथून निघून जाणार नाही हे तुला कसं पटवून देऊ? कोणत्या शब्दांत सांगू?"

तो परत माझ्याकडे पाहतो. त्याच्या नजरेत परत भीती आणि वेदना उमटते. तो आवंढा गिळत म्हणतो, "तू एक करू शकतेस."

"काय?" मी झापते.

"माझ्याशी लग्न कर!" तो अगदी हळू आवाजात म्हणतो.

काय? तो आता खरंच म्हणाला का की...

गेल्या अर्ध्या तासात दुसऱ्यांदा माझं जग थांबतं.

होली फक्! मी ज्याच्यावर प्रेम करते त्या या पूर्णपणे सैराटलेल्या माणसाकडे मी पाहते. त्यानं आत्ता जे काही म्हटलं आहे, त्यावर माझा विश्वास बसत नाहीये.

लग्न! त्यानं माझ्यापुढे लग्नाचा प्रस्ताव ठेवला आहे? मस्करी करतो आहे का तो? अचानक मला खुदकन हसू येतं. मी ओठ चावून ते थांबवायचा प्रयत्न करते, परंतु मला अगदी आतून हसू येतं. काही केल्या ते थांबत नाही. मी गडाबडा लोळत, मोठ्यांदा वेड्यासारखं हसू लागते. आजवरच्या आयुष्यात मी कधीही अशी हसले नाहीये. जणू माझ्या भावनांचा निचरा त्यातून होऊ लागतो.

क्षणभर तिथे फक्त मी आणि ही विचित्र परिस्थिती यांचं अस्तित्व उरतं. बेफाट हसणारी एक मुलगी आणि सैराटलेला एक देखणा पुरुष मला दिसतो. मी डोळ्यांवर हात ठेवून हसू लागते. आता माझ्या हसण्याचं रूपांतर रडण्यात होतं.

छे-छे! हे सगळं अति होतं आहे.

माझ्या हसण्याचा भर ओसरल्यावर ख्रिश्चन माझा चेहऱ्यावरचा हात अलगद बाजूला करतो. मी वळून त्याच्याकडे पाहते.

तो माझ्यावर झुकला आहे. त्याच्या चेहऱ्यावर नवल आहे. पण त्याचे डोळे... ते मात्र धगधगत आहेत. तो दुखावला गेला आहे का? ओह नो!

माझ्या गालावरचा अश्रू अलगद टिपत तो म्हणतो, ''मिस स्टील, माझा प्रस्ताव तुम्हाला फार गमतीदार वाटला का?''

ओह फिफ्टी! त्याच्या गालावरून मी हात फिरवते. त्याच्या किंचित वाढलेल्या दाढीचा स्पर्श मला सुखावतो. देवा! किती प्रेम आहे माझं या माणसावर!

''मि. ग्रे... ख्रिश्चन... तुला वेळेचं जे अप्रतिम भान आहे ते वादातीत...'' त्याच्याकडे बघत वाक्य पूर्ण करायला मला शब्द सुचत नाहीयेत.

तो मला तोंड वेडावून दाखवतो, पण त्याच्या डोळ्यांभोवतीच्या सुरकुत्यांवरून माझ्या लक्षात येतं की, तो दुखावला गेला आहे.

''ॲना, तू मला पटकन तोडून टाकते आहेस. माझ्याशी लग्न करशील का?''

उठून बसत मी त्याच्यावर रेलते. त्याच्या गुडघ्यांवर हात ठेवत त्याच्या देखण्या चेहऱ्याकडे टक लावून पाहते.

''ख्रिश्चन, हातात बंदूक असलेल्या तुझ्या सायको-एक्सला मी भेटले, त्यानंतर माझ्याच घरातून माझी हकालपट्टी झाली, त्यानंतर तुझा पारा वाटेल तसा चढला होता –''

तो काहीतरी बोलायचा प्रयत्न करतो, पण मी त्याला हातानं थांबवते. तो आज्ञाधारकपणे तोंड बंद करतो.

''त्यानंतर तू नुकतीच स्वतःबद्दलची जी धक्कादायक अशी माहिती माझ्यासमोर उघड केलीस आणि आता तू मला लग्नाबद्दल विचारतो आहेस.''

''हो, मला वाटतं सद्य परिस्थितीचा तू अचूक सारांश सांगितला आहेस.''

मी मान हलवते, ''मग त्या *विचारपूर्वक समाधानाचं* काय झालं?''

''ते आता मागं पडलं. आता मी त्वरित समाधानाचा पुरस्कर्ता आहे,'' तो म्हणतो.

''हे बघ ख्रिश्चन, मी तुला जेमतेम तीन मिनिटांपासून ओळखते. आणि अजून खूप जाणणं गरजेचं आहे. मी खूप ड्रिंक घेतलं आहे, मला भूक लागली आहे, मी थकले आहे आणि मला झोपेची नितांत गरज आहे. तू दिलेल्या कॉन्ट्रॅक्टचा जसा

मी सारासार विचार केला होता, तसाच तुझ्या या प्रस्तावाचा करणंदेखील गरजेचं आहे. आणि...'' मी ओठांना मुरड घालत नापसंती दर्शवत पुढे म्हणते, ''तू लग्नाचा प्रस्ताव फार काही रोमँटिकली मांडला नाहीयेस,'' आमच्यातला ताण आता थोडा कमी होतो.

तो मान किंचित कलती करतो. मग पटकन हसतो, ''नेहमीप्रमाणे, योग्य मुद्दा व्यवस्थित मांडलात, मिस स्टील,'' तो श्वास घेतो. त्याच्या चेहऱ्यावर सुटकेची भावना दिसते, ''म्हणजे हा नकार नाहीये ना?''

मी निःश्वास सोडते, ''नाही मि. ग्रे, हा नकार नाही; पण हा अजून होकारदेखील नाही. माझ्यावर विश्वास आहे म्हणून तुम्ही मला हे विचारत नाही आहात, तर केवळ घाबरल्यामुळे विचारत आहात.''

''नाही, असं नाही. जिच्याबरोबर आयुष्य घालवावंसं वाटेल अशी स्त्री मला भेटली आहे, म्हणून मी विचारतो आहे.''

अहा! माझं मन प्रफुल्लित होतं, हृदयाचा एक ठोका चुकतो. आत्ताच्या इतक्या या भयानक परिस्थितीत मध्येच तो अचानक इतका रोमँटिक गोष्ट कशी काय बोलू शकतो बरं? धक्का बसल्यामुळे मी तोंड मिटायला विसरते.

''माझ्या बाबतीत हे असं काही घडेल, असा मी कधीही विचार केला नव्हता,'' तो पुढे म्हणतो. त्याच्या चेहऱ्यावर अतिशय सच्चे भाव दाटून आलेले आहेत.

अजूनही मी त्याच्याकडे आ वासून पाहते आहे. मला योग्य शब्द सापडत नाहीयेत.

''मी याचा थोडा विचार करू शकते का... प्लीज? शिवाय, आज जे काही झालं, तू मला आत्ता जे सांगितलंस, त्याचाही विचार करीन. तू म्हणाला होतास की धीर धर आणि विश्वास ठेव. नेमक्या याच दोन गोष्टी मी तुला सांगू इच्छिते.''

त्याची नजर काही क्षण माझा वेध घेते. मग पुढे होत तो माझ्या केसांची एक चुकार बट माझ्या कानामागे सारतो.

''तेवढा दिलासा पुरे आहे मला,'' पटकन माझ्या ओठांवर ओठ टेकत तो म्हणतो, ''आणि काय, हे फार काही रोमँटिक नाहीये, हं?'' तो भुवया उंचावतो. मी त्याला मानेनं ताकीद देते.

''मग काय फुलं वगैरे हवी आहेत का तुला?'' तो हळुवारपणे विचारतो.

मी मान डोलावते. तो किंचित हसतो.

''तुला भूक लागली आहे?''

''हो.''

''तू काही खाल्लं नाहीस,'' त्याची नजर कठोर होते.

''नाही, मी काही खाल्लं नाही,'' मी मागे होत त्याच्याकडे बघते. ''कसं आहे

ना, माझ्या बॉयफ्रेंडनं त्याच्या एक्स गर्लफ्रेंडबरोबर अतिशय सलगी दाखवल्यानं आणि माझ्याच घरातून माझी हकालपट्टी झाल्यामुळे माझी भूक मेली,'' त्याच्याकडे रोखून पाहत मी दोन्ही हातांच्या मुठी कमरेवर ठेवते.

मान हलवत ख्रिश्चन बसल्या जागेवरून उठतो. त्याच्या त्या लहानशा कृतीतदेखील डौल आहे. हुश्श! चला, जमिनीवरून उठता येतं आहे तर! तो माझ्यापुढे हात करतो, ''चल, मी तुझ्यासाठी काहीतरी खायला करतो.''

''मला झोपू दे ना,'' त्याच्या हातात हात देत मी त्रासून म्हणते.

तो मला वर ओढतो. मी आखडले आहे. तो माझ्याकडे पाहतो. तो आता निवळला आहे.

''नाही, आधी काहीतरी खाल्लं पाहिजेस. चल,'' हं! बॉसी ख्रिश्चन परत आल्यामुळे किती बरं वाटलं!

मला स्वयंपाकघरात नेऊन बारस्टूलवर बसवून, तो फ्रिज उघडतो. मी घड्याळाकडे नजर टाकते. बापरे! साडेअकरा झाले आहेत. सकाळी ऑफिससाठी लवकर उठायचं आहे.

''ख्रिश्चन, मला खरोखर भूक नाहीये.''

जाणीवपूर्वक माझ्याकडे दुर्लक्ष करत तो फ्रिज हुडकणं चालू ठेवतो. ''चीझ?'' तो विचारतो.

''इतक्या उशिरा?''

''प्रेट्झल्स?''

''फ्रिजमधले? छे!'' मी फटकारते.

माझ्याकडे वळून तो हसत विचारतो, ''प्रेट्झल्स आवडत नाहीत का तुला?''

''अरे, रात्री साडेअकराला नाही हं! ख्रिश्चन, मी चालले झोपायला. तुला पाहिजे तर तू रात्रभर फ्रिज उचकत बस. मी भयानक थकले आहे. आजचा दिवस प्रचंड वाईट गेला आहे. हे सारं विसरून जायला मला आवडेल,'' स्टूलवरून उठत मी म्हणते. तो माझ्याकडे रागानं पाहू लागतो, पण सोयीस्कररीत्या मी दुर्लक्ष करते. या क्षणी मला कशाचीही पर्वा वाटत नाहीये. प्रचंड दमल्यामुळे आणि झोपेमुळे मला काहीही सुचत नाहीये.

''मॅकरोनी आणि चीझ?'' फॉईलनं बंद केलेला पांढरा बाऊल हातात घेऊन तो मला विचारतो. इतका गोड आणि आशावादी दिसतो ना तो!

''तुला मॅकरोनी आणि चीझ आवडतं?''

तो उत्साहानं मान डोलावतो. माझं मन द्रवतं. अचानक तो अगदी तरुण दिसतो. कोणाला वाटलं असेल का, की ख्रिश्चनला लहान मुलांसारखं मॅकरोनी आणि चीझ खायला आवडतं म्हणून?

“सांग ना, खाशील का थोडं?” त्यानंतर इतक्या आशेनं विचारल्यावर मला ‘नाही’ म्हणवत नाही. भूकही लागली आहे ना!

मी मान डोलावून कसंतरी हसते. त्यामुळे त्याला खूप छान हसू येतं. वरची फॉईल काढून तो बाऊल ओव्हनमध्ये ठेवतो. मी स्टूलवर बसून देखण्या ख्रिश्चनकडे टक लावून पाहते. ह्याला माझ्याशी लग्न करायचं आहे. या क्षणी मात्र तो सहजतेने त्याच्या स्वयंपाकघरात वावरतो आहे.

“अस्सं! म्हणजे तुला मायक्रोवेव्ह वापरता येतो तर!” मी त्याची मस्करी करते.

“हं, म्हणजे रेडी-टू-इट असेल तर तेवढ्यापुरतं नक्की काहीतरी करता येतं. पण प्रत्यक्ष एखादा पदार्थ करणं नाही जमत मला.”

केवळ अर्ध्या तासापूर्वी हाच माणूस माझ्या गुडघ्यावर बसलेला होता, यावर माझा विश्वास बसत नाही. तो परत त्याच्या पूर्वपदावर आला आहे. क्षणात त्याचा पारा चढतो तर दुसऱ्या क्षणी उतरतो. मग तो छानपैकी बशा, काटे, चमचे आणि मॅट्स मांडतो.

“खूप उशीर झाला आहे,” मी तक्रारीच्या स्वरात म्हणते.

“उद्या जाऊ नकोस ना ऑफिसला.”

“जायलाच हवं. माझा बॉस संध्याकाळी न्यूयॉर्कला जायचा आहे.”

ख्रिश्चन वैतागतो. मग तो विचारतो, “तुला जायचं आहे तिथे या वीकएण्डला?”

“मी हवामान खात्याचा अंदाज बघितला. पाऊस दाखवला आहे,” मी मानेने नकार देत म्हणते.

“ओह! मग काय करायला आवडेल तुला?”

तेवढ्यात मायक्रोवेव्ह पिंग करतो. आमचं जेवण पुरेसं गरम झालं आहे.

“तूर्तास रोज फक्त आलेला दिवस जगायला आवडेल मला. या ज्या काही प्रचंड घडामोडी घडत आहेत त्या मला... फार थकवून टाकत आहेत,” मी एक भुवई उंचावत बोलते. तो शहाजोगपणे दुर्लक्ष करतो.

तो पांढरा बाऊल आमच्या दोघांच्यामध्ये ठेवत ख्रिश्चन माझ्या बाजूला बसतो. तो थोडासा विचारात हरवल्यासारखं वाटतो. मी दोघांच्याही बशीत मॅकरोनी वाढून घेते. मस्त वास सुटला आहे. माझ्या तोंडाला पाणी सुटतं. प्रचंड भूक लागली आहे मला.

“लीलाबद्दल सॉरी!” तो हळूच म्हणतो.

“तू कशाला सॉरी म्हणायला हवं?” हं! इतक्या चविष्ट मॅकरोनीसाठी माझं पोट बहुतेक माझे आभार मानतं आहे.

“तिला तिथे तुझ्या अपार्टमेंटमध्ये पाहून तुला प्रचंड धक्का बसला असेल ना?

टेलरनं स्वतः तपासलं होतं ते. त्याच्या मनाला फार लागलं आहे ते.''

''मी टेलरला दोष देत नाही.''

''मीही नाही देत. तो केव्हाचा तुझ्या शोधात फिरतो आहे.''

''हो का? का पण?''

''तू कुठे असशील ते मला कळेना. तू स्वतःची पर्स आणि मोबाईल गाडीत ठेवून गेलीस. त्यामुळे तुझा माग तरी कसा काढणार? गेली कुठे होतीस तू?'' त्याचा आवाज सौम्य आहे, पण शब्दात तीव्रता आहे.

''मी आणि इथन रस्त्यापलीकडच्या बारमध्ये होतो. काय घडतंय ते मला पाहायचं होतं.''

''अस्सं!'' आमच्यातलं वातावरण अचानक पूर्णपणे पालटतं. खेळकरपणा नाहीसा होतो.

ओके. ठीक आहे. मीसुद्धा खेळू शकते म्हटलं. चल, तुझा डाव तुझ्यावर उलटवते आता, फिफ्टी. मग माझी उत्सुकता लपवत, अगदी सहज विचारल्यासारखं मी प्रश्न करते, ''अपार्टमेंटमध्ये लीलाबरोबर केलंस तरी काय तू?'' उत्तराची भयानक भीती वाटते मला.

मी त्याच्याकडे पाहते. मॅकरोनीचा घास असलेला त्याचा काटा अर्ध्यात थबकतो. छे! नक्कीच काहीतरी वाईट आहे.

''तुला खरोखर जाणून घ्यायचं आहे का?''

माझी भूक मरते. पोटात खोल खड्डा पडतो. ''हो'' मी कसंबसं म्हणते. हो का? खरंच जाणून घ्यायचंच? माझं अबोध मन आळस झटकून खडबडून जागं होत मला विचारतं.

ख्रिश्चनचा चेहरा उतरतो. तो संभ्रमात पडतो, ''आम्ही बोललो. मग मी तिला अंघोळ घातली.'' त्याचा आवाज घोगरा झाला आहे. मी काहीही उत्तर देत नाहीये हे पाहून तो घाईनी पुढे म्हणतो, ''मग मी तिला तुझे काही कपडे घातले. तुला चालेल असं वाटतंय. ती फार गलिच्छ झाली होती.''

होली फक्! मी सुन्न होते. त्यानं तिला अंघोळ घातली?

अत्यंत चुकीची गोष्ट आहे ही! माझ्या समोरच्या भरलेल्या बशीकडे पाहत मी त्याच्या बोलण्याचा अर्थ लावण्याचा प्रयत्न करते. ती बशी पाहून मला आता उलटी होईल असं वाटतं आहे.

माझं अबोध मन मला समजावू लागतं. जरा वास्तववादी दृष्टिकोन बाळग. माझ्या मेंदूच्या बौद्धिक केंद्राला कळतंय की, ती फार गलिच्छ होती म्हणून त्याने ते केलं; किंबहुना त्याला ते करावं लागलं; पण भावनिक भाग मात्र मत्सरानं जळफळतो. मला ते असह्य होतं.

अचानक मला रडावंसं वाटतं. एखादा अश्रू ढाळत, नाजूकपणे नाही; तर धाय मोकलून, विव्हळत, कुंथत रडावंसं वाटतं. रडू दाबण्यासाठी मी मोठा श्वास घेते. पण हुंदके आणि अश्रू दाटल्यामुळे घसा गच्च होऊन दुखू लागतो. डोळे जळू लागतात.

''ॲना, मी तिच्याकरता तितकंच करू शकत होतो,'' तो हळुवारपणे म्हणतो.

''तुला अजूनही तिच्याप्रती काही भावना जाणवतात?''

''नाही गं!'' तो घाबरला आहे आता. डोळे मिटून घेत तो वेदना लपवायचा प्रयत्न करतो. मी नजर वळवते. परत मला मॅकरोनीची बशी दिसते. शी! अन्न नको झालं आहे मला.

''तिला असं उद्ध्वस्त झालेलं, मोडून पडलेलं बघणं कठीण होतं. हो, मला तिची पर्वा आहे, पण एका व्यक्तीला दुसऱ्या व्यक्तीबद्दल वाटेल इतकीच,'' कुठल्यातरी दुसऱ्या आठवणी झटकून टाकत तो म्हणतो. देवा! आता ह्याला माझ्याकडून सहानुभूतीची अपेक्षा आहे की काय?

''ॲना, माझ्याकडे पाहा.''

मी बघू शकत नाही. कारण मला माहिती आहे की, त्याच्याकडे पाहिलं तर मला प्रचंड रडू येईल. काय काय सहन करू शकणार आहे मी? या क्षणाला मी म्हणजे पेट्रोलनी गच्च भरलेली टाकी झाली आहे. त्यात कणभरदेखील जागा नाही. आता मी अजून काहीदेखील सोसू शकत नाही. कोणत्याही क्षणी पेटून माझा स्फोट होईल. मी सोसायचा प्रयत्न जरी केला ना, तरी ते सारं विचित्र होईल.

ख्रिश्चन त्याच्या एक्स-सबची इतकी पर्वा करतो... अशी सलगी करतो... माझ्या मनात असंख्य चित्रं उमटू लागतात... तिला आंघोळ घालतो... तिला नागवं करतो... मी आतून थरथरून उठते.

''ॲना.''

''काय आहे?''

''नको. तुला वाटतंय तसा अर्थ नाहीये त्यात. एखाद्या लहान मुलाची काळजी घेण्याची भावना त्यात होती. उद्ध्वस्त झालेलं, कोलमडलेलं मूल,'' तो पुटपुटतो.

मुलाची काळजी कशी घेतात हे ह्याला काय कळणार आहे? ही तर एक स्त्री होती, जिच्याबरोबर त्याचे फार उत्तेजक, प्रक्षोभक शरीरसंबंध होते.

बापरे! किती वेदनादायक आहे हे. मी स्वतःला शांत करण्याकरता एक दीर्घ श्वास घेते. कदाचित तो स्वतःबद्दल म्हणत असेल का? तो स्वतः उद्ध्वस्त मूल आहे. हे जास्ती पटण्यासारखं आहे... की मग कशातच काही अर्थ नाहीये? ओह! हे सगळं आकलनाच्या पलीकडे आहे. अचानक मला मरणाचा थकवा जाणवतो. मला झोपेची नितांत गरज आहे.

“ॲना?”

माझी बशी हातात घेऊन मी उभी राहते, सिंकजवळ जाऊन कचराकुंडीत बशी रिकामी करते.

“ॲना प्लीज.”

गर्रकन वळून मी त्याच्याकडे पाहते, “गप्प बस ख्रिश्चन. बंद कर तुझं हे ॲना पुराण!” मी जोरात ओरडते. माझ्या डोळ्यांतून अश्रू वाहू लागतात. “बस्स! असह्य झालं आहे आता मला हे सारं सोसणं! मी झोपायला जाते आहे. मी थकले आहे. शरीरानं आणि मनानं. मला जरा स्वतःसारखं जगू दे.”

टाचेवर गर्रकन वळत मी तिथून अक्षरशः पळत बेडरूम गाठते. त्याचे विस्फारलेले डोळे आणि धक्का बसलेला चेहरा माझा जणू पाठलाग करतात. मीही त्याला हादरवू शकते, या जाणिवेनं मला कुठेतरी बरं वाटतं. एका फटक्यात मी अंगावरचे कपडे काढते. मग त्याच्या ड्रॉवरमधून त्याचा एक टीशर्ट ओढून घेत बाथरूममध्ये शिरते.

आरशातल्या प्रतिमेकडे पाहिल्यावर मला तिथे लाल डोळ्यांची, गालावर अश्रूचे ओघळ वाळलेली, भयंकर दिसणारी खडूस म्हातारी दिसते. ही मी आहे? आता अगदी परिसीमा झाली. मी तशीच घरंगळत जमिनीवर बसून स्वतःच्या अनावर भावनांना वाट मोकळी करून देत स्फुंदून स्फुंदून रडू लागते. अश्रू थांबवण्याचा कुठलाही प्रयत्न मी करत नाही.

१५

"ए," हळुवारपणे मला कुशीत घेत ख्रिश्चन म्हणतो, "प्लीज रडू नकोस ना, ॲना," तो गयावया करतो. तो बाथरूममध्ये खाली बसला आहे. मी आता त्याच्या मांडीत आहे. त्याच्या गळ्याभोवती हात टाकून मी स्फुंदून स्फुंदून रडू लागते. एक हात हळुवारपणे माझ्या केसातून फिरवत दुसऱ्या हाताने तो माझं डोकं आणि पाठ थोपटू लागतो.

"आय ॲम सॉरी, बेबी," त्याच्या या हळुवार बोलण्यानं मी त्याच्याभोवतीची मिठी आवळत धाय मोकलून रडू लागते.

कितीतरी वेळ मग आम्ही तसेच, तिथेच बसून राहतो. शेवटी, कसंबसं माझं रडणं थांबतं. मग, ख्रिश्चन धडपडत उभा राहतो आणि मला पकडून, सांभाळून खोलीत घेऊन जात पलंगावर झोपवतो. काही क्षणात तोही माझ्या बाजूला झोपतो. लाईट बंद होतात. मग तो मला कुशीत घेतो. थोड्या वेळानं मला गाढ झोप लागते.

मी दचकून जागी होते. माझं डोकं कलकलत असतं. शिवाय, मला उकडत असतं, कारण ख्रिश्चननं मला त्याच्या हातापायाच्या विळख्यात गुरफटून टाकलेलं असतं. मी त्याच्या मिठीतून स्वतःला सावकाश मोकळं करते, तसा तो झोपेत काहीतरी बरळतो. उठून बसत मी घड्याळावर नजर टाकते. मध्यरात्र उलटून गेलेली असते. तीन वाजलेले असतात. मला ॲडव्हील घ्यायची गरज भासते. घसाही कोरडा पडलेला असतो. पलंगावरून उतरत मी ग्रेटरूमच्या दिशेनं स्वयंपाकघरात जाते.

फ्रिजमध्ये मला संत्र्याच्या ज्यूसचं कार्टन दिसतं. मी स्वतःसाठी ग्लासभर ज्यूस ओतून घेते. हं! मस्त आहे. माझं कलकलणारं डोकं एकदम शांत होतं. मी कपाटांमध्ये वेदनाशामक गोळ्यांचा शोध घेते. शेवटी, एका कपाटामध्ये औषधांनी भरलेला प्लॅस्टिकचा डबा मला मिळतो. त्यातून मी दोन ॲडव्हील काढून त्या घेते आणि परत ग्लासभर ऑरेंज ज्यूस ओतून घेते.

ग्लास घेऊन मी त्या ग्रेटरूमच्या काचेच्या खिडकीतून बाहेर नजर टाकते. निद्रिस्त सिएटल फार सुंदर दिसतं. जणू आकाशात असलेल्या ख्रिश्चनच्या या

गढीतून... की किल्ल्यातून... दूरवरचे दिवे चांदण्यांसारखे लुकलुकताना दिसतात. काचेच्या त्या थंडगार खिडकीवर मी कपाळ टेकवते. माझ्या क्लान्त मनाला क्षणात शांत वाटतं. कालच्या दिवसभरात झालेल्या प्रचंड घडामोडी आणि समोर आलेली वास्तविकता याबद्दल मला शांतपणे विचार करणं गरजेचं आहे. खिडकीला पाठ टेकवत मी घसरून जमिनीवर बसते. ग्रेटरूम तशी अंधारात बुडून गेली आहे. स्वयंपाकघराच्या ओट्यावरच्या तीन दिव्यांतून काय तो थोडासा प्रकाश झिरपतो आहे.

मी ख्रिश्चनशी लग्न करून इथे राहायला येऊ शकते का? तेही त्याचं पूर्व आयुष्य लक्षात घेऊन? त्याच्या भूतकाळाच्या अस्तित्वाच्या खाणाखुणांमुळे?

लग्न! किती असंभवनीय आणि अविश्वसनीय घटना वाटते आहे ही! पण, तसं तर ख्रिश्चनच्या बाबतीत प्रत्येक गोष्ट अविश्वसनीय आहे. माझं मला हसू येतं. ख्रिश्चन ग्रे, अनपेक्षिताची अपेक्षा – पांगलेल्या फिफ्टी शेड्स.

माझं हसू मावळतं. मी त्याच्या आईसारखी दिसते, या वास्तवानं मी आतवर दुखावली जाते. मला श्वास घेणं कठीण होतं. आम्ही सगळ्या जणी त्याच्या आईसारख्या दिसतो.

त्याच्या त्या गुपितातून मी बाहेर कशी पडू? ते त्याला का सांगायचं नव्हतं हे आता मला कळतं आहे. मात्र, आता त्याला त्याची आई फारशी आठवत नसणार. आपण डॉ. फ्लिनशी एकदा बोलावं का, असं मला परत वाटतं. ख्रिश्चन बोलू देईल का मला? कदाचित डॉक्टर काही अर्धवट बाबींवर प्रकाश टाकू शकतील.

डोकं झटकून मी विचार झटकू पाहते. मी मरणाची थकले आहे. तरीही मला ग्रेटरूममध्ये खूप शांत वाटतं आहे. इथे असलेली सजावट उच्च अभिरुची आणि श्रीमंतीची द्योतक आहे. कुठेतरी स्पर्शाच्या पलीकडचं तरीही सुंदर, निर्जीव तरीही उल्लेखनीय. मी इथे राहू शकते का? त्यातून चांगलं काही उद्‌भवेल की वाईट? ख्यालीखुशालीत? आजारपणात? डोळे बंद करत, मान मागे करत, भिंतीला डोकं टेकत मी भरभरून श्वास घेते.

सगळीकडे एक प्रकारची निःस्तब्ध शांतता जाणवते आहे. अचानक, एक विचित्र किंकाळी माझ्या कानावर पडते. माझा प्रत्येक रोम ताठ उभा राहतो. ख्रिश्चन!

होली फक्! काय झालं? ती किंकाळी संपूर्ण विरून जायच्या आधीच मी झटक्यात बेडरूममध्ये त्याच्याजवळ पोहोचते. माझं हृदय भीतीनी प्रचंड धडधडतंय.

मी पटकन लाईटचं बटण दाबते. ख्रिश्चनच्या पलंगाच्या बाजूचा लाईट लागतो. तो झोपेत असह्य वेदनांनी या कुशीवरून त्या कुशीवर होतो आहे.

नाही! तो पुन्हा किंचाळतो. परत एकदा ती हृदयभेदक किंकाळी माझ्या काळजात घर करून जाते.

शिट्! याला भयानक स्वप्न पडलं वाटतं?

''ख्रिश्चन!'' मी त्याच्यावर झुकून, त्याचे खांदे पकडून, त्याला हलवून जागं करत हाक मारते. तो डोळे उघडतो. ते भयाण आणि भकास दिसतात. पटकन खोलीबाहेर फिरत त्याची नजर माझ्यावर स्थिर होते.

''तू गेलीस, गेलीस तू, तू गेली असणार!'' तो बरळतो. त्याच्या विस्फारलेल्या डोळ्यांत आशंका दिसते. तो हरवलेला दिसतो. माझं मन द्रवतं. बिचारा फिफ्टी!

''मी आहे इथे.'' पलंगावर, त्याच्या बाजूला बसत मी म्हणते, ''मी आहे इथे,'' त्याची खात्री पटवण्यासाठी मी पुन्हा म्हणते. त्याला दिलासा देण्यासाठी मी त्याच्या गालावर हात ठेवते.

''तू नव्हतीस!'' तो पटकन म्हणतो. त्याच्या डोळ्यांतली भीती आता किंचित कमी झाल्यासारखी वाटते आहे.

''अरे, तहान लागली म्हणून काहीतरी प्यायला गेले होते!''

डोळे मिटून घेत तो चेहऱ्यावरून हात फिरवतो. डोळे उघडतो तेव्हा तो कुठेतरी हरवल्यासारखा दिसतो.

''तू आहेस इथे! ओह, थँक गॉड!'' तो पुढे होत मला घट्ट धरत स्वतःजवळ पलंगावर ओढतो.

''अरे, मला काहीतरी प्यायला हवं होतं म्हणून जरा आत गेले होते.''

त्याच्या भीतीची तीव्रता मला जाणवते आहे. त्याच्या अंगावरचा टीशर्ट घामानं गच्च भिजला आहे. तो मला घट्ट मिठी मारतो, तेव्हा त्याच्या हृदयाची वाढलेली धडधड मला ऐकू येते. माझ्याकडे टक लावून पाहत तो जणू खात्री करून घेतो की मी खरंच तिथे आहे. हळुवारपणे मी त्याच्या केसातून हात फिरवते, मग त्याचे गाल कुरवाळते.

''ख्रिश्चन, प्लीज, मी आहे इथे. मी कुठेही जात नाहीये,'' त्याला शांत करत मी म्हणते.

''ओह ॲना!'' शेवटी एकदाचा तो शांतपणे श्वास घेतो. मग माझी हनुवटी पकडून माझ्या ओठांवर ओठ टेकवतो. त्या क्षणी, त्याच्यातून कामनेची लहर दौडते. कुठलाही आडपडदा न ठेवता माझं शरीर त्याला समरसून प्रतिसाद देतं. त्याचे ओठ माझ्या कानावर, गळ्यावर, ओठांवर टेकतात. आता तो माझ्या खालच्या ओठांचा हलकेच चावा घेतो. त्याचा हात माझ्या शरीरभर फिरतो आहे. माझा टीशर्ट वर उचलून तो माझ्या शरीराचा प्रत्येक खळगा आणि उंचवटा चाचपडून, कुरवाळून पाहतो आहे. त्याच्या स्पर्शासरशी माझं शरीर आसुसून उभरतं, त्याला प्रतिसाद देतं. माझ्या अंगभर शिरशिरी जाणवते. त्याचे हात माझ्या छातीवर विसावतात. बोटांनी तो माझी स्तनाग्रं दाबतो. त्याबरोबर मी मिलनानंदाच्या कल्पनेनं चित्कारते.

''मला तू हवी आहेस,'' तो अधिऱ्या स्वरात म्हणतो.

''मी तुझ्यासाठीच इथे आहे, ख्रिश्चन.''

पुढे होत तो परतपरत आवेगानं माझी चुंबनं घेतो. आजवर कधीही न जाणवलेली आस आणि तीव्रता मला जाणवते आहे. त्याचा टीशर्ट मी काढून टाकते. माझ्या पायात वाकत तोही घाईनी माझा टीशर्ट ओढून काढतो.

त्याच्या डोळ्यांत आता गंभीर भाव आहेत, तेवढीच निकडदेखील आहे. शिवाय, आपली गूढ गुपितं उघड झाल्याची जाणीवसुद्धा... माझा चेहरा ओंजळीत घेत तो परत माझं चुंबन घेतो. आम्ही दोघं पलंगावर आडवे होतो. आमच्या मांड्या एकमेकांत गुंतल्या आहेत. तो अर्धा माझ्यावर आहे. त्याच्या बॉक्सर ब्रिफ्समधून त्याची ताठरता माझ्या नितंबांना स्पर्श करते आहे. त्याला मी किती हवी आहे हे मला दिसतंय; पण नेमकं त्याच क्षणी त्यानं त्याच्या आईबद्दल जे सांगितलेलं असतं ते मला आठवतं. डोक्यावर कुणीतरी बर्फाचं पाणी ओतल्यासारखं मला वाटतं. माझी कामवासना क्षणार्धात नष्ट होते. शी! मी हे नाही करू शकणार! निदान आत्ता तरी नाही!

''ख्रिश्चन... थांब... मी नाही हे करू शकत!'' मी घाईघाईनं त्याला हातांनी दूर ढकलत त्याच्या ओठाशी कुजबुजते.

''काय? काय झालं?'' असं विचारत तो परत माझ्या मानेची चुंबनं घेत माझ्या गळ्यावरून जीभ फिरवू लागतो. ओह!

''नको. प्लीज. मी आत्ता नाही करू शकत! मला विचार करायला थोडा वेळ दे रे, प्लीज.''

''ओह ॲना, उगाच अती विचार नको ना करूस!'' माझ्या कानाची पाळी चावत तो म्हणतो.

''आह!'' मी चित्कारते. मला पार योनीमध्ये स्पंदनं जाणवतात. माझं शरीर माझ्याशीच दगाबाजी करतं. छे, मी गोंधळते.

''ॲना, मी तोच तर आहे गं! आय लव्ह यू! मला गरज आहे गं तुझी. प्लीज, मला स्पर्श कर,'' माझ्या नाकावर नाक घासत तो म्हणतो. मनापासूनचं त्याचं सांगणं मला भिडतं आणि मी विरघळते.

त्याला स्पर्श कर, प्रणयादरम्यान त्याला स्पर्श कर. अहा!

तो माझ्यावर चढून माझ्याकडे बघतो. पलंगाच्या बाजूच्या लाईटच्या उजेडात मला दिसतं की तो माझ्या निर्णयाची वाट पाहतो आहे. माझ्यापायी मंत्रमुग्ध झाला आहे.

मी हलकेच त्याच्या छातीवरच्या केसांवर हात ठेवते. तो स्तब्ध होतो. मग जणू वेदना होत असल्यागत डोळे गच्च मिटून घेतो. परंतु मी आता हात मागे घेत नाही.

तसाच हात त्याच्या खांद्यावर नेते. त्याच्या शरीरातून दौडणारी लहर मला जाणवते. तो कण्हतो. मी त्याला माझ्यावर ओढून घेत दोन्ही हात त्याच्या पाठीवर टेकवते. आजवर मी त्याला तिथे स्पर्श केलेला नसतो. मग त्याच्या खांद्यापर्यंत हात आणते. त्याच्या घशातून बाहेर पडणाऱ्या आवाजानं मी प्रचंड पेटते.

माझ्या मानेत डोकं खुपसत, तो मला चोखत, चावत, चुंबनं घेऊ लागतो. मग नाकानं माझ्या हनुवटीला गुदगुली करत परत माझं दीर्घ चुंबन घेतो. त्याचे हात माझ्या शरीरभर फिरू लागतात. त्याचे ओठ माझ्या स्तनांवर स्थिरावतात. अतिशय समरसून तो स्तनपान करू लागतो. माझे हात त्याच्या पाठीवर, खांद्यावर सुखावले आहेत. त्याच्या कमावलेल्या स्नायूंचा आश्वासक स्पर्श मला सुखावतो आहे. नुकत्याच पाहिलेल्या दुःस्वप्नामुळे घामेजलेलं त्याचं अंग अजूनही ओलसर आहे. माझ्या स्तनाग्राला त्याचे ओठ आता भिडले आहेत. त्याच्या लडिवाळ चाव्यांनी माझी स्तनाग्रं ताठर होऊन त्याच्या कुशल मुखामुळे सुखावत आहेत.

मी चित्कारत त्याच्या पाठीवरून माझी नखं फिरवते. त्यामुळे तो एकदम उसासतो.

''ओह फक् ॲना!'' अर्धवट रडत, चित्कारत तो म्हणतो. त्याचे शब्द गळ्यात अडकल्यागत राहतात. माझं हृदय विदीर्ण होतं, पण त्या वेळेस माझ्या कंबरेखालचे सारे स्नायू घट्ट आवळून येतात. मी त्याला काय-काय करू शकते! माझी अंतर्देवता त्याच्याशी मिलनासाठी तळमळत आहे. मीदेखील या क्षणी त्याच्याइतकीच लालसावलेली आहे.

त्याचा हात माझ्या शरीरावर अलगद खाली सरकत योनीवर स्थिरावतो. मग त्याची बोटं योनीवरून आत प्रवेश करतात. तो सराईतपणे बोटं आत फिरवत मला प्रचंड चेतावतो. कंबर उचलत, त्याला प्रतिसाद देत मी चित्कारते.

''ॲना,'' तो श्वास घेतो. अचानक मला सोडत तो उठून त्याची बॉक्सर काढून भिरकावतो आणि बाजूच्या टेबलावरून फॉईल उचलतो. माझ्या हातात ते देताना त्याचे राखाडी डोळे झळाळत असतात, ''तुला करायचं आहे ना? तू आताही नाही म्हणू शकतेस. तू केव्हाही नाही म्हणू शकतेस,'' तो पुटपुटतो.

''ख्रिश्चन, मला विचार करायला वेळ देऊ नकोस. मलाही तू हवा आहेस.''

माझ्या स्पर्शानं मी या पुरुषात जो काही बदल घडवून आणू शकते त्याचं मला नवल वाटतं. या क्षणी माझ्या मनातल्या साऱ्या शंका-कुशंका खोलवर गाडल्या जातात. हा माझा फिफ्टी शेड्स आहे– माझा– मी त्याच्या पूर्ण आहारी गेले आहे. अचानक तो हलतो. आता मी वर आहे. वॉव!

''तू... तू घे मला,'' त्याच्या डोळ्यांत प्रचंड कामवासना चेतलीये.

अहा! अगदी सावकाश, कणाकणानी मी त्याला आत घेते. तो डोकं मागे करत

चित्कारतो. त्याच्या हाताच्या आधारानी मी मागेपुढे होऊ लागते. मी संपूर्णपणे व्यापली जाते. त्याचा स्पर्श, त्याची प्रतिक्रिया, माझ्यासमोर खुलणं या सगळ्याचा आनंद लुटते. मला तर वाटतं की मी कामदेवता आहे. खाली झुकत मी त्याच्या हनुवटीचं चुंबन घेते, त्याच्या हनुवटीवरच्या केसांचे अलगद चावे घेते. त्याला चाखत राहावंसं वाटतं. माझ्या नितंबांना धरत तो माझी लय संथ, एकसारखी करतो.

"ॲना, प्लीज, मला स्पर्श कर."

ओह! पुढे झुकत त्याच्या छातीवर हात टेकवत मी स्वतःला स्थिर करते. त्याच्या तोंडातून हुंदक्यासारखा आवाज येतो. तो एकदम स्वतःला माझ्या आत गाडून घेतो.

आह! मी किंचित कळवळते. माझी नखं त्याच्या छातीवर रुततात. तो जोरात विव्हळतो. अचानक तो माझ्यासकट पलटी मारतो. आता मी परत त्याच्याखाली आहे.

"बस्स कर," तो चित्कारतो, "आता नको अजून," तो मनापासून विनवतो.

मी त्याचा चेहरा ओंजळीत धरते. त्याच्या गालावरचा ओलावा मला जाणवतो. मग मी त्याचा चेहरा जवळ ओढत त्याच्या ओठांवर ओठ टेकवते. त्याच्या पाठीला हातांचा विळखा घालते.

माझ्यात आत-बाहेर होत तो पुनःपुन्हा प्रणयवेदनेनं व्याकूळ होतो, चित्कारत राहतो. लय वाढवून वर-खाली मला स्पर्श करत चेतवू पाहतो, पण मी स्रवत नाही. माझ्या मनातलं विचारांचं काहूर काही केल्या हटत नाही. त्यात मी जणू बुडले आहे.

"ॲना, ये ना!" तो मला मनवतो.

"नाही."

"हो," तो फटकारतो. मग किंचित हलून तो लय बदलून मला छेडतो.

आह! नको...!

"ये गं राणी, माझ्यासाठी ये गं, मला गरज आहे तुझी..."

आणि त्या क्षणी मी भरभरून मोकळी होते. माझं शरीर जणू त्याचं गुलाम आहे. मी त्याला घट्ट धरून ठेवते. माझं नाव घेत-घेत तोसुद्धा समागमाला पोहोचतो. आणि मग रिता होऊन, थकून माझ्यावर स्वतःला झोकून देतो.

ख्रिश्चन माझ्या हातावर पहुडला आहे. त्याचं डोकं माझ्या छातीवर आहे. आमच्या प्रणयाच्या धुंद मस्तीनंतर आम्ही दोघंही एकमेकांबरोबर सुखावलो आहोत. त्याच्या केसांतून हात फिरवत मी त्याचा स्थिर होणारा श्वास ऐकू लागते.

"मला कधीही सोडून जाऊ नकोस," तो माझ्या कानाशी कुजबजुतो. त्याला मी दिसत नाहीये हे मला माहिती असल्यामुळे मी गर्रकन डोळे फिरवते.

"तू डोळे फिरवले आहेस, हे मला माहिती आहे," त्याच्या स्वरातला हलकेफुलकेपणा मला जाणवतो.

"तू मला ओळखतोस."

"मला तुला अजून जाणून घ्यायला आवडेल."

"ग्रे, आता तुझ्याकडे वळूया. कशाचं स्वप्न पडलं?"

"ते नेहमीचं."

"मला सांग."

तो आवंढा गिळतो. त्याला ताण येतो. मग तो एक खोल श्वास घेतो, "मी साधारण तीन वर्षांचा होतो. त्या दिवशी त्या वेडसर रांडेचा यार पुन्हा चवताळला होता. तो एकापाठोपाठ एक सिगारेट ओढत होता. त्याला ॲश ट्रे मिळेना," तो एकदम सांगायचं थांबतो. मी हादरते. तो काय सांगू पाहतो आहे हे जाणवून माझं हृदय पिळवटून निघतं.

"खूप दुखलं," तो म्हणतो, "मला ती वेदना आठवत राहते. तिच्यामुळे मला भयाण स्वप्नं पडतात. ते थांबवण्यासाठी तिनं काहीही केलं नाही, ही जाणीव माझ्या यातनांमध्ये भर टाकते."

बापरे! हे तर कल्पनातीत भयंकर आहे. मी त्याच्या भोवतीची मिठी घट्ट करते. नैराश्याच्या गर्तेत न जाण्याचा मी प्रयत्न करते. एखाद्या लहान मुलाशी कुणी असं कसं काय वागू शकतं? तो मान वर करून माझ्याकडे एकटक बघत मला खिळवून टाकतो.

"तू तिच्यासारखी नाहीयेस. प्लीज, तसा विचार मनातदेखील आणू नकोस."

मी त्याच्याकडे पाहते. त्याच्याकडून हे ऐकायला मिळाल्यामुळे माझा जीव थोडा थाऱ्यावर येतो. तो परत माझ्या छातीवर डोकं टेकवतो. त्याचं सांगून झालं आहे असं मला वाटतं. त्यामुळे तो परत बोलायला लागल्यावर मला धक्का बसतो.

"कधीकधी स्वप्नात ती जमिनीवर नुसती पडलेली दिसते. ती गाढ झोपली आहे असं मला वाटतं, पण ती हलत नाही. ती एकदाही हलत नाही. मला भूक लागलेली असते. प्रचंड भुकेला असतो मी."

ओह फक्!

"मग जोरात आवाज होतो. तो परत येतो. त्या वेडसर रांडेच्या नावानं शिव्यांची लाखोली वाहत तो मला जोरात मारतो. त्याला हातानं किंवा त्याच्या पट्ट्यानं मारायला आवडतं."

"म्हणून तुला स्पर्श केलेला आवडत नाही का?"

डोळे गच्च मिटून घेत तो मला घट्ट मिठी मारतो, "इतकं साधं-सरळ गणित नाहीये ते," माझ्या छातीच्या घळीत नाक खुपसत, खोल श्वास घेत तो माझं लक्ष

विचलित करण्याचा प्रयत्न करतो.

"सांग ना," मी त्याला बोलायला प्रवृत्त करते.

तो उसासा टाकतो, "तिचं प्रेम नव्हतं गं माझ्यावर. माझं स्वतःचंदेखील माझ्यावर प्रेम नव्हतं. मला माहिती असलेला स्पर्श केवळ एक होता – कठोर, निर्दयी. ते मूळ आहे साऱ्याचं. फ्लिन हे जास्त चांगलं समजावून सांगू शकेल."

"मी फ्लिनला भेटू शकते का?"

परत मान वर करून माझ्याकडे पाहत तो म्हणतो, "तू फिफ्टी शेड्सनी भांबावली आहेस ना?"

"तेवढंच नाही काही. या क्षणी तुझ्यावरचा त्याचा अंदाज कसा कमी होतो आहे, हे पाहायला पण मला आवडतं आहे," मुद्दाम त्याला चेतवत, आळोखेपिळोखे देत मी म्हणते.

"येस मिस स्टील. मलाही ते आवडतं आहे." माझ्यावर झुकून माझं चुंबन घेत तो माझ्याकडे क्षणभर टक लावून पाहतो.

"माझ्यासाठी तू इतकी अमूल्य आहेस, ॲना. मी खरोखर तुझ्याशी लग्न करायचा विचार केला आहे. म्हणजे मग आपण एकमेकांना अधिक चांगल्या प्रकारे जाणू शकू. तू माझी काळजी घे. तुला हवं तर आपण मुलं होऊ देऊ. मी माझं सगळं जग तुझ्या पायाशी आणून ओतीन. ॲनेस्टेशिया, मला तू कायमची हवी आहेस तनानी, मनानी, आत्म्यानी. प्लीज, त्याचा विचार कर."

"ख्रिश्चन, मी करीन त्याचा विचार," मी त्याला खात्री देते. माझ्या मनात येतं मुलं?... बापरे! "पण तुझी हरकत नसेल, तर मला डॉ. फ्लिनशी बोलायला आवडेल."

"तुझ्यासाठी काहीही करेन, काहीपण! सांग कधी भेटायचं आहे?"

"शक्य तितक्या लवकर."

"चालेल. मी सकाळी तशी व्यवस्था करतो," तो घड्याळाकडे नजर टाकतो, "खूप वाजलेत. झोपायला हवं," तो बाजूचा दिवा बंद करत मला स्वतःकडे ओढून घेतो.

मी घड्याळ बघते. बापरे! पहाटेचे पावणेचार झाले आहेत. मला कुशीत घेऊन, गुरफटून तो झोपतो. "ॲना स्टील, आय लव्ह यू! मला तू अशी माझ्या बाजूला आयुष्यभरासाठी हवी आहेस," माझ्या केसात नाक खुपसत, माझ्या मानेची चुंबनं घेत तो म्हणतो, "चल, आता झोप पटकन."

मी डोळे मिटते.

मोठ्या कष्टांनी मी डोळे उघडते. माझ्या पापण्या खूप जडावल्या आहेत. स्वच्छ

प्रकाशानं खोली झळाळून उठली आहे. माझे हात-पाय भरून आले आहेत. डोकं बधिर झालं आहे. मला एखाद्या वेलीसारखं लपेटून घेत ख्रिश्चन झोपला आहे. नेहमीप्रमाणे मला अति ऊब जाणवते आहे. बहुधा पहाटेचे पाच वाजले असणार. अजून अलार्मसुद्धा व्हायचा आहे. ख्रिश्चनच्या उबेपासून दूर होण्याचा प्रयत्न करण्यासाठी मी तिथल्या तिथे वळते. तो झोपेत काहीतरी बरळतो. आता मला घड्याळ दिसते. ८.४५...

शिट्! मला भयानक उशीर होणार आहे. फक्! मी कशीबशी पलंगावरून उतरत बाथरूममध्ये पळते. अवघ्या चार मिनिटांत मी अंघोळीसकट सर्व उरकून बाहेर येते.

आता ख्रिश्चन जागा झाला आहे. अर्धवट झोपेतदेखील तो माझ्या पळापळीकडे कौतुकाने बघतो आहे. घालायचे कपडे कपाटातून काढत मी एकीकडे स्वतःला कोरडं करते. कदाचित, कालच्या त्याच्या कबुलीवरच्या माझ्या प्रतिक्रियेची वाट बघत असेल. छे! या क्षणी मला अगदी कशालाही वेळ नाहीये.

मी कपड्यांमध्ये नजर टाकते – काळे स्लॅक्स, काळा शर्ट... बरंचसं मिसेस आर.सारखं.

पण पुन्हा कपडे शोधण्यात मी एक सेकंददेखील गमावू शकत नाही. घाईघाईत मी काळी ब्रा आणि पँटी चढवते. तो माझी प्रत्येक हालचाल निरखतो आहे याची मला जाणीव आहे. त्यानं मी जरा त्रासले आहे. ठीक आहे! ही ब्रा-पँटी चालेल.

"छान दिसते आहेस," अंथरुणातून ख्रिश्चन बोलतो, "तू सांगू शकतेस ना की तू आजारी आहेस." तो माझ्याकडे बघत इतका काही मादकपणे हसतो की तिथल्या तिथे सारे कपडे उतरवून त्याला भिडावंसं मला वाटतं. माझी अंतर्देवता तर प्रणयाच्या कल्पनेनं उन्मादकपणे नाचू लागते.

"नाही हं ख्रिश्चन. मी काही सुंदर हसू असलेला अहंकारोन्मादी सीईओ नाही, जो त्याच्या मर्जीनी येऊ-जाऊ शकतो."

"हो, मला माझ्या मर्जीप्रमाणे यायला आवडतं," मला डिवचत तो अजून मधाळ असतो.

"ख्रिश्चन!" मी टॉवेल त्याच्या अंगावर फेकत त्याला रागावते. तो हसू लागतो.

"सुंदर हसू काय?"

"हो नाही तर काय! तुला माहिती आहे ना की माझ्यावर तुझ्या हसण्याचा कसा परिणाम होतो ते?" मी घड्याळ लावत बोलते.

"हो का?" तो निरागसपणे डोळे फडफडवतो.

"हो, चांगलाच ठाऊक आहे. तोच परिणाम सगळ्या स्त्रियांवर होतो. सगळ्यांना

असं पाघळताना पाहणं हे त्रासदायकच आहे.''

''हो का?'' कुतूहलानं भुवई उंचावत तो म्हणतो.

''मि. ग्रे, उगाच वेड पांघरून पेडगावला जाऊ नका. तुम्हाला ते शोभत नाही.'' घाईघाईनं केसांचं पोनीटेल बांधून पायात काळ्या उंच टाचांचे बूट घालत मी म्हणते. हं! हे चालून जाईल.

मी वाकून त्याचं चुंबन घेत त्याला गुडबाय करते. त्यासरशी तो मला पलंगावर ओढून घेत माझ्यावर झुकतो. किती प्रसन्नपणे हसतो आहे तो. अहा! किती देखणा आहे तो. या क्षणाला त्याच्या डोळ्यांत खूप मिस्कील छटा आहे. केस तर काय नेहमीच विस्कटलेले दिसतात, प्रणयानंतर विस्कटावेत तसे. आता त्याचा खेळकरपणा उतू जाईल.

पण मी श्रमले आहे. काल जे काही अघटित ऐकलं आहे त्याचा माझ्यावर खोलवर परिणाम झाला आहे. तो मात्र जणू आनंदाचं कारंजं झाला आहे या क्षणी. कसला सेक्सी दिसतोय. वाटतं की आत्ता पुढे होऊन त्याला सामावून घ्यावं. ओह! हा फिफ्टीपण ना... उगाच चिथवतो!

''मी काय केलं म्हणजे तू थांबशील?'' तो हळुवारपणे विचारतो. झालं! माझ्या हृदयाचा ठोका चुकतो. आता तर ते जोरात धडधडू लागतं. कसला मोहात पाडतोय हा मला!

''काहीही नको,'' मी त्याच्या मिठीतून सुटायची धडपड करत म्हणते, ''जाऊ दे मला.''

तो ओठ काढतो. मी हरते. त्याच्या रेखीव ओठांवरून मी बोटं फिरवते. माझा फिफ्टी शेड्स. त्याच्या इतक्या विचित्रपणाच्या पलीकडे जाऊन मी त्याच्यावर प्रेम करते. अजून तर मला कालच्या सगळ्या घटनांचा आढावा घ्यायचा आहे, स्वतःला काय वाटतंय ते चाचपून पाहायचं आहे.

पुढे होत मी त्याचं चुंबन घेते. बरं झालं, मी मघाशी दात पण घासले होते ते. तो माझं दीर्घ, खोलवर चुंबन घेतो आणि एका झटक्यात मला पलंगावरून खाली माझ्या पायांवर उभं करतो. मला तर काही कळतच नाही त्याच्या या कृतीचा अर्थ.

''टेलर घेऊन जाईल तुला,'' तो तोडगा सांगतो. आता तो खूपसा निश्चिंत झालेला दिसतो. मी आज सकाळी काय प्रतिक्रिया देते याची त्याला बहुधा काळजी वाटत असणार. अर्थात, काल रात्री... की आज पहाटे... हे तर निश्चित झालं की, मी पळून जाणार नाही.

''ओके, थँक्यू!'' मनातून मी जरा नाराज झाले आहे. एकतर त्याची द्विधा मनःस्थिती, दुसरं म्हणजे मला त्यानं थांबवलं नाही आणि तिसरं म्हणजे मला आजसुद्धा साब चालवायला मिळणार नाही. पण त्याचंही बरोबर आहे म्हणा. टेलर

मला पटकन पोहोचवेल.

"मि. ग्रे. तुम्ही तुमची आरामशीर सकाळ आनंदात घालवा हं! मला तर आवडलं असतं हो थांबायला. पण काय आहे ना, केवळ धुंद प्रणयापायी आपला स्टाफ ऑफिसला चक्क दांडी मारतो आहे, हे माझ्या कंपनीच्या मालकाला अजिबात चालणार नाही," मी पर्स उचलत म्हणते.

"मिस स्टील, माझं वैयक्तिक मत विचाराल ना, तर मला खात्री आहे की त्याला हे चालेल. उलट तो तर तसा आग्रह धरेल."

"तू अजून अंथरुणात कसा? एरवी तर तू असं कधी करत नाहीस."

"कारण मी राहू शकतो."

मी मान हलवत त्याला म्हणते, "नंतर, बेबी," त्याला एक उडतं चुंबन देऊन मी दारातून बाहेर पडते.

टेलर माझी वाट पाहत उभा आहे. मला उशीर झाला आहे हे लक्षात घेऊन तो गाडी अशी काही वेगाने चालवतो की मी अवाक होते. बरोबर सव्वानऊला तो मला ऑफिसच्या दारात आणून उभं करतो.

"थँक्यू टेलर," मी कसंबसं म्हणते. त्यानं युद्धात टँकदेखील चालवले आहेत, हे ख्रिश्चननी सांगितल्याचं मला आठवलं. कदाचित तो नॅसकारमध्ये रेसिंग कारपण चालवत असेल, कुणी सांगावं?

"ॲना," तो निरोप घेतो. मी धावतपळत ऑफिसमध्ये शिरते. दार उघडताना मला जाणवतं की टेलर आता औपचारिक मिस स्टीलवरून ॲनावर आला आहे. त्या जाणिवेनं मला हसू येतं.

रिसेप्शनसमोरून धावतपळत माझ्या टेबलाकडे जाताना क्लेअर माझ्याकडे पाहून हसते.

"ॲना," जॅक हाक मारतो, "ताबडतोब इकडे ये."

ओह शिट्!

"ही काय वेळ आहे का येण्याची?" तो झापतो.

"आय ॲम सॉरी. मला आज उठायला उशीर झाला," मी लाजून लाल होते.

"परत असं होता कामा नये. आता आधी माझ्यासाठी कॉफी आण. त्यानंतर काही पत्रं लिहायची आहेत. पळ लवकर," त्याच्या ओरडण्यानं मी चमकते.

इतकं भडकायला काय झालं आहे? याचा प्रॉब्लेम तरी काय आहे? मी केलं तरी काय? कॉफी करायला मी घाईनं किचनकडे जाते. छे! दांडी मारायला हवी होती आज. ह्यापेक्षा, घरी राहिले असते तर मस्त... ख्रिश्चनबरोबर काहीतरी हॉट... निदान छानसा ब्रेकफास्ट तरी... किंवा मग त्याच्याबरोबर गप्पा मारू शकले असते. किती

मजा आली असती!

मी जॅकला कॉफी नेऊन देते. त्याची फारशी दखल न घेता तो माझ्या हातात कागदांची चळत ठेवतो. मिचमिच अक्षरात गलिच्छपणे खरडलेला मजकूर मला दिसतो.

''पटकन टाईप करून माझी सही घे. मग आपल्या सगळ्या लेखकांना त्याची कॉपी मेल कर,'' तो वसकाटतो.

''हो जॅक.''

तो साधी मान वर करूनदेखील बघत नाही. देवा! हा तर वेडा झाला आहे.

हुश्श करत मी एकदाची माझ्या खुर्चीत बसते. कॉम्प्युटर बूट होईपर्यंत मी चहाचा घोट घेते. मग मेल बघते.

फ्रॉम : ख्रिश्चन ग्रे
सब्जेक्ट : तुझी उणीव
डेट : जून १५, २०११ ०९:०५
टु : ॲनेस्टेशिया स्टील

प्लीज तुझा ब्लॅकबेरी वापर.

ख्रिश्चन ग्रे.
सीईओ, ग्रे एन्टरप्राईजेस होल्डिंग इन्कॉ.

फ्रॉम : ॲनेस्टेशिया स्टील
सब्जेक्ट : कधीतरी ठीक आहे
डेट : जून १५, २०११ ०९:२७
टु: ख्रिश्चन ग्रे

माझा बॉस वेडा झाला आहे.
तुझ्या गूढ, मिस्कील करामतींपायी तू मला रात्री जागवलंस, हा तुझा दोष आहे.
तुला स्वतःची लाज वाटली पाहिजे.

ॲनेस्टेशिया स्टील
असिस्टंट टू जॅक हाईड, कमिशनिंग एडिटर, एसआयपी

फ्रॉम : ख्रिश्चन ग्रे
सब्जेक्ट : गूढ मिस्कील काय ते?
डेट : जून १५, २०११ ०९:३२
टु : ॲनेस्टेशिया स्टील

तुला काम करायची गरज नाही ॲनेस्टेशिया.
तुला कल्पना नाही की माझ्या गूढ करामतींची मला किती भीती वाटते.
प्लीज ब्लॅकबेरी वापर.
आणि माझ्याशी लग्न कर, प्लीज.

ख्रिश्चन ग्रे.
सीईओ, ग्रे एन्टरप्राईजेस होल्डिंग इन्कॉ.

फ्रॉम : ॲनेस्टेशिया स्टील
सब्जेक्ट : रोजी रोटी
डेट : जून १५, २०११ ०९:३५
टु : ख्रिश्चन ग्रे

तुझी मागे लागायची सवय मला माहिती आहे, पण जरा थांब.
मला तुझ्या सायकिॲट्रिस्टशी बोलायला हवं.
त्यानंतर मी तुला उत्तर देईन.
लिव्हिंग इनच्या विरोधात मी नाही.

ॲनेस्टेशिया स्टील
असिस्टंट टू जॅक हाईड, कमिशनिंग एडिटर, एसआयपी

फ्रॉम : ख्रिश्चन ग्रे
सब्जेक्ट : ब्लॅकबेरी
डेट : जून १५, २०११ ०९:४०
टु : ख्रिश्चन ग्रे

ॲनेस्टेशिया, तू जर डॉ. फ्लिनबद्दल चर्चा सुरू करणार असलीस, तर तुझा ब्लॅकबेरी वापर.
आणि ही विनंती नाही.

ख्रिश्चन ग्रे.

आता भडकलेला सीईओ, ग्रे एन्टरप्राईजेस होल्डिंग इन्कॉ.

ओह शिट्! आता हादेखील माझ्यावर भडकला. जाऊ दे. बसू दे तसाच. मी ब्लॅकबेरी काढून त्यावर नजर टाकते तेवढ्यात तो वाजतो. एक मिनिटसुद्धा मोकळं नाही का सोडू शकत हा मला! मी वैतागून फोन उचलते.

"काय आहे?" मी झापते.

"ॲना, हाय."

"जोसे कसा आहेस?" किती बरं वाटलं त्याचा आवाज ऐकून.

"मी छान आहे. बरं, मला एक सांग ॲना, तू अजूनही त्या ग्रेला भेटत असतेस का?"

"अं... हो... का रे?" ह्याच्या मनात काय आहे?

"अगं, त्याने तुझे सगळे फोटो विकत घेतले आहेत. या गुरुवारी प्रदर्शन संपत आहे. तर मी विचार केला की शुक्रवारी संध्याकाळी स्वतःच ते घेऊन यावेत सिएटलला. शक्य झालं तर तुझ्याबरोबर जरा गप्पाटप्पा माराव्यात. अगदी खरं सांगायचं तर रात्रीपुरतं राहायची सोय होते आहे का, तेही विचारायचं होतं."

"जोसे, अगदी मस्त जमेल. मी करते काही बंदोबस्त. ख्रिश्चनशी बोलून तुला कळवते तसं, चालेल का?"

"अगदी. मी वाट पाहतो. बाय ॲना."

होली काऊ! जोसेच्या शोला जाऊन आल्यापासून मी ना त्याच्याशी अजिबात संपर्क साधला ना त्याच्या प्रदर्शनाची, फोटोच्या विक्रीची चौकशी केली. कसली मैत्रीण म्हणायची मी!

चला, म्हणजे शुक्रवार संध्याकाळ जोसेबरोबर घालवता येईल तर. पण ख्रिश्चनला आवडेल का हे? त्या विचारानं मी जोरजोरात खालचा ओठ चावू लागते. हा माणूस ना दुटप्पी आहे. तो त्याच्या एक्स-लव्हरला आंघोळ घालू शकतो, पण मी साधं जोसेबरोबर संध्याकाळी एखादं ड्रिंक घ्यायचं म्हटलं तर... महाशय सहजासहजी कबूल होतील असं नाही. कसा काय मार्ग काढावा बरं ह्यातून?

"ॲना," जॅकचा तारस्वर मला माझ्या स्वप्नरंजनातून बाहेर काढतो. अजूनही भडकलेला आहे की काय? "ते मघाचं पत्र कुठं आहे?"

"अं, हो-हो आणते." शिट्! ह्याला झालं तरी काय आहे?

दुप्पट गतीनं मी ते पत्र टाईप करून त्याची प्रिंट काढते आणि त्याच्यासमोर नेते.

“हे पाहा आणलं,” त्याच्या टेबलावर ते ठेवत मी जायला वळते. जॅकची निष्णात नजर झर्रकन त्यावरून फिरते.

“तू तिथे बसून काय करत असतेस हे मला माहीत नाही, पण मी तुला काम करण्यासाठी पगार देतो.”

“मला त्याची कल्पना आहे, जॅक,” मी माफी मागते. माझे गाल शरमेने लाल होऊ लागल्याची जाणीव मला होते.

“शी! चुकांनी भरलं आहे! आण परत टाईप करून,” तो झापतो.

फक्! तो ख्रिश्चनच्यासारखा वागायला लागला आहे. मी ख्रिश्चनचा उद्दामपणा चालवून घेऊ शकते. ह्याचा कसा चालवीन?

“आणि ते झालं की कॉफीसुद्धा आण परत.”

“सॉरी!” खालच्या स्वरात त्याची माफी मागत मी शक्य तितक्या लवकर त्याच्या ऑफिसमधून बाहेर पडते.

होली फक्! त्याचं वागणं आता असह्य होत आहे. मी माझ्या टेबलाशी बसून सगळं पत्र परत बघते. जेमतेम दोन चुका असतात. त्या दुरुस्त करून दोन वेळा परत नीट तपासून मग मी त्याची प्रिंट काढते. परत एकदा त्याच्यासाठी कॉफी आणायला जाताना मी क्लेअरकडे पाहत डोळे फिरवून खुणेने तिला सांगते की, आज माझं काही खरं नाही. खोल श्वास घेत मी त्याच्या ऑफिसमध्ये पाय टाकते.

“बरं आहे,” मोठ्या अनिच्छेनं असं म्हणून तो त्यावर सही करतो, “आता ह्याच्या फोटो कॉपी काढ. मग मूळ प्रत फाईलला लाव आणि बाकीच्या आपल्या लेखकांना पाठव, समजलंय का?”

“हो!” मूर्ख नाहीये अरे मी! “जॅक काही बिनसलंय का?”

तो वर बघतो. क्षणार्धात त्याचे निळे डोळे गढुळतात. तो मला डोळ्यांपासून पायापर्यंत न्याहाळतो. मी आतल्या आत गोठते.

“नाही,” तो उद्धटासारखा मला उडवून लावतो. मी उगाचच तिथे बावळटासारखी उभी राहते. शेवटी, वैतागून त्याच्या ऑफिसमधून बाहेर येते. हं, त्यालाही पर्सनालिटी डिसऑर्डरचा त्रास असता तर? नेमकी मीच सापडावी का या साऱ्यांना! मग मी फोटोकॉपिअरशी जाते. नेमका आजच त्यात पेपर जॅम झाला. कसंबसं मी ते ताळ्यावर आणते, तर कागद संपलेले असतात. छे! आजचा दिवस माझा नक्कीच नाही.

आवश्यक त्या प्रती घेऊन मी टेबलाशी परत येते. मी त्या पाकिटात घालत असताना माझा ब्लॅकबेरी वाजतो. जॅक फोनवर बोलत असल्याचं मला काचेतून दिसतं. मी फोन उचलते. इथन बोलत असतो.

“हाय ॲना, काल रात्री काय झालं?”

कालची रात्र! वेगवेगळे प्रसंग माझ्या नजरेसमोरून क्षणात तरळून जातात. माझ्यासमोर झुकलेला ख्रिश्चन, त्याची गुपितं उघड करणं, मॅकरोनी आणि चीझ, माझं धाय मोकलून रडणं, त्याला पडलेलं भयंकर स्वप्न, आमचा प्रणय, त्याला स्पर्श करणं...

"अं, तसं ठीक आहे," मी कसंबसं म्हणते.

क्षणभर थांबत इथन बहुधा माझं म्हणणं स्वीकारायचं ठरवतो, "चला, बरं झालं. मी किल्ली घ्यायला येऊ का?"

"खुशाल."

"अर्ध्या तासात येतो. कॉफी प्यायला येशील का?"

"नाही रे! मला यायला उशीर झाला. माझा बॉस इतक्या प्रचंड वाईट मूडमध्ये आहे की... कल्पना कर, डोकं फिरलेलं, चिडलेलं आणि वेलीमध्ये गुरफटलेलं अस्वल कसं दिसेल..."

"अहा! प्रकरण फार तापलेलं दिसतं आहे."

"तापलेलं आणि हाताबाहेर गेलेलं," मला हसू येतं.

इथनपण हसतो आणि माझा मूड थोडा बरा होतो. "चल. अर्ध्या तासात येतो," तो फोन ठेवतो.

मी जॅकच्या दिशेनी नजर टाकते. तो माझ्याकडे रोखून पाहत असतो. ओह शिट्! आता मी हेतुपुरस्सर दुर्लक्ष करून पाकिटं भरू लागते.

अर्ध्या तासानी माझ्या टेबलावरचा फोन वाजतो. क्लेअर बोलते, "ए, तो परत आला आहे, इथे रिसेप्शनमध्ये. तो गं, सोनेरी केसांचा देव!"

कालच्या भयंकर वादळी रात्रीनंतर आणि सकाळपासूनच्या जॅकच्या त्राग्यानंतर इथनला भेटणं निव्वळ आनंद आहे. पण तोही लगेच निघतो.

"संध्याकाळी भेटू यात का गं?"

"मी बहुतेक ख्रिश्चनबरोबर असेन," मी संकोचते.

"वाट लागलेली दिसते आहे," मला चिडवत तो म्हणतो.

मी खांदे उडवते. त्याला काय कल्पना येणार म्हणा. शिवाय, त्या क्षणी मला प्रकर्षानं जाणीव होते की आपल्याला हे आयुष्यभरासाठी पेलायचं आहे. गंमत म्हणजे ख्रिश्चनच्याही भावना अशाच आहेत. इथन मला पटकन मिठी मारतो.

"नंतर, ॲना."

मला झालेल्या उलगड्याचा विचार करत मी माझ्या टेबलाशी येते. मला जरा विचार करायला एक दिवस मिळू शकला, तर त्यासाठी काय वाट्टेल ते द्यायची माझी तयारी आहे.

"कुठे गेली होतीस?" अचानक समोर येत जॅक विचारतो.

"रिसेप्शनमध्ये, काम होतं," छे! हा तर आता वैताग आणू लागला आहे.

"मला पार्सल हवं आहे. नेहमीचं," वसकन असं बोलून तो पाय आपटत त्याच्या ऑफिसमध्ये जातो.

मी ख्रिश्चनबरोबर घरी का नाही थांबले बरं? माझी अंतर्देवता हाताची घडी घालून खडूसपणे माझ्याकडे पाहत मला याच प्रश्नाचं उत्तर विचारते. पर्स आणि ब्लॅकबेरी उचलून मी दाराकडे वळते. मी मेसेज तपासते.

फ्रॉम : ख्रिश्चन ग्रे
सब्जेक्ट : तुझी उणीव
डेट : जून १५, २०११ ०९:०६
टु : ॲनेस्टेशिया स्टील

तुझ्यावाचून हा पलंग केवढा मोठा वाटतो.
असं दिसतंय की मलाही ऑफिसला जावं लागणार आहे.
अहंकारोन्मादी सीईओलादेखील काहीतरी हवं असतं करायला.

ख्रिश्चन ग्रे.
अंगठे मोडत बसलेला सीईओ, ग्रे एन्टरप्राईजेस होल्डिंग इन्कॉ.

सकाळी आलेला त्याचा अजून एक मेल असतो.

फ्रॉम : ख्रिश्चन ग्रे
सब्जेक्ट : धोरणीपणा
डेट : जून १५, २०११ ०९:५०
टु : ॲनेस्टेशिया स्टील

ही सामर्थ्याची चांगली बाजू आहे.
कृपा करून धोरणीपणा दाखव... तुझ्या ऑफिसच्या ईमेल्सवर पाळत ठेवली जाते.
मी तुला हे किती वेळा सांगू?
हो, तू म्हणतेस तसंच मी मोठ्यांदा ओरडून सांगतो आहे. तुझा ब्लॅकबेरी वापर.
डॉ. फ्लिन आपल्याला उद्या भेटू शकतात.

ख्रिश्चन ग्रे.
अजूनही भडकलेला सीईओ, ग्रे एन्टरप्राईजेस होल्डिंग इन्कॉ.

त्यानंतर अजून एक दिसतो आहे.

फ्रॉम : ख्रिश्चन ग्रे
सब्जेक्ट : रातकिडे
डेट : जून १५, २०११ १२:१५
टु : ॲनेस्टेशिया स्टील

अजूनही तुझ्याकडून काही उत्तर नाही.
तू ठीक आहेस ना, मला कळव.
तुला माहिती आहे मी किती काळजी करतो ते.
मी आता टेलरला पाठवीन हं तुला पाहायला.

ख्रिश्चन ग्रे
अति काळजीत पडलेला सीईओ, ग्रे एन्टरप्राईजेस होल्डिंग इन्कॉ.

मी डोळे फिरवत त्याला फोन लावते. उगाच त्याला काळजी करायला लावण्यात काय मतलब?

"ख्रिश्चन ग्रेचा फोन, अँड्रिआ पार्कर बोलते आहे."

फोन ख्रिश्चननं उचलला नाही या गोष्टीचा मला इतका धक्का बसतो, की मी रस्त्यात थबकते. मागून येणारा एक तरुण माझ्यावर आपटण्यापासून स्वतःला कसाबसा वाचवतो. रागानी काहीतरी बोलून तो जातो. मी स्टॉलच्या हिरव्या छताखाली उभी आहे.

"हॅलो, मी काही मदत करू का?" शांततेचा भंग करत अँड्रिआ विचारते.

"सॉरी... अं... म्हणजे... मी ख्रिश्चनशी बोलायचा प्रयत्न..."

"मि. ग्रे या क्षणी महत्त्वाच्या मीटिंगमध्ये आहेत," ती तत्परतेने सफाईदारपणे उत्तर देते, "मी काही निरोप देऊ का?"

"त्याला सांगाल का की ॲनाचा फोन होता?"

"ॲना? म्हणजे ॲनेस्टेशिया स्टील तर नाही?"

"अं... हो...!" तिच्या प्रश्नानं मी विचारात पडते.

"मिस स्टील, प्लीज एक मिनिट होल्ड ऑन करा हं."

ती काय करते हे ऐकण्याचा मी प्रयत्न करते, पण मला काही कळत नाही. काही क्षणात ख्रिश्चन फोनवर येतो, ''तू ठीक आहेस का?''

''हो, मी छान आहे.''

त्यानं टाकलेला निःश्वास मला ऐकू येतो. तो एकदम मोकळा झाला आहे.

''ख्रिश्चन, मी का बरं ठीक नसेन?'' मी त्याच्याशी हळुवारपणे बोलते.

''साधारणतः तू माझ्या ई-मेल्सना पटकन उत्तर देतेस. तुला मी काल जे काही सांगितलं... मी काळजीत पडलो होतो.'' तो गंभीरपणे म्हणतो. मग तो बाजूला वळून ऑफिसमधल्या कोणाशी तरी बोलतो.

''नाही, अँड्रिआ, त्यांना थांबायला सांग,'' तो कठोरपणे म्हणतो... ओह! त्याचा हा स्वर माझ्या ओळखीचा आहे

''नाही. सांगितलं ना थांब म्हणून,'' तो फटकारतो.

''ख्रिश्चन, तू आत्ता खूप व्यस्त दिसतो आहेस. मी ठीक आहे हे सांगायला फोन केला आणि अरे, खरंच आज प्रचंड काम आहे. जॅक तर जसा छडी घेऊन उभा आहे... नाही म्हणजे... मला असं म्हणायचं होतं की...'' संकोचून मी गप्प बसते.

क्षणभर ख्रिश्चनसुद्धा काही बोलत नाही.

''छडी घेऊन... का? एक काळ होता जेव्हा मी त्याला नशीबवान म्हटलं असतं,'' त्याच्या स्वरात हेटाळणी होती, ''त्याला तुझ्यावर चढू नको देऊस राणी.''

''ख्रिश्चन,'' मी रागावते. तो हसत असणार हे मला कळतं.

''त्याच्यावर लक्ष ठेव. बस्स! हे बघ, तू ठीक आहेस हे ऐकून मला खूप बरं वाटलं. किती वाजता येऊ मी तुला घ्यायला?''

''मी तुला ई-मेल करते.''

''पण तुझ्या ब्लॅकबेरीवरून,'' तो धमकावतो.

''येस सर,'' मी पटकन उत्तर देते.

''नंतर, बेबी.''

''बाय...''

पण तो फोन बंद करत नाही.

''फोन ठेव,'' मी हसत रागावते.

तो खोल उसासा सोडतो, ''तू आज ऑफिसला गेली नसतीस, तर किती बरं झालं असतं.''

''मलाही तसंच वाटतं आहे. पण जाऊ दे, खूप काम आहे. फोन ठेव पटकन.''

''तू ठेव आधी,'' मला त्याचा हसरा स्वर जाणवतो. ओह! खेळकर ख्रिश्चन.

मला असा खेळकर ख्रिश्चन प्रचंड आवडतो. माझं ख्रिश्चनवर प्रेम आहे... बस्स!

"आधीही झालं आहे हे सगळं."

"तू ओठ चावते आहेस ना?"

शिट्! बरोबर आहे, पण त्याला कसं कळलं?

"हे बघ ॲनेस्टेशिया, तुला वाटतं की मी तुला ओळखत नाही. पण तू स्वतःला काय ओळखत असशील इतकं मी तुला ओळखतो." तो मुद्दाम मला पाघळवणाऱ्या स्वरात घोगऱ्या आवाजात म्हणतो. मी तर लगेच ओली होऊ लागते.

"ख्रिश्चन, मी नंतर बोलते तुझ्याशी." त्या क्षणी खरंच मलाही वाटतं आहे की मी आज घरातून निघाले नसते तर किती बरं झालं असतं.

"मिस स्टील, मी तुमच्या ई-मेलची वाट पाहतो."

"गुड डे मि. ग्रे."

फोन बंद करून मी स्टॉलच्या थंडगार, कठीण काचेच्या खिडकीवर रेलते. फोनवरूनसुद्धा मी त्याची आहे. ग्रेचे सगळे विचार काढून टाकण्यासाठी मी मान झटकून स्टॉलमध्ये शिरते. त्या क्षणी जॅकच्या विचारानं मी सुन्न होते.

मी परत येते तेव्हा तो भडकलेला असतो.

"मी आता लंच ब्रेक घेतला तर चालेल का?" मी आपलं विचारून घेते. आधीपेक्षा जास्त रागानी तो माझ्याकडे पाहतो.

"अगदी जायचंच असेल तर जा, आणि हे बघ पंचेचाळीस मिनिटांत आलं पाहिजेस. सकाळी उशिरा आली आहेस तो वेळ भरून काढ," तो झापतो.

"जॅक, एक विचारू का?"

"काय आहे?"

"आज तुझं काहीतरी बिनसलं आहे. मी काही केलं आहे का?"

तो क्षणभर माझ्याकडे पाहतो, "तुझ्या चुकांचा पाढा वाचण्याचा आत्ता मूड नाहीये माझा. मी व्यस्त आहे आता," माझ्याकडे दुर्लक्ष करत तो कॉम्प्युटरच्या स्क्रीनकडे पाहत राहतो.

अरे! पण मी असं काय केलं आहे?

मी वळून त्याच्या ऑफिसमधून बाहेर पडते. आपल्याला आता रडू येईल असं मला वाटतं. अचानक तो माझा इतका तिरस्कार का करू लागला आहे? माझ्या मनात एक विचित्र विचार येऊ लागतो, पण मी तो झटकून टाकते. आधीच माझ्या डोक्याला इतकी कल्हई लागली आहे, त्यात आणि ह्याची भर कशाला?

ऑफिसमधून बाहेर पडत बाजूच्या स्टारबक्समध्ये मी जाते. एक लाटे ऑर्डर

करून मी खिडकीची जागा निवडते. मग पर्समधून आयपॉड काढून हेडफोन घालते. यादीतनं कुठलंतरी गाणं निवडून मी रिपीटचं बटण दाबते. म्हणजे आता ते परत परत वाजेल. विचार करत असताना मला संगीत ऐकण्याची नितांत आवश्यकता वाटते.

मी विचार करू लागते. सेडिस्ट ख्रिश्चन, सबमिसिव्ह ख्रिश्चन, स्पर्श न करता येणारा ख्रिश्चन, इडिपस कॉम्प्लेक्स असलेला ख्रिश्चन, लीलाला आंघोळ घालणारा ख्रिश्चन. ही शेवटची प्रतिमा माझ्याभोवती फेर धरून नाचू लागते. तशी मी डोळे मिटत कण्हते.

या माणसाशी मी लग्न करू शकते का? पेलायला कठीण आहे तो. अतिशय कठीण आणि गुंतागुंतीचा... तरीही खोलवर मला हेही जाणवतं की या सगळ्याच्या पार्श्वभूमीवर मला त्याला सोडून जायचं आहे. मी त्याला कधीही सोडून नाही देऊ शकत. तसं करणं म्हणजे स्वतःच स्वतःचा उजवा हात कापून काढण्यासारखं आहे.

आत्ताचा विचार केला तर आजवर इतकं छान मला कधी वाटलं नव्हतं. तो माझ्या आयुष्यात आल्यापासून कित्येक अनोख्या भावना आणि प्रसंग मी अनुभवले आहेत. फिफ्टीबरोबर एकही क्षण कंटाळवाणा नसतो.

ख्रिश्चन आयुष्यात यायच्या आधी कशी जगत होते बरं मी? जोसेच्या फोटोप्रमाणे फक्त कृष्णधवल रंग होते जीवनात. आता मात्र विविध रंगांची झळझळीत उधळण होते आहे. आयुष्य संपन्न झालं आहे. चमकणाऱ्या प्रकाशाच्या तिरिपींनी मला व्यापलं आहे. ख्रिश्चन आहे तो प्रकाश! आजही मी इकॅरस आहे, सूर्याच्या अगदी जवळून उडणारा. मी मनातल्या मनात खिंकाळते. ख्रिश्चनबरोबर उडणारा... आणि उडणाऱ्या माणसाला कोण नकार देऊ शकेल?

मी त्याला सोडून देऊ शकेन का? मला त्याला सोडायचं आहे का? त्यानं जणू एखादी कळ दाबली माझ्या अंतरंगातली आणि मी झळाळून उठले. त्याला समजावून घेतानासुद्धा किती काय शिकले मी, गेल्या काही आठवड्यात तर मी मला नव्याने जाणून घेतलं. माझं शरीर, माझ्या कमी-अधिक मर्यादा, माझी सहनशक्ती, चिकाटी, सहिष्णुता... आणि प्रेम करण्याची माझी क्षमतादेखील.

अचानक वीज चमकून लखलखीत उजेड पडावा तसा माझ्या डोक्यात प्रकाश पडतो. तेच तर हवं आहे त्याला माझ्याकडून... तेच तर त्याला मिळायलादेखील हवं आहे... प्रेम... कुठल्याही अटींशिवाय. त्या वेडसर रांडेकडून त्याला जे कधीही मिळालं नाही... प्रेमाचीच तर गरज आहे त्याला. मी करू शकेन का असं प्रेम त्याच्यावर... विनाशर्त...? काल रात्री त्यानं स्वतःला पूर्ण उघडं केलं माझ्यासमोर. ते जाणून समजून-उमजून मी त्याचा पूर्णतया स्वीकार करू शकेन का?

तो उद्ध्वस्त झाला आहे हे मला माहिती आहे, पण त्यातून मला बाहेर काढता येईल. टेलरचे शब्द आठवून मी सुस्कारते, *"तो एक चांगला माणूस आहे, मिस स्टील."*

त्याच्या चांगुलपणाचे कितीतरी ढळढळीत पुरावे मी स्वतःदेखील बघितले आहेत. त्याचं मानवतेसाठी काम, त्याची व्यावसायिक मूल्यं, त्याचं औदार्य, मात्र त्याला स्वतःला हे काहीही दिसत नाही. त्याचा पूर्वेतिहास आणि कल लक्षात घेता, मला त्याच्या स्व-तिरस्काराची थोडीफार कल्पना येते आहे. म्हणून तर तो कोणालाही त्याच्या परिघात शिरू देत नाही. मी भेदू शकेन का त्याचा परीघ?

तो मला म्हणाला होता की त्याच्या नीतिभ्रष्टतेची मला कल्पनादेखील करता येणार नाही. मात्र, आता जेव्हा तो पूर्ण मोकळा झाला आहे तेव्हा – विशेषतः त्याच्या आयुष्याची पहिली काही वर्षं कशी महाभयानक होती हे जाणल्यावर तर – मला त्याच्या कुठल्याही वागण्याचं आश्चर्य वाटत नाहीये. ते ऐकताना मला धक्का तर नक्कीच बसला होता. निदान तो मला सांगू शकला, हे काय कमी आहे? शिवाय, ते सांगितल्यापासून तो जास्त आनंदी दिसू लागला आहे. आता मला सगळं माहिती आहे.

त्यामुळे त्याचं माझ्याप्रतीचं प्रेम हिणकस होतं का? छे! मला नाही तसं वाटत. आज त्याच्या आणि माझ्या मनात या निखालस सुंदर भावना आहेत त्या याआधी कधीही आम्ही अनुभवल्या नाहीयेत. एका अर्थानं एकमेकांच्या सोबतीनं आम्ही इथवर आलो आहोत.

काल त्यानं मला प्रत्यक्ष स्पर्श करू दिला आणि स्वतःबद्दलचं सर्वांत कडवट सत्य सांगितलं. त्या आठवणींनी आज या क्षणी माझे डोळे भरून येतात. मात्र इथवर पोहोचायला लीला आणि तिच्या अनुषंगानं इतर सर्व घडून यावं लागलं.

कदाचित मी आभार मानले पाहिजेत या परिस्थितीचे. त्यानी तिला काल आंघोळ घातली याचं आज मला तितकं वाईट नाही वाटत आहे. माझे कोणते कपडे चढवले असतील त्यानं तिला? प्लम ड्रेस तर नाही घातला? मला फार आवडतो तो.

तर मग या माणसावर त्याच्यातल्या या सगळ्या वृत्ती-प्रवृत्ती-विचारांसह मी मोकळ्या मनानं प्रेम करू शकते का? तो त्यासाठी लायक आहे. हं, आता त्याला काही गोष्टी नव्यानं शिकाव्या लागतील म्हणा, जसं मर्यादा, सहवेदना, समजावून घेणं! नियंत्रणाचा अट्टाहास कमी करावा लागेल. पूर्वीसारखी मला दुखवायची गरज त्याला आता भासत नाही असं तो म्हणत होता. डॉ. फ्लिन यावर काही प्रकाश टाकू शकतील का?

या सगळ्याच्या मुळाशी असलेली हीच ती बाब आहे– दुसऱ्यांना शारीरिक इजा

करणं ही त्याची मानसिक गरज होती आणि तशा स्त्रिया त्याला भेटत गेल्या. मी त्रासते. हं! ही खात्री मला हवी आहे. मला या माणसाच्या आयुष्यात त्याला हव्या त्या सगळ्या भूमिका निभावून न्यायच्या आहेत. अगदी अतःपासून इतीपर्यंत. कारण माझ्या आयुष्यात त्याचं तेवढं महत्त्व आहे.

फ्लिनकडे या साऱ्यांची उत्तरं असतील अशी मला आशा आहे. मग कदाचित मी होकार देऊ शकेन. सूर्याच्या नजीक कुठेतरी मी आणि ख्रिश्चन आमचा स्वर्ग उभारू.

बाहेर सगळीकडे गर्दी आहे. लंचटाईममधलं सिएटल. मिसेस ख्रिश्चन ग्रे – मी कधी विचार तरी केला होता का? मी घड्याळाकडे पाहते. शिट्! ताडकन खुर्चीतून उठून मी दाराकडे धाव घेते. अख्खा एक तास मी नुसतं इथं बसून विचार करण्यात घालवला आहे. जॅक बहुधा खून करणार आहे माझा.

मी कशीबशी माझ्या जागेवर पोहोचते. नशीब, जॅक त्याच्या जागेवर नसतो. ही वेळ मी साधलेली दिसते आहे. मी माझ्या कॉम्प्युटरच्या स्क्रीनकडे टक लावून पाहते आहे, पण माझी नजर काहीही पाहत नाही. सैरावैरा धावणारे माझे विचार मी परत कामावर केंद्रित करू पाहते.

"कुठे होतीस तू?"

मी चमकते. जॅक माझ्या मागे हाताची घडी घालून उभा आहे.

"मी बेसमेंटमध्ये फोटोकॉपी काढत होते," मी चक्क खोटं बोलते. जॅकचे ओठ घट्ट मुडपले जातात.

"मी साडेसहाला एअरपोर्टसाठी निघतो आहे. तुला थांबावं लागेल तोवर."

"ओके." मी जमेल तितकं गोड हसते.

"न्यूयॉर्कच्या माझ्या दिनचर्येची प्रिंट काढून त्याच्या दहा फोटोकॉपी मला हव्या आहेत. शिवाय, ते ब्रोशर बांधून घे. आणि कॉफी आण मला थोडी!" झप-झप-झप मला फटकारून तो त्याच्या ऑफिसमध्ये जातो.

त्यानं वळून दार लावल्यावर मी सुटकेचा निःश्वास टाकत त्याला वाकुल्या दाखवते.

हरामखोर!

चार वाजता रिसेप्शनमधून क्लेअरचा फोन येतो.

"तुझ्यासाठी गिआ ग्रेचा फोन आहे."

मिआ? तिला आत्ताच मॉलला जायचं नसेल अशी मी आशा करते.

"हाय मिआ."

“हाय ॲना. कशी आहेस?” तिचा उत्साह ओसंडून वाहतो आहे.

“मस्त. जरा व्यस्त आहे आज. तू बोल.”

“मी तर इतकी कंटाळली आहे ना. काहीतरी निमित्त हवं आहे मला. म्हणून मग ख्रिश्चनसाठी बर्थ-डे पार्टी आयोजित करते आहे.”

वाढदिवस? ख्रिश्चनचा? कधी? मला तर काहीही कल्पना नाही. “अगं कधी?”

“मला वाटलंच की तो तुला काही बोलणार नाही म्हणून. शनिवारी आहे. मॉम आणि डॅडनी सगळ्यांना बोलावलं आहे. मस्त धमाल करू या. मी तुला खास आमंत्रण द्यायला फोन केला.”

“किती छान! मिआ, थँक्यू!”

“मी ख्रिश्चनलादेखील फोन करून सांगितलं आहे. त्यानंच तुझा इथला नंबर दिला.”

“छान!” मला आता हे कळत नाहीये की ज्या माणसाकडे सारं काही आहे, त्याला मी वाढदिवसाला काय भेट देऊ?

“आणि जमलं तर पुढच्या आठवड्यात जेवायला भेटू यात का?”

“अगदी चालेल. नाहीतर असं करतेस का? उद्या माझा बॉस न्यूयॉर्कला चाललाय. उद्या भेटायचं?”

“हे तर फारच छान, ॲना, किती वाजता?”

“अं... पाऊण वाजता?”

“चालेल. येते मी नक्की. बाय ॲना.”

“बाय.” मी फोन ठेवते.

ख्रिश्चनचा वाढदिवस? त्याला द्यावं तरी काय?

फ्रॉम : ॲनेस्टेशिया स्टील

सब्जेक्ट : अति पुरातन

डेट : जून १५, २०११ १६:११

टु : ख्रिश्चन ग्रे

प्रिय मि. ग्रे,

तुम्ही नक्की, कधी, मला सांगणार होतात?

माझ्या म्हाताऱ्याच्या वाढदिवसाला मी त्याला काय भेट द्यावी बरं?

कदाचित त्याच्या हिअररिंग एडसाठी नवीन बॅटरी...?

ॲनेस्टेशिया स्टील
असिस्टंट टू जॅक हाईड, कमिशनिंग एडिटर, एसआयपी

फ्रॉम : ख्रिश्चन ग्रे
सब्जेक्ट : पुरातन
डेट : जून १५, २०११ १६:२०
टु : ॲनेस्टेशिया स्टील

म्हाताऱ्याची चेष्टा करू नकोस.
तू धट्टीकट्टी आहेस हे बरं आहे.
मिआ बोललेली दिसते आहे तुझ्याशी.
बॅटरी नेहमीच कामाला येतात.
मला वाढदिवस साजरा करायला आवडत नाही.

ख्रिश्चन ग्रे.
ठार बहिरा, सीईओ, ग्रे एन्टरप्राईजेस होल्डिंग इन्कॉ.

फ्रॉम : ॲनेस्टेशिया स्टील
सब्जेक्ट : हं!
डेट : जून १५, २०११ १६:२४
टू : ख्रिश्चन ग्रे

प्रिय मि. ग्रे,
शेवटचं वाक्य लिहिताना तुम्ही ओठांचा चंबू कसा केला असेल याची मी कल्पना करू शकते.
माझ्यावर त्याच्यामुळे परिणाम होतो.
ए ×०×

ॲनेस्टेशिया स्टील
असिस्टंट टू जॅक हाईड, कमिशनिंग एडिटर, एसआयपी

फ्रॉम : ख्रिश्चन ग्रे
सब्जेक्ट : डोळे फिरवणे
डेट : जून १५, २०११ १६:२९

टु : ॲनेस्टेशिया स्टील

मिस स्टील
तुम्ही तुमचा ब्लॅकबेरी वापराल का!!!

ख्रिश्चन ग्रे.
वळवळणारे तळहात सीईओ, ग्रे एन्टरप्राईजेस होल्डिंग इन्कॉ.

मी डोळे गर्रकन फिरवते,ई-मेलचं एवढं काय आहे त्याला.

फ्रॉम : ॲनेस्टेशिया स्टील
सब्जेक्ट : स्फूर्ती
डेट : जून १५, २०११ १६:३३
टु : ख्रिश्चन ग्रे

प्रिय मि. ग्रे,
तुमचे वळवळणारे तळहात फार काळ शांत राहू शकत नाहीत का? डॉ. फ्लिन त्याबाबत काय म्हणतील बरं?
मात्र, आता तुम्हाला वाढदिवसाला काय द्यायचं ते मला कळलं आहे – आणि अशा प्रकारे की, त्यानं मी अलवार होईन...
ए ×

ॲनेस्टेशिया स्टील
असिस्टंट टू जॅक हाईड, कमिशनिंग एडिटर, एसआयपी

फ्रॉम : ख्रिश्चन ग्रे
सब्जेक्ट : अन्जायना
डेट : जून १५, २०११ १६:३८
टु : ॲनेस्टेशिया स्टील

मिस स्टील,
यासारखा अजून एखादा ई-मेल माझ्या हृदयाला सहन होईल असं वाटत नाही, आणि माझ्या पॅंटलासुद्धा –
नीट वागा.

ख्रिश्चन ग्रे.
सीईओ, ग्रे एन्टरप्राईजेस होल्डिंग इन्कॉ.

फ्रॉम : ॲनेस्टेशिया स्टील
सब्जेक्ट : प्रयत्न
डेट : जून १५, २०११ १६:४२
टू : ख्रिश्चन ग्रे

ख्रिश्चन,
माझ्या छळवादी, बॉससाठी काम करायचा प्रयत्न मी करते आहे.
उगाच मला त्रास देणं आणि स्वतःला छळणं थांबव.
तुझ्या शेवटच्या मेलनी तर मी जवळ जवळ पेटणार होते.
ता.क. मला ६.३० ला घ्यायला येऊ शकशील का?

ॲनेस्टेशिया स्टील
असिस्टंट टू जॅक हाईड, कमिशनिंग एडिटर, एसआयपी

फ्रॉम : ख्रिश्चन ग्रे
सब्जेक्ट : मी नक्की येईन
डेट : जून १५, २०११ १६:३८
टु : ॲनेस्टेशिया स्टील
यासारखी आनंदाची गोष्ट ती कोणती?
तसं पाहायला गेलं, तर अशा अनेक गोष्टी आहेत ज्या मला चिक्कार आनंद देऊ शकतात. त्या साऱ्यांच्या केंद्रभागी तू आहेस.
ख्रिश्चन ग्रे.
सीईओ, ग्रे एन्टरप्राईजेस होल्डिंग इन्कॉ.

त्याचं उत्तर वाचून मी लाजून मान हलवते. आमच्यातली ही ई-मेलची देवाणघेवाण छान चालते, त्यात काही वाद नाही; पण आम्हाला समोरासमोर बसून बोलायची गरज आहे. कदाचित फ्लिनला भेटल्यानंतर बोलता येईल. मी ब्लॅकबेरी खाली ठेवून पेटीकॅशचा हिशेब जुळवते.

सव्वासहापर्यंत ऑफिस रिकामं होतं. मी जॅकची संपूर्ण तयारी करून ठेवली

आहे. त्याला एअरपोर्टला नेण्यासाठी कॅब बुक झाली आहे. त्याचे डॉक्युमेंट्स मी त्याच्या हातात नेऊन दिले आहेत. मी काचेतून त्याच्याकडे नजर टाकते. तो अजूनही फोनवर बोलतो आहे. त्याचा आजचा एकंदरीत नूर पाहता त्याला न टोकणं बर, असा मी विचार करते.

त्याचं बोलणं संपण्याची वाट पाहत असताना मला आठवतं की आज आपण काहीही खाल्लेलं नाही. ओह! शिट्! फिफ्टीला कळलं तर काही खैर नाही. काही कुकीज उरल्या आहेत का हे पाहायला मी पटकन किचनकडे जाते.

आमचा सामाईक कुकीजार मी उघडत असताना अचानक जॅक तिथे येतो. मी दचकते..

ओह! हा आत्ता इथे काय करतो आहे?

तो माझ्याकडे टक लावून पाहत म्हणतो, ''हं तर ॲना, तुझ्या चुकांची चर्चा करायला आत्ताची वेळ चांगली आहे असं मला वाटतं,'' आत येत तो दार बंद करतो. माझं तोंड कोरडं पडतं. डोक्यात धोक्याची घंटा वाजू लागते.

ओह फक्!

तो विचित्र हसू लागतो. त्याचे डोळे गडद होत कोबाल्टसारखे दिसू लागतात. ''तर आज एकटी सापडलीस मला,'' असं म्हणत तो हलकेच त्याच्या खालच्या ओठावरून जीभ फिरवतो.

काय?

''आता... मी काय म्हणतो आहे ते शहाण्या मुलीसारखी आणि काळजीपूर्वक ऐकून घेणार आहेस का?''

१६

जॅकचे निळे डोळे चमकतात. हपापलेल्या नजरेने तो मला न्याहाळतो.

मी अतिशय घाबरते. हे काय चाललं आहे? त्याला काय हवं आहे? माझ्या तोंडाला प्रचंड कोरड पडली आहे, तरीही कुठून कसा कोण जाणे पण मी धीर एकवटते. त्याला बोलतं ठेव हा मंत्र मी स्वसंरक्षणासाठी जपायला सुरुवात करते.

''जॅक, मला नाही वाटत की ही वेळ बोलायला योग्य आहे. दहा मिनिटांत तुझी टॅक्सी येऊन उभी राहील. अजून तुझी सगळी कागदपत्रं तुझ्या ताब्यात द्यायची आहेत.'' मी कितीही शांतपणा धारण करण्याचा प्रयत्न केला, तरी माझ्या घोगऱ्या आवाजामुळे मी उघडी पडते आहे.

तो हसतो, पण त्या हसण्यात जहर भरलंय. फक् यू! हा भाव त्याच्या डोळ्यांत उतरला आहे. त्या बिनाखिडकीच्या खोलीमधल्या फ्लुरोसन्ट लाईटच्या उजेडात त्याचे डोळे चमकू लागतात. माझ्यावर नजर खिळवून ठेवत तो एक पाऊल माझ्या दिशेने टाकतो. माझ्या नजरेसमोर त्याच्या डोळ्यांच्या बाहुल्या विस्फारतात. त्या काळ्या बाहुल्यांना आता केवळ निळी किनार दिसते. अरे बापरे! माझी पाचावर धारण बसते.

''तुला माहिती आहे का की, तुला नोकरीवर घेण्यासाठी मला एलिझाबेथशी भांडावं लागलं...'' माझ्या दिशेने अजून एक पाऊल टाकत तो म्हणतो. मी पटकन मागे होते. माझ्या मागे आता भिंतीतली कपाटं आहेत. त्याला बोलतं ठेव, त्याला बोलतं ठेव, त्याला बोलतं ठेव.

''जॅक, नक्की काय प्रॉब्लेम आहे तुझा? तुला नुकसानभरपाई हवी असेल, तर आपण एचआरच्या माणसांना यात लक्ष घालायला सांगू या आणि एलिझाबेथला बोलावून घेऊन नीट ऑफिसमध्ये सोडवू या हा प्रॉब्लेम.''

''ॲना, काही गरज नाहीये त्या एचआरच्या लोकांनी येऊन अजून पांगवायची.'' तो झापतो, ''मी जेव्हा तुला निनडलं, तेव्हा मला वाटलं होतं की, कष्टाळू असशील. वाटलं होतं की, तुझ्यात काही चांगले गुण असतील. पण आता मला तसं वाटत नाहीये. तुझं अजिबात लक्ष नसतं. अगदी ढिसाळ झाली आहेस तू. मग

मला प्रश्न पडला, तुझा बॉयफ्रेंड तर तुला भरीला पाडत नाहीये ना?'' *बॉयफ्रेंड* शब्द उच्चारताना त्याच्या आवाजातला तिरस्कार लपत नाही.

''काही सुगावा लागतो का यासाठी मी तुझे ई-मेल तपासले. तुला माहीत आहे का ॲना, मला काय सापडलं? काय खटकलं? तुझ्या पर्सनल अकाऊंटवरून फक्त तुझ्या त्या हॉट-हॉट बॉयफ्रेंडला मेल जातात.'' माझी प्रतिक्रिया आजमावत तो थांबतो, ''मग मी अजून विचारात पडलो की त्याचे तुला आलेले मेल कुठे आहेत?... हं? नाहीच आहेत ते. ठेंगा! काहीही नाही. चाललंय काय ॲना? आपल्या सिस्टीमवर त्याच्याकडून आलेले मेल का नाहीत? तू ग्रेच्या संस्थेने पाठवलेली हेर आहेस का? काय गं, काय विचारतो आहे मी?''

होली शिट्! ई मेल! ओह नो! काय होऊन बसलं आहे!

''जॅक, अरे काय बोलतो आहेस तू?'' मी खूप चकित झाल्यासारखं दाखवते. बहुतेक तो फसतो. मला वाटलं होतं त्या दिशेने हे संभाषण जात नाहीये, पण माझा त्याच्यावर काडीचाही विश्वास नाहीये. जॅकच्या देहबोलीतून जाणवणारा अर्थ मला सावधान राहायला सुचवतो आहे. हा माणूस रागावलेला आहे. कोणत्याही क्षणी भडकू शकतो आणि काहीही करू शकतो. त्याचा भरवसा नाही. मी त्याला समजावायचा प्रयत्न करते.

''अरे, आत्ताच तर तू म्हणालास की, मला नोकरी देण्यासाठी तुला एलिझाबेथशी भांडावं लागलं. म्हणजे मग मी हेर कशी असेन रे? एकदा काय ते ठरव हं.''

''पण ग्रेने न्यूयॉर्क ट्रीपची वाट लावली ना?''

ओह शिट्!

''कसं काय जमवलं त्यानं ॲना? तुझ्या त्या श्रीमंत, आयव्ही लीगच्या बॉयफ्रेंडनं नक्की काय केलं?''

माझा चेहरा आता पांढरा फटफटीत पडतो. मी चक्कर येऊन पडेन की काय असं वाटतं. ''जॅक, तू काय बोलतो आहेस, ते मला समजत नाहीये.'' कसेबसे माझ्या तोंडातून शब्द बाहेर पडतात. ''तुझी कॅब येईल आता. तुझं सामान आणू का? प्लीज मला जाऊ दे. हे थांबव.''

माझ्या अस्वस्थतेची जॅकला गंमत वाटते. तो पुढे बोलतो, ''त्याला काय वाटलं गं की मी लाईन मारेन तुझ्यावर?'' तो आता भयंकर तापला आहे. ''मी न्यूयॉर्कहून येईपर्यंत तूही जरा विचार करू ठेव. ही नोकरी मी दिली आहे तुला. त्याबद्दल तुला थोडीतरी कृतज्ञता वाटली पाहिजे. खरं म्हणजे माझा तो हक्क आहे. एलिझाबेथला तर जास्त शिकलेलं कुणीतरी हवं होतं. पण मला, मला तुझ्यात जरा स्पार्क दिसला होता. तेव्हा मी परत आलो की आपण यावर तोडगा काढू या जेणेकरून तू मला खूश ठेवशील. मी काय म्हणतो आहे ते कळतं आहे ना, ॲना?''

फक्!

"हवं तर असा विचार कर की, तुझ्या कामाची व्याख्या बदलली आहे. तू जर का मला खूश ठेवलंस, तर मीपण मुळीच लक्ष नाही घालणार तुझ्या त्या बॉयफ्रेंडच्या कारनाम्यांमध्ये. मग तो इथे काय वाट्टेल ते करू दे."

तोंड मिटायचंही भान मला राहत नाही. *हा मेला तर मला चक्क ब्लॅकमेलिंग करतो आहे की! सेक्सकरता!* बरं, या क्षणी मी त्याला काही सांगूदेखील शकत नाही. ख्रिश्चनने ही कंपनी ताब्यात घेतल्याची बातमी अजून किमान तीन आठवडे तरी गुलदस्तात ठेवायची आहे. माझा तर विश्‍वास बसत नाहीये. सेक्स माझ्यासोबत!

जॅक अजून पुढे येत माझ्यासमोर येऊन उभा राहून माझ्या डोळ्यांत डोळे घालून बघू लागतो. शी! त्याने लावलेल्या कलोनचा गोडसर वास माझ्या नाकात जाऊन मला ढवळू लागतं. त्याच्या श्‍वासाला तर चक्क दारूचा वास येतो आहे. *घेतली कधी त्याने?*

"तू असली हलकट बाई आहेस ना! थांग लागू देत नाहीस. साली छिनाल!" तो दातओठ खात बोलतो.

काय? छिनाल? मी?

"जॅक, तू काय बोलतो आहेस ते मला अजिबात कळत नाहीये." मी कशीबशी बोलते. माझ्या शरीरभर अ‍ॅड्रेनलिन उसळू लागतं. तो आता अजून जवळ येतो. मी अचूक वेळ साधायची वाट पाहते आहे. रे ला माझा किती अभिमान वाटेल! अशा वेळेस काय करायचं ते त्यानं मला शिकवलं आहे. मला स्व-संरक्षणाचं ज्ञान आहे. जर का जॅकनं मला स्पर्श केला, जर तो माझ्या अति निकट जरी आला, तर मी त्याला चीत करीन. माझा श्‍वास वर-वर होऊ लागला. *मला चक्कर येता कामा नये. चक्कर येता कामा नये.*

"पाहा तर खरं तुझ्याकडे," तो माझ्याकडे लोचटासारखा पाहतो. "कसली पेटली आहेस बघ तू. मला कळतंय सारं. तूच तर मला प्रवृत्त केलं आहेस. मनातून तुलाच हे हवं आहे. मला माहिती आहे ना!"

होली फक्! हा माणूस तर वाट्टेल ते बरळू लागला आहे. मला इतकी प्रचंड भीती वाटते की, असं वाटतं आता ती भीती आपला पगडा घेईल. "जॅक नाही रे, मी कधीही तुला प्रवृत्त केलं नाही."

"हो, केलं आहेस, साली. भोकणीची. मला कळतात सगळ्या खाणाखुणा." पुढे होत तो माझा चेहरा पालथ्या हाताने कुरवाळू लागतो. त्याचा हात माझ्या हनुवटीवर येतो. त्याची अनामिका माझ्या गळ्यावरून फिरू लागते. मला उलटी होईलसं वाटतं. सगळा जीव जणू तोंडात येतो. आता त्याचं बोट गळ्यावर येतं. माझ्या शर्टच्या वरच्या उघड्या बटणापाशी स्थिरावतं. तो बोटाने जोर देतो.

“कबुल कर ॲना, तुलाही मी हवा आहे.”

त्याच्यावरची नजर न हटवता मी मनातल्या मनात पुढच्या हालचाली योजते. क्षणभर मी भीती आणि किळस विसरते. मी अलगद माझा हात त्याच्या हातावर ठेवते. तो खुशीत येऊन हसतो. दुसऱ्या क्षणी मी त्याची करंगळी धरून करकचून पिरगाळत त्याचा हात खाली खेचत त्याच्या कमरेमागे नेते.

“आह!” प्रचंड वेदनेने तो ओरडतो. काय होतं आहे याचं भान त्याला येण्याआधी मी पुढची हालचाल करते. बरोबर नेम धरून मी गुडघा जोरात वर आणत त्याच्या दोन मांड्यांच्या मधे जोरात घुसवते. त्याचे गुडघे तोल हरवतात. तो खाली बसकण मारायच्या आधी मी शिताफीने डावीकडे होते. दोन्ही पायांच्या मधली जागा हाताने आवळून धरत, वेदनेने कळवळत तो जमिनीवर कोसळतो.

“परत मला हात लावायची हिंमत करू नकोस!” मी जोरात ओरडते, “तुझ्या कार्यक्रमाची रूपरेषा आणि ब्रोशर बांधून माझ्या टेबलावर तयार आहेत. मी आता घरी चालले आहे. छान होऊ दे तुझा प्रवास... आणि... यापुढे स्वतःची कॉफी स्वतः आण!”

“यू फकिंग बिच!” वेदनेने कळवळत तो ओरडतो, पण मी त्याआधी दारातून बाहेर पडले आहे.

मी माझ्या टेबलाकडे धाव घेते. भर्रकन माझं जाकीट आणि पर्स उचलून रिसेप्शनच्या दिशेने पळते. किचनकडून येणाऱ्या किंकाळ्यांकडे मी अजिबात लक्ष देत नाही. तो हरामखोर अजूनही विव्हळत जमिनीवर पडला आहे. कशीबशी बिल्डिंगमधून बाहेर पडून मी क्षणभर थबकते. बाहेरचा गारवा मला झपकन जाणवतो. मी श्वास ताळ्यावर आणत स्वतःला सावरू पाहते; पण दिवसभराच्या उपासाच्या पार्श्वभूमीवर ॲड्रेनलिन जसं ओसरू लागतं, तसं माझ्या पायातलं त्राण संपतं आणि मी हळूहळू खाली पडू लागते.

नंतरचं सगळं स्लो-मोशनमध्ये घडत असल्यासारखं मला वाटतं. माझ्यासाठी बाजूला गाडीत थांबलेला गडद सूट आणि पांढऱ्या शर्टमधला ख्रिश्चन आणि टेलर गाडीतून उतरून माझ्या दिशेनं येतात. ख्रिश्चन माझ्या बाजूला गुडघ्यावर बसतो. अर्धवट शुद्धीत मला जाणीव होते, *तो आला आहे, माझा ख्रिश्चन आला आहे.*

“ॲना, ॲना, काय झालं?” तो पटकन मला त्याच्या मांडीवर घेतो. मला कुठे काही इजा तर झाली नाही हे तपासून पाहतो. मग दोन्ही हातात माझं डोकं धरून तो माझ्याकडे पाहतो. त्याच्या गहिऱ्या राखाडी डोळ्यांत मला फक्त आणि फक्त काळजी दिसते माझी आणि अनामिक भीती. इतका वेळचा प्रचंड ताण संपून मला सुटल्यासारखं वाटतं आणि माझं सगळं उसनं अवसान गळून पडतं. मी स्वतःला त्याच्या हवाली करून मोकळी होते. आहा! ख्रिश्चनचे हात. याशिवाय इतर कुठेही

जायचं नाहीये मला.

“ॲना,” तो मला अलगद हलवतो, “काय झालं? बरं नाही का वाटत तुला?”

आता काहीतरी बोललं पाहिजे या जाणिवेने मी मान हलवते.

“जॅक,” माझ्या तोंडातून शब्द बाहेर पडतो. ख्रिश्चन टेलरकडे पटकन कटाक्ष टाकतो हे मला जाणवतं. त्याबरोबर टेलर बिल्डिंगमध्ये दिसेनासा होतो.

“फक्!” मला मिठीत घेत ख्रिश्चन म्हणतो, “त्या हलकटाने काय केलं तुला?”

अचानक मला हसू येतं. मी जॅकची करंगळी मुडपल्यावरचा त्याचा चेहरा मला आठवतो.

“अरे, मीच केलं त्याला.” मला हसू आवरत नाही. मी हसत सुटते.

“ॲना,” ख्रिश्चन मला गदागदा हलवतो तेव्हा कुठे माझं हसणं थांबतं. “त्याने तुला स्पर्श केला का?”

“फक्त एकदा.”

ख्रिश्चनचा संताप अनावर होतो. त्याचे स्नायू ताठरतात. एका झटक्यात तो मला हातावर घेत उभा राहतो. भयानक संतापला आहे तो! *नाही!*

“तो भडवा आहे कुठे?”

बिल्डिंगच्या आतून आम्हाला आरडाओरडा ऐकू येतो. ख्रिश्चन मला माझ्या पायावर उभं करतो.

“तुला उभं राहावतं आहे का?”

मी मान डोलावते.

“नको ना आत जाऊस, ख्रिश्चन.” मला परत भीती वाटते. ख्रिश्चन जॅकला काय करेल याची भीती.

“गाडीत जाऊन बस.” तो माझ्यावर डाफरतो.

“नाही ना ख्रिश्चन.” मी त्याचा हात धरून ठेवत म्हणते.

“ॲना, मुकाट्याने गाडीत जाऊन बस.” मला झटकत तो म्हणतो.

“नाही ना, प्लीज.” मी गयावया करते, “थांब ना रे माझ्याबरोबर. नको ना एकटं सोडूस मला.” मी माझं ठेवणीतलं अस्त्र बाहेर काढते.

ख्रिश्चन आता खवळला आहे. केसांतून हात फिरवत तो माझ्याकडे रोखून पाहतो. त्याची मन:स्थिती द्विधा होते. बिल्डिंगमधला आरडाओरडा वाढत एकदम थांबतो.

ओ नो! टेलरनं काय केलं?

ख्रिश्चन खिशातून ब्लॅकबेरी काढतो.

“ख्रिश्चन, त्याच्याकडे माझे ई-मेल आहेत.”

"काय?"

"मी तुला पाठवलेले. तुझी उत्तरं कुठे आहेत हे त्याला जाणून घ्यायचं होतं. तो मला ब्लॅकमेल करायचा प्रयत्न करीत होता."

ख्रिश्चनच्या चेहऱ्यावर खुनशी भाव आहेत. *ओह शिट्!* "फक्!" तो उसळतो. डोळे बारीक करत माझ्याकडे पाहत तो ब्लॅकबेरीवरून फोन लावतो.

मेले! कठीण आहे माझं! कोणाला फोन करतो आहे तो?

"बार्ने, ग्रे! ताबडतोब एसआयपीच्या मेन सर्व्हरला ॲक्सेस मिळवून ॲनेस्टेशिया स्टीलने मला पाठवलेले सर्व ई-मेल पूर्णपणे वाईप कर. नंतर जॅक हाइडच्या पर्सनल डेटा फाईल्सना ॲक्सेस मिळवून त्यात पाहा की, त्याने तिच्या फाईल्स स्टोअर केल्या आहेत का? असल्या तर त्या पण उडव... हो, सगळ्या. आत्ता. झालं की मला कळव."

तो कॉल संपवून दुसरा फोन लावतो.

"रोच, ग्रे. हाईड – तो मला बाहेर हवा आहे. आत्ता. या क्षणाला सिक्युरिटीला बोलाव. त्याला आत्ताच्या आत्ता टेबल रिकामं करायला लाव. नाहीतर उद्या सकाळी सगळ्यात आधी ही कंपनी लिक्विडेट करून मोकळा होईन. त्याला पिंक स्लीप देण्यासाठी तुझ्याकडे तसाही भरपूर पुरावा गोळा झाला आहे. कळतंय ना तुला मी काय म्हणतो ते!"

मग तो काहीतरी ऐकतो आणि समाधानाने फोन ठेवतो.

"ब्लॅकबेरी," तो माझ्याकडे पाहत दातओठ खात म्हणतो.

"प्लीज माझ्यावर रागावू नकोस ना." डोळ्यांची उघडझाप करत मी म्हणते.

"मी या क्षणी तुझ्यावर भयानक संतापलो आहे." तो वस्काटा मारत परत केसातून हात फिरवतो. "गाडीत जाऊन बस."

"ख्रिश्चन प्लीज –"

"ॲनेस्टेशिया, आता मुकाट्याने त्या झवाड्या गाडीत जाऊन बस, नाहीतर मी तुला उचलून गाडीत टाकेन." तो धमकी देतो. त्याचे डोळे आग पाखडत आहेत.

ओह शिट्! "काहीतरी मूर्खपणा करू नकोस हं." मी विनवणी करते.

"मूर्खपणा?" तो प्रचंड संतापतो, "पुनःपुन्हा तुला बजावत होतो की ब्लॅकबेरी वापर. मूर्खपणाबद्दल तर तू बोलूच नकोस काहीही. आत्ताच्या आत्ता त्या मादरच्योत गाडीत जाऊन बस, ॲनेस्टेशिया–" तो इतक्या जोरात रागावतो की भीतीची प्रचंड लहर माझ्या अंगातून सरसरत जाते. बापरे! हा खरा रागावलेला ख्रिश्चन. मी आजवर त्याला इतकं रागावलेलं पाहिलं नव्हतं. त्याचा स्वतःवर जेमतेम ताबा उरला आहे.

"बरं," त्याची समजूत पटावी म्हणून मी म्हणते, "पण प्लीज, जरा काळजी घे."

ओठ घट्ट आवळत माझ्याकडे पाहत तो रागाने गाडीकडे बोट दाखवतो.

जीझस! ओके! कळलंय मला!

''प्लीज काळजी घे. तुला काही झालं ना तर मरून जाईन मी.'' माझ्या या बोलण्यामुळे तो क्षणभर थबकतो. मग हात खाली करत खोल श्वास घेतो.

''हो, मी घेईन काळजी.'' त्याचे डोळे थोडेसे निवळतात. हुश्श! मी देवाचे शतशः आभार मानते. मी गाडीकडे जाऊन समोरचं दार उघडून आत बसते. मला ऑडीमध्ये सुरक्षित पाहून तो वळून बिल्डिंगमध्ये गायब होतो. परत एकदा माझा जीव गोळा होतो. नक्की काय विचार आहे त्याचा?

मी वाट पाहते, वाट पाहते, वाट पाहते. पाच मिनिटांचा कालावधी मला युगायुगांसारखा वाटतो. जॅकसाठी सांगितलेली कॅब येऊन ऑडीसमोर उभी राहते. दहा मिनिटं जातात... पंधरा... देवा! काय चाललं आहे आत? टेलर कसा आहे? हे असं वाट पाहणं फार तापदायक आहे.

पंचवीस मिनिटांनंतर जॅक बाहेर येतो. त्याच्या हातात भरलेला कार्डबोर्डचा डबा असतो. त्याच्यामागे एक सिक्युरिटी गार्ड असतो. आधी कुठे होता तो? त्या दोघांमागून ख्रिश्चन आणि टेलर येतात. जॅक गलितगात्र दिसतो. तो तडक कॅबकडे जातो. ऑडीच्या काचा टिंटेड आहेत म्हणून बरं. त्याला मी दिसत नाही. कॅब तिथून जाते. बहुतेक सी टॅकच्या दिशेने नाही. ख्रिश्चन आणि टेलर ऑडीपाशी पोहोचतात.

ड्रायव्हरच्या बाजूचं दार उघडून ख्रिश्चन सर्रकन आत बसतो. बहुतेक मी समोर बसल्यामुळे असेल, टेलर मागच्या सीटवर बसतो. दोघंही चकार शब्ददेखील उच्चारत नाहीत. ख्रिश्चन गाडी सुरू करतो. आम्ही ट्रॅफिकमध्ये मिसळून जातो. मी हिंमत करून फिफ्टीकडे कटाक्ष टाकते. त्याचे ओठ घट्ट मिटले आहेत. तो काहीतरी विचारात गढला आहे. गाडीतला फोन वाजतो.

''ग्रे'' तो फटकारतो.

''मि. ग्रे, बार्नें बोलतो आहे.''

''बार्नें, मी स्पीकर फोनवर आहे आणि गाडीमध्ये इतर लोक आहेत.'' ख्रिश्चन सूचना करतो.

''सर, काम झाले. मि. हाईडच्या कॉम्प्युटरवर मला दुसऱ्या काही गोष्टी आढळल्या आहेत. त्या संदर्भात तुमच्याशी जरा बोलायचं होतं.''

''ठीक आहे, मी घरी पोहोचलो की फोन करतो आणि बार्नें, थँक्स.''

''नो प्रॉब्लेम, मि. ग्रे.''

बार्नें फोन बंद करतो. आवाजावरून तरी माझ्या अंदाजापेक्षा बराच तरुण वाटला.

जॅकच्या कम्प्युटरवर अजून काय आहे?

"तू माझ्याशी बोलतो आहेस की नाही?" मी चूपचाप विचारते.

रस्त्याकडे नजर वळवायच्या आधी ख्रिश्चन माझ्याकडे कटाक्ष टाकतो. हं! अजूनही भडकलेला आहे माझ्यावर!

"नाही." तो मनस्वीपणे म्हणतो.

झालं! लहान मुलांसारखं वागणं आहे हे! मी स्वतःला कवेत घेऊन खिडकीबाहेर नजर वळवते, पाहत मात्र काहीही नाही. त्याला मला माझ्या घरी सोडायला सांगावं का? जाऊ दे त्याला एस्केलाला– न का बोलेना मग माझ्याशी. मात्र हा विचार मनात येऊनही मला हे पक्कं ठाऊक असतं की, त्याला असं धुमसत ठेवून काथ्याकूट करायला एकटं ठेवायची माझी तयारी नाही, विशेषतः कालच्या पार्श्वभूमीवर.

शेवटी एकदाचे आम्ही त्याच्या अपार्टमेंट बिल्डिंगसमोर येतो. गाडीतून खाली उतरून ख्रिश्चन सफाईदारपणे माझ्या बाजूला येऊन माझ्यासाठी दार उघडतो.

"चल," तो हुकूम करतो. तोवर टेलर ड्रायव्हर सीटवर बसतो. ख्रिश्चनचा पुढे केलेला हात हातात घेऊन मी त्या मोठ्या फॉयरमधून एलिव्हेटरकडे जाते. तो माझा हात सोडत नाही.

"ख्रिश्चन, एवढा का भडकला आहेस माझ्यावर?" आम्ही वाट पाहतो तेव्हा मी विचारते.

"तुला कारण माहिती आहे." आम्ही एलिव्हेटरमध्ये शिरताना तो म्हणतो. मग त्याच्या मजल्याचा कोड तो पंच करतो. "देवा! ॲना तुला जर काही झालं असतं ना, तर मी तर त्याला ठार केलं असतं." ख्रिश्चनच्या स्वरांनी मी हादरते. एलिव्हेटरचं दार बंद होतं.

"तसंही मी आता त्याचं करिअर बरबाद करणार आहे. म्हणजे तो दुसऱ्या कुठल्याही तरुणीचा गैरफायदा घेऊ शकणार नाही. कसला नतद्रष्ट माणूस आहे तो." तो मान हलवतो, "जीझस! ॲना!" असं म्हणत तो पटकन मला एलिव्हेटरच्या कोपऱ्यात गच्च धरतो.

त्याचा हात माझ्या केसांत गुंततो. दुसऱ्या हातांनी तो माझा चेहरा स्वतःकडे वळवून घेत माझ्या ओठांवर ओठ टेकवतो. त्याच्या त्या चुंबनात अगतिकता आहे. मला त्याचं नवल का वाटावं हे कळत नाही; पण वाटतं हे खरं. मला त्यात आवेग जाणवतो. सुटकेची भावना जाणवते. आस जाणवते आणि त्याच्या रागाची धगदेखील. त्याची जीभ लसलस करत माझ्या मुखावर अधिराज्य गाजवते. मध्येच थांबून तो टक लावून माझ्याकडे पाहतो. त्याचा भार माझ्यावर असल्यामुळे मी हलू शकत नाहीये. मला श्वास घेणंसुद्धा कठीण जातं. आधारासाठी मी परत त्याला पकडते. त्याच्या त्या देखण्या चेहऱ्यावर दृढनिश्चयाव्यतिरिक्त मला काहीही आढळत नाही.

"तुला जर काही झालं असतं, त्याने तुला काही केलं असतं..." त्याचा

थरकाप माझ्यापर्यंत पोहोचतो. ''ब्लॅकबेरी,'' तो हुकूम करतो, ''यापुढे कळलं?''

मी मान डोलावते. आवंढा गिळते. आमची नजरबंदी मोडायची हिंमत आणि इच्छाही मला नाही. तो आताही किती विलक्षण देखणा दिसतो आहे.

एलिव्हेटर थांबतं तसं तो सरळ होत मला मोकळं करतो. ''तो म्हणाला की तू त्याच्या बॉल्सवर लाथा घातल्यास.'' ख्रिश्चनच्या स्वरात आता थोडंसं कौतुक आहे. मला माफी मिळाली आहे असं मला वाटतं.

''हो,'' त्याच्या भारून टाकणाऱ्या चुंबनाचा आणि त्यानंतरच्या हुकमाचा अंमल अजून माझ्यावरून उतरला नाहीये.

''छान!''

''रे एक्स आर्मी आहे. त्याने मला छान शिकवलं आहे.''

''फार बरं केलं त्याने तुला शिकवून.'' तो श्वास घेत, भुवई उंचावत पुढे म्हणतो, ''मला लक्षात ठेवायला पाहिजे.'' माझे हात हातात घेत तो मला एलिव्हेटरमधून बाहेर यायला मदत करतो. त्याच्या मागे जाताना मला हुश्श होतं. चला, त्याचा मूड याहून जास्त वाईट होणार नाही आता.

''मला बार्नेला फोन करायचा आहे. येतोच मी.'' असं म्हणत तो स्टडीमध्ये गायब होतो. त्या प्रचंड मोठ्या लिव्हिंग रूममध्ये मी एकटीच उभी राहते. मिसेस जोन्सचा स्वयंपाक होत आला आहे. मला प्रचंड भूक लागली आहे, हे मला लक्षात येतं आणि मला असं नुसतं रिकामंदेखील बसायचं नाहीये.

''मी काही मदत करू का?'' मी विचारते.

ती छानसं हसते. ''नको ॲना, मी तुला काही प्यायला आणू का? तू खूप थकलेली दिसते आहेस.''

''थोडी वाईन चालेल.''

''व्हाईट?''

''हो, प्लीज.''

तिथल्या एका बारस्टूलवर मी टेकते. ती मला थंडगार वाईनचा ग्लास देते. कुठली वाईन आहे ते नाही माहीत मला, पण फार चविष्ट आहे. अगदी अलगद माझ्या घशातून खाली उतरत ती माझ्या उद्ध्वस्त मनाला सुखावते. आज दुपारी मी काय विचार करीत होते बरं? हो, आठवलं! ख्रिश्चन आयुष्यात आल्यापासून माझं जीवन किती रसरशीत झालं आहे. देवा, मला थोडे रटाळ दिवस मिळतील का?

ख्रिश्चन जर कधी भेटलाच नसता तर? मी आता या क्षणी इथनबरोबर माझ्या अपार्टमेंटमध्ये असते. जॅकबरोबर घडलेल्या प्रसंगानं हादरून गेले असते. त्या हरामखोराला आपल्याला शुक्रवारी तोंड द्यावं लागणार आहे, या कल्पनेने त्रस्त झाले असते. आता तर बहुधा तो कधीही माझ्या नजरेला न पडण्याची जास्त

शक्यता आहे. पण मग मी आता कुणाची असिस्टंट म्हणून काम करणार आहे? मी त्रस्त होते. हा विचार तर मी केला नव्हता. शिट्! माझी नोकरी तरी शाबूत आहे का आता?

"इव्हिनिंग गेल." ग्रेटरूममध्ये येत ख्रिश्चन म्हणतो. आपसूकच मी विचारातून बाहेर येते. सरळ फ्रिजकडे जात तो स्वतःसाठी वाईन ओतून घेतो.

"गुड इव्हिनिंग मि. ग्रे. दहा मिनिटांत जेवण तयार होईल हं."

"अगदी चालेल."

ख्रिश्चन ग्लास उंचावतो.

"आपल्या मुलींना उत्तम प्रकारे वाढवणाऱ्या एक्स-मिलिटरी मेनना." त्याचे डोळे निवळतात.

"चिअर्स!" मी ग्लास उंचावत म्हणते.

"काय झालं?" ख्रिश्चन विचारतो.

"मला तर हेदेखील माहीत नाही की, मला आता नोकरी तरी आहे की नाही."

तो मान एका बाजूला करत विचारतो, "तुझी अजूनही इच्छा आहे का?"

"अर्थातच!"

"मग आहेच."

बस्स! इतकं साधं सरळ आहे हे. तो माझ्या विश्वाचा मास्टर आहे. मी त्याच्याकडे पाहून डोळे फिरवते. तो हसतो.

मिसेस जोन्सनं चिकन पॉटपाय काय जबरदस्त बनवलं आहे. आम्हाला दोघांना वाढून ती तिथून निघून जाते. पोटात दोन घास गेल्यावर मलाही थोडं बरं वाटतं. आम्ही दोघंही ब्रेकफास्ट बारपाशी बसलो आहोत. मी कितीही प्रयत्न केला तरी ख्रिश्चन मला काही केल्या सांगत नाही की, बार्नेला जॅकच्या कॉम्प्युटरवर काय सापडलं. कंटाळून मी तो विषय सोडून देते. त्यापेक्षा जोसेच्या भेटीबद्दल काय ते ठरवून घ्यावं, असा विचार मी करते.

"जोसेचा फोन आला होता." मी सहज स्वरात सांगते.

"ओह!" ख्रिश्चन माझ्याकडे वळतो.

"तुझे फोटो शुक्रवारी आणून देणार आहे तो."

"हं! स्वतः येऊन? अरे वा!" ख्रिश्चन म्हणतो.

"त्याला बाहेर जायचं आहे ड्रिंकसाठी माझ्याबरोबर."

"बरं!"

"आता केट आणि एलिएटदेखील परत येतील." मी घाईनं पुस्ती जोडते.

हातातला काटा खाली ठेवत ख्रिश्चन आठ्या घालत माझ्याकडे पाहतो.

"तुला काय हवं आहे?"

मी भडकते. "मी तुला काही मागत नाहीये. मी फक्त माझा शुक्रवारचा प्लॅन तुला सांगते आहे. हे बघ, मला जोसेला भेटायचं आहे. तो रात्री राहणार आहे. एकतर तो इथं राहील, नाहीतर माझ्या घरी. पण जर तो तिथे राहणार असला, तर मी तिथे असणं योग्य आहे."

ख्रिश्चनचे डोळे विस्फारतात. तो भांबावून जातो.

"त्यानं तुझा गैरफायदा घ्यायचा प्रयत्न केला होता."

"ख्रिश्चन, त्याला कैक आठवडे लोटले. तो प्यायलेला होता. मी प्यायलेले होते... आणि तू आला होतास ना वाचवायला! शिवाय, परत असं नाही होणार. तो काही जॅक नाहीये. समजत कसं नाही तुला?"

"इथन आहे की तिथे. तो करेल त्याला सोबत."

"हे बघ, तो मला भेटायला येतो आहे; इथनला नाही."

ख्रिश्चन दातओठ खात माझ्याकडे बघतो.

"अरे, तो फक्त मित्र आहे माझा." मी ठासून बोलते.

"मला नाही आवडत."

"मग काय झालं?" देवा! कधीकधी हा इतका वैताग आणतो ना! मी खोल श्वास घेते. "ख्रिश्चन, तो माझा मित्र आहे. त्याच्या शोनंतर मी त्याला भेटलेसुद्धा नाहीये. त्याही दिवशी ओझरती भेट झाली आमची. आता तुला स्वतःला त्या महामायेव्यतिरिक्त कोणी मित्र-मैत्रिणी नाहीत, पण तरीदेखील तू तिला भेटतोस म्हणून मी काही करवादत नाही." मी झापते. ख्रिश्चन डोळ्यांची उघडझाप करत स्तंभित होऊन माझ्याकडे पाहतो. "मला त्याला भेटायचं आहे. मी तर धड मैत्रीसुद्धा निभावत नाहीये." माझं अबोध मन सजग होतं. तू आता पाय आपटत फणकारा व्यक्त करणार आहेस का? सांभाळ.

माझ्याकडे पाहणाऱ्या राखाडी नजरेत अंगार फुलला आहे. "असं वाटतं तुला?" तो श्वास घेतो.

"कशाबद्दल?"

"एलेना, मी तिला भेटायला नको आहे तुला?"

होली काऊ! "अर्थात. तू तिला नाही भेटलास तर आवडेल मला."

"मग तू तसं सांगितलं का नाहीस?"

"तो माझा प्रांत नाही. तुझ्या मते, ती तुझी एकमेव मैत्रीण आहे." मी वैतागून खांदे उडवते. त्याला अजूनही लक्षात येत नाहीये. आमच्या संभाषणाची गाडी अशी तिच्याकडे कशी काय वळली? मला तर तिचा विचारसुद्धा करायचा नाहीये. मी परत जोसेचा विषय काढते. "जसं मी जोसेला भेटावं की नाही याबाबत तू बोलू

शकत नाहीस ना, तस्संच. कळत कसं नाही तुला?''

ख्रिश्चनच्या चेहऱ्यावरचा गोंधळ संपलेला नाही असं मला वाटतं. तो माझ्याकडे टक लावून पाहतो आहे. ओह! काय विचार करतो आहे तो?

''अं... तो इथं राहू शकतो.'' तो म्हणतो, ''म्हणजे मी त्याच्यावर नजर ठेवू शकतो.'' त्याचा स्वर चिडका आहे.

देवा! परमेश्वरा!

''थँक यू! कसं आहे ना, मी पण जर इथं राहणार असले तर...'' ख्रिश्चन मान हलवतो. मी काय सांगू पाहते हे त्याला बरोबर कळलं आहे. ''असंही नाही की तुझ्याकडे जागा नाही.'' मी तोंड वेडावते.

त्याच्या ओठांवर हसू येतं. ''मिस स्टील, तुम्ही मला वेडावून दाखवत आहात का?''

''अर्थात मि. ग्रे.'' उगाच त्याचे हात मला फटका देण्यासाठी शिवशिवण्याआधी मी घाईने उठून आमच्या बशा उचलून डिशवॉशरमध्ये ठेवते.

''राहू दे, गेल करेल ते.''

''असू दे, केलं मी आता.'' सरळ होत त्याच्याकडे पाहत मी म्हणते. तो माझ्याकडे रोखून पाहतो आहे.

''मला थोडा वेळ काम करावं लागणार आहे.'' त्याचा स्वर दिलगिरीचा आहे.

''कूल! मी करीन काहीतरी.''

''इकडे ये,'' तो हुकूम देतो. पण त्याचा स्वर मृदू-मुलायम-मादक आहे. त्याची नजर काही वेगळं बोलते आहे. मी निःशंक मनानं त्याच्या कुशीत शिरत त्याच्या मानेभोवती हात टाकते. तो त्या उंच बारस्टूलवर बसतो. माझ्याभोवती हात टाकत तो मला घट्ट आवळत स्वतःमध्ये जणू सामावून घेतो.

''तू ठीक आहेस का?'' तो माझ्या केसांशी कुजबुजतो.

''ठीक?''

''त्या *झवाड्याने* केलेल्या अतिप्रसंगानंतर? काल जे काही घडून गेलं त्यानंतर?'' त्याच्या शांत स्वरात कळकळ आहे.

त्याच्या गडद, गंभीर, राखाडी नजरेत मी डोकावते. *मी ठीक आहे का?* ''हो,'' मी हळूच म्हणते.

त्याचे माझ्याभोवतीचे हात आवळले जातात. मला सुरक्षित वाटतं. त्याचं प्रेम आणि जपणं जाणवतं. किती आनंद आहे या सगळ्यात! डोळे मिटून घेत मी त्याच्या मिठीचं सुख अनुभवते. या माणसावर प्रेम आहे माझं. त्याचा धुंद करणारा गंध, त्याची ताकद, त्याची चंचलता, माझा फिफ्टी!

''नको ना भांडू या,'' तो म्हणतो. माझ्या केसांचं चुंबन घेत तो दीर्घ श्वास

घेतो. ''ॲना, तुझा गंध नेहमीसारखा अप्रतिम आहे.''

''तुझाही.'' असं म्हणत मी त्याच्या मानेवर ओठ टेकवते.

पटकन मला सोडत तो म्हणतो, ''दोन-एक तासांत मोकळा होईन मी.''

ख्रिश्चनच्या अपार्टमेंटमध्ये मी थोडा वेळ उगाच इकडे तिकडे करते. तो अजूनही कामात व्यस्त आहे. मग मी शॉवर घेऊन स्वतःचा एक टीशर्ट आणि स्वेट पँट चढवते. मला कंटाळा आला आहे. मला वाचायची इच्छा नाही. आता जर मी नुसती बसून राहिले तर जॅक आणि त्याने केलेला अतिप्रसंग मला आठवेल.

मी माझ्या जुन्या बेडरूममध्ये जाऊन येते. सबची खोली. जोसे इथे झोपू शकतो. इथून दिसणारा नजारा आवडेल त्याला. सव्वा-आठ वाजले आहेत. पश्चिमेकडे सूर्य अस्ताला जाऊ लागला आहे. शहरातले दिवे चमचमताना दिसत आहेत. काय देखणं दृश्य आहे. हं, जोसेला इथे नक्की आवडेल. जोसेने काढलेले माझे फोटो ख्रिश्चन कुठे बरं लावेल? त्यानं न लावलेले बरं! मला असं स्वतःला बघणं नाही आवडत.

हॉलच्या मधल्या पॅसेजमधून जाताना अनाहूतपणे मी प्लेरूमसमोर येते. नकळत माझा हात हँडलवर जातो. तसं ख्रिश्चन नेहमी कुलुपबंद ठेवतो ही खोली; पण आज कसं कोण जाणे दार उघडतं. मला नवल वाटतं. तिकडे अगदी जायचं नाही असं धमकावल्यावरही एखादं लहान मूल निषिद्ध क्षेत्रात जातं, तेव्हा त्याच्या मनात जी भावना येईल, तसं मला वाटतं. मी आत शिरते. अंधार असतो. मी एक बटण दाबते. कोपऱ्यातला मंद उजेडाचा दिवा लागतो. माझ्या आठवणीत आहे तशीच आहे ही खोली– गर्भगृहासारखी.

मी या खोलीत शेवटची आले होते त्या आठवणी मनात गर्दी करतात. पाहा... त्या आठवणींनी मी चपापते. दाराबाजूच्या रॅकवर इतर पट्ट्यांबरोबर तो निरागसपणे लटकतो आहे. तिथले पट्टे, फ्लॉगर, पेडल आणि चाबकांवरून मी अलगद बोटं फिरवते. शिट्! डॉ. फ्लिनबरोबर मला या संदर्भातच तर बोलायचं आहे. अशा पद्धतीच्या जीवनशैलीची सवय असणारी व्यक्ती एकदम सगळं बंद करून जगू शकते का? शक्यता कमी आहे. पलंगाच्या दिशेनं जात मी त्यावर बसते. तिथे मुलायम, लाल, सॅटीनची चादर घातलेली आहे.

तिथे बसून मी चौफेर नजर फिरवते. माझ्या बाजूला एक बेंच आहे. त्याच्यावर छड्या लटकत आहेत. *बापरे! इतक्या? एक पुरे आहे की!* त्याबाबत काही न बोललेलं बरं! आणि ते गोठं टेबल. त्यावर तो काय करतो, देव जाणे! आम्ही कधी त्याचा उपयोग नाही केला. मला बाजूचा चेस्टरफिल्ड दिसतो. मी त्यावर जाऊन बसते. साधासुधा कोच वाटतो आहे तो. त्याला कुठे कड्या, साखळ्या वगैरे मला

तरी दिसत नाही. मागे नजर टाकल्यावर मला अनेक ड्रॉवर्स दिसतात. काय बरं असेल त्यात? माझी उत्सुकता आता शिगेला पोहोचते.

सगळ्यात वरचं ड्रॉवर उघडताक्षणी माझं रक्त उसळू लागतं. मी का बरं इतकी नर्व्हस झाले आहे? कारण मी गैरमार्गानं ट्रेसपासिंग करते आहे; पण त्याला जर माझ्याशी लग्न करायचं असेल तर...

होली फक्! हे इतकं नीटनेटकं काय मांडून ठेवलं आहे? वेगवेगळ्या आकारा-प्रकाराची उपकरणं आणि वस्तू आहेत. मला तर कळतही नाही की हे काय आहे, कशासाठी आहे. मी एक बुलेटच्या आकाराची, हँड असलेली वस्तू उचलते. *हं, याचा नेमका काय वापर होतो?* माझं मन गोंधळतं; पण बहुधा मला अंदाज आला आहे. *जीझ!* चार आकारामध्ये आहे ते. माझी त्वचा थरथरते. मी वर पाहते.

ख्रिश्चन दारात उभा आहे. त्याच्या चेहऱ्यावरचे भाव वाचता येत नाहीत. तो माझ्याकडे टक लावून पाहतो आहे. किती वेळ झाला याला इथे उभं राहून? चोरी करताना पकडल्यासारखं मला वाटतं.

''हाय!'' कसंबसं हसत मी म्हणते. आपले डोळे विस्फारले आहेत, चेहरा पांढरा पडला आहे हे मला जाणवतं.

''काय करते आहेस?'' तो जरी हळू आवाजात विचारतो तरी त्यात गर्भित धमकी आहे.

ओह शिट्! भडकला की काय हा? मी कावरीबावरी होते. ''अं... मला ना कंटाळा आला होता आणि उत्सुकता वाटत होती.'' आपण पकडल्या गेलो आहोत याची लाज वाटत मी कसंबसं वाक्य पूर्ण करते. त्याला तर दोन तास लागणार होते ना!

''ही तर फार धोकादायक जोडी आहे,'' माझ्यावरची नजर न हटवता तो त्याचे लांबसडक बोट खालच्या ओठावरून फिरवत विचार करतो. मी आवंढा गिळते. माझं तोंड कोरडं पडतं.

अगदी सावकाश आत येत तो दार लावून घेतो. त्याच्या डोळ्यांत जणू आग पेटली आहे. *ओह माय!* तो ड्रॉवरला टेकून सहजपणे उभा राहतो. पण त्याचा हा पवित्रा फसवा असावा. माझ्या अंतर्देवतेला कळत नाही की आता भांडायचं की पलायन करायचं.

''मिस स्टील, नक्की कशाबद्दल उत्सुकता आहे तुम्हाला? कदाचित मी तुम्हाला काही मार्ग दाखवू शकेन.''

''ते... हे दार... उघडं होतं... मी...'' मी श्वास रोखत डोळ्यांची उघडझाप करत ख्रिश्चनकडे कटाक्ष टाकते. तो काय प्रतिक्रिया देईल, आपण काय बोलावं हे मला कळत नाही. त्याचे डोळे गडद होतात. मला वाटतं, त्याला कुतूहल वाटतं

आहे. पण कठीण आहे तसं सांगणं. त्या ड्रॉवरवर कोपर टेकत तो पंजावर हनुवटी टेकवतो.

“मी आज इथे येऊन गेलो होतो. या साऱ्याचं काय करायचा हा विचार करीत होतो. तेव्हा कदाचित कुलूप लावायला विसरलो असेन.” अरे, कुलूप लावायला विसरणं हा एवढा मोठा अपराध आहे का? हो, पण विसरणं हा त्याचा स्वभाव नाही.

“ओह.”

“आणि आता तू इथे आहेस. नेहमीसारखी उत्सुक.” त्याच्या आवाजातला गोंधळ लपत नाही.

“तू चिडला नाहीयेस का?” कसंबसं मी विचारते.

एका बाजूला मान झुकवत तो नवलानं माझ्याकडे पाहतो.

“मी का बरं चिडेन?”

“मला तर वाटलं की, मी बेकायदा अतिक्रमण करते आहे... आणि तसंही तू सारखा माझ्यावर चिडतोस.” मी गंभीरपणे बोलते, मात्र माझा ताण कमी झाला आहे. त्याच्या कपाळाला परत आठ्या पडतात.

“हो, तू बेकायदा अतिक्रमण केलं आहेस खरं... पण मी चिडलो नाहीये. एक दिवस तू इथे माझ्याबरोबर राहायला येशील आणि मग हे सारं,” तो खोलीकडे निर्देश करीत म्हणतो, “तुझंही होईल अशी मी आशा करतो.”

माझी प्लेरूम...? मी अवाक होते. हे जरा अति होतं आहे.

“म्हणून तर मी आज इथे येऊन विचार करीत होतो.” ओठावर बोट नाचवत तो म्हणतो, “मी सारखा चिडलेला असतो का तुझ्यावर? आज सकाळी तर नव्हतो चिडलो.”

हो, तेही बरोबर आहे. आम्ही सकाळी उठल्यानंतरच्या ख्रिश्चनच्या वागण्याची आठवण येऊन मला हसू येतं. प्लेरूमचं काय हा विचार मी तात्पुरता विसरते. आज सकाळी तो मस्ती-फिफ्टी होता.

“तू खेळकर होतास. मला खेळकर ख्रिश्चन आवडतो.”

“खरं?” एक भुवई उंचावत त्याचे सुंदर, कोरीव ओठ हसू लागतात. लाजरं हसू! वॉव!

“हे काय आहे?” ती बुलेटसारखी चंदेरी गोष्ट दाखवत मी विचारते.

“माहितीसाठी भुकेल्या मिस स्टील! तो बट प्लग आहे.” तो हळुवारपणे म्हणतो.

“ओह...”

“तुमच्यासाठी खास मागवलेला.”

काय? "माझ्यासाठी?"

सावकाश मान डोलावत तो 'हो' म्हणतो. त्याच्या गंभीर चेहऱ्यावर सावधगिरीचे भाव आहेत.

मी त्रस्त होऊन विचारते, "तू प्रत्येक नवीन सबमिसिव्हकरता नवीन टॉईज आणतोस?"

"काही गोष्टी. हो."

"बट प्लग्ज?"

"हो."

"बरं..." मी कसाबसा आवंढा गिळते. हे तर धातूचं बनलं आहे. नक्कीच त्रासदायक असेल ते. माझं ग्रॅज्युएशन झाल्यावर सेक्स टॉईज आणि हार्ड लिमिटबद्दल झालेली आमची चर्चा मला आठवली. मी बहुतेक कधीतरी प्रयत्न करून पाहीन असं म्हटल्यासारखं वाटतंय; परंतु आज प्रत्यक्षात पाहिल्यावर तसं करायला मला आवडेलच असं नाही वाटत. परत एकदा ते न्याहाळून मी ड्रॉवरमध्ये टाकते.

"आणि हे काय आहे?" एक लांब, रबरी वस्तू मी बाहेर काढून दाखवते. त्याला लहान होत जाणारे गोल मणी जोडलेले आहेत. पहिला बराच मोठा तर शेवटचा अगदी लहान आहे. सगळे मिळून आठ मणी आहेत.

"ॲनल बिड्स – गुदद्वारात घालायचे आणि..." माझं काळजीपूर्वक निरीक्षण करीत ख्रिश्चन म्हणतो.

ओह! मला भीती वाटते आणि आकर्षणही. हे सगळं... माझ्या आत... तिथे! मला कल्पना नव्हती.

"समागमाच्या मध्यावर जर ते ओढून काढले, तर ते फार परिणामकारक ठरतं." तो तत्परतेने माहिती पुरवतो.

"हे माझ्यासाठी आहे?" कसंतरी मी विचारते.

"तुझ्यासाठी." सावकाश मान डोलावत तो म्हणतो.

"हे बट ड्रॉवर आहे का?"

तो मानभावीपणे म्हणतो, "आता तू म्हणत असशील तर आहे."

भयंकर लाज वाटून मी ते घाईनं बंद करते.

"तुला बट ड्रॉवर आवडलं नाही का?" निरागसपणे तो विचारतो. त्याला मजादेखील वाटते आहे. त्याच्याकडे पाहत मी खांदे उडवत बसलेल्या धक्क्यातून बाहेर येण्याचा प्रयत्न करते.

"नक्कीच माझ्या आवडीच्या वस्तूंच्या यादीत ते नाही." मी बेफिकिरीनं म्हणते.

मग अलगद मी पुढचा ड्रॉवर उघडते. तो हसतो.

"त्या ड्रॉवरमध्ये वेगवेगळे व्हायब्रेटर्स आहेत."

मी एका झटक्यात ड्रॉवर बंद करते.

"आणि त्याच्या पुढचं?" संकोचानं अर्धमेली झाले आहे तरीही मी विचारते.

"ते तर फार मस्त आहे."

ओह! जरा बिचकत मी ते ड्रॉवर उघडते. माझी नजर त्याच्या देखण्या आणि समाधानी चेहऱ्यावर खिळली आहे. ड्रॉवरमध्ये धातूच्या वेगवेगळ्या वस्तू आणि कपड्यांच्या काही क्लिप्स आहेत. कपड्यांच्या क्लिप्स! त्यातली धातूची एक मोठी क्लिप मी उचलते.

"जनायटल क्लॅम्प – योनी चिमटा." असं म्हणत ख्रिश्चन सहज उभा राहिल्यासारखं करत माझ्या बाजूला येऊन उभा राहतो. ते पटकन जागेवर ठेवून मी जरा नाजूक वाटणाऱ्या एका साखळीवर लावलेल्या दोन क्लिप्स उचलते.

"त्यातल्या काही वेदनेसाठी आहेत; पण बहुतांशी आनंदासाठी आहेत," तो सांगतो.

"हे काय आहे?"

"निपल क्लॅम्प्स– स्तनाग्र चिमटे दोन्हीसाठी."

"दोन्हीसाठी? स्तनाग्रं?"

त्याला मजा वाटते. "राणी, दोन चिमटे आहेत ते दोन स्तनाग्रांना. पण माझ्या म्हणण्याचा अर्थ होता की वेदना आणि आनंद या दोन्हीसाठी आहेत ते."

ओह! तो ते माझ्या हातातून घेतो.

"तुझी करंगळी कर पुढे."

मी करते. मग एक चिमटा तो करंगळीच्या वरच्या टोकाला लावतो. इतका काही चिमटा बसत नाही त्याने.

"त्यामुळे निर्माण होणारी संवेदना तीव्र आहे. मात्र जेव्हा तो चिमटा काढला जातो ना, तेव्हा सर्वाधिक वेदनाही जाणवते आहे, आनंदही मिळतो." मी तो चिमटा काढते. हं! हे कदाचित छान असू शकतं, त्या विचारानं मी अस्वस्थ होते.

"हे दिसायला छान आहेत." माझ्या बोलण्यावर ख्रिश्चन हसतो.

"हो का मिस स्टील? मला वाटतं की, मलाही जाणवलं आहे ते."

मी लाजून मान डोलावते. खालचा ओठ चावते. तो पुढे होऊन माझी हनुवटी किंचित खाली ओढतो. माझा ओठ मोकळा करतो.

"तुला माहितीये ना, की तू असं केलंस की मला काय होतं ते?"

मी क्लिप परत ड्रॉवरमध्ये ठेवते. पुढे होत ख्रिश्चन तिथून दुसऱ्या दोन क्लिप्स काढतो.

"या लहान-मोठ्या करता येतात." मला नीट पाहता याव्यात म्हणून त्या वर

धरत तो म्हणतो.

"लहान-मोठ्या?"

"हवं तर खूप घट्ट करायच्या, नाही तर नाही... जसा मूड असेल तसं."

हेसुद्धा तो इतक्या मादकपणे कसं म्हणू शकतो? मी आवंढा गिळते. मग त्याचं लक्ष विचलित करण्यासाठी मी करमरीत दात्यांची पेस्ट्री कटरसारखी दिसणारी वस्तू काढते.

"हे?" माझ्या चेहऱ्यावर संशय आहे. प्लेरूममध्ये बेकिंग नक्की करत नसणार.

"ते वॉर्टनबर्ग पिनव्हिल आहे."

"कशासाठी?"

पुढे होत तो ते माझ्या हातून घेतो. "तळहात कर पुढे."

मी डावा हात पुढे करते. तो अलगद हातात घेतो. तो तळहाताच्या मागून अंगठा फिरवू लागतो. माझ्या अंगभर शिरशिरी पसरते. माझ्या त्वचेला त्याच्या त्वचेचा स्पर्श झाला की नेहमी हे असं होतं. मग माझ्या तळहातावरून तो ते व्हील फिरवतो.

"आह!" त्याचे दाते मला टोचतात. वेदनेच्या व्यतिरिक्त काहीतरी अजून मला जाणवतं. किंचितशी गुदगुली होते खरं तर.

"तुझ्या स्तनांवर हे चालवलं आहे असा विचार करून बघ." तो आपसूक म्हणतो.

ओह! लाज वाटून मी घाईने हात मागे ओढते. माझा श्वास आणि धडधड वाढली आहे. *होली काऊ!*

"ॲनेस्टेशिया, वेदना आणि सौख्य यांच्यामध्ये अगदी कळत-नकळत अशी रेघ आहे." पुढे होत ते व्हील परत ड्रॉवरमध्ये ठेवत तो सौम्यपणे म्हणतो.

"कपड्यांचे चिमटे?" कसाबसा माझा आवाज निघतो.

"त्याने खूप काही करता येतं." त्याच्या राखाडी नजरेत धग जाणवते आहे. मी कमरेने ते ड्रॉवर बंद करते.

"झालं?" त्याला नवल वाटतं.

"नाही..." मी चौथं ड्रॉवर उघडते. त्यामध्ये लेदरच्या पट्ट्या असतात. त्यातली एक मी हातात घेते. त्याच्या टोकाला बॉल लावलेला असतो.

"बॉल गॅग, तुला गप्प ठेवण्यासाठी." त्याच्या चेहऱ्यावर परत तो भाव आहे, मजा वाटत असल्याचा.

"सॉफ्ट लिमिट." मी म्हणते.

"आहे लक्षात." तो म्हणतो. "पण तू श्वास घेऊ शकतेस. तुझ्या दातात तो

बॉल असतो.'' माझ्या हातातून तो घेत बोटांनी तो बॉल दातात धरल्यासारखा दाखवतो.

''तू स्वतः यातलं काही कधी घातलं आहेस का?''

स्तब्ध होत तो माझ्याकडे टक लावून पाहतो, ''हो.''

''तुझ्या किंकाळ्या दाबायला?''

तो डोळे मिटतो, बहुधा चिडला आहे तो. ''नाही, तसं नसतं ते.''

ओह!

''हे नियंत्रणासाठी आहे ॲनेस्टेशिया. आता बघ, तुला जर बांधलेलं असेल आणि बोलताही येत नसेल, तर किती असह्य वाटेल ना! अशा वेळेस माझ्या हातात सगळं नियंत्रण आहे हे माहीत असताना तुला माझ्यावर किती विश्वास दाखवावा लागेल? तुला बोलता येत नाही त्यामुळे मला तुझं शरीर आणि तुझ्या प्रतिक्रिया अचूकपणे वाचाव्या लागणार! तू माझ्यावर जितकी जास्त अवलंबून राहतेस तितकं माझ्या हातात जास्त ताबा येतो.''

मी आवंढा गिळते.

''तुला या सगळ्याची उणीव भासत असावी, असं तुझ्या बोलण्यावरून दिसतं.''

''मला हेच काय ते माहीत आहे.'' माझ्याकडे पाहत तो म्हणतो. त्याच्या राखाडी डोळ्यांत गंभीर भाव आहे. तो जणू कबुलीजबाब देतो आहे. अचानक आमच्यातलं वातावरण बदलतं.

''तुलाही माहिती आहे की, तुझी माझ्यावर सत्ता आहे.''

''हो? तुझ्या सहवासात मला स्वतःला इतकं असहाय वाटतं.''

''नाही.'' *ओह फिफ्टी....* ''का पण?''

''कारण मला हे माहीत आहे की एकटी तूच मला खऱ्या अर्थानं दुखवू शकतेस.'' पुढे होत माझ्या केसांची बट माझ्या कानामागे सारत तो म्हणतो.

''अरे ख्रिश्चन, हे मलाही लागू होतं. तुला जर मी नको असते तर...'' मी कावरीबावरी होते. आमच्या नात्यामध्ये मला जाणवणारी दुसरी मोठी मेख ही आहे. की तो जर असा... उद्ध्वस्त नसता, तर त्याला मी हवीशी वाटले असते का? मी मान हलवत विचार हटवायचा प्रयत्न करते. छे! असा विचार करता कामा नये.

''माझं प्रेम आहे तुझ्यावर. तुला दुखवायचा विचारदेखील मी करू शकत नाही.'' पुढे होत मी त्याच्या कल्ल्यांवरून बोट फिरवत हळुवारपणे त्याची हनुवटी कुरवाळते. तो चेहरा पुढे करत, ड्रॉवरमध्ये गॅग टाकतो आणि माझ्या कमरेला विळखा घालतो. मला जवळ ओढतो.

''आपला 'दाखवा आणि सांगा' कार्यक्रम संपला आहे का?'' असं विचारताना

त्याचा आवाज मुलायम, मादक होतो. माझ्या कमरेवरून मानेपर्यंत त्याचा हात फिरू लागतो.

''का? तुला काय करायचं होतं?''

पुढे झुकत तो माझं हळुवारपणे चुंबन घेतो तशी मी अक्षरशः विरघळते.

''ॲना, तुझ्यावर आज हल्ला झाला होता.'' तो हळुवारपणे बोलत असला तरी त्याचा आवाज थकलेला आणि थंड आहे.

''बरं मग?'' त्याची जवळीक आणि पाठीवरून फिरणाऱ्या हाताच्या स्पर्शाचं सुख अनुभवत मी विचारते. मान मागे करून तो रागाने माझ्याकडे पाहतो.

''या तुझ्या 'बरं मग'चा अर्थ काय?'' तो दटावतो.

त्याच्या त्या चिडकट देखण्या चेहऱ्याकडे पाहून मी स्तिमित होते.

''ख्रिश्चन, मी ठीक आहे.''

परत मला मिठीत ओढून घेत, माझ्या केसांत नाक खुपसत तो म्हणतो, ''काय झालं असतं या कल्पनेनेसुद्धा मला...''

''तू कधी लक्षात घेणार की, मी दिसते तशी नाजूक नाहीये?'' त्याचा सुखावणारा शरीरगंध श्वासात भरून घेत मी त्याची खात्री पटवून देऊ पाहते. ख्रिश्चनच्या कुशीइतकं जगात काहीही छान नाही.

''मला माहिती आहे की तू कणखर आहेस.'' तो विचारपूर्वक म्हणतो. मग माझ्या केसांचं चुंबन घेऊन तो मला मोकळं करतो. *हे काय?* माझी घोर निराशा होते.

खाली वाकून बाजूच्या उघड्या ड्रॉवरमधून मी अजून एक वस्तू काढते. एका बारला अनेक कड्या अडकवलेल्या असतात. मी ते वर धरते.

''हा,'' ख्रिश्चनचे डोळे गडद होतात. ''स्प्रेडर बार आहे. घोटे आणि मनगटांसाठी त्या बेड्या आहेत.''

''हा कसा वापरतात?'' मला प्रचंड उत्सुकता वाटते. सुस्तावलेली माझी अंतर्देवता घाईघाईने अंथरुणातून डोकं वर काढते.

''म्हणजे? तुला याचा वापर पाहायचा आहे?'' त्याच्या स्वरात आश्चर्य आहे. तो क्षणभर डोळे मिटतो.

मी डोळ्यांची उघडझाप करते. तो डोळे उघडतो तेव्हा ते पेटलेले असतात.

अहा! ''हो, मला प्रात्यक्षिक हवं आहे. मला बांधून घ्यायला आवडतं.'' अंथरुणातून उडी मारत उठून माझी अंतर्देवता पोल डान्स करू लागते.

''ओह ॲना,'' तो पुटपुटतो. त्याचा स्वर दुखावलेला असतो.

''काय?''

''इथे नको.''

“म्हणजे काय?”

“इथे नको, चल, माझ्या पलंगावर हवी आहेस तू मला.” तो बार घेत, माझा हात पकडत तो मला त्या खोलीतून घाईने बाहेर काढतो.

‘का बरं चाललो आहोत आम्ही?’ बाहेर पडताना मी वळून पाहते. “इथे का नको?”

पायऱ्यांवर थबकून ख्रिश्चन माझ्याकडे पाहू लागतो. त्याचा चेहरा गंभीर आहे. “ॲना, त्या खोलीत जायची तुझी तयारी असली तरी माझी नाही. मागच्या वेळेस आपण तिथे गेलो आणि तू मला सोडून गेलीस. तुला पुनःपुन्हा मी हे सांगत असतो. कधी कळणार तुला?” माझा हात सोडून, हातवारे करत तो त्रासून म्हणतो.

“परिणामतः माझा संपूर्ण दृष्टिकोन बदलला आहे. जीवनाकडे पाहण्याची दृष्टी आमूलाग्र बदलली आहे. मी हे तुला सांगितलं आहे. मात्र एक गोष्ट मी तुला सांगितली नाहीये, ती म्हणजे –” केसांत हात फिरवत तो नेमक्या शब्दांत विचार मांडायचा प्रयत्न करतो. “हेदेखील एक व्यसन आहे, ज्यातून मी बाहेर पडण्याचा प्रयत्न करतो आहे. हे इतकंच सांगू शकतो. माझ्यातली ती जबरदस्ती करण्याची वृत्ती गेली आहे. पण ऊर्मीचं काय? उगाच मोह नको पडायला मला. तुला दुखवायचं नाहीये गं मला.”

तो इतका पश्चात्तापदग्ध दिसतो की, क्षणभर माझ्या काळजात कुणीतरी भोसकल्यासारखं वाटतं. मी काय करून ठेवलं आहे याचं? मी याचं आयुष्य सुधरवलं आहे का? उलट, मी याच्या आयुष्यात येण्याआधी तर हा आनंदी होता.

“तुला दुखवायचा विचारदेखील मी करू शकत नाही; कारण माझं प्रेम आहे तुझ्यावर.” माझ्याकडे पाहत तो अतिशय प्रामाणिकपणे म्हणतो. एखादी साधीशी खरी बाब सांगणाऱ्या लहान मुलासारखा तो आता दिसतो आहे.

त्याचा हा निष्कपटपणा पाहून मी तर श्वास घ्यायलासुद्धा विसरते. तो मला सर्वाधिक प्रिय आहे. या माणसावर माझं अमर्याद प्रेम आहे.

मी त्याच्यावर इतक्या आवेगानं झेपावते की, मला सावरायला त्याला हातातली वस्तू खाली टाकावी लागते. मी त्याला भिंतीवर ढकलते. त्याचा चेहरा हातात पकडून मी त्याचे ओठ माझ्या ओठांवर टेकवते. त्याच्या मुखात मी जीभ घालते तेव्हा तर त्याला वाटलेल्या आश्चर्याची चव मला चाखता येते. मी त्याच्या वरच्या पायरीवर उभी असल्यामुळे आम्ही दोघं आत्ता एका पातळीवर आहोत. मला असं वाटतं की आत्ता माझ्या हातात सारी सत्ता एकवटली आहे. त्यामुळेही मला अत्यानंद होतो. त्याच्या केसांत बोटं गुंफवत मी त्याचं करकचून चुंबन घेते. मला त्याला शरीरभर स्पर्श करायचा आहे; परंतु त्याची भीती माहीत असल्यामुळे मी स्वतःला थोपवते. तरीही माझी कामना मला बेफाम करते. माझ्या प्रणयावेगानं तो

अवाक होऊन माझे खांदे पकडत मला दूर करतो.

"तुला या पायऱ्यांवर प्रणय हवा आहे का? कारण तू हो म्हणालीस तर या क्षणी मी तेही करीन." त्याचा श्वास जड झाला आहे.

"हो," मी पुटपुटते. मला खात्री आहे की माझी नजरदेखील त्याच्याइतकी धुंदावली आहे.

तो माझ्याकडे कटाक्ष टाकतो. "नाही, मला तू पलंगावर हवी आहेस." असं म्हणत झटक्यात तो मला उचलून खांद्यावर टाकतो. मी हसत, आरडाओरडा करायला लागल्यावर तो सपकन माझ्या पार्श्वभागावर चापट लगावतो. मी परत ओरडते. पायऱ्या उतरताना पटकन वाकून तो खाली पडलेला स्प्रेडर बार उचलून घेतो.

आम्ही हॉलमधून जात असतो, तेव्हा समोरच्या युटिलिटी रूममधून मिसेस जोन्स बाहेर पडत असते. ती आमच्याकडे पाहून छानसं हसते. मी पण कसनुशी हसते. बहुधा ख्रिश्चननं तिला पाहिलं नाहीये.

बेडरूममध्ये पोहोचल्यावर तो मला खाली ठेवून स्प्रेडर बार पलंगावर ठेवतो.

"मला नाही वाटत की तू मला दुखवशील." मी श्वास घेते.

"मलाही नाही वाटत की मी तुला दुखवेन." असं म्हणत माझं डोकं पकडून तो आसुसून माझं खोल, दीर्घ चुंबन घेतो. माझं आधीच तापलेलं रक्त आता दुप्पट वेगानं तापतं.

"मला तू इतकी हवी आहेस ना..." धापा टाकत तो माझ्या ओठाशी कुजबुजतो, "पण आज जे काय झालं... त्या पार्श्वभूमीवरही तुला... खात्री आहे?"

"हो, मलाही तू हवा आहेस. मला तुझे कपडे काढायचे आहेत." त्याला स्पर्श करायला माझी बोटं प्रचंड आतुर झाली आहेत.

त्याचे डोळे विस्फारतात. पण क्षणभर बहुधा माझ्या विनंतीचा विचार करत त्याची दोलायमान स्थिती होते.

"बरं," तो थोडा सावधपणे म्हणतो.

त्याच्या शर्टच्या दुसऱ्या बटणाला मी हात लावल्याबरोबर तो श्वास रोखतो. ते जाणवून मी म्हणते, "तुला नको असेल तर मी तुला स्पर्श नाही करणार."

"नाही," तो पटकन म्हणतो, "कर, ठीक आहे. मी ठीक आहे."

हळुवारपणे ते बटण उघडत माझी बोटं पुढच्या बटणावर स्थिरावतात, त्याचे डोळे चमकू लागतात, श्वास उथळ होतो, ओठ विलग होतात. असा घाबरलेला असूनसुद्धा तो किती देखणा आहे! कदाचित भीतीमुळे अधिक देखणा दिसतो आहे तो. तिसरं बटण उघडल्यावर त्याच्या छातीवरचे मऊ केस शर्टच्या उघड्या गळ्यातून डोकावू लागतात.

“मला इथे ओठ टेकवायचे आहेत.” मी पुढे म्हणते.

“इथे?” जोरात श्वास घेत तो विचारतो.

“हो,” मी उत्तर देते.

मी पुढचं बटण उघडते तसा तो श्वास रोखून धरतो. अगदी जाणीवपूर्वक माझा इरादा स्पष्ट करत मी पुढे झुकते. त्या उघड्या छातीवरच्या केसांचं मी अलगद चुंबन घेते, तेव्हा तो श्वास रोखून अचल उभा राहतो. शेवटचं बटण उघडून मी त्याच्याकडे पाहते. तो एकाग्रपणे माझ्याकडे पाहत असतो. अचानक त्याच्या चेहऱ्यावर शांती आणि समाधानाची भावना उमटते. त्याच जोडीला नवलसुद्धा.

“बघ, सोपं होत चाललं आहे की नाही?” मी हलकेच म्हणते.

तो मान डोलावतो. मी त्याचा शर्ट खांद्यावरून मागे ढकलत जमिनीवर पडू देते.

“ॲना, तू मला काय केलंस गं?” तो म्हणतो, “जे काही असेल ना, ते थांबवू नकोस.” असं म्हणत तो मला कवेत घेतो. मग दोन्ही हात माझ्या केसांत खुपसत, केस धरत माझं डोकं स्वतःकडे ओढत माझ्या गळ्यावर ओठ टेकवतो.

माझ्या जबड्याचे तो लहान लहान चावे घेऊ लागतो. मी चित्कारते. ओह! मला किती हवा आहे हा! त्याच्या पँटच्या कमरपट्टीशी माझी बोटं झटू लागतात. बटण उघडून मी पँटची झीप खाली खेचते.

“ओह बेबी!” असं म्हणत तो माझ्या कानाच्या मागे चुंबन घेतो. त्याची कणखर ताठरता मला जाणवते. मला त्याला तोंडात घ्यायचं आहे. पटकन मागे होत मी गुडघ्यांवर बसते.

“ए... काय करतेस?” तो अवाक् होतो.

मी एका झटक्यात त्याची पँट आणि बॉक्सर खाली खेचून त्याला मोकळं करते. तो मला थांबवायच्या आधी मी त्याला तोंडात धरून जोरजोरात चोखू लागते. त्याला बसलेला धक्का त्याच्या आ-वासण्यावरून दिसतो आहे. मला गंमत वाटते. तो नजर खाली करून माझी प्रत्येक हालचाल न्याहाळू लागतो. त्याच्या गडद डोळ्यांत प्रणयानंद मावत नाहीये. अहा! मी त्याला दातात धरत जोरात चोखू लागते. परमसुख देणाऱ्या या प्रणयरंगाचा आनंद उपभोगत तो डोळे मिटून स्वतःला माझ्या स्वाधीन करून देतो. मी त्याला कशाप्रकारे चेतवू शकते हे लक्षात आल्याने माझ्या भावना अनावर होतात. सुख, अपेक्षा आणि कर्माची ही सांगड मला अनोख्या उंचीवर पोहोचवते. एकीकडे मुक्त होत प्रणयाची गोडी चाखते. शब्दातीत आहे हे सारं. मी समर्थ तर आहेच शिवाय सर्वज्ञदेखील.

“फक्!” असं म्हणत तो माझं डोकं कुरवाळत स्वतःचे नितंब आकसून घेत माझ्या तोंडात अजून आत जातो. *ओह!* हो! हे असंच हवं आहे मला. मी

त्याच्याभोवती जीभ फिरवू लागते. त्याला स्वतःमध्ये आत-आत-आत ओढून घेते.

"ॲना," तो मागे सरकायचा प्रयत्न करतो.

नाही बरं का ग्रे! तू मला असाच हवा आहेस. मी त्याचे नितंब पकडून ठेवत अधिक जोमाने त्याला चोखू लागते. तो कोणत्याही क्षणी येऊ शकतो याची मला कल्पना येते.

"प्लीज," तो धापा टाकत म्हणतो, "अगं, मी कोणत्याही क्षणी येईन ॲना."

छान. माझी अंतर्देवता अत्यानंदानं बेभान होते. त्या क्षणी तो माझ्या तोंडात भरभरून रिता होतो.

तो माझ्याकडे बघतो. त्याच्या नजरेत चमक आहे. ओठावरून जीभ फिरवत मी हसते. तोही माझ्याकडे पाहून हसतो, कामासक्तपणे.

"अच्छा, मिस स्टील, तुम्ही माझ्याबरोबर हा खेळ खेळत आहात तर!" खाली वाकत माझ्या बगलेत हात घालत मला उठून उभं करत तो म्हणतो. दुसऱ्या क्षणी त्याचे ओठ माझ्या ओठांना भिडतात. तो चित्कारतो.

"मला स्वतःची चव कळते आहे. तू निश्चितच जास्त चटकदार आहेस." माझ्या ओठांशी तो बोलतो. मग माझा टीशर्ट धरून तो निष्काळजीपणे जमिनीवर फेकून देतो. पाठोपाठ मला उचलून पलंगावर फेकतो. मग माझ्या स्वेटपँटचा खालचा भाग धरून खसकन ओढून झटक्यात काढून टाकतो. आता मी पूर्णपणे विवस्त्र होऊन त्याच्या पलंगावर पहुडले आहे. वाट पाहत, वाट पाहत. तो नजरेने मला पिऊन घेत स्वतःचे उरलेले कपडे काढून मोकळा होतो.

"तू एक सुंदर स्त्री आहेस, ॲनेस्टेशिया." तो माझं कौतुक करत म्हणतो.

"हं!" उगाच नखरे करत मान झुकवत मी त्याच्याकडे पाहून आनंदाने हसते.

"तू एक सुंदर पुरुष आहेस, ख्रिश्चन आणि एकदम चविष्ट!"

माझ्याकडे पाहत सूचक हसत तो स्प्रेडर बार उचलतो. मग माझ्या डाव्या घोट्याला बेडीत अडकवत तो बक्कल घट्ट करतो; अर्थात, अति घट्ट नाही. माझ्या घोट्यात आणि बेडीत काही मोकळी जागा आहे की नाही, हे तो करंगळीने तपासून पाहतो. पूर्णवेळ त्याची नजर माझ्यावर खिळलेली आहे. त्याला त्या बारकडे पाहण्याची गरज भासत नाही. याआधी त्याने तो नक्की वापरला असणार.

"तुझी चव आता पाहावी लागणार आहे. माझ्या आठवणीप्रमाणे तुम्ही फार अप्रतिम आणि अनोख्या चवीच्या आहात, मिस स्टील."

ओह!

माझा दुसरा घोटा पकडून तोही पटकन सहजतेने बेडीमध्ये अडकवतो. आता माझ्या दोन्ही पायांत साधारण दोन फुटांचं अंतर आहे.

"हा स्प्रेडर आहे ना तो विस्तारतो." असं म्हणत तो त्या स्प्रेडरवर काहीतरी

दाबतो आणि ढकलतो त्याबरोबर माझे पाय अजून फाकतात. अरे बापरे! तीन फूट! माझं तोंड उघडं राहतं. मी खोल श्वास घेते. फक्! हे कसलं हॉट आहे. माझं शरीर पेटलं आहे, मागणी करतं आहे, भुकेलेलं आहे.

ख्रिश्चन त्याच्या खालच्या ओठांवरून जीभ फिरवतो.

"अहा! तर आपण आता थोडी मजा करणार आहोत, ॲना." तो बार पकडून उलटा करतो त्याबरोबर मी पालथी होते. मला नवल वाटतं.

"बघितलंस मी काय करू शकतो ते!" गूढतेने असं म्हणत तो परत बार पलटवतो आणि मी पुन्हा उताणी होते. श्वास घ्यायचं विसरून मी त्याच्याकडे पाहत बसते.

"या उरलेल्या बेड्या तुझ्या मनगटांसाठी आहेत, पण मी त्याचा इतक्यात विचार नाही करणार. तू नीट वागतेस की नाही ते पाहून मी ठरवेन."

"मी कधी नीट नाही वागत?"

"काही प्रसंग सांगू शकतो मी." अगदी हळुवारपणे असं म्हणत तो माझ्या तळपायांवरून बोटं फिरवू लागतो. त्याच्या बोटांपासून पावलं दूर करायचा प्रयत्न मी करते; परंतु बारमुळे मला पावलं हलवता येत नाहीत.

"सगळ्यात पहिलं म्हणजे तुझा ब्लॅकबेरी."

माझा श्वास अडकतो. "काय करणार आहेस तू?"

"अंहं... मी माझे बेत कधीही उघड करीत नाही." तो मानभावीपणे म्हणतो. त्याच्या नजरेत आसुरी आनंद दिसतो आहे.

होली काऊ! तो कसला सेक्सी दिसतो आहे! उधळून टाकावं त्याच्यावर स्वतःला. मी परत श्वास घ्यायला विसरते.

तो पलंगावर माझ्या दोन पायांमध्ये बसतो. तो पूर्णपणे विवस्त्र आहे आणि मी असहाय!

"हं, तर मिस स्टील, आता तुम्ही अगदी उघड्या पडल्या आहात." माझ्या पायांच्या आतल्या बाजूवरून सावकाश, जाणीवपूर्वक, गोलाकारात बोटं फिरवत तो म्हणतो. नजर मात्र माझ्यावर खिळलेली आहे.

"हे सारं अटकळ बांधण्यावर आधारित आहे, ॲना. मी तुला काय करेन?" त्याचे ते हळुवार उच्चारलेले शब्द थेट माझ्या मनाच्या तळाच्या, गडद भागात शिरतात. मी पलंगावर स्वतःला पिळवटत चित्कारते. आता त्याची बोटं मघाच्या लयीत माझ्या गुडघ्यांच्या वरपर्यंत पोहोचली आहेत. मला पाय पटकन जवळ आणायचे आहेत, पण ते शक्य नाही.

"तुला जर का काही आवडलं नाही, तर ताबडतोब मला थांबायला सांगायचं, लक्षात ठेव." समोर झुकून तो माझ्या नाभीची अलगद, अलवार चुंबनं घेऊ लागतो.

त्याच्या बोटांचे गोलाकार खेळ सुरू आहेतच. आता त्याची बोटं माझ्या मांड्यांना चेतवत आहेत.

"ओह, प्लीज, ख्रिश्चन." मी गयावया करते.

"ओह, मिस स्टील, नुकताच मला शोध लागला आहे की, माझ्यावर शृंगारिक बलात्कार करताना तुम्ही खूप निर्दयी होऊ शकता. तेव्हा आता मलाही तोडीस तोड उत्तर द्यावं लागेल ना!"

स्वतःला त्याच्या स्वाधीन करताना मी दोन्ही हातांनी चादर गोळा करून चुरगाळते. त्याचं तोंड खालच्या दिशेने आणि बोटं वरच्या दिशेने माझ्या मांड्यांच्या वरच्या मध्यभागात, जिथे मी अतिसंवेदनशील आणि या क्षणी पूर्ण उघडी आहे तिथे पोहोचू लागतात. त्याची बोटं जशी माझ्यात प्रवेशतात, तशी मी कंबर उचलत त्याला उत्कट प्रतिसाद देत चित्कारते. तोही तसाच चित्कारतो.

"ॲना, मला प्रत्येक वेळेस तुझं नवल वाटतं. किती गच्च ओली आहेस तू." माझे तिथले केस संपून बेंबीची खालची रेष सुरू होते तिथे ओठ टेकवत तो म्हणतो. त्याचे ओठ तिथे पोहोचल्यावर माझ्या शरीराची आपोआप कमान होते.

ओह माय!

आता तो मुद्दाम सावकाश मला उद्दीपित करू लागतो. त्याची बोटं माझ्या आत करामत दाखवतात, तर जीभ वरच्या भागात. आता मी पाय ना हलवू शकते, ना जवळ आणू शकते. त्यामुळे त्याच्या चेतवण्याने मी भलतीच पेटते. माझ्या जाणिवा प्रचंड तरल होतात. सर्व संवेदना शोषून घेण्यासाठी मी परत पाठीची कमान करते.

"ओ ख्रिश्चन!" मी विव्हळते.

"मला ठाऊक आहे राणी." असं हळूच म्हणत तो त्याचा गोड छळ थांबवतो. मग माझ्या शरीराच्या त्या सर्वाधिक चेतनामय भागावर अलवार फुंकर घालतो.

"अगं आई गं! प्लीज!" मी गयावया करते.

"माझं नाव घे." तो हुकूम सोडतो.

"ख्रिश्चन," तार सप्तकातला माझा आवाज मला ओळखू येत नाही.

"परत." तो श्वास घेतो.

"ख्रिश्चन, ख्रिश्चन, ख्रिश्चन ग्रे." मी मोठ्यांदा म्हणते.

"तू माझी आहेस." त्याचा मधुर आवाज घातक आहे. त्याची जीभ परत एकवार मला चेतवत चाटते आणि मी मोकळी होत जाते. स्वत:ची उत्कटता अनुभवत, स्वीकारत मी परत परत येत राहते... माझे पाय फाकलेले असल्यामुळे पुनःपुन्हा स्रवते, त्यात मी हरवते.

ख्रिश्चनने मला पालथं केलं आहे, याची मला जेमतेम जाणीव होते.

"आपण आता असं करून पाहणार आहोत. तुला आवडलं नाही किंवा

त्रासदायक वाटलं तर लगेच सांग, मी त्या क्षणी थांबवेन.''

काय? मी तर कामोत्सवाच्या गंधस्त्रावात इतकी हरवले आहे की, माझ्या मनात कुठल्याही विचारांना जागा नाही. आता मी ख्रिश्चनच्या मांडीवर आहे. कधी आले मी इथे?

''ओणवी हो राणी, डोकं आणि छाती पलंगावर टेकव.''

प्रणयात नादावलेली मी त्याच्या सूचनांचं पालन करते. माझे दोन्ही हात मागे घेत तो ते बेडीमध्ये, माझ्या घोट्यांच्या बाजूला, बारवर अडकवतो. ओह! माझे गुडघे जवळ आले आहेत, नितंब वरचेवर आहेत. मी पूर्णपणे त्याच्या अधीन आणि त्याची आहे.

''ॲना, तू इतकी सुंदर दिसते आहेस.'' त्याच्या स्वरात नवल आहे. मला फॉईल उघडल्याचा आवाज येतो. माझ्या खालच्या मणक्यापासून, दोन्ही नितंबांच्या मधून योनीपर्यंत तो बोटं फिरवतो. मग गुदद्वारापाशी क्षणभर त्याची बोटं रेंगाळतात.

''ज्या दिवशी तू तयार होशील, त्या दिवशी मला इथेसुद्धा शिरायचं आहे.'' त्याची बोटं अजूनही तिथे आहेत. त्याच्या हळुवार डिवचण्याने माझी तिथली त्वचा आणि स्नायू एकदम आक्रसून जातात आणि मी जोरात विव्हळते. ''स्वीट ॲना, आज नाही गं, ज्या दिवशी तू तयार होशील ना तेव्हा – मला तुला सगळ्या मार्गांनी भेटायचं आहे. मला तुझ्या कणाकणावर हक्क गाजवायचा आहे. तू माझी आहेस.''

मला बट प्लग आठवतो आणि आतल्या आत मी अजूनच आक्रसली जाते. त्याच्या शब्दांनी माझी तगमग वाढते. त्याची बोटं पुन्हा एकदा त्याच्या परिचित क्षेत्रात मनमुराद फिरू लागतात.

काही क्षणांत तो झपकन माझ्या आत प्रवेशतो. ''आह! हळू ना रे!'' मी जोरात ओरडते. तो थबकतो.

''ठीक आहेस का?''

''जरा हळू... मला सवय होऊ दे ना.''

तो हलकेच बाहेर येऊन सावकाश परत आत येत मला भरून, विस्तारून, व्यापून टाकतो. एकदा-दोनदा-तीनदा. मी काहीही करू शकत नाही.

''हं, आता ठीक आहे.'' मी जाणिवेच्या माध्यमातून म्हणते.

तो चित्कारतो आणि मग एक लय पकडतो. पुढे-मागे, आत-बाहेर, व्यापत... सामावत... ती भावना आदिम, उत्कट आणि सुखकारक आहे. माझ्या त्या असहाय अवस्थेतदेखील आनंद आहे, अर्पण करण्यातदेखील सुख आहे. त्याला हव्या त्या पद्धतीने तो माझ्यामध्ये हरवू शकतो. त्यामुळे माझ्या सुखानंदाची व्याप्ती वाढते. त्याच्यासाठी मी हे इतकं करू शकते. तोही मला त्याच्याबरोबर गूढ ठिकाणी नेतो. अशा जागा ज्यांच्या अस्तित्वाची मला आजवर यत्किंचितही जाणीव नव्हती. आम्ही

दोघं मिळून त्या गूढ अंधाऱ्या जागा झगमगीत प्रकाशाने भरून टाकतो... झगमगीत, झळझळीत प्रकाश.

आणि मी स्वतःला मोकळं करते. तो मला जे काही करतो त्यात नादावत, हरवत माझा स्वतःचा उत्कट समागम बिंदू गाठत पुनःपुन्हा भरून येत मोकळी होते. त्याच्या नावाचा जप करत रिती होते. तोही तन-मन-आत्म्यानं मला साथ देत माझ्यात हरवतो.

"ॲना, बेबी." जेमतेम दोन शब्द उच्चारून तो माझ्या बाजूला पलंगावर कोसळतो.

त्याची कुशल बोटं भराभर सगळे पट्टे सोडतात. माझे घोटे आणि मनगटं तो चोळून देतो. मी पूर्ण बंधमुक्त झाल्यावर तो मला कुशीत ओढून घेतो. मी एव्हाना अगदी निष्प्राण झाले आहे.

मी जेव्हा थोडी भानावर येते तेव्हा मी त्याच्या बाजूला पोटाशी पाय घेऊन झोपलेली आहे. तो माझ्याकडे टक लावून पाहत बसला आहे. किती वाजले असतील याची मला कल्पना येत नाही.

"ॲना, मी आयुष्यभर तुला अशी झोपलेली पाहत बसू शकतो." असं म्हणत तो माझ्या कपाळाचं चुंबन घेतो.

मी झोपेत हसत त्याच्या बाजूला सरकते.

"मला तुला कधीही जाऊ द्यायचं नाहीये." मृदुपणे असं म्हणत तो माझ्याभोवती हात टाकतो.

"हं! मलाही कधीही जायचं नाही. मला जाऊ देऊ नकोस." मी झोपेत बोलते. माझ्या पापण्या उघडायला तयार नाहीत.

"मला तुझी गरज आहे." तो कुजबुजतो. त्याचा स्वर खूप दूरवरून आल्यासारखा माझ्या कानांवर पडतो. जणू माझ्या स्वप्नातला स्वर आहे तो. त्याला माझी गरज आहे. माझी गरज... आणि मी गाढ झोपेच्या अधीन होते. त्यापूर्वी मला एक छोटासा राखाडी डोळ्यांचा, तपकिरी केसांचा, माझ्याकडे पाहून लाजरं हसणारा कळकट, मळकट मुलगा दिसतो.

१७

हं!

मला हळूहळू जाग येते. ख्रिश्चन माझ्या मानेत नाक खुपसून मला उठवतो आहे.

"मॉर्निंग बेबी." माझ्या कानाची पाळी चावत तो कानाशी हळुवारपणे बोलतो. मी डोळे उघडते पण लगेच मिटून घेते. सकाळच्या लख्ख प्रकाशामध्ये बेडरूम न्हाऊन निघाली आहे. त्याचा हात हळुवारपणे माझे स्तन कुरवाळत मला छेडतो आहे. मग माझ्या मागे पहुडत तो माझे नितंब ओढून मला घट्ट धरतो.

त्याच्या बाजूला आळोखेपिळोखे देत मी त्याचा स्पर्श आसुसून अनुभवते. तेवढ्यात मागून त्याची ताठरता मला भिडते. ओह माय! ख्रिश्चन वेक अप कॉल!

"कुणीतरी मला पाहून खूश झालेलं दिसतं आहे!" त्याच्याशी लगट करत मी अर्धवट जागी होत म्हणते. त्याचं हसू मला जाणवतं.

"खूप जास्त खूश झाला आहे तो." त्याचा हात माझ्या पोटावरून सरकत योनीवर स्थिरावतो. त्याची बोटं शोधकार्य सुरू करतात. "मिस स्टील, तुमच्या बाजूला जाग येण्याचे नक्कीच खूप जास्त फायदे आहेत." मला चिडवत तो स्वतःकडे ओढतो. आता मी कुशीवरून पाठीवर होते.

"झोप झाली का नीट?" त्याची बोटं माझा प्रणयछळ सुरू ठेवतात. तो माझ्याकडे पाहत छानसं हसतो. त्याचं ते प्रसन्न, सगळ्या अमेरिकन तरुण मॉडेल्सना नेस्तनाबूत करणारं, मोत्यासारखे दात दाखवणारं हसू. माझा तर श्वास अडकतो.

त्याच्या बोटांच्या तालावर माझे नितंब झुलू लागतात. माझ्या ओठांचं हलकं चुंबन घेऊन मग तो मानेकडे वळतो. हलके चावे घेत, चुंबनांचा वर्षाव करत, चोखत त्याचे ओठ माझ्या अंगावरून फिरू लागतात. मी हुंकार देते. त्याचा स्पर्श अगदी मुलायम आणि स्वर्गीय आहे. त्याची निर्भीड बोटं खाली सरकत अलगद माझ्यात प्रवेशत सुखावतात.

अतिशय मनापासून तो माझ्या कानाशी म्हणतो, "ओह ॲना, तू नेहमी तयार असतेस."

त्याच वेळेस त्याचे ओठ माझ्या स्तनाच्या घळीतून फिरत स्तनांवर स्थिरावतात.

खाली बोटांनी छेडताना वरती तो ओठांनी पेटवतो. आधी एक स्तनाग्र चावत, डिवचत मग दुसऱ्याला खुलवतो. त्याच्या स्पर्शांनी माझी स्तनाग्रं आतुर होऊन लांबट होत ताठरतात.

मी चित्कारते.

"हं," मान वर करून गहिऱ्या राखाडी डोळ्यांनी मला न्याहाळत तो हुंकारतो, "मला तू आत्ता हवी आहेस." माझ्यावर चढत, वजन कोपरांवर टाकत, माझ्या नाकावर नाक घासत, स्वतःच्या पायांनी माझे पाय फाकवत तो पलंगाच्या बाजूच्या टेबलावरची फॉईल उचलून उघडतो.

"कधी एकदा शनिवार येतो आहे असं मला झालं आहे." त्याच्या डोळ्यांत माझ्याविषयीची लालसा स्पष्ट आहे.

"तुझ्या वाढदिवसाची पार्टी?" मी धापा टाकत विचारते.

"नाही, हे 'फक्' वापरणं मला थांबवता येईल."

"काय मस्त नाव दिलं आहेस." मी खिदळते.

कंडोम घालताना तो माझ्याकडे पाहत मानभावीपणे विचारतो, "मिस स्टील, तुम्ही खिदळताय काय?"

"छे!" चेहरा कोरा ठेवायचा प्रयत्न करीत मी म्हणते.

"हे पाहा, ही वेळ खिदळण्याची नाही." तो मला ताकीद देत मान नकारार्थी हलवतो. त्याचा आवाज कठोर आहे; पण त्याच्या चेहऱ्यावरचे भाव... ते मात्र एकाच वेळेस पेटवणारे आणि सर्द करणारे आहेत.

माझा श्वास घशात अडकतो, "मला तर वाटलं होतं की, माझं खिदळणं तुला आवडतं." त्याच्या गहिऱ्या नजरेचा वेध घेत मी घोगऱ्या आवाजात म्हणते.

"आत्ता नाही. खिदळण्याला काही निश्चित वेळ काळ हवा. आत्ता दोन्ही नाही. तुला गप्प करायला हवं. ते कसं हे मला अचूक माहीत आहे." असं विकटपणे म्हणत तो स्वतःला माझ्यावर झोकून देतो.

"ॲना, ब्रेकफास्टला काय आवडेल?"

"बस्स फक्त ग्रॅनोला. थँक्यू मिसेस जोन्स."

ब्रेकफास्ट टेबलाशी मी ख्रिश्चनच्या बाजूला बसते. मला संकोच वाटत असतो. कारण काल या नीटनेटक्या मिसेस जोन्सनं मला पाहिलं होतं, तेव्हा ख्रिश्चननं मला त्याच्या खांद्यावर टाकून बेडरूमकडे चालवलं होतं.

"तू छान दिसते आहेस." ख्रिश्चन दाद देतो. मी तो राखाडी पेन्सिल स्कर्ट आणि त्याच रंगाचं सिल्कचं ब्लाऊज घातलं आहे.

"तूसुद्धा." त्याने फिका निळा शर्ट आणि जीन्स घातली आहे. तो नेहमीसारखा

मस्त दिसतो आहे. ताजातवाना, स्वतःबद्दल खात्री असणारा.

"तुला अजून स्कर्ट आणायला हवेत." तो म्हणतो, "खरं म्हणजे तुला शॉपिंगला न्यायला मला आवडेल."

हं! शॉपिंग! मला अजिबात आवडत नाही. पण कदाचित ख्रिश्चनबरोबर मजा येईल शॉपिंग करायला. तूर्तास तरी मी विषय बदलायचं ठरवते.

"आज ऑफिसमध्ये काय होईल, कोण जाणे!"

"त्या हरामखोराच्या जागी त्यांना कोणाला तरी घ्यावं लागेल." अचानक घाणीत पाय पडल्यासारखा चेहरा करीत ख्रिश्चन म्हणतो.

"एखाद्या बाईला घ्यावं त्यांनी माझी बॉस म्हणून."

"का?"

"तिच्याबरोबर बाहेर दौऱ्यावर जायची वेळ आली, तर तू फारशी हरकत घेणार नाहीस." मी त्याला चिडवते.

त्याला हसू येतं. तो ऑम्लेट खायला सुरुवात करतो.

"हसण्यासारखं काय आहे?" मी विचारते.

"तू! चल आटप. एवढा ग्रॅनोला खाऊन उठणार असशील, तर तो संपव सगळा."

नेहमीसारखा बॉसी! मी ओठ मिटत विचार करते. पण मग खायला सुरुवात करते.

"तर किल्ली इथे लागते." गिअरशिफ्टच्या खाली असलेलं इग्निशन दाखवत ख्रिश्चन मला सांगतो.

"वेगळी जागा आहे." मी म्हणते. गाडीच्या आरामदायक लेदर सीटमध्ये बसून प्रत्येक लहान-मोठ्या बाबीचा आनंद मी आता लुटते आहे. शेवटी एकदाचा ख्रिश्चन मला माझी गाडी चालवू देणार आहे.

तो माझ्याकडे पाहतो; पण त्याच्याही डोळ्यांत नवल आहे. "तू खूप उत्तेजित झाली आहेस ना?" तो कौतुकाने म्हणतो.

वेड्यासारखी मान डोलावत मी हसते. "बघ तर नव्या गाडीचा वास हं! त्या सबमिसिव्ह स्पेशलपेक्षा म्हणजे मला एथ्री म्हणायचं होतं– खूप छान आहे ही." आपण काय बोलून बसलो याची लाज वाटत मी म्हणते.

ख्रिश्चनला गंमत वाटते. "सबमिसिव्ह स्पेशल काय? मिस स्टील, तुम्ही शब्द इतक्या वेगळ्या पद्धतीने वापरता ना!" तो कृतकोपाने म्हणतो. पण मी फसत नाही. मला माहिती आहे की त्याला मजा येते आहे.

"चल निघू या." आपल्या लांबसडक बोटांनी गॅरेजच्या बाहेर निर्देश करत तो म्हणतो.

मी टाळ्या वाजवते. मग गाडी सुरू करते. एका क्षणात इंजिन सुरू होतं. योग्य गिअर टाकून मी ब्रेकवरचा पाय काढते. त्याबरोबर अतिशय नजाकतीने विनासायास साब पुढे झेपावते. आमच्या मागे टेलरदेखील ऑडी सुरू करतो. गॅरेजचं बॅरिअर उचललं गेल्यावर आम्ही एस्कलाच्या बाहेर पडतो. मागून तो येतो.

''ए रेडिओ लावायचा?'' पहिल्या सिग्नलपाशी थांबल्यावर मी विचारते.

''काही नको, लक्ष दे.'' तो झापतो.

''ख्रिश्चन प्लीजच हं! मी गाणी ऐकत गाडी चालवू शकते.'' क्षणभर विचार करून तो रेडिओ लावतो.

''याच्यावर तू आयपॉड, एमपीथ्री डिस्क आणि सीडीसुद्धा लावू शकते.''

द पोलिसचे सूर जोरात कानांवर पडतात. ख्रिश्चन आवाज कमी करतो. हं... *किंग ऑफ पेन!*

''तुझं राष्ट्रगीत लागलं बघ.'' मी त्याला चिडवते. त्याचे ओठ आवळलेले बघून मला माझ्या बोलण्याचा पश्चात्ताप होतो. *अरे देवा!* घाईने विषय बदलायचा प्रयत्न करीत मी म्हणते, ''माझ्याकडे पण घरी आहे हा अल्बम.'' राहिले तरी आहे का मी त्या घरात?

इथन काय करत असेल बरं? आज त्याला फोन करायला पाहिजे. तसंही ऑफिसमध्ये फारसं काम नसणार.

माझ्या पोटात खड्डा पडतो. ऑफिसमध्ये पोहोचल्यावर काय होईल? सगळ्यांना कळेल का जॅकबद्दल? त्या घटनेचा ख्रिश्चन एक भाग आहे हे कळेल का? माझी नोकरी टिकून राहील का? शिट्! मला नोकरी नसेल तर मी काय करेन?

ॲना, या लक्ष्मीपुत्राशी लग्न कर. खोचकपणे माझं अबोध मन मला सल्ला देतं. मी चक्क दुर्लक्ष करते. अधाशी चवचाल!

''हे मिस स्मार्टमाऊथ, या परत.'' मी पुढच्या सिग्नलला थांबते तसं ख्रिश्चन मला विचारचक्रातून बाहेर काढत वर्तमानात परत आणतो. ''ॲना, तुझं चित्त थाऱ्यावर नाहीये. लक्ष दे जरा!'' तो रागावतो, ''लक्ष नसतानाच अपघात होतात.''

देवा! परमेश्वरा! रे नी मला पहिल्यांदा गाडी चालवायला शिकवली, त्या वेळेसची आठवण माझ्या मनात ताजी झाली. आता मला परत दुसरा बाप नको आहे. पण मग नवरा... रासवट नवरा...? *हं!*

''मी कामाचा विचार करते आहे.''

''राणी, विश्वास ठेव! सारं काही ठीक होईल.'' तो हसतो.

''हे बघ, तू यात पडू नकोस हं. माझं मला पेलू दे. ख्रिश्चन, प्लीज. माझ्यासाठी हे खूप गरजेचं आहे.'' शक्य तितक्या मवाळपणे मी म्हणते. मला वाद नाही घालायचा आहे. त्याच्या ओठांना परत ती हटवादी मुरड पडते. परत खरडपट्टी

काढतो की काय माझी?

नको ना!

"हे बघ ख्रिश्चन, आपण वाद नको घालू या. आजची सकाळ किती छान गेली आणि रात्रीचा अनुभव तर." मला अचूक शब्द सापडत नाहीत. "रात्र तर – केवळ स्वर्गीय होती."

तो काहीही बोलत नाही म्हणून मी त्याच्याकडे कटाक्ष टाकते, तर त्याने डोळे मिटून घेतले आहेत.

"हो, स्वर्गीय." तो मधाळपणे म्हणतो, "मी मनापासून म्हणालो होतो."

"काय."

"मला तुला जाऊ द्यायचं नाहीये."

"मला जायचं नाहीये."

तो हसतो. त्याचं हे लाजरंबुजरं हसू मला नवीन आहे. त्यापुढे मी सारं काही विसरते. अहा! कसली ताकद आहे त्यात.

"छान," असं म्हणत तो विसावतो.

एसआयपीपासून अर्ध्या ब्लॉक अंतरावर पार्किंग लॉटमध्ये मी गाडी लावते.

"चल, तुला तिथवर सोडतो. टेलर येईल मला न्यायला." ख्रिश्चन सुचवतो. माझ्या पेन्सिल स्कर्टमुळे माझ्या हालचालींवर मर्यादा येते. ख्रिश्चन मात्र सहज बाहेर पडतो. त्याच्या हालचालीतली सफाई त्याची त्याच्या शरीराशी जवळीक दर्शवते. हं... ज्याला दुसऱ्याचा स्पर्श सहन होत नाही, त्याची स्व-शरीराशी जवळीक कशी असणार? माझे हे भलते विचार मी बाजूला सारते.

"आज संध्याकाळी सात वाजता फ्लिनला भेटायचं आहे, विसरू नकोस." माझ्यासमोर हात करत तो म्हणतो. मी रिमोटनं दार बंद करून त्याचा हात पकडते.

"नाही विसरणार. मी मनातल्या प्रश्नांची यादी करून ठेवते."

"प्रश्न? माझ्यासंदर्भात?"

मी मान डोलावते.

"माझ्याबाबतच्या सर्व प्रश्नांची उत्तरं मी देऊ शकतो." त्याला उपमर्द झाल्यासारखं वाटतं.

मी त्याच्याकडे पाहून हसते. "हो, पण मला त्या महागड्या आणि पूर्वग्रह नसलेल्या माणसाचं मत हवं आहे ना."

त्याच्या कपाळावर आठ्या पडतात. पटकन मला मिठीत घेऊन तो माझे दोन्ही हात माझ्या पाठीशी घट्ट धरतो.

"ही कल्पना योग्य आहे असं वाटतं का तुला?" तो घोगऱ्या आवाजात हळूच विचारतो. मी मागे झुकत त्याच्या विस्फारलेल्या डोळ्यांतली चिंता पाहते. माझं मन

छिन्नविच्छिन्न होतं.

"हे बघ, तुला नको असेल तर मी नाही भेटणार." मी त्याच्याकडे पाहत प्रामाणिकपणे म्हणते. गुळगुळीत दाढी केलेल्या त्याच्या गालावरून मला हात फिरवावासा वाटतो. मी हाताची चाळवाचाळव करते. तो माझे हात सोडतो. मी अलगद त्याच्या गालावरून हात फिरवते.

"तुला एवढी कशाची काळजी वाटते?"

"तू निघून जाण्याची –"

"ख्रिश्चन, किती वेळा सांगू की मी कुठेही जाणार नाहीये. तू तर आता मला सर्वांत कटू सत्य पण सांगितलं आहेस. मी तुला सोडणार नाहीये."

"मग तू अजून उत्तर का नाही दिलंस?"

"कशाचं?"

"तुला माहिती आहे मी कशाबद्दल बोलतो आहे, ॲना."

मी उसासा सोडते. "हे बघ, मी तुझ्यासाठी पुरेशी आहे याची मला खात्री करून घ्यायची आहे, बस्स!"

"आणि माझं म्हणणं तुला पुरेसं नाही वाटत?" मला सोडत तो वैतागून म्हणतो.

"ख्रिश्चन, अरे सगळं इतकं भराभर घडलं आहे ना! त्यात तू स्वतः तुझ्या विचित्र फिफ्टी शेड्स कबूल केल्या आहेस ना?" मी पुढे म्हणते, "शिवाय हे तुझ्यासाठी नसून माझ्यासाठी आहे. तुझ्या तुलनेत मी अपुरी आहे असं मला वाटतं, विशेषतः लीला प्रकरणानंतर तर मला फार जाणवलं हे. कुणास ठाऊक, कदाचित तुला एखादा दिवस परत तुझ्या मनाप्रमाणे करणारी हवीशी वाटेल. कदाचित... तुला ती... ती आवडायला लागेल. तुझ्या गरजा पूर्ण करणारी कोणीतरी?" ख्रिश्चन दुसऱ्या कुणाबरोबर ही कल्पनादेखील मला असह्य होते. एकमेकांत गुंफवलेल्या माझ्या बोटांकडे मी नजर टाकते.

"जे मला करायला आवडतं, नेमकं तेच करायला आवडणाऱ्या अनेक स्त्रिया मला माहीत होत्या. मात्र ज्या पद्धतीने तू मला भावलीस, तसं कुणीही आजवर मला भावलेलं नाही. ही भावना फक्त आणि फक्त तुझ्यासाठी माझ्या मनात आली, ॲना."

"कारण तू त्यांना कधी संधी दिली नाहीस. स्वतःला दुर्गम किल्ल्यामध्ये बंद करून तू खूप काळ घालवला आहेस. हे बघ, आपण यावर नंतर चर्चा करू या. मला कामाला जायचं आहे. कदाचित डॉ. फ्लिन त्यांचं मत व्यक्त करतील."

सकाळी आठ वाजून पंचावन्न मिनिटांनी ऑफिसच्या पार्किंग लॉटमध्ये उभं राहून चर्चा करण्यासाठी हा विषय जरा अतिक्लिष्ट आहे. कधी नव्हे ते ख्रिश्चन चक्क

मान्य करतो. त्याने मान जरी डोलावली तरी नजरेत मात्र सावधानता आहे.

"चल," तो हात पुढे करत फर्मावतो.

मी माझ्या टेबलाशी पोहोचते तेव्हा थेट एलिझाबेथच्या ऑफिसमध्ये येण्याचा निरोप तिथे लिहून ठेवलेला असतो. *बापरे!* ठार मेले! संपलं! मला डच्चू मिळणार.

"ॲनेस्टेशिया," एलिझाबेथ छानसं हसत मला समोरच्या खुर्चीत बसायचा निर्देश करते. मी बसते. आता ही काय सांगते? प्रचंड जोरात धडधडणाऱ्या माझ्या हृदयाचे ठोके तिला ऐकू येत नसतील अशी मी अपेक्षा करते. स्वतःचे दाट काळे केस सारखे करीत ती माझ्याकडे तिच्या नितळ निळ्या डोळ्यांनी खिन्नपणे पाहते.

"एक वाईट बातमी आहे."

वाईट! अयाई!

"मी तुला हे सांगायला बोलावलं की, जॅकने अचानक कंपनी सोडली आहे."

माझा चेहरा लाल होतो. ही कुठली वाईट बातमी? सांगू का तिला की मला माहीत आहे.

"तो असा तडकाफडकी गेल्यामुळे त्याची जागा रिकामी झाली आहे, तर तिथे कोणी योग्य उमेदवार मिळेपर्यंत तू सध्यापुरतं ते काम पाहावंस असं आम्हाला वाटतं."

काय? माझा मेंदू बधिर होतो. *मी?*

"पण मला तर जेमतेम एखाद-दुसरा आठवडा झाला आहे, नाही का?"

"हो ॲनेस्टेशिया, मला कळतंय. जॅक तुझं अफाट कौतुक करायचा. तुझ्याविषयी त्याच्या मनात खूप काही होतं."

माझा श्वास थांबतो. त्याच्या मनात... मला अंगाखाली घ्यायचं होतं, नक्कीच.

"हे बघ, तुझ्या कामाचं स्वरूप यामध्ये विस्ताराने लिहिलं आहे. एकदा नीट वाचून बघ. म्हणजे मग आपण नंतर सविस्तर चर्चा करू."

"पण...!"

"प्लीज, मला कळतं आहे की हे फार अचानक होतं आहे. पण तू जॅकच्या महत्त्वाच्या लेखकांशी संपर्क साधला आहेस. शिवाय, नवीन पुस्तकांच्या प्रकरणावरच्या तुझ्या टीपा इतर कमिशनिंग एडिटरनादेखील आवडल्या आहेत. ॲनेस्टेशिया, तू धोरणी आहेस. आम्हाला वाटतं आहे की हे तुला जमेल."

"ओके." *अविश्वसनीय!*

"हे बघ, जरा विचार कर.. तूर्तास तू जॅकच्या ऑफिसमध्ये बस."

उभं राहत, हात पुढे करत ती मला निघण्याचा निर्देश करते. भांबावलेल्या अवस्थेत मी हात मिळवते.

“बरं झालं तो गेला.” ती हळू आवाजात म्हणते. तिच्या चेहऱ्यावरून काही गडद सावल्या झर्रकन सरकतात. *होली शिट्*! काय केलं त्यानं हिला?

माझ्या टेबलाशी आल्याबरोबर मी ब्लॅकबेरी उचलून ख्रिश्चनला फोन लावते.

दुसऱ्या बेलला तो फोन उचलतो. “ॲनेस्टेशिया, तू ठीक आहेस ना?” त्याच्या स्वरात काळजी आहे.

“त्यांनी ना आत्ताच मला जॅकच्या जागेवर नेमलं आहे– तात्पुरतं.” मी पटकन म्हणते.

“काहीतरी काय?” त्याला धक्का बसला आहे.

“तुझा यात हात आहे का?” माझा आवाज जरा जास्त तीव्र झाला आहे.

“नाही, अजिबात नाही. म्हणजे हे बघ ॲनेस्टेशिया, गैरसमज नको करून घेऊस, पण जेमतेम एखाद-दुसरा आठवडा झाला आहे तुला तिथे काम सुरू करून... नाही, म्हणजे मला तसं काही नाही म्हणायचं...”

“आलं लक्षात.” मी वैतागत म्हणते, “असं दिसतंय की, जॅकनं माझं मूल्यमापन केलं होतं.”

“हो?” ख्रिश्चनचा स्वर थंडगार येतो. मग तो निःश्वास सोडतो. “हे बघ, त्यांना जर वाटतंय की तू हे काम करू शकशील, तर मी खात्रीने सांगतो की तू करशील. अभिनंदन! जमलं तर फ्लिनच्या भेटीनंतर आपण तुझं प्रमोशन साजरं करायला जाऊ.”

“हं, पण नक्की तुझा काही हात नाही ना यात?”

तो क्षणभर गप्प बसतो. मग खालच्या स्वरात धमकावत तो विचारतो, “तू माझ्याबद्दल शंका घेतेस? मला प्रचंड राग आला आहे.”

मी आवंढा गिळते! अरेच्चा! किती पटकन भडकतो हा. “आय ॲम सॉरी!” मी जमेल तितक्या गोड आवाजात म्हणते.

“कशाची गरज वाटली तर मला सांग. मी इथेच आहे आणि ॲनेस्टेशिया,”

“काय?”

“तुझा ब्लॅकबेरी वापर.” तो नेमक्या शब्दांत सांगतो.

“हो ख्रिश्चन.”

तो फोन ठेवेल असं मला वाटतं, पण नाही ठेवत. मला त्याचा खोल श्वास ऐकू येतो.

“मी मनापासून सांगतो आहे. तुला गरज लागली तर मी आहेच.” तो म्हणतो.

आता त्याचा स्वर मवाळ आहे. समेट करत असल्यासारखा. किती चंचल आहे हा! त्याच्या मूडचा काही भरवसा नाही, क्षणात चांगला तर क्षणात वाईट.

“ठीक आहे,” मी उत्तरादाखल म्हणते, “चल पळते. नवीन टेबलावर सगळं

हलवायचं आहे.''

"तुला गरज लागली तर... मनापासून सांगतो आहे.'' तो परत म्हणतो.

"मला जाणीव आहे, थँक्यू ख्रिश्चन, आय लव्ह यू.''

तो हसल्याचं मला जाणवतं. चला, आता परत!

"आय लव्ह यू टू, बेबी.'' अहा! त्याचे शब्द मी आयुष्यभर आनंदाने ऐकत राहीन.

"अच्छा, बोलूया नंतर.''

"नंतर बेबी.''

फोन बंद करून ती जॅकच्या ऑफिसकडे नजर टाकते. माझं ऑफिस. होली काऊ- ॲनेस्टेशिया स्टील, ॲक्टिंग कमिशनिंग एडिटर. कधी विचार तरी केला होता का? पगार वाढवून मागायला हवा.

जॅकला कळलं तर त्याला काय वाटेल? त्या विचारानं मला कसंसंच वाटतं. आज सकाळी त्यांनी काय केलं असेल? न्यूयॉर्कचा कार्यक्रम तर पांगला. मी त्याच्या- माझ्या ऑफिसमध्ये जाऊन टेबलाशी बसते आणि कामाचं स्वरूप काय आहे ते वाचू लागते.

साडेबारा वाजता एलिझाबेथ मला बझ् करते.

"ॲना, एक वाजता बोर्डरूममध्ये मीटिंग आहे. तिथे तू हवी आहेस. जेरी रोच आणि के बेस्टी तिथे असतील. ते कंपनीचे प्रेसिडेंट आणि व्हाईस प्रेसिडेंट आहेत. माहिती आहे ना तुला? सगळे कमिशनिंग एडिटर हजर असणार आहेत.''

"मी काय तयारी करू?''

"नाही, काही नको. ही आपली दर महिन्याची अनौपचारिक मीटिंग आहे, त्यानंतर जेवण असेल.''

"येते मी.'' असं म्हणत मी फोन ठेवते.

होली शिट्! मी जॅकचं रोस्टर तपासते. त्यातल्या बहुतांशी लेखकांशी संपर्क साधून झाला आहे. सात हस्तलिखितं माझ्याकडे आहेत. त्यातल्या पाचवर जॅकनं शिक्कामोर्तब केलं होतं. सर्व सात हस्तलिखितं छापण्यायोग्य आहेत. मी खोल श्वास घेते. वेळ इतका पटापट गेला की जेवणाची वेळ झाली, हे मला जाणवतदेखील नाही. सकाळपासून किती काय-काय करायला, शिकायला मिळालं! मला फार मजा आली. तेवढ्यात माझ्या मोबाईल कॅलेंडरवर 'पिंग' येते. अपॉईंटमेंट!

अरे देवा! मिआ! सकाळपासूनच्या गडबडीमध्ये मी पूर्णपणे विसरले की, आज मिआबरोबर जेवायला जायचं आहे. मी पटकन ब्लॅकबेरी काढून तिचा नंबर शोधू लागते.

तेवढ्यात फोन वाजतो.

"तो आला आहे रिसेप्शनमध्ये." क्लेअर कुजबुजत बोलते.

"कोण?" क्षणभर मला वाटतं की ख्रिश्चन.

"तो सोनेरी राजपुत्र."

"इथन!"

ओह! काय हवं आहे बरं त्याला? मी त्याला फोन न करू शकल्यामुळे मला एकदम लाज वाटते.

चौकडीचा निळा शर्ट, पांढरा टीशर्ट आणि जीन्समधला इथन मला बघून छान हसतो.

"वॉव स्टील, कसली हॉट दिसते आहेस!" मला पटकन मिठी मारत तो कौतुकाने म्हणतो.

"सगळं ठीक आहे ना?" मी विचारते.

"अगं हो, मला फक्त खात्री करायची होती की तू ठीक आहेस. तुझा काही फोन नाही. म्हटलं, पाहावं मि. मोघल कसे वागताहेत तुझ्याशी?"

मी लाजते. माझं हसू लपत नाही.

"अच्छा!" दोन्ही हात वर करत तो म्हणतो, "या सिक्रेट स्माईलवरून आलं माझ्या लक्षात, आता काही विचारायची गरज नाही. मी सहज आलो होतो. म्हटलं तू आता लंचला मोकळी आहेस का पाहावं. सिएटलमध्ये सप्टेंबरपासून सुरू होणाऱ्या साईक कोर्सकरता मी नाव घालतो आहे. माझ्या मास्टर डिग्रीसाठी."

"ओह इथन! अरे, इतकं काही घडून गेलं आहे या काही दिवसांत. खूप बोलायचं आहे तुझ्याशी. पण आता शक्य नाही. एका मीटिंगला जावं लागणार आहे." तेवढ्यात माझ्या डोक्यात एक कल्पना येते. "ए मला सांग तू, मला एक मोठी- मोठी- मदत करू शकशील का?" मी अगदी हात जोडून त्याला विचारते.

"नक्कीच!" माझ्या पवित्र्याचं त्याला कौतुक वाटतं.

"हे बघ, खरं तर आता मी आणि मिआ– ख्रिश्चन आणि इलियटची बहीण – आम्ही दोघी आत्ता जेवायला जाणार होतो; पण अचानक ही मीटिंग आली आहे. बरं, तिला कळवावं म्हटलं तर नेमका तिचा फोन लागत नाहीये. प्लीज, तिला नेतोस का लंचला? प्लीज?"

"ए ॲना, उगाच कुठल्यातरी आगाऊ मुलीचं बेबीसीटिंग नाही हं करणार मी!"

"प्लीज ना रे इथन." शक्य तितका निरागस चेहरा करीत मी त्याच्याकडे पाहत जास्तीत जास्त लोभसपणे हसत परत त्याला मनवते. तो डोकं फिरवतो. त्याचं मन द्रवलं आहे, हे माझ्या लक्षात येतं.

"पण मग एक दिवस तू स्वतः काहीतरी बनवून मला खाऊ घालायचंस!"

"अगदी शंभर टक्के! म्हणशील ते! म्हणशील तेव्हा!"

"आहे कुठे ती?"

"कोणत्याही क्षणी येईल ती आत्ता." नेमकी त्या क्षणी ती येऊन पोहोचते.

"ॲना!" ती दारातून हाक मारते.

आम्ही दोघंही वळतो. कमनीय बांध्याची, उंच, काळ्या केसांचा देखणा बॉब केलेली, आखूड हिरवा मिनीड्रेस आणि त्याच रंगाचे उंच टाचांचे, बंदांचे पम्पस घातलेली मिआ तिथे उभी असते. काय सुंदर दिसते आहे ती!

"आगाऊ मुलगी?" इथन अवाक होऊन पाहत मला हळूच विचारतो.

"हो, याच आगाऊ मुलीला बेबीसीटिंगची गरज आहे." मी पटकन त्याला उत्तर देते.

"हाय मिआ." मी तिला मिठी मारते. तीही अवाक होऊन इथनकडे पाहत असते.

"मिआ, हा इथन आहे, केटचा भाऊ."

तो मान तुकवतो. आश्चर्यानं त्याची भुवई उंचावलेली आहे. डोळ्यांची उघडझाप करत मिआ त्याच्यापुढे हात करते.

"तुला भेटून आनंद झाला." तो गोड आवाजात म्हणतो. मिआ परत डोळे उघडबंद करते. ती चक्क गप्प आहे. लाजते आहे.

होली काऊ! मी तरी तिला आजवर लाजलेलं पाहिलं नाहीये.

"अगं, मला आत्ता जेवायला येणं जमत नाहीये. तुझी हरकत नसेल, तर इथन तुझ्याबरोबर यायला तयार आहे. चालेल का? आपण नंतर कधीतरी जाऊ." मी तिला म्हणते.

"चालेल की." ती सहज स्वीकारते. मिआ आणि शांत! हे एक नवल आहे.

"ठीक आहे ॲना. आम्ही निघतो. भेटू नंतर." मिआपुढे हात करत इथन म्हणतो. ती लाजत त्याचा हात पकडते.

"बाय ॲना." माझ्याकडे वळत मिआ खुणेने म्हणते, "ओह माय गॉड!" आणि मग मला मस्तपैकी डोळा मारून ती निघते.

जीझ! तिला तो चक्क आवडला आहे. मी त्यांचा निरोप घेते. आपल्या बहिणीच्या डेटिंगबद्दल ख्रिश्चनला काय वाटेल या विचारानं मी अस्वस्थ होते. तशी ती माझ्या वयाची आहे, तेव्हा त्याला हरकत घेता येणार नाही म्हणा.

पण तो ख्रिश्चन आहे ना! माझं अबोध मन मला मस्तपैकी फैलावर घेऊ लागतं. मी तो विचार झटकून टाकते. एकतर मिआ पुरेशी मोठी आहे आणि दुसरं म्हणजे ख्रिश्चन समजूतदारपणा दाखवू शकतो. नाही का? सगळे विचार बाजूला सारत मी जॅकच्या... छे... माझ्या ऑफिसमध्ये जाऊन मीटिंगची तयारी करते.

मी परत येते तेव्हा साडेतीन वाजलेले असतात. मीटिंग छान होते. त्या

उरलेल्या दोन हस्तलिखितांवरदेखील काम करायची परवानगी मला मिळाली आहे. असलं भारी वाटतं आहे.

माझ्या टेबलावर सुंदर पांढऱ्या आणि फिक्क्या गुलाबी गुलाबांची प्रचंड मोठी बास्केट ठेवलेली आहे. गुलाबाच्या सुवासानं खोली गंधावली आहे. मी हसत त्याच्यावरचं कार्ड वाचते. ते कोणी पाठवले आहेत ते मला माहीत आहे.

अभिनंदन मिस स्टील!

तेही स्वतःच्या कर्तृत्वावर!

अतिघसट करणाऱ्या शेजारच्या अहंकारोन्मादी सीईओच्या मदतीशिवाय.

– ख्रिश्चन.

त्याला ई-मेल करायला मी ब्लॅकबेरी उचलते.

फ्रॉम : ॲनेस्टेशिया स्टील.
सब्जेक्ट : अहंकारोन्मादी
डेट : जून १६, १५:४३
टु : ख्रिश्चन ग्रे.

हा तर माझा सर्वाधिक प्रिय वेडा आहे. फुलं अतिशय सुंदर आहेत. ती मोठ्या बांबूबास्केटमधून आली आहेत. ती बास्केट पाहून मला पिकनिकची आठवण झाली.

×

फ्रॉम : ख्रिश्चन ग्रे.
सब्जेक्ट : मोकळी हवा
डेट : जून १६, २०११ १५:५५
टु : ॲनेस्टेशिया स्टील

वेडा? अस्सं? यावर डॉ. फ्लिन काहीतरी सांगू शकतील.
तुला पिकनिकला जायचं आहे का?
आपण कुठेतरी बाहेर जाऊ या, मजा करू या ॲनेस्टेशिया.
कसा चालला आहे राणी तुझा दिवस?

ख्रिश्चन ग्रे
सीईओ, ग्रे एन्टरप्राईजेस होल्डिंग्ज इन्कॉ.

त्याचं उत्तर वाचून मी फुलून येते.

फ्रॉम : ॲनेस्टेशिया
सब्जेक्ट : प्रचंड व्यस्त
डेट : जून १६, २०११ १६:००
टु : ख्रिश्चन ग्रे

दिवस कुठे गेला कळलं नाही. कामाच्या व्यतिरिक्त इतर कशाचाही विचार करायला एक क्षणदेखील फुरसत मिळाली नाही. हे काम मला जमेल असं वाटतं आहे. घरी आले की सविस्तर बोलू.
कुठेतरी बाहेर... हं... मस्त!

ए×
ता.क. डॉ. फ्लिनबाबत फार विचार करू नकोस.

माझा फोन वाजतो. इतकी सुंदर फुलं कोणी पाठवली आहेत आणि जॅकचं काय झालं हे जाणून घेण्यासाठी क्लेअर आतुर झाली आहे. दिवसभर कामात व्यस्त असल्यामुळे तिच्याशी गप्पा करणं जमलंच नाहीये. मी तिला थोडक्यात सांगते की, फुलं माझ्या बॉयफ्रेंडनं पाठविली आहेत आणि जॅक अचानक का गेला याबद्दल मला फारसं काही ठाऊक नाही. तेवढ्यात माझा ब्लॅकबेरी नवीन मेल आल्याची सूचना देतो, अर्थात ख्रिश्चनचा मेल.

फ्रॉम : ख्रिश्चन ग्रे
सब्जेक्ट : प्रयत्न करतो
डेट : जून १६, २०११: १६:९
टु : ॲनेस्टेशिया स्टील

काळजी करणार नाही
नंतर, राणी ×

ख्रिश्चन ग्रे.
सीईओ, ग्रे एन्टरप्रायजेस इन्कॉ.

साडेपाच वाजता मी टेबल आवरते. दिवस कसा संपला हे मला कळलंदेखील नाही. आता एस्केलाला पोहोचून डॉ. फ्लिनच्या भेटीसाठी तयार व्हायचं आहे. काय प्रश्न विचारायचे त्याचादेखील विचार करता आला नाहीये. कदाचित आज पहिली जुजबी भेट होईल. कदाचित, ख्रिश्चन मला त्याची परत भेट घेऊ देईल. सगळे विचार बाजूला सारत, क्लेअरला पटकन बाय करून मी ऑफिसमधून बाहेर पडते.

ख्रिश्चनच्या वाढदिवसाला त्याला काय बरं द्यावं? आज डॉ. फ्लिनला भेटायच्या आधी मला ख्रिश्चनला त्याचं गिफ्ट द्यायचं आहे. कसं जमणार? पार्किंग लॉटच्या बाजूला एक छानसं दुकान आहे. मनात काहीएक विचार करून मी आत शिरले.

अर्ध्या तासाने मी ग्रेटरूममध्ये शिरते तेव्हा ख्रिश्चन काचेच्या भिंतीच्या पलीकडे पाहत, फोनवर बोलत उभा असतो. माझ्याकडे पाहून हसत तो फोनवरचं बोलणं आवरतं घेतो.

"रॉस, एकदम छान. बार्नेला सांग. आपण तिथूनच निघू... अच्छा..."

मी उंबरठ्यात अवघडून उभी असते. तो माझ्या दिशेनं येतो. त्याने पांढरा टीशर्ट आणि जीन्स घातली आहे. कसला दिसतो आहे! एकदम कलिजा खल्लास!

"गुड इव्हिनिंग मिस स्टील." असं म्हणत तो झुकून माझं चुंबन घेतो. "प्रमोशनबद्दल अभिनंदन!" तो मला मिठीत घेतो. उफ्! त्याचा तो गंध!

"तू आत्ता अंघोळ केली आहेस?"

"अगं, क्लॉडबरोबर वर्कआऊट होतं."

"ओह!"

"आज त्याला चांगलं दोन वेळा गारद केलं आहे." स्वतःवर खूश होत ख्रिश्चन म्हणतो. त्याचं हसू पाहून मलादेखील हसू येतं.

"क्वचित होतं का असं?"

"हो ना, म्हणून तर जेव्हा होतं तेव्हा फार समाधान मिळतं. भूक लागली आहे का?"

मी मान हलवते.

"का?" तो त्रासतो.

"डॉ. फ्लिनकडे जायच्या कल्पनेने मी जरा अस्वस्थ आहे."

"मी पण. कसा गेला तुझा दिवस?" तो मला मिठीतून मोकळं करतो. मी त्याला थोडक्यात सर्व सांगते. तो लक्षपूर्वक ऐकतो.

"आणि हो, एक सांगायला विसरले," मी पुढे म्हणते, "आज मी मिआबरोबर लंचला जाणार होते."

आश्चर्य वाटून तो म्हणतो, "अरे! बोलली नाहीस ते!"

"हो ना! विसरले बघ. पण आजच्या मीटिंगमुळे मला ते जमणार नव्हतं. माझ्याऐवजी मग इथन घेऊन गेला तिला जेवायला."

त्याच्या चेहऱ्यावरचे भाव गडद होतात. "ओठ चावणं थांबव."

"चल, मी पटकन फ्रेश होऊन येते." तो पुढे काही बोलायच्या आधीच मी घाईने तिथून निघून जाते.

ख्रिश्चनच्या घरापासून डॉ. फ्लिनचं ऑफिस अगदी जवळ आहे. *किती छान, नाही का?* माझ्या मनात येतं. *विशेष करून इमर्जन्सी सेशनकरता.*

"बहुतेक वेळा मी घरून इथे पळत पळत येतो." माझी साब पार्क करताना तो म्हणतो.

"गाडी फार मस्त आहे." तो हसत म्हणतो.

"मलाही आवडली." मी हसते, "ख्रिश्चन, हे बघ, म्हणजे..." मी अस्वस्थपणे त्याच्याकडे पाहते.

"काय झालं ॲना?"

"हे घे." मी पर्समधून काळ्या गिफ्ट पेपरमध्ये बांधलेली एक छोटी डबी काढते. "ही तुझ्या वाढदिवसाची भेट आहे. मला ती तुला आत्ताच द्यायची आहे; पण तू ती शनिवारपर्यंत उघडणार नाहीस, असं वचन मला दे."

तो चकित होऊन माझ्याकडे पाहत बसतो. मग कसाबसा आवंढा गिळत तो सावधपणे म्हणतो, "बरं!"

खोल श्वास घेत मी त्याच्या हातात ती डबी सोपवते. तो ती वाजवून पाहतो. त्यातून धातूचा काहीतरी आवाज येतो. पण त्यावरून त्याला काही अर्थबोध होत नाही. त्याचा चेहरा आक्रसतो. त्यामध्ये काय आहे हे पाहायला तो खूप उतावीळ झाला आहे, हे माझ्या लक्षात येतं. तरीही तो हसतो. त्याच्या चेहऱ्यावर बालिश आनंद आणि डोळ्यांत चमक दिसू लागते. त्यामुळे तो त्याच्या वयाचा दिसतो... किती विलक्षण देखणा आहे तो!

"हे बघ, शनिवारच्या आधी नाही हं उघडायचं." मी त्याला दम भरते.

"हो, कळलं. पण मग आज, आत्ता का देते आहेस?" ती डबी त्याच्या पिनस्ट्रीप जॅकेटच्या आतल्या, हृदयाजवळच्या खिशात काळजीपूर्वक ठेवत तो विचारतो.

किती योग्य! मग पुढे मी त्याला चिडवत म्हणते, "कारण मी ते देऊ शकते, मि. ग्रे."

त्याच्या ओठाला मुरड पडते.

"काय मिस स्टील, तुम्ही तर माझं वाक्य चोरलंत."

डॉ. फ्लिनकडे पोहोचल्यावर तिथली हसतमुख रिसेप्शनिस्ट आम्हाला अगत्यानं त्यांच्या प्रशस्त ऑफिसमध्ये बसवते. ती ख्रिश्चनला छान अभिवादन करते. माझ्या मते, जरा जास्त छान... जीझ! आई शोभेल ती त्याची! त्याला तर तिचं नावदेखील माहिती आहे.

ते ऑफिस अतिशय साधं आणि आल्हाददायक आहे. हिरव्या रंगाच्या पार्श्वभूमीवर गडद हिरव्या रंगाचे लेदरचे दोन कोच, त्यांच्या समोर लेदरच्या आरामदायक खुर्च्या मांडलेल्या आहेत. एखाद्या पुरुषांच्या क्लबला अनुसरून ती सजावट वाटते. खोलीच्या एका कोपऱ्यात असलेल्या टेबलाशी डॉ. फ्लिन बसले आहेत.

आम्ही आत आल्याबरोबर ते उठून पुढे येतात. त्यांनी काळी पँट आणि उघड्या गळ्याचा फिकट निळा टीशर्ट घातला आहे. टाय नाहीये. त्यांचे तरतरीत निळे डोळे सगळ्यांचा अचूक वेध घेत आहेत.

"ख्रिश्चन," तो आपुलकीने म्हणतो.

"जॉन," त्यांच्याशी हात मिळवत ख्रिश्चन उत्तर देतो, "ॲनेस्टेशियाशी ओळख आहे ना?"

"तिला कसा विसरीन? ॲनेस्टेशिया, वेलकम."

"ॲना, प्लीज!" ते माझ्याशी हात मिळवतात तेव्हा मी म्हणते. त्यांची बोलण्याची ब्रिटिश ढब मला आवडते.

"ॲना," असं आपुलकीने म्हणत ते कोचकडे निर्देश करत आम्हाला बसायला सुचवतात.

ख्रिश्चन एका कोचकडे बोट दाखवून मला बसायला सांगतो. मी कोचच्या पाठीवर हात टेकून आरामात बसण्याचा प्रयत्न करते. ख्रिश्चन समोरच्या कोचवर ऐसपैस बसतो. आता आम्ही एकमेकांशी काटकोनात बसलो आहोत. आमच्या दोघांमध्ये एक लहानसं टेबल आहे. त्यावर एक साधासा दिवा आहे. त्यावर ठेवलेला टिश्यूपेपरचा बॉक्स पाहून मला गंमत वाटते.

इथलं वातावरण माझ्या अपेक्षेपेक्षा वेगळं आहे. मला वाटलं होतं की शुभ्र पांढऱ्या खोलीत काळ्या लेदरचा पलंगवजा कोच असेल. कदाचित तशा वातावरणात माझ्या अंतर्देवतेला अधिक मोकळं वाटलं असतं.

समोरच्या प्रशस्त खुर्च्यांपैकी एकात बसत फ्लिन लेदर नोटपॅड हातात घेतात. त्यांच्या हालचालीत सहजता आणि नियंत्रणाचा मिलाफ आहे. ख्रिश्चन पायावर पाय टाकून कोचच्या पाठीवर हात लांबवून बसतो. दुसऱ्या हाताने तो माझ्या हातावर आश्वासकपणे थोपटतो.

"आमच्या एका सेशनला तुला येऊ द्यावं अशी ख्रिश्चनने विनंती केली आहे," डॉ. फ्लिन हळुवारपणे म्हणतात. "तुझ्या माहितीसाठी सांगतो की, आमच्या प्रत्येक

सेशनबाबत आम्ही पूर्णपणे गोपनीयता...''

मी भुवई उंचावत फ्लिनला मधेच थांबवत म्हणते, ''अं... मी एनडीएवर सही केली आहे.'' त्यांना असं थांबवल्याचा मला संकोच वाटतो. फ्लिन आणि ख्रिश्चन अवाक होऊन माझ्याकडे पाहतात. ख्रिश्चन माझा हात सोडतो.

''काहीही उघड न करण्याचा करार?'' डॉ. फ्लिनच्या भुवया आक्रसतात. ते प्रश्नार्थक नजरेने ख्रिश्चनकडे पाहतात.

ख्रिश्चन खांदे उडवतो.

''तू स्त्रियांबरोबरच्या कुठल्याही संबंधांची सुरुवात एनडीएने करतोस का?'' ते ख्रिश्चनला विचारतात.

''हो, करारावर असल्या तर.''

''म्हणजे स्त्रियांबरोबर तुझी इतर प्रकारची नातीदेखील असतात का?'' ते गमतीने विचारतात.

काही क्षणांनी ख्रिश्चन उत्तर देतो, ''नाही.'' त्यालाही गंमत वाटते.

''वाटलंच मला–'' असं म्हणत डॉ. फ्लिन माझ्याकडे लक्ष वळवतात. ''चला, म्हणजे आपल्याला गोपनीयतेबाबत काळजी करायची गरज नाही. पण मी असं सुचवू का की, तुम्ही दोघांनी कधीतरी याबद्दल बोलावं? माझ्या समजुतीनुसार तुम्ही आता करारावरच्या संबंधांमध्ये शिरत नाही आहात.''

''आशा आहे की दुसऱ्या करारात गुंतू.'' माझ्याकडे नजर टाकत ख्रिश्चन हळुवारपणे म्हणतो. मी लाजते. डॉ. फ्लिन डोळे बारीक करतात.

''ॲना, मला माफ कर; पण तुला वाटतं त्यापेक्षा तुझ्या बाबतीत मला खूप जास्त माहिती आहे. तुझ्याबाबतीत ख्रिश्चन खूप मोकळा बोलला आहे माझ्याशी.''

अस्वस्थ होत मी ख्रिश्चनकडे पाहते. नक्की काय सांगितलं याने?

''एनडीए!'' फ्लिन पुढे म्हणतात, ''तुला धक्का बसला असेल ना?''

मी क्षणभर डोळे बंद करते. ''ख्रिश्चनने नुकतंच जे काही उघड केलं आहे, त्यापुढे तर तो धक्का काहीच नाही असं मला वाटतं आहे.'' बोलावं की नाही अशा संभ्रमात मी म्हणते. माझ्या आवाजातून माझी अस्वस्थता जाणवते.

''मी समजू शकतो.'' माझ्याकडे पाहत आश्वासक हसत ते म्हणतात, ''बरं मग ख्रिश्चन, आज कशावर चर्चा करायला आवडेल तुला?''

एखाद्या खट्याळ टिनएजरसारखं ख्रिश्चन खांदे उडवतो, ''ॲनेस्टेशियाला तुला भेटायचं होतं. तू तिला विचारतोस का?''

डॉ. फ्लिनच्या चेहऱ्यावर परत आश्चर्य दिसतं. मग माझ्याकडे ते विचारपूर्वक पाहू लागतात.

ओह शिट्! मी संकोचाने अर्धमेली होत माझ्या बोटांचं निरीक्षण करू लागते.

“थोडा वेळ ख्रिश्चन बाहेर थांबला तर तुला मोकळं वाटेल का?”

माझी नजर ख्रिश्चनवर जाते. तो अपेक्षेने माझ्याकडे पाहतो आहे.

“हो,” माझ्या तोंडातून जेमतेम आवाज येतो.

ख्रिश्चनच्या कपाळावर आठ्याचं जाळं पसरतं. तो काहीतरी बोलायला तोंड उघडतो, पण लगेच बंदही करतो. नंतर एका झटक्यात ऐटीत उभं राहतो.

“मी वेटिंगरूममध्ये थांबतो.” त्याचा चेहरा आता पडला आहे.

ओह नो!

“थँक यू ख्रिश्चन!” डॉ. फ्लिन निर्विकारपणे म्हणतात.

माझ्याकडे एक प्रश्नार्थक दीर्घ कटाक्ष टाकून तो ताडताड पावलं टाकत बाहेर पडतो. नशीब की तो दार नाही आपटत. दुसऱ्या क्षणी मी सैलावते.

“तो तुला घाबरवतो का?”

“हो, पण आधीइतकं नाही.” मला बेईमानी केल्यासारखं वाटतं; पण हे सत्य आहे.

“ॲना, मला त्याचं आश्चर्य नाही वाटत. सांग, काय मदत करू?”

मी माझ्या गुंफवलेल्या बोटांकडे पाहते. काय विचारू शकते मी?

“डॉ. फ्लिन, मी याआधी कुणामध्येही गुंतले नव्हते आणि ख्रिश्चन म्हणजे... तो ख्रिश्चन आहे. गेल्या आठ-दहा दिवसांत खूप काही घडलं आहे. सगळ्या घडामोडींचा शांतपणे विचार करायलादेखील मला वेळ मिळालेला नाही.”

“कशाचा शांतपणे विचार करायचा आहे तुला?”

मी मान वर करते. एका बाजूला मान कलती करून ते माझ्याकडे पाहत असतात. त्यांच्या नजरेत मला... बहुधा... कणव जाणवते.

“म्हणजे... ख्रिश्चन म्हणतो आहे की ते सगळं... म्हणजे... पूर्वीचं... सोडून तो आनंदात आहे.” मी थबकते. वाटलं होतं त्यापेक्षादेखील हे चर्चा करणं अवघड जातं आहे.

डॉ. फ्लिन उसासा टाकतात. “ॲना, फार कमी दिवस झाले तुला त्याच्या आयुष्यात येऊन. पण मी गेल्या दोन वर्षांत त्याच्याबाबत जी प्रगती केली, त्याच्या कितीतरी अधिक प्रगती तू केली आहेस. तू हे लक्षात घेतलं पाहिजेस की, तुझा त्याच्यावर प्रचंड प्रभाव पडतो.”

“त्याचाही माझ्यावर प्रचंड प्रभाव पडला आहे. मात्र मला हे कळत नाही की, त्याच्यासाठी मी पुरेशी आहे की नाही. त्याच्या गरजा पूर्ण करू शकेन की नाही.” मी धीर एकवटून बोलते.

“हेच तुला माझ्याकडून ऐकायचं आहे का? खात्री हवी आहे का?”

मी मान डोलावते.

"बदलाची गरज आहे." ते इतकंच म्हणतात, "ख्रिश्चन सध्या अशा परिस्थितीमध्ये आहे, जिथे त्याची जगण्याची पूर्वीची पद्धत परिणामकारक राहिली नाहीये. साध्या शब्दांत सांगायचं तर, त्याच्या मनातील अनिश्चिततेचा, भयाचा सामना करून पुन्हा नव्याने विचार करायला तू त्याला भाग पाडलं आहेस."

मी डोळ्यांची उघडझाप करते. "ख्रिश्चनचंदेखील हेच म्हणणं आहे."

"हो, त्याची भीती."

"आम्ही त्यावर विचार नाही करत बसत. तो सगळा भूतकाळ आहे. आपण कशाला घाबरतो हे ख्रिश्चनला अचूक ठाऊक आहे आणि आता तुलाही ते ठाऊक झालं असणार, अशी माझी खात्री आहे. मी त्याच्या भविष्याचा विचार करतो. ख्रिश्चनला जिथं पोहोचायचं आहे, त्याचा विचार करतो."

माझ्या चेहऱ्यावरचा त्रासिक भाव पाहून त्यांची भुवई उंचावते.

"त्याला एसएफबीटी म्हणतात." ते हसून म्हणतात, "सोल्यूशन फोकस्ड ब्रिफ थेरपी. ती मुख्यत्वेकरून ध्येयाधिष्ठित आहे. ख्रिश्चनला जिथे पोहोचायचं आहे, तिथे तो कसा पोहोचू शकेल, यावर आम्ही लक्ष केंद्रित करतो. त्यासाठी तर्काधिष्ठित विचारसरणीचा वापर केला जातो. जे घडून गेलं त्याकरता ऊर बडवत बसण्यात काहीही अर्थ नाही. आजवर ख्रिश्चननं ज्या ज्या डॉक्टर, मानसशास्त्रज्ञ किंवा मानसोपचारतज्ज्ञांची गाठ घेतली आहे, त्या सर्वांचा त्याबाबत प्रचंड ऊहापोह करून झाला आहे. तो असा का आहे हे आम्हाला माहीत आहे; परंतु आता भविष्य महत्त्वाचं आहे ना! ख्रिश्चन स्वतःला कुठे पाहतो, त्याला कुठे पोहोचायचं आहे? तू त्याला सोडून निघून गेलीस ना, तेव्हा कुठे त्यानं या थेरपीचा गंभीरपणे विचार करायला सुरुवात केली. तुझ्याशी एक सुंदर नातं प्रस्थापित करण्याचं त्याचं ध्येय आहे, हे त्याला जाणवलं. ही अगदी साधी सरळ गोष्ट आहे बघ. त्या अनुषंगानं आम्ही आता काम करीत आहोत. अर्थात, त्यात बरेच अडथळे आहेत. उदाहरण द्यायचं तर त्याचा डॅफेफोबिया."

ओह जीझ! त्याचा काय? मला काहीही समजत नाही.

"सॉरी, सॉरी! त्याला स्पर्शाची जी भीती वाटते ना ती." स्वतःला रागावल्यासारखं ते डोकं हलवतात. "तुला त्याची नक्की जाणीव असणार."

माझा चेहरा लाल होतो. मी मान डोलावते.

"त्यानंतर तो स्वतःचा तीव्र तिरस्कार करतो. तेही तुझ्या लक्षात आलं असणार. याव्यतिरिक्त त्याला पॅरासोमनियाचा त्रास आहे. सामान्य लोकांच्या भाषेत सांगायचं तर रात्री पडणारी भयंकर स्वप्नं."

हे एवढे मोठे नवीन शब्द जाणून घेण्याचा मी प्रयत्न करते. हे सगळं मला माहीत आहे; परंतु फ्लिनने अजून मुख्य मुद्दा सांगितला नाही.

“पण तो विकृत– सेडिस्ट आहे ना! त्यामुळे त्याच्या काही विशिष्ट गरजा असणार, ज्या मी स्वतः नाही पुऱ्या करू शकणार.”

आता डॉ. फ्लिन चक्क डोळे फिरवतात. त्यांचे ओठ घट्ट आवळले जातात. “हे बघ, आता ही विकृती मानसिक आरोग्याच्या संदर्भात नाही वापरली जात. मी त्याला आजवर हे किती वेळा समजावलं असेल, कोण जाणे! नव्वदच्या दशकाआधी त्याला धोकादायक संभोग किंवा पॅराफिलिया मानलं जायचं; परंतु आता तेही नाही.”

डॉ. फ्लिन काय बोलत आहेत हे मला कळत नाहीये. मी नुसती पाहत बसते. ते माझ्याकडे पाहून छानसं हसतात.

“या प्रांतात मला हवी तशी प्रगती करता आलेली नाहीये,” ते मान हलवतात. “कुठल्याही परिस्थितीमध्ये ख्रिश्चन एकदम टोकाचा वाईट विचार करतो. ते त्याच्या स्व-तिरस्कारामुळे होतं. हं, आता सेक्शुअल सेडिझम हा प्रकार अस्तित्वात आहे; मात्र तो काही रोग नाही. त्याला फारतर आपण जगण्याची एक शैली म्हणू, ज्याची आपणच निवड करतो. त्याशिवाय जर सज्ञान व्यक्तींनी, जाणीवपूर्वक एकमेकांच्या संमतीने, समंजसपणे ती अंमलात आणली, तर त्याबद्दल कोण हरकत घेऊ शकेल? माझ्या माहितीप्रमाणे ख्रिश्चनच्या आजवरच्या सर्व बीडीएसएम रिलेशनशिप या धर्तीवरच्या होत्या. तू त्याची पहिली प्रेमिका आहेस, जिने त्या नात्याला मान्यता दिलेली नाही. त्यामुळे तोदेखील तशा प्रकारचे संबंध तुझ्यासोबत जोपासायला तयार नाहीये.”

प्रेमिका!

“पण हे इतकं साधं सरळ नसणार ना?”

“का बरं?” ते सहजतेने विचारतात.

“कारण... म्हणजे ज्या कारणांकरता तो हे सगळं करतो ना...”

“ॲना, हाच तर मुख्य मुद्दा आहे. सोल्यूशन फोकस्ड थेरपीच्या दृष्टीनं हे साधं सरळ आहे. ख्रिश्चनला तुझ्याबरोबर राहायचं आहे. त्यामुळे त्याच्या दृष्टीनं नात्यातली जी टोकाची भूमिका आहे, ती त्याला सोडावी लागेल. त्यातून तू जे काही इच्छिते आहेस, ते काही मुलखावेगळं तर नाही ना?”

मी लाजते. मुलखावेगळं नक्की नाही... नाही ना?

“मला तरी नाही वाटत तसं, पण त्याला तसं वाटत असेल तर काय, याची मला काळजी वाटते.”

“ते ख्रिश्चनच्यादेखील लक्षात आलं आहे. तो काही वेडा नाहीये. त्यामुळे त्यानं त्या दृष्टीनं बदलदेखील केले आहेत.” डॉ. फ्लिन उसासा सोडतात. “मुळातच तो विकृत नाहीच आहे ॲना, असलाच तर तो अतिशय भेदरलेला, भन्नाट, संतापलेला, प्रचंड हुशार तरुण आहे. जन्मापासूनचं त्याचं आयुष्य फार भयाण गेलं. आता हे

सगळं का, कसं, कधी झालं, कोणी केलं याचा काथ्याकूट आपण आयुष्यभर जरी केला तरी त्यातून काहीही निष्पन्न होणार नाही. त्यापेक्षा ख्रिश्चनने तो सगळा विचार मागे टाकून पुढे बघायचं ठरवलं, कसं जगायचं यावर लक्ष दिलं, तर त्याचं आयुष्य सोपं होईल. गेली काही वर्षं त्यानं जगायची एक पद्धत अंगीकारली होती, जी त्याच्याकरता पुरेशी होती; पण तू त्याच्या आयुष्यात आल्यापासून ती पद्धत तशी लागू होत नाहीये. परिणामतः तो त्याच्या जीवनशैलीमध्ये बदल करतो आहे. त्याच्या या निर्णयाचा आदर करत आपण दोघांनीही त्याच्या पाठीशी उभं राहायला हवं.''

मी आऽ वासून पाहते. ''ही अशी खात्री मी बाळगायची का?''

''हो ॲना, तसंही आयुष्यात कशाचीही खात्री नसते ना!'' ते हसतात. ''हे बघ, हे माझं प्रोफेशनल मतदेखील आहे बरं का.''

मी कशीबशी हसते. डॉक्टर आणि त्यांचे विनोद! देवा!

''तो तर स्वतःचा विचार करताना व्यसनमुक्तीतून बाहेर पडणारा व्यसनाधीन, असा करतो.''

''ख्रिश्चन स्वतःला नेहमी अतिशय कमी लेखतो. मी म्हटल्याप्रमाणे तो त्याच्या स्व-तिरस्काराचा एक भाग आहे. आपण किती काही केलं तरी तो त्याचा अंगभूत गुण आहे म्हणा ना! त्यामुळे स्वतःच्या आयुष्यात बदल घडवून आणण्याबाबत तो उतावीळ झाला आहे. एका प्रकारे तो प्रचंड प्रमाणात भावनिक दुःखाला सामोरं जातो आहे. तू त्याला सोडून गेली होतीस, तेव्हा त्याची चुणूक त्यानं चाखली आहे. त्यामुळे आता तो स्वाभाविकच साशंक आहे.'' मधेच थबकत डॉ. फ्लिन पुढे म्हणतात, ''त्याच्या या आमूलाग्र बदलामध्ये तुझी भूमिका किती महत्त्वाची आहे, याकडे तुझं लक्ष वेधण्याचा माझा मानस नाहीये. पण ते सत्य आहे. तू जर त्याच्या आयुष्यात आली नसतीस, तर ख्रिश्चन इथवर आलाही नसता. वैयक्तिकरीत्या तर मला नाही वाटत की, त्याची तुलना व्यसनाधीन माणसाशी करावी; पण जर त्याला त्याचा उपयोग होत असेल, तर काय हरकत आहे? त्यालाही जरा संशयाचा फायदा मिळू दे की.''

ख्रिश्चनला... आणि संशयाचा फायदा... त्या विचारांनी मी त्रासते.

''कसं आहे ना ॲना, भावनिक स्तरावर विचार केला तर ख्रिश्चन आत्ता चक्क पौगंडावस्थेत आहे. योग्य वेळेला ही अवस्था त्याच्या आयुष्यात आली नाही. मग त्याने स्वतःची सर्व ऊर्जा व्यवसायाकडे वळवली. त्यात त्याला कल्पनातीत यश मिळालं. त्यामुळे त्याच्या भावविश्वाला राहिलेली भरपाई करायची आहे.''

''यामध्ये माझी कशी मदत होईल?''

डॉ. फ्लिन हसतात. ''तू जे आणि जसं करते आहेस ते आणि तसं चालू ठेव. ख्रिश्चन तर प्रचंड आनंदात आहे. त्याला असं बघणं ही माझ्यासाठी फार आनंदाची

गोष्ट आहे.''

मी लाजते. माझी अंतर्देवता स्वतःला करकचून मिठी मारते. पण एक गोष्ट माझ्या मनाला डाचते आहे.

''अजून एक प्रश्न विचारू का?''

''अर्थात!''

मी खोल श्वास घेते. ''एकीकडे मला असंही वाटतं की, तो असा उद्ध्वस्त झालेला नसता तर... त्याला मी हवीशी वाटले नसते.''

डॉ. फ्लिनच्या भुवया आश्चर्याने वर होतात. ''ॲना, तू स्वतःबाबत फार नकारात्मक विचार करते आहेस. ख्रिश्चनपेक्षा अधिक हे तुझ्याशी संबंधित आहे. अगदी त्याच्या स्व-तिरस्काराइतकं तीव्र नसलं तरी... मला आश्चर्य वाटतं आहे ॲना.''

''हो, पण पाहा ना... कुठे तो... कुठे मी!''

डॉ. फ्लिनचा चेहरा आक्रसतो. ''पाहिलं ना! मला एक सुंदर, उमदा, आकर्षक तरुण दिसतो; तशीच एक सुंदर, उमदी, आकर्षक तरुणीदेखील दिसते. ॲना, तू आकर्षक आहेस असं तुला का नाही वाटत?''

ओह नो! हा विषय मला असा माझ्याकडे वळवायचा नव्हता की, मी माझी बोटं न्याहाळत राहते. अचानक दारावर जोरात टकटक होतं. मी दचकते. आमच्या दोघांकडे कटाक्ष टाकत ख्रिश्चन आत येतो. मी संकोचाने फ्लिनकडे पाहते, तर ते ख्रिश्चनकडे पाहून छान हसत असतात.

''ये ख्रिश्चन!'' ते म्हणतात.

''जॉन, मला वाटतं वेळ संपली आहे.''

''जवळजवळ. बस ना ख्रिश्चन.''

आता ख्रिश्चन माझ्याजवळ बसत अधिकाराने आपला हात माझ्या गुडघ्यावर ठेवतो. डॉ. फ्लिनच्या ते लक्षात येतं.

''ॲना, तुला अजून काही विचारायचं होतं का?'' डॉ. फ्लिनच्या स्वरातली कळकळ अगदी स्पष्ट आहे. शिट्! मी विचारायलाच नको होता तो शेवटचा प्रश्न. मी मान हलवते.

''ख्रिश्चन?''

''नाही, आज नाही जॉन.''

फ्लिन मान्यता दर्शवतो.

''तुम्ही दोघं जर परत आलात, तर तुम्हाला फायदा होईल. मला खात्री आहे की, ॲनाला अजून काही विचारायचं आहे.''

ख्रिश्चन थोड्या नाखुशीनं मान डोलावतो.

मी संकोचते. शिट्! त्याला खोलात शिरायचं आहे. माझा हात धरत ख्रिश्चन माझ्याकडे टक लावून पाहतो.

"ठीक आहे?" तो हळुवारपणे विचारतो.

मी हसत मान हलवते. 'हं! इंग्लंडच्या या उत्तम डॉक्टरच्या सांगण्यानुसार आपण तुला थोडा संशयाचा फायदा देणार आहोत.'

ख्रिश्चन फ्लिनकडे वळतो.

"कशी आहे ती?" परत हळुवार प्रश्न.

मी!

"होईल ती बरी." फ्लिन समजावतो.

"छान. मला वरचेवर कळवत राहा."

"नक्की."

होली फक्! ते लीलाबद्दल बोलत आहेत.

"चला, निघायचं का? तुझं प्रमोशन साजरं करायचं आहे ना!"

ख्रिश्चन उठतो. मी संकोचानं मान डोलावते.

डॉ. फ्लिनचा निरोप घेऊन आम्ही निघतो. ख्रिश्चन मला घाईनं बाहेर काढतो.

रस्त्यावर आल्यावर तो माझ्याकडे वळून विचारतो, "कसं झालं?" त्याचा स्वर चिंतित आहे.

"छान होतं."

तो माझ्याकडे संशयानं पाहतो. मी मान एका बाजूला कलती करते.

"मि. ग्रे, हे पाहा, माझ्याकडे अशा प्रकारे पाहू नका. डॉक्टरांच्या हुकमावरून मी तुम्हाला संशयाचा फायदा देणार आहे."

"म्हणजे काय?"

"कळेल तुम्हाला."

डोळे बारीक करत तो ओठ मुडपतो. साबचं दार उघडत तो मला हुकूम करतो, "चल, बस आत."

हं, विषयांतर! तेवढ्यात माझा ब्लॅकबेरी वाजतो. मी तो पर्समधून शोधून काढते.

शिट्! जोसे!

"हाय!"

"ॲना, हाय!"

मी फिफ्टीकडे पाहते. तो संशयानं माझ्याकडे पाहतो. मी त्याला ओठांच्या हालचालींनी सांगते, "जोसे." तो चेहऱ्यावर भाव न दर्शवता माझ्याकडे पाहतो

खरा; पण त्याचे डोळे... ते कठोर होतात. त्याला असं वाटतं का की माझ्या लक्षात येत नाही? मी जोसेकडे लक्ष वळवते.

"सॉरी रे, मला जमलंच नाही फोन करायला. उद्याचं काय?" मी ख्रिश्चनकडे पाहत जोसेला विचारते.

"हो! ऐक ना... ग्रेच्या घरी मी फोन केला होता. तिथल्या कोणीतरी मला पत्ता समजावून सांगितला आहे. मी साधारण पाच ते सहाच्या दरम्यान फोटो घेऊन येतो. त्यानंतर मग मी मोकळा आहे."

ओह!

"अरे, काय आहे ना, मी सध्या ख्रिश्चनबरोबर राहते आहे. तो म्हणतो आहे की, तुला हवं तर तू पण तिथे राहू शकतोस."

ख्रिश्चन ओठ घट्ट दाबतो. असा कसा यजमान आहे हा?

जोसे विचार करतो. मी जरा दबकते. ख्रिश्चनच्या संदर्भात त्याच्याशी काही बोलणंदेखील मला जमलं नाहीये.

शेवटी एकदाचं तो म्हणतो, "ठीक आहे. ए, हे ग्रे बरोबरचं नातं... तू त्याबाबत सिरिअस आहेस का?"

मी गाडीच्या तिथून बाजूला फुटपाथवर येते.

"हो."

"किती मनावर घेतलं आहेस?"

मी डोळे फिरवून जरा थांबते. ख्रिश्चनला ऐकायची काय गरज आहे?

"सिरिअस."

"तो आत्ता तुझ्याबरोबर आहे का? म्हणून तू अशी हो-नाहीमध्ये उत्तरं देते आहेस का?"

"हो."

"ओके. तुला उद्या बाहेर यायची परवानगी आहे का?"

"अर्थात." मी आशा करत प्रार्थना करते.

"कुठे भेटू तुला?"

"तू मला ऑफिसमध्ये घ्यायला ये." मी सुचवते.

"ओके."

"मी तुला पत्ता कळवते."

"किती वाजता?"

"सहाला चालेल?"

"अगदी! ॲना, भेटू या उद्या. तुझी इतकी कमतरता जाणवते. कधी भेटेन असं झालं आहे."

मी हसते. ''कूल! उद्या भेटू या मग.'' फोन बंद करून मी वळते.

गाडीवर रेलून ख्रिश्चन एकाग्रपणे माझं निरीक्षण करीत असतो. त्याच्या चेहऱ्यावरचे भाव वाचणं कठीण आहे.

''कसा आहे तुझा मित्र?'' तो शांतपणे विचारतो.

''छान आहे. तो उद्या ऑफिसमध्ये मला घ्यायला येईल. मग बहुतेक आम्ही बाहेर ड्रिंक घ्यायला जाऊ. तुला यायचं आहे का?''

ख्रिश्चनच्या चेहऱ्यावर अनिश्चितता आहे, पण त्याचे राखाडी डोळे शांत आहेत. ''तुला खात्री आहे का की, तो काही आगाऊपणा करणार नाही?''

''नाही.'' माझा कातावलेला स्वर येतो, पण मी डोळे फिरवण्याचं टाळते.

''ठीक आहे.'' ख्रिश्चन हात उंचावत माघार घेतो. ''तू जा तुझ्या मित्राबरोबर. मी नंतर भेटतो.''

मला तर वाटलं होतं की वादविवाद होईल. त्याची ही सहजता पाहून मी चमकते.

''बघ, मी समजुतदारपणा दाखवू शकतो.'' तो मानभावीपणे म्हणतो.

मी ओठ मुरडते. पाहू या आपण.

''मी गाडी चालवू का?''

माझ्या विचारण्याचं ख्रिश्चनला नवल वाटतं. तो चमकून पाहतो.

''खरं म्हणजे नको.''

''नक्की कशासाठी?''

''असं कुणी चालवलेलं मला आवडत नाही.''

''सकाळी तर चाललं की तुला! आणि एरवी टेलर चालवतो तेव्हा?''

''टेलरच्या गाडी चालवण्यावर मी डोळे झाकून विश्वास ठेवतो.''

''आणि माझ्या नाही?'' मी कमरेवर हात ठेवते. ''खरं सांगायचं ना तर ख्रिश्चन, तुला नियंत्रण ठेवण्याची इतकी प्रचंड खाज आहे ना! अरे, मी पंधराव्या वर्षापासून गाडी चालवते आहे.''

माझ्या सांगण्याने काहीही फरक न पडल्यासारखे तो खांदे उडवतो. शी रे देवा! कसला वैताग आणतो. हा! काय तर म्हणे संशयाचा फायदा! जा उडत!

''ही माझी गाडी आहे का?'' मीही कावले आहे.

तो त्रासून म्हणतो, ''अर्थातच तुझी गाडी आहे ती.''

''मग प्लीज मला किल्ली दे. मी जेमतेम दोन वेळा चालवली आहे ती. एकदा ऑफिसपर्यंत, मग घरापर्यंत. नवीन गाडीची सगळी गंमत तूच अनुभवतो आहेस.''

मी आता एकदम वैतागले आहे. ख्रिश्चन हसू दाबतो.

''पण आपण कुठे जाणार आहोत हे तुला कुठे माहिती आहे?''

"मि. ग्रे, त्याबाबत आपण मार्गदर्शन करू शकता याची मला खात्री आहे. आत्तापर्यंत तरी तुम्ही ते उत्तम प्रकारे केलं आहेत की."

तो अवाक होऊन माझ्याकडे क्षणभर पाहतो. मग त्याला हसू फुटतं. त्याचं हे नव्यानं हसणं पाहिलं की मी विरघळून जाते.

"उत्तम प्रकारे का?" तो पुटपुटतो.

मी लाजते, "बहुतांशी हो."

"बरं तर मग." तो गाडीची किल्ली माझ्या हातात देत गाडीचं ड्रायव्हरच्या बाजूचं दार माझ्यासाठी उघडतो.

"इकडे डावीकडे." तो हुकूम करतो. आम्ही उत्तरेकडे आय-५कडे निघतो. "ए बाई, सावकाश." तो डॅशबोर्डवर हात ठेवत म्हणतो.

परमेश्वरा! आवरा! मी डोळे फिरवते; पण त्याच्याकडे पाहणं टाळते. गाडीच्या साऊंड सिस्टिममधून व्हॅन मॉरिसनचे स्वर झिरपू लागतात.

"हळू चालव."

"मी हळूच चालवते आहे."

ख्रिश्चन निःश्वास सोडतो. "फ्लिन काय म्हणाला?" त्याच्या स्वरातली आतुरता अगदी स्पष्ट आहे.

"सांगितलं ना तुला! ते म्हणाले की, तुला संशयाचा फायदा घ्यायला हवा."

छे बाबा! त्यापेक्षा ख्रिश्चनला गाडी चालवू द्यायला हवी होती. म्हणजे निदान त्याच्याकडे पाहता तरी आलं असतं. खरं म्हणजे... मी गाडी थांबविण्याचा सिग्नल देते.

"ए, काय करते आहेस?" तो चमकून विचारतो.

"तुला चालवू देते आहे."

"का?"

"म्हणजे मला तुझ्याकडे पाहता येईल."

त्याला हसू येतं. "नाही हं, तुला चालवायची होती ना, मग चालव आता. मी बघत बसतो तुझ्याकडे."

मी क्षुब्ध नजरेने त्याच्याकडे पाहते. तो ओरडतो, "नजर रस्त्यावर ठेव की."

बस्स! माझं रक्त उसळू लागतं. अति झालं, पुढच्या सिग्नलच्या जरा आधी मी गाडी बाजूला घेऊन थांबवते. पटकन खाली उतरते आणि धाडकन दार लावते. मग हाताची घडी घालून त्याच्याकडे रागाने पाहत फुटपाथवर उभी राहते . तोही गाडीतून उतरतो.

"नक्की काय करते आहेस तू?" माझ्याकडे पाहत तो रागानं विचारतो.

“मी नाही, तू काय करतो आहेस.”

“तू गाडी इथे उभी करू शकत नाहीस.”

“माहिती आहे मला.”

“मग का केलीस?”

“कारण तुझे वस्काटे ऐकून कान किटले माझे. एकतर तू गाडी चालव, नाहीतर मी चालवत असताना तोंड बंद ठेव.”

“ॲनेस्टेशिया, आपल्याला दंड व्हायच्या आधी गाडीत बस.”

“नाही.”

काय करावं हे न कळून तो केसातून हात फिरवत माझ्याकडे पाहतो. त्याच्या रागाचं रूपांतर गोंधळून जाण्यात होतं. अचानक तो इतका विनोदी दिसतो की, सगळा वैताग विसरून मला हसू येतं. तो त्रासतो.

“काय आहे?” तो परत झापतो.

“तू!”

“ओह ॲनेस्टेशिया, तू ना या पृथ्वीतलावरची सर्वाधिक तापदायक बाई आहेस.” असं म्हणत तो हवेत हात उडवतो. “ठीक आहे. मी चालवतो.” त्याचं जॅकेट धरून मी त्याला माझ्याकडे ओढते.

“नाही मि. ग्रे, या पृथ्वीतलावरचा सर्वाधिक तापदायक पुरुष तुम्ही आहात.”

त्याच्या गडद, गहिऱ्या नजरेने तो माझ्याकडे रोखून पाहतो. मग माझ्या कमरेभोवती हात टाकत मला घट्ट जवळ धरतो.

“कदाचित आपण दोघं एकमेकांसाठी बनलो असू.” हळुवारपणे असं म्हणत तो माझ्या केसांत नाक खुपसत खोल श्वास घेतो. मीही डोळे मिटून घेत त्याला मिठी मारते. सकाळपासून आत्ता पहिल्यांदा मी मोकळा श्वास घेते आहे.

“ओह... ॲना, ॲना, ॲना.” माझ्या केसांचं चुंबन घेत तो माझं नाव घेतो. मी मिठी घट्ट करते. त्या क्षणी अनपेक्षितपणे आमच्या वाट्याला आलेली असीम शांतता अनुभवत आम्ही तसेच उभे राहतो. मग तो मला मोकळं करत दार उघडतो. मी पॅसेंजर सीटवर बसते. तो गाडीला वळसा घालून आत बसतो.

गाडी पुन्हा सुरू करून ख्रिश्चन तिला रस्त्यावर गर्दीत आणतो. नकळत तो वॅन मॉरिसनचं गाणं गुणगुणतो आहे.

अहा! मी तर त्याला गाताना कधी ऐकलंच नव्हतं, अगदी शॉवरमध्येसुद्धा नाही. काय सुंदर मुलायम आवाज आहे, हं... त्यानं मला गाताना ऐकलं का?

बये, मग तो तुला लग्न करशील का असं या जन्मात तरी विचारणार नाही! माझं अबोध मन हाताची घडी घालून मला खडसावत आहे.

“आपल्याला जर दंड झाला असता ना, तर तुझ्या नावानं– कारण गाडी तुझी

आहे. माहितीये ना तुला?''

''हो, पण माझं प्रमोशन झालं आहे. परवडेल मला दंड भरणं.'' त्याच्या देखण्या चेहऱ्याकडे पाहत मी सहज म्हणते. त्याचे ओठ मुडपतात. व्हॅन मॉरिसनचं दुसरं गाणं सुरू होतं. तो आय-५च्या दिशेनं गाडी घेतो.

''आपण कुठे चाललो आहोत?''

''ते गुपित आहे. फ्लिन अजून काय म्हणाला?''

मी निःश्वास टाकते. तो काहीतरी एसएफबीटीबद्दल बोलत होता.

''एसएफबीटी. ती सर्वांत नवीन पद्धत आहे.'' तो स्पष्टीकरण देतो.

''तू इतर थेरपी घेऊन पाहिल्या आहेस का?''

''राणी, यच्चयावत सारं पाहून-सवरून झालं आहे. कॉग्निटिव्हिझम, फ्रॉईड, फंक्शनॅलिझम, जेस्टाल्ट, बिहेवियरिझम... गेल्या अनेक वर्षांत मी प्रत्येकीचा अनुभव घेतला आहे.'' त्याचा स्वर अगदी कडवट होतो. त्याच्या स्वरातला तिरस्कार मला सहन होत नाही.

''या सर्वांत नवीन प्रकाराचा उपयोग होईल असं वाटतं आहे का तुला?''

''फ्लिन काय म्हणाला?''

''तो म्हणाला, की भूतकाळामध्ये गुंतू नकोस, भविष्यावर तुला जिथे पोहोचायचं आहे, त्यावर लक्ष केंद्रित कर.''

ख्रिश्चन खांदे उडवतो आणि मान पण डोलावतो. त्याच्या चेहऱ्यावर सावध भाव आहेत.

''तुला स्पर्शाची भीती वाटते ना, त्याबद्दल तो बोलला. काहीतरी नाव सांगितलं त्यांनी त्याकरता पण... शिवाय तुझी रात्रीची भीतिदायक स्वप्नं आणि स्व-तिरस्कार यांच्याबद्दल पण बोलला.'' मी ख्रिश्चनकडे नजर टाकते. संध्याकाळच्या उजेडात तो विचारमग्न दिसतो. हाताची नखं चावत तो माझ्याकडे नजर टाकतो.

''मि. ग्रे, नजर रस्त्यावर.'' भुवई उंचावत मी ताकीद देते.

त्याला गंमत वाटते. कदाचित थोडासा वैतागदेखील येतो. ''ॲनेस्टेशिया, तुम्ही दोघं इतका वेळ काय बोलत होतात?''

मी आवंढा गिळत म्हणते, ''त्याला नाही वाटत की तू विकृत आहेस.'' मी जेमतेम बोलते.

''हो?'' एवढंच बोलून तो विचारात पडतो. गाडीतलं वातावरण एकदम बदलतं.

''तो म्हणतो की सायकिॲट्री/मानसशास्त्रामध्ये आता ही संज्ञा वापरली जात नाही नव्वदच्या दशकापासून,'' आमच्या दोघांमधलं बदललेलं वातावरण सावरण्याचा प्रयत्न करत मी म्हणते.

ख्रिश्चनचा चेहरा झाकोळतो, तो सावकाश निःश्वास सोडतो.

''फ्लिनचा आणि माझा या विषयावर मतभेद आहे.'' तो पटकन म्हणतो.

''तो म्हणाला की, तू स्वतःबद्दल पराकोटीचा वाईट विचार करतोस. त्याचं बरोबर आहे.'' मी दबकत म्हणते, ''त्याने सेक्शुअल सेडिझम– लैंगिक विकृतीचादेखील उल्लेख केला. पण त्याच्या मते तो मानसिक विकार अथवा अवस्था नसून ती एक जगण्याची शैली आहे, जी जाणीवपूर्वक निवडली जाते. कदाचित तूही तोच विचार करत असशील.''

ओठ मुडपत तो माझ्याकडे जळजळीत कटाक्ष टाकतो.

''अच्छा, जेमतेम एकदा काय भेटलीस त्याला, तर तू आता तज्ज्ञ झालीस, नाही का?'' मला टोमणा मारत तो परत रस्त्याकडे नजर वळवतो.

अरे देवा! मी निःश्वास सोडते.

''हे बघ, तो काय म्हणाला हे ऐकून घ्यायचं नसेल, तर विचारू नकोस ना मला.'' शक्य तितक्या हळुवारपणे मी म्हणते.

मला वाद घालायचा नाहीये. तसंही त्याचं म्हणणं बरोबर आहे म्हणा! त्याच्या मानसिक आंदोलनांबद्दल मला कुठं काय माहीत आहे? मला माहिती करून तरी घ्यायची आहे का? त्यातले काही ठळक मुद्दे मी सांगू शकते. नियंत्रण ठेवण्याचा अट्टाहास, मालकीहक्क, मत्सर, अतिकाळजी... हे सर्व का आणि हे कसं हे आता मला पूर्णतया कळलं आहे. त्याला स्पर्श का आवडत नाही हेसुद्धा मला कळू शकतं. ते शारीरिक व्रण मी पाहिले आहेत. त्याच्या मानसिक व्रणांबद्दल काय बोलणार? मी फक्त कल्पना करू शकते. त्याच्या भयानक स्वप्नांमुळे त्यांची चुणूक मला जाणवली आहे आणि डॉ. फ्लिन म्हणाले होते की –

''तुम्ही काय चर्चा केली आहे हे मला जाणून घ्यायचं आहे,'' एक्झिट १७२वरून पश्चिमेला आय-५च्या दिशेने गाडी वळवत मला विचारांतून बाहेर काढत ख्रिश्चन म्हणतो. सूर्य अस्ताला जाऊ लागला आहे.

''त्यानं मला तुझी प्रेमिका म्हटलं.''

''खरं?'' त्याचा स्वर आता जरा खाली आला आहे. ''तो ना उगाच भारी शब्द वापरत असतो. मला वाटतं, त्यानं अगदी चपखल वर्णन केलं आहे. तुला नाही का वाटत तसं?''

''तू तुझ्या सबना प्रेमिका समजायचास का?''

परत त्याच्या भुवया आक्रसतात; परंतु आता तो विचार करतो आहे. तो साब पुन्हा उत्तरेकडे वळवतो. *आम्ही नक्की कुठे चाललो आहोत?*

''नाही, त्या फक्त जोडीदार होत्या– सेक्समधल्या.'' त्याचा आवाज परत सावध होतो. ''तू माझी एकमेव प्रेमिका आहेस. तू याहून खूप जास्त असावीस असं

मला वाटतंय.''

ओ! परत ते जादुई शब्द माझ्यासमोर येतात. शक्यतेचा अंदाज दर्शवतात. मला हसू येतं. आतल्या आत स्वतःला कवटाळत माझी अंतर्देवता फुलून येते.

''मला कल्पना आहे.'' माझा अत्यानंद लपवायचा प्रयत्न करत मी कसंबसं उत्तर देते. ''मला फक्त थोडा वेळ हवा आहे ख्रिश्चन. गेल्या काही दिवसांचा शांतपणे विचार करायचा आहे.''

संभ्रमात पडून मान कलती करत तो माझ्याकडे नजर टाकतो.

ज्या सिग्नलशी आम्ही थांबलेलो असतो तो तेवढ्यात हिरवा होतो, म्हणून आम्ही निघतो. समजलं या अर्थानं मान डोलावत तो गाणी लावतो. आम्ही चर्चा संपवतो.

अजूनही वॅन मॉरिसन गातो आहे. मात्र आता आशावादी सूर आहे. आजची रात्र चंद्रप्रकाशात नृत्यात हरवण्याची आहे या अर्थाचं काहीतरी... मी बाहेर नजर टाकते. पाईन आणि स्प्रूसची झाडं मावळतीच्या सोनेरी प्रकाशात न्हाऊन निघाली आहेत. त्यांच्या सावल्या रस्त्यावर लांबवर पसरलेल्या आहेत. आता आजूबाजूला वस्ती दिसू लागली आहे. साऊंडच्या पश्चिमेकडचा हा भाग आहे.

''आपण कुठे चाललो आहोत?'' तो गाडी वळवतो तसं मी विचारते. नाईन्थ अॅव्हेन्यू, न्यूयॉर्क असा बोर्ड मला दिसतो. मी चक्रावते.

''सरप्राईज!'' असं म्हणत तो गूढपणे हसतो.

१८

आजूबाजूला एकेरी, बैठी घरं दिसू लागतात. कुठे अंगणामध्ये मुलं फुटबॉल खेळताना दिसतात, तर कुठे रस्त्यात सायकल चालवताना किंवा पळताना दिसतात. गर्द झाडीतली घरं खूप परिपूर्ण आणि मोहक दिसतात. बहुतेक आम्ही कुणालातरी भेटायला चाललो आहोत. कुणाला बरं?

ख्रिश्चन गाडी अचानक डावीकडे वळवतो. आमच्यासमोर सहा फूट उंच दगडी भिंतीत असलेलं प्रचंड मोठं, पांढरं, दुहेरी लोखंडी फाटक आहे.

ख्रिश्चन खिडकीची काच खाली घेत फाटकाच्या की पॅडवर काही बटणं दाबतो, त्याबरोबर ते फाटक सताड उघडलं जातं.

तो माझ्याकडे पाहतो. त्याच्या चेहऱ्यावर अनिश्चितता आहे.

"काय झालं?" माझ्या स्वरात काळजी आहे.

"एक कल्पना आहे." असं म्हणत तो साब फाटकातून आत घेतो.

साधारण दोन गाड्या एका वेळेस जाऊ शकतील अशा मार्गावरून आम्ही पुढे जातो. एका बाजूने दाट झाडी आहे तर दुसऱ्या बाजूला गवताळ जमीन. बहुधा तिथे शेती केली जात असणार. सध्या मात्र तण, गवत, रानफुलं सजलेली दिसत आहेत. उगाचच कुरणाचा भास होतो आहे. मंद वाऱ्यावर झुलणाऱ्या पानाफुलांवर अस्ताची किरणं रेंगाळत आहेत. सगळीकडे प्रसन्न शांतता आहे. स्वच्छ, निळ्या आभाळाखाली मी त्या कुरणावर पहुडले आहे असं चित्र माझ्या मनात येऊन जातं. मला अचानक घरची आठवण येते. चक्क होमसिक झाल्यासारखं वाटतं. तो रस्ता पुढे वळून एका प्रचंड मोठ्या, फिकट गुलाबी दगडाच्या मेडिटरेनियन शैलीच्या भारदस्त घराशी संपतो. घर कसलं. राजवाडाच आहे तो. घरातल्या प्रत्येक खोलीतला लाईट लावलेला आहे. प्रत्येक खिडकी उजळली आहे. तिथे चार गाड्यांकरता गॅरेज आहे. त्यासमोर एक मस्त काळी बीएमडब्ल्यू उभी आहे. ख्रिश्चन मात्र प्रवेशद्वाराच्या बाजूला गाडी उभी करतो.

हं... कोण बरं राहत असेल इतक्या सुंदर जागेत? आम्ही का आलो आहोत?

गाडी बंद करताना ख्रिश्चन माझ्याकडे काळजीयुक्त नजर टाकतो.

“तू मोकळ्या मनाने विचार करशील का?” तो विचारतो.

माझ्या कपाळावर आठ्या येतात.

“ख्रिश्चन, तुला भेटल्या दिवसापासून मला मन मोकळं ठेवावं लागलं आहे.”

तो हसून म्हणतो, “मिस स्टील, चांगला मुद्दा उत्तम प्रकारे मांडलात. चला आत जाऊ या.”

गडद लाकडी दार उघडतं. गडद तपकिरी केसांची एक तरुणी हसतमुखाने दारात उभी असते. तिच्या अंगावर सुंदर स्कर्ट सूट असतो. बरं झालं, डॉ. फ्लिनकडे जाताना मी माझा नेव्ही रंगाचा शिफ्ट ड्रेस घातला होता. हं, आता तिच्याप्रमाणे उंच टाचांचे सँडल्स नाहीयेत माझे, पण निदान जीन्सवर तर नाहीये मी!

“मि. ग्रे!” ती हसून स्वागत करते. ते दोघे हात मिळवतात.

“मिस केली,” तो नम्रपणे म्हणतो.

माझ्याकडे हसून पाहत ती हात पुढे करते. तो हातात घेत ‘हं, हा इतका देखणा उमदा तरुण माझा असता तर...’ हा तिच्या चेहऱ्यावरचा भाव मी टिपते.

“ओल्गा केली.” ती स्वतःची ओळख करून देते.

“ॲना स्टील.” मी म्हणते. आहे कोण ही? थोडंसं बाजूला होत ती आम्हाला घरात येण्यासाठी जागा देते. आत पाऊल टाकल्यावर मला धक्का बसतो. ती जागा अगदी पूर्णपणे रिकामी आहे. आम्ही आता एका मोठ्या हॉलमध्ये आहोत. भिंतींना फिका पिवळा रंग आहे. तसबिरी काढल्याच्या खुणा जागोजागी दिसत आहेत. वरती एक क्रिस्टलचं झुंबर आहे. जमीन फिकट रंगाच्या लाकडाची आहे. आमच्या दोन्ही बाजूंना बंद दारं आहेत. हे काय असेल याचा विचार करायला मला वेळ न देता ख्रिश्चन माझा हात पकडत मला समोरच्या कमानीतून आतल्या भागात नेतो. समोर प्रशस्त, वळणदार पायऱ्या असतात, त्याला लोखंडी कठडे असतात. तिथे न थांबता मला लिव्हिंग रूममध्ये नेतो. ही खोलीसुद्धा पूर्णपणे रिकामी असते. नाही म्हणायला त्या खोलीला साजेसा असा प्रचंड मोठा सोनेरी रग तेवढा असतो. एवढा मोठा रग मी कधी पाहिलाही नाही. इथे चार क्रिस्टल झुंबरं असतात.

ती खोली ओलांडून समोरच्या मोकळ्या फ्रेंच दारातून आम्ही बाहेरच्या मोठ्या दगडी बाल्कनीत जातो. आमच्या खाली समोर साधारण फुटबॉल मैदानाच्या निम्म्या आकाराचं व्यवस्थित राखलेलं लॉन आहे. त्याच्यापलीकडे असलेला नजारा तर माझी नजर खिळवून टाकतो. अहाहा!

सांऊंडवर पसरलेला संधिप्रकाश... ते दृश्य केवळ अप्रतिम!

थोड्या अंतरावर बेनब्रिज आयलंड दिसतं. त्याच्या पलीकडे स्वच्छ, मोकळं आकाश! सावकाश सूर्य अस्ताला जातो. त्या क्षणी ऑलिम्पिक नॅशनल पार्कच्या पलीकडून आकाशात निळ्या-जांभळ्या-केशरी-पिवळ्या छटांची अक्षरशः उधळण

होते. विखुरलेल्या निळ्या-जांभळ्या ढगांना सोनेरी किनार लाभते. साऊंडच्या पलीकडे नजर जाईल तिथवर रंगांच्या उधळणींनी चराचर रंगून जातं. जणू निसर्गानं शेकडो वाटांनी भरभरून सौंदर्याचा आविष्कार खुला केला आहे. साऊंडच्या शांत पाण्यातून त्या साऱ्या छटा परावर्तित होतात. त्या सौंदर्याला डोळ्यांत, मनात साठवताना मी हरवून जाते.

मला जाणीव होते की त्या सौंदर्यानं दिपून मी श्वास रोखून धरला आहे आणि ख्रिश्चननं अजूनही माझा हात धरून ठेवला आहे. मोठ्या कष्टांनी मी माझी नजर त्या सुंदर आविष्कारावरून हटवते. तो माझ्याकडे आतुरतेने पाहत असतो.

''हे सुंदर दृश्य पाहायला तू मला इथवर घेऊन आलास का?'' शांतता भंग होणार नाही इतक्या हळू आवाजात मी विचारते. तो मान डोलावतो. त्याचा चेहरा गंभीर झाला आहे.

''ख्रिश्चन, मी स्तिमित झाले आहे. थँक यू!'' परत एकदा नजर त्या दिशेनं वळवून मी म्हणते. आता तो माझा हात सोडतो.

''आयुष्यभर हे दृश्य पाहायला तुला कितपत आवडेल?'' तो श्वास घेतो.

काय? मी चमकून त्याच्याकडे पाहते. निळे डोळे सचिंत राखाडी डोळ्यांवर स्थिरावतात. बहुतेक माझ्या तोंडाचा आऽ वासला गेला आहे. नजर विस्फारली आहे.

''किनाऱ्यावर राहायचं माझं स्वप्न होतं. साऊंडमधून ये-जा करताना मी नेहमी ही घरं न्याहाळतो. ही जागा नुकतीच विकायला काढली आहे. मला ती विकत घेऊन, पाडून, नव्यानं उभारायची आहे... आपलं दोघांचं घर बांधायचं आहे.'' नवी आशा आणि स्वप्नांनी त्याचे डोळे चमकू लागले आहेत.

होली काऊ! मी कशीबशी स्थिर राहते. इथे राहायचं! या स्वर्गीय वास्तूत! आयुष्यभर! माझं विचारचक्र फिरू लागतं.

तो दबकून म्हणतो, ''नाही, म्हणजे अशी एक कल्पना आहे मनात.''

मी घराच्या आतल्या भागात नजर टाकते. काय किंमत असेल बरं? किमान पन्नास-साठ लाख डॉलर्स तर नक्कीच असेल. मला कल्पना येत नाही. होली शिट्!

''पण हे सगळं पाडायची काय गरज आहे?'' त्याच्याकडे पाहत मी विचारते. त्याच्या चेहऱ्यावरचा रंग किंचितसा उडतो. *अरे देवा!*

''तंत्रज्ञानाचे आधुनिक आविष्कार वापरून मला पर्यावरणपूरक घर बनवायचं आहे. इलियट करू शकेल ते.''

मी परत आतल्या खोल्यांतर नजर टाकते. प्रवेशद्वारापाशी ओल्गा केली घुटमळते आहे. ती नक्की रिॲल्टर असणार. तो हॉल खूप प्रशस्त आणि दुप्पट आहे, एस्कलासारखा. वरती बाल्कनी दिसते म्हणजे वरचा मजला असणार. त्या

हॉलला साजेशी फायर प्लेस आहे. शिवाय गच्चीत उघडणारी अनेक फ्रेंच दारं, जुन्याचा परीसस्पर्श लाभला आहे वास्तूला.

"आपण सगळं घर बघू शकतो का?"

क्षणभर डोळे मिटत तो 'हो' म्हणतो. त्याच्या नजरेत संभ्रम आहे.

आम्ही आत आलेलो दिसताच केलीचा चेहरा लख्खकन उजळतो. सगळं घर फिरून दाखविण्यात तिला आनंद वाटतो.

सहा एकर जमिनीवर पसरलेलं बारा हजार स्क्वेअर फुटांचं ते घर प्रचंड आहे. मुख्य लिव्हिंग रूम, मेजवानी देता येईल अशी डायनिंग रूम, प्रशस्त स्वयंपाकघराला जोडून स्वतंत्र फॅमिली रूम, म्युझिक रूम, लायब्ररी, स्टडी, इनडोअर स्विमिंग पूल – मी थक्क होते. व्यायामासाठी स्वतंत्र व्यवस्था, सौना स्टीम बाथ... बेसमेंटमध्ये चक्क सिनेमा रूम आणि गेमरूम पण... हं... आता इथे नेमके कोणते गेम खेळू आम्ही?

मिस केली त्या वास्तूच्या सर्व चांगल्या बाजू आमच्या निदर्शनास आणते. मुळात ती वास्तू प्रचंड सुंदर आहे. कधीकाळी एका आनंदी, सुखी कुटुंबाचं घर असणार ते. तूर्तास बंद असल्यामुळे थोडं खराब झालं आहे... पण सहज स्वच्छ होऊ शकतं.

त्या सुंदर पायऱ्या चढून आम्ही मिस केलीबरोबर वर जातो. मी प्रचंड उत्तेजित होते. माझ्या मनात रेखलेलं, कल्पनेतलं घर मी प्रत्यक्षात पाहते आहे.

"आहे हेच घर तू अधिक पर्यावरणवादी नाही का बनवू शकणार?"

ख्रिश्चन निरुत्तर होऊन माझ्याकडे पाहतो. "इलियटला विचारावं लागेल. तो यातला तज्ज्ञ आहे."

मिस केली आम्हाला मास्टर बेडरूममध्ये घेऊन जाते. तिथे पूर्ण उंचीच्या खिडक्या आहेत, शिवाय बाल्कनीदेखील. इथूनही अप्रतिम देखावा दिसतो. इतर काहीही न करता मी दिवसभर पलंगावर बसून येणाऱ्या-जाणाऱ्या बोटी आणि बदलणारा आसमंत न्याहाळू शकते.

या मजल्यावर अजून पाच बेडरूम्स आहेत. जीझ! मुलं! मी तो विचार पटकन बाजूला सारते. आधीच विचारांची भाऊगर्दी आहे मनात. मिस केली ख्रिश्चनला पटवते आहे की बाजूला घोड्यांची पागा बांधता येईल, थोडीबहुत शेती करता येईल. *घोडे!* अरे बापरे! मी दोन-चार वेळा घोडेस्वारी शिकायचा जो काही प्रयत्न केला होता, तो माझ्या नजरेसमोर तरळून जातो. ख्रिश्चनचं मात्र तिच्या बोलण्याकडे फारसं लक्ष नाहीये.

"म्हणजे आत्ता जिथे कुरण आहे तिथे शेत होते का?" मी विचारते.

"हो ना!" केली तत्परतेने उत्तर देते.

मला तर ते कुरण पाहून वाटतं की तिथे पडून राहावं, पिकनिक मनवावी! उगाच घोडेबिडे कशाला?

आम्ही परत मुख्य हॉलकडे येतो. केली धोरणीपणाने गायब होते. ख्रिश्चन मला परत बाल्कनीत नेतो. सूर्य आता पूर्णपणे अस्ताला गेला आहे. ऑलिम्पिक पेनिनसुलामध्ये लाईट चमकू लागले आहेत.

मला मिठीत घेत ख्रिश्चन माझी हनुवटी बोटाने वर उचलत माझ्याकडे रोखून पाहतो.

"अति झालं का?" त्याच्या चेहऱ्यावरचे भाव मला वाचता येत नाहीत.

मी मान डोलावते.

"हे विकत घ्यायच्या आधी तुला आवडलंय की नाही ते पाहायचं होतं."

"इथला आसमंत?"

तो मान डोलावतो.

"मला देखावा तर आवडलाच, पण हे घर आहे तसंच आवडलं."

"हो?"

मी लाजते. "ख्रिश्चन, तू कुरणातसुद्धा मला..."

तो पटकन श्वास घेतो. त्याचे ओठ विलग होतात. त्याच्या चेहऱ्यावर हसू पसरतं. त्याचे हात पटकन माझ्या केसांत गुंततात आणि ओठ माझ्या ओठांत.

आम्ही गाडीतून परत सिएटलकडे निघतो. ख्रिश्चनचा मूड चांगला खुलला आहे.

"मग तू आता ते विकत घेणार आहेस?" मी विचारते.

"हो."

"एस्कला विकणार का?"

"का बरं विकेन मी?"

"अरे, या नवीन घराला पैसे..." मी वाक्य अर्धवट सोडते. मी पण ना!

तो माझ्याकडे पाहत म्हणतो, "माझ्यावर विश्वास ठेव. मला परवडेल हे घर."

"तुला श्रीमंत असणं आवडतं का?"

"हो. तू सांग बरं कोणाला नाही आवडणार!" तो गूढपणे म्हणतो.

चला, पटकन विषयांतर करा.

"ॲनेस्टेशिया, तू जर होकार देणार असलीस तर तुलासुद्धा इतकं श्रीमंत असण्याची सवय लागणार आहे." तो हळुवारपणे म्हणतो.

"मी कधीही संपत्तीची आस बाळगली नव्हती, ख्रिश्चन." मी किंचित वैतागते.

"हो, मला ठाऊक आहे. मला तुझ्यातला हा गुण फार आवडतो. पण तुझी

कधी उपासमारदेखील झाली नाहीये.'' तो सहज बोलून जातो. त्याचे अनुभवाचे बोल आहेत.

"आपण आता कुठे चाललो आहोत?'' मी विषय बदलण्यासाठी पटकन उत्साहाने विचारते.

"साजरं करायला.'' ख्रिश्चन सैलावतो.

ओह! "काय? घर?''

"तू विसरलीस की काय? तू आता ॲक्टिंग एडिटर झाली आहेस ना?''

"अरे, हो की!'' मी हसते. चक्क विसरले होते की मी!

"कुठे?''

"उंचावरच्या माझ्या क्लबमध्ये.''

"तुझा क्लब?''

"हो, बरेच आहेत.''

कोलम्बिया टॉवरच्या ७६व्या मजल्यावरचा माईल हायक्लब ख्रिश्चनच्या अपार्टमेंटपेक्षादेखील उंचावर आहे. भलताच देखणा आहे तो. तिथून सिएटलचा अप्रतिम नजराणा दिसतो.

"मॅडम, क्रिस्टल?'' मी बारस्टूलवर बसल्यावर माझ्या हातात थंडगार शॅम्पेनचा ग्लास देत ख्रिश्चन म्हणतो.

"ओह, थँक्यू *सर.*'' मी शेवटचा शब्द लांबवत, लडिवाळपणे पापण्या फडफडवत म्हणते.

त्याचा चेहरा गडद होतो. "मिस स्टील, माझ्याशी फ्लर्टिंग करत आहात का?''

"हो मि. ग्रे, करते आहे. बोला, काय करणार तुम्ही आता?''

"काहीतरी करावं लागेल.'' तो खर्जात म्हणतो, "चल, आपलं टेबल तयार आहे.''

आम्ही टेबलापाशी येतो. ख्रिश्चन माझं कोपर धरून म्हणतो, "जा आणि तुझी पॅन्टी काढून ये.''

ओह! एक सुखद संवेदना माझ्या कण्यातून दौडते.

"जा–'' तो खालच्या स्वरात हुकूम देतो.

काय हे? मी त्याच्याकडे पाहते. तो हसत नाहीये, उलट फार गंभीर आहे.

माझ्या कमरेखालचा प्रत्येक स्नायू ताठरतो. त्याच्या हातात माझा शॅम्पेनचा ग्लास देत मी गर्रकन वळून रेस्टरूमकडे जाते.

शिट्! काय बेत आहे याचा? कदाचित क्लबचं नाव अगदी सार्थ आहे.

रेस्टरूम तर अत्याधुनिकतेचा साज ल्यायल्या आहेत. गडद लाकूड, काळं ग्रेनाईट, कल्पकतेने बसवलेल्या हॅलोजेन लाईटची आकर्षक प्रकाशरचना. एका बाथरूममध्ये शिरून मी पॅन्टी काढते. मी हा निळा शिफ्ट ड्रेस घातल्यामुळे मला परत एकदा बरं वाटतं. अर्थात, तो घालताना फक्त डॉ. फ्लिनबरोबरच्या मीटिंगला आपण बरं दिसलं पाहिजे एवढाच विचार होता. संध्याकाळचा शेवट असा इतका रोमॅन्टिक होईल हे नव्हतं ठाऊक मला.

मी प्रचंड उत्तेजित झाले आहे. त्याचा इतका परिणाम कसा होतो माझ्यावर? मी त्याला किती पटकन वश होते याचं मला किंचित वाईट वाटतं. कारण आता आम्ही इथे शांतपणे आमच्यातील मतभेदांवर, विचारसरणींवर चर्चा करत, साध्या गप्पा मारणार नाही आहोत हे उघड आहे... पण मी त्याचा मोह तरी कसा टाळू?

मी आरशाकडे नजर टाकते. माझे डोळे लकाकत आहेत. चेहरा उधाणला आहे. जाऊ दे ते मतभेदबितभेद.

खोल श्वास घेत मी रेस्टरूममधून बाहेर येते. आता पॅन्टीशिवाय कुठे जायची ही काही माझी पहिली वेळ नाहीये. तरीपण माझी अंतर्देवता चेकाळली आहे.

मी टेबलाशी परत येते. ख्रिश्चन नम्रपणे उभा राहतो. त्याच्या चेहऱ्यावरचे भाव वाचता येत नाहीत. तो नेहमीसारखा शांत, संयमी, स्वतःविषयी खात्री असलेला असा दिसतो. अर्थात, त्याला कशाची खात्री आहे हे मला चांगलं कळलं आहे.

''माझ्या बाजूला बस.'' असं त्याने म्हटल्यावर मी त्याच्या बाजूच्या खुर्चीवर बसते. तोही बसतो. ''मी तुझ्यासाठी ऑर्डर केली आहे. चालेल ना?'' माझा शॅम्पेनचा मद्याचा ग्लास मला देत तो माझ्या डोळ्यांत रोखून पाहतो. त्याच्या नजरेने माझं रक्त नव्याने उसळू लागतं. त्याचा हात तो मांडीवर ठेवतो... स्वतःच्या... मी किंचित ताठरते, माझ्या पायातलं अंतर वाढवते.

तेवढ्यात ऑईस्टर ऑन क्रश्ड आईस घेऊन वेटर येतो. ऑईस्टर्सने माझ्या काही आठवणी जाग्या होतात. हिथमनमधली ती प्रायव्हेट डाईनिंगरूम... आम्ही दोघं कॉन्ट्रॅक्टबद्दल बोलत होतो... बापरे! किती पुढे आलो आता...

''मागच्या वेळेस तू ऑईस्टर्स खाल्ले होते तेव्हा तुला ते आवडले होते ना?'' त्याचा आवाज हळुवार, मादक झाला आहे.

''फक्त तेव्हाच खाल्ले होते.'' माझा आवाज मला दगा देतो. त्याच्या ओठांवर किंचितसं हसू येतं.

''ओह मिस स्टील– कधी शिकणार तुम्ही?'' तो चिडवतो.

डिशमधून एक ऑईस्टर उचलत तो मांडीवरचा डावा हात काढतो. आता काहीतरी घडणार या जाणिवेने मला धस्स होतं. पण तो डावा हात लांबवून लिंबाची फोड उचलतो.

“काय शिकायचं?” मी विचारते. छे! माझं हृदय प्रचंड धडधडत आहे. आपल्या लांबसडक बोटांनी तो अलगद शिंपल्यावर लिंबू पिळतो.

“खा.” माझ्या तोंडाशी शिंपला आणत तो हुकूम करतो. मी ओठ विलग करते. शिंपला माझ्या खालच्या ओठाला टेकवत तो म्हणतो, “मान सावकाश, किंचित वर कर.” मी तसं केल्यावर ऑईस्टर अलगद माझ्या घशातून आत जातो. मला फक्त शिंपल्याचा स्पर्श होतो, त्याचा नाही.

मग ख्रिश्चन स्वतः एक खातो, पुढचा मला भरवतो. या पद्धतीने मला स्पर्शही न करता माझा छळ करत डिशवरचे बारा ऑईस्टर आमच्या पोटात जातात. त्याच्या स्पर्शासाठी मी प्रचंड आसुसले आहे.

मी शेवटचा ऑईस्टर गट्टम केल्यावर तो विचारतो, “अजूनही ऑईस्टर आवडतात का?”

त्याच्या स्पर्शासाठी आतुर होत मी लाजत मान डोलावते.

“छान.”

मी जागच्या जागी चुळबुळ करते. इतकी कशी पेटले आहे मी?

तो परत डावा हात सहजतेने, स्वतःच्या मांडीवर ठेवतो. मी विरघळायला लागते. प्लीज– आतातरी स्पर्श कर ना मला. माझी अंतर्देवता गुडघ्यावर बसून याचना करते आहे. तिच्या अंगावर पॅन्टीजच्या शिवाय काहीही नाही. तो स्वतःच्या मांडीवरून हात फिरवतो, उचलतो आणि परत तिथेच ठेवतो.

आमचे शॅम्पेनचे ग्लास भरून वेटर आमच्या समोरची रिकामी डिश उचलून नेतो. मग तो पुढचा पदार्थ आणून ठेवतो. सी बास! *माझा विश्वास बसत नाही.* ॲस्पॅरॅगस, सॉटेड पटेटो आणि होलंडीज सॉस...

“मि. ग्रे, ही तुमची लाडकी डिश आहे का?”

“अर्थात, मिस स्टील! फक्त एवढंच की हिथमनमध्ये त्या दिवशी कॉड होता.” त्याचा हात परत मांडीवरून फिरू लागतो... त्याच्याच. माझा श्वास वाढतो; पण तो मला स्पर्श करीत नाही. कसला वैताग येतो आहे मला. मी बोलण्याकडे लक्ष देण्याचा प्रयत्न करते.

“त्या प्रायव्हेट डायनिंग रूममध्ये आपण कॉन्स्ट्रॅक्टवर चर्चा करीत होतो, नाही का?”

“हं! गेले ते दिवस गेले.” तो मानभावीपणे म्हणतो, “आशा आहे की या वेळेस तू जाळ्यात अडकशील.” तो सुरी धरण्यासाठी हात उचलतो.

आह!

तो सी-बासचा चावा घेतो. मुद्दाम करतो आहे तो हे सारं.

“उगाच खात्री बाळगू नकोस.” मी ओठाचा चंबू करत म्हणते. तो कौतुकाने

पाहतो. ''आता कॉन्ट्रॅक्टचा विषय निघाला आहे तर एनडीएचं काय करू?''

''फाडून टाक ते.'' तो सरळ म्हणतो.

अरे वा!

''खरं की काय?''

''हो.''

''तुला खात्री आहे का की मी सिएटल टाइम्सकडे धाव घेऊन तुला उघडं करणार नाही?'' मी चिडवते.

तो हसतो. किती सुंदर हसतो; असा हसताना तरुण दिसतो तो.

''नाही करणार. माझा विश्वास आहे तुझ्यावर. तुला संशयाचा फायदा द्यावा म्हणतोय.''

ओह! मी लाजून हसते. ''मी पण.'' मी श्वास घेते.

त्याचे डोळे चमकतात. ''बरं झालं तू ड्रेस घातला आहेस.'' बस्स! माझ्या शरीरातून वीज धावू लागते.

''मग तू मला स्पर्श का नाही करत आहेस?'' मी फिस्कारते.

''अस्सं! माझा स्पर्श हवाहवासा आहे तर!'' स्साला! त्याला मजा वाटते आहे.

''हो,'' मी सुस्कारते.

''खा.'' तो हुकूम करतो.

''म्हणजे तू मला स्पर्श करणारच नाहीयेस का?''

''नाही.'' तो मान हलवतो.

काय? मी जोरात हुंकारते.

''आपण घरी गेल्यावर तुला कसं वाटेल याचा विचार तर कर. कधी एकदा घरी जात आहोत असं झालं आहे मला.''

''या शहात्तराव्या मजल्यावर मी जर फुटले ना तर तो तुझा दोष हं!'' मी दातावर दात ठेवून बोलते.

''ए ॲनेस्टेशिया, तुला शमवायचा मार्ग शोधू यात ना आपण?'' माझ्याकडे पाहत सूचकपणे हसत तो म्हणतो.

जरा वैतागून मी समोरच्या डिशमधून सी-बास खायला सुरुवात करते. माझी अंतर्देवता डोळे बारीक करून विचारमग्न होते. अस्सं आहे का! मी पण खेळू शकते म्हटलं. हिथमनमध्ये जेवताना मीही थोडंफार शिकले होते. मी सी-बासचा घास घेते. घास घेताच तोंडात विरघळतो आहे. मी डोळे मिटून चवीचा आस्वाद घेते. डोळे उघडताच मी मुद्दाम ख्रिश्चन ग्रेला पेटवायचं काम करते. हलकेच मी माझा स्कर्ट थोडा वर घेत मांडी उघडी टाकते.

फोर्कवरच्या माशासह ख्रिश्चनचा हात तसाच हवेत राहतो.

कर ना मला स्पर्श!

क्षणक्षर थांबवून तो परत खायला सुरुवात करतो. त्याच्याकडे दुर्लक्ष करत मी सी-बासचा अजून एक घास घेते, मग जाणूनबुजून सुरी बाजूला ठेवत मांडीवर आतल्या बाजूने बोट फिरवत ताल धरते. त्याच्या स्पर्शासाठी अधीर झाल्यामुळे माझ्या या कृतीने मीच बेचैन होते. परत एकदा ख्रिश्चन थबकतो.

''तुझं काय चाललं आहे ते कळतंय मला.'' तो घोगऱ्या आवाजात म्हणतो.

''मि. ग्रे, तुम्हाला कळतंय हे मला कळतंय.'' मी सावकाश म्हणते, ''तोच तर प्रयत्न आहे.'' पापण्यांआडून त्याच्याकडे कटाक्ष टाकत मी मुद्दाम ॲस्पॅरॅगसचा तुकडा आणून तो होलंडीज सॉसमध्ये गोल गोल घोळवू लागते.

''मिस स्टील, एवढ्याने मी चळणार नाही.'' मला डिवचत पुढे होत मला जराही स्पर्श न होऊ देता तो माझ्या हातून ॲस्पॅरॅगस काढून घेतो. छे! हे असं माझ्या मनात नव्हतं. *हॅट!*

''तोंड उघड.'' तो हुकूम देतो.

इच्छाशक्तीची ही लढाई मी सुरुवातीलाच हरू लागले आहे. मी त्याच्याकडे पाहते. त्याचे राखाडी डोळे चमकतात. क्षणभर ओठ किंचित विलग करून मी खालच्या ओठांवरून जीभ फिरवते. ख्रिश्चनला हसू येतं. त्याचे डोळे अधिक गडद होतात.

''आ कर.'' असं म्हणताना त्याच्या तोंडाचा आ होऊन मला त्याची जीभ दिसते. मी आतल्या आत चित्कारत, खालचा ओठ चावते. मग आ करते.

तो एकदम श्वास घेतो. तो काही अविचल नाही. हं! त्याच्यावर परिणाम होऊ लागला आहे तर! माझी अंतर्देवता हवेत हात उडवून आनंद व्यक्त करते.

त्याच्या डोळ्यांत पाहत मी तो तुकडा अलगद चोखत तोंडात घेते. अहा! होलंडीज सॉस काय अप्रतिम आहे. माझ्या तोंडाला पाणी सुटतं. हळुवारपणे चित्कारत मी त्याचा तुकडा तोडते.

ख्रिश्चन डोळे बंद करतो. *जमलंय!* तो पुन्हा डोळे उघडतो तेव्हा त्याच्या डोळ्यांच्या बाहुल्या मोठ्या झालेल्या असतात. ते पाहून मी तत्काळ पेटते. त्याच्या मांडीला स्पर्श करू पाहते. पण आश्चर्य म्हणजे तो दुसऱ्या हाताने माझं मनगट पकडतो.

''मिस स्टील, अजिबात नाही.'' असं हलकेच पुटपुटत तो माझा हात ओठांशी नेत पुसटसं चुंबन घेतो. मी कासावीस होते. घेतलं एकदाचं! प्लीज, अजून घे ना!

''स्पर्श करायचा नाही.'' मला दटावतो. तो माझा हात परत माझ्या मांडीवर ठेवतो. या पुसटशा स्पर्शाने माझी तगमग प्रचंड वाढली आहे.

''चल, तू लबाडी करतोस.'' मी ओठांचा चंबू करते.

"माहिती आहे मला." शॅम्पेनचा ग्लास उचलत तो मला टोस्ट करतो. मीही करते.

"मिस स्टील, तुमच्या प्रमोशनबद्दल तुमचं खास अभिनंदन." आम्ही ग्लास भिडवतो. मी संकोचते.

"हो ना, अनपेक्षित होतं." मी म्हणते. काहीतरी वाईट विचार मनात आल्यागत तो त्रासतो.

"खा." तो हुकूम करतो, "जोवर तू हे संपवणार नाहीस तोवर तुला घरी नेणार नाही. खरं सेलिब्रेशन तर घरी होईल." त्याच्या चेहऱ्यावरचे भाव इतके आदिम आहेत की मी वितळायला लागते.

"ए, मला भूक नाहीये ना. जेवणाची तर नक्कीच नाही."

तो मान हलवतो. त्याला बहुधा मजा येते आहे. तरीही तो बारीक नजरेने माझ्याकडे पाहतो.

"हे बघ, मुकाट्याने खा, नाहीतर आत्ता इथे मांडीवर आडवं घेईन. म्हणजे मग इतरांची छान करमणूक होईल."

त्याच्या शब्दांनी मी घुटमळते. खरंच करेल का तो असं? काय सांगावं? तो आणि त्याचा तळहात! ओठ घट्ट मिटत मी त्याच्याकडे पाहते. ॲस्पॅरॅगसचा एक तुकडा उचलून त्याचं टोकं सॉसमध्ये बुडवून तो माझ्यासमोर धरतो.

"खा हे!" त्याचा आवाज हळू असला तरी मादक आहे.

मी मनापासून आज्ञा पाळते.

"तू पुरेसं खात नाहीस. आपली ओळख झाल्यापासून तुझं वजन कमी झालं आहे." त्याचा स्वर हळुवार आहे.

मला वजनाचा विचार करायचा नाहीये. खरं म्हणजे मला स्वतःइतकं बारीक असलेलं आवडतं. मी ॲस्पॅरॅगस गिळते.

"मला घरी जायचं आहे. तुझ्या प्रेमात आकंठ बुडायचं आहे." मी नाखुशीने म्हणते. त्याला हसू येतं.

"मलाही, जाऊ यात. आधी संपव सगळं."

नाराजीने मी खाण्याकडे लक्ष वळवते. एकतर याच्यासाठी मी पॅन्टीज काढून ठेवल्या आहेत आणि आता हा... छे! लहान मुलाला चॉकलेट खाण्यापासून वंचित ठेवल्यावर जसं वाटेल ना, तसंच मला वाटतं आहे. किती चिडवतोय तो मला. इतकं करूनही कसला हॉट आहे... शिवाय फक्त माझा.

तो इथनबद्दल माझ्याकडे चौकशी करतो. केट आणि इथनच्या वडिलांबरोबर तो काहीतरी व्यवसाय करतो... हं, जग किती लहान आहे ना! बरं झालं की तो काहीतरी व्यवसाय करतो, हं... जग किती लहान आहे ना! बरं झालं की तो

डॉ. फ्लिन किंवा नवीन घराचा विषय काढत नाहीये. मला तर बोलण्याकडे लक्ष देणं कठीण होत चाललं आहे. मला फक्त आणि फक्त घरी जायचं आहे.

आमच्या दोघांमध्येही कामभावना पेटू लागल्या आहेत. त्याला हे भारी छान जमतं. मला हे असं तिष्ठत ठेवणं. वातावरणनिर्मिती करणं. घास घेताना तो मुद्दाम मांडीवर हात ठेवतो, अगदी माझ्या मांडीच्या बाजूला, पण मला स्पर्श न होऊ देता. मला जाणीवपूर्वक अधिकाधिक उद्दीपित करण्यासाठी...

हरामखोर! शेवटी एकदाची माझी डिश रिकामी होते. मी काटा-सुरी प्लेटवर ठेवते.

"गुड गर्ल!" इतकंच तो म्हणतो. त्या शब्दांत केवढातरी अर्थ सामावलेला आहे.

मी त्याच्याकडे वैतागून पाहते, "आता काय?" माझ्या ओटीपोटात जणू लालसा एकवटली आहे. हा मला आत्ता हवा आहे, बस्स!

"आता? निघायचं. मिस स्टील, तुमच्या काही अपेक्षा आहेत असं मला वाटतंय. त्या पूर्ण करण्याचा मी संपूर्ण प्रयत्न करणार आहे."

येऽऽ!

"सं-पू-र्ण- प्र-य-त्न?" माझी जीभ जड झाली आहे. *होली शिट्!*

तो हसत उभा राहतो.

"आपलं बिल?"

तो मान कलती करतो. "पाठवतील ते! चल ॲनेस्टेशिया, हो पुढे."

किंचित बाजूला होत तो मला पुढे व्हायला जागा देतो. आपण पॅन्टीज घातल्या नाहीयेत याची मला प्रकर्षाने जाणीव होते.

जणू नजरेने मला विवस्त्र करत असल्यागत तो माझ्याकडे पाहतो. त्याच्या कामरंगात मी बुडून जाते. हा इतका देखणा माणूस माझी कामना करतो आहे या भावनेनं मला सेक्सी असल्यागत वाटू लागतं. मला यातून कायम असाच आनंद मिळत राहील का? जाणीवपूर्वक त्याच्यासमोर थबकत मी नितंबांवरून हात फिरवत ड्रेस ठीकठाक करते.

"कधी तुला घरी नेतो असं झालं आहे मला." अजूनही मला स्पर्श न करता तो माझ्या कानात कुजबुजतो.

बाहेर पडताना तो मॅनेजरला गाडीबद्दल काहीतरी सांगतो, पण ते माझ्या कानात शिरत नाही. माझी अंतर्देवता कामरंजनात गुंग झाली आहे. अखखा सिएटल उजळू शकेन तिच्या प्रकाशात.

आमच्या जोडीला दोन मध्यमवयीन जोडपी एलिव्हेटरची वाट पाहत असतात. दार उघडल्याबरोबर ख्रिश्चन माझं कोपर पकडून मला चटकन आत, मागे, कोपऱ्यात

नेतो. मी आजूबाजूला नजर टाकते. सगळीकडे गडद काळी काच लावली आहे. दुसऱ्या जोडप्यांपैकी ब्राऊन सूटमधला पुरुष ख्रिश्चनकडे पाहत हसत ''ग्रे'' असं म्हणत मान डोलावतो. ख्रिश्चनही किंचित हसतो.

ते जोडपं एलिव्हेटरकडे तोंड करून आमच्या समोर उभं राहतं. ते दोघंही मित्र असावेत. ती स्त्री जेवणावर खूश असावी. एकदम उत्तेजित होऊन, मोठ्यांदा, भरभरून बोलते आहे ती. बहुधा त्या सगळ्यांना थोडी जास्त झालेली दिसत्येय.

दार बंद होतं. बुटाची लेस बांधण्याच्या मिषाने ख्रिश्चन खाली वाकतो हॅं! त्याच्या बुटाची लेस तर सुटली नाहीये! तो पटकन माझ्या घोट्यावर हात ठेवत तो सरकवत वर पार तिथवर आणतो. मी दचकते आणि प्रचंड सुखावते. अं... त्याचा स्पर्श. त्याचा हात माझ्या नितंबांवर पोहोचतो. तोंडातून चित्कार बाहेर पडू नये म्हणून मला आटोकाट प्रयत्न करावा लागतो. आता तो माझ्या मागे उभा राहतो.

आई गं! आमच्या समोरच्या माणसांकडे मी कटाक्ष टाकते. आमचं इकडे काय चालू आहे याची त्यांना कल्पना नाही. एकीकडे बोटांनी उत्खनन करत तो दुसरा हात माझ्या कमरेभोवती टाकत मला जवळ ओढतो. *होली फकिंग शिट्! इथे... एलिव्हेटरमध्ये?* त्रेपन्नाव्या मजल्यावर एलिव्हेटर थांबतं. अजून काही लोक आत चढतात. मात्र माझं लक्ष आता फक्त त्याच्या बोटांच्या हालचालींकडे आहे. इतका वेळ वर्तुळाकार फिरणारी त्याची बोटं आता आत शिरू लागतात. आम्ही थोडे मागे होतो.

शेवटी तो बरोबर जागी पोहोचतो. मोठ्या प्रयत्नाने मी चित्कार दाबते.

''कायम तयार असता तुम्ही, मिस स्टील!'' तो माझ्या कानाशी बोलतो. त्याचं लांबसडक बोट माझ्या आत प्रवेश करतं. मी वळवळ करते. इतक्या लोकांच्या सान्निध्यात तो कसं काय करू शकतो हे?

''शांत उभी राहा.'' तो माझ्या कानाशी धमकावतो.

माझ्या तनामनात भावनांचा कल्लोळ माजला आहे. सात परक्या माणसांच्या गराड्यात याच्या स्पर्शाने अनावर झालेल्या भावना, संकोच, भीड, त्याची लागलेली जबरदस्त आस. त्याच्या बोटाच्या आत-बाहेर होणाऱ्या लयीबरोबर मी चेतवली जाते. लाजेने अर्धमेली होते. थांबव हे सगळं... पण हवं आहे मला हे. मी त्याच्यावर रेलते. तो मला सावरतो. त्याची ताठरता मला जाणवते.

आता आम्ही चव्वेचाळिसाव्या मजल्यावर थांबतो. *आत-बाहेर, आत-बाहेर... आणखीन किती वेळ माझा हा छळ चालणार आहे?* त्याच्या त्या अधीर बोटावर मी स्वतःला दाबायचा प्रयत्न करते. एकतर इतका वेळ मला स्पर्शापासून वंचित ठेवलं आणि आता अशा ठिकाणी, अशा प्रकारे... बहकवतो आहे तो मला.

''श्श!'' अजून दोन माणसं आत येतात. त्याच्यावर कशाचाही परिणाम होत

नाही. आता जरा दाटीवाटी झाली आहे. ख्रिश्चन माझ्यासकट अजून कोपऱ्यात सरकतो. मला घट्ट धरत माझा छळ चालू ठेवतो. तो माझे केस हुंगतो. एका कोपऱ्यात, एकमेकांत हरवलेल्या तरुण जोडप्यासारखे आम्ही दिसत असणार. जर का कोणी वळून आमच्याकडे पाहिलं तर मात्र... आता तो अजून एक बोट आत सारतो.

''फक्!'' मी पटकन म्हणते. नशीब की सगळ्यांच्या गदारोळात कोणाला काही ऐकू येत नाही.

ओह ख्रिश्चन! काय करतोस रे तू मला! त्याच्या छातीवर डोकं ठेवत, डोळे बंद करून घेत मी त्याच्या बोटांनी निर्माण झालेल्या संवेदनांना शरण जाते.

''येऊ नकोस.'' तो पटकन म्हणतो, ''नंतर हवं आहे मला ते.'' माझा गोड छळ चालू ठेवत दुसऱ्या हाताने तो माझ्या पोटावर खालच्या बाजूने किंचित दाब देतो. ही जाणीव तर स्वर्गीय आहे.

शेवटी एकदाचं एलिव्हेटर खाली पोहोचतं. पिंग आवाज होऊन दार उघडतं. सगळेजण पटापट बाहेर पडतात. बोटं हलकेच बाहेर काढून घेत ख्रिश्चन माझ्या डोक्याचं चुंबन घेतो. मी वळून त्याच्याकडे पाहते. तो हसतो. मग त्या मघाच्या डार्क ब्राऊन सुटवाल्याकडे पाहून मान हलवतो. आपल्या बायकोबरोबर बाहेर पडत तोही ख्रिश्चनला अभिवादन करतो. माझं सगळं लक्ष स्वतःला सावरण्याकडे असतं. जीझ्! मला तर प्रचंड संवेदना, ताण जाणवतो आहे.

ख्रिश्चन मला सोडतो. आता त्याच्यावर न झुकता मी उभी आहे.

मी त्याच्याकडे पूर्ण वळते. तो नेहमीसारखा शांत, संयमित... हं! याला काय अर्थ आहे?

''तयार?'' तो विचारतो. एक-एक करत मघाची दोन्ही बोटं तोंडात घेत, चोखत तो म्हणतो, ''मिस स्टील, फार चविष्ट आहात तुम्ही.'' मी कोसळण्याच्या बेतात आहे.

''तू जे काय केलंस त्यावर माझा विश्वास बसत नाहीये.'' मी कोणत्याही क्षणी येऊ शकते.

''मिस स्टील, मी काय काय करू शकतो हे कळल्यावर तर तुम्हाला अजून आश्चर्य वाटेल.''

पुढे होत तो माझी चुकार बट कानामागे सारतो. त्याच्या ओठांवर हलकं हसू आहे.

''मला तुला घरी न्यायचं आहे, पण असं दिसतं आहे की आपण जेमतेम गाडीपर्यंत पोहोचू.'' असं म्हणत हसत-हसत तो माझा हात धरून एलिव्हेटरच्या बाहेर पडतो.

काय? गाडीत सेक्स? इथे या लॉबीच्या थंडगार संगमरवरी फरशीवर केलं तर, प्लीज?

"चल."

"हो, अगदी चालेल."

"मिस स्टील," तो उगाचच चेहऱ्यावर हादरल्याचे भाव आणतो.

"मी गाडीत कधी सेक्स केलं नाहीये." मी पुटपुटते. ख्रिश्चन थबकतो. मग मघाच्या त्या दोन बोटांनी माझी हनुवटी उचलून किंचित मागे झुकवत माझ्याकडे रोखून पाहतो.

"हे ऐकून मला फार आनंद झाला आहे. तू जर आधी केलं असतंस, तर मी प्रचंड संतापलेला आहे असं न म्हणता मी म्हटलं असतं की, मला नवल वाटतंय." मी लाजते. अर्थात, त्याच्याव्यतिरिक्त मी कुठे कोणाबरोबर सेक्स केलंतरी आहे का? मग मी कपाळावर आठ्या घालत त्याला म्हणते, "ए, तसं नव्हतं म्हणायचं मला!"

"मग कसं म्हणायचं होतं?" त्याचा स्वर अनपेक्षितपणे कठोर होतो.

"ख्रिश्चन, पद्धत असते ना बोलायची?"

"हो का! माहितीच नव्हतं मला."

आता याला अचानक काय झालं?

"ख्रिश्चन, मी विचार न करता बोलले रे. एकतर तू पूर्ण भरलेल्या एलिव्हेटरमध्ये मला जे काही केलं आहेस... मती गुंग झाली आहे माझी."

तो भुवया उंचावतो. "काय केलं मी तुला?" तो जणू आव्हान देतो.

मी भडकते. त्याला वदवून घ्यायचं आहे माझ्याकडून.

"तू मला जाम पेटवलं आहेस. आता घरी घेऊन चल आणि भोग मला."

तो आधी अवाक होतो. मग हसू लागतो. तो आता बिनधास्त आणि तरुण दिसतो. त्याचं हे दिलखुलास हसणं... फार क्वचित हसतो तो असा – मला अतिशय आवडतं ते ऐकायला.

"मिस स्टील, तुम्ही फार रोमँटिक आहात बुवा!" तो परत माझा हात पकडतो. वॅलेनी माझी साब आणून उभी केली आहे. तिकडे आम्ही जातो.

"**तर** तुला गाडीमध्ये सेक्स हवं आहे." गाडी सुरू करत ख्रिश्चन म्हणतो.

"अगदी खरं सांगायचं तर मला लॉबीमध्येसुद्धा चाललं असतं."

"ॲना, विश्वास ठेव, मलाही आवडलं असतं. पण इतक्या रात्री स्वतःला अटक वगैरे करून घ्यायची माझी तयारी नाही आणि रेस्टरूममध्ये करायची इच्छा नाही, निदान आज तरी नाही."

काय? ''म्हणजे तशी शक्यता होती का?''

''अर्थात.''

''चल, परत.''

तो माझ्याकडे पाहतो आणि हसत सुटतो. मलाही हसू येतं. हे किती छान आहे! आम्ही दोघंही खळखळून, मोकळं, मस्त हसतो आहोत. पुढे होत तो माझा गुडघा अलगद कुरवाळतो. मी हसायची एकदम थांबते.

''धीर धर ॲनेस्टेशिया.'' असं म्हणत तो गाडी रस्त्यावर घेतो.

***

एस्कलाच्या गॅरेजमध्ये गाडी आणून तो थांबवतो. त्या क्षणी आमच्या दोघांमधलं वातावरण बदलू लागतं. माझं धडधडणारं हृदय सांभाळत मी प्रचंड ओढीने त्याच्याकडे पाहते. कोपर स्टिअरिंग व्हीलवर ठेवून, दारावर किंचित भार टाकून तो माझ्याकडे टक लावून पाहतो.

''आपण एक दिवस गाडीत सेक्स करू. वेळ आणि जागा मी ठरवेन. आज आत्ता मात्र आपण घरी जाऊ. घरातल्या प्रत्येक पृष्ठभागावर मला तुझ्याबरोबर सेक्स करायचा आहे.''

तो जणू माझ्या कमरेखाली संवाद साधतो आहे. माझी अंतर्देवता प्रचंड उन्मादते.

''बरं.'' अय्याई! मी किती अधाशासारखी बोलते आहे.

तो चटकन पुढे होतो. आता तो माझं चुंबन घेणार या कल्पनेने मी डोळे मिटून घेते. पण काहीच होत नाही. क्षणभराने मी डोळे उघडते. तो टक लावून माझ्याकडे पाहत असतो. तो काय विचार करत असेल हे नाही मी सांगू शकत. मी काही बोलायच्या आधीच तो म्हणतो, ''मी जर आता तुझं चुंबन घेतलं तर आपण घरापर्यंत पोहोचणार नाही.''

शी! कसला वैताग देतो हा! तो गाडीतून बाहेर पडतो.

परत एकदा आम्ही एलिव्हेटरसाठी थांबलेले आहोत. पुढच्या जाणिवेनं माझं शरीर पुलकित झालं आहे. ख्रिश्चननं माझा हात धरला आहे. माझ्या बोटांच्या पेरावरून तो लयबद्धपणे अंगठा फिरवतो आहे. बस्स! फार छळ केला आहे त्यानं माझा. आता त्याच्या हाताचा स्पर्श माझ्या सर्वांगाला व्हायला हवा.

''मग काय झालं तुझ्या 'त्वरित समाधान' योजनेचं?'' वाट बघताना मी विचारते.

''ॲनेस्टेशिया, ते प्रत्येक वेळेस लागू पडत नाही.''

“हे कधीपासून म्हणे?”

“संध्याकाळपासून.”

“तू मला इतकं का छळतो आहेस?”

“जशास तसे मिस स्टील.”

“म्हणजे? मी कधी छळलं?”

“माझ्यामते तुला माहिती आहे.”

मी त्याच्याकडे पाहते. त्याच्या चेहऱ्यावरचे भाव वाचणं कठीण आहे. *हं... आलं लक्षात. त्याला माझं उत्तर हवं आहे.*

“मी सध्या ‘लांबवलेल्या समाधान’ मध्ये आहे.” संकोचाने हसत मी म्हणते.

अचानक तो माझा हात ओढतो. त्यामुळे माझा चेहरा वर होतो.

“तू हो म्हणावंस म्हणून मी काय करू?” तो कळवळून मला विचारतो. मी परत एकदा स्तिमित होते. त्याच्या चेहऱ्यावरचे सुंदर, गंभीर आणि अगतिक भाव निरखत मी म्हणते.

“मला फक्त थोडा वेळ दे, प्लीज.”

तो चित्कारत माझं करकचून चुंबन घेतो. मग आम्ही एलिव्हेटरमध्ये शिरतो. आता आमचा प्रत्येक अवयव स्पर्श करायला आणि प्रतिसाद द्यायला उत्सुक झाला आहे. माझ्या नसानसातून कामभावना दौडू लागते. मी विचारशक्ती हरवते. मला भिंतीकडे ढकलत तो एका हाताने माझे केस पकडून, दुसऱ्या हाताने माझी हनुवटी धरून ठेवतो.

“मी तुझा आहे,” तो कुजबुजतो. “माझं नशीब तुझ्या हातात आहे ॲना.”

त्याचे शब्द माझ्यावर गारूड करतात. मी आत्ता इतकी प्रचंड पेटले आहे की त्याचे कपडे ओरबाडून फाडावेसे वाटत आहेत मला. मी त्याचं जाकीट बाजूला करते. तेवढ्यात एलिव्हेटर थांबतं. आम्ही बाहेर पडून फॉयरमध्ये येतो.

ख्रिश्चन मला एलिव्हेटरच्या बाजूच्या भिंतीवर दाबतो. त्याचं जाकीट खाली पडतं. त्याचे हात माझ्या पायावर आणि ओठ ओठांवर आहेत. तो माझा ड्रेस वर करतो.

“पहिला पृष्ठभाग,” असं म्हणत तो अचानक मला उचलतो, “पाय टाक माझ्या कमरेभोवती.”

मी सांगितल्याप्रमाणे करते. तो वळून मला फॉयरमधल्या टेबलावर ठेवतो. तो आता माझ्या पायांच्या मधे उभा आहे. नेहमीची फुलदाणी दिसत कशी नाही बरं? पटकन जीन्सच्या खिशातून तो फॉईल काढून मला देत पँटची झीप खाली करतो.

“तुला कळतंय का की तू मला किती पेटवतेस?”

“काय, मी... नाही...” माझं वाक्य पूर्ण होत नाही.

"हो, तू सतत पेटवतेस." माझ्या हातातून फॉईल घेत तो म्हणतो. हे तर फार झटपट होतं आहे; परंतु इतका वेळ त्याचा छळ सोसल्यावर मला तो अगदी या क्षणाला हवाच आहे. कंडोम घालत तो माझ्याकडे पाहतो. मग माझ्या मांड्या पकडून पाय फाकवतो.

"डोळे उघडे ठेव. मला तुला पाहायचं आहे." असं म्हणत माझे दोन्ही हात पकडतो. तो आवेगाने माझ्यामध्ये प्रवेशतो.

मी प्रयत्न करते. पण त्याचा आवेग, ती जाणीव हे सारं इतकं तीव्रपणे मला भिडतं की मी आपोआप डोळे मिटत कंबर उचलून त्याला सामावून घेते.

"उघड." माझे हात घट्ट पकडत, मला जोरदार झटका देत तो गुरगुरतो.

मी डोळे उघडते. त्याची नजर माझ्यावर खिळलेली आहे. मग सावकाश स्वतःला बाहेर काढत तो परत आत शिरतो. त्याचा चेहरा सैलावतो. आता ओठांचा आड होता; पण तो मोठ्याने काही म्हणत नाही. त्याचं हे असं उत्तेजित होणं, माझ्यामुळे चेतणं... मी सुखावते. माझं रक्त आवेगाने उसळू लागतं. त्याची राखाडी नजर माझा वेध घेते. तो एक ताल पकडतो. मीही त्यात सामील होते. त्याला मला न्याहाळत, त्याचं प्रेम-उत्कटता अनुभवत एकमेकांच्या साथीनं आम्ही दोघंही मोकळे होतो.

त्याचं नाव घेत मी समागम बिंदू गाठते. तोही गाठतो.

"ॲना, ॲना," तो जप करतो. मग क्लांत होऊन माझ्यावर कोसळतो. माझे हात सोडत माझ्या छातीवर डोकं टेकवतो. अजूनही माझे पाय त्याच्या कमरेभोवती आहेत.

मॅडोनाच्या पेंटिंगखाली पहडून मी त्याला कुशीत घेत श्वास घ्यायचा प्रयत्न करते.

मान वर करत तो मला म्हणतो, "इतक्यात सुटका नाहीये तुझी." आणि मग तो माझी चुंबनं घेतो.

ख्रिश्चनच्या पलंगावर मी त्याच्या छातीवर पहुडले आहे. धापा टाकत, विवस्त्र. विचार करत... याची शक्ती कधी आटत नाही का? ख्रिश्चनची बोटं माझ्या पाठीवर फिरत राहतात.

"मिस स्टील, झालं का समाधान?"

मी होकार दर्शवते. माझ्यात बोलण्याची शक्ती उरलेली नाही. मान उचलत मी जेमतेम त्याच्याकडे पाहते. त्याच्या प्रेमाच्या ऊबेत मी न्हाऊन निघते. सुखावते. मग अगदी समजून, उमजून मी मान खाली घेते. त्याच्या छातीचं चुंबन घेण्यासाठी. त्यालाही ते कळतं.

तो क्षणभर आखडतो. मी त्याच्या छातीच्या केसांची हळुवार चुंबनं घेते. त्याचा घाम आणि नुकताच केलेला प्रणय यांचा एक अनोखा गंध त्याला येतो आहे. तो मी साठवून घेते. पार डोक्यात भिनतो तो माझ्या. तो कुशीवर होतो. आता मी त्याच्या बाजूला आहे.

''सगळ्यांसाठी सेक्स असंच असतं का? तसं असेल, तर लोकं एकमेकांना सोडून बाहेर तरी कसे पडू शकतात?'' मी बोलते; पण एकदम संकोचते.

तो हसतो. ''इतरांचं तर माहीत नाही; पण ॲनेस्टेशिया तुझ्याबरोबर सेक्स ही एक अतिशय खास बाब आहे.'' तो पुढे होऊन माझं चुंबन घेतो.

''कारण मि. ग्रे, तुम्ही अतिशय खास आहात.'' त्याच्याकडे पाहत, हसत त्याचा चेहरा कुरवाळत मी संमती दर्शवते. तो हरवल्यासारखा माझ्याकडे पाहतो.

''चल झोप आता. खूप उशीर झाला आहे.'' असं म्हणत मला कुशीत ओढत तो झोपतो.

''तुला कौतुक करून घ्यायला आवडत नाही?''

''झोप आता ॲनेस्टेशिया.''

हं! पण तो खरंच फार म्हणजे फार खास आहे. जीझ! त्याला लक्षात का नाही येत हे?

''मला ते घर खूप आवडलं आहे.'' मी झोपेत म्हणते.

तो लगेच काही उत्तर देत नाही, पण मला त्याचं हसू जाणवतं.

''आय लव्ह यू. आता झोप बरं.'' असं म्हणत माझ्या केसांत नाक खुपसत तो मला जवळ ओढतो. किती सुरक्षित वाटतं मला त्याच्या मिठीत. झोपेत मला ते घर, फ्रेंच दारं, रुंद जिना आणि सूर्यास्त दिसतो... त्याच्या जोडीला त्या कुरणावरून हसत-खेळत धावणारा तपकिरी केसांचा एक मुलगाही दिसतो. त्याच्यामागून मी धावत असते.

''मला निघायला हवं राणी.'' माझ्या कानाच्या खाली ओठ टेकत ख्रिश्चन म्हणतो.

मी डोळे उघडते, तर चक्क सकाळ झालेली दिसते. मी वळून पाहते, पण तो पलंगावर नाहीये. तो सगळं आवरून, तयार होऊन माझ्यावर झुकून उभा आहे.

''वाजले किती?'' *मला उशीर व्हायला नको.*

''फार नाही, फक्त मी लवकर निघालो आहे. मला ब्रेकफास्ट मीटिंग आहे.'' तो माझ्या नाकावर नाक घासतो.

''काय छान वास येतो आहे.'' मी आळस देत म्हणते. कालच्या आमच्या विविध कामआसनांमुळे माझं अंग मोडून आलं आहे; पण त्यातदेखील सुख आहे.

मी त्याच्या मानेभोवती हात टाकते.

"नको ना जाऊस."

मान एका बाजूला घेऊन तो भुवया वर करत म्हणतो, "मिस स्टील, एका माणसाला प्रामाणिकपणे काम करण्यापासून वंचित ठेवण्याचा प्रयत्न तुम्ही करीत आहात का?" मी आळसावत मान डोलावते. तो परत हसतो. त्याचं ते नव्यानं उचललेलं हसू!

"मला कितीही मोह झाला तरी आज मला जायलाच हवं आहे." माझं चुंबन घेत तो उभा राहतो. चुरचुरीत, गडद नेव्ही सूट, कडक पांढरा शर्ट आणि नेव्ही टाय या वेषात तो पक्का सीईओ दिसतो आहे... हॉट सीईओ.

"नंतर बेबी," असं म्हणून तो जातो.

मी घड्याळाकडे नजर टाकते. सात वाजून गेले आहेत. अलार्म कधी होऊन गेला ते कळलंच नाही आज. चला उठायला हवं.

शॉवर घेताना मला एक नामी कल्पना सुचते. ख्रिश्चनला अजून एक प्रेझेंट देता येईल. ज्या माणसाकडे सगळं काही आहे त्याला काही देणं किती कठीण आहे ना! माझं मुख्य प्रेझेंट तर मी त्याला दिलं आहे, पण त्या दुकानातून मी अजून एक गंमत आणली आहे. ती त्याला द्यायची आहे. आत्ता माझ्या मनात आलेली गोष्ट मी त्याला देणार असले, तरी मुख्यत्वे ती माझ्यासाठी आहे. शॉवर बंद करताना त्या गोष्टीचा विचार करत मी स्वतःला मिठी मारते. मला जरा तयार करावी लागेल ती.

वॉक-इन-क्लोझेटमधून मी चौकोनी गळ्याचा, अंगासरशी बसणारा गडद लाल ड्रेस काढते. गळा जरा मोठा आहे; पण चालेल ऑफिसकरता.

आता ख्रिश्चनचं प्रेझेंट. त्याच्या ड्रॉवरमध्ये मी टाय शोधते. खालच्या ड्रॉवरमध्ये त्याची फेडेड जीन्स मला दिसते. तीच ती जी तो प्लेरूममध्ये घालतो आणि जी घालून तो खूप हॉट दिसतो. त्यावर मी हात फिरविते. किती मऊ कापड आहे.

तिच्या खाली एक जाड पुठ्ठ्याचा डबा मला दिसतो. माझी उत्सुकता लगेच शिगेला पोहोचते. काय असेल आत? मी टक लावून त्या डब्याकडे पाहते. उघडावं की नाही... खरं तर हे चुकीचं आहे पण... तो डबा उचलून मी हलवते. जड असतो तो. बहुधा कागद किंवा तत्सम काही ठासून भरल्यासारखं वाटतं. छे! आता मला राहवत नाही. मी झाकण उघडते. नजर पडताच... बापरे! काय हे! इतकं अश्लाघ्य... प्लेरूमचे फोटो... हे लक्षात घेऊन मी पटकन डबा बंद करते. मला इतका धक्का बसतो की मी तिथे, तशीच उकिडवी बसून राहते. फोटोतलं दृश्य स्मृतीतून काढून टाकायचा प्रयत्न करते. *का उघडला मी तो डबा? का ठेवला आहे तो?*

मी कापते. माझं अबोध मन मला ताळ्यावर आणू पाहतं. हे बघ, हे तू यायच्या

आधीचं आहे. नजरेआड कर ते सारं.

बरोबर आहे म्हणा. मी उभी राहते तेवढ्यात हँगर बारच्या शेवटी असलेले त्याचे टाय मला दिसतात. माझा लाडका टाय त्यातून उचलून मी पटकन बाहेर पडते.

ते फोटो हा पूर्वार्ध आहे. माझ्या येण्यापूर्वीचे... हे मी परत स्वतःच्या निदर्शनास आणून देते. माझ्या अबोध मनाला त्याबद्दल माझं कौतुकही वाटतं. पण प्रत्यक्षात अगदी जड अंतःकरणाने मी ब्रेकफास्टसाठी मेनरूमकडे वळते. माझ्याकडे पाहून मिसेस जोन्स छानसं हसतात; पण एकदम त्यांना काहीतरी जाणवतं.

"ॲना, काय झालं? सगळं ठीक आहे ना?" त्या मायेने विचारतात.

"हो," माझं मन थाऱ्यावर नाहीये. "तुमच्याकडे... अं... प्लेरूमची किल्ली आहे का?"

त्यांना नवल वाटतं. क्षणभर थबकून त्या म्हणतात, "हो, आहे ना." मग पाच-सहा किल्ल्यांच्या जुडग्यातून त्या मला ती काढून देतात. "तू काय खाशील आता?"

"फक्त ग्रॅनोला, आलेच हं मी."

आता माझ्या मनात त्या प्रेझेंटबद्दल द्वंद्व सुरू झालं आहे; पण ते त्या फोटोंमुळे आहे. *काहीही बदललेलं नाही!* माझं अबोध मन मला झापतं. तो फोटो तर हॉट होता. माझी अंतर्देवता मिटक्या मारते. आता मी तिला झापते. हो... मला सोसवणार नाही इतका... धूर निघाला माझ्या कानातून!

अजून काय लपवून ठेवलं असेल त्यानं? मी पटकन हव्या त्या ड्रॉवरमधून हवी ती वस्तू घेते आणि प्लेरूमचं दार बंद करून लॉक करते. हो! उगाच जोसेला त्याबद्दल कळायची काही गरज नाहीये.

मिसेस जोन्सना किल्ल्या परत देत मी नाश्त्याला बसते. ख्रिश्चनची गैरहजेरी मला नकोशी वाटते. निष्कारण, फोटो माझ्या नजरेसमोर फेर धरतात. कोण होती ती? लीला असावी!

साब घेऊन ऑफिसला जाताना माझ्या मनात परत प्रश्न उभा राहतो. ख्रिश्चनला फोटोबद्दल सांगावं की नाही! माझं अबोध मन जोरात ओरडून मला सांगतं, 'नाही!' बहुधा ते बरोबर असावं.

मी माझ्या टेबलाशी बसते. त्याच वेळी ब्लॅकबेरी वाजतो.

फ्रॉम : ख्रिश्चन ग्रे

सब्जेक्ट : पृष्ठभाग
डेट : जून १७, २०११ ०८:५९
टु : ॲनेस्टेशिया स्टील

माझ्या हिशोबाप्रमाणे ३० पृष्ठभाग आहेत. प्रत्येकीचा वापर करायचा माझा विचार आहे. त्याव्यतिरिक्त जमीन, भिंती आणि हो बाल्कनी विसरून चालणार नाही. झालंच तर माझं ऑफिस...
तू हवीस गं!

ख्रिश्चन ग्रे
चढू पाहणारा सीईओ, ग्रे एन्टरप्रायझेस होल्डिंग्ज इन्कॉ.

त्याच्या ई-मेलने मला हसू येतं. इतक्या वेळच्या शंका-कुशंकांना मनात थारा उरत नाही. आता त्याला मी हवी आहे. रात्रीच्या प्रणयोत्सवाच्या आठवणी माझ्या मनात रुंजी घालतात. *एलिव्हेटर, फॉयर, पलंग*... हं, तो म्हणतो ते बरोबर आहे. चढू पाहणारा... बाईला काय म्हणायचं बरं?

फ्रॉम : ॲनेस्टेशिया स्टील
सब्जेक्ट : रोमान्स?
डेट : जून १७, २०११ ०९:०३
टु : ख्रिश्चन ग्रे

मि. ग्रे, तुमचं मन ना एकाच दिशेने धावतं.
मलाही ब्रेकफास्टच्या वेळेस तुझी उणीव भासली.
पण मिसेस जोन्सने छान मदत केली.
ए×

फ्रॉम : ख्रिश्चन ग्रे
सब्जेक्ट : काय चालू आहे?
डेट : जून १७, २०११, ०९:०७
टु : ॲनेस्टेशिया स्टील

मिसेस जोन्सने कशाची मदत केली?
मिस स्टील, तुमचं काय चालू आहे?

ख्रिश्चन ग्रे
उत्सुक सीईओ, ग्रे एन्टरप्रआईजेस होल्डिंग्ज इन्कॉ.

याला कसं कळलं?

फ्रॉम : ॲनेस्टेशिया स्टील
सब्जेक्ट : विचार करते आहे
डेट : जून १७, २०११ ०९:१०
टु : ख्रिश्चन ग्रे

जरा वाट बघा की, सरप्राईज आहे.
आत्ता काम करू दे हं.

लव्ह यू.
ए×

फ्रॉम : ख्रिश्चन ग्रे
सब्जेक्ट : वैताग
डेट : जून १७, २०११ ०९:१२
टु : ॲनेस्टेशिया स्टील

तू माझ्यापासून जेव्हा काही लपवतेस ना तेव्हा मला अजिबात आवडत नाही.

ख्रिश्चन ग्रे
सीईओ, ग्रे एन्टरप्राईजेस होल्डिंग्ज इन्कॉ.

मी ब्लॅकबेरीच्या स्क्रीनकडे पाहत राहते. त्याच्या ई-मेलचा रोख पाहून मला नवल वाटतं. असं का वाटतं त्याला? मी काही माझ्या एक्सचे अश्लील फोटो नाही लपवून ठेवले आहेत.

फ्रॉम : ॲनेस्टेशिया स्टील
सब्जेक्ट : तुझ्याचविषयी

डेट : जून १७, २०११ ०९:१४
टु : ख्रिश्चन ग्रे

तुझ्या वाढदिवसासाठी आहे.
दुसरं सरप्राईज.
चिडू नकोस ना!
ए×

त्याचं ताबडतोब उत्तर येत नाही. मला मीटिंग असते. त्यामुळे मीही त्याचा फार विचार करू शकत नाही.

ब्लॅकबेरीवर मी पुन्हा नजर टाकते तेव्हा दुपारचे चार वाजलेले असतात. बापरे! गेला कुठे दिवस? अजूनही ख्रिश्चनचा काही ई-मेल नाही. मी परत त्याला ई-मेल करते.

फ्रॉम : ॲनेस्टेशिया स्टील
सब्जेक्ट : हॅलो
डेट : जून १७, २०११ ०४:०३
टु : ख्रिश्चन ग्रे

तू बोलत नाहीयेस का माझ्याशी?
मी आज जोसेबरोबर ड्रिंक घ्यायला जाणार आहे. तिथून तो आपल्याकडे राहायला येणार आहे. लक्षात आहे ना!
जमलं तर ये की, जमवच.
ए×

त्याचं उत्तर येत नाही. मला जरा विचित्र वाटतं. तो ठीक तर आहे ना! मी त्याचा मोबाईल लावते. तर तो व्हॉईसमेलवर जातो. त्याच्या अगदी खास शैलीत जेमतेम एक वाक्य ऐकू येते. ग्रे, मेसेज द्या.

"हाय... अं... मी आहे... ॲना. तू ठीक आहेस ना? मला फोन कर." मी चाचरत मेसेज देते. आजवर मी त्याला कधी मेसेज केलेला नाहीये. फोन बंद करत मी विचार करते. ॲड्रिआला, त्याच्या पीएला फोन करावा का? पण नको, उगाच. नाइलाजाने मी कामाला लागते.

अचानक फोन वाजल्यामुळे मी दचकते. *ख्रिश्चन!* घे... केटचा फोन आहे...

''अॅऽऽना.'' ती जिथे कुठे आहे तिथून ओरडते.

''केट, आलीस का परत? किती वाट पाहायची गं?''

''हो गं, कधी भेटते आहे असं झालं आहे. इतकं सांगायचं आहे ना तुला. मी आणि माझा सखा... आम्ही सी-टॅकला आहोत.'' तिच्या स्वभावाला विसंगत वाटेल अशा पद्धतीने ती खुदुखुदू हसते.

''मस्त. ए, मला पण खूप बोलायचं आहे हं.''

''घरी भेटू.''

''अगं, जोसे आला आहे. आम्ही संध्याकाळी भेटणार आहोत. ये की तू.''

''काय सांगतेस? जोसे? बरं, मला कळव कुठे भेटायचं ते.''

''नक्की.'' आली बुवा माझी जिवश्चकंठश्च मैत्रीण घरी. किती काय घडून गेलं आहे.

''अॅना, तू ठीक आहेस ना?''

''हो गं.''

''अजूनही ख्रिश्चनबरोबर आहेस?''

''हो.''

''छान. भेटूच नंतर.''

तीसुद्धा इलियटसारखं बोलते आहे...

''हो, नंतर बेबी.'' असं म्हणत मी फोन ठेवते.

वॉव! केट आली एकदाची. जे काय घडलं आहे ते मी तिला कसं सांगणार आहे? लिहून काढावं सारं म्हणजे काही विसरलं जाणार नाही.

तासाभराने ऑफिसचा फोन वाजतो. *ख्रिश्चन!* छे! क्लेअर आहे.

''इथे रिसेप्शनवर तुझी चौकशी करणारा तरुण कसला सॉलिड आहे! काय गं, तू या सगळ्या देखण्या पोरांना कशी काय ओळखतेस?''

जोसे आला असणार. मी घड्याळाकडे नजर टाकते. पाच पंचावन्न झाले आहेत. किती दिवसांनी भेटणार आहे मी त्याला. मी एकदम उत्तेजित होते.

''अॅना, वॉव! काय मस्त दिसते आहेस, एकदम मोठी झाल्यासारखी.'' तो हसून म्हणतो.

ते तर मी हा स्मार्ट ड्रेस घातल्यामुळे आहे.

तो मला घट्ट मिठी मारतो. ''आणि उंच.'' तो पुढे म्हणतो.

''जोसे, शूज बघ माझे. तू पण छान दिसतो आहेस की.''

त्याने जीन्स, काळा टीशर्ट आणि त्यावर काळ्या-पांढऱ्या चौकटीचा शर्ट घातला आहे.

"आलेच दोन मिनिटांत आवरून, मग निघू."

"चालेल. थांबतो मी इथे."

बारमध्ये प्रचंड गर्दी असते. मी दोन रोलिंग रॉक्स घेऊन जोसे बसलेल्या टेबलाशी जाते.

"तुला ख्रिश्चनचं घर सापडलं ना पटकन?"

"हो, फक्त मी आत काही गेलो नाही. सर्व्हिस एलिव्हेटरमध्ये ठेवले मी ते फोटो. कोणी टेलर नावाच्या माणसाने ते वर नेले. जबरी दिसते आहे बिल्डिंग."

"हो रे, तू घर बघच आतून."

"मलाही खूप उत्सुकता आहे. *सॅलद्*, ॲना, सिएटल तुला मस्त मानवलं आहे."

आम्ही बाटल्या भिडवतो. मला संकोच वाटतो. खरं म्हणजे मला ख्रिश्चन मानवला आहे. "सॅलद्, ए मला तुझ्या शोबद्दल सांग ना."

तो एकदम खूश होऊन सांगायला सुरुवात करतो. केवळ तीन फोटो वगळता त्याचे सर्व फोटो विकले गेले आहेत. त्यामुळे त्याचं स्टुडंट लोन फिटून वर बऱ्यापैकी पैसे सुटले आहेत त्याला.

"शिवाय, पोर्टलँड टुरिस्ट ऑथॉरिटीकरता लँडस्केप करायची संधी मला मिळाली आहे. भारी ना?" तो अभिमानाने सांगतो.

"अरे, कित्ती छान! पण मग तुझ्या अभ्यासाच्या मध्ये तर नाही ना येणार हे सगळं?"

"नाही गं, एकतर तुम्ही दोघी नाहीत आणि माझे जे दुसरे तीन मित्र होते, ते आता तिथे नाहीत. पुष्कळ रिकामा वेळ मिळतो आता."

"काय रे, एखादी हॉट बेब वगैरे? मागच्या वेळेस तुला भेटले तर किमान अर्धा डझन पोरी तुझा प्रत्येक शब्द तत्परतेने झेलताना पाहिलंय मी." एक भुवई उंचावत मी त्याला चिडवते.

"नाही गं ॲना, त्यातली कुणीही मला भावण्यासारखी नाही बघ." तो बाजू सांभाळून घेतो.

"ओहो! जोसे रॉड्रिग्ज-द-लेडी-किलर." मला हसू येतं.

"ॲना, माझ्याही काही आवडी आहेत म्हटलं." तो जरा दुखावल्यासारखा दिसतो. मी जीभ चावते.

"नक्कीच आहेत." मी सावरायचा प्रयत्न करते.

“मग ग्रे कसा आहे?” त्याचा स्वर जाणवण्याइतका औपचारिक होतो.

“छान आहे. आम्ही दोघंही छान आहोत.” मी उत्तर देते.

“सिरिअस?”

“हो रे, आम्ही एकमेकांबद्दल सिरिअस आहोत.”

“तो जरा तुझ्यापेक्षा वयाने फार मोठा नाही का?”

“अरे जोसे, तुला माहिती आहे ना की माझी आई म्हणते की मी जन्मतःच मोठी आहे.”

त्याला हसू येतं.

“ए, अगं आई कशी आहे?” आणि अशा प्रकारे इतर विषयांकडे वळत आम्ही डेंजर झोनहून दूर होतो.

“ॲना.”

हाक ऐकून मी मान वळवते. इथनबरोबर केट दारात उभी असते. काय सुंदर दिसते ती! मस्त टॅन झालेली, स्ट्रॉबेरी ब्लाँड रंगात केस ब्लिच केलेली. प्रसन्न हसणारी, सुबक बांध्याची, पांढरा कॅमी आणि पांढरी टाईट जीन्स घातलेली केट विलक्षण आकर्षक दिसते. सगळ्यांच्या नजरा तिच्यावर खिळतात. मी पटकन उठून पुढे होत तिला घट्ट मिठी मारते. आई गं! किती उणीव भासली आहे मला हिची!

ती मला स्वतःपासून हातभर अंतरावर उभं करत माझं निरीक्षण करते. तिच्या त्या न्याहाळण्यानं मी संकोचते.

“तुझं वजन कमी झालं आहे. खूप कमी झालं आहे. तू वेगळी दिसते आहेस, एकदम मोठी झाल्यासारखी. काय चाललंय काय?” आईच्या भूमिकेत शिरत काळजीनं, अधिकार गाजवत ती विचारते, “ड्रेस मस्त आहे. तुला दिसतो पण छान आहे.”

“अगं, तू गेल्यानंतर काही झालं आहे. पण आपण दोघी असताना सांगेन मी तुला.” निदान आत्ता तरी कॅथरीन कवानाच्या चौकशीसत्रासाठी मी तयार नाहीये. ती माझ्याकडे संशयाने पाहते.

“तू ठीक तर आहेस ना?” ती मायेनं विचारते.

“हो गं,” मी हसत म्हणते. ख्रिश्चन कुठे आहे हे कळलं तर मला जास्त आनंद होईल.

“चला, बरं आहे.”

“हाय इथन!” मी त्याच्याकडे पाहून हसते. तो मला पटकन मिठी मारतो.

“हाय ॲना,” तो माझ्या कानात कुजबुजतो.

जोसे त्याच्याकडे रोखून पाहतो.

“मिआबरोबरचं लंच कसं झालं?” मी इथनला विचारते.

“इंटरेस्टिंग.” तो उत्तर देतो.

ओह!

“इथन, तू जोसेला ओळखतोस ना?”

“हो, भेटलो आहे एकदा.” इथनशी हात मिळवत जोसे म्हणतो.

“हो, व्हँकुव्हरमध्ये केटच्या घरी...” इथन जोसेकडे पाहत छानसं हसतो. “हो ना? चला, ड्रिंक्स कोण घेणार आहे?”

मी रेस्टरूममध्ये जाते. तिथून मी ख्रिश्चनला इथला पत्ता पाठवते. कदाचित येईलसुद्धा. त्याचा ना मिस्ड कॉल आहे, ना ई-मेल. असं तर होत नाही त्याच्याकडून!

“काय झालं ॲना?” मी परत आल्यावर जोसे मला विचारतो.

“अरे, ख्रिश्चन अनरिचेबल आहे. त्याला काही झालं तर नसेल ना?”

“ए वेडाबाई, तो अगदी ठीक असेल. एखादी बिअर घेणार?”

“हं, चालेल.”

केट पुढे झुकत म्हणते, “इथन म्हणतो आहे की वेड्यासारखं करणारी कुणी एक्स गर्लफ्रेंड बंदूक घेऊन अपार्टमेंटमध्ये शिरली होती?”

“अं... म्हणजे... हो.” मी दिलगिरीच्या स्वरात म्हणते. *देवा, आत्ता याची काय गरज होती?*

“ॲना, नक्की काय गोंधळ चालला आहे?...” असं विचारताना केट थबकून फोन पाहते.

“हाय बेबी.” बेबी? ती प्रश्नार्थक नजरेने माझ्याकडे पाहते. “हो-हो.” मग माझ्याकडे वळून म्हणते, “इलियटचा फोन आहे. त्याला बोलायचं आहे तुझ्याशी.”

“ॲना,” इलियटचा स्वर गंभीर असतो. माझं मन कावरंबावरं होतं.

“काय झालं?”

“अगं, ख्रिश्चन... तो पोर्टलँडहून परतला नाही अजून.”

“म्हणजे? नक्की काय म्हणायचंय तुला?”

“म्हणजे त्याच्या हेलिकॉप्टरचा पत्ता लागत नाहीये.”

“चार्ली टँगो?” माझ्या तोंडातून कसेबसे शब्द बाहेर पडतात, “नाही!”

१९

भुरळ पडल्यागत मी त्या ज्वालांकडे एकटक पाहत राहते. ख्रिश्चनच्या घरातल्या त्या फायरप्लेसमधल्या गडद केशरी रंगाच्या निळ्या टोकांच्या ज्वाळा बेभानपणे नाचत असतात. वातावरण अगदी उबदार झालं आहे. शिवाय, माझ्या खांद्याभोवती ब्लँकेट लपेटलेलं आहे. पण मी पार हाडापर्यंत गोठून गेले आहे.

माझ्या आजूबाजूला कुजबूज चालू आहे. अनेक आवाज एकमेकांत मिसळले आहेत. मला त्यातला एकही शब्द कळत नाही. शिरतच नाही माझ्या कानात. मला फक्त गॅसचा हिस्स् असा आवाज ऐकू येतो.

आम्ही काल पाहिलेलं ते घर आणि तिथली फायरप्लेस मला आठवते. खरी फायरप्लेस – जिथे लाकडं जळताहेत. त्या खऱ्या आगीसमोर मला ख्रिश्चनबरोबर प्रणय करायला आवडेल. त्यात खूप मजा येईल. कारण ख्रिश्चन त्यातही अनोखे रंग भरेल. शंकाच नाही. आमचा प्रत्येक प्रणय हा अनोखा आणि संस्मरणीय असतो. अगदी जेव्हा आम्ही फक्त सेक्सचा आनंद लुटतो तेव्हाही. गेला कुठे हा?

ज्वाळांचं फडफडणं माझी नजर वेधून घेते. मी बधिर झाले आहे. त्यांच्या दाहक सौंदर्याने मंत्रमुग्ध झाले आहे.

''ॲनेस्टेशिया, तू मला मंत्रमुग्ध केलं आहेस.''

माझ्या पलंगावर पहिल्यांदा झोपला होता, तेव्हा तो हे म्हणाला होता... *'नको हे विचार!'*

मी स्वतःभोवती हात घट्ट लपेटते. मला स्थळकाळाचं भान येतं. मी आतून रिती झाले आहे. चार्ली टँगोचा पत्ता लागत नाहीये.

''ॲना, हे घे बरं.'' मिसेस जोन्सचा प्रेमळ आवाज मला वास्तवात आणतो. मला वेदनेची जाणीव होते. त्या माझ्या हातात चहाचा कप ठेवतात. तो घेताना माझा हात इतका कापतो की, कप-बशी वाजू लागते.

''थँक यू!'' मी कशीबशी घोगऱ्या आवाजात म्हणते. माझे डोळे काठोकाठ भरले आहेत. घशात हुंदका दाटला आहे.

मिआ माझ्यासमोरच्या प्रचंड मोठ्या 'यू' आकाराच्या सोफ्यावर बसली आहे.

तिने ग्रेसचा हात धरून ठेवला आहे. त्या दोघी माझ्याकडे बघत आहेत. दुःख, कळकळ आणि काळजीने त्यांचे चेहरे पिळवटले आहेत. ग्रेस अचानक वयस्कर दिसू लागली आहे. मुलाच्या काळजीने त्रस्त आई! मी भावहीन चेहऱ्याने त्यांच्याकडे पाहते. मी ना हसू शकत, ना अश्रू ढाळू शकत. त्यांना दिलासा मिळेल असं काहीही मी करू शकत नाही, कारण माझ्या विमनस्क अवस्थेमुळे माझ्यापर्यंत काहीही पोहोचत नाहीये. माझी नजर इलियट, जोसे आणि इथनवरून फिरते. गंभीर चेहऱ्याने काहीतरी बोलत ते ब्रेकफास्ट बारपाशी उभे आहेत. त्यांच्यामागे मिसेस जोन्स स्वयंपाकघरात काहीतरी कामात आहेत.

केट टीव्ही रूममध्ये बसून लोकल न्यूज पाहते आहे. मला त्या मोठ्या प्लाझ्मा टीव्हीचा आवाज ऐकू येतो. ख्रिश्चन ग्रे गायब– ही बातमी मी मुळीच पाहू शकत नाहीये. टीव्हीवर त्याचा देखणा चेहरा– छे! नाही!

मला हेही जाणवतं की, आजवर इतके सगळे एकत्र या खोलीत जमलेले मी पाहिलं नाहीये. सगळ्यांना सामावूनही ती खोली प्रचंड भासते आहे. माझ्या फिफ्टीच्या घरात जमलेली ही सगळी माणसं हरवल्यागत झाली आहेत. यांना इथे पाहून त्याला काय वाटेल?

कुठेतरी आत टेलर आणि कॅरिक अधिकाऱ्यांशी संपर्क साधून आहेत; पण मिळणारी माहिती निरर्थक आहे. तो हरवला आहे हेच काय ते खरं आहे. गेले आठ तास त्याचा काहीही पत्ता नाही, फोन नाही, संपर्क नाही. आता तर रात्र झाल्यामुळे शोधदेखील थांबविण्यात आला आहे. माझ्यापर्यंत आलं आहे ते. कुठं असेल तो हे कोणालाही सांगता येत नाही. त्याला इजा झाली असेल, तो उपाशी असेल... त्याला... आई गं! नको!

मी परत मनातल्या मनात प्रार्थना करते, *'देवा, प्लीज सुरक्षित ठेव त्याला. सुरक्षित ठेव.'* परत परत मी हा एकच मंत्र आळवत राहते. जणू माझा श्वास बनतो तो मंत्र, मनाच्या असहाय अशा क्षणी किंचित आधार मिळतो मला. कुठलाही वाईट विचार मी मनात येऊ देत नाही. मला त्या दिशेला जायचं नाहीये. आशेला नक्की जागा आहे.

"तू माझी आशा आहेस."

ख्रिश्चनचे शब्द माझा पिच्छा पुरवतात. हो, आशेला नेहमी जागा असते. मी हतबुद्ध होता कामा नये. त्याचे शब्द माझ्या मनात रुंजी घालतात.

"ॲना, मी आता त्वरित समाधानाचा प्रणेता बनलो आहे. फक्त हाच क्षण ॲना."

तो दिवस मी पकडून का नाही ठेवला?

मी हे करतो आहे, कारण जिच्याबरोबर मला आयुष्य घालवावंसं वाटेल, ती

मला भेटली आहे.

मनातल्या मनात प्रार्थना करत मी डोळे मिटते. *'प्लीज, त्याचं आयुष्य इतक्यात नको संपवूस ना! प्लीज, प्लीज.'* अजून तर आम्ही जगलोच नाही आहोत. आम्हाला वेळ हवा आहे एकमेकांबरोबर. गेल्या काही आठवड्यांत आम्ही एकमेकांच्या साथीनं इथवर आलो आहोत. हे असं मध्येच अचानक संपू शकत नाही, संपता कामा नये. कितीतरी हळुवार क्षण आम्ही जपले आहेत. लिपस्टिक, ऑलिम्पिक हॉटेलमध्ये जेव्हा त्यांनी पहिल्यांदा खरा प्रणय केला माझ्याबरोबर, आणि ते त्याचं गुडघ्यावर बसून स्वतःला मला अर्पण करणं... मी त्याला केलेला स्पर्श... *'मी तोच आहे ॲना. माझं प्रेम आहे तुझ्यावर. मला गरज आहे तुझी. स्पर्श कर मला, प्लीज.'*

किती जिवापाड प्रेम करते मी त्याच्यावर. त्याच्याशिवाय मी काहीही नाही. त्याच्यावाचून मी एक काळोखी सावली बनून राहीन.... नाही! नको! बिच्चारा ख्रिश्चन!

'ॲना, मी असा आहे आणि मी पूर्णपणे तुझा आहे. मी काय केलं म्हणजे तुला हे लक्षात येईल? तू जशी मिळशील तशी मला हवी आहेस, हे तुला कसं समजावू? माझं प्रेम आहे तुझ्यावर.'

आणि फिफ्टी, माझं तुझ्यावर.

मी डोळे उघडून पुन्हा ज्वालांवर नजर टाकते. सोबतीनं घालवलेल्या क्षणांची दाटी माझ्या मनात होते. ग्लायडिंग आणि सेलिंग करताना लहान मुलासारखा आनंदलेला त्याचा चेहरा, मास्क्ड बॉलच्या वेळेस त्याचं हॉट, आधुनिक, स्टायलिश दिसणं, डान्स... आणि या इथे केलेला सिनात्राच्या गाण्यावरचा डान्स... कालच्या त्या भव्य वास्तूमध्ये असताना त्याच्या चेहऱ्यावरचे शांत पण उत्सुक भाव... तो रमणीय देखावा...

'ॲनेस्टेशिया, मी माझं जग तुझ्या पायाशी ओतीन. मला तू शरीर आणि आत्म्यानं हवी आहेस, कायमची.'

ओह! प्लीज, तो सुखरूप असू दे. तो असा जाऊ शकत नाही. माझ्या विश्वाचं केंद्र आहे तो.

अचानक मला गदगदून येतं. हुंदका दाबण्यासाठी मी तोंडावर हात दाबून ठेवते. मला खंबीर राहायला पाहिजे. असं ढासळून चालणार नाही.

जोसे पटकन माझ्या बाजूला येतो. तो बाजूलाच होता का इतका वेळ? कोण जाणे!

''तुला मॉम किंवा डॅडला फोन करायचा आहे का?'' तो हळुवारपणे विचारतो.

नको! मानेनं नकार देत मी जोसेचा हात घट्ट पकडून ठेवते. माझ्या तोंडातून शब्दही फुटत नाही. मी जर बोलले तर स्वतःला आवरू शकणार नाही, हेही मला

कळतं. पण जोसेच्या आश्वासक स्पर्शातूनही मला अजिबात दिलासा मिळत नाही.

ओह मॉम! तिच्या आठवणींनी माझे ओठ थरथरू लागतात. करावा का तिला फोन? नकोच! तिची काय प्रतिक्रिया होईल देव जाणे ! आणि मला सोसवणारही नाही. कदाचित रे ला केला तर चालेल. तो इतका भावनाप्रधान नाहीये. मरिनर्स हरले तरी तो भावनेच्या आहारी जात नाही.

ग्रेस उठून मुलांच्या दिशेनं जाते. इतका वेळ इतकं स्तब्ध बसण्याची तिची पहिलीच वेळ असावी. मिआ माझ्याजवळ येऊन बसत माझा दुसरा हात पकडते.

"येईल हं तो परत." मला दिलासा देण्याचा ती प्रयत्न करते खरी; पण वाक्य संपायच्या आधी तिचा स्वतःचाच धीर सुटतो. तिचा चेहरा उतरला आहे, डोळ्यांच्या कडा लाल झाल्या आहेत. जागरणाचा परिणाम स्पष्ट दिसतो आहे.

मी इथनकडे नजर वळवते. तो केट आणि इलियटकडे पाहत असतो. इलियटनं ग्रेसला कुशीत घेतलेलं असतं. मी घड्याळाकडे नजर टाकते. मध्यरात्र व्हायला आली आहे. शी! प्रत्येक क्षणागणिक माझ्या मनातलं काहूर वाढतं आहे. माझ्याही नकळत खोलवर मी स्वतःला तयार करते आहे. अघटित बातमीसाठी. डोळे मिटत, मिआ, जोसेचा हात घट्ट धरत मी परत मनातल्या मनात धावा सुरू करते.

डोळे उघडून मी परत शून्य नजरेनं ज्वालांकडे बघते. त्याचं ते लाजरं हसू... मला सर्वाधिक आवडणारा विभ्रम... खऱ्या ख्रिश्चनची चुणूक दाखविणारं ते हसू. त्याच्यात किती रूपं सामावलेली आहेत. नियंत्रणाचा अतिरेक करणारा, सीईओ, छंदिष्ट, लहरी, सेक्स गॉड, डॉम... आणि आपल्या गाड्याबिड्यांत रमणारं जणू एक मूल... मला हसू येतं. त्याची गाडी, त्याची बोटं, त्याचं विमान... चार्ली टँगो... नाही... नको... माझं हरवलेलं बछडं. आत्ता खरोखर हरवला आहे. माझं हसू मावळतं. दुःख परत मान वर काढतं. शॉवर घेताना लिपस्टिकच्या खुणा पुसणारा ख्रिश्चन मला आठवतो. *मी कोणीही नाहीये ॲनेस्टेशिया... मला तर मनदेखील नाही. मी म्हणजे निव्वळ शरीर आहे.*

माझ्या घशातला आवंढा मोठा होत जातो. अरे, तुला मन आहे रे, ते माझं आहे. मला ते आयुष्यभर जतन करून ठेवायचं आहे. तो इतका क्लिष्ट असला, कठीण असला तरी माझं प्रेम आहे त्याच्यावर. मी आयुष्यभर त्याच्यावर प्रेम करीन. त्याच्याशिवाय अगदी कुणीही दुसरं नसेल माझ्या आयुष्यात. कधीही नसेल.

त्या दिवशी स्टारबक्समध्ये बसून मी ख्रिश्चनच्या बाबतीत केलेला साधकबाधक विचार मला आठवतो. त्याच्या जाणवलेल्या उणिवा... अगदी आज सकाळी सापडलेल्या फोटोसकट... क्षणार्धात क्षुल्लक भासतात. केवळ तो असणं महत्त्वाचं आहे. आता तर तो येतो की नाही परतून, अशी वेळ आली आहे. *'देवा! प्लीज त्याला परत आण, प्लीज. तो सुखरूप असू दे. मी काय वाट्टेल ते करायला तयार*

आहे त्याच्यासाठी. मी चर्चमध्येसुद्धा जाईन... पण तो परत येऊ दे.' तो परत आला की मी प्रत्येक क्षण भरभरून जगेन. त्याचा आवाज माझ्या मनात गुंजतो *काऽपे दिऽम ॲना, हाच क्षण गं!*

मी टक लावून त्या ज्वालांकडे पाहत राहते. त्यांचा नाच चालू असतो. तेवढ्यात ग्रेस किंचाळते. त्यानंतर प्रत्येक गोष्ट जणू गती हरवून बसते.

''ख्रिश्चन!''

मी मान वळवते. ग्रेस इतका वेळ माझ्या मागच्या बाजूला येरझाऱ्या घालत असते. अचानक ती ग्रेट रूमच्या त्या टोकाकडे धाव घेते. दारामध्ये दिङ्मूढ झालेला ख्रिश्चन उभा असतो. त्याच्या अंगावर फक्त शर्ट-पँट असते. त्याने जॅकेट, बूट आणि मोजे हातात पकडलेले असतात. तो भयानक थकलेला आणि मळका, तरीही प्रचंड सुंदर दिसत असतो.

होली फक्! ख्रिश्चन! तो जिवंत आहे. मी नुसतीच पाहत राहते. तो मला खरंच दिसतो आहे की मला भास होतो आहे, हे मला समजत नाही.

त्याच्या चेहऱ्यावर आश्चर्य दिसतं. तो जॅकेट आणि शूज खाली टाकून पटकन ग्रेसला धरतो. तीही दोन्ही हात त्याच्या मानेभोवती टाकत, त्याला जवळ ओढत त्याच्या गालाची कडकडून पापी घेते.

''मॉम?''

काहीही न समजून तो तिच्याकडे पाहतो.

''मला तर वाटलं होतं की आता मला तू कधीही दिसणार नाहीस.'' आमच्या सगळ्यांच्या मनातल्या आशंका ग्रेस व्यक्त करते.

''मॉम, हा काय मी इथे आहे.'' त्याच्या स्वरावरून लक्षात येतं की तो उगाच आव आणतो आहे.

''अरे, हजारदा मरण भोगलं रे मी आज!'' तिचा आवाज जेमतेम ऐकू येतो. माझेच विचार बोलली आहे ती जणू. तिचा धीर सुटतो. ती एकदम ओक्साबोक्शी रडू लागते. ख्रिश्चनला तर काय करावं, हेच कळत नाही. तो हतबुद्ध होतो. मग तो दोन्ही हातांनी तिला मिठीत घेतो.

''ख्रिश्चन!'' हुंदक्यांमुळे तिला बोलता येईनासं होतं. त्याला मिठी मारून त्याच्या मानेत डोकं खुपसून ती रडू लागते. तिचा स्वतःवर ताबा राहत नाही. ख्रिश्चन तसाच तिला धरून ठेवत, सांभाळत, धीर देत उभा राहतो. माझ्या डोळ्यांत कढत अश्रू जमा होतात. हॉलमध्ये येत कॅरिकपण आरोळी ठोकतो.

''अरे, तो जिवंत आहे! शिट्! आला! आला!'' हातातल्या सेलफोनसकट टेलरच्या ऑफिसमधून धावत येत तो त्या दोघांनाही मिठीत घेतो. तृप्तीनं डोळे मिटून घेतो.

"डॅड!"

माझ्या बाजूला बसलेली मिआसुद्धा अगम्य काहीतरी ओरडत, पटकन उठून झटक्यात ख्रिश्चनकडे धावत जाते आणि त्या तिघांच्याही गळ्यात पडते.

शेवटी एकदाची माझ्या अश्रूंना वाट सापडते. ते गालावरून ओघळू लागतात. तो आला आहे. तो सुखरूप आहे; पण मी खिळल्यासारखी तिथेच बसून राहते.

डोळे टिपत ख्रिश्चनच्या पाठीवर थाप देत, सगळ्यात आधी कॅरिक मिठी सोडतो. मग मिआ सोडते आणि शेवटी ग्रेस.

"सॉरी." ती पटकन म्हणते.

"ए मॉम, इट्स ओके." अजूनही त्याच्या चेहऱ्यावरचा संभ्रम मिटलेला नाहीये.

"तू कुठे होतास? काय झालं?" असं विचारत ती आपल्या हातात डोकं धरते.

"मॉम," असं म्हणत दोन्ही हात पुढे करून तिला जवळ घेत तो तिच्या कपाळावर ओठ टेकवतो. "आलो आहे ना मी परत? तेही सुखरूप? हं, आता पोर्टलँडहून इथे यायला नेहमीपेक्षा खूप जास्त वेळ लागला हे खरं आहे; पण आज माझ्या स्वागताला तुम्ही सगळे कसे काय?" मान वर करून तो सर्वांवर नजर फिरवतो. माझ्यापाशी येताच त्याची नजर स्थिरावते.

क्षणभर डोळे मिटून घेत तो जोसेकडे कटाक्ष टाकतो. जोसे माझा हात सोडतो. ख्रिश्चनचे ओठ आवळले जातात. त्याला मी नजरेने पिऊन घेते. त्याला पाहून माझा जीव शांत होतो. मला गळून गेल्यासारखं वाटतं; पण प्रचंड आनंददेखील होतो. माझे अश्रू आता थांबायला तयार नाहीत. ख्रिश्चन परत त्याच्या आईकडे लक्ष वळवतो.

"मॉम, मी ठीक आहे. काय झालं?" तिला धीर देत तो म्हणतो. ती त्याच्या दोन्ही गालांवर हात ठेवते.

"ख्रिश्चन, तू हरवला होतास. तुझ्या फ्लाईट प्लाननुसार तू सिएटलपर्यंत येऊ शकला नाहीस. तू आमच्याशी संपर्क का साधला नाहीस?"

आश्चर्यानं त्याच्या भुवया विस्फारतात. "एवढा उशीर होईल असं वाटलं नाही मला."

"अरे, पण मग फोन करायचा ना!"

"अगं, बॅटरी संपली होती."

"कलेक्टर कॉल का नाही केलास... कुठून तरी?"

"मॉम, इतकं साधं नाहीये ते."

"हे बघ ख्रिश्चन, परत जन्मात कधी असं करू नकोस! समजलं का?" ती जरा ओरडून बोलते.

"हो मॉम." अंगठ्यानं तिचे अश्रू पुसत तो तिला पुन्हा मिठीत घेतो. ती जरा

स्थिर झाल्यावर तो मिआला कुशीत घेतो. ती तर त्याच्या छातीवर चक्क प्रहार करते.

"ख्रिश्चन, इतकं काळजीत टाकलं होतंस तू आम्हाला." तिचे शब्द अश्रू एकत्रच वाहू लागतात.

"हे बघ, आता आलो आहे ना मी, मग? शांत हो बरं."

इलियटला पुढे आलेलं पाहून तो मिआला कॅरिककडे सुपूर्त करतो. कॅरिकनं एक हात ग्रेसभोवती टाकला आहे. दुसऱ्या हातानं तो मिआला कुशीत घेतो. आधी तर इलियट ख्रिश्चनला करकचून मिठी मारतो. ख्रिश्चनला त्याचं आश्चर्य वाटतं आणि मग त्याच्या पाठीत जोरात धपाटा घालतो.

"काय बरं वाटलं तुला पाहून!" आपल्या भावना लपविण्याचा प्रयत्न करत तो उगाचच जरा मोठ्यांदा म्हणतो.

डोळ्यांतून वाहणाऱ्या अश्रूंतून मला हे सारं काही दिसत असतं. या क्षणाला, या ग्रेटरूममध्ये फक्त आणि फक्त प्रेम भरून राहिलं आहे, निरपेक्ष प्रेम. त्याच्याकडे प्रेमाचं भांडार आहे, पण ते त्याला आजवर कधी स्वीकारता आलेलं नाही. या क्षणालाही त्याला त्या प्रेमाची जाणीव होत नाहीये.

ख्रिश्चन, अरे बघ ना. या सगळ्यांचं किती प्रेम आहे तुझ्यावर. निदान आता तरी तुझा विश्वास बसेल त्यांच्या प्रेमावर.

केट टीव्ही रूममधून मघाशी बाहेर आली असावी. माझ्यामागे उभं राहून ती माझ्या केसांतून हात फिरवते आहे.

"ॲना, अगं खरंच आला आहे तो." ती मला दिलासा देते.

"आता जरा माझ्या राणीला भेटू द्या मला." ख्रिश्चन त्या सगळ्यांना सांगतो. हसून, मान डोलावून ते थोडे बाजूला होतात.

तो माझ्या दिशेनं येतो. त्याचे राखाडी डोळे प्रचंड थकलेले दिसतात. त्यातला संभ्रम लपत नाही. कुठल्यातरी आंतरिक शक्तीच्या आधारावर मी कशीबशी उभी राहत स्वतःला त्याच्या कुशीत झोकून देते.

"ख्रिश्चन!" मला हुंदका येतो.

"श्श!" माझ्या केसांत नाक खुपसत, खोल श्वास घेत तो मला घट्ट धरून ठेवतो. मी माझा रडवेला चेहरा वर करते. तो माझं पुसटसं चुंबन घेतो.

"हाय." तो हळुवारपणे म्हणतो.

"हाय." मी कसंबसं उत्तर देते. हुंदक्यांनी माझं शरीर गदगदतं आहे.

"माझी उणीव भासली का?"

"हं, थोडीशी."

तो हसतो. "दिसतंय!" आणि मग अतिशय हळुवारपणे तो माझ्या डोळ्यांतून घळाघळा वाहणारे अश्रू पुसू लागतो.

“मला वाटलं की... की तू...” मला पुढे बोलता येत नाही.

“कळतंय मला. पण आता मी आलो आहे ना? आय ॲम सॉरी!” असं म्हणत तो हळुवारपणे माझं चुंबन घेतो.

“तू ठीक आहेस ना?” असं म्हणून मी त्याच्या मिठीतून सुटत त्याची छाती, हात, कंबर... हाताने चाचपून पाहते. अहा! माझ्या बोटांना होणारा त्याचा उबदार, आश्वासक, ठाम स्पर्श मला सुखावतो. तो खरोखर माझ्या समोर उभा आहे याची खात्री मला देतो. तो परत आला आहे. माझ्या अशा स्पर्शानं तो कणभरदेखील कचरत नाही. तो फक्त माझ्याकडे एकदम पाहत राहतो.

“मी अगदी ठीक आहे आणि कुठेही जाणार नाहीये.”

“थँक गॉड!” मी त्याच्या कमरेला मिठी मारते, तोही मला मिठीत घेतो. “तुला भूक लागली आहे का? काही प्यायचं आहे का?”

“हो.”

त्याच्यासाठी काहीतरी आणावं म्हणून मी बाजूला होते, पण तो माझ्याभोवतीची मिठी घट्ट करतो. मग मला एका बाजूला घेत जोसेसमोर हात करतो.

“मि. ग्रे!” जोसे सहजतेने म्हणतो.

“ख्रिश्चन प्लीज.”

“ख्रिश्चन, वेलकम बॅक. तू सुखरूप आहेस हे पाहून छान वाटलं आणि अं, मला राहू दिल्याबद्दल थँक्स.”

“नो प्रॉब्लेम.” ख्रिश्चनची नजर बारीक होते, पण तेवढ्यात मिसेस जोन्स तिथे येतात. त्यामुळे त्याचं लक्ष त्यांच्याकडे जातं. आत्ता कुठे मला जाणवतं की ती तिच्या नेहमीच्या स्मार्ट पेहरावात नाहीये. तिने केस मोकळे सोडले आहेत. मऊ, राखाडी लेगिंग्जवर तिनं सैलसर, राखाडी स्वेटशर्ट घातला आहे. त्यावर समोर डब्ल्यूएसयू कुगरचा मोठा लोगो आहे. त्यामुळे ती नेहमीपेक्षा तरुण दिसते.

“मि. ग्रे, तुमच्यासाठी काही आणू का मी?” डोळ्यांतील अश्रू टिश्यूनं टिपत ती विचारते.

तिच्याकडे पाहत, छानसं हसत तो म्हणतो, “गेल, मस्त बिअर आण, बडवायझर... आणि काहीतरी खायला पण.”

“मी आणते.” मला त्याच्यासाठी काहीतरी करावंसं वाटतंय.

“नको ना जाऊस.” मला घट्ट धरत तो विनवतो.

आता बाकीचे सगळे त्याच्याजवळ येतात. केट आणि इथनपण येतात. तो इथनशी हात मिळवतो. केटच्या गालावर पटकन ओठ टेकवतो. तेवढ्यात मिसेस जोन्स ग्लास आणि बाटली घेऊन येतात. तो फक्त बाटली घेतो. ती हसून, ग्लास घेऊन स्वयंपाकघराकडे वळते.

"तुला काही स्ट्रॉंग प्यावंसं वाटत नाही हे नवल आहे." इलियट म्हणतो, "आता सांगशील का काय झालं होतं? जेव्हा मला फोनवरून सांगितलं की चॉपर गायब आहे तेव्हा कुठे मला कळलं."

"इलियट!" ग्रेस रागावते.

"हेलिकॉप्टर." ख्रिश्चन पटकन दुरुस्ती करतो. इलियटला हसू येतं. बहुधा हा त्यांच्यातील फॅमिली जोक असावा.

"चला, आपण सगळे बसू या, मग मी सांगतो तुम्हाला." माझ्यासकट ख्रिश्चन कोचवर बसतो. आता सगळे जण बसून घेतात. सगळ्यांचे डोळे त्याच्यावर खिळले आहेत. बिअरचा एक मोठा घोट घेत तो दारात घुटमळणाऱ्या टेलरकडे पाहून मान डोलावतो. टेलरही त्याला अभिवादन करतो.

"तुझी मुलगी."

"छान आहे सर, उगाच घाबरवून सोडलं होतं."

"चला, बरं झालं." ख्रिश्चन हसतो.

मुलगी? काय झालं टेलरच्या मुलीला?

"सर, तुम्हाला सुखरूप पाहून बरं वाटलं. काही हवं आहे का?"

"हेलिकॉप्टर उचलून आणावं लागेल."

टेलर मान डोलावतो. "आत्ता आणायचं आहे की, सकाळी आणलेलं चालणार आहे?"

"टेलर, मला वाटतं सकाळी आणावं."

"चालेल, मि. ग्रे. अजून काही?"

ख्रिश्चन मान हलवून हातातली बाटली उंचावतो. टेलर त्याच्याकडे पाहून हसतो. ख्रिश्चनपेक्षासुद्धा टेलरचं हसू दुर्मिळ आहे, असं मला वाटतं. मग टेलर तिथून जातो – कदाचित त्याच्या ऑफिसकडे किंवा खोलीत.

"ख्रिश्चन, आता सांग बरं काय झालं ते!" कॅरिक आग्रह धरतो.

ख्रिश्चन सांगू लागतो. तो आणि रॉस, त्याची नंबर दोनची मदतनीस, चार्ली टँगो घेऊन व्हँकुव्हरला डब्ल्यूएसयूसाठीच्या फंडिंगच्या कामासंदर्भात गेले होते. मी प्रचंड गुंगीत असल्यासारखी झाले आहे. त्याचा हात घट्ट पकडून ठेवत, त्याच्या मॅनिक्युअर केलेल्या नखांकडे, लांबसडक बोटांकडे, पंजाकडे, मनगटावरच्या तीन डायल असलेल्या ओमेगा कंपनीच्या घड्याळाकडे पाहत बसले आहे. तो पुढे सांगू लागतो, मी नजर वर करून त्याचा देखणा चेहरा न्याहाळते.

"रॉस आजवर माऊंट सेंट हेलेन्सला गेली नाहीये. म्हणून येताना आम्ही आनंद साजरा करण्याच्या निमित्ताने थोडीशी वाकडी वाट करायचं ठरवलं. टीएफआर (टेम्परररी फ्लाईट रिस्ट्रिक्शन) काढल्याचं मला कळलं होतं आणि मलाही नजर

टाकायची होती. आम्ही तिकडे वळलो हे एका परीनं बरं झालं. आम्ही खूप खालून उडत होतो, फक्त दोनशे फुटांवरून. अचानक इन्स्ट्रुमेंट पॅनेलला आग लागली. तेवढ्यात शेपटीपण पेटली. सगळं बंद करून ताबडतोब उतरण्याव्यतिरिक्त माझ्याकडे पर्याय नव्हता. मी पटकन सिल्व्हर लेकच्या बाजूला हेलिकॉप्टर उतरवलं. मग रॉसला बाहेर काढलं. आम्ही दोघांनी मिळून आग विझवली.''

''आग? दोन्ही इंजिनना?'' कॅरिक हादरला आहे.

''हो.''

''शिट्! मला वाटलंच होतं.''

''मला कळतंय,'' त्याला मध्येच तोडत ख्रिश्चन म्हणतो, ''नशीब की आम्ही खूप खालून उडत होतो.'' त्याच्या या बोलण्यावर माझा अंतर्बाह्य थरकाप होतो. माझा धरलेला हात सोडून तो मला कवेत घेतो.

''थंडी वाजते का?'' मी मान हलवते.

''विझवलीत कशी आग?'' केटची उपजत चौकसबुद्धी तीव्रपणे जागी होते.

''एक्स्टिंग्विशर. कायद्याने ते ठेवणं बंधनकारक आहे.'' ख्रिश्चन तितक्याच झटक्यात बोलतो.

फार दिवसांपूर्वीचं त्याचं वाक्य माझ्या मनात रुंजी घालतं, *'मी देवाचे शतशः आभार मानतो की, त्या दिवशी माझी मुलाखत घ्यायला कॅथरिन कवानाच्या ऐवजी तू आलीस.'*

''पण मग आम्हाला फोन करायचा, रेडिओ वापरायचा.'' ग्रेस म्हणते.

''अगं, इलेक्ट्रॉनिक्स बंद पडल्यावर रेडिओ तरी कसा वापरणार ना? बरं तो सुरू करायचा तर आगीची भीती. ते शक्यच नव्हतं. ब्लॅकबेरीवरचं जीपीएस चालू होतं. त्यामुळे निदान आम्हाला जवळच्या रस्त्यापर्यंत तरी पोहोचता आलं. रॉसनं हाय हिल्स घातले होते. त्यामुळे आम्हाला रस्ता गाठायला चार तास लागले.'' त्याच्या चेहऱ्यावर नाराजीची छटा उमटते.

''गिफोर्डच्या त्या भागात मोबाईल कव्हरेजसुद्धा नव्हतं. त्यामुळे तेव्हा फोनही करता आला नाही. त्यातून आधी रॉसच्या फोनची बॅटरी संपली. मग माझ्याही.''

अरे देवा! मी ताठरते. ख्रिश्चन मला जवळ ओढून घेतो.

''शेवटी सिएटलपर्यंत पोहोचलात तरी कसे?'' आमच्यातील जवळीक लक्षात घेत ग्रेस विचारते. तिच्या नजरेनं मी संकोचते.

''आमच्या दोघांकडे मिळून सहाशे डॉलर्स होते. आम्ही ते सगळे पैसे द्यायला तयार होतो, पण अशा आडवाटेवर लिफ्ट मिळणंसुद्धा कठीण होतं ना! एका भल्या ट्रक ड्रायव्हरनं आम्हाला लिफ्ट दिली. त्यानं पैसे तर घेतले नाहीच, वर स्वतःचा टिफीन पण आम्हाला दिला.'' क्षणभर ख्रिश्चन त्या आठवणीत रमतो. ''गंमत

म्हणजे त्याच्याकडे मोबाईल नव्हता आणि त्यातून मला लक्षातच नाही आलं.''

''की आम्ही काळजीत पडू.'' ग्रेस उपहासानं विचारते. मग तिचा स्वर एकदम बदलतो. जरा रागावत ती म्हणते, ''ख्रिश्चन, आम्हाला सगळ्यांना वेड लागण्याची पाळी आली होती.''

''तू तर बातम्यांमध्ये झळकला आहेस.'' इति इलियट.

''हं! ते आलं माझ्या लक्षात. एकतर घराबाहेर बरेचसे फोटोग्राफर आणि घरामध्ये तुम्ही सगळे जण. मॉम, आय ॲम सॉरी. चुकलंच माझं. मी ड्रायव्हरला थांबवून कुठेतरी फोन करायला हवा होता. पण मला असं झालं होतं की, कधी एकदा मी घरी पोहोचतो.'' नकळत त्याची नजर जोसेकडे वळते.

अच्छा! तर हे कारण आहे होय! जोसे आज इथे राहणार आहे म्हणून... शी रे देवा! एवढ्यापायी याने आमच्या सगळ्यांचा जीव टांगणीला लावला.

ग्रेस मान हलवते, ''बाळा, तू धडधाकट परत आला आहेस यात सारं भरून पावलं मला.''

आत्ता कुठे मी थोडीशी सैलावते. मी त्याच्या छातीवर डोकं टेकवते. त्याच्या अंगाला दिवसभराच्या घामाचा, प्रवासाचा, सकाळच्या बॉडीवॉशचा आणि याही पलीकडे त्याचा स्वतःचा गंध– जो मला या जगात सर्वाधिक प्रिय आहे– जाणवतो आहे. माझ्या डोळ्यांतून पुन्हा अश्रू वाहू लागतात. मात्र हे कृतज्ञतेचे अश्रू आहेत.

''पण दोन्ही इंजिनं?'' कॅरिक पुन्हा एकदा अविश्वासानं विचारतो.

''आता तूच विचार कर बाबा.'' असं म्हणत ख्रिश्चन माझ्या पाठीवरून हात फिरवतो.

''ए,'' हळूच मला साद घालत माझी हनुवटी धरून तो मान उचलतो. ''आता थांबव बरं रडणं.''

मी चक्क उलट्या पंजांनी नाक पुसते, ''तू गायब होणं थांबव.'' मी नाक ओढत म्हणते. त्याला किंचित हसू येतं.

''इलेक्ट्रिकल फेल्युअर... जरा विचित्र वाटतं आहे मला हे, नाही का?'' कॅरिक अजून तिथेच आहे.

''डॅड, माझ्याही मनात हाच विचार आला. पण खरं सांगू का, आत्ता या क्षणी मी प्रचंड थकलो आहे. जो काही राडा झाला आहे ना, त्याचा विचार आता उद्या करेन मी.''

''म्हणजे आता मीडियाला कळलं आहे की 'द ख्रिश्चन ग्रे' सुखरूप परत आला आहे.'' केट म्हणते.

''हो, ॲंड्रिआ आणि पीआरची लोकं मीडियाला सांभाळतील. रॉसला आम्ही घरी सोडल्यावर तिनं तसं ॲंड्रिआला कळवलं असेल.''

"हो, अँड्रिआनं मला फोन करून कळवलं की तू अजून जिवंत आहेस." कॅरिक हसत म्हणतो.

"तिला बढती द्यायला हवी. चला, पुष्कळ उशीर झाला आहे." ख्रिश्चन म्हणतो.

इलियट मुद्दाम खट्याळपणे म्हणतो, "स्त्री-पुरुषहो, माझ्या भावाला त्याच्या ब्यूटिस्लिपची गरज आहे, हे तो सूचित करतो आहे असं मला वाटतं."

ख्रिश्चन त्याला वेडावतो.

"कॅरी, माझा मुलगा सुखरूप आहे. चल, आपण निघू यात."

कॅरी? ग्रेस अगदी प्रेमाने नवऱ्याकडे पाहत – "हो चालेल, मलाही झोप आली आहे."

"थांबा ना इथेच." ख्रिश्चन सुचवतो.

"स्वीटहार्ट, तू सुखरूप आलास ना, बस्स! आता जाऊ दे घरी."

मोठ्या नाखुशीनं ख्रिश्चन मला सोडून उभा राहतो. ग्रेस परत एकदा त्याच्या छातीवर डोकं टेकवून, डोळे बंद करत त्याला मिठीत घेते. तोही तिला मिठीत घेतो.

"डार्लिंग, मला इतकी काळजी वाटत होती ना!" ती हळूच म्हणते.

"मॉम, मी अगदी ठीक आहे गं."

ती मागे होत त्याला न्याहाळते. तो तिला धरून ठेवतो.

"हं, दिसतंय तसं," असं म्हणत सावकाश वळत माझ्याकडे पाहून ती हसते. मी लाजते.

कॅरिक आणि ग्रे निघतात. आम्ही दोघं फॉयरमध्ये त्यांना सोडायला जातो. माझ्या पाठीमागे मिआ इथनशी काहीतरी जबरदस्त कुजबुज करीत असते, पण मला ते ऐकू येत नाही.

मिआच्या चेहऱ्यावर लाजरं हसू आहे. इथन 'आ'वासून तिच्याकडे पाहत मान हलवतो आहे. अचानक ती हाताची घडी घालून झटकन वळते. तो कपाळ चोळू लागतो. बहुतेक वैतागलेला दिसतो आहे तो.

"मॉम, डॅड, थांबा. मी आलेच." ती जरा नाराजीनं म्हणते. भावासारखीच चंचल असावी ती.

केट मला घट्ट मिठीत घेते. "ॲना, मी बार्बाडोसमध्ये धम्माल करण्यात मग्न असताना इथे बरंच काही घडलेलं दिसतं आहे. तुम्ही दोघं एकमेकांसाठी खूप वेडावले आहात, हे सहज दिसून येतं आहे. तो सुखरूप आला आहे याचा मला पण खरंच आनंद झाला आहे. अर्थात, त्यामागे तुझाही विचार आहे बरं का!"

"थँक यू केट." मी म्हणते.

"हो गं, वाटलं तरी होतं का की आपण दोघी एकाच वेळेस प्रेमात पडू?"

ती हसत म्हणते, ''अरे वा! चक्क कबुलीजबाब दिला आहे की तिनं.''

''आणि तेही दोन भावांच्या–'' मी खुदकन हसते.

''आपण आता जावा-जावा होऊ शकतो.'' ती भर घालते.

मी एकदम सावध होते. 'स्टील माझ्यापासून काय दडवता आहात?' अशा नजरेनं ती मला क्षणभर जोखते. अरे देवा! सांगावं का तिला की त्यानं मला मागणी घातली आहे.

''चल गं!'' एलिव्हेटरपाशी उभा असलेला इलियट तिला हाक मारतो.

''ॲना, उद्या बोलू या. तू प्रचंड थकली असणार.''

हुश्श! मी सुटकेचा निःश्वास सोडते. ''नक्की. तूसुद्धा केवढा प्रवास करून आली आहेस, आराम कर गं.''

आम्ही परत एकमेकींना मिठी मारतो. मग ती आणि इलियट समस्त ग्रेबरोबर एलिव्हेटरमध्ये शिरतात. ख्रिश्चनशी हात मिळवून इथन पटकन मला मिठी मारतो. तो थोडा हरवल्यासारखा दिसतो आहे; पण तोही सर्वांच्या मागून एलिव्हेटरमध्ये शिरतो. दार बंद होतं.

आम्ही फॉयरमधून परत हॉलमध्ये येतो. जोसे तिथे फिरत असतो.

''चला, मी पण जातो झोपायला.'' तो म्हणतो.

मला अचानक खूप संकोच वाटतो. का बरं वाटावा?

''कसं जायचं ते माहिती आहे का?'' ख्रिश्चन विचारतो.

जोसे मान डोलावतो.

''हो, हाऊसकीपरने...''

''मिसेस जोन्स..'' मी पटकन म्हणते.

''हो, मिसेस जोन्सनं मला दाखवलं होतं. ख्रिश्चन, जबरी आहे हं तुझं घर.''

''थँक यू.'' माझ्या बाजूला येत माझ्या खांद्यावर हात टाकत ख्रिश्चन नम्रपणे म्हणतो. मग झुकून तो माझ्या केसांचं चुंबन घेतो.

''मी जरा बघतो की मिसेस जोन्सनं माझ्यासाठी खायला काय ठेवलं आहे ते. गुडनाईट जोसे.'' असं म्हणत मला आणि जोसेला एकटं सोडत तो ग्रेटरूममध्ये जातो.

वॉव! जोसेबरोबर सोडलं की यानं मला!

''चला, गुडनाईट.'' एकदम जोसेलासुद्धा संकोच वाटतो.

''गुडनाईट जोसे आणि थांबल्याबद्दल थँक्स हं!''

''ॲना, परत कधी तुझा अतिश्रीमंत, प्रसिद्ध, हॉटशॉट बॉयफ्रेंड हरवला तर कळव. मी येईन.''

''जोसे.'' मी त्याला झापते.

''गंमत केली गं, भडकू नकोस. हे बघ, मी सकाळी लवकर निघणार आहे.

ॲना, भेटशील ना अधूनमधून. तुझी उणीव जाणवते गं.''

''अर्थात जोसे, हे काय विचारणं झालं? परत लवकर भेटू आपण. सॉरी रे, आज जरा फारच... राडा झाला. नाही का?'' मी दिलगिरी व्यक्त करते.

''हो, खरंच राडा झाला होता.'' मग हसत मला मिठीत घेत तो म्हणतो, ''ॲना, खरं सांगू का, तुला असं आनंदात पाहून खूप बरं वाटलं मला. तरीपण कधीही गरज लागली तर हाक मार. मी कायम तुझ्यासाठी धावत येईन.''

मी त्याच्याकडे पाहत म्हणते, ''थँक यू.''

तो माझ्याकडे पाहत हसतो. मला त्यात खिन्नतेची छटा जाणवते. मग तो वरच्या मजल्यावर निघून जातो.

मी वळून ग्रेटरूममध्ये येते. कोचजवळ उभा असलेला ख्रिश्चन मला न्याहाळत असतो. आता फक्त आम्ही दोघं असतो. आम्ही एकमेकांकडे रोखून पाहत असतो.

''तो अजूनही तुझ्यावर फिदा आहे हे तुला कळतंय का?'' तो विचारतो.

''मि. ग्रे, हे तुम्हाला कसं बरं समजलं?''

''मिस स्टील, ती सर्व लक्षणं माझ्या परिचयाची आहेत. कारण मी स्वतः त्यातून जातो आहे ना!''

''मला तर वाटलं होतं की, आता तू कधीही माझ्या नजरेस पडणार नाहीस.'' एकदाचं माझ्या तोंडून बाहेर पडतं. माझ्या मनातल्या अभद्र शंका या एका वाक्यातून व्यक्त झाल्या.

''तुला वाटतं तितकं काही झालं नव्हतं.''

मघाशी त्यानं जमिनीवर टाकलेलं जॅकेट आणि शूज उचलून घेत मी त्याच्या दिशेनं येते.

''मला दे ते.'' असं म्हणत तो जॅकेट माझ्या हातातून घेतो.

मी जणू त्याच्या जगण्याचं, अस्तित्वाचं कारण असल्यागत तो माझ्याकडे पाहतो. माझी अवस्थादेखील काही वेगळी नाहीये. तो मला पटकन मिठीत घेतो.

''ख्रिश्चन!'' परत माझ्या डोळ्यांतून अश्रू वाहू लागतात.

''श्श!'' मला शांत करत माझ्या केसांवरून हात फिरवत तो पुढे म्हणतो, ''हेलिकॉप्टर उतरवण्याआधीचे काही क्षण मी इतका हबकलो होतो. त्या क्षणी फक्त आणि फक्त तू माझ्या नजरेसमोर आलीस. तू माझी इष्टदेवता आहेस, ॲना.''

''मला तर वाटलं होतं की सारं काही संपलं आहे!'' मी श्वास घेते. आम्ही तसेच एकमेकांच्या कुशीत, जाणून घेत, समजावून घेत उभे राहतो. त्याच्या भोवतीची मिठी आवळताना मला जाणवतं की त्याचे शूज मी अजूनही धरून ठेवले आहेत. मी ते तसेच धपकन खाली टाकते.

''चल ना, आपण शॉवर घेऊ या.'' तो सुचवतो.

"चल," मी त्याच्याकडे पाहते. मला नाही सोडायचं आहे त्याला. तो माझी हनुवटी उचलून धरतो.

"अशी रडकी ॲनासुद्धा किती सुंदर दिसते याची कल्पना आहे का तुला?" मग झुकून माझ्या ओठांवर अलगद ओठ टेकवून तो माझं हळुवार चुंबन घेतो. "तुझे ओठ अगदी मऊसूत आहेत." आता तो माझं दीर्घ चुंबन घेतो.

अहाहा! परत विचार येतो... त्याला कायमचं गमावून बसले असते... छे... विचार थांबवून मी स्वतःला त्याच्या हवाली करते.

"मला जॅकेट ठेवायचं आहे."

"टाक की खाली." मी ओठावरून ओठ न काढता म्हणते.

"नाही टाकू शकत."

मी चक्रावून मागे होत त्याच्याकडे पाहते.

तो मिस्कीलपणे म्हणतो, "हे बघ!" जॅकेटच्या ब्रेस्ट पॉकेटमधून तो ती छोटी डबी काढतो. मी त्याला दिलेलं प्रेझेंट कोचच्या पाठीवर जॅकेट टाकून त्यावर तो ती डबी नीट ठेवतो.

प्रत्येक क्षण भरभरून जग, ॲना. माझं अबोध मन मला टोकतं. मध्यरात्र उलटून गेली आहे. तसं म्हटलं तर त्याचा जन्मदिवस सुरू झाला आहे.

"उघड ते." धडधडणाऱ्या हृदयावर नियंत्रण ठेवत मी त्याला म्हणते.

"मी वाट पाहत होतो, तू कधी म्हणतेस याची. मला वेड लागायची पाळी आली होती."

मी खट्याळपणे हसते. एकीकडे मला कसंसंच होत आहे. तो माझ्याकडे पाहत खास ठेवणीतलं हसतो. मी विरघळू लागते. त्याच्या चेहऱ्यावरचे संमिश्र भाव पाहून मला गंमत वाटते. त्याच्या त्या लांबसडक बोटांनी तो भर्रकन वरचा कागद काढतो. डबी उघडल्यावर त्यात असलेली छोटी, आयताकृती किचेन पाहून त्याला काहीच कळत नाही. एलईडी स्क्रीनवर जसे ऑन-ऑफ होणारे अगदी छोटे पिक्सेल असतात, तसेच त्या किचेनवर असतात. त्यावर स्पेस निडलच्या पार्श्वभूमीवर सिएटलचं आकाश दिसतं. सिएटलचं नाव उघड-मीट होत राहतं.

क्षणभर निरीक्षण करून तो माझ्याकडे बघतो. त्याला अजूनही उलगडा झालेला नाहीये. त्याच्या देखण्या कपाळावर एक आठी उमटते.

"पलटव ना." मी श्वास रोखत कसंतरी म्हणते.

तो पलटवतो. त्याच क्षणी त्याचे डोळे आनंदातिशयाने विस्फारतात. तो अविश्वासाने माझ्याकडे पाहतो. त्याच्या तोंडाचा आऽ वासला जातो.

किचेनच्या या बाजूला 'हो' हा शब्द उघड-मीट होत असतो.

"हॅपी बर्थडे!" मी म्हणते.

२०

"तू माझ्याशी लग्न करायला हो म्हटलं आहेस?'' अतिशय अविश्वासाने तो मला विचारतो.

मी कशीबशी मान डोलावते. मला लाज वाटते आहे. चिंता वाटते आहे. त्याच्या प्रतिक्रियेवर माझा विश्वास बसत नाहीये. हा माणूस... आत्ता थोड्या वेळापूर्वी मला वाटलं होतं की आपण याला कायमचं गमावून बसलो आहोत. याला कसं कळत नाही की माझं याच्यावर प्रचंड प्रेम आहे.

"मला तुझ्या तोंडून ऐकायचं आहे.'' माझ्याकडे रोखून पाहत तो हळुवारपणे हुकूम करतो.

"हो, मी तुझ्याशी लग्न करेन.''

खोल श्वास घेत पुढे होत एका झटक्यात मला उचलून घेत तो गोल फिरवतो. त्याच्या फिफ्टीपणाशी किती विसंगत आहे हे. तो खळखळून हसतो. एखाद्या बिनधास्त, आनंदी तरुणासारखा. मी त्याचे दंड धरून ठेवते. माझ्या बोटांना त्याच्या दंडाचे स्नायू जाणवतात. त्याच्या प्रसन्न हसण्यानं मीदेखील हसू लागते. या देखण्या तरुणामुळे खुळावलेली, नादावलेली मी! मला खाली ठेवत, दोन्ही हातांत माझा चेहरा धरून तो माझं करकचून चुंबन घेतो. त्याची जीभ मला खुलवत, चेतवत पेटवते.

"ओह ॲना!'' ओठ बाजूला न घेता तो म्हणतो. त्याच्या असीम आनंदामुळे मलाही अत्यानंद होतो. त्याच्या माझ्यावरच्या प्रेमाबद्दल मला जराही शंका नाही. या क्षणाला मी फक्त त्याच्या अधरामृताची चव चाखण्यात गुंग होते. हा मला कधीही दिसणार नाही असं मला थोड्या वेळापूर्वी वाटत होतं. त्याच्या नजरेत, हसण्यात, देहबोलीत आनंद प्रतीत होतो आहे. जग जिंकल्याची भावना त्याच्या मनात आहे.

"मला तर वाटलं होतं की, मी तुला कायमचं गमावून बसले आहे.'' त्याच्या प्रदीर्घ चुंबनानंतर मी अजूनही ताळ्यावर आले नाहीये.

"राणी, तुझ्यापासून मला दूर ठेवायला १३५चं बिघडणं पुरेसं नाहीये.''

"१३५?''

"चार्ली टँगो, सर्वाधिक सुरक्षित १३५ युरोकॉप्टर.''

क्षणभरासाठी त्याच्या मनात काहीतरी आशंका येते. चेहरा अचानक गढुळतो. काय लपवतो आहे तो माझ्यापासून? मी काही विचारायच्या आधी तो माझ्याकडे अशा आविर्भावात बघतो की, जणू तो आता काही सांगणार आहे. मी अपेक्षेने त्याच्या साशंक नजरेत डोकावते.

"थांब, थांब. तू तर हे प्रेझेंट मला फ्लिनच्या भेटायच्या आधी दिलं होतंस ना?" किचेन हातात धरून तो विचारतो. त्याच्या चेहऱ्यावरून त्याला बसलेला धक्का कळतो आहे.

ओह डिअर! नक्की काय म्हणायचं आहे याला? चेहऱ्यावर काही न दर्शवता मी मान डोलावते.

त्याला तोंड मिटायचं भान राहत नाही.

मी दिलगिरीच्या स्वरात म्हणते, "मला तुला हे दाखवायचं होतं की, फ्लिनने काहीही सांगितलं तरी माझ्या निर्णयात फरक पडणार नाहीये."

ख्रिश्चन माझ्याकडे अविश्वासाने पाहतो. "म्हणजे काल संध्याकाळी जेव्हा मी तुझी आर्जवं करीत होतो, तेव्हा उत्तर माझ्याजवळ होतं?" त्याला बोलणं सुचत नाही. मी परत मान डोलावते. त्याच्या प्रतिक्रियेचा मला अंदाज येत नाहीये. एकाच वेळेस त्याच्या चेहऱ्यावर नवल आणि साशंकता आहे.

"म्हणजे तू मला चक्क लटकवून ठेवलं होतंस तर!" त्याच्या चेहऱ्यावर प्रचंड अविश्वास दाटला आहे. आता त्याच्या चेहऱ्यावरचे भाव झरझर बदलू लागतात. डोळे लकाकू लागतात. मला विरघळवून टाकणारं हसू त्याच्या ओठांवर खेळू लागतं.

"मिस स्टील, याचं उट्टं तर मला काढावंच लागेल ना?"

उट्टं? अरे बापरे! तो मला खेळवतो आहे हे कळूनही मी पटकन एक पाऊल मागे घेते.

तो हसतो. "पकडापकडी खेळायची आहे का?" तो पुढे म्हणतो, "काही उपयोग नाही. मी तुला एका क्षणात पकडेन." त्याच्या डोळ्यांत खेळकरपणा डोकावतो. "शिवाय तू ओठ चावते आहेस." तो मला धमकावतो.

माझं अंगप्रत्यंग आतवर फुलून येतं. ओह माय! माझ्या भावी नवऱ्याला माझ्याशी खेळायचं आहे. मी अजून एक पाऊल मागे घेते. पळायचा प्रयत्न करते. पण कसचं काय! तो मला झटक्यात पकडून झपकन खांद्यावर टाकतो. आनंद, आश्चर्य आणि धक्का बसून मी ओरडते. तसाच तो चालू लागतो.

"ख्रिश्चन!" मी आवाजावर ताबा ठेवत म्हणते. वरती जोसेला काही ऐकू जायची शक्यता कमी आहे म्हणा. पडू नये म्हणून मी ख्रिश्चनची कंबर पकडत धीर एकवटून त्याच्या कुल्ल्यावर एक फटका देते. दुसऱ्या क्षणी तो परतफेड करतो.

“आह!” मी कळवळते.

“चला– शॉवर घेऊ या.” तो आनंदानं जाहीर करतो.

“मला खाली ठेव हं.” नाराजी दाखवण्याचा फसवा प्रयत्न करत मी सुटायचा व्यर्थ प्रयत्न करते; परंतु त्यानं माझ्या मांड्या घट्ट पकडून ठेवल्या आहेत. का कोण जाणे पण मला खुदुखुदु हसू येत आहे.

“हे आवडते शूज आहेत का?” त्याच्या बाथरूमचं दार उघडताना तो कौतुकानं विचारतो.

“नाही, पण ते जमिनीला टेकलेले मला आवडतील.” मी उगाचच त्याला झापण्याचा प्रयत्न करते. मात्र माझ्या हसण्यामुळे माझा प्रयत्न फसतो.

“मिस स्टील, तुमची इच्छा म्हणजे मला हुकूम आहे.” असं म्हणून मला खाली न ठेवता तो माझे दोन्ही शूज काढून जमिनीवर टाकतो. मग तसंच व्हॅनिटीपाशी थांबत स्वतःचे खिसे रिकामे करतो. बंद पडलेला ब्लॅकबेरी, किल्ल्या, पाकीट आणि मघाची कीचेन. या कोनातून मी कशी दिसत असेन याची मी फक्त कल्पना करू शकते. खिसा रिकामा झाल्यावर तो माझ्यासकट तडक त्याच्या त्या भल्याप्रचंड शॉवरमध्ये शिरतो.

“ख्रिश्चन!” त्याचा उद्देश लक्षात घेऊन मी जोरात ओरडते.

तो शॉवर सुरू करतो. अयाई! बर्फासारखं गार पाणी माझ्या पाठीवर पडतं. मी जोरात ओरडते; पण पुढच्याच क्षणी मला आठवतं की जोसे वरती आहे. म्हणून मी गप्प बसते. एकतर थंडगार पाणी आणि दुसरं म्हणजे अंगावरचे कपडे. ते थंड पाणी माझ्या ड्रेसमधून झिरपत, आतले कपडेही भिजवतं. मी चिंब भिजते. माझं खिदळणं काही केल्या थांबत नाही.

“नको हं, आता ठेव मला खाली.” मी हसत ओरडते. या वेळेस मी त्याला जरा चांगला जोरात फटका लगावते. ख्रिश्चन मला सोडतो. त्याच्या ओल्या अंगावरून घसरत मी खाली येते. त्याचा पांढरा शर्ट गच्च भिजल्यामुळे त्याच्या अंगाला चिकटला आहे. पँटची अवस्था काही वेगळी नाहीये. मी पण ओलेती आहे. मला संकोच वाटतो. मी श्वास घ्यायला विसरते. त्यालाही हसू आवरत नाहीये. या क्षणी तो अशक्य हॉट दिसतो आहे.

मग तो थोडासा शांत होतो. माझी हनुवटी पकडून, माझा चेहरा स्वतःकडे वळवत माझं चुंबन घेतो. त्याचं ते चुंबन जितकं हळुवार, तितकंच बहकवणारं आहे. जतन करून ठेवण्याजोगं आहे. माझ्या अंगावरचे कपडे चिंब भिजले आहेत,मी ख्रिश्चनच्या शॉवरमध्ये आहे याचं मला आता काही वाटेनासं होतं. शॉवरच्या सहस्र धारांखाली भिजणाऱ्या आम्हा दोघांव्यतिरिक्त माझ्याकरता अन्य काही आता अस्तित्वात नाही. तो परत आला आहे. सुखरूप आहे आणि माझा आहे.

छातीला गच्च बिलगलेल्या त्या ओल्या शर्टमधून त्याचे केस डोकावत आहेत. पँटमध्ये खोचलेला त्याचा शर्ट मी ओढून काढते. तो चित्कारतो. पण माझ्या ओठांवरचे ओठ हटवत नाही. मी त्याच्या शर्टाची बटणं उघडू लागते. त्याचे हात माझ्या ड्रेसच्या झीपशी पोहोचतात. तो माझा ड्रेस खाली ढकलतो. त्याचं चुंबन अधिक तीव्र होतं. ओठ गच्च भिडतात. जीभ आक्रमक होते. माझ्या शरीरभर लालसेची तीव्र इच्छा उफाळते. मी त्याचा शर्ट ओढते, बटणं तटातटा तुटत बाथरूमभर विखुरतात. तो ओला शर्ट मी त्याच्या खांद्यावरून मागे ढकलत हातातून काढू लागते. मी त्याला भिंतीकडे ढकलून माझा ड्रेस उतरवण्यापासून थांबवते. ''कफलिंक्स'' असं म्हणत तो मनगटाकडे निर्देश करतो.

अधिऱ्या बोटांनी मी एकेक करत दोन्ही कफलिंक्स काढते. सोन्याचे कफलिंक्स मी बिनधास्त जमिनीवर पडू देते. पाठोपाठ त्याचा शर्टही जातो. पाण्याच्या धारांतून तो माझ्याकडे पाहतो. त्याची नजरसुद्धा कामभावनेने पेटली आहे. मी त्याच्या पँटच्या बटणाशी हात नेते. पण तो मानेने नकार देतो. मग माझे खांदे धरून मला वळवत त्याला पाठमोरी करतो. अगदी हळुवारपणे तो झीप खाली ओढतो. मग माझे गच्च ओले केस बाजूला करत मानेवरून जीभ फिरवतो. मानेच्या मागच्या पन्हाळीत चुंबनांचा वर्षाव करत, चोखत तो माझा आस्वाद घेतो.

मी चित्कारते. आता तो माझा ड्रेस खांद्यांवरून खाली घेत काढू लागतो. ड्रेस छातीवरून खाली येतो. तो कानाखाली चुंबन घेतो. मग हुक उघडून ब्रा काढत माझे स्तन मोकळे करतो. दोन्ही हातांनी दोन्ही स्तन पकडून ते कुरवाळत माझ्या कानात कौतुकाने कुजबुजतो.

''किती सुंदर!''

माझा ड्रेस आणि ब्राच्या पट्ट्यांमुळे माझे हात कोपरापर्यंत जखडले गेले आहेत. मी मान कलती करत ख्रिश्चनला मानेवर ओठ टेकवणं सोपं करते. छाती पुढे करत स्तन पूर्णपणे त्याच्या हातात देते. मग हात मागे त्याच्या ताठरतेशी नेते. त्याबरोबर तो खोल श्वास घेतो. तो कंबर माझ्या दिशेने ढकलतो. हा मला पँट का काढू देत नाहीये?

तो माझी स्तनाग्रं ओढतो. त्याबरोबर ते लांबत, कडक होतात. त्याच्या जादुई स्पर्शामुळे त्याच्या पँटचा विचार माझ्या मनातून तात्पुरता गायब होतो. ओटीपोटीच्या आजूबाजूला तीव्र प्रणयभावना जाणवू लागतात. त्याच्या छातीवर डोकं टेकवत मी चित्कारते.

''अहा!'' असं म्हणत तो मला परत त्याच्याकडे वळवतो आणि ओठांवर ओठ टेकवतो. आता तो माझी ब्रा, ड्रेस आणि पँटी काढून खाली जमिनीवर त्याच्या शर्टवर टाकून देतो.

बाजूचा बॉडीवॉश मी हातात घेते. मी काय करणार आहे याची कल्पना येऊन तो क्षणभर थबकतो. त्याच्या डोळ्यांत थेट बघत, थोडं जेल हातावर घेते, मी त्याच्या छातीशी हात नेते. माझ्या डोळ्यांत प्रश्न असतो. त्याचे डोळे विस्फारतात. पण तरीही तो मान कळत नकळत डोलावतो.

"करू का?"

"हो," तो पटकन बोलून मोकळा होतो. आम्ही आजवर एकत्र घेतलेल्या अनेक शॉवरची मला आठवण येते. ऑलिम्पिकमध्ये घेतलेल्या शॉवरच्या आठवणी कडू-गोड आहेत. असो, मी आता त्याला स्पर्श करू शकते आहे. अतिशय हळुवार, गोलाकार हात फिरवत मी त्याला जेल लावत फेस करू लागते. त्याच्या बगला, बरगड्या, छाती, पोट, बेंबीखालची केसांची रेष असं करत पँटच्या पट्ट्यापाशी पोहोचते.

"माझी पाळी." असं म्हणत तो शाम्पू उचलत आम्हाला दोघांनाही शॉवरच्या थेट धारांतून बाजूला घेतो. मग माझ्या केसांवर शाम्पू ओततो.

आता मी थांबावं असं त्याला वाटतंय. त्याच्या पँटच्या लूपमध्ये बोटं अडकवून मी थांबते. तो त्याच्या लांबसडक बोटांनी किंचित दाब देत माझ्या केसांमधून, डोक्याला मसाज करू लागतो. मला इतकं शांत, छान वाटतं की हुंकार देत मी स्वतःला त्याच्या हवाली करते. संध्याकाळपासूनचा सगळा ताण ओसरू लागतो.

तो तोंडाने च्च असा आवाज काढतो. मी एक डोळा किंचितसा उघडते. तो माझ्याकडे पाहून हसत असतो, "आवडलं तुला?"

"हं..."

तो हसून म्हणतो, "मलासुद्धा." मग पुढे होत तो माझ्या कपाळाचं चुंबन घेत परत मसाज सुरू करतो.

"वळ." हुकूमशहा आहे पक्का. मी वळल्यावर तो पुन्हा मसाज चालू ठेवतो. मला शांत, मस्त, प्रसन्न वाटू लागतं. हा क्षण असाच मुठीत बंद करून ठेवावासा वाटतो. थोडा अजून शाम्पू लावून मग पाठीवरच्या केसांच्या लडी अलगद बाजूला करतो. तो मला शॉवरखाली ओढतो.

"मान वर कर." परत हुकूम होतो.

मी तसं केल्यावर तो माझे केस धुऊ लागतो. सगळा शाम्पू धुतला गेल्यावर मी त्याच्याकडे पाहत त्याच्या पँटकडे निर्देश करत म्हणते, "मला तुला पूर्ण अंघोळ घालायची आहे."

तो लोभस हसत हाताने इशारा करतो. "राणी, मी अखखा तुझा आहे." मी पटकन त्याच्या पँटची झीप खाली ओढते. पुढच्या क्षणी त्याची पँट आणि बॉक्सर जमिनीवरच्या इतर कपड्यांवर जाऊन पडतात. उभं राहत, बॉडी वॉश आणि स्पंज

घेत मी म्हणते, "कुणीतरी मला पाहून खूश झालेलं दिसतं आहे."

"मिस स्टील, मी तुम्हाला पाहून नेहमीच आनंदित होतो," तो मस्करी करतो.

स्पंजवर जेल घेत मी मघाचं स्वच्छता अभियान पुढे नेते. तो आता खूप सैलावला आहे. कदाचित मी थेट हाताने स्पर्श न करता स्पंज घेतला आहे म्हणून असेल. छातीवरून सुरुवात करत मी बेंबीवरून खाली सरकत त्याच्या तिथल्या केसांपाशी आणि मग त्याच्या ताठरतेवर पोहोचते.

मी त्याच्यावर नजर टाकते. तो माझ्याकडेच पाहत असतो. त्याच्या डोळ्यांत प्रेम आणि प्रणय भावनेचा संगम झालेला असतो. *ही नजर मला आवडते.* मग स्पंज खाली टाकत मी त्याला दोन्ही हातांत घेते. डोळे मिटत तो मान मागे टाकतो. मग चित्कारत, कंबर पुढे करत स्वतःला माझ्या स्वाधीन करतो.

अहाहा! कसलं पेटवतो तो मला! संध्याकाळभरच्या रडण्यातून बाहेर येत माझी अंतर्देवता सुखावते. तिचं गडद लाल लिपस्टिक उठून दिसतं.

अचानक त्याची पेटलेली नजर माझ्यावर स्थिरावते. काहीतरी आठवलं आहे त्याला.

"आज शनिवार आहे." तो आनंदाने चित्कारत, कामरंगाच्या कल्पनेत सुखावतो. माझी कंबर ओढत तो कडकडून चुंबन घेतो.

काय... एकदम काय झालं?

माझ्या ओल्या अंगावरून त्याचे हात खाली घसरत माझ्या योनीवर स्थिरावतात. त्याची बोटं मला चेतवत, फुलवत छेडू लागतात. त्याचं चुंबन अतिशय आक्रमक होतं. त्याचा दुसरा हात आता माझ्या ओल्या केसांत आहे. त्याच्या प्रणयाचा आवेग झेलताना मला स्थिर व्हायला त्या हाताची मदत होते. त्याची बोटं माझ्या आत शिरतात.

"आह!" मी त्याच्या तोंडात चित्कारते.

"हो गं." असं म्हणत तो मागच्या बाजूने मला उचलून घेतो. "माझ्याभोवती पाय टाक राणी." मी पायांनी त्याला वेढा घालत बिलगते. शॉवरच्या बाजूच्या भिंतीशी तो मला टेकवतो. मग माझ्याकडे पाहत म्हणतो, "डोळे उघडे ठेव, मला तुला पाहायचं आहे."

मी डोळ्यांची उघडझाप करते. माझं हृदय प्रचंड वेगानं धडधडतं आहे. धमन्यांतून रक्ताबरोबरच कामना दौडते आहे. मग तो अगदी सा-व-का-श माझ्यात प्रत्यक्ष प्रवेश करतो. पहिल्यांदाच कंडोमशिवाय, त्वचेला त्वचेचा तो पहिला-वहिला तप्त तरीही सुखकारक स्पर्श अधिकार गाजवत, माझ्यावर प्रस्थापित करतो. पूर्णपणे आत गेल्यावर तो क्षणभर थबकून मला न्याहाळतो. त्याच्या चेहऱ्यावर अत्यंत प्रामाणिक भाव आहेत.

"तू माझी आहेस, ॲनेस्टेशिया."

"कायम."

जिंकल्याच्या आविर्भावात तो हसतो आणि हलतो. मी खोल श्वास घेते.

"आता आपण सगळ्यांना सांगू शकतो कारण तू होकार दिला आहेस," तो अतिशय मनापासून म्हणतो. मग माझ्यावर झुकत माझं तोंड बंद करत, मागे-पुढे व्हायला लागतो. अतिशय सुखद जाणिवांच्या उच्चस्तरावर मी पोहोचते. कंबरेची कमान करत, त्याच्या स्वाधीन होत, त्याला टिपत, अनुभवत मी अलगद डोळे मिटते.

तो माझ्या हनुवटीचे हलके चावे घेऊ लागतो. जशी त्याची गती वाढते तसा तो मला अधिक खोल, अधिक उंच नेऊ लागतो. अगम्य अशा जाणिवेच्या जगात... शॉवरच्या धारांखाली प्रचंड गारव्यात फक्त तो आणि मी. एका तालावर लयीत पुढे-मागे होत, एकमेकांशी समरस होत, चित्कारत, गुरफटत, पेटत-पेटवत, सुखावत, रिझवत पूर्णपणे हरवून जातो. माझं शरीर वेगळीच भाषा बोलू लागतं.

आज मी त्याला गमावलं असतं... किती प्रेम आहे माझं त्याच्यावर... माझ्या त्याच्यावरच्या असीम प्रेमाचा मला जणू साक्षात्कार होतो. त्याच्याप्रती मी स्वतःला पूर्णपणे अर्पण केलं आहे हे मला जाणवतं. माझं संपूर्ण आयुष्य मला याच्याबरोबर घालवायचं आहे. मनाला प्रेरित करणाऱ्या या विचारांनी मी नखशिखान्त उजळते. उत्कटबिंदूला पोहोचत, समागमाची उंची गाठत मी नव्यानं रिती होते. अद्वैताची जाणीव होते. शरीर-रूप-गंध-स्पर्श यापलीकडे जात फक्त एक परम अनुभूती... आणि डोळ्यांतून बाहेर पडणारे दोन अश्रू. संभोग न उरता तो सम-भोग होतो. सम-अन्वय होतो.

त्याच क्षणी तोही परमोच्च आनंदाची अनुभूती घेत माझ्यात रिता होत भरून पावतो. माझ्या मानेत नाक खुपसत तो माझ्यासकट खाली, जमिनीवर बसतो. मला घट्ट धरत, माझे अश्रू टिपत माझं चुंबन घेतो. डोक्यावरच्या धारा आम्हाला पुनःपुन्हा चिंब भिजवतात.

"बघ, माझी बोटं पाण्यात राहून कशी झाली आहेत." त्याच्या छातीवर विसावत मी प्रणयपश्चात क्लांतपणे म्हणते. तो माझ्या प्रत्येक बोटाचं चुंबन घेतो.

"चल, शॉवरमधून बाहेर पडू."

"मला खूप छान वाटतंय इथं." त्याच्या पायांमध्ये त्याला असं बिलगून... हलण्याची अजिबात इच्छा नाहीये माझी.

ख्रिश्चन होकार देतो, पण अचानक मला प्रचंड थकवा जाणवतो. गेल्या आठवडाभरात किती काय घडून गेलं ना! अख्ख्या आयुष्यात घडणार नाहीत अशा घडामोडी घडल्या. आता तर काय मी लग्न करणार आहे याच्याशी. अविश्वासानं मला हसू येतं.

"मिस स्टील, तुम्हाला कशाचं हसू येतं आहे?" तो लाडानं विचारतो.

"फारच व्यस्त गेला आठवडा."

"तेही खरं आहे म्हणा."

"मि. ग्रे, तुम्ही धडधाकट परत आल्याबद्दल मी देवाचे आभार मानते." जर तसं झालं नसतं तर... त्या आशंकेनं मी थरथरते. तोही अचानक आक्रसतो. त्याला आठवण करून दिल्याबद्दल मी स्वतःला झापते.

"मी घाबरलो होतो." तो कबुली देतो.

"तेव्हा?"

तो मान डोलावतो. त्याचा चेहरा गंभीर आहे.

होली शिट्! "म्हणजे तू मघाशी सगळ्यांसमोर आव आणला होतास ना!"

"हो. इतक्या खाली असताना हेलिकॉप्टर उतरवणं कठीण असतं, पण कसंबसं जमलं मला."

बापरे! मी त्याच्या डोळ्यांत पाहते. शॉवरमधूनही मला जाणवतं की तो फार गंभीर झाला आहे. "कितपत धोका होता?" तो माझ्याकडे पाहतो.

"प्रचंड," किंचित थांबत तो म्हणतो, "तू परत कधीही दिसणार नाहीस असंच वाटलं होतं मला."

मी त्याला करकचून मिठी मारते. "ख्रिश्चन, तुझ्याशिवाय जगण्याची कल्पनादेखील मी करू शकत नाही. मी तुझ्यावर इतकं प्रचंड प्रेम करते की, माझी मलाच भीती वाटू लागते रे!"

"माझंही तसंच झालं आहे." तो खोल श्वास घेतो. "तुझ्याविना हे आयुष्य अगदी पोकळ, भंगार आहे. मी तुझ्यावर प्रचंड प्रेम करतो."

"तुला सोडून मला कधीही जायचं नाहीये." मी त्याच्या मानेचं चुंबन घेते. तो पुढे होत हळुवारपणे माझं चुंबन घेतो.

काही क्षण आम्ही तसेच बसून राहतो. मग तो म्हणतो, "चल, आधी अंग पुसू या आणि ताबडतोब झोपू या. मी अतिशय थकलो आहे. तुझी अवस्था काही वेगळी नाहीये."

मी किंचितशी मागे झुकत त्याच्याकडे नजर टाकत, भुवई उंचावत त्याच्या बोलण्याचा विचार करते. तो मान कलती करून मला विचारतो, "मिस स्टील, काहीतरी बोलायचं आहे का?"

मी मान हलवत तोल सावरत उभी राहते.

मी पलंगावर बराले आहे. माझे केस वाळवायचा ख्रिश्चनचा हट्ट आहे. तो फार कुशलतेने ते पार पाडतो. कुठे बरं एवढा सराव केला असेल त्यानं? पण मी त्या अभद्र विचाराची हकालपट्टी करते. पहाटेचे दोन वाजले आहेत. मला आता झोपावंसं

वाटतं आहे. माझ्याकडे एक कटाक्ष टाकत ख्रिश्चन परत ती कीचेन न्याहाळतो. मग पलंगावर येतो आणि अविश्वासानं मान हलवतो.

"तुला सांगतो, आजवरच्या सगळ्या प्रेझेंटमध्ये हे सर्वोत्तम आहे." तो माझ्याकडे पाहत म्हणतो. त्याच्या नजरेत अपार माया आहे. "ग्युसिप डी नतालेच्या सहीच्या पोस्टरपेक्षासुद्धा भारी!"

"मी तुला आधीसुद्धा सांगितलं असतं; पण एकतर तुझा वाढदिवस होता आणि दुसरं म्हणजे ज्याच्याकडे सारं काही आहे त्याला मी काय देणार? मग म्हटलं आपण स्वतःलाच तुला देऊ."

ती किचेन पलंगाच्या बाजूच्या टेबलावर ठेवत तो माझ्या बाजूला झोपत मला कुशीत ओढून घेतो.

"तुझी भेट तुझ्यासारखी 'परफेक्ट' आहे."

त्याच्याकडे माझी पाठ असल्यामुळे माझं तोंड वेंगाडणं त्याला दिसत नाही.

"चल रे, मी कुठली आली आहे परफेक्ट!"

"मिस स्टील, तुम्ही मला वेंगाडून दाखवत आहात का?"

याला कसं कळलं? मला खुदकन हसू येतं. "शक्य आहे." मग मी पुढे म्हणते, "एक विचारू?"

"अर्थात," माझ्या मानेशी नाक खुपसत तो म्हणतो.

"पोर्टलँडहून परत येताना तू फोन नाही केलास. जोसेमुळे का? मी त्याच्याबरोबर इथे एकटी आहे याची तुला काळजी वाटत होती का?"

तो काही बोलत नाही म्हणून मी वळून पाहते. त्याचे डोळे विस्फारलेले असतात.

"तुला कळतं का की, तू किती वेडेपणा करतो आहेस? तेवढ्यापायी तू मला आणि तुझ्या घरच्यांना किती त्रासातून जायला लावलंस? आमचं सगळ्यांचं तुझ्यावर फार फार प्रेम आहे."

तो क्षण-दोन क्षण डोळ्यांची उघडझाप करतो. मग मधाळ हसत म्हणतो, "तुम्ही इतकी काळजी कराल याची मला कल्पना नव्हती."

मी ओठ आवळते, "तुझ्या अभेद्य कवटीत हे कधी शिरणार की तुझ्यावर सगळ्यांचं अतिशय प्रेम आहे?"

"अभेद्य कवटी?" त्याला नवल वाटतं.

"हो! अभेद्य नाही तर काय!"

"हा-हा! मला नाही वाटत की माझ्या शरीरातल्या इतर हाडांपेक्षा कवटीच्या हाडांची घनता जास्त असेल."

"हे बघ, मी अतिशय गंभीरपणे बोलते आहे. उगाच हसवू नकोस मला. तू आता घरी सुखरूप आला आहेस हे जरी असलं, तरी माझा राग पूर्णपणे निवळला

नाहीये हे लक्षात घे. मला तर वाटलं होतं की...'' काही तासांपूर्वीची माझी सुन्न अवस्था आठवून मी शहारते, ''मला काय वाटलं होतं हे तुला चांगलं ठाऊक आहे.''

त्याचे डोळे निवळतात. माझा चेहरा कुरवाळत तो 'आय ॲम रिअली सॉरी' असं म्हणतो.

''बिच्चारी तुझी आई, तिच्याकडे तर पाहवत नव्हतं. मघाशी तुम्हाला दोघांना एकत्र बघून अगदी भरून आलं मला.'' मी मुद्दा सोडत नाही.

तो छानसं हसतो. ''मॉमला मी असं कधीही पाहिलेलं नाही.'' त्या आठवणींनी तो क्षणभर स्तब्ध होतो. ''मी थक्क झालो तिला तसं पाहून. सहसा तिचा स्वतःवरचा ताबा सुटत नाही. तसं म्हटलं तर मला धक्का बसला होता मघाशी.''

''तेच तर सांगते आहे मी तुला की, प्रत्येकाचं तुझ्यावर जिवापाड प्रेम आहे. कदाचित आता तुझा विश्वास बसेल.'' मी त्याचं चुंबन घेत त्याला पटवून देण्याचा प्रयत्न करते.

''हॅपी बर्थ डे ख्रिश्चन! आज आपण तुझा वाढदिवस साजरा करू शकत आहोत ही फार मोठी गोष्ट आहे. तुला मी उद्या... अं... आज... अजून गंमत देणार आहे.''

''अजून?'' त्याला आधी खूप आश्चर्य वाटतं आणि मग खूप आनंद होतो. त्याचा चेहरा फुलून येतो.

''हो मि. ग्रे, पण तुम्हाला त्याची वाट पाहावी लागेल.''

मी अचानक झोपेतून जागी होते. काय भयानक स्वप्न होतं. मी कळवळून बाजूला बघते. हुश्श! ख्रिश्चन शांतपणे झोपलेला असतो. माझ्या हालचालींमुळे तो सावध होत हातानं चाचपडतो. मग माझ्या अंगावर हात टाकत, खांद्यावर डोकं टेकत परत समाधानानं गाढ झोपतो.

लख्ख उजाडलं आहे. बापरे! आठ वाजले आहेत. एवढ्या उशिरापर्यंत ख्रिश्चन कधीही झोपत नाही. मी तसंच शांत पडून राहत विचार करू लागते. इतकी अस्वस्थता का जाणवली मला? काल रात्रीच्या घटनांचे पडसाद होते का?

मी परत त्याच्याकडे नजर टाकते. तो इथे आहे, सुखरूप आहे. श्वास रोखून धरत मी त्याला न्याहाळते. त्याच्या चेहऱ्यावरचा रोमन्‌रोम मला आता ओळखीचा झाला आहे.

झोपेत किती तरुण दिसतो हा, आज त्याचं वय तब्बल एक वर्षाने वाढलं आहे. त्या विचाराचं मला हसू येतं. स्वतःला आवळून धरत मी त्याच्यासाठीच्या इतर प्रेझेंट्सचा विचार करते. काय बरं प्रतिक्रिया होईल याची? चला, आज त्याच्यासाठी मस्तपैकी नाश्ता बनवून आणावा. बेड-टीसारखा बेड-ब्रेकफास्ट! कदाचित जोसेसुद्धा गेला नसेल अजून.

जोसे ब्रेकफास्ट बारपाशी सिरिअल खात असतो. मी ख्रिश्चनबरोबर रात्र घालविली आहे हे त्याला माहिती आहे, या विचारांनी मला संकोच वाटतो. खरं तर असं लाजायची काय गरज आहे? मी काय विवस्त्र बाहेर नाही आले आहे. उलट मस्तपैकी अंगभर सिल्क रॅप घातला आहे.

"मॉर्निंग जोसे." संकोच बाजूला ठेवत मी त्याला हसून म्हणते.

"हाय ॲना!" मला पाहून त्याला मनापासून आनंद होतो. त्याच्या चेहऱ्यावर मला जराही मस्करी, कुत्सितपणा किंवा मत्सर जाणवत नाही.

"झोप नीट लागली होती का?"

"मस्त. वरून अप्रतिम देखावा दिसतो हं."

"हो रे, फार भारी! या अपार्टमेंटच्या मालकासारखा. चल, तुला छानसा नाश्ता खिलवू का?" मी विचारते.

"अरे वा! अगदी चालेल."

"अरे, ख्रिश्चनचा वाढदिवस आहे ना, तर म्हटलं त्याला मस्त बेड-ब्रेकफास्ट खिलवावा आज."

"उठला का तो?"

"नाही रे, मला वाटतं कालच्या ताणामुळे थकला असावा तो." माझ्या गालावरची लाली त्याच्या लक्षात येऊ नये म्हणून मी पटकन फ्रिजच्या दिशेनं जाते. बाई गं! जोसेला काय एवढं लाजायचं? मी फ्रिजमधून अंडी आणि बेकन बाहेर काढते. जोसेच्या चेहऱ्यावर हसू असतं.

"तुला तो खूप आवडतो ना?"

"अरे, माझं प्रेम आहे त्याच्यावर."

क्षणभर जोसेची नजर विस्फारते. पुढच्या क्षणी हसत ग्रेटरूमकडे निर्देश करत तो म्हणतो, "न आवडण्यासारखं काय आहे?"

मी त्याला उपहासाने म्हणते, "हो ना, थँक्स हं."

"ए ॲना, गंमत करतोय गं."

हं! मला आयुष्यभर याला तोंड द्यावं लागेल का? ख्रिश्चनच्या पैशासाठी मी त्याच्याशी लग्न करते आहे म्हणून...?

"हे बघ ॲना, खरंच सांगतो, तू तशा प्रकारची मुलगी नाहीयेस."

"तुला ऑम्लेट आवडेल का?" मी पटकन विषय बदलते. मला चर्चा-वाद नको आहेत.

"अगदी."

"अणि मलासुद्धा!" ग्रेटरूममध्ये ख्रिश्चन म्हणतो. होली फक्! त्याने फक्त पायजमा घातला आहे. तोही अगदी अर्धवट कमरेवर... हॉट वाटेल अशा पद्धतीने.

“जोसे.” तो अभिवादन करतो.

“ख्रिश्चन.” जोसे गंभीरपणे म्हणतो.

ख्रिश्चन माझ्याकडे वळून मला वेडावून दाखवतो. मी पाहतच राहते. मुद्दाम करतो आहे तो हे सगळं. मी नजर बारीक करून त्याला न्याहाळत स्वतःला काबूत ठेवण्याचा प्रयत्न करते. त्याच्या चेहऱ्यावरचे भाव पालटतात. त्याचा आगाऊपणा मला लक्षात आला आहे, हे त्याच्या लक्षात येतं; पण त्याला त्याची पर्वा नाहीये.

“अरे, मी आज तुझ्यासाठी ब्रेकफास्ट घेऊन येणार होते.”

माझ्याकडे येत तो मला मिठीत घेतो. मग माझी हनुवटी उंचावत माझं दीर्घ चुंबन घेतो मुद्दाम- फिफ्टीच्या अगदी विरुद्ध वर्तणूक आहे ही.

“गुड मॉर्निंग, ॲनेस्टेशिया.” मला त्याला सांगावंसं वाटतं की ‘आवर’, पण आज त्याचा वाढदिवस आहे ना! मी संकोचते. तो मुद्दाम माझ्यावर अधिकार जतावतो आहे.

“गुड मॉर्निंग ख्रिश्चन, हॅपी बर्थ डे!” मी हसून म्हणते.

तो मला वेडावत म्हणतो, “माझं प्रेझेंट कधी मिळणार आहे?” ते ऐकताच माझा चेहरा ‘रेड रूम ऑफ पेन’सारखा लाल होतो. काहीतरी कडूजहर खाल्ल्यासारखा जोसेचा चेहरा होतो. मी पटकन वळून नाश्ता बनवू लागते.

“जोसे, आता काय बेत आहे तुझा?” बारस्टूलवर बसत ख्रिश्चन सहजतेने विचारतो.

“मी आता इथून माझ्या डॅडना आणि रे ला– ॲनाचे डॅड – भेटायला जाणार आहे.”

ख्रिश्चनच्या भुवया आक्रसतात.

“ते ओळखतात का एकमेकांना?”

“अरे हो! ते आर्मीत एकत्र होते. त्यानंतर मात्र मी आणि ॲना कॉलेजमध्ये भेटेपर्यंत त्यांचा एकमेकांशी काही संपर्क नव्हता. त्यांची मस्त मैत्री आहे, अगदी जीवश्चकंठश्च दोस्त आहेत ते. आम्ही तिघं फिशिंगला जाणार आहोत.”

“फिशिंग?” ख्रिश्चन उत्सुकतेने विचारतो.

“अरे हो, कोस्टल वॉटर्समध्ये मस्त फिशिंग होतं. प्रचंड मोठे मासे लागतात गळाला.”

“हो, मागे एकदा इलियटनं- माझा भाऊ- आणि मी चौतीस पौंडांचा स्टीलहेड पकडला होता.”

चक्क फिशिंगबद्दल बोलत आहेत ते दोघं. या फिशिंगचं एवढं काय कौतुक असतं? मला तर कधीही कळत नाही.

“चौतीस पौंड? मस्तच का! पण मला वाटतं, ॲनाच्या वडिलांनी रेकॉर्ड केलं

आहे. त्यांच्या गळाला त्रेचाळीस पौंडांचा मासा लागला होता.''

''काय सांगतोस? ते तर कधी बोलले नाहीत तसं.''

''अरे हो, हॅपी बर्थडे.''

''थँक्स. मला एक सांग, फिशिंगला कुठं जायला आवडतं तुला?''

मी माझ्या कामाला लागते. मला त्यांच्या या गप्पांत फारसं स्वारस्य नाही, पण ते दोघं एकमेकांशी छान गप्पा मारत आहेत हे पाहून मला बरं वाटतं. बघ ख्रिश्चन, तुला वाटतो तितका जोसे वाईट नाहीये.

जोसेची निघायची वेळ होते. तोवर ते दोघं एकमेकांशी रंगून गप्पा मारू लागले होते. मध्येच ख्रिश्चन आत जाऊन जीन्स-टीशर्ट घालून येतो. मग अनवाणीच तो जोसेला निरोप द्यायला माझ्याबरोबर फॉयरपर्यंत येतो.

''थँक्स, काल मला राहू दिल्याबद्दल मनापासून धन्यवाद!'' त्याच्याशी हात मिळवत जोसे म्हणतो.

''कधीही ये.'' ख्रिश्चन हसून म्हणतो.

जोसे मला पटकन मिठी मारतो, ''ॲना, नीट राहा.''

''नक्की, बरं झालं आलास. पुढच्या वेळेस आपण जरा नीट बसू-बोलू.''

''मी वाट बघेन.'' असं म्हणत तो एलिव्हेटरमधून बाय करीत आमचा निरोप घेतो.

''बघ, तो काही वाईट नाहीये.''

''ॲना, त्याला अजूनही तुला अंगाखाली घ्यायचं आहे; पण मी त्याला दोष नाही देणार.''

''ख्रिश्चन, काहीतरीच काय!''

''तुला लक्षातच नाही येत ना?'' तो माझ्याकडे पाहून म्हणतो, ''हे बघ, त्याला खरंच तू हवी आहेस आणि हे आत्ताचं नाहीये.''

ती वैतागते, ''हे बघ ख्रिश्चन,'' मिसेस रॉबिन्सच्या संदर्भात ज्या पद्धतीने बोलतो त्याच पद्धतीने मी पण बोलते आहे. छे! त्या विचारानं मी अस्वस्थ होते.

ख्रिश्चन पटकन हात वर करत विषय बदलतो.

''हे बघ, मला मुळीच भांडायचं नाहीये.''

अरे हे भांडण आहे का? ''मलाही नाही.''

''आपण लग्न करणार आहोत, हे तू त्याला सांगितलं नाहीस का?''

''नाही अरे, आधी मॉम आणि रेला सांगायला पाहिजे असं मला वाटतं.'' शिट्! ख्रिश्चनला होकार दिल्यापासून आत्ता पहिल्यांदा मला ही जाणीव होते आहे. जीझ! ते दोघं काय म्हणतील, कोण जाणे!

ख्रिश्चन संमती दर्शवत म्हणतो, ''बरोबर आहे तुझं म्हणणं. तसं तर मी... मीच तुझ्या वडिलांकडे तुला मागणी घालायला हवी.''

मला हसू येतं, ''ए, वेडा आहेस का? अठराव्या शतकात असल्यासारखं नको बोलूस.''

होली शिट्! रे काय म्हणेल? त्या कल्पनेनं माझ्या पोटात खड्डा पडतो.

''अशी पद्धत असते.'' तो खांदे उडवत पुढे म्हणतो.

''आपण या विषयावर नंतर बोलू या, ठीक आहे? आत्ता मला तुला दुसरं प्रेझेंट द्यायचं आहे ना!'' त्याचं लक्ष दुसरीकडे वळवायचं मी प्रयत्न करते. मुळात माझं प्रेझेंट पाहून तो काय प्रतिक्रिया देतो, हे जाणण्याची मला प्रचंड उत्सुकता वाटते आहे.

तो लोभस हसतो आणि मी विरघळते. आयुष्यभर बघत राहावं असं हसू आहे त्याचं, कधीही कंटाळा येणार नाही मला.

''तू ओठ चावते आहेस.'' असं म्हणत तो माझी हनुवटी ओढतो.

त्याच्या बोटाच्या स्पर्शानं माझ्या शरीरामध्ये लहरी दौडू लागतात. माझं अवसान गमवायच्या आधीच एक शब्दही न बोलता त्याचा हात धरून मी त्याला बेडरूममध्ये आणते. मग त्याचा हात सोडून त्याला बाजूला उभं करत पलंगाच्या बाजूला येत, खालून उरलेले दोन गिफ्ट बॉक्स काढते.

''दोन?'' त्याला खूप नवल वाटतं.

मी खोल श्वास घेते. ''काल जे काही घडलं... त्याच्या आधीच मी हे प्रेझेंट आणलं होतं, पण आता मला कळत नाहीये की हे तुला द्यावं की नाही.'' असं म्हणून मी माझा विचार बदलायच्या आत त्याच्या हातात एक बॉक्स ठेवते. तो संभ्रमात पडून माझ्याकडे बघतो.

''नक्की उघडू का मी हे?''

मी मान डोलावते. मी जरा अस्वस्थ झाले आहे.

वरचा कागद काढून ख्रिश्चन आश्चर्यानं डब्यावरच्या चित्राकडे पाहतो.

''चार्ली टँगो.'' मी हळूच म्हणते.

त्याला हसू येतं. त्या डब्यातून एक छोटंसं, लाकडी हेलिकॉप्टर निघतं. त्याच्यावर मोठं पातं असतं, सोलर पॉवरवर चालणारं.

''सोलर पॉवर. वॉव! मस्त.'' दुसऱ्या क्षणी पलंगावर बसून तो ते भरभर जोडतो. मग ते तळहातावर घेऊन तो कौतुकानं पाहतो. निळ्या रंगाचं, लाकडी हेलिकॉप्टर. माझ्याकडे पाहून तो प्रसन्नपणे हसतो. मग तो खिडकीकडे जातो. खिडकीतून येणारं ऊन त्याच्या तळहातावरच्या हेलिकॉप्टरवर पडलं की सोलर पॉवरमुळे त्याची पाती फिरू लागतात.

"अगं बघ, काय मस्त फिरताहेत." तो आनंदानं ओरडतो, "आधुनिक तंत्रज्ञानाच्या साहाय्यानं आपण काय धम्माल करू शकतो." तळहात नजरेपर्यंत वर आणत तो पात्यांचं फिरणं पाहतो. त्याला खूप आनंद झाला आहे. त्याला असं नादावलेलं आणि आनंदलेलं पाहण्यात मला खूप मजा येत आहे. काय विचार करतो आहे बरं तो?

"आवडलं का तुला?"

"ॲना, आवडलंय का असं का विचारतेस? नुसतं नाही, प्रचंड आवडलं आहे. थँक यू." मला पकडून तो माझं पटकन चुंबन घेतो. मग परत पात्यांचं फिरणं बघू लागतो. "माझ्या ऑफिसमध्ये त्या ग्लायडरबरोबर हे ठेवीन हं मी." आपल्याशी बोलल्यासारखं तो म्हणतो. आता तळहात तो उन्हातून बाजूला घेतो. पात्यांची गती कमी होऊन पूर्णपणे थांबते.

मला खूप बरं वाटतं. मला स्वतःला मिठी मारून घ्यावीशी वाटते. त्याला प्रेझेंट खूप आवडलं आहे. अर्थात, त्याचा अपारंपरिक तंत्रज्ञानाकडे विशेष कल आहे म्हणा. ते विकत घेताना माझ्या लक्षात नव्हतं आलं ते. हेलिकॉप्टर ड्रॉवरवर ठेवत तो माझ्याकडे वळतो.

"चार्ली टँगोला परत आणेपर्यंत मला याची सोबत होईल."

"आणण्याजोगं आहे का?"

"काय माहिती. असावं अशी आशा आहे. मला तिची उणीव भासेल, नाहीतर."

तिची? अशा निर्जीव वस्तूच्या प्रती त्या क्षणी माझ्या मनात दाटून आलेल्या असूयेमुळे माझा मलाच धक्का बसतो. माझं अबोध मन माझी टर उडवत हसतं. मी चक्क दुर्लक्ष करते.

"ए, त्या दुसऱ्या बॉक्समध्ये काय आहे?" लहान मुलाच्या उत्सुकतेनं तो विचारतो.

होली फक्! "आता हे प्रेझेंट तुझ्यासाठी आहे की माझ्यासाठी आहे, ते नाही सांगता येत मला."

"अस्सं?" मी त्याची उत्सुकता चाळवली आहे हे माझ्या लक्षात येतं. त्याला ते देताना मी अस्वस्थ होते. तो हाताने ते हलवून बघतो. काहीतरी घरंगळण्याचा आवाज येतो. तो माझ्याकडे पाहतो.

"काय झालं? तू अशी अस्वस्थ का?" तो आश्चर्यानं विचारतो. मी खांदे उडवते. मला संकोच, लाज, उत्कंठा वाटते आहे. तो भुवया उंचावतो.

"मिस स्टील, तुम्ही मला उचकवलं आहेत." त्याच्या कुजबुजण्याची माझ्या शरीरभर कामभावना सरसरून येते. माझ्या ओटीपोटात ओढ निर्माण होते. "तुझ्या प्रतिक्रियेची मला खूप मजा वाटते आहे. नक्की काय केलं आहेस तू?" तो

चौकसपणे डोळे बारीक करतो.

मी काहीच बोलत नाही. मला श्वास घेणंही सुचत नाही.

तो बॉक्सचं झाकण काढतो. वरती एक छोटं कार्ड असतं. 'बाकीच्या वस्तू टिश्यूमध्ये गुंडाळलेल्या आहेत. तो कार्ड उघडून पटकन नजर टाकतो. त्याचे डोळे विस्फारतात. धक्का की नवल... नाही सांगता येत.

''तुझ्याशी धसमुसळेपणा करू?'' तो हळू आवाजात विचारतो. मी आवंढा गिळत मान डोलावते. तो नवल वाटून मान एका बाजूला कलती करतो. माझी प्रतिक्रिया आजमावतो. मग परत तो बॉक्सकडे पाहतो. वरचा निळा टिश्यू पेपर फाडतो. आतून आय मास्क, निपल क्लॅम्प, बट प्लग, त्याचा आय-पॉड, त्याचा तो चंदेरी राखाडी टाय आणि सगळ्यात महत्त्वाचं म्हणजे प्लेरूमची किल्ली निघते.

तो माझ्याकडे पाहतो. त्याच्या गडद नजरेतील भाव मला वाचता येत नाहीत. *ओह शिट्! चुकलं का माझं?*

''तुला हे सगळं करायचं आहे?'' तो हळुवारपणे विचारतो.

''हो.'' मी श्वास घेते.

''माझ्या वाढदिवसासाठी?''

''हो.'' जेमतेम आवाज बाहेर येतो.

त्याच्या चेहऱ्यावरचे भाव भराभर पालटतात. मला ते वाचता येत नाहीत. आता तो काळजीत पडतो. त्याची ही प्रतिक्रिया मी स्वप्नातसुद्धा कल्पिलेली नव्हती.

''तुझी खात्री आहे?'' तो विचारतो.

''ते चाबूक वगैरे नाही हं.''

''हो, मला आहे लक्षात.''

''मग मलाही खात्री आहे.''

मान हलवत तो त्या सगळ्या वस्तूंकडे पाहतो. ''सेक्ससाठी नादावलेली खुळी. हरकत नाही. या सगळ्यांचा विविध प्रकारे उपयोग करता येईल.'' स्वतःशी बोलल्याप्रमाणे तो म्हणतो. मग सगळ्या वस्तू डब्यात भरतो. आता तो माझ्याकडे पाहतो तेव्हा त्याची नजर बदलली आहे. होली काऊ! त्याचे राखाडी डोळे पेटले आहेत. ओठांवर अतिशय मादक हसू आहे. तो हात पुढे करतो.

''आत्ता.'' ती विनंती नाहीये. माझ्या पोटात खड्डा पडतो.

मी त्याच्या हातात हात देते.

''चल,'' त्याचा हुकूम होतो. मी त्याच्या पाठोपाठ बेडरूममधून बाहेर पडते. माझं मन थाऱ्यावर नाही. लालसेने गाढ्या मनाबरोबर शरीरातही ठाण मांडलं आहे. माझं रक्त उसळ्या मारतं आहे. माझी अंतर्देवता बेभानपणे कोलांट्या घेऊ लागते... जमलं एकदाचं!

२१

ख्रिश्चन प्लेरूमच्या बाहेर थबकतो.

"तुला खात्री आहे का?" तो परत विचारतो. त्याच्या नजरेत अनिश्चितता आहे.

"हो," मी लाजत उत्तर देते.

त्याचे डोळे निवळतात. "काय नको आहे?"

त्याच्या या अचानक विचारलेल्या प्रश्नाचा मला क्षणभर उलगडा होत नाही. मी संभ्रमित होते. पटकन विचार चमकतो, "फोटो नको काढूस माझे."

तो एकदम स्तब्ध उभा राहतो. मान एका बाजूला करत माझ्याकडे रोखून पाहताना त्याच्या चेहऱ्यावर कठोर भाव येतात.

ओह शिट्! आता बहुधा हा मला कारण विचारणार. पण सुदैवाने तो विषय तो तेवढ्यावर ठेवतो.

"ठीक आहे." असं म्हणत तो प्लेरूमचं कुलूप उघडतो. मग मला आत येण्यासाठी वाट करून देतो. मी आत येताना त्याची माझ्यावर खिळलेली नजर मला जाणवते. माझ्यामागे तो दार लावून घेतो.

गिफ्ट बॉक्स एका ड्रॉवरवर ठेवत तो आय-पॉड काढून ऑन करतो. भिंतीवरच्या म्युझिक सिस्टमची दुधाळ काच बाजूला सरकते. तो काही बटणं दाबतो. सबवे ट्रेनचा आवाज क्षणार्धात तिथे भरून राहतो. तो आवाज कमी करतो. आता फक्त मंद आवाजात, हळुवार, मोहवून टाकणारा ताल तेवढा ऐकू येतो. कुणीतरी स्त्री गाऊ लागते. तिचा आवाज ओळखीचा नाही, पण तिच्या मुलायम आवाजात जबरदस्त जादू आहे. पार्श्वभूमीवर तो ताल वेडावत, धुंदावत, नादावतो आहे. अतिशय प्रणयप्रधान असं हे संगीत आहे.

मी खोलीच्या मध्यभागी उभी आहे. माझं हृदय जोरात धडधडतं आहे. संगीताच्या तालावर रक्त उसळतं आहे. ख्रिश्चन वळून माझ्याकडे पाहतो. मग माझ्या दिशेनं येत माझी हनुवटी धरून किंचित ओढतो. त्याबरोबर माझं ओठ चावणं बंद होतं.

"ॲनेस्टेशिया, तुला काय करायचं आहे?" माझ्या ओठांच्या कोपऱ्याचं चुंबन

घेत तो हळुवारपणे विचारतो. अजूनही त्याची बोटं माझ्या हनुवटीवर आहेत.

"आज तुझा वाढदिवस आहे, तुला जे हवं ते कर." मी सांगते. माझ्या खालच्या ओठावरून अंगठा फिरवत तो परत विचार करू लागतो.

"आपण फक्त माझ्यासाठी इथं आलो आहोत का?" माझ्याकडे रोखून पाहत तो अतिशय हळुवारपणे मला विचारतो.

"नाही," जेमतेम ऐकू जाईल अशा स्वरात मी उत्तर देते. "मलासुद्धा इथं यायचं होतं."

माझ्या उत्तराचा विचार करताना त्याची नजर अधिक गडद होते. शेवटी एकदाचा तो बोलतो, "मिस स्टील, आता अनेक शक्यता पडताळून पाहता येतील; परंतु सगळ्यात आधी तुमच्या अंगावरच्या कपड्यांपासून सुटका करून घेऊ या." त्याचा स्वर उत्तेजित झाला आहे. माझ्या टोकाचा बंद तो ओढतो. तो उघडला जाऊन आतला सिल्कचा नाईट ड्रेस दिसतो. तसाच मागे जात तो कोचच्या हातावर बसतो. मग माझ्याकडे अर्थपूर्ण कटाक्ष टाकत मला आव्हान देत हुकूम करतो, "सावकाश सगळे कपडे काढ."

मांडीवर मांडी दाबून धरत मी आवंढा गिळते. मी तर आत्ताच ओली झाले आहे. माझी अंतर्देवता विवस्त्र होऊन जय्यत तयारीत उभी आहे. तीही मला प्रोत्साहन देते आहे. त्याच्याकडे एकटक पाहत मी खांद्यावरून रोब खाली ढकलते. तो तसाच अंगावरून घसरत खाली जमिनीवर पडतो. त्याची धुंदावलेली नजर पेटू लागते. माझ्याकडे पाहत तो ओठावरून बोट फिरवतो.

त्यानंतर मी गाऊनचे स्पगेटी स्ट्रॅप खांद्यावरून खाली घेते. पुन्हा एकदा त्याच्याकडे पाहत मी तेही सोडून देते. आता तो सुळसुळीत नाईट ड्रेस माझ्या खांद्यावरून अलगद घसरून रोबवर पडतो. मी विवस्त्र आहे, तयार आहे आणि अक्षरशः आतुर आहे.

ख्रिश्चन थबकतो. त्याच्या चेहऱ्यावरच्या निखळ कामभावनेचं मला कौतुक वाटतं. मघाशी ड्रॉवरवर ठेवलेल्या बॉक्सच्या दिशेने जात तो त्यातून माझा आवडता टाय काढतो. ओठावर हसू खेळवत, माझ्या दिशेनं येत तो टाय बोटातून ओढू लागतो. तो माझ्यासमोर येऊन उभा राहतो. आता बहुतेक तो मला हात समोर करायला लावणार. पण तसं तो सांगत नाही.

"मिस स्टील, माझ्या मते तुम्ही फारच वाह्यात पोशाखात आहात." असं म्हणत तो माझ्या गळ्याभोवती टाय टाकत अतिशय सावकाश पण कौशल्याने गाठ मारतो, बहुधा विंडसर नॉट. टायची गाठ घट्ट करताना त्याच्या हाताचा किंचितसा स्पर्श माझ्या गळ्याला होतो आणि माझ्या शरीरात लहरी दौडू लागतात. मी अकंठित होते. टायचं रुंद टोक तो लांब ठेवतो. इतकं लांब की ते माझ्या

योनीवरच्या केसांना स्पर्श करतं.

"मिस स्टील, आता कशा छान दिसत आहात तुम्ही." असं म्हणत तो वाकून माझं हलकंसं चुंबन घेतो. मी त्याच्या स्पर्शासाठी, चुंबनासाठी वेडावते.

"आता तुमचं काय करावं बरं?" असं म्हणत तो टाय धरून त्याला एक सटका देतो. त्याबरोबर मी त्याच्या बाहूत ओढली जाते. त्याचे हात माझ्या केसांत जातात. माझा चेहरा उंचावून तो माझं जबरदस्त चुंबन घेतो. एकाच क्षणी त्याची जीभ मला पेटवते आणि शमवते, दुसरा हात पाठीवरून फिरत खाली माझ्या नितंबांवर स्थिरावतो. चुंबनातून मला सोडवतो तेव्हा त्याचाही श्वास फुललेला असतो. नजर धुंदावलेली असते. मी श्वास घेण्याचा प्रयत्न करते. माझ्या इच्छाशक्तीचा अगदी कस लागला आहे. त्याच्या चुंबनाच्या तीव्रतेने माझे ओठ सुजले असणार याची मला खात्री आहे. "वळ." त्याच्या हुकमात हळुवारपणा आहे. मी अर्थात आज्ञा पाळते. माझे केस मोकळे करत तो वेणी घालतो. त्याने वेणी ओढताच माझी मान वर होते.

"तुझे केस किती सुंदर आहेत ॲनेस्टेशिया," हळुवारपणे माझी तारीफ करत तो माझ्या गळ्याचं चुंबन घेतो. माझ्या कण्यातून लहरी दौडू लागतात. "तू फक्त 'थांब' म्हणायचं हं, माहिती आहे ना तुला?" माझ्या गळ्याशी तो कुजबुजतो.

मी मान डोलावते. माझे डोळे मिटलेले आहेत. त्याच्या ओठांचा सुखकारक स्पर्श मी अनुभवते आहे. परत एकदा मला स्वतःकडे वळवून घेत तो टायचं टोक धरतो.

"चल," हळुवारपणे टायचं टोक ओढत तो मला त्या ड्रॉवरकडे नेतो. तिथे डब्यात बाकीच्या वस्तू आहेत.

"ॲनेस्टेशिया, हे बघ." तो बट प्लग उचलतो. "हा जरा जास्त मोठा आहे. तू आजवर तिथे आत काही घातलं नसल्यामुळे हे अति होईल. त्यापेक्षा आपण याचा प्रयोग करू." असं म्हणत तो स्वतःची करंगळी दाखवतो. अरे बापरे! मला धक्का बसतो. बोटं? तिथे? तो माझ्याकडे कटाक्ष टाकतो. कॉन्ट्रॅक्टमध्ये लिहिलेला 'ॲनल फिस्टींग'चा अप्रिय विचार माझ्या मनात डोकावतो.

"फक्त एकच बोट." माझ्या मनातले विचार वाचायची त्याची हातोटी विलक्षण आहे. कसं जमतं त्याला? मी त्याच्या डोळ्यांत पाहते.

"हे क्लॅम्प जरा त्रासदायक आहेत. त्याऐवजी आपण हे वापरू या." असं म्हणत तो दोन मोठ्या काळ्या हेअरपिनसारख्या वस्तू मला दाखवतो. त्यावर छोटे, चमकदार खडे जडवलेले आहेत. "त्या लहान-मोठ्या करता येतात." असं म्हणताना त्याच्या स्वरात काळजी आहे.

मी मोठे डोळे करून त्याच्याकडे पाहत राहते. ख्रिश्चन माझा कामगुरू.

माझ्यापेक्षा कितीतरी जास्त पटींनी त्याला माहिती आहे. मला तितकं कधीही जमणार नाही. मला किंचित वैताग येतो. एक स्वयंपाक सोडला तर प्रत्येक क्षेत्रात तो कैक पटींनी जाणकार आहे.

"आलं लक्षात?" तो विचारतो.

"हो," माझं तोंड कोरडं पडल्यामुळे जेमतेम आवाज फुटतो. "तुझा काय विचार आहे ते सांगशील का मला?"

"नाही, मला सुचेल तसं मी करणार आहे. ॲना, हे ठरवून नाही होत."

"मी कसं वागणं अपेक्षित आहे?"

"तुला हवं तसं." त्याच्या भुवया किंचित आक्रसतात.

बरं!

"ॲनेस्टेशिया, तुला त्या दुसऱ्या ख्रिश्चनची अपेक्षा होती का?" त्याच्या स्वरात टोमणा आणि थट्टा दोन्ही जाणवून मी थबकते.

"तसं म्हणशील तर... हो." मी म्हणते. तो मधाळ हसतो आणि माझ्या गालावरून अंगठा फिरवू लागतो.

"अजूनही तुला असं वाटतंय?" आता त्याचा अंगठा माझ्या खालच्या ओठावरून फिरतो आहे. "ॲनेस्टेशिया, मी तुझा प्रेमी आहे, डॉन नाही. तुझं हसणं, खुदखुदणं ऐकायला मला आवडतं. जोसेच्या फोटोत तू मोकळी, खुललेली, विसावलेली दिसतेस. तुझं ते रूप मला आवडतं. माझ्या ऑफिसमध्ये पडलेली ती मुलगी... तिच्याच तर प्रेमात मी पडलो आहे."

होली काऊ! मला तोंड बंद करायचं भान राहत नाही. माझं मन प्रसन्न होतं. निर्मळ आनंदाची भावना मनात जागते.

"इतकं सगळं असलं तरीही मला तुमच्याशी धसमुसळेपणा करायचा आहे, मिस स्टील. त्या संदर्भात माझ्यातला दुसऱ्या मीच्या डोक्यात एक-दोन कल्पना आहेत. तेव्हा तुम्हाला जसं सांगितलं जाईल तसं वागा आणि वळा." त्याच्या डोळ्यांत चमक येते. त्याबरोबर मला कमरेखाली तीव्र लहरी जाणवतात. मी आज्ञा पाळते. मी वळल्यावर तो ड्रॉवर उघडतो. पुढच्या क्षणी तो माझ्यासमोर येतो. "चल," असा हुकूम करत तो माझा टाय धरून मला टेबलाच्या दिशेने नेतो. कोचच्या बाजूने जाताना मला दिसतं की तिथल्या सर्व छड्या गायब झाल्या आहेत. काल मी आत आले तेव्हा होत्या का त्या इथे? मला नाही आठवत. ख्रिश्चनने हलवल्या का त्या? की मिसेस जोन्सने? ख्रिश्चन मला विचारांतून बाहेर काढतो.

"तू याच्यावरती गुडघ्यावर बस." आम्ही टेबलाजवळ आल्यावर तो म्हणतो.

बरं पण आहे तरी काय याच्या मनात? माझ्या अंतर्देवतेची उत्सुकता प्रचंड वाढली आहे. एव्हाना ती स्वतः उडी मारून टेबलावर बसली आहे. मोठ्या कौतुकाने

ती ख्रिश्चनकडे पाहते आहे.

तो मला अलगद उचलून टेबलावर ठेवतो. मी गुडघ्यांवर उभी राहते. मला स्वतःच्या सहजतेचं नवल वाटतं. आता आमची नजर समान पातळीवर आली आहे. माझ्या मांडीवरून हात फिरवत तो माझे गुडघे पकडून पाय फाकवतो आणि माझ्या अगदी समोर उभा राहतो. त्याचा चेहरा आता गंभीर, अतिशय गंभीर आहे. डोळे अजून गडद, कामभावनेने ओतप्रोत...

''हात मागे घे. मी तुला हातकड्या घालणार आहे.''

त्याच्या मागच्या खिशातून तो चामडी कफ्स काढत माझ्याजवळ येतो. अच्छा!

त्याच्या इतक्या जवळ येण्यानं मला कैफ चढतो. हा माणूस माझा नवरा होणार आहे. आपल्या नवऱ्याबद्दल अशी इतकी तीव्र लालसा वाटावी का बरं एखादीला? त्याबद्दल कधी, कुठे वाचल्याचं आठवत नाही मला. मी त्याचा मोह टाळू शकत नाही. त्याच्या हनुवटीवरून मी ओठ फिरवते. त्याच्या हनुवटीवरचे अर्धवट वाढलेले मऊ केस मला टोचतात. तो स्तब्ध होत डोळे मिटतो. त्याचा श्वास वाढतो. तो मागे होतो.

''थांब, नाहीतर आपल्याला हवं आहे त्यापेक्षा कितीतरी पटकन हे सगळं संपेल.'' तो मला ताकीद देतो. 'रागावला की काय हा' अशी मला शंका येते; पण तेवढ्यात तो छानसं हसतो. त्याच्या कामप्रेरित नजरेत नवल उमटतं.

''तुझा मोह आवरता येत नाही.''

''हो?'' तो सुखावतो.

मी मान डोलावते.

''ठीक आहे. पण मला विचलित करू नकोस. नाहीतर तोंड बांधीन मी तुझं.''

''मला आवडतं तुला विचलित करायला.'' लडिवाळ हट्टानं मी म्हणते. तो भुवया उंचावतो.

''नाहीतर छडीने मारेन.''

हो? मी हसू लपवायचा प्रयत्न करते. त्याच्या या धमकीने मी भयंकर घाबरले असते, पण ते काही दिवसांपूर्वी. तेव्हा तर या खोलीत त्याचं असं चुंबन घ्यायची ताकद नव्हती माझी. पण आता परिस्थिती वेगळी आहे. आता मी त्याला घाबरत नाही हे मला जाणवतं. मला मजा वाटते. हसू येतं. तो माझ्याकडे पाहत थोडा आवाज चढवून म्हणतो, ''नीट वाग.'' थोडंसं मागे होऊन स्वतःच्या तळहातावर कफ्स आपटतो. हं!

त्याच्या कृतीतून मला सावधानतेचा इशारा मिळाला आहे. मी चुकल्याचा भाव चेहऱ्यावर आणते. बहुधा तो फसतो. तो परत माझ्याजवळ येतो.

''आता ठीक आहे.'' श्वास घेत तो माझ्या मागे हात नेतो. त्याला स्पर्श

करायचा मोह मी टाळते. मात्र त्याचा गंध भरभरून घेते. रात्रीच्या शॉवर जेलचा वाससुद्धा लपत नाहीये. हं! मी पुढे न होणंच योग्य आहे.

तो बहुतेक आता माझी मनगटं जखडेल असं मला वाटतं; पण तो माझ्या कोपरांच्या वरती कफ अडकवतो. त्यामुळे माझे खांदे मागे खेचले जातात आणि छाती पुढे ढकलली जाते. अर्थात, माझी कोपरं मागच्या बाजूला जुळलेली मात्र नाहीत. मला अडकवल्यावर तो थोडा मागे होऊन समाधानाने माझ्याकडे पाहतो.

''त्रास नाही ना होत आहे?'' तो विचारतो. आता ही स्थिती तशी फार काही आरामदायक नाही म्हणा, पण तो काय करतो आहे याची उत्सुकता आणि त्यातून वाट्याला येणारं परमसुख लक्षात घेता मी हसून नाही म्हणते.

''छान,'' असं म्हणत तो मागच्या खिशातून मास्क काढतो.

''माझ्यामते आता पुष्कळ काही बघून झालं आहे तुझं.'' असं म्हणत तो माझ्या डोक्यावर मास्क चढवतो. माझे डोळे झाकले जातात. माझा श्वास वाढतो. काही दिसणार नाही ही कल्पना इतकी कशी पेटवू शकते? मी अशी इथे, या टेबलावर, बंधनात, गुडघ्यावर, वाट पाहत... हं, पुढच्या कल्पनेने माझ्या पोटात खोलवर खड्डा जाणवतो. मात्र चालू असलेलं गाणं मला व्यवस्थित ऐकू येतं आहे. इतक्या वेळ लक्षात नाही आलं माझ्या, पण ते एकच गाणं पुनःपुन्हा वाजतंय. माझ्या धमन्यांतून ते जणू प्रतिध्वनित होत आहे.

ख्रिश्चन मागे होतो. काय करतो आहे तो आता? ड्रॉवर उघड-बंद केल्याचा आवाज येतो. आता तो परत माझ्यासमोर उभा असल्याचं मला जाणवतं. मला हवेत एक वेगळाच गंध जाणवतो. उग्र, उच्च प्रतीच्या कस्तुरीचा गंध. माझ्या तोंडाला पाणी सुटतं.

''माझा आवडता टाय मला खराब नाही करायचा आहे.'' असं म्हणत तो अलगद टाय सोडवू लागतो. टायचं खालचं रुंद टोक माझ्या अंगाला गुदगुल्या करत वर-वर येतं. टाय खराब नाही करायचा म्हणजे? तो काय करणार आहे याचा अंदाज घेण्यासाठी मी कान देऊन ऐकते. तो हात चोळतो. मग बोटांची मागची बाजू माझ्या गालावरून जबड्यावरून फिरवत खाली आणतो.

माझं सगळं लक्ष त्याच्या स्पर्शावर केंद्रित होतं. त्याच्या स्पर्शाने शरीरभर गोड झिणझिण्या जाणवतात. त्याचा हात आता माझ्या मानेवर आहे. मला एकदम तेलाचा सुगंधी स्पर्श जाणवतो. तेलामुळे त्याचा हात माझ्या अंगावरून विनासायास फिरू लागतो. गळ्यावरून, छातीच्या घळीत उतरत मग खांद्यावरून त्याची बोटं मर्दन करत लीलया फिरू लागतात. याची अपेक्षा नव्हती मला.

दुसरा हात दुसऱ्या खांद्यावरून तो अगदी अलगद खाली स्तनांशी आणू लागतो. त्याच्या स्पर्शसंवेदना मला छळू लागतात. असह्य होतात. माझे स्तन

स्पर्शासाठी आसुसतात. त्याच्या स्पर्शाच्या दिशेनं मी स्वतःचं शरीर वळवू पाहते. पण तो मुद्दाम ते टाळत, गाण्याच्या ठेक्यावर, जाणीवपूर्वक स्तन वगळत माझ्या शरीराच्या दोन्ही बाजूंना वरून खाली चोळू लागतो. मी चित्कारते, पण ते आनंदामुळे की वैतागामुळे हे मला कळत नाही.

"ॲना, तू किती सुंदर आहेस." हळुवार, घोगऱ्या आवाजात तो माझ्या कानात कुजबुजतो. एकीकडे स्तनांच्या बाजूने, पोटावर, ओटीपोटाशी अजून खाली जात मसाज चालू ठेवत तो माझ्या गालावरून खाली नाक फिरवतो. मधेच माझ्या ओठांचं पुसटसं चुंबन घेत परत नाक मानेवरून खाली घासत नेतो.

होली काऊ! माझ्या शरीरभर आग भडकली आहे. त्याची जवळीक, त्याचे हात, त्याचा स्पर्श...

"आणि आता तू लवकरच माझी बायको होणार आहेस." तो म्हणतो.

ओह माय!

"प्रेम करायला, जपायला."

जीझ!

"तन, मन, आत्म्याने मी तुझी पूजा बांधीन."

मी मागे मान टाकत हुंकारते. त्याची बोटं माझ्या तिथल्या केसांवरून फिरत योनीवर स्थिरावतात. मग माझ्या शिश्निकेवर तो तळहात घासू लागतो.

"मिसेस ग्रे," त्याचा तळहात थांबत नाही.

मी चित्कारते.

"हो!" तो श्वास घेतो. तळहात अजूनही फिरतो आहे. "तोंड उघड."

माझा आ वासलेला आहे. मी तो अजून मोठा करते. तो माझ्या तोंडात धातूची काहीतरी वस्तू घालतो. ती गार आहे. लहान बाळाच्या चोखण्याच्या वस्तूसारखी, खाचा असलेली. बहुधा, त्याच्या टोकाला साखळी आहे. आकाराने मोठी आहे ती.

"चोख." तो हुकूम करतो, "हे मी तुझ्या आत सारणार आहे."

माझ्या आत? पण म्हणजे कुठे? माझा थरकाप होतो.

"चोख" परत तो म्हणतो. आता त्याचा तळहात थांबला आहे.

नको ना थांबवूस, चोळ ना माझ्यावर! मला ओरडून सांगायचं आहे. पण माझ्या तोंडात ती वस्तू आहे ना? त्याचे तेलकट हात वर सरकत, इतक्या वेळ दुर्लक्षित असलेल्या माझ्या स्तनांवर विसावतात.

"चोखणं थांबवू नकोस."

अगदी हळुवारपणे तो अंगठा आणि बाजूच्या बोटांनी माझी स्तनाग्रं गोलाकार फिरवतो. त्याच्या स्पर्शामुळे ती लांबत ताठरतात. त्यांच्यापासून पार माझ्या जांघांपर्यंत सुखद संवेदनांची थरथर पसरते.

"ॲना, तुझे स्तन किती सुंदर आहेत." त्याच्या या वाक्यावर माझी स्तनाग्रं अजून कडक होतात. तो कौतुक करतो. मी परत चित्कारते. माझ्या मानेवरून त्याचे ओठ एका स्तनावर स्थिरावतात. हलके चावे घेत, चोखत त्याचे ओठ स्तनाग्रापाशी पोहोचतात आणि त्या क्षणी अचानक मला क्लॅम्पचा चिमटा बसतो.

"आह!" माझ्या तोंडातल्या त्या वस्तूआडून माझा आवाज बाहेर पडतो. होली काऊ!

आत्ता जाणवणारी संवेदना ही कल्पनातीत सुंदर, विलक्षण, आदिम, दुखावणारी तरीही सुखकर आहे... एक चिमटा... तो जिभेने हळुवारपणे माझं स्तनाग्रं चिंब भिजवतो आणि त्याचवेळेस दुसऱ्या स्तनाग्राला क्लॅम्प लावतो. आई गं! परत एकदा मघाच्या साऱ्या संवेदना मला जाणवतात. मी जोरात चित्कारते.

"जाणीव करून घे."

हो! मला अतिशय जास्त जाणीव होते आहे.

"ते दे मला." माझ्या तोंडातली ती वस्तू तो हळुवारपणे काढून घेतो. त्याचा हात परत माझ्या योनीकडे जातो. त्याने हाताला पुन्हा तेल लावलं आहे. माझ्या पाठीवरून त्याचा हात सहज फिरू लागतो.

मी आवंढा गिळते. काय करणार आहे तो आता? त्याची बोटं माझ्या नितंबांच्या आतून फिरू लागतात. मी आक्रसते.

"श्श! शांत हो." तो माझ्या कानाशी बोलतो. तिकडे त्याची बोटं मला छेडू लागतात. इकडे तो माझ्या मानेची चुंबनं घेतो.

काय करणार आहे तो? त्याचा दुसरा हात माझ्या ओटीपोटावरून योनीकडे सरकतो. परत त्याचा तळहात मला चेतवू लागतो. त्याचं बोट माझ्या आत शिरतं. मी सुखावून चिरकते.

"हे बघ, आता ही वस्तू मी तुझ्या आत सारणार आहे." माझ्या नितंबांवरून त्याची तेलकट बोटं फिरतात. "इथे नाही, पण इथे." तो बोटं आत-बाहेर, गोल-गोल फिरवतो. माझ्या योनीच्या समोरच्या बाजूला कुरवाळत, छळत, छेडतो. मी चित्कारते. माझी ताणलेली स्तनाग्रं अजून फुलतात.

"आह."

"शांत हो." बोट काढून घेत ख्रिश्चन ती वस्तू माझ्यात सारतो. मग माझा चेहरा ओंजळीत घेत तो माझं चुंबन घेतो. त्या क्षणी मला 'क्लिक' आवाज ऐकू येतो. दुसऱ्याच क्षणी माझ्या योनीतला प्लग थरथरू लागतो. मी थक्क होते. आजवर कधीही न अनुभवलेली संवेदना मला जाणवते.

"आह!"

"शांत हो." तो मला शांत करतो. माझे ओठ त्याच्या ओठांनी बंद करतो.

दोन्ही क्लॅम्प तो बोटांनी किंचित ओढतो. मी जोरात ओरडते,

"ख्रिश्चन, प्लीज!"

"जरा थांब."

छे! हे अति होतं आहे. सगळीकडून अशा तीव्रपणे उमटणाऱ्या संवेदनांपायी मी चेकाळले आहे. माझं शरीर संवेदनांची वेगळी उंची गाठू पाहतं आहे. गुडघ्यावर बसलेली असल्यामुळे मला स्वतःला सांभाळणं कठीण झालं आहे. ओह माय! कसं सहन करू मी हे?

"शहाणी मुलगी." असं म्हणत तो माझी समजूत काढतो.

"ख्रिश्चन." माझं अधीरेपण मलाही जाणवतं.

"ॲना, थांब, घाबरू नकोस. जाणवून घे." माझ्या कमरेवर त्याचे हात आहेत. मला त्याने धरून ठेवलं आहे. मी ना त्याच्या हातावर चित्त स्थिर करू शकत, ना त्या व्हायब्रेटरवर, ना क्लॅम्पवर. माझं शरीर भन्नाट उधाणलंय. कुठच्याही क्षणी माझा स्फोट होईल असं मला वाटतंय. माझ्या योनीतला थरथराट आणि स्तनाग्रांचा गोड छळ... होली हेल! हे सगळं कल्पनेच्या पलीकडचं आहे. माझ्या नितंबांवरून त्याचे हात घसरू लागतात. मला स्पर्श करत, कुरवाळत, रगडत त्याचे तेलकट हात भरभर फिरू लागतात.

"किती सुंदर आहेस." असं म्हणत दुसऱ्याच क्षणी त्याचं तेलाने माखलेलं एक बोट माझ्या आत... तिकडे... मागे शिरतं. फक्! काहीतरी विचित्र, परका स्पर्श... आजवर न झालेला... अनुभवलेला तरीही आत्यंतिक हवाहवासा असा आणि मग ते बोट लीलया माझ्या आत-बाहेर करू लागतं. तो माझ्या हनुवटीचे हलके चावे घेऊ लागतो.

"ॲना, किती सुंदर आहे हे सगळं."

जणू एका प्रचंड रुंद, खोल अशा दरीवर मी लटकले आहे. क्षणात मी आत कोसळते, क्षणात उंच उचलली जाते, क्षणात जमिनीत गाडली जाते. माझ्या सहनशीलतेचा अंत होतो. माझं शरीर उत्कटबिंदूच्याही पार कुठेतरी पोहोचतं. मी किंचाळते. मला व्यापून टाकणाऱ्या पूर्णत्वाची अनुभूती येते. माझं शरीर दाही अंगांनी उन्मनी अवस्थेत पोहोचतं. मी म्हणजे केवळ जाणीव होते. ख्रिश्चन एकेक करून दोन्ही क्लॅम्प काढतो. त्याबरोबर माझ्या स्तनाग्रातून गोड झिणझिण्या येतात. वेदनेच्या पार जातात. मी पुनःपुन्हा स्त्रवू लागते. जणू सगळे बांध सुटतात. त्याचं बोट अजूनही आत-बाहेरचा खेळ खेळतं आहे. आऽऽ! मी जोरात ओरडते. ख्रिश्चन मला मिठीत गुरफटून घेतो. माझं शरीर आतल्या आत धुमसत माझा आंतरिक छळ करतं.

"नको ना!" मी किंचाळते, विनवणी करते. तो व्हायब्रेटर हळूच बाहेर काढतो.

आता तो बोटंही बाहेर काढतो. माझं शरीर थांबायला तयार नाहीये.

तो एक कफ् काढतो. माझा हात पुढे पडतो. माझं डोकं त्याच्या खांद्यावर घरंगळतं. मी त्या बेफाम जाणिवेमध्ये हरवले आहे. माझा श्वास फुलला आहे. माझ्या कामेच्छा शमल्या आहेत.

ख्रिश्चनने मला उचलल्याचं, पलंगाशी नेल्याचं आणि थंडगार सॅटीन चादरीवर पालथं ठेवल्याचं मला जेमतेम जाणवतं. पुढच्या क्षणी तो तेलकट हातांनी माझ्या मांड्या, गुडघे, पिंडऱ्या आणि खांद्यांना मसाज करू लागतो. मग तो माझ्या बाजूला येऊन पहुडतो. गादीच्या किंचित दबण्यावरून मला ते जाणवतं. तो माझा मास्क काढून घेतो, पण डोळे उघडण्याचंदेखील त्राण माझ्यात नाही. माझ्या वेणीला लावलेला बो काढत तो माझे केस मोकळे करतो. मग पुढे होत हलकेच माझ्या ओठांवर ओठ टेकतो. त्या शांत खोलीमध्ये माझ्या अनियमित श्वासोच्छ्वासाचाच काय तो आवाज आता येतो आहे. मी हळूहळू या जगात परत येत आहे. गाणंही थांबलं आहे.

''किती सुंदर.'' तो म्हणतो.

मी कसाबसा एक डोळा उघडते. तो प्रेमानं माझ्याकडे पाहत गोड हसत असतो.

''हाय.'' त्याच्या म्हणण्याला मी काहीतरी अगम्य आवाजात उत्तर देते. त्याचं हसू रुंदावतं. ''पुरेसा धसमुसळेपणा होता का?''

मी मान डोलावते आणि कशीबशी हसते. त्याने अजून थोडं जास्ती केलं असतं ना तर मी आम्हा दोघांनाही चाबकानं फोडून काढलं असतं.

''मला वाटलं की तू मला मारून टाकण्याचा प्रयत्न करीत होतास.''

''हं, समागमातून मृत्यूकडे?'' तो मस्करीत म्हणतो, ''त्यापेक्षा वाईट वाटा आहेत की मरायला.'' तो हे बोलतो, पण त्याला मरणाचा विचार नकोसा वाटतो. ते पाहून मला कसंसच होतं. त्याचा चेहरा कुरवाळत मी म्हणते, ''या वाटेनं तू मला वाट्टेल तेव्हा मारू शकतोस.'' मग माझ्या लक्षात येतं की तो पूर्ण विवस्त्र आहे... पुढच्या कृतीसाठी सज्जसुद्धा. त्याचा चेहरा ओंजळीत घेत स्वतःकडे ओढते. आमचे ओठ एकमेकांवर टेकतात. तो पटकन चुंबन घेऊन थांबतो.

''मला हे आवडेल.'' मग उशीखालून रिमोट काढून परत म्युझिक सेंटर सुरू करतो. त्याबरोबर गिटारचे मंद सूर झिरपू लागतात.

''मला तुझ्या प्रेमरसात रंगायचं आहे.'' माझ्याकडे पाहत तो म्हणतो. त्याचे राखाडी डोळे प्रेमानं आकंठ भरले आहेत. ओळखीचं गाणं सुरू होतं 'द फर्स्ट टाईम एव्हर आय सॉ युअर फेस...' आणि आम्ही चुंबनात हरवतो.

त्याच्याभोवती स्वतःला आवळत मी नव्यानं रिती होते. ख्रिश्चन माझ्या मिठीत मोकळा होत माझ्या नावाचा पुकारा करतो. त्याच्या त्या प्रचंड मोठ्या पलंगावर आम्ही नाकाला नाक लावून बसलो आहोत. तो मला छातीशी घट्ट धरतो. त्या क्षणी मला अनेक गोष्टी नव्याने जाणवतात. या माणसाबरोबर, या संगीताच्या साथीत मिळालेला आनंद, त्याआधी सकाळी अनुभवलेली उत्कटता, गेल्या आठवड्याभरामधल्या अनेक घटना... या सगळ्यांचा मला केवळ शारीरिक नाही, तर मानसिक स्तरावरसुद्धा उलगडा होतो. मी नव्यानं ते सर्व जाणते. त्या भावनेनं मी अंतर्बाह्य फुलून येते. मी याच्या प्रेमात आकंठ बुडाले आहे. माझ्या सुरक्षिततेबद्दल त्याच्या भावनांची तीव्रता मला आज पहिल्यांदा किंचितशी का होईना पण जाणवते आहे.

कालची चार्ली टँगोची दुर्घटना मला आठवते. मी थरथरते. माझे डोळे भरून येतात. त्याला काही झालं असतं तर...? किती मरणाचं प्रेम करते मी त्याच्यावर. मी अश्रू आवरू शकत नाही. ख्रिश्चनच्या वेगवेगळ्या बाजू माझ्या समोर येतात. त्याचं सुंदर, हळुवार व्यक्तिमत्त्व, त्याची बेदरकार – मी तुला काय वाट्टेल ते करीन आणि तू धावत येशील – अशी वृत्ती, त्याची डॉमिनंट बाजू – त्याच्या फिफ्टी शेड्स अगदी एकूण एक छटा. सारंच काही दिपवणारं आहे आणि आता माझं आहे. आम्ही अजूनही एकमेकांना पुरेसं ओळखत नाही याची मला जाणीव आहे. अनेक गोष्टी अजून उलगडायच्या आहेत, तरीही एकमेकांकरता आम्ही या सगळ्यांतून तरून जाऊ, हे मला जाणवतं. अख्खं आयुष्य आम्ही बरोबर काढणार आहोत.

"ए," तो श्वास घेत, माझं डोकं पकडत, माझ्याकडे टक लावून पाहतो. तो अजूनही माझ्या आत आहे. "का रडते आहेस?" त्याच्या स्वरात काळजी आहे.

"कारण माझं तुझ्यावर निरतिशय प्रेम आहे." मी हळू आवाजात म्हणते. तो डोळे अर्धवट मिटत माझ्या बोलण्यातला अर्थ समजून घेतो. तो डोळे उघडतो तेव्हा त्याच्याही नजरेत ओतप्रोत प्रेम असतं.

"आणि ॲना... तुझ्यामुळे मला पूर्णत्व मिळालं आहे गं." रॉबर्टा फ्लॅकचं गाणं संपता संपता तो माझं अलगद चुंबन घेतो.

प्लेरूममध्ये त्या पलंगावर बसून आम्ही कितीतरी वेळ कितीतरी विषयांवर गप्पा मारत आहोत. मी त्याच्या मांडीवर आहे. आमच्या भोवती एखाद्या कोशासारखी ती लाल सॅटीनची चादर गुंडाळलेली आहे. किती वेळ गेला याचं आम्हाला भान नाही. हिथमनमध्ये फोटोशूट करणाऱ्या कॅथरिनची मी नक्कल करते. ते पाहून ख्रिश्चनला खूप हसू येतं.

"विचार कर की त्या दिवशी माझा इंटरव्ह्यू घ्यायला ती आली असती तर?

तिला सर्दी झाल्याबद्दल मी तर देवाचे शतशः आभार मानतो.''

''ख्रिश्चन, तिला फ्ल्यू झाला होता, बरं का!'' मी खोटं रागावत म्हणते. एकीकडे मी त्याच्या छातीवरच्या केसातून बोटं फिरवते आहे. माझ्या स्पर्शानं तो आता कासावीस होत नाही, ही भावना सुखकारक आहे. ''सगळ्या छड्या गायब आहेत!'' मघाची आठवण होत मी म्हणते. तो परत एकदा माझी बट कानामागे सारतो.

''तुला ती हार्ड लिमिट कधी सोसवेल, असं मला वाटत नाही.''

''बरोबर आहे तुझं.'' माझे डोळे आपोआप विस्फारले जातात आणि नकळत मी बाजूच्या भिंतीवर असलेल्या चाबुक-फ्लॉगर्स-पॅडल्सकडे बघते. तोही त्या दिशेनं पाहतो.

''मी हे पण काढून टाकू का?'' तो प्रामाणिकपणे विचारतो.

''नाही, तो तपकिरी राहू दे आणि स्वेड फ्लॉगर पण...'' मी लाजते.

तो माझ्याकडे पाहून हसतो.

''ठीक आहे. तेवढं राहू दे. मिस स्टील, तुम्ही मला नेहमी आश्चर्याचे धक्के देता.''

''मि. ग्रे, तुम्हालाही ते लागू पडतं. मी तुमच्या प्रेमात बुडायचं, तेही एक कारण आहे.'' त्याच्या ओठांच्या कोपऱ्याचं चुंबन घेत मी म्हणते.

''अजून कोणती कारणं आहेत?'' त्याचे डोळे मोठे होतात.

हा प्रश्न विचारणं ही त्याच्यासाठी खूप मोठी बाब आहे, याची मला पुरेपूर कल्पना आहे. मला दडपण येतं. काय सांगू त्याला? त्याच्या फिफ्टी शेड्ससकट तो मला आवडतो. त्याच्याबरोबर माझं आयुष्य कधीही रटाळ जाणार नाही, याची मला खात्री आहे.

''हे,'' त्याच्या ओठावर बोट टेकवत मी म्हणते, ''हे ओठ, त्यातून बाहेर पडणारे शब्द आणि त्यातून मला रिझवण्याची तुझी पद्धत.'' मग त्याच्या कपाळाकडे बोट दाखवत मी म्हणते, ''इथे जे साठवलं आहे ते. तुझं चातुर्य, चटपटीतपणा, ज्ञान, क्षमता आणि या सर्वांहून महत्त्वाचं म्हणजे इथे जे काही आहे ते.'' त्याच्या हृदयावर माझा तळहात हलकेच टेकवत मी म्हणते. त्याच्या हृदयाची अविरत, तालबद्ध धडधड मला जाणवते. ''ख्रिश्चन, मला आजवर भेटलेल्या लोकांपैकी तू सर्वाधिक सहृदय आहेस. तुझं काम, तुझी कामाची पद्धत या सगळ्यानं मी भारावून गेले आहे.'' मी हळुवारपणे म्हणते.

''भारावून?'' तो संभ्रमात पडतो. पण त्याच्या चेहऱ्यावर खट्याळ भाव आहेत. अचानक ते भाव बदलून तो मोहकपणे हसतो. संकोच वाटल्यासारखा. बस्स! मला स्वतःला त्याच्या स्वाधीन करावंसं वाटतं... आणि मी करते.

सॅटीनमध्ये लपेटून मी पेंगते आहे. ख्रिश्चन नाकाने गुदगुली करत मला उठवतो.

"भूक लागली आहे का?" तो विचारतो.

"हं, भयंकर."

मी वळून त्याच्याकडे पाहते. तो पलंगावर आडवा झाला आहे.

"मि.ग्रे, आज तुमचा वाढदिवस आहे तेव्हा मी तुमच्यासाठी काहीतरी खायला करते. सांगा, काय करू?"

"काहीतरी मस्त कर." मला कुरवाळत तो म्हणतो, "मी जरा पटकन ब्लॅकबेरीचे कालचे सगळे कॉल, मेसेज पाहून येतो." तो निःश्वास सोडत उठतो. आमचा खास खाजगी वेळ संपला आहे हे माझ्या लक्षात येतं. हरकत नाही.

"चल, जरा शॉवर घेऊ."

आता बर्थडेबॉयची इच्छा कशी टाळणार?

ख्रिश्चन त्याच्या स्टडीमध्ये फोन घेऊन बसला आहे. टेलरही आहे तिथे. आज तो जीन्स, काळ्या, घट्ट टीशर्टमध्ये आहे. त्याचा चेहरा गंभीर आहे. मी स्वयंपाकघरात व्यस्त आहे. फ्रिजमध्ये मला सामन स्टिक्स मिळाल्या आहेत. त्याला लिंबू चोळून सॅलड करायचं मी ठरवलं आहे. दुसरीकडे मी छोटे बटाटे उकडायला ठेवले आहेत. मला आज साऱ्या जगावर आरूढ झाल्यासारखं वाटतंय. प्रचंड आनंदात आहे मी. तिथल्या मोठ्या खिडकीकडे मी वळते. मला बाहेरचं प्रसन्न निळं आकाश दिसतं. आमच्या पोटभर गप्पा... सेक्स हं... सवय व्हायला अजिबात वेळ लागणार नाहीये.

टेलर स्टडीमधून बाहेर येतो. मीही विचारचक्रातून बाहेर येते. माझा आयपॉड बंद करत मी एक इअरबड काढते.

"हाय टेलर."

"ॲना!"

"तुझी लेक ठीक आहे ना?"

"हो, थँक्स. तिच्या आईला वाटलं होतं की, तिला अँपेडिसायटीस आहे. पण काही नाही. नेहमीचंच आहे तिचं असं टोकाला जाणं." टेलर डोळे फिरवतो. मला नवल वाटतं. "सोफीचं पोट जरा बिघडलं होतं. बाकी ती ठीक आहे."

"आय ॲम सो सॉरी."

तो फक्त छानसं हसतो.

"चार्ली टँगो सापडलं का?"

"हो, रिकव्हरी टीम गेली आहे तिकडे. रात्री उशिरापर्यंत ते तिला बोईंग फिल्डला घेऊन येतील."

"चला, बरं झालं."

तो माझ्याकडे पाहत हसत विचारतो, "मॅडम, अजून काही?"

"नाही नाही, ठीक आहे." मी संकोचते. टेलरने मला मॅडम म्हणायची सवय मला होईल का कधी? मला एकदम तिशीत असल्यासारखं वाटतं.

तो मान डोलावून ग्रेटरूममधून बाहेर पडतो. ख्रिश्चन अजूनही फोनवर आहे. बटाटे अजून उकडले नाही गेले आहेत. मला एक कल्पना सुचते. मी पर्स घेऊन येते. त्यातून ब्लॅकबेरी काढते. केटचा मेसेज आलेला असतो.

* आज संध्याकाळी भेटू यात. पोटभर गप्पा मारायच्या आहेत –

केटशी गप्पा मारायला मजा येईल.

मी ई-मेल उघडून पटकन ख्रिश्चनला मेल टाईप करते.

फ्रॉम : ॲनेस्टेशिया स्टील

सब्जेक्ट : लंच

डेट : जून १८, २०११ १३:१२

टु : ख्रिश्चन ग्रे

प्रिय मि. ग्रे,

स्वयंपाक जवळजवळ झाला आहे हे सांगण्यासाठी हा मेल पाठवते आहे.

आणि हेही सांगायचं आहे की, आज सकाळचा रासवट प्रणय मला प्रचंड आवडला.

स्पेशल रासवट प्रणयाची शिफारस वाढदिवसाला करण्यात यावी.

आणि मुख्य म्हणजे... आय लव्ह यू...

ए×

(तुझी वाग्दत्त वधू)

त्याच्या प्रतिक्रियेचा मी कानोसा घेते. पण तो अजूनही फोनवर आहे. मी खांदे उडवते. बहुधा तो फार व्यस्त असावा. तेवढ्यात माझा ब्लॅकबेरी वाजतो.

फ्रॉम : ख्रिश्चन ग्रे

सब्जेक्ट : रासवट प्रणय

डेट : जून १८, २०११ १३:१५
टु : ॲनेस्टेशिया स्टील

नक्की कोणता भाग प्रचंड आवडला?
मी मुद्दे लिहून घेतो.

ख्रिश्चन ग्रे.
भुकेला आणि सकाळच्या धसमुसळेपणाने गलितगात्र झालेला सीईओ,
ग्रे एन्टरप्रायजेस होल्डिंग्ज इन्कॉ.

ता.क. तुझी सही खूप आवडली.
ता.ता.क. संभाषण कलेचं काय झालं?

फ्रॉम : ॲनेस्टेशिया स्टील
सब्जेक्ट : भुकेला?
डेट : जून १८, २०११ १३:१८
टु : ख्रिश्चन ग्रे

प्रिय मि.ग्रे,
माझ्या आधीच्या ई-मेलमधल्या पहिल्या ओळीकडे तुमचं लक्ष वेधू का? मी लिहिलंय की स्वयंपाक जवळजवळ झाला आहे... त्यामुळे हे भुकेलं, गलितगात्र वगैरे लिहिण्याची गरज नाही आणि रासवट प्रणयाचं म्हणाल, तर प्रत्येक क्षणच आवडला आहे, अगदी मनापासून. तरीही तुमचे टिपलेले मुद्दे वाचायला आवडतील मला आणि मलाही माझी कंसातली सही आवडली आहे.

ए×
(तुझी वाग्दत्त वधू)

ता.क. तुम्ही एवढे बोलघेवडे कधीपासून झालात? आणि तुम्ही फोनवर आहात ना?

मी सेंडचं बटण दाबून वर पाहते तर तो माझ्यासमोर उभा असतो. मी काही म्हणायच्या आधीच तो पटकन माझ्या बाजूला येत मला उचलून घेत माझं कडकडून चुंबन घेतो.

"बस्स! मिस स्टील!" असं म्हणत तो मला खाली ठेवतो आणि स्टडीमध्ये परत जातो. जीन्स, पांढरा टीशर्ट आणि अनवाणी... मी श्वास घ्यायला विसरते.

मी सामनच्या जोडीला वॉटरक्रेस, सिलँत्रो अणि साऽर क्रीम डिप बनवलंय. मी टेबल लावते. त्याच्या कामात अडथळा आणायला मला आवडत नाही. म्हणून मी स्टडीच्या दारात जाऊन उभी राहते. तो अजूनही फोनवर आहे. विस्कटलेले केस आणि डोळ्यांतील चमक! अहाहा! नेत्रसुखद! त्याची नजर वर होते. मी नजरेस पडल्यावर तो माझ्यावरची नजर हटवत नाही. त्याच्या कपाळावर किंचित आठी पडते. आता ती माझ्यामुळे आहे की फोनवरच्या संभाषणामुळे हे मला सांगता येत नाही.

"हे बघ त्यांना येऊ दे. त्यांचं त्यांना काम करू दे. कळलं का मिआ?" असं फिसकारत डोळे फिरवत तो पुढे म्हणतो, "छान!"

मी तोंडाने चावायची कृती करून दाखवते. तो हसून मान डोलावतो.

"चल, नंतर भेटतो." फोन ठेवत तो मला विचारतो, "एक फोन करून घेऊ?"

"चालेल."

"हा ड्रेस खूप आखूड आहे." तो म्हणतो.

"तुला आवडला ना?" मी पटकन गिरकी घेत विचारते. कॅरोलिन अ‍ॅक्टनच्या कपड्यांपैकी एक आहे तो. मुलायम निळा सनड्रेस. तसं पाहिलं तर बीचच्या लायक आहे. मात्र आजचा दिवस मला सर्वार्थाने सुंदर वाटल्यामुळे मी मुद्दाम हा ड्रेस घातला आहे, पण त्याच्या कपाळावरच्या आठ्या पाहून माझा चेहरा पडतो.

"अ‍ॅना, तो तुला खूप सुंदर दिसतो आहे; पण इतर कोणाची नजर तुझ्यावर पडू नये असं मला वाटतंय."

"असं होय!" मी जरा वैतागते, "ख्रिश्चन, अरे आपण घरी आहोत. स्टाफशिवाय इतर कुणीही नाहीये इथे."

त्याच्या ओठाला मुरड पडते. एकतर त्याला माझ्या उत्तराचं कौतुक वाटत असणार किंवा अजिबात आवडलं नसणार. पण शेवटी तो मान डोलावतो एकदाची. मी मान हलवते. खरंच असं वाटतं का त्याला? मी परत स्वयंपाकघराकडे जाते.

पाच मिनिटांनी तो परत माझ्यासमोर येतो. त्याच्या हातात फोन आहे.

"रे बोलतो आहे तुझ्याशी." तो सावधपणे म्हणतो.

मी सुन्न होते. फोन हातात घेत मी माऊथपीसवर हात ठेवते.

"तू सांगितलंस त्याला?" मी फिस्कारते. तो मान डोलावतो. माझा वैताग पाहून त्याचे डोळे विस्फारतात.

शिट्! मी खोल श्वास घेते. ''हाय डॅड!''

''आत्ताच ख्रिश्चनने मला विचारल, की तो तुझ्याशी लग्न करू शकतो का?'' रे म्हणतो.

ओह शिट्! काय बोलावं या विचारात मी पडते. या बातमीवरची स्वतःची प्रतिक्रिया मला न कळू देता रेसुद्धा शांत राहतो.

शेवटी मला शब्द सापडतात, ''तू काय म्हटलंस?''

''मी म्हटलं की आधी मला तुझ्याशी बोलायचं आहे. ॲनी, फार पटकन होतं आहे हे असं नाही का वाटत तुला? काही फार दिवस नाही झाले ना तुमच्या ओळखीला! म्हणजे तो चांगला आहे गं, शिवाय त्याला फिशिंगची पण माहिती आहे... पण तरीही... इतक्या घाईने... जरा...!!'' त्याचा आवाज अतिशय संयत आहे.

''हो, मला कल्पना आहे की फार पटकन घडतंय हे सारं, पण एक मिनिट हं.'' मी पटकन स्वयंपाकघरातून, ख्रिश्चनच्या शोधक नजरेच्या टप्प्यातून बाहेर पडून मोठ्या खिडकीकडे जाते. बाल्कनीचं दार उघडं पाहून मी तिकडे उन्हात जाते. बाल्कनीच्या टोकाकडे जाण्यात मला फारसा रस नाही.

''हो, मला कल्पना आहे की हे फार पटकन होतं आहे... पण माझं प्रेम आहे त्याच्यावर. त्याची इच्छा आहे माझ्याशी लग्न करण्याची आणि त्याच्याऐवजी कुणी माझ्या आयुष्यात कधीही येणार नाही.'' मला बोलताना संकोच वाटला. हे अशा प्रकारचा संवाद मी रेशी पहिल्यांदाच साधते आहे.

परत रे शांत बसतो.

''तुझ्या आईला सांगितलंस का?''

''नाही.''

''ॲनी, मला माहिती आहे की तो खूप श्रीमंत आहे, योग्य आहे. पण लग्न? खूप मोठी उडी आहे, नाही का? तुझी खात्री आहे का?''

''आयुष्य फक्त त्याच्यासोबत काढायचं आहे मला.'' मी म्हणते.

''अरे व्वा!'' एका क्षणानंतर रे म्हणतो. त्याचा स्वरदेखील निवळला आहे.

''तो सारं काही आहे माझ्यासाठी.''

''ॲनी, ॲनी, ॲनी, तू म्हणजे ना इतकी पक्की आहेस. ठरवलंस की ठरवलंस. मी आशा करतो की तू जाणीवपूर्वक निर्णय घेशील. त्याला फोन देतेस का?''

''हो देते. डॅड... लग्नाचा विधी तुम्ही कराल?'' मी विचारते.

''ओह् हनी!'' त्याचा आवाज कापतो. भावनांवर नियंत्रण ठेवण्यासाठी तो काही क्षण शांत राहतो. मलाही रडू येतं. ''याहून दुसरी आनंदाची गोष्ट ती कोणती, बेटा?'' शेवटी तो म्हणतो.

ओह रे! आय लव्ह यू सो मच! रडू येऊ नये म्हणून मी आवंढा गिळते.

"थँक यू डॅड. मी ख्रिश्चनला देते हं फोन, पण त्याला फार छळू नकोस. आय लव्ह हिम." मी म्हणते.

मला वाटतं रे ला हसू येत आहे, पण इकडून तसं कळत नाही. रेच्या बाबतीत काही सांगणं तसं कठीण आहे.

"हो ॲनी, आणि बेटा, कधीतरी या म्हाताऱ्याला भेटायला ये की. येताना तुझ्या ख्रिश्चनला पण घेऊन ये."

मी आत जाते. ख्रिश्चनने काहीही कल्पना न देता रेला फोन केल्याचा राग माझ्या मनात आहे. माझा चेहरा पाहून त्याला लक्षात येतं की, मी अजूनही भडकलेली आहे. फोन हातात घेऊन तो तडक स्टडीकडे जातो. त्याच्या चेहऱ्यावर नवल आहे.

दोन मिनिटांनी तो परत येतो.

"तुझ्या सावत्र वडिलांनी मला आनंदानं आशीर्वाद दिले आहेत." हे सांगताना त्याला इतका काही अभिमान वाटतो की, मला हसू येतं. तोही हसतो. वाटाघाटी करून फार मोठं कॉन्ट्रॅक्ट मिळवल्यासारखा वागतो आहे तो. तसं एका परीनं बरोबर आहे म्हणा.

"काय मस्त स्वयंपाक करतेस तू." सगळं फस्त करत व्हाईट वाईनचा ग्लास उंचावत तो म्हणतो. त्याच्या कौतुकानं मी मोहरते. मला एकदम जाणवतं की मी फक्त शनिवार-रविवारी त्याच्यासाठी स्वयंपाक करू शकते. अरेरे! मला तर स्वयंपाक करायला आवडतं. आत्ता त्याच्यासाठी खास केक केला तर? वाढदिवसानिमित्त? मी घड्याळात पाहते. सहज जमू शकतं म्हणा.

"ॲना?" तो माझी विचारांची मालिका थांबवतो. "फोटो नाही काढायचे असं तू का म्हटलंस?" त्याच्या अतिशय हळुवार, फसव्या स्वरातल्या त्या प्रश्नामुळे मी एकदम दचकते.

ओह शिट्! ते फोटो. मी माझ्या रिकाम्या बशीकडे पाहत हाताची बोटं मुडपत विचार करते. काय सांगावं? मी स्वतःला वचन दिलं होतं की, मी त्या फोटोंचा उल्लेख करणार नाही.

"ॲना," तो झापतो. "काय आहे?" बापरे, त्याच्या आवाजाला घाबरून मी त्याच्याकडे पाहते. तो मला घाबरवणार नाही असं मला कधी वाटलं होतं का?

"मला तुझे फोटो सापडले." मी कसंबसं बोलते.

त्याला धक्का बसतो. त्याचे डोळे मोठे होतात. "तू सेफ उघडलंस?" तो अविश्वासाने विचारतो.

"सेफ? नाही. तुझ्याकडे सेफ आहे हेदेखील मला माहीत नाही."

त्याच्या कपाळावर आठ्या पडतात. "म्हणजे? मला नाही कळलं."

“तुझ्या क्लोसेटमध्ये एका डब्यात दिसले. मी तुझे टाय शोधत होते. तो डबा तुझ्या जीन्सखाली होता, ती जीन्स जी तू प्लेरूममध्ये नेहमी घालतोस. आजचा अपवाद वगळता.” मीच संकोचते.

तो माझ्याकडे पाहत बसतो. त्याच्या नजरेत थोडी भीती, थोडी अस्वस्थता आहे. केसांत हात फिरवत तो माझ्या बोलण्याचा विचार करतो. विचारात गढून तो हनुवटी कुरवाळतो. पण त्याचा चेहरा चांगलाच चिंताग्रस्त दिसतो. मग तो डोकं हलवतो. तो थोडासा संभ्रमात पडतो. मग त्याला हसू येतं. दोन्ही हात जोडत तो परत माझ्याकडे पाहतो.

“हे बघ, तुला वाटतं तसं काही नाही. एकतर मी साफ विसरलो होतो त्या फोटोंबद्दल. तो डबा जागेवरून हलवला गेला आहे. खरं म्हणजे माझ्या सेफमध्ये असायला पाहिजे तो.”

“कोणी हलवला असेल?”

“एकच व्यक्ती हे करू शकते.” तो आवंढा गिळतो.

“ओह! कोण असेल? आणि ‘मला वाटतं तसं काही नाही’ म्हणजे काय?”

तो श्वास सोडत मान कलती करतो. मला वाटतं त्याला थोडा संकोच वाटतो आहे. *वाटायलाच हवा!* माझं अबोध मन फटकारतं.

“तुला हे जरा निष्ठुरपणाचं वाटेल. पण ते फोटो ही एका प्रकारे इन्शुरन्स पॉलिसी आहे.” माझी नजर चुकवत तो म्हणतो.

“इन्शुरन्स पॉलिसी?”

“हो, ब्लॅकमेलिंग किंवा तत्सम काही घडू नये म्हणून.”

अच्छा! असं आहे तर!

“ओह!” दुसरं काय बोलायचं ते मला सुचत नाही. मी डोळे मिटते. फिफ्टी शेड्सचा हा एक काळाकुट्ट भाग आहे तर, माझ्यासमोर, ढळढळीत. “हो! बरोबर आहे तुझं. खरंच निष्ठुरपणा वाटतो आहे मला.” असं म्हणत मी बशा उचलायला उठते. मला आता अजून काहीही जाणून घ्यायची इच्छा नाही.

“ॲना!”

“त्यांना हे माहिती आहे का? त्या मुलींना, सब ना?”

तो वैतागतो, “अर्थात त्यांना माहिती आहे.”

चला, हे जरा तरी बरं आहे. तो पुढे होत मला पकडतो.

“हे बघ, ते फोटो सेफमध्ये हवेत. ते काही करमणुकीसाठी नाहीयेत.” तो क्षणभर थांबतो, “कदाचित ते काढले तेव्हा तसा उद्देश असेलही, पण...” परत थांबत माझा अंदाज घेत तो बोलतो, “माझ्या लेखी ते महत्त्वाचे नाहीयेत.”

“तुझ्या क्लोझेटमध्ये कोणी ठेवले असतील?”

"लीलाशिवाय कोणीच नाही."

"तिला तुझ्या सेफचं कॉम्बिनेशन माहीत आहे का?"

तो खांदे उडवतो, "माहीत असलं तरी मला त्याचं आश्चर्य वाटणार नाही. एकतर ते फार लांबलचक आहे, त्यामुळे तो एकमेव नंबर मी नीट लिहून ठेवला आहे आणि आजवर बदलला नाहीये. दुसरं म्हणजे मी अगदी क्वचित सेफ उघडतो." तो मान हलवतो, "तिने अजून काय नेलं असेल, तिला काय काय माहीत असेल, काय माहीत!" त्याच्या कपाळावर परत आठ्या येतात. मग माझ्याकडे पाहत तो म्हणतो, "हे बघ, मी ते फोटो नष्ट करतो. तुला हवं असेल तर अगदी आत्ता."

"हे पाहा ख्रिश्चन, ते तुझे फोटो आहेत. तुला काय हवं ते कर ना!"

"असं नको म्हणूस!" तो माझा चेहरा पकडून माझ्याकडे एकटक पाहतो, "मला हे असं आयुष्य नको आहे. आपलं एकत्र जगणं हवं आहे."

होली काऊ! मला प्रचंड धक्का बसला आहे. पण त्याहून अधिक म्हणजे माझं मन साशंक झालं आहे, हे याला कसं कळलं?

"ॲना, मला वाटलं होतं की आज सकाळी आपण भूतकाळातली सगळी भुतं गाडून टाकली होती. मला तरी तसं वाटतंय. तुला नाही का वाटत?"

मी त्याच्याकडे पाहते. आजची प्लेरूममधली सकाळ माझ्या डोळ्यांसमोरून तरळून जाते. किती आनंदी, रोमँटिक आणि बोल्ड अँड ब्यूटिफुल होती ती.

"हो," मला हसू येतं, "मलाही तसंच वाटतंय."

"हो ना?" तो पुढे झुकत माझं चुंबन घेत मला कुशीत घेतो, "मी ते सगळे श्रेडरमध्ये टाकतो." तो हळूच म्हणतो, "हे बघ, मला अजून थोडा वेळ काम करावं लागणार आहे. सॉरी बेबी, पण दुपारभरात सगळं काम निपटवायला हवं."

"काही हरकत नाही. मलाही मॉमला फोन लावायचा आहे. त्यानंतर मला थोडंसं शॉपिंग करायचं आहे आणि मग तुझ्यासाठी केक बेक करायचा आहे."

"केक?"

मी मान डोलावते.

"चॉकलेट केक?"

"तुला चॉकलेट केक हवा आहे?" मलाही हसू येतं.

तो मान डोलावतो.

"मि. ग्रे, पाहते काय काय जमतंय."

तो परत माझं चुंबन घेतो.

कार्ला एकदम शांत बसते.

"मॉम, अगं काहीतरी बोल की."

"ॲना, तू प्रेग्नंट नाहीस ना?" ती एकदम घाबरून विचारते.

"अगं नाही, नाही. तसं काही नाही." मला एकदम वाईट वाटतं. तिने असा विचार करावा ना माझ्या बाबतीत! हं! पण मला लगेच आठवतं की, ती माझ्याएवढी असताना मी तिच्या पोटात होते आणि म्हणून तिने माझ्या वडिलांशी लग्न केलं होतं.

"आय ॲम सॉरी, डार्लिंग. अगं, इतकं अचानक तू सांगितलंस ना. नाही, म्हणजे ख्रिश्चन चांगला सधन आहे गं, पण तू अजून खूप लहान आहेस. अजून तर तू जग बघितलंच नाहीयेस."

"मॉम, तू फक्त माझ्याकरता आनंद नाही का व्यक्त करू शकत? आय लव्ह हिम!"

"डार्लिंग, अगं माझ्या पचनी पडायला थोडा वेळ तर लागेल ना? तू म्हणजे एकदम धक्का दिलास गं. जॉर्जियामध्ये तुम्हाला बघून मला वाटलं होतंच की काहीतरी गुफ्तगु चालू आहे तुमच्यात... पण एकदम लग्न!"

मी त्याची सबमिसिव्ह बनावं अशी त्याची जॉर्जियात इच्छा होती, पण हे मी तिला नाही सांगणार.

"तारीख ठरवली का?"

"नाही गं."

"आज तुझे वडील असायला हवे होते." तिचा आवाज जेमतेम ऐकू येतो. अरे देवा, आत्ता हा विषय कशाला?

"हो मॉम, मलाही त्यांना जाणून घ्यायला आवडलं असतं ना!"

"अगं, फक्त एकदाच त्यानं तुला कुशीत घेतलं. आपल्याला इतकी सुंदर मुलगी झाल्याचा प्रचंड अभिमान त्याला तेव्हा वाटला होता." हे सगळं अनेकदा ऐकून मला पाठ झालं आहे. त्यामुळे सांगताना तिचा आवाज जरी अस्पष्ट झाला तरी मला कळलं ते सगळं. आता ती रडणार नेहमीसारखी.

"मॉम, मला माहिती आहे."

"आणि मग गेलाच तो!" ती नाक ओढते. नेहमीप्रमाणे या विषयामुळे ती हळवी झाली आहे.

"मॉम!" धावत जाऊन तिला कुशीत घ्यावंसं वाटतं मला.

"जाऊ दे, मी आता म्हातारी झाले आहे." असं म्हणत ती पुन्हा नाक ओढते.

"अगं, मला खरंच खूप आनंद झाला आहे. बरं मला सांग, रेला सांगितलं आहेस का तू?" बहुधा तिनं सावरलेलं दिसतं आहे स्वतःला.

"ख्रिश्चननं मघाशी परवानगी घेतली त्याची."

"हो का? किती छान!" ती जरा खिन्न वाटते आहे, पण तरीही तसं दाखवत नाहीये.

"हो ना गं." मी म्हणते.

"ॲना, डार्लिंग, आय लव्ह यू सो- सो मच. तुझ्या आनंदात मलाही आनंद आहे, बरं का आणि हे बघ, आता तुम्ही दोघांनाही इथं आलं पाहिजे."

"हो मॉम, नक्की, मॉम आय लव्ह यू टू!"

"बरं, ठेवू का? बॉब बोलावतो आहे आणि मला तारीख वेळेवर कळव. कसं आहे ना, मला यायची व्यवस्था करावी लागेल. मला सांग, मोठ्या प्रमाणावर करणार आहात का सगळं?"

मोठ्या प्रमाणावर? छे! अजून तर विचारही नाही केला. पण मोठ्या प्रमाणावर नकोच. मलाच नको आहे तसं!

"अजून सांगता येणार नाही तसं काही. एकदा आमचं ठरलं की मी तुला लगेच कळवते हं."

"चालेल. आणि हे बघ, जरा लक्ष दे स्वतःकडे. नीट राहा. दोघं जरा मजा करा. मुलंबिलं पुढे होत राहतात."

मुलं? हं... आज परत एकदा तिने आडून सुचवलं आहे की, माझ्या वेळेस तिला फार लवकर दिवस राहिले.

"मॉम, मी लवकर जन्माला येऊन तुझ्या आयुष्याचा विचका तर नाही ना केला?"

ती एकदम म्हणते, "अगं ॲना, काहीतरी काय? असा विचारही करू नकोस. हे बघ तुझ्या वडिलांच्या आणि माझ्याबाबतीत घडलेली सर्वांत सुंदर गोष्ट म्हणजे तुझा जन्म. हं, आता एवढी खंत कायम राहील की तू मोठी झाली आहेस, लग्न करते आहेस हे पाहायला मात्र तो नाही." तिचा नूर परत बदलतो.

"हो गं, मला तर तसंच वाटतं ना!" कधी न पाहिलेल्या वडिलांचा विचार करत मी मान झटकते, "हे बघ मॉम, ठरलं की तुला नक्की कळवते लगेच."

"लव्ह यू डार्लिंग."

"मी टू मॉम, गुड बाय."

ख्रिश्चनचं स्वयंपाकघर इतकं परिपूर्ण आहे की तिथे काम करायला मजा येते. गंमत म्हणजे त्याला स्वयंपाकातला 'स्व'सुद्धा येत नाही; पण स्वयंपाकघर मात्र अगदी सुसज्ज आहे. माझ्या अंदाजाप्रमाणे मिसेस जोन्सना स्वयंपाक करणं आवडत असणार. इथं केकचं सगळं साहित्य आहे; पण फ्रॉस्टिंगसाठी चॉकलेट तेवढं आणावं लागणार आहे. झालेल्या केकचे दोन भाग करून मी ते कूलिंग रॅकवर

ठेवते. मग पर्स घेत स्टडीत डोकावते. ख्रिश्चनचे डोळे कॉम्प्युटर स्क्रीनवर खिळले आहेत. तो वर बघून हसतो.

"मी जरा पटकन दुकानात जाऊन थोडंसं सामान घेऊन येते."

"ये ना." दुसऱ्या क्षणी त्याच्या कपाळावर आठ्या उमटतात.

"काय?"

"जीन्स किंवा दुसरं काही घालतेस ना?"

काहीही काय? "ख्रिश्चन अरे, पायच दिसत आहेत ना?"

त्याला माझं उत्तर आवडलेलं नाहीये. आता भांडण होणार बहुधा, आज तर त्याचा वाढदिवस आहे. मी खोडकरपणाने डोळे फिरवते.

"आपण आत्ता बीचवर असतो तर?" मी दिशा बदलते.

"हे बघ, आपण बीचवर नाही आहोत."

"पण असतो, तरी तू हरकत घेतली असतीस का?"

क्षणभर विचार करून तो म्हणतो, "नाही."

मी परत डोळे फिरवून त्याला वेडावत म्हणते, "मग समज ना की, आपण तिथे आहोत, नंतर." असं म्हणून मी पटकन फॉयरच्या दिशेने पळ काढते. तो मला पकडायच्या आधी मी एलिव्हेटरपर्यंत पोहोचते. दार पण बंद होऊ लागतं. मी मस्तपैकी हसत त्याला बाय करते. तो हतबुद्ध होऊन पाहत राहतो. नशीब की तो संतापला नाहीये. त्यानी वैतागून मान हलवलेली तेवढी मला दिसते.

काय मजा आली त्याला चिडवायला. माझ्या नसानसांतून अ‍ॅड्रेनलिन वाहू लागतं. हृदय बहुधा कोणत्याही क्षणी बाहेर पडेल असं दिसतंय. एलिव्हेटर खाली जातं. तशी माझी मस्ती पण उतरते. शिट्! हे काय केलं मी!

मी उगाचच डिवचलं आहे त्याला. आता मी परत जाईन तेव्हा माझी काही खैर नाही. माझं अबोध मन मला दूषणं देऊ लागतं. शिट्! एकतर मला पुरुषांचा फारसा सहवास नाही. त्यातून कुणाही पुरुषाबरोबर मी आजवर अशी राहिले नाहीये. हं! आता रे चा अपवाद आहे म्हणा. पण त्याची गोष्ट वेगळी. मी लेक आहे त्याची. निदान आम्ही तसं मानतो म्हणा.

आणि आता ख्रिश्चन आयुष्यात आला आहे. माझ्यामते तोही कधी कोणाबरोबर राहिला नाहीये. गेल्यावर विचारते त्याला– अर्थात तो बोलत असेल तर ना!

तरीही मला वाटतं की, मला जे आवडेल ते मला घालता आलं पाहिजे. त्याचे नियम आठवत आहेत मला. त्यालाही हे जड जात असणार. पण मग त्याने आणायचा कशाला एवढा तोकडा ड्रेस. निदान तशा सूचना द्यायच्या ना नीमन्सना की फार आखूड कपडे पाठवू नका.

हा स्कर्ट इतका आखूड तरी आहे का? लॉबीमधल्या मोठ्या आरशात मी

पाहते. हो गड्या! खरंच आखूड आहे. पण आता काय करायचं? मी तर केवढा आव आणला होता. भोगा आता आपल्या कर्माची फळं. तो काय करेल याचा विचार माझ्या मनात येतो. हं... पण या क्षणाला मला पैसे काढायचे आहेत.

एटीएमच्या पावतीकडे मी पाहतच बसते; ५१,६८९.१६ डॉलर! बापरे! अचानक पन्नास हजार डॉलर वाढले की! *अॅनेस्टेशिया, तू होकार दिलास तर तुलाही श्रीमंत असण्याची सवय करून घ्यावी लागणार आहे.* चला, सुरुवात झाली तर! मी आपले माझे पन्नास डॉलर्स घेऊन दुकानाकडे मोर्चा वळवते.

परत आल्यावर मी तडक स्वयंपाकघराकडे मोर्चा वळवते. माझ्या मनात धोक्याची घंटा वाजते आहे. ख्रिश्चन अजूनही स्टडीरूममध्ये आहे. दुपारभर तो काम करतो आहे. मुकाट्यानं त्याला सामोरं जाऊन त्याचा अदमास घेणं सर्वांत योग्य, असं मी ठरवते. मग मी सावधानतेनं स्टडीत डोकावते.

"तर मग युरोकॉप्टरचा स्पेशालिस्ट सोमवारी दुपारपर्यंत येतो आहे ना...? छान. मला कळव तसं. सोमवारी संध्याकाळी किंवा फार तर मंगळवारी सकाळपर्यंत मला त्यांचा पहिला रिपोर्ट मिळायला पाहिजे, हे सांग त्यांना." फोन बंद करून तो खुर्ची फिरवतो. मला बघताक्षणी त्याचा चेहरा निर्विकार होतो. तो स्तब्ध होतो.

"हाय!" मी हळूच म्हणते. तो काहीही बोलत नाही. माझ्या पोटात गोळा येतो. तरीही मी चालत आत जाऊन त्याच्या बाजूला टेबलाशी उभी राहते. त्याची नजर माझ्यावर खिळली आहे; पण तो काहीही बोलत मात्र नाही. मी त्याच्यासमोर उभी राहते. मला तर इतकं बावळटासारखं वाटतं ना!

"आले मी जाऊन. तू रागावला आहेस का माझ्यावर?"

निःश्वास सोडत तो माझा हात धरून मला ओढून मांडीवर बसवतो आणि मिठीत घेतो. मग माझ्या केसांत नाक खुपसतो.

"हो." तो म्हणतो.

"आय अॅम सॉरी, मला अचानक काय झालं काय माहीत." त्याच्या मांडीवर गुरफटून बसत, त्याच्या गंधाने गंधावत मी म्हणते. तो चिडला असला तरी मला त्याच्याजवळ खूप सुरक्षित वाटतं आहे.

"मला पण काय झालं काय माहीत, तुला काय आवडेल ते घाल." असं म्हणत तो माझ्या पायावरून मांडीपर्यंत हात फिरवतो. "शिवाय याचा हा फायदापण आहे ना." तो पुढे होत माझ्या ओठांवर ओठ टेकतो. त्या स्पर्शासरशी माझ्या मनात कामभावना दाटून येतात. त्याचे केस घट्ट धरत मी त्याचं डोकं जवळ ओढते. त्याचं शरीर ताबडतोब प्रतिसाद देतं. तो चित्कारत माझा खालचा ओठ चावू लागतो. मग

माझा गळा, कान, तोंड... त्याची जीभ सगळीकडे लसलसू लागते. माझ्या लक्षात येण्यापूर्वीच तो पँटची झीप खाली करून मला बाजूला घेत माझ्यात प्रवेश करतो. मी खुर्चीची पाठ धरून ठेवते. माझे पाय जमिनीला जेमतेम टेकले आहेत. आम्ही दोघंही एका तालावर हलू लागतो.

''माफी मागायची तुझी पद्धत मला आवडली.'' माझ्या केसांत नाक खुपसत तो म्हणतो.

''आणि मला तुझी.'' मी त्याच्या छातीशी विसावते. खुदुखुदु हसत मी म्हणते, ''झालं का तुझं?''

''देवा! तुला अजून हवं आहे?''

''नाही! तुझं काम झालं का?''

''अर्ध्या तासात होईल. तुझा व्हॉईस मेसेज ऐकला मी मघाशी.''

''कालचा?''

''तुला काळजी वाटत होती.''

मी त्याला घट्ट मिठी मारते.

''हो रे, उत्तर न देणं ही तुझी पद्धत नाही.''

तो माझ्या केसांचं चुंबन घेतो.

''अर्ध्या तासात तुझा केकसुद्धा तयार होईल.'' त्याच्या मांडीवरून उतरत मी हसत म्हणते.

''मी पण वाट पाहतो आहे. काय घमघमाट सुटला आहे. अगदी हवाहवासा!''

मी लाजून हसते. मी थोडीशी संकोचते. तोही तसाच संकोचला आहे. आम्ही फार वेगळे आहोत का? कदाचित त्याच्या बेकिंगच्या आठवणी जाग्या झाल्या असतील. खाली वाकत, पटकन त्याच्या ओठांच्या कोपऱ्याचं चुंबन घेत मी स्वयंपाकघराकडे जाते.

त्याचं काम आवरून तो स्टडीतून बाहेर येतो. माझी जय्यत तयारी झाली आहे. मी केकवर एक सोनेरी मेणबत्ती लावते. केक पाहून खूश होत तो आत येतो. मी त्याच्यासाठी 'हॅपी बर्थडे टू यू' म्हणू लागते. पुढे होत डोळे मिटून घेत तो मेणबत्तीवर फुंकर मारून ती विझवतो.

''मी माझी इच्छा व्यक्त केली आहे.'' डोळे उघडून तो म्हणतो. त्याच्या त्या नजरेने मी का कोण जाणे लाजते.

''फ्रॉस्टिंग अजून पुरेसं सेट नाही झालंय. तुला केक आवडेल अशी आशा आहे.''

''ॲनेस्टेशिया, चव घेण्यासाठी मी अधीर झालो आहे.'' त्याच्या त्या हळुवार

बोलण्यातून मला अनेक अर्थ जाणवतात. मी आमच्यासाठी केकचे तुकडे कापून घेते. आम्ही खायला सुरुवात करतो.

''अहाहा!'' तो कौतुक करत म्हणतो, ''म्हणून तर मला तुझ्याशी लग्न करायचं आहे.''

आणि मला हुश्श होतं! चला, आवडला त्याला केक!

''**मग** काय तयार ना माझ्या कुटुंबाला भेटायला?'' आर८चं इंजिन बंद करत तो मला विचारतो. त्याच्या आई-वडिलांच्या ड्राईव्ह वेमध्ये आम्ही गाडी लावली आहे.

''हो, तू सांगणार आहेस का त्यांना?''

''अर्थात! मला त्यांच्या प्रतिक्रिया पाहायच्या आहेत.'' माझ्याकडे पाहत, हसत तो गाडीतून उतरतो.

साडेसात वाजले आहेत. तसा दिवस बऱ्यापैकी उबदार असला तरी थंड वाऱ्याच्या लहरी जाणवत आहेत. मी अंगावरचा रॅप ओढून घेत गाडीतून बाहेर पडते. पाचूच्या हिरव्या रंगाचा कॉकटेल ड्रेस मी घातला आहे. त्याला रुंद बेल्ट आहे. मला तो क्लोझेटमध्ये दिसला. माझा हात धरत ख्रिश्चन मला दारापर्यंत नेतो. तो दार वाजवायच्या आधी कॅरिक दार उघडतो.

''ख्रिश्चन, हॅलो, हॅपी बर्थ डे, सन!'' ख्रिश्चनने पुढे केलेला हात हातात घेत तो पटकन ख्रिश्चनला मिठीत घेतो. ख्रिश्चनला आश्चर्य वाटतं.

''अं... थँक्स, डॅड!''

''ॲना, काय छान वाटलं तुला पुन्हा पाहून.'' मलाही तो मिठीत घेतो. आम्ही त्याच्या पाठोपाठ घरात शिरतो.

आम्ही दोघं लिव्हिंग रूममध्ये पाऊल टाकायच्या आधी केट आमच्या रोखाने चाल करून येते. ती भयंकर संतापली आहे.

आता काय?

''तुम्ही दोघं. जरा बोलायचं आहे तुमच्याशी.'' 'उगाच माझ्याशी पंगा घेण्याचा प्रयत्न करू नका' अशा स्वरात ती गरजते. मी अस्वस्थपणे ख्रिश्चनकडे नजर टाकते. तो 'मला नाही ठाऊक' या अर्थाने खांदे उडवतो. आम्ही तिच्या मागे डायनिंग रूममध्ये जातो. लिव्हिंग रूमच्या उंबरठ्यावर उभा असलेला कॅरिक अवाक होऊन पाहत राहतो. दार लावून घेत ती माझ्याकडे वळते.

''याचा नेमका अर्थ काय?'' असं गुरगुरत ती हातातला कागद फडकावते. मला काहीही संदर्भ लागत नाही. तिच्या हातातून तो कागद घेत मी पटकन त्यावर नजर टाकते. माझं तोंड कोरडं पडतं. होली शिट्! ख्रिश्चनच्या ई-मेलला मी दिलेलं उत्तर आहे ते. कॉन्ट्रॅक्टच्या संदर्भात.

२२

माझ्या चेहऱ्यावरचा रंग उडतो. रक्त गोठतं. भीतीने मी थरथरू लागते. मी पटकन तिच्या आणि ख्रिश्चनच्या मध्ये उभी राहते.

"काय आहे हे?" ख्रिश्चन सावधपणे विचारतो.

त्याच्याकडे मी दुर्लक्ष करते. केट असं काही करेल याच्यावर माझा विश्वास बसत नाही.

"केट! तुझा याच्याशी काहीएक संबंध नाहीये." माझ्या भीतीची जागा आता संतापाने घेतल्यामुळे मी फुत्कारते. तिची हिंमत कशी झाली? तेही आज, आत्ता? ख्रिश्चनच्या जन्मदिवशी? माझ्या प्रतिसादाने अवाक होऊन ती डोळे विस्फारून माझ्याकडे पाहते.

"ॲना, काय आहे हे?" ख्रिश्चन आता धमकावणीच्या स्वरात विचारतो.

"ख्रिश्चन, प्लीज तू जरा इथून जाशील का?" मी विचारते.

"नाही जाणार, दाखव मला ते काय आहे." तो हात पुढे करतो. त्याचा स्वर असा थंडगार असला की त्याच्याशी वाद घालण्यात अर्थ नसतो, हे मला माहिती आहे. नाइलाजाने मी त्याला तो ई-मेल देते.

"त्यानं काय केलं तुला?" ख्रिश्चनकडे दुर्लक्ष करत केट मला विचारते. ती प्रचंड साशंक आहे. माझ्या मनात अनेक शृंगारिक प्रसंग तरळून जातात आणि मी लाजते.

"हे बघ केट, त्याच्याशी तुला काहीएक घेणंदेणं नाही." मी स्वरावर नियंत्रण ठेवत बोलते.

"कुठे मिळालं तुला हे?" मान कलती करत निर्विकार चेहऱ्याने ख्रिश्चन केटला अतिशय मृदू स्वरात धमकावतो. केटचा चेहरा लाल होतो.

"तो मुद्दा नाहीये." त्याच्या चेहऱ्यावरची रेषाही हलत नाही. ती घाईनं म्हणते, "एका जॅकेटच्या खिशात होतं ते– बहुधा तुझंच जॅकेट असावं ते– ॲनाच्या बेडरूमच्या दाराला आतून लटकावलं होतं." ख्रिश्चनच्या कठोर नजरेमुळे केटचा पारा जरा खाली आला आहे, पण तरी ती स्वतःला सांभाळत त्याला खुन्नस देते.

अंगावरच्या सुंदर लाल ड्रेससारखीच ती संतापून लाल झालेली आहे. ती फार सुंदर दिसते आहे; पण तिने माझे कपडे कशाला उचकले? नेहमी तर उलटं असतं.

''तू सांगितलंस का कोणाला?'' ख्रिश्चन धोकादायक मधाळपणे विचारतो.

''काहीही काय?'' अपमानास्पद वाटून ती झापते. ख्रिश्चन मान डोलावतो. त्याचा ताण किंचित कमी झाला आहे. वळून तो फायरप्लेसकडे जातो. तिथला लायटर उचलून तो शांतपणे कागद पेटवतो. मग तो जळायला आत सोडतो. त्या कागदाची राख होते. मी आणि केट निःशब्दपणे पाहत बसतो. तिथली प्रचंड शांतता आता अंगावर येते.

''इलियटलापण नाही ना?'' केटकडे पाहत मी विचारते.

''छे, कोणालाच नाही.'' केट ठासून म्हणते. पण तिच्या चेहऱ्यावर थोडा संभ्रम दिसतो. ती दुखावल्यासारखीपण दिसते. ''हे बघ ॲना, तू ठीक आहेस की नाही ते मला सांग.'' ती हलकेच म्हणते.

''केट, मी एकदम मस्त आहे, खरंच. खूप छान आहे. ख्रिश्चन आणि मी एकमेकांबरोबर खूप मजेत आहोत. हे सगळं फार आधीचं आहे. दुर्लक्ष कर तिकडे.''

''दुर्लक्ष करू?'' ती विचारते, ''कसं काय दुर्लक्ष करू? त्याने काय केलं आहे तुला?'' तिच्या हिरव्या डोळ्यांत माझ्याबद्दलची कळकळ दिसून येते.

''त्यानं मला काहीही केलेलं नाही, केट. अगदी प्रामाणिकपणे सांगते. मी एकदम छान आहे.''

ती डोळ्यांची उघडझाप करत माझ्याकडे पाहते.

''खरं सांगते आहेस का?''

माझ्याभोवती हात टाकत ख्रिश्चन मला जवळ ओढून घेतो. त्याची नजर केटवर खिळलेली आहे.

''ॲनानं माझी बायको व्हायचं कबूल केलं आहे, कॅथरीन.'' तो शांतपणे म्हणतो.

''बायको?'' डोळे विस्फारत केट अविश्वासानं ओरडते.

''आम्ही लग्न करणार आहोत. आत्ता संध्याकाळी आम्ही आमची एंगेजमेंट जाहीर करणार आहोत.'' तो पुढे म्हणतो.

''ओह!'' केट अवाक होऊन माझ्याकडे पाहत राहते. तिला धक्का बसला आहे. ''मी तुला सोळा दिवस सोडून काय गेले आणि हे असं इतकं सगळं घडलं? तेही इतक्या झटकन? म्हणजे मी काल जे तुला म्हटलं की...'' ती हरवल्यासारखी माझ्याकडे बघते. ''पण मग या सगळ्यामध्ये ई-मेलचा काय संबंध?''

''तेच तर सांगते आहे. काहीही संबंध नाही. प्लीज, ते सगळं विसरून जा. माझं त्याच्यावर आणि त्याचं माझ्यावर प्रेम आहे. तू हे असं करू नकोस. त्याची

पार्टी, आमची आजची रात्र बरबाद करू नकोस.'' मी कळवळून म्हणते. ती थक्क होऊन ऐकते. अचानक तिचे डोळे भरून येतात.

''अगं नाही. असं कसं करेन मी? पण तू खरंच ठीक आहेस ना?'' तिला खात्री पटवून घ्यायची आहे.

''मी इतकी आनंदात कधीच नव्हते.'' मी हलकेच म्हणते. ख्रिश्चनने अजूनही माझ्याभोवती हात टाकलेला असूनही ती पुढे होत माझा हात पकडते.

''तू खरंच ठीक आहेस ना?'' ती परत एकदा विचारते.

''हो.'' माझ्या चेहऱ्यावरचं हसू तिची खात्री पटवतं. ती पण तिच्या नेहमीच्या पद्धतीने हसते. माझ्या आनंदात सहभागी होते. मी ख्रिश्चनचा हात सोडवत पुढे होते. अचानक ती मला कडकडून मिठी मारते.

''ओह ॲना! विचार कर की हे वाचून मी तुझ्याबद्दल किती काळजीत पडले असेन. सुन्न झाले होते मी. ए, तू मला समजावशील का हे सगळं?'' ती विचारते.

''आत्ता नाही हं, पण एक दिवस नक्की.''

''चला! मी कधीही, कुणालाही, काहीही सांगणार नाही. माझा इतका जीव आहे ना तुझ्यावर. ॲना, अगं तू मला माझ्या बहिणीसारखी आहेस. काय करावं हेच सुचेना बघ. सॉरी गं. जर तू आनंदात असशील ना, तर मलाही आनंद आहे.'' मग ख्रिश्चनकडे पाहून ती परत माफी मागते. तो नुसतीच मान डोलावतो. त्याचे डोळे तसेच थंड आहेत. ओह शिट्! तो अजूनही संतापलेला आहे.

''खरंच सॉरी गं. तुझं म्हणणं बरोबर आहे. माझा याच्याशी काहीही संबंध नाही.'' ती मला म्हणते.

तेवढ्यात दारावर टकटक होते. मी आणि केट दचकून बाजूला होतो. ग्रेस आत डोकावते.

''डार्लिंग, सगळं ठीक आहे ना?'' ती ख्रिश्चनला विचारते.

''मॉम, हो. ठीक आहे.'' ख्रिश्चन उत्तर देतो.

''चला, बरं झालं.'' ग्रेस आत येते. ''मग आता मी माझ्या मुलाला एकदा मिठीत घेतलं तर तुमची काही हरकत नाही ना?'' तिच्या चेहऱ्यावर आनंद ओसंडून वाहत असतो. तो तिला घट्ट मिठीत घेतो आणि दुसऱ्या क्षणी निवळतो.

''हॅपी बर्थ डे डार्लिंग!'' त्याच्या मिठीत डोळे मिटत ती हळुवारपणे म्हणते, ''तू आमच्याबरोबर आहेस याचा किती आनंद होतो, हे कसं सांगू?''

''मॉम, मी अगदी छान आहे!'' तिच्याकडे पाहत तो हसून म्हणतो. ती मागे होऊन त्याच्याकडे निरखून पाहत हसते.

''मला आज खूप आनंद झाला आहे.'' असं म्हणत ती त्याचा चेहरा कुरवाळते.

तो तिच्याकडे पाहत दिलखुलास हसतो.

तिला कळलंय की! त्याने कधी सांगितलं तिला?

"मुलांनो, तुमचं गुफ्तगू झालं असेल तर येता का बाहेर? एकतर हा धडधाकट आहे याची खात्री करायला आणि बर्थडे बॉयला भेटायला कितीतरी लोक थांबले आहेत हं!"

"लगेच आलो."

ग्रेस अगदी काळजीने माझ्याकडे आणि केटकडे नजर टाकते; पण आमच्या चेहऱ्यावरचं हसू बघून ती निर्धास्त होते. मला डोळा मारून ती आमच्यासाठी दार उघडून धरते. ख्रिश्चन पटकन माझ्यापुढे हात करतो. मी तो धरते.

"ख्रिश्चन, मी मनापासून माफी मागते." केट नम्रपणे म्हणते. केट आणि नम्रता? डोक्यावरून पाणी! ख्रिश्चन तिच्याकडे पाहत मान डोलावतो. आम्ही तिच्या पाठोपाठ बाहेर पडतो.

हॉलमध्ये पोहोचण्याआधी मी ख्रिश्चनला विचारते, "तुझ्या मॉमला आपल्याबद्दल कळलं आहे का?"

"हो."

"ओह्!" मला क्षणभर वाटून जातं की आमच्या केट कॅव्हॅनाघने आमच्या संध्याकाळची वाट लावली असती. ख्रिश्चनची जीवनशैली सगळ्यांसमोर उघड झाली असती तर...? नुसत्या विचारांनीसुद्धा माझा थरकाप होतो.

"हं! काय सनसनाटी सुरुवात झाली, नाही का?" मी त्याच्याकडे पाहत गोड हसून म्हणते. तो माझ्याकडे वळून पाहतो... क्षणार्धात त्याचा चेहरा पालटतो. परत एकदा त्याच्या चेहऱ्यावर प्रसन्न भाव येतात, हुश्श!

"मिस स्टील, नेहमीप्रमाणे तुम्ही अगदी अचूक शब्दांत परिस्थिती मांडली आहे." माझा हात वर उचलून हाताचं चुंबन घेत तो म्हणतो. आम्ही लिव्हिंग रूममध्ये पाय ठेवतो, तोच सगळीकडून टाळ्यांचा कडकडाट आणि अभीष्टचिंतनाचा वर्षाव होतो.

अरे बापरे! नक्की किती लोकं जमले आहेत?

मी पटकन सभोवार नजर टाकते; सर्व ग्रे कुटुंबीय तर अर्थात आहेतच. मिआबरोबर इथन आहे, डॉ. फ्लिनबरोबर बहुधा त्याची बायको आहे, बोटीवरचा मॅक आहे. एक उंच देखणा अमेरिकन-आफ्रिकन तरुण आहे, मी ख्रिश्चनच्या ऑफिसमध्ये पहिल्यांदा गेले होते तेव्हा त्याला तिथे पाहिलं होतं. त्यानंतर मिआची ती आगाऊ मैत्रीण लिली आहे. शिवाय, दोन अनोळखी तरुणी आहेत. अरे देवा! शी! माझ्या जिवाची प्रचंड घालमेल होते. *ती* बयासुद्धा आहे... तीच, मिसेस रॉबिन्सन!

ग्रेशेन सगळ्यांसाठी शॅम्पेनचा ट्रे घेऊन येते. तिने जरा खोल गळ्याचा काळा ड्रेस घातला आहे. केसांची उभट स्टाईल केली आहे. ख्रिश्चनकडे पाहत ती डोळे

मिचकावत, लाजत-मुरकत वावरते आहे. आता टाळ्या थांबतात. सगळ्यांच्या नजरा त्याच्यावर अपेक्षेने खिळल्या आहेत.

"थँक यू, सो मच!" तो मनापासून म्हणतो. बाजूने जाणाऱ्या ग्रेशेनच्या हातातल्या ट्रेमधून शॅम्पेन भरलेले दोन ग्लास उचलत तो तिच्याकडे पाहत हसत म्हणतो, "याची खरोखर गरज पडणार आहे." त्याच्या हसण्याने ती बहुधा बेशुद्ध पडण्याच्या बेतात आहे. एक ग्लास तो माझ्या हातामध्ये ठेवतो.

जमलेल्या सर्व मंडळींकडे पाहत तो हातातला शॅम्पेनचा ग्लास उंचावतो. त्याबरोबर सगळे जण पुढे येतात. ती कळकट्ट चेटकीण सगळ्यांत पुढे आहे. काळ्याच्या व्यतिरिक्त दुसरा रंग घालतच नाही का ती?

त्याला मिठी मारत त्याच्या दोन्ही गालांवर ओठ टेकत ती म्हणते, "ख्रिश्चन, अरे, मला केवढी काळजी लागून राहिली होती." मी हात सोडवायचा प्रयत्न करते, पण ख्रिश्चन मला जाऊ देत नाही.

"मी ठीक आहे, एलेना." ख्रिश्चन औपचारिकपणे म्हणतो.

"ए, फोन का नाही केलास रे?" त्याच्या डोळ्यांत पाहत ती कळवळून म्हणते.

"कामात होतो."

"मेसेज नाही का मिळाले माझे?"

ख्रिश्चन अस्वस्थ होतो. मला जवळ ओढत, माझ्या खांद्यावर हात ठेवतो. अतिशय निर्विकारपणे तो तिच्याकडे पाहतो. माझ्याकडे दुर्लक्ष करणं तिला आता शक्य नाही. त्यामुळे नाइलाजाने माझ्याकडे पाहत मान हलवत ती गुरगुरते, "ॲना, छान दिसते आहेस."

"एलेना," मी पण गुरगुरते, "थँक यू."

माझं लक्ष ग्रेसकडे जातं. ती आमच्याकडेच पाहत असते. तिच्या कपाळावर आठ्या असतात.

"एलेना, मला जरा काही सांगायचं आहे सगळ्यांना." तिच्याकडे बेपर्वाईने पाहत तो म्हणतो.

तिचे स्वच्छ निळे डोळे गढुळतात. "हो, हो, का नाही?" उगाच खोटं हसत ती एक पाऊल मागे होते.

"हॅलो, जरा इकडे लक्ष द्या." सगळ्यांचं लक्ष वेधण्यासाठी ख्रिश्चन मोठ्याने म्हणतो. सगळे शांत होऊन त्याच्याकडे लक्ष देईपर्यंत तो थांबतो.

"सगळ्यात आधी तुम्ही सगळे इथे आलात म्हणून मी तुमचा मनापासून आभारी आहे. मला जरी वाटलं होतं की आज घरच्या घरी माझा वाढदिवस साजरा होतो आहे, तरी तुम्हाला सगळ्यांना पाहून खूप आनंद झाला." मिआकडे रोखून

पाहत तो म्हणतो. तीही हसत त्याच्याकडे पाहत हात हलवते. 'आता हिचं काय करावं?' अशा आशयाने मान हलवत तो पुढे बोलतो, "रॉस आणि मी..." एका हसतमुख तरुणाबरोबर उभ्या असलेल्या एका लाल केसांच्या तरुणीकडे पाहत तो म्हणतो, "काल आम्ही नशिबाने वाचलो."

अच्छा, ती रॉस आहे तर! ती हसत त्याच्याकडे पाहत हात उंचावते. तो मान डोलावतो.

"म्हणूनच आज इथे तुम्हाला माझ्या आयुष्यातील सर्वांत आनंदाची बातमी सांगताना मला अतिशय छान वाटतं आहे. माझ्याबरोबर असलेली ही सुंदर तरुणी..." माझ्याकडे पाहत तो म्हणतो, "ॲनेस्टेशिया रोझ स्टील हिने माझ्याशी लग्न करायचं कबूल केलं आहे. सर्वांत आधी तुम्हाला हे सांगताना मला फार आनंद होतो आहे."

सगळ्यांच्या प्रतिक्रिया किंचित कौतुकाच्या आणि अत्यानंदाच्या असतात. जीझ! म्हणजे हे खरोखर प्रत्यक्षात येतं आहे. माझा चेहरा बहुधा केटच्या ड्रेसइतका लाल झालेला असणार. माझी हनुवटी पकडत, माझा चेहरा वर करत तो माझ्या ओठांवर ओठ टेकवत म्हणतो, "तू लवकरच माझी होणार आहेस."

"मी तुझीच आहे रे!"

"कायदेशीररीत्या." तो ओठांची हालचाल करतो.

मिआच्या बाजूला उभ्या असलेल्या लिलीचा चेहरा सपशेल पडतो. भयंकर कडू काहीतरी खाल्ल्यासारखा ग्रेशेनचा चेहरा होतो. तिथे जमलेल्या सर्वांवर मी एक नजर टाकते. एलेनाचा चक्क 'आ'वासलेला असतो. तिला भयंकर धक्का बसला आहे हे उघड आहे. बरं झालं! तसंही तिचं इथे काम तरी काय होतं?

कॅरिक आणि ग्रेस पुढे होत आनंदातिशयाने मला मिठीत घेतात. त्याबरोबर माझ्या बऱ्या-वाईट विचारांची शृंखला मोडते. सर्व ग्रे कुटुंबीयांकडून माझ्यावर चुंबनांचा वर्षाव होतो. सगळे मला मिठी मारतात.

"ओह ॲना, तू आता आमच्या कुटुंबामध्ये सामील होणार आहेस, याचा मला अतिशय आनंद झाला आहे. तू आयुष्यात आल्यापासून ख्रिश्चनचा चेहरामोहरा बदलला आहे. पहिल्यांदाच तो इतका खूश दिसायला लागला आहे. एक आई म्हणून तुझे मनापासून आभार मानते मी." तिच्या त्या वर्षावाने मी संकोचते. तरीही मला अगदी छान वाटतं.

मला मिठी मारत मिआ उत्तेजित होऊन विचारते, "अंगठी कुठे आहे?"

अं...! अंगठी? अरे देवा! त्याबद्दल तर विचारदेखील केला नाहीये अजून. मी अस्वस्थपणे ख्रिश्चनकडे पाहते.

"आम्ही एकत्र जाणार आहोत घ्यायला." तिच्याकडे रागाने पाहत तो सांगतो.

"ओ मि. ग्रे, माझ्याकडे असं पाहायचं नाही हं, सांगून ठेवते." खोटं रागावत ती त्याला मिठी मारते, "ख्रिश्चन, मला इतकं काही भारी वाटतं आहे ना, काय सांगू!" ख्रिश्चनच्या रागाला भीक न घालणारी माझ्या पाहण्यात तरी ती एकमेव आहे. मी स्वतःच त्याला केवढी टरकून असायचे!

"लग्न कधी करणार आहात? तारीख ठरली का?" ती उत्साहाने ओसंडून वाहते आहे.

तो मान हलवतो. त्याचा वैताग आता उघड आहे. "दोन्ही प्रश्नांचं उत्तर नाहीये. आम्ही दोघं ठरवू." तो त्रासला आहे.

त्याच्या वैतागण्याकडे जराही लक्ष न देता ती म्हणते, "माझी तर इच्छा आहे की तुम्ही धूमधाममध्ये लग्न करावं, तेही– इथं."

"बहुधा आम्ही दोघं उद्या व्हेगासला जाऊ." तो चिडीला येऊन म्हणतो. त्यावर मिआ खास तिच्या स्टाईलमध्ये तोंड वेंगाडून दाखवते. तिच्याकडे पाहत, डोळे फिरवत, ख्रिश्चन इलियटकडे वळतो, जो त्याला घट्ट मिठी मारतो. कालपासून मिठीचा लागोपाठ दुसरा प्रसंग आहे हा!

ख्रिश्चनच्या पाठीवर थाप मारत तो म्हणतो, "क्या बात है!"

तिथं जमलेली सारी मंडळी आमच्या या निर्णयानं खूश होऊन आमच्याशी बोलतात. मग मी आणि ख्रिश्चन डॉ. फ्लिनच्या समोर येतो. एलेना कुठे दिसेनाशी झाली आहे. ग्रेशेन उदास चेहऱ्याने शॅम्पेनचे ग्लास परत भरते आहे.

डॉ. फ्लिनबरोबर बदामी डोळ्यांची, कमनीय, सुंदर तरुणी आहे. तिचे केस दाट, लांब आणि जवळजवळ काळे आहेत.

"ख्रिश्चन," हात पुढे करत फ्लिन म्हणतो. ख्रिश्चन आनंदाने त्याच्याशी हात मिळवतो.

"जॉन, व्हिआन!" त्या सुंदरीच्या गालावर ओठ टेकत तो म्हणतो. ती फार सुंदर आणि नाजूक आहे.

"बरं झालं बुवा ख्रिश्चन, तू गेला नाहीस. तुझ्यावाचून माझं आयुष्य अगदी एकसुरी झालं असतं... आणि दरिद्रीसुद्धा..."

ख्रिश्चन मंद स्मित करतो.

"जॉन!" व्हिआन त्याला रागावते. ख्रिश्चनला गंमत वाटते.

"व्हिआन, ही माझी फिअॅन्से अॅनेस्टेशिया आहे. अॅना, ही जॉनची बायको आहे."

"ख्रिश्चनच्या हृदयसम्राज्ञीला भेटून खूप छान वाटलं," माझ्याकडे पाहत छानसं हसत व्हिआन म्हणते.

"थँक यू." मी पुन्हा संकोचते.

''ख्रिश्चन, पण तू तर अगदी गुगली टाकलास हं.'' अविश्वासाने मान डोलावत डॉ. फ्लिन म्हणतो. ख्रिश्चन भुवया उंचावून बघतो.

''जॉन, तू आणि तुझ्या क्रिकेटच्या उपमा!'' व्हिआन डोळे फिरवते. ''तुम्हाला दोघांनाही काँग्रेच्युलेशन्स आणि ख्रिश्चन, हॅपी बर्थ डे. तुला आज अगदी खास बर्थडे गिफ्ट मिळालं आहे.'' माझ्याकडे पाहत ती हसत म्हणते.

डॉ. फ्लिन किंवा एलेना इथे असतील असं मला वाटलंच नव्हतं. म्हणजे मला तर धक्का बसला आहे. मेंदूला ताण देत मी आठवून पाहते की, मला फ्लिनला काही विचारायचं आहे का? पण असो! तसंही बर्थडे पार्टी ही काही मानसिक सल्लामसलतीची जागा नाही.

थोडा वेळ आम्ही इकडच्या तिकडच्या गप्पा मारतो. त्या जोडप्याची दोन्ही मुलं लहान असल्यामुळे व्हिआन सध्या घरी असते. मला वाटतं, तिच्यासाठी डॉ. फ्लिन इथे अमेरिकेत प्रॅक्टिस करीत असावेत.

''ख्रिश्चन, ती आता छान आहे. शिवाय, उपचारांना योग्य प्रतिसाद देते आहे. अजून दोन आठवड्यांनंतर आपण तिच्यासाठी आऊटपेशंट प्रोग्रॅम राबवू शकू.'' डॉ. फ्लिन आणि ख्रिश्चन हळू आवाजात बोलत असले, तरी व्हिआनच्या बोलण्याकडे पूर्ण लक्ष देण्याऐवजी माझे कान त्या दोघांच्या संभाषणाचा वेध घेतात.

''त्यामुळे सध्या तर मी प्ले-डेट आणि डायपरमध्ये अगदी व्यस्त आहे.''

''सगळा वेळ त्यात जात असेल नाही का?'' स्वतःच्या असभ्यपणाची लाज वाटून मी तिच्याकडे परत लक्ष वळवत विचारते. ती गोड हसते. फ्लिन आणि ख्रिश्चन लीलाबद्दल बोलत आहेत, हे माझ्या लक्षात आलं आहे.

''माझ्याकडून तिला एक विचारशील का?'' ख्रिश्चन म्हणतो.

''तू काय करतेस, ॲनेस्टेशिया?''

''ॲना प्लीज. मी ना प्रकाशनामध्ये काम करते.''

ख्रिश्चन आणि डॉ. फ्लिन आवाज अजून खाली आणतात. शी! इतका वैताग येतो मला. आता अजून दोघी जणी आमच्याजवळ येतात. मघाशी मी ओळखलं नव्हतं त्यांना – रॉस आणि दुसरी हसतमुख तरुणी ग्वेन तिची पार्टनर आहे. मघाशी ख्रिश्चननं ओळख करून दिली होती.

रॉस मस्त आहे. गप्पांतून लक्षात येतं की दोघी एस्कलाच्या अगदी विरुद्ध बाजूस राहतात. ख्रिश्चनच्या पायलटिंग स्किलचं रॉस भरभरून कौतुक करते. ती काल पहिल्यांदाच चार्ली टँगोमधून गेली होती. पुन्हा त्याच्याबरोबर जाण्यात ती जराही कां-कू करणार नाही, असं ती म्हणते. ख्रिश्चनमुळे दिपून न जाणाऱ्या काही थोड्या स्त्रियांपैकी ती एक आहे, हे मला लक्षात येतं. कारण स्वाभाविक आहे म्हणा.

ग्वेनला विनोदाचं जबरदस्त अंग आहे. त्या दोघींबरोबर ख्रिश्चन अगदी आरामात

वावरतो आहे. तो त्यांना अगदी छान ओळखतो आहे. ते त्यांच्या कामाची चर्चा करत नाहीत; पण माझी खात्री आहे की, ती त्याच्या बरोबरीने काम करत असणार. तिचं हसणं जरा पुरुषी आणि दिलखुलास आहे. ती सिगारेटची जबरदस्त शौकीन वाटते आहे.

आमच्या गप्पा रंगलेल्या असताना ग्रेस येऊन सांगते की, डिनर तयार आहे. सगळे पाहुणे ग्रेच्या किचनकडे बुफेसाठी जाऊ लागतात. हॉलमध्ये मिआ मला आडवी येते. मी ख्रिश्चनकडे पाहते. बेस्ट ऑफ लक – मला तरी कठीण आहे हिला झेलणं, तुझं पाहू काय!- अशी नजर माझ्याकडे टाकत तो माझा हात सोडतो. तिने फिका गुलाबी घेरदार बेबीडॉल ड्रेस आणि अतिशय उंच टाचांचे सँडल्स घातले आहेत. त्यामुळे ती ख्रिश्चनपेक्षासुद्धा उंच दिसते. तिच्या हातात कॉकटेलचे दोन ग्लास आहेत.

''ॲना,'' ती मला डायनिंग रूममध्ये घेऊन जाते. ''हे घे.'' तिची नजर मिस्कील आहे. ''हे की नाही माझ्या डॅडचं स्पेशल कॉम्बिनेशन आहे, लेमन मार्टिनी शॅम्पेनहून मस्त.'' माझ्या हातात ग्लास देऊन ती माझ्याकडे उत्सुकतेने पाहते.

मी एक घोट घेत म्हणते, ''हं, चविष्ट आहे; पण माझा कल सौम्यकडे आहे.'' हिला नक्की काय हवं आहे. मला चढेपर्यंत पाजणार आहे की काय?

''ॲना, मला तुझा सल्ला हवाय. लिलीला विचारण्यात अर्थ नाही. ती प्रत्येक गोष्टीला लेबल लावण्यात पटाईत आहे.'' डोळे फिरवत मिआ माझ्याकडे पाहत हसते. ''तुझा तर खूप मत्सर करते ती. माझ्या मते, ती ख्रिश्चनबरोबर आयुष्य काढायचं स्वप्न पाहत होती.'' मिआला खो-खो हसू येतं.

हं! या मानसिकतेला मला अनेक वर्षं सहन करावं लागणार आहे. माझ्या ख्रिश्चनवर आस लावून बसलेल्या अनेकानेक स्त्रिया... तूर्तास तो वाईट विचार मी बाजूला सारते आणि मुख्य मुद्द्याकडे लक्ष देत मार्टिनीचा दुसरा घोट घेते.

''मदत करायचा मी प्रयत्न करेन, बोल आता.''

''तुला तर माहिती आहे की, मी हल्लीच इथनला भेटले. अर्थात, त्याबद्दल मनापासून थँक्यू.'' ती प्रसन्न चेहऱ्याने माझ्याकडे पाहते.

''बरं.'' नक्की कोणत्या दिशेला गाडी चालली आहे?

''ॲना, तो मला डेटवर न्यायला तयार नाहीये.'' ती ओठ काढते.

''ओह!'' मी अवाक होते. *कदाचित तो तुझ्यासाठी नसेल.* माझ्या मनात येतं.

''अगं नाही, तसं नाही. हे बघ, मला असं म्हणायचं आहे की त्याची बहीण इलियटबरोबर असते ना, म्हणून मला डेटवर कसं न्यायचं असं त्याला वाटतं आहे. ब्लडलाईन एक आहे ना, मग नात्यात संबंध कशाला म्हणून. पण मी त्याला आवडते हे मला माहीत आहे. सांग ना काय करू?''

"अच्छा, असं आहे तर!" आता हिला नेमकं काय आणि कसं समजवावं बरं? "हे बघ, काही दिवस फक्त मैत्रीच्या स्तरावर गोष्टी राहू दिल्यास तर? कारण बघ ना, तू हल्लीच तर भेटली आहेस त्याला."

ती भुवया उंचावते. मी लाजते.

"हो! मला माहिती आहे की, ख्रिश्चनच्या आणि माझ्या भेटीला फार काही दिवस झाले नाहीत, पण..." नक्की काय बोलावं हे न सुचून मी जरा वैतागते. "मिआ हे बघ, हे सगळं तू आणि इथननं मिळून ठरवायला हवं, नाही का? तुझ्या जागी मी असते, तर मी तरी मैत्रीचा मार्ग अवलंबला असता."

मिआ छान हसते.

"तुझ्या चेहऱ्यावर अगदी ख्रिश्चनसारखे भाव आहेत."

मी लाजते, "आणि हे बघ, तुला हवं तर केटशी बोलू शकतेस. तिच्या भावाचा दृष्टिकोन तिला माहीत असण्याची शक्यता आहे."

"असं म्हणतेस?"

"हो."

"चालेल ॲना, थँक्स." परत एकदा मला मिठी मारत ती गर्रकन वळून दाराकडे जाते. तिच्या सँडल्सच्या हाय हिल्स लक्षात घेता, तिच्या हालचाली फारच लीलया होत आहेत, यात वाद नाही. बहुतेक आता ती केटला पकडणार. हं! मार्टिनीचा घोट घेत मीसुद्धा तिच्या मागोमाग निघते. पण...

उघड्या दारातून एलेना आत शिरते. माझ्याकडे प्रचंड रागानं पाहत ती तिच्या मागे दार लोटून घेते.

अरे देवा!

"ॲना!" ती उपहासानं म्हणते.

मी स्वतःवर ताबा ठेवण्याचा प्रयत्न करते. मघाचे शॅम्पेनचे दोन ग्लास आणि या क्षणी पीत असलेल्या जबरदस्त कॉकटेलमुळे तशीही मी जरा धुंदावते आहे. तिला पाहून बहुतेक माझ्या चेहऱ्यावरचा रंग उडाला आहे. तरीही माझी अंतर्देवता आणि अबोध मन यांच्या जोरावर मी वरकरणी तरी निर्विकार भाव दाखवते.

"एलेना," माझ्या घशाला प्रचंड कोरड पडलेली असली तरी माझा आवाज स्वच्छ येतो. ही बया का बरं मला एवढा काव आणते? आणि आत्ता तिला हवं तरी काय आहे?

"मी तुला मनापासून शुभेच्छा दिल्या असत्या गं, पण तसं करणं फारसं योग्य ठरणार नाही." तिच्या निळ्या डोळ्यांत माझ्याविषयीचा तिरस्कार ठासून भरला आहे.

"कसं आहे ना एलेना, मला- ना तुझ्या शुभेच्छांची अपेक्षा आहे, ना गरज. खरं

म्हणजे तुला इथं पाहून मला वैताग आला आहे.''

ती भुवई उंचावते. मला वाटतं की, माझ्या धिटाईची तिच्यावर छाप पडली आहे.

''ॲनेस्टेशिया, माझ्या लेखी तुझी किंमत नगण्य आहे. तरीही तू मला सतत आश्चर्याचे धक्के देत असतेस.''

''माझ्या लेखी तुझं अस्तित्वसुद्धा नाहीये.'' मी बिनधास्त थाप मारते. ख्रिश्चनला काय अभिमान वाटेल माझा! ''आणि आता जरा एक्स्क्यूज मी... तुझ्याबरोबर वेळ असा वाया घालविण्याऐवजी दुसऱ्या चांगल्या गोष्टीत सत्कारणी लावायला आवडेल मला.''

''बाईसाहेब, एवढी काय घाई आहे?'' दारावर टेकत, माझा रस्ता पूर्णपणे अडवत ती फिस्कारते. ''ख्रिश्चनशी लग्न करायला होकार देऊन आपण फार मोठा तीर मारला आहे असं वाटतं आहे का तुला? आपण त्याला खूश ठेवू शकू असं तुला क्षणभर जरी वाटलं असेल, तरी ती तुझी घोडचूक आहे.''

''मी ख्रिश्चनला कशाकरता होकार देत आहे, याच्याशी तुझा काडीमात्र संबंध नाही.'' मी अगदी गोड हसत तिला टोमणा मारते. ती दुर्लक्ष करते.

''त्याच्या काही विशिष्ट गरजा आहेत. त्या पूर्ण करणं तर सोड, समजून घेण्याचीसुद्धा तुझी लायकी नाही.'' ती मला खिजवते.

''त्याच्या गरजांची तुला काय जाणीव गं?'' अचानक माझा संताप अनावर होतो. शरीरभर ॲड्रेनलिनचा प्रवाह वाहू लागतो. हरामखोर रांड! मला उपदेश करण्याची हिंमत तरी कशी झाली हिची?

''तू तर लहान मुलांना आपल्या वासनेची शिकार बनवणारी अधम स्त्री आहेस, स्त्रीत्वाला काळिमा! मला शक्य झालं असतं ना, तर तुला हत्तीच्या पायी देऊन, भिंतीत चिणून, गरम तेलाच्या कढईत तळून मग सप्तपाताळात ढकलून दिलं असतं... सडायला. चल हो बाजूला! का देऊ ढकलून?''

''ए बये, तू फार मोठी चूक करते आहेस.'' मॅनिक्युअर केलेल्या स्वतःच्या नाजूक हातांचं लांबसडक बोट माझ्याकडे रोखत ती म्हणते, ''आमच्या जीवनशैलीवर टीका करायची हिंमत तरी कशी झाली? तुला त्याची अजिबात कल्पना नाही. स्वतःला तू कशात ढकलते आहेस, हेही तुला माहीत नाही. तुला जर वाटत असेल ना, की तुझ्यासारखी पैशासाठी हपापलेली बाई त्याला सुखी ठेवू...''

बस्स! माझ्या संयमाचा कडेलोट होतो. दुसऱ्या क्षणी मी ग्लासमधील उरलेली लेमन मार्टिनी तिच्या तोंडावर फेकते.

''मी स्वतःला कशात ढकलते आहे हे मला सांगण्याचा यत्किंचितही प्रयत्न करू नकोस!'' मी जोरात ओरडते, ''तू कधी शिकणार गं बये? तुझा आमच्याशी

अजिबात संबंध नाही.''

माझ्या कृतीने आणि शब्दांनी हादरून ती 'आ'वासून माझ्याकडे पाहत राहते. हाताने ती चेहरा निपटते. आता कुठल्याही क्षणी ती माझ्यावर झेप घेईल असं मला वाटतं; पण अचानक दार उघडलं जातं आणि ती पुढे ढकलली जाते.

दारात ख्रिश्चन उभा असतो. संतापाने थरथरणारी मी आणि प्रचंड हादरलेली ओली, ती! काय घडलं असणार हे त्याला क्षणार्धात लक्षात येतं. त्याचा देखणा चेहरा गढुळतो. तो संतापाने लालबुंद होत आमच्या दोघींच्या मध्ये उभा राहतो.

''एलेना, तुझा इथे काय संबंध?'' अतिशय थंड स्वरात तो दरडावतो.

''ख्रिश्चन, ती तुझ्या योग्य नाही.'' डोळ्यांची उघडझाप करत ती हळू आवाजात म्हणते.

''माझ्यासाठी काय योग्य आहे, हे तुला कसं कळणार आहे?''

''तुझ्या काही गरजा आहेत, ख्रिश्चन.'' तिचा स्वर आता मधाळ आहे.

''मी तुला याआधीसुद्धा सांगितलं आहे की, तुझा आमच्याशी काडीमात्रसुद्धा संबंध नाही.'' तो गरजतो. अरे बापरे! संतापाचा अतिरेक झाला आहे. बहुधा त्याचा आवाज बाहेर पाहुण्यांना ऐकू जाणार आहे असं दिसतं.

''काय तमाशा चालवला आहेस?'' तिच्याकडे जळजळीत नजरेने पाहत तो म्हणतो, ''तुला काय वाटतं ती तू आहेस? तू माझ्यासाठी योग्य आहेस असं वाटतं का?'' त्याचा आवाज आता मृदू आहे; पण तिरस्काराने ओतप्रोत भरलेला आहे. अचानक मला तिथून निघून जावंसं वाटतं. त्यांचं हे वैयक्तिक भांडण बघण्याची माझी इच्छा नाहीये. मी इथे आगंतुक आहे; पण मी जणू खिळल्यासारखी झाले आहे.

एलेना आवंढा गिळते. स्वतःला सावरत ती पुढे येते. अचानक तिची देहबोली बदलते. स्वामित्वाची भावना तिच्यात जागते.

''तुझ्या आयुष्यात घडलेली सर्वोत्तम गोष्ट म्हणजे मी होते,'' अतिशय उर्मटपणाने ती बोलू लागते, ''बघ जरा स्वतःकडे. आज अमेरिकेतल्या सर्वांत श्रीमंत आणि यशस्वी आंत्रप्रेन्युअरपैकी तू एक आहेस. तुझ्या मुठीत तुझं आकाश आहे. तुला इतर कशाचीही गरज नाहीये. तू स्वतः तुझ्या विश्वाचा मालक आहेस.''

सपकन थोबाडीत बसल्यासारखा तो एक पाऊल मागे सरकून तिच्याकडे अविश्वासाने पाहतो.

''तुला ते सगळं अतिशय आवडायचं, ख्रिश्चन. उगाच स्वतःची भलावण करू नकोस. तू तर स्वतःचा सत्यानाश करून घेणार होतास. मी वाचवलं तुला, बरबादीपासून आणि तुरुंगात जाण्यापासूनही. विश्वास ठेव... तिथेच जाऊन पोहोचला असतास. आज तू जो काही आहेस तो फक्त माझ्यामुळे. मी शिकवलं आहे तुला

सारं काही.''

ख्रिश्चनचा चेहरा पांढरा पडला आहे. अतिशय खालच्या स्वरात तो बोलतो.

''एलेना, तू मला फक्त संभोग करायला शिकवलंस; पण तोही रिता होता. तुझ्यासारखा. उगाच नाही लिन्क निघून गेला.''

माझ्या घशात पित्त गोळा होतं. मी इथे थांबायला नको आहे. पण ते दोघं एकमेकांविरुद्ध गरळ ओकत असताना माझे पाय खिळल्यासारखे होतात.

''तू कधीही मला जवळ घेतलं नाहीस,'' ख्रिश्चन अजूनही हळू आवाजात बोलतो आहे, ''तू कधीही म्हटलं नाहीस की तुझं माझ्यावर प्रेम आहे.''

ती डोळे बारीक करीत म्हणते, ''ख्रिश्चन, प्रेमबीम या मूर्खांच्या कल्पना आहेत.''

''चालती हो माझ्या घरातून,'' ग्रेस कडाडते. आम्ही तिघंही दाराकडे पाहतो. ग्रेस तिथे उभी असते. ती एलेनाकडे इतक्या प्रक्षुब्ध नजरेने पाहते, की एलेनाच्या चेहऱ्याचा रंग उडतो.

आमचा सगळ्यांचा श्वास अडकतो. आम्हाला वेळा-काळाचं भान उरत नाही. ग्रेस संतापून आत येते. तिच्या नजरेत प्रचंड संताप आहे. एलेनावरची नजर ती किंचितही हटवत नाही. भीतीनं एलेनाचे डोळे विस्फारतात. ग्रेस जाणीवपूर्वक खाडकन तिच्या मुस्कटात लगावते. त्याचा आवाज तिथे घुमतो.

''रांड! तुझे ते गलिच्छ हात दूर ठेव माझ्या मुलापासून. या क्षणाला माझ्या घरातून नीघ, जा!'' दातावर दात ठेवत ती गरजते.

आपल्या लाल झालेल्या गालावर हात ठेवत एलेना तशीच हादरलेल्या अवस्थेत अवाक होऊन ग्रेसकडे पाहत काही क्षण उभी राहते. मग दारही लोटून न घेता ती पटकन तिथून बाहेर पडते.

ग्रेस सावकाश वळून ख्रिश्चनकडे पाहते. स्मशानशांतता पसरते. ते दोघंही एकमेकांकडे एकटक पाहतात. मग ग्रेस बोलते, ''ॲना, माझ्या मुलाला तुझ्या सुपूर्त करण्याआधी मला त्याच्याबरोबर थोडासा एकांत देशील का गं?'' तिचा आवाज घोगरा आहे; पण कठोर नाही.

''अर्थात!'' कसंबसं असं म्हणून मी शक्य तितक्या पटकन तिथून काढता पाय घेते. मी एक नजर मागे टाकते. पण ते तसेच काहीएक न बोलता, एकमेकांकडे पाहत उभे असतात. त्या सन्नाट्याने मला कानठळ्या बसतात.

दाराबाहेर आल्यावर मला क्षणभर काही उमगत नाही. माझं हृदय धडधडतं. रक्ताभिसरण उसळतं. माझा ठाव सुटतो. होली फक्! काय तमाशा झाला! आता ग्रेसलासुद्धा कळून चुकलं आहे. आता ती ख्रिश्चनला काय म्हणेल? हा विचार येतो आणि असं करणं चूक आहे हे माहीत असूनही, मी बंद दारातून कानोसा घेते.

"किती वर्षांपासून ख्रिश्चन?" तिचा अस्पष्ट आवाज मला ऐकू येतो. त्याचं उत्तर मला अजिबात ऐकू येत नाही.

"किती वर्षांचा होतास?" ती आता पिच्छा पुरवते. "सांग, हे सगळं सुरू झालं तेव्हा किती वर्षांचा होतास?" परत एकदा ख्रिश्चनचं उत्तर मला ऐकू येत नाही.

"ॲना, सगळं ठीक आहे ना?" रॉस मला विचारते.

"हो हो – थँक्स हं – मी..."

रॉस हसते, "मी पर्स घेऊन येते. सिगारेट हवी आहे मला."

तिच्याबरोबर जावं की काय असा विचार माझ्या मनात येतो.

"मी बाथरूममध्ये चालले आहे." स्वतःला सावरणं मला गरजेचं आहे. आत्ता जे काही माझ्यासमोर घडलं, जे मी ऐकलं, पाहिलं, त्याचा विचार करण्याची गरज आहे. त्यासाठी वरचा मजला ही सगळ्यात सुरक्षित जागा वाटते मला. निदान तिथे कुणी मला त्रास देणार नाही. रॉस ड्रॉईंग रूममध्ये गेलेली पाहून मी एका वेळी दोन दोन पायऱ्या ओलांडत दुसऱ्या, मग तिसऱ्या मजल्यावर जाते. या क्षणी जावंसं वाटावं अशी एकच जागा आहे.

ख्रिश्चनच्या लहानपणच्या बेडरूमचं दार उघडून आत शिरत मी ते माझ्या मागे बंद करते. खोल श्वास घेऊन, त्याच्या पलंगावर स्वतःला झोकून देत मी आढ्याकडे पाहत पडते.

होली काऊ! इतका वेळ जे काही घडलं ते म्हणजे डोक्यावरून पाणी होतं. माझ्या आयुष्यात आजवर इतका बाका प्रसंग कधीही आला नव्हता. मी सुन्न झाले आहे. माझा फिॲन्से आणि त्याची एक्स लव्हर... छे! – होऊ पाहणारी बायको... सगळा घोळ नुसता! चला बरं झालं, त्या बयेचं खरं रूप तर उघडं झालं, तेही माझ्या साक्षीनं.

ग्रेसचा विचार येताच माझं मन निवळतं. बिच्चारी! विनाकारण तिला ऐकावं लागलं. मी ख्रिश्चनची उशी घट्ट धरते. ख्रिश्चन आणि एलेनाचे संवाद तिने नक्कीच ऐकले असणार, त्यांच्या प्रेमप्रकरणाबद्दल तिला कळलं असणार. बरं तर बरं, तिला त्याचं स्वरूप कळलं नाहीये म्हणून मी सुस्कारा सोडते.

मी इथे नक्की काय करते आहे बरं? कदाचित त्या दुष्ट चेटकिणीच्या बोलण्यात तथ्य असावं.

छे! मला त्या विचाराला मनात अजिबात थारा द्यायचा नाही. ती अगदी भावनाविहीन क्रूरकर्मा आहे, हे खरं आहे. मी मान झटकते. मी ख्रिश्चनला सर्वथा योग्य आहे. त्याला ज्याची गरज आहे ते माझ्यात आहे. अचानक मला उलगडा होतो. आजवर तो कसा जगला हा प्रश्न मला पडलेला नाहीये. तर तो तसा का जगला, हा प्रश्न मला पडला आहे. अनेकानेक तरुणींना त्याने जे काही केलं ते–

किती होत्या हे जाणण्याची मला इच्छा नाही, त्यामागचं कारण कळलं. 'कसं' हे जाणण्यात अर्थ नाही. कारण त्या सगळ्या सज्ञान होत्या. काय बरं म्हणाला होता फ्लिन?... हं, त्यांनी सुरक्षित, समंजस आणि एकमेकांच्या संमतीने संबंध स्वीकारले होते. फक्त 'का' महत्त्वाचा आहे. तो 'का' चुकीचा होता. तो का त्याच्या काळोख्या जगातला होता.

डोळे मिटून घेत मी डोळ्यांवर हात आडवा टाकते. पण आता तो जुनं सारं मागे टाकून खूप पुढे आला आहे. आम्ही दोघंही आता लखख प्रकाशात आहोत, एकमेकांमुळे आम्ही उजळलो आहोत. आम्ही एकमेकांना मार्गदर्शन करू शकतो. माझ्या मनात एक विचार चमकतो. शिट्! कधीचा डाचत होता मला हा विचार! आणि आत्ता या ठिकाणी त्याची शहानिशादेखील करता येऊ शकते. एकदाचं मनातलं शंकेचं भूत उतरवायला पाहिजे. बस्स, आत्ताच केलं पाहिजे.

धीर एकवटत मी उठते. पायातले शूज भिरकावत त्याच्या टेबलापाशी जाते. त्याच्या पीन बोर्डचं बारकाईनं निरीक्षण करते. ख्रिश्चनचे लहानपणापासूनचे फोटो तिथं लावलेले असतात. नुकतीच मी त्याच्या आणि मिसेस रॉबिन्सनमधील खडाजंगी अनुभवलेली आहे. त्या पार्श्वभूमीवर हे फोटो माझ्या मनाला अधिक भिडतात. एका कोपऱ्यातला तो छोटासा कृष्ण-धवल फोटो तिथेच आहे. त्या मूर्ख वेश्येचा.

मी डेस्क लॅम्प लावून तिच्या फोटोवर फोकस करते. तिचं तर नावसुद्धा मला माहीत नाही. तिच्या आणि त्याच्या चेहऱ्यात खूप साम्य आहे. फोटोतील ती खूप तरुण दिसते. आत्ता बघताना मला फोटोतल्या तिच्या चेहऱ्यावर प्रचंड दुःख जाणवतं. माझ्या मनात तिच्याबद्दल अनुकंपा दाटून येते. मी आमच्या दोघींमधला सारखेपणा शोधण्याचा प्रयत्न करते. कितीही निरखून पाहिलं तरी मला आमच्यात काही साम्य जाणवत नाही. त्यातल्या त्यात आमच्या केसांची ठेवण थोडीफार सारखी असावी. मात्र तिच्या केसांचा रंग माझ्या केसांच्या रंगापेक्षा फिक्का असावा. मी तिच्यासारखी अजिबात नाही, हे पाहून जिवात जीव येतो माझ्या!

माझं अबोध मन, हाताची घडी घालून, अर्धचंद्राकृती चश्म्याच्या आडून मला दटावत आहे. कशाकरता स्वतःचा असा छळ चालवला आहेस? तू होकार दिला आहेस; मग भोग आपल्या कर्माची फळं! मी ओठ आवळते. माझ्या अबोध मनाकडे पाहत म्हणते, "हो, मी आनंदानं होकार दिला आहे. मला ख्रिश्चनबरोबर संपूर्ण आयुष्य व्यतीत करायचं आहे." माझी अंतर्देवता संतुष्ट होत, समाधानानं हसते. हो, मी अतिशय योग्य निर्णय घेतला आहे.

त्याला पाहायला पाहिजे, नाहीतर तो काळजी करत बसेल. त्याच्या या खोलीत मी किती वेळापासून बसले आहे याची मला जाणीव नाही. मी पळून गेले आहे असंही त्याला वाटू शकतं. टोकाचा विचार करण्याच्या त्याच्या सवयीची आठवण

होऊन मी डोळे फिरवते. एव्हाना त्याचं आणि ग्रेसचं बोलून झालं असेल, अशी मी आशा करते. ती त्याला अजून काय काय बोलली असेल, या विचारानं मी कापते.

मी खोलीतून बाहेर पडते. दुसऱ्या मजल्यावरच्या पायऱ्या चढणारा ख्रिश्चन मला दिसतो. मलाच शोधत असतो तो. त्याच्या चेहऱ्यावर प्रचंड तणाव आणि थकवा असतो. मी ज्याच्याबरोबर इथं आले त्या आनंदी ख्रिश्चनचा कुठे मागमूसही नसतो. मी तशीच थबकते. तो वरच्या शेवटच्या पायरीवर येतो. आम्ही समोरासमोर आहोत.

''हाय,'' तो सावधपणे म्हणतो.

''हाय.'' मी बिचकत उत्तर देते.

''मला काळजी वाटते...''

''हो, माहिती आहे मला.'' त्याला मध्येच थांबवत मी म्हणते, ''सॉरी, पण ती सारी आतषबाजी मला सोसवली नाही. मला तिथून बाहेर पडणं गरजेचं होतं. विचार करणं गरजेचं होतं.'' पुढे होत मी त्याच्या चेहऱ्यावरून हात फिरवते. डोळे मिटून घेत तो माझ्या हातात चेहरा लपवतो.

''आणि ते माझ्या खोलीमध्ये करता येईल असं तुला वाटलं?''

''हो.''

माझा हात पकडून तो मला जवळ ओढून मिठीत घेतो. मी कुठलाही किंतु न बाळगता स्वतःला त्याच्या हवाली करते. त्याची मिठी ही माझी सर्वाधिक लाडकी जागा आहे. त्याच्या विलक्षण गंधात मी हरवते. तो माझ्या केसात नाक खुपसतो.

''सॉरी, तुला विनाकारण सोसावं लागलं.''

''तुझी काही चूक नाही ख्रिश्चन. ती इथे का आली होती?'' तो माझ्याकडे पाहतो. त्याच्या चेहऱ्यावर अजिजी आहे.

''ती फॅमिली फ्रेंड आहे गं.''

मी चेहरा निर्विकार ठेवण्याचा प्रयत्न करत म्हणते, ''यापुढे नाही हं. मॉम कशी आहे?''

''या क्षणी तर ती माझ्यावर भयानक संतापलेली आहे. तू इथे आहेस आणि पार्टी चालू आहे या दोन गोष्टींमुळे मी वाचलो. नाहीतर आज माझा शेवटच होणार होता.''

''बापरे! इतकी रागावली आहे?''

तो मान डोलावतो. त्याचा चेहरा गंभीर होतो. तिच्या प्रतिक्रियेमुळे तो चांगला सटपटला आहे.

''तिला तरी कसा दोष देणार, सांग.'' मी त्याची समजूत घालत म्हणते.

तो मला घट्ट मिठी मारतो. तो काहीतरी विचारात गढला आहे.

शेवटी तो म्हणतो, "नाही."

चला, आशेला जागा आहे. "आपण बसू या का जरा?" मी विचारते.

"हो, इथे बसायचं?"

मी मान डोलावते. आम्ही दोघं त्या वरच्या पायरीवर बसतो.

"आता तुला कसं वाटतं आहे?" त्याचा हात घट्ट पकडत, त्याच्या गंभीर चेहऱ्याकडे रोखून बघत मी विचारते.

तो निःश्वास सोडतो.

"मला मुक्त झाल्यासारखं वाटतं आहे." खांदे उडवत तो म्हणतो. पुढच्या क्षणी त्याचा चेहरा फुलून येतो. तो मनमोकळं हसतो. नुकत्याच घडलेल्या घटनांच्या ताणाचा मागमूसही आता उरलेला नाही.

"खरं?" मलासुद्धा प्रचंड आनंद होतो. त्याचं हे असं हसू पाहण्यासाठी मी तर पेटत्या निखाऱ्यांवरून चालायला तयार आहे.

"आमचं व्यावसायिक नातंसुद्धा संपलं. कायमचं."

"म्हणजे? तू सगळे सॅलोन बंद करून टाकणार?" मी चकित होते.

"चल, मी काही तितका आततायी किंवा खुनशी नाहीये." तो मला दटावतो. "उलट मी ते सगळं तिला भेट देणार आहे. सोमवारी मी वकिलाशी बोलेन तसं. तेवढं मी देणं लागतो तिला."

मी एक भुवई उंचावत म्हणते, "म्हणजे आता मिसेस रॉबिन्सन अध्याय संपला तर!" माझ्या बोलण्याची गंमत वाटून तो ओठ मुडपत हसतो.

"कायमचा."

मी हसते.

"तुला मैत्रीण गमवावी लागली याचं मला मात्र वाईट वाटतं आहे."

तो खांदे उडवतो. मग थट्टेने विचारतो, "खरं की काय?"

"खरं म्हणजे नाही." मी संकोचाने कबुलीजबाब देते.

"चल," उठून उभं राहत तो माझ्यासमोर हात करतो. "आपल्यासाठी असलेल्या पार्टीत सामील होऊ यात. मी आज अगदी चढेस्तोवर पिणार आहे."

"कधी प्यायला आहेस का चढेस्तोवर?" मी त्याचा हात पकडते.

"नाही गं, टीनएजमध्ये प्यायलो असेन, तेच."

"काही खाल्लं आहेस का?" तो मला विचारतो.

अरे देवा!

"नाही."

"खायला हवं की काय? एलेनाच्या चेहऱ्यावरून आणि तिथे जाणवणाऱ्या वासावरून तरी माझी खात्री आहे की, तू तिच्यावर जे फेकलंस ते माझ्या वडिलांनी

बनवलेलं खतरनाक ड्रिंक होतं.'' तो माझ्याकडे पाहत म्हणतो. त्याने लपविण्याचा प्रयत्न केला तरी त्याला यात वाटलेली गंमत त्याच्या चेहऱ्यावर स्पष्ट दिसून येते आहे.

''ख्रिश्चन मी...''

तो हातानं माझं बोलणं थांबवतो.

''ॲनेस्टेशिया, वाद नको. तू जर दारू पिऊन नंतर ती माझ्या सर्व 'एक्स'वर फेकणार असशील, तर तुला व्यवस्थित खाण्याची गरज आहे हा पहिला नियम समज. आपल्या पहिल्या रात्रीनंतर आपली यावर सविस्तर चर्चा झाली आहे अशी माझी खात्री आहे.''

हो गड्या, हिथमनमध्ये.

हॉलवेमध्ये पोहोचल्यावर तो माझ्या चेहऱ्यावरून हळुवारपणे हात फिरवतो.

''तासन्‌तास जागं राहून झोपलेल्या तुला मी न्याहाळत होतो.'' तो हळुवारपणे म्हणतो, ''कदाचित त्याही वेळेस मी तुझ्या प्रचंड प्रेमात पडलेलो होतो.''

अहा!

पुढे झुकत तो माझं अलगद चुंबन घेतो. माझ्या शरीरातल्या प्रत्येक रोमामधला इतका वेळ साठलेला ताण विरत जातो. मी विरघळू लागते.

''खा.'' तो कुजबुजतो.

''हं.'' मी मुक्याने संमती देते. त्या क्षणी मी त्याच्यासाठी वाट्टेल ते करू शकते. माझा हात हातात घेत तो मला किचनकडे घेऊन जातो. तिथे सगळे जण जेवणाचा आस्वाद घेत आहेत.

''**गुडनाईट** जॉन, ऱ्हिआन.''

''ॲना, परत एकदा काँग्रेच्युलेशन्स. तुम्ही दोघं अगदी मस्त साथ द्याल एकमेकांना.'' डॉ. फ्लिन आमच्याकडे पाहत छानसं हसत म्हणतो. हातात हात गुंफवून आमचा निरोप घेऊन ते निघतात.

''गुडनाईट.''

ख्रिश्चन दार लावून घेत मान हलवतो. तो माझ्याकडे पाहतो. अचानक त्याचा चेहरा उजळून निघतो.

आता काय?

''आपण आता फक्त घरातले लोक उरलो आहोत. मॉमने आज जरा जास्त घेतलेली दिसते आहे.'' फॅमिली रूममध्ये कुठल्यातरी गेम कन्सोलवर ग्रेस 'कराओके' म्हणते आहे. मिआ आणि केट तिला उचकवत आहेत.

''तू तिला दोष देतो आहेस का?'' आमच्यातलं वातावरण हलकंफुलकं

ठेवायचा प्रयत्न करत मी मानभावीपणाचा आव आणत विचारते.

"मिस स्टील, तुम्ही मला टोमणे मारत आहात का?"

"हो."

"भारी होता आजचा दिवस."

"ख्रिश्चन, अलीकडे तुझ्याबरोबरचा प्रत्येक दिवस भारी होतो." मी उपरोधाने म्हणते.

तो मान हलवतो, "चांगला मुद्दा योग्य प्रकारे मांडलात, मिस स्टील. चला, मला तुम्हाला काही दाखवायचं आहे."

माझा हात धरून तो मला घरातून किचनकडे नेतो. तिथे इथन, कॅरिक आणि इलियट मरिनर्सबद्दल चर्चा करत, शेवटच्या कॉकटेलचा आस्वाद घेत उरलेसुरले पदार्थ फस्त करत आहेत.

"काय, फिरायला वाटतं?" आम्ही फ्रेंच डोअरमधून बाहेर पडताना इलियट सूचकपणे चिडवतो. ख्रिश्चन दुर्लक्ष करतो. कॅरिक काहीही न बोलता मान हलवत भुवया उंचावत इलियटकडे पाहतो.

लॉनकडे जाणाऱ्या पायऱ्या चढताना मी शूज काढून घेते. समोरच्या पाण्यावर अर्धचंद्राचं लख्ख चांदणं पसरलं आहे. दूरवर सिएटलचे असंख्य दिवे चमकत आहेत. सारा आसमंत राखाडी रंगाच्या अनेक छटा पांघरून उभा असल्यासारखा दिसतो आहे. बोटहाऊसमधले लाईट चालू आहेत. चंद्रप्रकाशात बोट उजळली आहे.

"ख्रिश्चन, मला उद्या चर्चमध्ये जाऊन यायचं आहे."

"हं?"

"तू जिवंत परत यावास म्हणून मी प्रार्थना केली होती आणि तसा तू आलास. तेव्हा कबूल केल्याप्रमाणे जाऊन यायला हवं."

"चालेल."

काही क्षण हातात हात घालून काहीही न बोलता आम्ही चालतो. अचानक माझ्या मनात एक विचार येतो.

"ए, जोसेने काढलेले माझे फोटो कुठे लावणार आहेस तू?"

"आपण ते नवीन घरात लावू या का?"

"तू विकत घेतलंस ते?"

थबकून तो माझ्याकडे पाहतो. त्याच्या स्वरामध्ये काळजी आहे. "हो, मला वाटलं की, तुला ते आवडलं आहे."

"अरे हो, पण कधी घेतलंस?"

"काल सकाळी. त्याचं काय करायचं ते आपण ठरवू या." निःश्वास टाकत

तो म्हणतो.

"ए प्लीज, ते पाडायचं नाही हं! किती देखणं घर आहे ते! त्याची फक्त प्रेमानं निगराणी राखायला हवी."

माझ्याकडे पाहत ख्रिश्चन हसतो. "चालेल, बोलतो मी इलियटशी. माझ्या आस्पेनमधल्या घराचं काम करणारी आर्किटेक्ट त्याच्या चांगल्या ओळखीची आहे. ते दोघं करतील रिमॉडेलिंग."

मी थबकते. मागच्या वेळेस अशा चंद्रप्रकाशात आम्ही दोघं या लॉनवरून चालत गेलो होतो, त्याची मला एकदम आठवण येते. कदाचित आत्ताही आम्ही तेच करणार असू. मला खूप हसू येतं.

"काय?"

"मागच्या वेळेस तू मला बोटहाऊसमध्ये नेलं होतंस ना, ते आठवलं."

ख्रिश्चन क्षणभर स्तब्ध उभा राहतो. "हो, मजा आली तेव्हा. खरं तर..." अचानक थांबून तो मला पटकन उचलून खांद्यावर टाकतो. मी किंचाळते. तसं फार काही अंतर नाहीये म्हणा.

"माझ्या आठवणीनुसार तू भयंकर संतापला होतास." मी श्वास घेते.

"ॲनेस्टेशिया, मी कायम भयंकर संतापलेला असतो."

"नाही हं, तसं अजिबात नाहीये."

लाकडी दाराच्या बाहेर थांबत तो माझ्या पार्श्वभागावर फटका देतो. मग मला खाली उतरवत माझा हात हातात घेतो.

"हो, आताशा नसतो." माझ्यावर झुकत तो माझं कडकडून चुंबन घेतो. तो दूर होतो तेव्हा माझा श्वास कोंडलेला असतो. माझ्या अंगातून लालसा दौडत असते.

बोटहाऊसमधून येणाऱ्या उजेडाच्या तिरिपीत तो मला न्याहाळतो. त्याची बेचैनी मला जाणवते. हा अस्वस्थ पुरुष – हा कुणी सरदार किंवा क्रूरकर्मा नाहीये. हा एक माणूस आहे. सुंदर – फारसा न विस्कटलेला... आणि माझं प्रेम आहे त्याच्यावर. पुढे होत मी त्याचा चेहरा कुरवाळते. माझी बोटं अलगद त्याच्या कल्ल्ल्यांवरून, जबड्यावरून हनुवटीकडे येतात. मी त्याच्या ओठांना बोटाने स्पर्श करते. तो सुखावतो.

"मला तुला इथं काहीतरी दाखवायचं आहे." असं हळुवारपणे म्हणत तो दार उघडतो.

पाण्यावर डुलणारी डॉकमधील मोटरलाँच आणि तिच्या बाजूची रो बोट झगझगीत फ्लुरोसंट प्रकाशात उजळून निघते.

"ये." माझा हात हातात घेत ख्रिश्चन माझ्याबरोबर लाकडी जिना चढतो.

माझ्यासाठी दार उघडून धरत तो बाजूला सरकतो.

आत पाऊल ठेवताच मी अवाक होऊन पाहत राहते. तोंड मिटायचं भानदेखील मला राहत नाही. तिथे अगदी कायापालट झाला आहे. सगळीकडे फक्त फुलंच फुलं आहेत. सुंदर, नाजूक, सुगंधी फुलांची कोणीतरी अत्यंत देखणी मांडणी केली आहे. अधूनमधून चमचमणारे छोटे दिवे आणि कंदील सोडले आहेत. सगळीकडे मंद-धुंद प्रकाश पसरला आहे.

मी तशीच 'आ'वासून विस्मयाने त्याच्याकडे पाहते. त्याची नजर माझ्यावर खिळली आहे. त्याच्या चेहऱ्यावर अनाकलनीय भाव आहेत.

"तुला फुलं आणि हृदय हवं होतं ना?"

मी जे काही पाहते आहे, त्यावर माझा अजूनही विश्वास नाही. मी स्तिमित होऊन त्याच्याकडे पाहत राहते.

"माझं हृदय तुझंच आहे." असं म्हणून तो खोलीभर फुलांकडे हात करतो.

"आणि फुलं इथे आहेत." मी त्याचं वाक्य पूर्ण करते. "ख्रिश्चन हे सारं कल्पनातीत सुंदर आहे." काय बोलावं ते मला सुचत नाही. माझे डोळे भरून येतात. मन दिङ्मूढ होतं.

माझा हात धरत तो मला आत ओढतो. काय होतं आहे हे मला कळायच्या आत तो माझ्यासमोर जमिनीवर एका गुडघ्यावर बसतो. होली हेल! हे सगळं काय आहे? किती अनपेक्षित! माझा श्वास थांबतो.

जॅकेटच्या आतल्या खिशातून अंगठी काढत तो माझ्या नजरेत नजर मिळवतो. त्याचे राखाडी डोळे त्याच्या भावना प्रतिबिंबित करतात.

"ॲनेस्टेशिया स्टील, माझं प्रेम आहे तुझ्यावर. उरलेलं सारं आयुष्य तुला जपत, सांभाळत, तुझ्यावर प्रेम करायचं आहे मला. माझी हो कायमची. माझ्याबरोबर आयुष्य जग. माझ्याशी लग्न कर."

माझ्या डोळ्यांतून अश्रू वाहू लागतात. मी तशीच त्याच्याकडे पाहत राहते. माझा फिफ्टी! माझा! माझं निरतिशय प्रेम आहे त्याच्यावर. मनात उचंबळणाऱ्या भावनांच्या लाटा सावरत मी त्याला फक्त 'हो' म्हणू शकते.

त्याचा सगळा ताण निवळतो. अतिशय गोड हसत, प्रेमानं, अलगद तो माझ्या बोटात अंगठी घालतो. प्लॅटिनममध्ये जडवलेली एका देखण्या अंडाकृती हिऱ्याची ती अंगठी आहे. जि..झ! कसला भाऽऽरी मोठा हिरा आहे तो. तरीपण अगदी साधा. साधेपणात त्याचं सौंदर्य एकवटलं आहे.

"ओह ख्रिश्चन!" आनंदातिशयानं मला गदगदून रडायला येतं. मीही त्याच्या बाजूला गुडघ्यावर बसते. त्याचं चुंबन घेत, त्याच्या केसांतून बोटं फिरवते. अगदी मनापासून मी त्याचं चुंबन घेते. या सुंदर पुरुषाचं चुंबन घेते. मी त्याच्यावर जसं

आणि जितकं प्रेम करते, तितकंच तोही माझ्यावर करतो. तो मला घट्ट मिठीत घेतो. त्याची बोटं माझ्या केसांतून फिरू लागतात. त्याचे ओठ माझ्या ओठांना समरसून प्रतिसाद देतात. माझी मनोमन खात्री आहे की आयुष्यभर आम्ही दोघं फक्त एकमेकांचे असू. आम्ही एकत्र इतक्या दूरवर आलो आहोत. अजून खूप मोठा पल्ला गाठायचा आहे; पण हरकत नाही. आम्ही एकमेकांसाठी बनलेलो आहोत.

***

तो जोरात झुरका मारतो. त्याबरोबर अंधारात सिगारेटचं जळतं टोक उठून दिसतं. सावकाश तो सगळा धूर बाहेर टाकतो. शेवटी तो धुराची दोन वर्तुळं फेकतो. त्याच्या नजरेदेखत सारं आसमंतात, चंद्रप्रकाशात विरून जातं.

तो जागच्या जागी हलतो. अतिशय कंटाळून तो मांडीमध्ये कागदी पिशवीत ठेवलेली बाटली काढत स्वस्त बर्बनचे दोन घोट घेतो. पुन्हा बाटली तिथे ठेवतो.

अजूनही तो मागावर आहे, यावर त्याचा विश्वास बसत नाहीये. त्याचा चेहरा भयंकर कडवट होतो. हेलिकॉप्टरच्या बाबतीत त्यानं आजवरच्या आयुष्यातली सर्वाधिक धाडसी खेळी खेळली होती. पण काय उपयोग झाला? तो त्राग्याने डोळे फिरवतो. *त्या हलकटाला खरोखर हेलिकॉप्टर उडवता येत असेल, असा विचारही त्याच्या मनात आला नव्हता.*

तो धुमसतो.

त्यानी त्याला नीट जोखलं नाहीये. ग्रेने मिनिटभर जरी विचार केला असता, तो एव्हाना कायमचा संपला असता, काही अक्कल तरी आहे का त्याला?

आयुष्यभर हे असंच चालत आलं आहे. लोकांनी नेहमीच त्याला कमी लेखलं आहे. पुस्तकं वाचणारा माणूस... अशी भलावण केली आहे. फक्! अरे, पुस्तकं वाचणारा असा माणूस, ज्याला तीव्र स्मरणशक्ती आहे. एकदा पाहिलं की लक्षात राहणारच. तो आजवर काय काय शिकला आहे! त्याला केवढं काही माहीत आहे. परत तो उचकतो. *आणि तू! ग्रे! तुझ्याबाबत मला जे माहिती आहे ना...!*

डेट्रॉईटमधल्या कुठल्यातरी बजबजपुरीतून आलेल्याच्या मानाने, खूप काही... प्रिन्स्टनची स्कॉलरशिप जिंकलेल्याच्या मानाने, खूप काही... कॉलेजमध्ये मर-मर करून शिकणाऱ्या आणि प्रकाशनात शिरणाऱ्याच्या मानाने, खूप काही...

आत्ता मात्र सगळ्याचं पार वाटोळं झालं. त्या ग्रेमुळे आणि त्याच्या त्या चेटकिणीमुळे. तो त्या घराकडे पाहत संतापतो. जणू तो तिरस्कार करत असलेल्या प्रत्येक गोष्टीचं द्योतक म्हणजे ते घर आहे. त्या घराला मात्र काहीही फरक पडत नाहीये. मात्र मघाशी ती काळ्या कपड्यांतली रडत, भेकांडत बाहेर पडणारी बाई तेवढी वेगळी होती. गेली निघून तिच्या पांढऱ्या सीएलकेमधून.

तो तोंडातून 'च्च्' असा आवाज काढतो आणि एकदम त्याला बरगड्यांत कळ जाणवते. त्या ग्रेच्या पित्त्याने घातलेल्या लाथांमुळे प्रचंड दुखावल्या आहेत त्याच्या बरगड्या.

ते सारं दृश्य त्याच्या नजरेसमोर तरळतं.

"भडवीच्या, तू पुन्हा हात लाव मिस स्टीलला, साल्या, मी तुझा खून करून टाकेन!"

थांब जरा मादरच्योद! तुझाही बरोबर हिशोब करणार आहे मी. जरा वाट बघ! वाट लावतो लेका.

तो परत स्थिरस्थावर होतो. इथेच रात्र काढावी लागणार आहे, असं दिसतं आहे. हरकत नाही. तो थांबेल, पाळत ठेवेल, वाट पाहील. परत एकदा तो मार्लबोरो रेडचा झुरका मारतो. त्याची वेळही येईल, लवकरच येईल.

◆